रूफस हार्म्स सैनिकी तुरुंगात सडत पडला होता. लहान मुलीच्या अमानुष हत्येबद्दल त्याला पंचवीस वर्षांची शिक्षा झाल्याचं 'द सिम्पल ट्रूथ'च्या वाचकांना सुरुवातीलाच कळतं. त्यांना हेही कळतं की, त्याने हा गुन्हा केला नाही. गोंधळवणाऱ्या आठवणींमधून आणि तुटपुंज्या पुराव्यातून त्याचं आयुष्य उद्ध्वस्त करणाऱ्या त्या प्रसंगाची तो परत जुळणी करतो. तेव्हा त्या कटाचा पायाच सामूहिक असल्याचं त्याच्या लक्षात येतं. त्याचा हा निष्कर्ष त्याच्या जिवावर बेतू शकतो, याची जाणीव झाल्यावर तो तुरुंगातून पलायन करतो आणि वॉशिंग्टनच्या सुप्रीम कोर्टात अपील करतो.

रूफस हार्म्सचं विलक्षण नाट्य हा या कायदेविषयक परीपक्व कादंबरीचा एक धागा आहे. प्रमुख न्यायाधीश हॅरॉल्ड रामसे आणि न्यायमूर्ती एलिझाबेथ नाइट यांच्यातल्या संघर्षातून हायकोर्टातल्या क्षुद्र राजकारणाची झलक 'बॉल्डाची' दाखवतात. हार्म्स झगडत असताना त्याच्या मार्गात येणाऱ्या बड्या धेंडांना बाजूला सारून सुप्रीम कोर्टाची कारकून 'सारा इव्हान्स' पूर्व पोलीस जॉन फिस्क याच्या साहाय्याने मोठ्या कष्टाने हार्म्सच्या अपिलाचं महत्त्व शोधून काढते. (आणि त्याचबरोबर ज्याच्याकडे ते मूळ अपील आलेलं असतं, त्या कोर्टातल्या कारकुनाची, माईक फिस्कची (जॉन फिस्कचा भाऊ) खुनी उघडकीस आणण्यासाठी मदत घेते.) त्या अपिलाचं महत्त्व शोधत असतानाच दोन दशकापूर्वी रूफस हार्म्सविरूद्ध ज्यांनी कारस्थान केलेलं असतं, त्यांच्याकडे त्यांचं लक्ष वेधलं जातं.

क्वचितप्रसंगी हिंसाचाराचं प्रमाण अधिक वाटलं, तरी बॉल्डाचीची ही कादंबरी अखेरच्या पानापर्यंत चकित करणाऱ्या घटनांनी गुंगवत जाते!

– पॅट्रीक ओ केली

(Amazon.com)

नुकतंच 'न्यू यॉर्क टाइम्स बेस्ट सेलर' असं बिरुद मिळालेल्या बॉल्डाचीच्या कादंबरीप्रमाणे ही नवी कादंबरीही तो सन्मान मिळवणार का? खुनाच्या आरोपावरून ज्याला शिक्षा झालेली असते आणि ज्या खुनाबद्दल त्याची स्वत:चीही खात्री पटलेली असते, त्याच्या अचानकपणे लक्षात येतं की, त्याला त्यात गोवण्यात आलेलं असतं. तो वरच्या कोर्टात अपील करतो आणि त्याची परिणती आणखी काही खून होण्यात होते!

– कॉपीराइट – १९९८. रीड बिझनेस इन्फर्मेशन इन्कॉर्पोरेशन.

(लायब्ररी जर्नल)

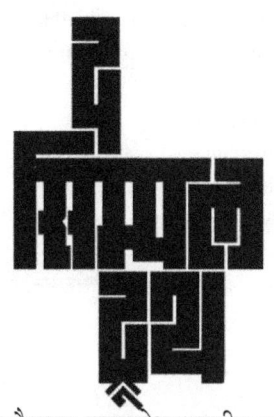

एका निरपराध कैद्याचा सत्यशोधनासाठीचा जीवघेणा संघर्ष

मूळ लेखक
डेव्हिड बॉल्डाची

अनुवाद
सुधाकर लवाटे

मेहता पब्लिशिंग हाऊस

✆ +91 020-24476924 / 24460313

Email : info@mehtapublishinghouse.com
production@mehtapublishinghouse.com
sales@mehtapublishinghouse.com

Website : www.mehtapublishinghouse.com

- *या पुस्तकातील लेखकाची मते, घटना, वर्णने ही त्या लेखकाची असून त्याच्याशी प्रकाशक सहमत असतीलच असे नाही.*

THE SIMPLE TRUTH by DAVID BALDACCI

Copyright © Columbus Rose, Ltd. 1998

By Arrangement with The Aaron M. Priest Literary Agency, Inc.
Columbus Rose Ltd

Translated into Marathi Language by Sudhakar Lawate

द सिम्पल ट्रूथ / अनुवादित कादंबरी

अनुवाद : सुधाकर लवाटे

मराठी अनुवादाचे व प्रकाशनाचे हक्क मेहता पब्लिशिंग हाऊस, पुणे.

प्रकाशक : सुनील अनिल मेहता, मेहता पब्लिशिंग हाऊस,
१९४१, सदाशिव पेठ, माडीवाले कॉलनी, पुणे – ४११०३०.

मुखपृष्ठ : चंद्रमोहन कुलकर्णी

प्रथमावृत्ती : ४ नोव्हेंबर, २०१३

ISBN 978-81-8498-515-3

सत्य क्वचितच निर्मळ असते आणि साधे तर कधीच नसते.
– ऑस्कर वाइल्ड

दोन शब्द

डेव्हिड बॉल्डाची यांचं 'द सिम्पल टूथ' हे जरा वेगळ्या प्रकारचं पुस्तक आहे. अमेरिकेच्या सर्वोच्च न्यायालयाच्या अनेक पैलूंवर लेखक प्रकाश टाकतो. नऊ न्यायाधीशांच्या बेंचात समावेश असलेल्या न्यायाधीशांची आपापसातली स्पर्धा, सामाजिक महत्त्व असलेल्या प्रश्नांबाबत आपली ठाम मतं मांडण्याची त्यांची वृत्ती, न्यायालयाचा आर्मीबाबत असलेला दृष्टिकोन वा प्रघात, न्यायाधीशांच्या क्लार्क्सना असणारे व्यापक अधिकार अशा अनेक प्रश्नांबाबतची चर्चा लेखकाने केलेली आहे.

पुस्तक वाचताना लेखक स्वत:च निर्मित केलेल्या काही व्यक्तिरेखांच्या प्रेमात पडल्यासारखा वाटतो. जॉन फिस्क, सारा इव्हान्स, रूफस हार्म्स, जोश हार्म्स, एलिझाबेथ नाइट ह्या व्यक्तिरेखांच्या बाबतीत हे जाणवतं. त्यामुळे काही ठिकाणी कादंबरी थोडी पाल्हाळीक वाटण्याची शक्यता असली, तरी त्या व्यक्तिरेखा वाचकांना भावतील अशा जमल्या आहेत असं मला वाटतं. सुरुवातीला काही पानं ओलांडल्यावर कादंबरी पकड घेते आणि पुढे ती उत्तरोत्तर रंगत जाते.

काळे (ब्लॅक) आणि गोरे (व्हाइट) यांच्यातल्या वर्णद्वेषालाही लेखकाने स्पर्श केला आहे. रूफस हार्म्स आणि जोश हार्म्स या व्यक्तिरेखा काळ्या समाजातल्या (ब्लॅक किंवा निग्रो) आहेत. जॉन फिस्कचे सर्वच पक्षकार त्याच समाजातले आहेत. त्यांच्या सामाजिक स्थितीचं लेखक थोडक्यात, पण नेमकं वर्णन करतो. 'ब्लॅक्स'ची (निग्रो हा शब्द वापरणं अपमानास्पद समजलं जातं.) बोलण्याची धाटणी थोडी वेगळीच असते. अनुवाद करताना आपल्याकडचा 'कोल्हापुरी बाज' त्यांच्या संभाषणात आणणं काही अंशी सुसंगत ठरलं असतं, पण तरी ते तितकं योग्य नाही असं

वाटलं. वेगळेपणा आणणं आवश्यक वाटत होतं त्यामुळे संभाषणाची त्यांची भाषा अगदी शुद्ध न ठेवता त्यात थोडा रांगडेपणा आणण्याचा थोडासा प्रयत्न हेतुपुरस्सर केला आहे. उदाहरणार्थ, ''हे तू काय बोलतोयस?'' याऐवजी ''तू काय बोलतो?'' अशा प्रकारचं काहीतरी.

हा अनुवाद करताना 'प्रकृति-अस्वास्थ्य' काळात मला माझ्या दोन्ही मुली – सौ. नीना आनंद वैशंपायन व सौ. सानिया महेन्द्र मणेरीकर यांचं तसंच दोन्ही जावयांचं खूपच साहाय्य झालं, हे नमूद करणं थोडं अप्रस्तुत वाटत असलं, तरी मला आवश्यक वाटतं. माझ्या 'फॉल्स इम्प्रेशन' या पहिल्या अनुवादाला वाचकांनी भरपूर प्रतिसाद दिला. त्या सर्व वाचकांचे मी आभार मानतो व हाही अनुवाद त्यांना आवडेल अशी आशा करतो.

मेहता पब्लिशिंग हाऊसचे श्री. सुनील अनिल मेहता यांचं प्रोत्साहन, तसंच मेहता पब्लिशिंग हाऊसच्या राजश्री देशमुख व अन्य कर्मचाऱ्यांचं संपूर्ण सहकार्य यामुळे थोडं उशिरा का होईना, मी हे पुस्तक पूर्ण करू शकलो, याबद्दल त्यांचे आभार मानतो व धन्यवाद देतो.

चित्रकार चंद्रमोहन कुलकर्णी, अक्षरजुळणी करणारे ओंकार कॉम्प्युटर्सचे श्री. विजय भावे या सर्वांनाच धन्यवाद!

– सुधाकर लवाटे

एक

एके काळी त्या तुरुंगाची दारं अगदी गुळगुळीत होती. अगदी नुकतीच कारखान्यातून बाहेर पडल्याप्रमाणे. आता मात्र त्या जाड लोखंडी दारांना अनेक ठिकाणी पोचे आले होते. त्यांचा करडा रंग अनेक ठिकाणी उडाला होता. रंगाच्या पृष्ठभागावर आता माणसांच्या चेहऱ्यांच्या, हातांच्या, पायांच्या, गुडघ्यांच्या रक्ताच्या थेबांचं जणू पीक आलं होतं. तुरुंगाच्या चित्रलिपीत वेदना, भय, मृत्यू अशा सर्व गोष्टींची कायमची नोंद झाली होती. निदान नवीन पत्रा चढवेपर्यंत तरी ही चित्रलिपी अशीच राहणार होती. दृष्टिपातळीच्या उंचीवर म्हणजे साधारणपणे पाच-एक फूट उंचीवर त्या दारांमध्ये एक छोटीशी चौरस झडप होती. कधीही ती अचानक उघडून, त्यातून प्रखर प्रकाश सोडून आतल्या मानवी गुराढोरांना पहारेकरी न्याहाळायचे आणि कुठलीही कल्पना न देता एकाएकी आपल्या दंडुक्यांनी झडपेजवळपास असलेल्यांना जोरात झोडपायचे. माहीत असलेले जुने कैदी सावध असायचे आणि क्वचित झोडपले गेले, तरी खाली मान घालून काहीही सोयर-सुतक नसल्यागत सहन करायचे. नवीन कैद्यांना मात्र ताण असायचा. कधी झडप उघडली जाईल आणि फटका बसेल याची भीती असायची. अचानक फटका बसला, तर काहींना मुतायलाही व्हायचं. नंतर ते सावरायचे; प्रतिकार करण्याचा प्रयत्न करायचे.

रात्री त्या तुरुंगाच्या कोठडींना काळोखी गुहेचं स्वरूप यायचं. त्या विशिष्ट रात्री वादळी विजांनी त्या भागात थैमान घातलं होतं. एक प्रकारचा थरथराट निर्माण केला होता. कडाडणारी वीज जेव्हा आकाशातून खाली झेपावत होती तेव्हा बुलेटप्रूफ काचेच्या खिडक्यांमधून ती समोरच्या भिंतीवर त्या काचांवर लावलेल्या लोखंडी जाळीचा मधमाशांच्या पोळ्यागत असलेला आकारबंध उमटवीत होती.

पाण्यातून बाहेर आलेल्या माणसाप्रमाणे अशा अनेक प्रकाशझोतातून प्रकाश निथळून त्या माणसाचा चेहरा स्पष्ट होत होता. तो कैदी इतर कैद्यांपेक्षा वेगळा होता. तो कोठडीत एकटाच विचार करत बसे. कोणाकडे दृष्टीही टाकत नसे. इतर कैद्यांना त्याची भीती वाटे. कारण त्याचा देहच अतिशय भीतिदायक होता. तो चालायला लागला की, आजूबाजूचे अगदी कठोर आणि हिंस्त्र कैदीसुद्धा त्याच्यापासून अंतर ठेवून राहत किंवा दुसरीकडे नजर वळवीत.

त्याचं नाव रूफस हार्म्स असं होतं. फोर्ट जॅक्सन मिलिटरी तुरुंगात त्याची 'विनाशक' म्हणून प्रसिद्धी होती. तुम्ही त्याच्या वाटेला गेलात, तर तो तुम्हांला चिरडून टाकत असे. तो सुरुवात कधीच करत नसे. शेवट मात्र तोच करत असे. त्वचेला पडलेल्या सुरकुत्या, अनेक जखमांचे व्रण, तुटलेल्या हाडांची पूर्णांशाने न झालेली जुळणी अशा सर्व गोष्टींद्वारे पंचवीस वर्षांच्या कैदेनं त्याच्याकडून बरीच वसुली केली होती, पण सर्वांत मोठं नुकसान झालं होतं ते त्याच्या मेंदूचं; पेशींचं. त्याची स्मरणशक्ती, विचारशक्ती आणि प्रेम, द्वेष, भीती या सर्व भावना डागाळल्या गेल्या होत्या. त्याच्या विरोधात गेल्या होत्या. विशेषत: स्मरणशक्ती विरोधात गेली होती. पाठीच्या कण्याच्या टोकावर ट्युमरची कठीण गाठ व्हावी तसा प्रकार होता तो.

तरीसुद्धा त्याच्या प्रचंड देहात अजूनही पुरेशी रग शिल्लक होती. मजबूत, गोटीदार बाहू असलेल्या त्याच्या रुंद खांद्यांकडे नजर जाताच हार्म्सच्या ताकदीचा अंदाज येऊ शकत होता. कमरेच्या घेरावरूनही त्याच्यात अपवादात्मक शक्ती होती, हे कळू शकत होतं; पण आता तो वाढ खुंटलेल्या एखाद्या जुनाट ओक वृक्षासारखा झाला होता. त्याचे काही अवयव बाद झाले होते, तर काही बाद होण्याच्या मार्गावर होते. छाटलेल्या फांदीप्रमाणे त्या वृक्षाची मुळं आता जणू एका बाजूनं उखडली गेली होती. हार्म्स म्हणजे विरोधाभासाचं एक उत्तम उदाहरण होतं. दुसऱ्यांचा आदर करणारा, परमेश्वराशी एकनिष्ठ असणारा एक सभ्य पुरुष आणि त्याच वेळी एक निष्ठुर खुनी म्हणून प्रतिमा असणारा गुन्हेगार! त्यामुळे पहारेकरी किंवा इतर कैदी त्याच्या वाटेस जात नसत. त्यालाही या गोष्टीचं समाधान वाटे. निदान आजपर्यंत तरी वाटत होतं; पण आज मात्र त्याच्या भावाने त्याच्यासाठी जे काय आणलं होतं, ती एक सुवर्णसंधी होती. या जागेतून बाहेर पडण्याची!

विजेच्या आणखी एका लोळाने त्याचे डोळे रक्ताळलेले दिसत असताना त्यातून गालावर गळणारे अश्रूही दिसत होते. विजेचा प्रकाश जाताच त्याने आपले अश्रू कागदानं टिपले. दिवे जाऊन काही तास लोटले होते. त्याला त्या गोष्टीची चिंता नव्हती, कारण आता पाव शतकानंतर का होईना, त्याच्या आयुष्यातला अंधार संपून उजाडणार होतं. दिवे आले नसते तरी काही बिघडणार नव्हतं, कारण

त्यानं ते पत्र वाचलं होतं. त्यातला प्रत्येक शब्द त्याला पाठ झाला होता. त्याचा उच्चार त्याला झोंबत होता. त्या पत्रावर युनायटेड स्टेट्स आर्मीचा शिक्का होता. त्याला त्याचा अर्थ पूर्णपणे माहीत होता. अखेर आर्मीनेच त्याला नोकरी दिली होती आणि तीच त्याची गेली तीस वर्षं पालक होती.

व्हिएतनाम युद्धकाळात खाजगीरीत्या आर्मीत भरती झालेल्या, कसोटीस न उतरलेल्या आणि विसरल्या गेलेल्या रूफस हार्म्सकडून आर्मीला काही विस्तृत माहिती हवी होती, जी त्याला कधीही देता आली नव्हती. अंधारातसुद्धा 'खऱ्या' शब्दावरून त्याचं बोट फिरत होतं. पत्रावरच्या त्या विशिष्ट जागेवरून त्याचं बोट फिरताच इतक्या वर्षांत दबलेले आठवणींचे तुकडे उसळून वर आले होते. न संपणाऱ्या स्वप्नांना थांबवण्यास ते असमर्थ ठरले होते. जेव्हा पहिल्यांदा ते पत्र त्यानं वाचलं तेव्हा त्यानं आपलं डोकं त्या कागदाला टेकवलं. टाइप केलेल्या शब्दांमागचा गर्भित अर्थ त्याच्या आयुष्यातल्या रहस्याचा कसा उलगडा करेल हे जणू त्या कागदाच्या स्पर्शाने त्याला कळलं होतं. त्या रात्री, ते विसकळीत झालेले आठवणींचे तुकडे पुन्हा एकदा एकत्रित आले होते; घट्टपणे. आर्मीचं ते पत्र येईपर्यंत पंचवीस वर्षांपूर्वीच्या त्या रात्रीच्या केवळ दोनच आठवणी त्याच्या नजरेसमोर येत होत्या. ती छोटीशी मुलगी आणि पाऊस. मुसळधार पाऊस. आज रात्री पडत असणाऱ्या पावसासारखाच. त्या मुलीची ठेवण नाजूक होती. नाक चाफेकळीसारखं होतं. चेहरेपट्टी रेखीव होती. तिच्या निळ्या डोळ्यांत निरागस भाव होते. भावी आयुष्याच्या आकांक्षाचं प्रतिबिंब पडण्याइतकी खोली अजून त्यांना आलेली नव्हती. तिची त्वचा तांदळाच्या पिठीसारखी शुभ्र आणि नितळ होती. मात्र तिच्या नाजूक मानेवर उमटलेले लाल ओरखडे हा अपवाद होता आणि ते ओरखडे उमटायला कारणीभूत रूफस हार्म्सचे 'तेच' हात होते, ज्यात त्यानं आता ते पत्र धरलं होतं. ज्यामुळे सर्व भूतकाळ पुन्हा एकदा त्याच्यासमोर आला होता.

जेव्हा केव्हा तो त्या मृत मुलीचा विचार करी, तेव्हा त्याला रडू येत असे. रडावंच लागे. त्याशिवाय पर्याय नव्हता; पण तेही तो कुणाच्याही नकळत करी. पहारेकरी आणि इतर काही कैद्यांना कळण्याची सोय नव्हती. ते एखाद्या शार्क माशागत होते. एखाद्याच्या कमकुवतपणाचा वास त्यांना बरोबर येत असे. जसा शार्कला रक्ताचा. त्यांना तुमच्या डोळ्यात असं काही दिसलं की, ते तुमच्या कातडीची छिद्रं मोठी करणार. मग घामाचा किती का घाणेरडा वास येईना. इथं, या तुरुंगात जो चपळ होता, शक्तिमान होता तोच टिकाव धरणार, अन्य नाही.

तो तिच्या शरीराजवळ वाकला होता त्याच वेळी मिलिटरी पोलिसांनी त्यांना पाहिलं होतं. तिचा तलम पोशाख तिच्या लहानखुऱ्या देहाला चिकटून मातीत मिसळला होता. जणू तिला खूप उंचीवरून खाली टाकल्यामुळे एक खड्डा निर्माण

झाला होता. हार्म्सनं एकदा मिलिटरी पोलिसांकडे पाहिलं, पण त्याच्या मनानं 'उभ्या असलेल्या गर्द सावल्या' या पलीकडे त्यांची नोंद घेतली नाही. या प्रकारच्या त्वेषाची जाणीव तशीच घृणाही त्यानं यापूर्वी कधी अनुभवलीच नव्हती. त्याची दृष्टी धूसर झाली होती. त्याच्या नाडीचे ठोके, रक्तदाब यांचं प्रमाणच बदललं होतं. त्याला घाम फुटला होता. त्यानं आपलं डोकं दोन्ही हातांनी गच्च धरून ठेवलं. मेंदू फुटून मस्तकाच्या उडणाऱ्या चिंधड्या जणूकाही त्यामुळे थांबणारच होत्या.

जेव्हा त्यानं पुन्हा एकदा त्या मुलीच्या मृत देहाकडे आणि नंतर आपल्या आखडलेल्या हातांकडे पाहिलं तेव्हा त्याचा सर्व द्वेष गळून पडला होता. त्या हातांनीच तिचं आयुष्य संपवलं होतं. त्याला आपलं शरीर लुळं पडत असल्याची भावना झाली. घामानं डबडबलेला, थरथरत असलेला हार्म्स चिखलात आपले दोन्ही गुडघे रोवून फक्त वाकू शकला होता. दुसऱ्या दिवशी त्याला त्या मुलीचं नाव कळलं होतं. रूथ ॲन मोस्ले. वय वर्षं दहा. ती कोलंबिया – दक्षिण कॅरोलिनाची होती. ती आणि तिचे कुटुंबीय छावणीवर असलेल्या तिच्या भावाला भेटायला आले होते. त्या रात्री त्याला तिची ओळख त्याच्या धिप्पाड सहा फूट पाच इंच उंच आणि तीनशे पौंड वजनाच्या तुलनेत फक्त एक लहानखुरा मृतदेह अशीच झाली होती. त्याच्या मस्तकावर बसलेल्या बंदुकीच्या दस्त्याची धूसर प्रतिमा हा हार्म्सचा त्या रात्रीचा आठवणीचा शेवटचा तुकडा. त्या आघातानं तो तिच्या देहाच्या बाजूलाच कोसळला होता. त्या मुलीचा गतप्राण चेहरा आकाशाकडे, त्यावर पडणाऱ्या पावसांचे थेंब आणि त्याचा चिखलात रुतणारा चेहरा. त्याची ही शेवटची आठवण...आजपर्यंत. हो आजपर्यंत. कोसळणाऱ्या पावसातली ओली हवा त्यानं मोठा श्वास घेऊन आपल्या फुप्फुसात भरून घेतली आणि अर्धवट उघड्या खिडकीकडे त्यानं पाहिलं. क्षणभरासाठी तो 'तोच' पशू झाला – तुरुंगातला निष्पाप हार्म्स! त्यानं गेल्या अनेक वर्षांमध्ये स्वत:लाच पटवलं होतं की, त्याच्यात एक पशू होता. त्याच्यात एक सैतान होता. दुसऱ्यांचा प्राण घेण्याची ही घाणेरडी वृत्ती त्याच्या शरीरात रेंगाळत होती. विशेषत: निष्पाप लहान मुलीचा प्राण घेतल्याने ती कॅन्सरगत शरीर पोखरत होती. स्वत:ला शिक्षा करून घ्यायची म्हणून त्यानं आत्महत्या करण्याचाही विचार केला होता, पण तो अतिशय धार्मिक वृत्तीचा होता त्यामुळे ते पाप त्याच्याकडून घडू शकलं नव्हतं. मुलीला मारण्याच्या त्याच्या अधम कृत्यानं तो आपलं उर्वरित आयुष्य कधीच सुखानं जगू शकणार नव्हता हे त्याला कळलं होतं. ते स्वीकारणं कठीण होतं. त्यापेक्षा माणसानं बनवलेला हा तुरुंग बरा होता. सध्या तेच योग्य होतं. जगण्याचा आपला निर्णय योग्य होता हे आता त्याला कळलं होतं. परमेश्वराला ते माहीत असणार होतं. म्हणूनच त्यानं त्याला आतापर्यंत, या क्षणापर्यंत जगण्याची बुद्धी दिली होती. त्या रात्री त्याला

मेढेकोटावर, पोस्टवर भेटण्यासाठी कोणती माणसं आली होती हे आता त्याला स्वच्छ आठवलं. त्या प्रत्येक विकृत चेहऱ्याची प्रतिमा त्याच्या मनात स्पष्ट झाली. त्यातल्या काहींच्या अंगावर मिलिटरी युनिफॉर्म्स होते. ते त्याचे शस्त्रधारी मित्र होते. ते त्याच्याभोवती वर्तुळ करून कसे फिरत होते, ते त्याला आठवलं. जणू भक्ष्यावर लक्ष ठेवून असणारे लांडगे, संख्येनं अधिक असल्यामुळे धैर्य एकवटलेले. त्यांच्या शब्दांतला द्वेष स्पष्ट होता. त्यांनी त्या रात्री जे काही केलं होतं त्यामुळेच रूथ ॲन मोस्लेला मरावं लागलं. खऱ्या अर्थानं हार्म्सपण त्या दिवशीच मेला होता. त्यांच्या मते, शक्तिमान असूनही हार्म्ससारखा सैनिक देशरक्षणासाठी कधी लढला नव्हता. त्यामुळे त्याला जे काही मिळालं होतं त्याच लायकीचा तो होता असा त्यांचा विश्वास होता आणि आता तो मध्यमवयीन झाला होता. तुरुंगात शिक्षा भोगत, मृत्यूकडे वाटचाल करणारा एक मध्यमवयीन माणूस! आणि त्याला अशी शिक्षा झाली होती की जिचं मूळ फार फार पूर्वीचं होतं. त्यासाठी न्यायाचा बाह्य देखावा पाहण्याचाही त्याला अधिकार नव्हता. या सर्वांनिशी रूफस हार्म्स आपल्या दफन खोलीच्या काळोखाकडे पाहत होता. फक्त एकच इच्छा मनात ठेवून. पंचवीस वर्षांच्या भयानक शिक्षेतून, पिळवटून टाकणाऱ्या अपराध भावनेतून, उद्ध्वस्त आयुष्याची सतत जाणीव देणाऱ्या भावनेतून सुटका होण्याची आणि न्याय मिळण्याची! 'आता त्यांची पाळी आहे भोगण्याची!' त्यानं हातात आईनं दिलेलं जुनं बायबल घट्ट धरलं. त्यानं परमेश्वराला वचन दिलं. त्या परमेश्वरानं कधीही त्याला दूर लोटलं नव्हतं.

दोन

युनायटेड स्टेट्स सुप्रीम कोर्टाच्या बिल्डिंगकडे जाणाऱ्या पायऱ्या चांगल्या रुंद, पण न संपणाऱ्या वाटत होत्या. त्या चढणं म्हणजे माउंट ऑलिंपस चढण्यागत होतं. इमारतीच्या दर्शनी भागाच्या मुख्य दरवाजाच्या वर 'कायद्याने सर्वांना समान न्याय' अशी अक्षरं कोरली होती. हे विधान कुठल्या कोर्टाच्या निर्णयावरून किंवा कुठल्या कागदपत्रांच्या आधारे घेण्यात आलं नव्हतं, तर ज्यानं हे कोर्टहाऊस बांधलं होतं, त्या कॅस गिल्बर्ट नावाच्या आर्किटेक्टनंच ते ठरवलं होतं. एखादं लक्षात राहण्यासारखं कायदाविषयक विधान कोरण्यासाठी त्यानं जी जागा सोडली होती. त्या जागेत ती अक्षरं उत्तमरीत्या बसली होती हे मात्र खरं!

कोर्टाची ती राजेशाही इमारत जमिनीपासून चार मजले उंचीची होती. १९२९ साली काँग्रेसनं ती इमारत बांधण्यासाठी सुयोग्य निधी मंजूर केला आणि त्याच वर्षी शेअर बाजार कोसळून मोठ्या प्रमाणावर मंदी आली होती. इमारतीच्या नऊ मिलियन डॉलर मंजुरीपैकी एक तृतियांश रक्कम तर केवळ मार्बल खरेदी करण्यात संपली होती. बाहेरच्या भागासाठी शुद्ध व्हरमॉन्टचा उपयोग करण्यात आला होता. त्यासाठी मिलिटरीचे मालट्रक वापरण्यात येऊन खर्चात बचत करण्यात आली होती. स्फटिकसदृश जॉर्जिया रॉक स्टोन चार कोर्टांच्या भिंतीच्या खालच्या काही भागात लावण्यात आला होता, तर दुधी रंगाचा अलाबामा स्टोन फक्त ग्रेट हॉल सोडून भिंती व जमिनीसाठी वापरण्यात आला होता. जमिनीलगतच्या भागात गर्द रंगाचा इटालियन मार्बल बसवला होता, तर इतर भागात आफ्रिकन स्टोन वापरला होता. हॉलच्या कॉलम्ससाठी मॉन्टारेन्टीहून भरीव इटालियन मार्बलचे ब्लॉक्स मागवण्यात आले होते. ते नोक्सव्हिले टेनेसीमध्ये पाठवून तिथे तीस फूट उंचीच्या

अशा कॉलम्सची निर्मिती करण्यात आली की, ज्यांच्या आधारावर ती इमारत उभी राहिली. 'ग्रीक आर्किटेक्चरच्या कोरिंथियन पद्धतीशी साम्य असल्याचं एक उत्कृष्ट उदाहरण आहे.' असं वर्णन त्या इमारतीचे पाठीराखे करत, तर त्या विरोधात असणारे 'राजाच्या वेडगळ आनंदासाठी बांधलेला तो महाल आहे. सर्वसाधारण माणसाला न्याय मिळण्याची ती जागा नाही.' असं म्हणत.

तरीही जॉन मार्शलच्या काळापासून ते कोर्ट राज्यघटनेचा बचाव करणारं व ती उलगडून सांगणारं ठरलं. काँग्रेसचं कृत्य घटनेच्या विरोधात आहे असं ते कोर्ट जाहीर करू शकलं. नऊ माणसांचं १९३५पासून, तर निदान एका स्त्रीचं १९८१पासून ती इमारत म्हणजे 'घर' झालं होतं आणि ही सर्व माणसं अपवादात्मक बुद्धिमान आणि पराक्रमी म्हणता येतील अशी होती. ज्यामुळे मानहानी होईल आणि राजीनामा द्यावा लागेल अशा टेप्स आणि कागदपत्रं सादर करण्यास विद्यमान राष्ट्राध्यक्षालाही भाग पाडू शकणारी अशी ती नऊ माणसं होती. कायदे करण्याचा अधिकार असलेली काँग्रेस आणि त्यांची अंमलबजावणी करण्याचा असलेला अध्यक्षीय अधिकार यांच्या बरोबरीने अमेरिकन न्यायसंस्थेला अधिकार होते आणि सुप्रीम कोर्ट शासनाप्रमाणेच समकक्ष असावं, अशा तऱ्हेनेच एकूण रचना करण्यात आली होती. त्याप्रमाणेच सुप्रीम कोर्ट काम करीत होतं. कोर्टाने निकाल दिलेल्या अनेक प्रकरणी अमेरिकन माणसांना मान तुकवावी लागली होती कारण ते निकाल गुणाधिष्ठित असेच होते.

ग्रेट हॉलकडे जात असलेली ती वयस्कर व्यक्ती न्यायाची ही परंपरा जपणारीच होती. ती उंच आणि कृश होती. तपकिरी रंगाचे मृदू डोळे असलेल्या त्या व्यक्तीला चश्म्याची गरज नव्हती. गेली दहा वर्षं बारीक अक्षरांत छापलेली अक्षरं वाचूनसुद्धा त्या माणसाची दृष्टी अजूनही उत्कृष्ट होती! त्याचे केस जवळपास गेलेच होते. वयानुसार त्याचे खांदे आत ओढल्यागत होऊन अरुंद झाले होते आणि चालताना किंचित लंगडेपणा आला होता. मुख्य न्यायाधीश हॅरॉल्ड रामसे आपल्या प्रकृतीबद्दल थोडे उदासीन असले, तरी आपल्या अतुल्य हुशारीने त्यांनी ती कमतरता भरून काढली होती. त्यांची चालण्याची ढबही हेतूपूर्ण असायची.

या भूमीत ते सर्वोच्च स्थानावर होते आणि हे कोर्ट त्यांचं होतं. ही बिल्डिंग त्यांची होती. प्रसिद्धीमाध्यमांनी त्या कोर्टाचं नावच 'रामसे कोर्ट' असं करून टाकलं होतं. वॉरेन कोर्ट आणि त्यांचे पूर्वाधिकारी यांचं जसं झालं होतं तसं. रामसे त्यांचं कोर्ट शिस्तीत आणि खरेपणानं चालवीत. गेली दहा वर्षे सतत बहुमत मिळवीत त्यांनी आपलं स्थान अबाधित ठेवलं होतं. कोर्टाच्या कामासाठी चालणारी धावपळ आणि सौदेबाजी त्यांना आवडत होती. एखादा काळजीपूर्वक नेमक्या जागी वापरलेला शब्द किंवा परिच्छेद जरा इकडेतिकडे फिरवून काही सवलत देता आली, तर त्याची

पुढे परतफेड होते, हे त्यांना कळलं होतं. बदल म्हणून एखादी नेमकी केस येण्याची ते शांतपणे वाट पाहत अन् कधीतरी त्यांच्या सहकाऱ्यांकडूनही तशी केस अनपेक्षितरीत्या मिळे. बहुमतासाठी पाच मतांची आवश्यकता असे. तेवढी मते गोळा करणं हे त्यांचं उद्दिष्ट असे.

या कोर्टात ते साहाय्यक न्यायाधीश म्हणून आले होते आणि दहा वर्षांपूर्वी ते सर्वोच्च पदावर आरूढ झाले होते. 'बरोबरीच्यांमध्ये आलेला पहिला तो सर्वोच्च पदावर' हा लेखी नियम असला, तरी प्रत्यक्षात तसं घडत नव्हतं. रामसे वैयक्तिक तर्कशास्त्रावर आणि स्वत:वर दृढ विश्वास असणारे होते. सुदैवाने त्यांच्या नावाची जेव्हा शिफारस करण्यात आली तेव्हा आजच्यासारखं राजकारण नव्हतं. तेव्हा उमेदवारीला त्रासदायक असे गर्भपात, हत्येबद्दल सामूहिक फाशी सुनावणं व त्याची अंमलबजावणी इत्यादी प्रश्न नव्हते किंवा आजच्यासारख्या अशा काही विचारणा होत नव्हत्या की, ज्यामुळे राजकारण करायला वाव मिळावा. त्यामुळे तुमच्याजवळ आवश्यक त्या अर्हता असल्या, तुम्ही काही वादग्रस्त निर्णय दिले नसले आणि अध्यक्षांनी तुमच्या नावाची शिफारस केली असली की, तुमचा सुप्रीम कोर्टाच्या सर्वोच्चपदी बसण्याचा मार्ग मोकळा असे.

सिनेटने रामसे यांची नेमणूक एकमताने मान्य केली होती. खरंतर त्यांना पर्यायही नव्हता. त्यांची शैक्षणिक पात्रता आणि कायदेविषयक ज्ञान प्रथम दर्जाचं होतं. आयव्ही लीग स्कूलच्या अनेक पदव्या आणि सर्वांमध्ये सर्वप्रथम क्रमांकाने उत्तीर्ण. त्यानंतर मानवतेच्या दृष्टिकोनातून स्वत:चे कायदेविषयक दिशादर्शक सिद्धान्त मांडल्यामुळे मोजक्या लोकांना देण्यात येणारा पुरस्कार. तद्नंतर फेडरल अपिलेट बेंचसाठी शिफारस होऊन त्या सर्किटच्या भागाचे मुख्य न्यायाधीश म्हणून नेमणूक. त्या काळात त्यांनी सुप्रीम कोर्टाकडे मांडलेल्या एकाही मताला कोर्टानं न दिलेला नकार अशा सर्व गोष्टी त्यांच्या नेमणुकीसाठी पुरेशा होत्या. एवढ्या वर्षांमध्ये त्यांनी आपलं सर्वोच्च स्थान टिकवण्यासाठी योग्य संबंधांचं एक जाळंच विणलं होतं.

त्यांनी हे स्थान स्वबळावर मिळवलं होतं. त्यांच्यावर कोणतीही मेहेरबानी करण्यात आली नव्हती. तुम्ही मनापासून कठोर परिश्रम करत असाल, तर तुम्ही अमेरिकेत नक्कीच यशस्वी होऊ शकता, या गोष्टीवर त्यांचा दृढ विश्वास होता. कोणी कोणाला उचलून देत नाही – मग गरीब असो, श्रीमंत असो वा मध्यमवर्गीय असो. युनायटेड स्टेट्स ही संधींची भूमी होती. फक्त तुम्हांला त्यासाठी भरपूर काम करण्याची जरुरी होती. घाम गाळणं आवश्यक होतं आणि आपल्या देशासाठी त्याग करण्याची तयारी असण्याची आवश्यकता होती. प्रगती करता येत नाही, पुढे सरकता येत नाही ही सबब रामसेंना मान्य नव्हती. ते अत्यंत गरिबीत जन्मले होते

आणि अपमानास्पद स्थितीत वाढले होते. कारण त्यांचा दारुडा बाप. रामसेंना आईकडूनही काही संरक्षण मिळू शकलं नव्हतं, कारण तिच्या सर्व मातृभावना त्यांच्या बापानं चिरडून टाकल्या होत्या. अशा आयुष्याच्या सुरुवातीनंतर ते आज कुठे पोहोचले होते ते पाहा! जर हे ते साध्य करू शकतात, तर इतर कुणी का नाही करू शकणार? आणि तसं ते करू शकले नाहीत, तर तो त्यांचाच दोष आहे. या बाबतीत रामसे कुणाचं काहीही म्हणणं मान्य करीत नसत. चालता चालता त्यांनी समाधानाचा सुस्कारा सोडला. कोर्टाचं नवीन सत्र सुरू झालं होतं. सर्व गोष्टी व्यवस्थित पार पडत होत्या. फक्त एक अडथळा होता. पारंपरिक शृंखलेत ते स्वत:च कच्चा दुवा होते. आता सर्व ठीक होतं, पण पाच वर्षांच्या पूर्तीनंतर काय? त्या बाबतीतले प्रश्न आताच सोडवणं आवश्यक होतं, नाहीतर ते हाताबाहेर जातील अशी त्यांना चिंता होती. त्यांच्या बरोबरीची क्षमता असलेल्या एलिझाबेथ नाइटशी त्यांची गाठ होती, हे ते जाणून होते. ती त्यांच्याइतकीच चाणाक्ष आणि बुद्धिमान होती आणि बहुधा तितकीच कठोरसुद्धा. तिचं नामांकन मंजूर झालं, त्याच दिवशी त्यांना त्या गोष्टीचा प्रत्यय आला होता. कोर्टातल्या अनुभवी पुरुष न्यायाधीशांमध्ये त्या मानाने तरुण असलेली एक स्त्री न्यायाधीश. खास बाब होती ही!

अगदी पहिल्या दिवसापासून त्यांनी तिच्यावर लक्ष ठेवलं होतं. ती एखाद्या निर्णयात जेव्हा संभ्रमात आहे, असं त्यांना वाटे तेव्हा ते आपलं मत देत असत. त्यामुळे निर्णयाच्या मसुद्याचं लिखाण करण्याची जबाबदारी आली की, बहुमतासाठी एकत्र होऊन ती त्यांच्या पक्षात यावी असा त्यात अंतस्थ हेतू असे. त्यांच्या कक्षात तिला जागा मिळावी व जेणेकरून तिला कोर्टाच्या गुंतागुंतींच्या पद्धतीत मार्गदर्शन करता यावं यासाठी त्यांनी प्रयत्न केले होते. तरीही तिनं आपल्या आग्रही मतांचा धागा वेगळाच ठेवला होता. इतर न्यायाधीश अल्पसंतुष्ट असल्याचं रामसेंना माहीत होतं आणि त्यांच्यावर आपला दबाव त्यांनी कायम ठेवला होता. त्यामुळे त्यांची गादी बळकावण्यासाठी इतर न्यायाधीशांना अधिक परिश्रम करावे लागणार होते. याच कारणासाठी त्यांचं संरक्षण त्यांनी कमी होऊ दिलं होतं.

''चान्स केसबाबत मर्फी यांना आत्मीयता वाटते.'' मायकेल फिस्क सारा इव्हान्सला म्हणाला. कोर्ट बिल्डिंगच्या दुसऱ्या मजल्यावरच्या तिच्या ऑफिसमध्ये ते बसले होते. मायकेल सहा फूट दोन इंच उंची असलेला देखणा पुरुष होता. शारीरिक खेळातल्या खेळाडूप्रमाणे त्याचं शरीर प्रमाणबद्ध होतं. तो एके काळी तसा खेळाडू होताही. खाजगी व्यावसायिकांकडे, शासकीय सेवेत किंवा शैक्षणिक संस्थांमध्ये एखाद्या महत्त्वाच्या जागेवर काम करण्यापूर्वी बहुतेक कारकुनांनी सुप्रीम कोर्टात रोजचं नेमून दिलेलं काम केलेलं असायचं. कोर्टात 'उदारमतवादी' अशी

दंतकथा असलेल्या थॉमस मर्फी या न्यायाधीशांकडे काम करण्याचं मायकेलचं हे तिसरं वर्षं होतं; आणि मुख्य म्हणजे तशी प्रथा नसतानाही!

मायकेलचं मन खऱ्या अर्थानं उत्तुंग होतं. त्याचा मेंदू पैसे मोजण्याच्या मशीनसारखा तेज चालायचा. त्याला काही माहिती पुरवली की, ती निवडून तो योग्य ठिकाणी पाठवायचा. गुंतागुंतीची माहिती असलेल्या एक डझनभर गोष्टी तो एकाच वेळी हाताळून आपल्या मेंदूची क्षमता पाहायचा आणि त्याचा इतरांवर काय परिणाम होतो याचं निरीक्षण करायचा. राष्ट्रीय महत्त्व असलेल्या केसेसवर तो आनंदाने मेहनत करायचा. तलवारीच्या धारेगत मेंदू असलेल्या अनेकांमध्ये तो वावरायचा. अत्यंत हुशारीनं आणि कसून मेहनत केलेल्या बाबीतही वेळ आणि संधी साधल्यास कायद्याच्या कडक शब्दांनी मांडलेल्या निष्कर्षावर मात करता येते, हे मायकेलच्या लक्षात आलं होतं. मर्फींनी 'चान्स' केस ऐकण्यासाठी त्याला आपली मान्यता दिली होती. त्याची सुनावणी ठरली होती. बेंच मेमो तयार करण्यात येत होता. त्याचं लक्ष त्याकडे होतं. त्याला सुप्रीम कोर्ट सोडायचं नव्हतं. बाहेरच्या जगाचं त्याला आकर्षण नव्हतं.

साराचं लक्ष्य होतं – शेवटची टर्म. सारा पंचविशीच्या दरम्यान वयाची होती. पाच फूट पाच इंच उंच, सडपातळ तरीही आकर्षक वळणं असलेली. तिच्या चेहऱ्याचा आकार आकर्षक होता. डोळे मोठे आणि निळे होते. तिचे भरघोस केस फिक्कट तपकिरी रंगाचे होते. उन्हाळ्यात ते आणखी फिक्कट लालसर होत. ते नेहमीच तजेलदार व सुगंधी असत. ती एलिझाबेथ नाइट या न्यायाधीशांची ज्येष्ठ क्लार्क होती.

"मला हे कळत नाही. मला वाटलं, रामसे या प्रकरणी आमच्या पाठीशी आहेत. ते त्यांच्याशी सुसंगत होतं. एक छोटीशी व्यक्ती – विरोधात प्रचंड नोकरशाही!"

"पण संकेत न मोडण्याचेही ते पुरस्कर्ते आहेत."

"चुकीचं असलं तरीही?"

"तू चर्चमधल्या गाणाऱ्या लोकांची प्रार्थना करते आहेस सारा, पण मला वाटतं मी चान्स मेमो पुढे सरकवावा. नाइटना त्यांच्याशिवाय पाच मतं मिळणार नाहीत. ते त्यांच्यासोबत असले तरीसुद्धा कदाचित मतांची पूर्तता होणार नाही."

"असं, पण त्यांना हवंय तरी काय?"

हे असं काहीतरी दिवसभर चालायचं. क्लार्क मंडळींचं प्रसिद्ध जाळं असं होतं. आपल्या न्यायाधीशाला मत मिळावं म्हणून ते मागे घोषा लावायचे, वाद घालायचे, महत्त्वाच्या माहितीची पळवापळवी करायचे, अगदी निर्लज्ज राजकीय समर्थकांप्रमाणे देवाणघेवाण करणारे मध्यस्थ व्हायचे. न्यायाधीशांच्या मनाच्या तळाशी 'मतांसाठी

अशी मुक्त चर्चा झाली तरी चालेल' अशी भावना असायची, पण क्लार्कच्या पातळीवर ते कधीच येत नसत. खरंतर बहुतेकांना निवड पद्धतीचा अभिमान असे. वर्तमानपत्राच्या 'गॉसिप कॉलम'मध्ये जशा न संपणाऱ्या भानगडी-गोष्टी असतात तशातलाच प्रकार होता तो. त्यात राष्ट्रीय स्वारस्याच्या गोष्टी पणाला लागत. पंचवीस वर्षे जुने असलेल्यांच्या हातातलं ते पहिलं काम!

"नाइटना मिळणाऱ्या स्थानाबद्दल ते असहमत आहेत असं नाही. सभेत त्यांना पाच मतं मिळाली, तर निर्णय अगदी कसोशीने घ्यावा लागणार आहे. ते आपला पवित्रा सोडणार नाहीत. दुसऱ्या महायुद्धात ते सैन्यात होते. त्यांना तो सन्मान मिळाला आहे. खास बाब म्हणून त्यांचा मान राखला गेला पाहिजे. जेव्हा तुम्ही एकत्रितपणे मत मांडता तेव्हा तुम्हांला हे माहीत असायला हवं."

तिनं त्याचं म्हणणं पटल्याची खूण म्हणून मान डोलावली. न्यायाधीशांनी घेतलेल्या निर्णयाबाबत लोकांना शंका येऊ नये यासाठी न्यायाधीशांची प्रतिमा स्वच्छ असावी लागते. "थँक्स, पण पहिले नाइटना निर्णय लिहिण्याची संधी मिळायला हवीये."

"अर्थात, पण ती मिळेल हे नक्की. फेरेस आणि 'स्टॅनले' यांचा डाव उलटवण्यासाठी रामसे मत देणार नाहीत, हे निश्चित आणि हे तुलाही माहितीये. कॉन्फरन्समध्ये मर्फी बहुधा 'चान्स'च्या बाजूने मतदान करतील. ते सर्वांत ज्येष्ठ साहाय्यक असल्याने त्यांनाच निकाल लिहिण्याचं काम कोणावर सोपवायचे ते सांगण्यात येईल आणि मग ते नाइटना ते काम सोपवतील. त्यांनी तो उत्तम लिहिला म्हणजे वरवर ढोबळमानानं न लिहिता अगदी विस्तृत, दूरगामी परिणाम करणाऱ्या भाषेत लिहिला, तर आपण सर्वच उत्तम स्थितीत असू."

या सत्रात कोर्टाच्या पटलावरची युनायटेड स्टेट्स विरुद्ध 'चान्स' ही केस अतिशय महत्त्वाची होती. बार्बरा चान्स खाजगी भरतीतून सैन्यात दाखल झाली होती. अपमानास्पद बोलून, त्रास देऊन आणि घाबरवून तिला तिच्या काही वरिष्ठांबरोबर शरीरसंबंध ठेवायला भाग पाडण्यात आलं होतं. आर्मीच्या अंतर्गत न्यायपद्धतीतून त्यातल्या एकाला कोर्ट मार्शलची शिक्षा होऊन तुरुंगात डांबण्यात आलं होतं, पण तेवढ्याने बार्बरा चान्सचं समाधान झालं नव्हतं. सैन्यातली नोकरी सोडल्यानंतर तिनं नुकसान-भरपाईसाठी आर्मीवर केस टाकली होती. आर्मीनं तिच्या विरोधात अशा प्रकारे वर्तणूक करून सर्वच महिला-सैनिकांमध्ये शत्रुत्वाचं, भीतीचं वातावरण निर्माण केलं असा तिचा आरोप होता.

निरनिराळ्या कायदेशीर पायऱ्या ओलांडत केस पुढं सरकत होती आणि जवळजवळ प्रत्येक पायरीला चान्स हरत होती. कायद्याच्या क्षेत्रात पुरेशी खळबळ माजवणारी ही केस अखेर सुप्रीम कोर्टावर, टुना माशाने पाण्यातून उसळी मारावी

तशी उसळून आदळली होती.

सध्याच्या कायद्यानुसार उपरोधिक भाषेत सांगायचं, तर 'चान्स'ला जिंकण्याचा कोणताही चान्स नाही असं सांगावं लागेल. दोषाचं कोणतंही कारण किंवा निमित्त असलं, तरी नुकसान-भरपाईबाबतीत प्रत्यक्षात आर्मी सुरक्षित होती. न्यायदानात कायदा काय सांगतो ते न्यायाधीश सांगू शकतात. न्यायाधीश नाइट आणि सारा इव्हान्स नेमकं तेच साधण्यासाठी प्रचंड मेहनत घेत होत्या. त्यांच्या योजनेला मर्फी यांचा पाठिंबा मिळणं ही आणीबाणीची गोष्ट होती. मिलिटरीच्या सुरक्षिततेच्या अधिकाराला आव्हान देताना मर्फी पूर्णपणे डाव उलटवू शकले नसते, तरी 'चान्स' केसमध्ये 'आपल्यावर कोणी मात करू शकत नाही.' या आर्मीनं उभ्या केलेल्या भिंतीला भोक पडू शकत होतं हे नक्की.

केस अजूनही पूर्णपणे ऐकली गेली नसताना त्याच्या निर्णयाबाबत चर्चा करणं ही अकालिक गोष्ट होती, पण बऱ्याच केसेसच्या आणि न्यायाधीशांच्या बाबतीत सुनावणीच्या वेळी होणारी चर्चा वळण देत असे. त्यामुळे सुनावणी पूर्ण होण्याच्या अगोदरच त्यांचं मत बनलं असे. कोर्ट कार्यपद्धतीचा चर्चेचा काळ ही न्यायाधीशांसाठी सुवर्णसंधी असे. त्यांच्या बरोबरीच्यांना आपलं मत ऐकवून आपल्या स्थानाची जाणीव करून देण्याची, 'बघा बुवा, तुम्ही असं असं मत दिलंत तर काय होईल हे मी सांगतो' असं म्हणून त्यांना मानसिक दृष्ट्या घाबरवण्याची पद्धत असे.

मायकेल उठून उभा राहिला. तो साराकडे पाहत होता. त्याच्या आग्रहामुळे साराने कोर्टात काम करण्याची दुसरी टर्म स्वीकारली होती. नॉर्थ कॅरोलिनात बालपण घालवलेल्या सारानं स्टॅनफोर्डमधून शिक्षण पूर्ण केलं होतं आणि इथल्या इतर कारकुनांप्रमाणे तीसुद्धा कोर्टाबाहेरच्या जगातली उत्कृष्ट संधी मिळण्याची वाट पाहत होती. आपल्या पात्रताविषयक माहितीमध्ये 'सुप्रीम कोर्टातील कारकून' ही बाब बाहेरच्या जगात कोणत्याही वकिलाकडे उत्कृष्ट नोकरी मिळवण्यासाठी सोनेरी किल्ली होती; पण या बाबींचा काही कारकुनांवर उलटा परिणाम झाला होता. त्यांनी प्राप्त केलेल्या पदव्यांचा वा अभ्यासाचा विचार होत नसल्याने त्यांचा अहंभाव दुखावला जात असे. मायकेल आणि सारा मात्र प्रथमपासून जसे होते तसेच राहिले होते. तिची बुद्धिमत्ता, आकर्षक नजर आणि तजेलदार संतुलित व्यक्तिमत्त्व या गोष्टींव्यतिरिक्त. याच कारणाने मायकेलनं एक आठवड्यापूर्वी तिला एक महत्त्वाचा प्रश्न विचारला होता, ज्याचं उत्तर लवकर मिळावं असं त्याला वाटत होतं. मायकेल आता धीर धरण्याच्या स्थितीत नव्हता. सारानं मान वर करून त्याच्याकडे पाहिलं.

"माझ्या प्रश्नावर तू काही विचार केलायस का सारा?"

तो हे विचारणार, हे तिला माहीत होतं. तिनं बराच काळ ते टाळलं होतं.

"मी त्याबद्दलच विचार करत होते."

"असं म्हणतात की, जेव्हा एखाद्या निर्णयाला उशीर होतो तेव्हा ती वाईट खूण समजावी." हे तो विनोदाने बोलल्याप्रमाणे म्हणाला खरा, पण त्यातला विषाद लपत नव्हता.

"मायकेल, तू मला खूप आवडतोस."

"फक्त आवडतो? आणखी एक वाईट खूण!" त्याचा चेहरा क्षुब्ध झाला होता.

"मला माफ कर." सारा मान हलवून म्हणाली.

त्यानं खांदे उडवले आणि म्हणाला, "तुझ्या दुप्पट माफी मी मागतो. मी यापूर्वी कधीही कोणाला लग्नाबद्दल विचारलं नव्हतं."

"मला विचारणारासुद्धा तूच पहिला आहेस आणि मला किती छान वाटलं हे मी सांगू शकत नाही. सगळं श्रेय तुला."

"एक गोष्ट सोडून." मायकेल आपल्या हातांकडे पाहत म्हणाला. ते किंचित थरथरत होते. त्याची त्वचा ताणली गेली होती, असं त्याला वाटलं. "तुझ्या निर्णयाला मी मान देतो. एखाद्या माणसावर जिवापाड प्रेम करायला शिकता येतं असं वाटणाऱ्यांपैकी मी नाही. ते एकतर असतं किंवा नसतं."

"तुला अशी कोणीतरी मिळेल मायकेल आणि ती खूपच भाग्यवान ठरेल!" असं म्हणताना साराला खूप संकोच वाटत होता. "पण याचा अर्थ मी कोर्टातला माझा एक उत्कृष्ट मित्र गमावला आहे, असा होऊ नये अशी मी आशा करते."

"बहुधा" असं म्हणताच सारा काही बोलणार, तोच त्यानं खुणेनंच तिला थांबवलं. "मी मस्करी करतोय गं!" सुस्कारा टाकून तो म्हणाला, "माझ्या अहंभावातून म्हणत नाही, पण खरं सांगायचं तर पहिल्यांदा कुणीतरी मला विरोध केलाय."

"माझंही आयुष्य इतकं सोपं असतं तर बरं झालं असतं." सारा म्हणाली.

"नाही. असं म्हणू नकोस. त्यामुळे स्वीकार करायला आणखी कठीण जातं." मायकेल दाराकडे जात पुढे म्हणाला, "आपण अजूनही मित्रच आहोत सारा. तू आसपास असली की, खूप बरं वाटतं. हे सोडायला मला खूप जिवावर येईल आणि तुलाही कोणीतरी असा भेटेल जो खूप भाग्यवान ठरेल." त्यानं नजर खाली करत पुढे विचारलं, "सहज विचारतो, असा कोणी तुला भेटलाय का?"

किंचित काळ थांबून तिनं विचारलं, "तू हे का विचारलंस?"

"सिक्स्थ सेन्स म्हण! आपण कोणाकडून हरतो आहोत हे कळलं, तर ती हार स्वीकारणं अंमळ सोपं जातं."

"नाही. तसा कोणी नाही." ती पटकन म्हणाली.

मायकेलला ते पटलं असं दिसलं नाही. ''बरंय, नंतर बोलू या.'' असं म्हणून तो निघाला. त्याच्या पाठमोऱ्या आकृतीकडे ती अंमळ त्रासिकपणे पाहत राहिली.

''मला माझी कोर्टातली पहिली काही वर्षं आठवतात.'' रामसे खिडकीतून बाहेर पाहत होते. बोलताना त्यांच्या चेहऱ्यावर हास्य पसरलं होतं.

ते एलिझाबेथ नाइट या कोर्टाच्या सर्वांत कनिष्ठ साहाय्यकाच्या समोर बसले होते. एलिझाबेथ नाइट, वय वर्षं पंचेचाळीसच्या दरम्यान. मध्यम उंची आणि सडपातळ बांधा असलेल्या एलिझाबेथनी आपल्या लांब केसांचा घट्ट बुचडा बांधला होता. त्यांचा चेहरा ठसठशीत होता. त्वचा इतकी मृदू होती की, त्यांनी जणू मोकळ्या हवेत कधीही वेळ घालवला नव्हता. अगदी अल्प काळातच त्यांनी 'सुनावणीदरम्यान कुशलतेनं प्रश्न विचारणारी आणि सर्व न्यायाधीशांमध्ये सर्वांत जास्त मेहनती' असा लौकिक मिळवला होता.

''मला वाटतं ती वर्षं अजूनही तितकीच जोमदार वाटत असतील.'' आपल्या खुर्चीला मागे रेलून बसत आणि मनोमनी दिवसभराच्या कामाचा विचार करत त्या म्हणाल्या.

''शिकण्याची ती एक उत्कृष्ट पद्धत होती.''

त्यांनी रामसेंकडे रोखून पाहिलं. त्यांनी आपले हात डोक्यामागे खुर्चीला टेकून घेतले होते आणि ते सरळ तिच्याकडेच पाहत होते.

''सर्व समजायलाच मला पाच वर्षं लागली. खरंच सांगतोय.'' ते पुढे म्हणाले.

एलिझाबेथनी हसू फुटू दिलं नाही! ''हॅरॉल्ड, तुम्ही फार विनयशील आहात. मला खात्री आहे की, आत शिरण्यापूर्वीच तुम्ही सर्व माहीत करून घेतलं होतं.''

''नाही. त्याला वेळ लागतो. मी अतिशय गंभीरपणे हे सांगतोय आणि कोणाबरोबर काम करावं याची खूप उदाहरणं माझ्याकडे आहेत. फेलिक्स ॲबरनथी, वयस्कर टॉम पार्क्स. दुसऱ्यांच्या अनुभवांचा आदर करणं यात शरम वाटण्यासारखं काहीच नाही. स्वत:ला प्रस्तुत करण्याच्या या रितीतून आपल्या सर्वांनाच जावं लागतं. तुम्ही जरी इतरांच्या मानानं लवकर प्रगती केली असली तरी.'' अन् पुढे ते त्वरेने म्हणाले, ''धीर धरणं हा इथे सर्वांत मानला जाणारा गुण आहे यात शंका नाही. तुम्हांला इथे येऊन आता कुठे तीनच वर्षं झाली आहेत. मी या जागेला 'घर' म्हणून संबोधायला वीस वर्षं झालीत. मला काय म्हणायचं, हे तुमच्या लक्षात आलंच असेल!''

एलिझाबेथनी आपलं हसू दडवलं. '' 'यू.एस. विरुद्ध चान्स केस' पटलावर या सत्रअखेरीस ठेवण्यासाठी मी पुढाकार घेतला त्यामुळे तुम्ही थोडे क्षुब्ध झाला

आहात, हे मी समजू शकते हॅरॉल्ड.''

रामसे सरळ बसले आणि म्हणाले, ''इथे आसपास जे काही बोललं जातं, त्या सर्वच गोष्टींवर विश्वास ठेवू नका.''

''उलटपक्षी मला हे कळलं आहे की, इथल्या क्लार्कमध्ये पसरलेल्या अफवा या बऱ्याचशा सत्य असतात.''

रामसे पुन्हा एकदा मागे रेलून बसले. ''अर्थात! पण तुमच्याबद्दल मला जरा आश्चर्यच वाटलं. त्या केसमध्ये एखादी कायदेशीर बाब राहून गेली आहे म्हणून हस्तक्षेप करण्यासारखं काहीही नाही. मी आणखी स्पष्ट सांगायला हवं आहे का?'' त्यांनी आपले हात हवेत उडवत म्हटलं.

''तुमच्या मते?''

रामसेंचा चेहरा क्षणभर लालबुंद झाला. ''या कोर्टाच्या गेल्या पन्नास वर्षांतल्या प्रकाशित झालेल्या मतांप्रमाणे कोर्टाच्या परंपरांशी सहमती दर्शवून तुम्ही त्यांचा आदर करावा हेच फक्त मला सांगायचं आहे.''

''या कोर्टाला माझ्यापेक्षा जास्त आदर दाखवणारी अन्य व्यक्ती तुम्हांला मिळणार नाही.''

''हे ऐकून मला आनंद वाटला.''

''आणि 'चान्स' केसबाबत युक्तिवाद चालू असताना तुमच्या मतांचा आदर करणं मला आवडेल!''

रामसेंनी तिच्याकडे उदासपणे पाहिलं. ''ती अत्यंत त्रोटक चर्चा असेल. कारण त्यात फक्त हो किंवा नाही एवढाच निर्णय घ्यायचा असेल. स्पष्टच सांगायचं, तर दिवसअखेर तुमच्याकडे नाही, तर माझ्याकडे किमान पाच मतं असतील.''

''बघू या. मी तीन न्यायाधीशांना तरी केस ऐकण्यासाठी राजी केलंय!''

हसू फुटेल की काय असा रामसेंचा चेहरा झाला. ''केस ऐकावी की नाही आणि त्यावरचा निर्णय या दोन बाबतीत मत देताना फरक असतो हे लवकरच तुमच्या लक्षात येईल. मी खात्रीनं सांगतो, मला बहुमत असेल!''

नाइट प्रसन्नपणे हसल्या, ''तुमचा आत्मविश्वास प्रेरणा देणारा आहे. मला त्यापासून काही शिकता येईल!''

रामसे उठून उभे राहिले. ''तर मग दुसरा धडा. छोट्या चुकांची परिणती मोठ्या चुकांमध्ये होते. आपली नियुक्ती कायम आहे. आपल्याजवळ आपली ख्याती आहे. ती एकदा गमावली की, परत मिळणार नाही हे लक्षात ठेवा.'' ते दाराकडे निघाले. ''आजच्या दिवसातली तुमची कामे उत्तम पार पाडा.'' असं म्हणून ते बाहेर पडले.

तीन

“**रू**फस?” सॅम्युअल रायडर कानावर फोन हळुवार दाबत म्हणाला. “तुला मी सापडलो कसा?”

“या भागात फारसे वकील नाहीत सॅम्युअल.” रूफस हार्म्स म्हणाला.

“पण मी आता जे.ए.जी. (जज ॲडव्होकेट जनरल्स) ऑफिसमध्ये नाही.”

“स्वतंत्र काम करून अधिक पैसा मिळत असेल, असं मला वाटतं! पण कधी कधी मला गणवेशाची आठवण होते.” रायडर खोटं बोलला. सुदैवानं कायद्याची पदवी हातात असलेला तो एक भयानक मसुदा लेखक होता. जज ॲडव्होकेट जनरल्सच्या ऑफिसमध्ये त्यानं सुरक्षित नोकरी धरली होती.

“तू मला भेटायला हवंस. का ते फोनवर सांगता येणार नाही.”

“फोर्ट जॅक्सनमध्ये सर्व ठीक आहे ना? तुला तिथं हलवल्याचं मला कळलं.”

“हो. तुरुंग उत्तमच आहे, असं म्हणायला हरकत नाही.”

“मला तसं म्हणायचं नव्हतं. रूफस, मी फक्त विचार करत होतो की, इतक्या वर्षांनंतर तुला माझी आठवण का आली?”

“तू अजूनही माझा वकील आहेस. हो ना? मला तुझी गरज वाटते. तशीच वेळ आहे ही.”

“माझा कार्यक्रम तसा भरगच्च असतो आणि मी सहसा त्या भागाचा प्रवास करत नाही.” रायडरने फोनवरची मूठ घट्ट केली अन् त्याच्या कानात हार्म्सचे पुढचे शब्द घुसले.

“मला उद्या तुझी खरंच गरज आहे सॅम्युअल आणि तुला वाटतं ना की, हे तू मला देणं आहेस म्हणून.”

"पण मी तुझ्यासाठी करायचं ते सर्व पूर्वीच केलंय!"

"तू प्रस्ताव स्वीकारलास. लगेच पदरात पडणार सोपा उपाय?"

"नाही!" रायडरनं विरोध दर्शवला, "आपलं म्हणणं पोहोचवण्याचा अधिकार असणाऱ्या सक्षम अधिकाऱ्याशी आपण खटलापूर्व करार केला आणि खटला दाखल करून घेणाऱ्या सल्लागाराने सही केली, ही केलेली गोष्ट फार हुशारीची होती!"

"पण कैदेची शिक्षा टाळण्यासाठी तू खऱ्या अर्थाने प्रयत्न केले नाहीस!"

"हे तुला कोणी सांगितलं?"

"तुरुंगात बरंचकाही शिकलो मी."

"ठीक आहे, पण कैदेची शिक्षा तू टाळू शकला नसतासंच. आपण आपली केस सर्व सदस्यांसमोर मांडली होती, हे तुला माहीत आहे."

"हो, पण तू कोणतेही साक्षीदार बोलावले नव्हतेस. काहीही खास प्रयत्न केले नव्हतेस."

रायडरनं आता संरक्षणात्मक पवित्रा घेतला. "मला जास्तीतजास्त करता येत होतं ते मी केलं. काहीतरी लक्षात ठेव रूफस. ते तुला मृत्युदंडाची शिक्षा देऊ शकले असते. एक छोटीशी गोरी मुलगी आणि पहिल्या डिग्रीचा गुन्हा! त्यांनीच मला तसं सांगितलं. निदान तू जगलास तरी."

"उद्या सॅम्युअल उद्या मला भेट देणाऱ्यांच्या यादीत तुझं नाव मी टाकतो. सकाळी नऊच्या सुमारास. थँक्यू आणि हो, येताना आपला छोटा रेडिओ घेऊन ये." त्याची काय गरज आहे किंवा त्यानं त्याला भेटायला का यावं असं विचारण्यापूर्वीच हार्म्सनं फोन ठेवला होता.

रायडर आपल्या आरामखुर्चीत रेलला आणि त्यानं आपल्या मोठ्या आणि लाकडी पॅनेलने सजवलेल्या ऑफिसकडे नजर टाकली. ब्लॅक्सबर्ग – व्हर्जिनियापासून काही अंतरावर असलेल्या एका छोट्या गावात तो प्रॅक्टिस करत होता आणि त्याची प्रॅक्टिस उत्तम चालली होती. चांगलं घर, दर तीन वर्षांनी नवीन ब्युक गाडी, वर्षातून दोनदा भटकंतीसाठी सुटीवर. त्यानं आपला भूतकाळ मागे सारला होता. विशेषत: मिलिटरी वकील म्हणून केलेल्या छोट्या कारकिर्दीतली ती एक भयानक केस.

सत्तरीच्या पूर्ण काळात ज्या वेळी मिलिटरीमध्ये, देशात, सर्व जगातच गोंधळ होता त्या काळातल्या आठवणींचा विचार येताच त्यानं सहज आपला हात चेहऱ्यावरून पुसला. काहीही वाईट घडलं, तरी प्रत्येक जण दुसऱ्याला दोष देण्याचा जगाच्या इतिहासातला सर्वांत वाईट काळ होता तो. रूफसच्या फोनवरच्या आवाजातून त्याची कटुता जाणवत असली, तरी त्यानं त्या छोट्याशा मुलीला

कोणी त्याला थांबवण्याअगोदरच तिच्या कुटुंबीयांदेखत तिची मान क्षणार्धात दाबून अमानुषपणे ठार केलं होतं.

हार्म्सच्या वतीनं रायडरनं खटलापूर्व करार केला होता, पण मिलिटरी कायद्यानुसार त्या करारान्वये रूफसची कैदेची शिक्षा टाळणं शक्य होतं. आरोपीला खटलापूर्व करारान्वये शिक्षा होईल किंवा मिलिटरीतल्याच ज्युरीतर्फे किंवा नेमलेल्या एका न्यायाधीशातर्फे शिक्षा होईल आणि त्यात कैदेचा काळ कमी असेल असा नियम होता. हार्म्सचे शब्द रायडरचं मन कुरतडत होते. सरकारच्या वतीनं केस चालवणाऱ्या प्रॉसिक्युटरला त्याने मिलिटरी विभागाच्या बाहेरचे साक्षीदार सादर न करण्याचं कबूल केलं होतं. त्यामुळे हार्म्सच्या चांगल्या वर्तनासंबंधी पुरावेच पुढे येणार नव्हते. नवीन पुरावे किंवा साक्षीदार शोधण्याऐवजी त्यानं उपलब्ध पुराव्यांवर अवलंबून राहायचं कबूल केलं होतं आणि शिक्षेच्या वेळी फारसा आग्रह धरणार नसल्याचंही मान्य केलं होतं. हे सगळं नियमांच्या विरुद्ध होतं. कारण आरोपीच्या अटी मंजूर किंवा नामंजूर करण्याचा अधिकार झिडकारणं कोणत्याही तऱ्हेनं योग्य नव्हतं, पण रायडर नसता, तर तशा परिस्थितीत आरोपीसाठी प्रॉसिक्युटरने मृत्युदंडाच्या शिक्षेचीच मागणी केली असती आणि वस्तुस्थिती पाहता ती मान्यही झाली असती. हत्या इतक्या त्वरेने झाली होती की, वैद्यकीय तपासणीवर भर देऊनही काही साधलं नसतं. लहान मुलीच्या थंड शवानं कायदेशीर तपशिलाचे सर्व तर्क फोल ठरवले असते.

खरं उघड सत्य असं होतं की, रूफस हार्म्सची कोणालाच काळजी नव्हती. आपल्या आर्मीच्या नोकरीच्या काळात त्या काळ्या माणसानं बहुतांश काळ सैनिकांच्या मेढेकोटाच्या आतच घालवला होता. त्यामुळे लहान मुलींची अर्थहीन हत्या केल्याबद्दल त्याच्याविषयी मिलिटरीतल्या लोकांना सहानुभूती वाटण्याचं कारण नव्हतं. अशा माणसाला न्याय मागण्याचाही अधिकार नव्हता, असं अनेकांना वाटलं होतं आणि मागितलाच, तर तो त्वरेनं दिलेला, दुःखदायक आणि प्राणनाशकच असायला हवा होता असं त्यांचं मत होतं. रायडरही त्यांच्यापैकीच एक होता. त्यामुळेच त्याचा बचाव करताना त्यानं आकाशपाताळ एक करण्याची वृत्ती दाखवली नव्हती. हार्म्सला जीवदान मिळालं इतकंच साध्य झालं. कुठल्याही वकिलानं यापेक्षा अधिक काही केलं नसतं. रायडरनं स्वत:चं समाधान करून घेतलं होतं. पण मग रूफस आता त्याला का भेटू इच्छित होता? त्याला नवल वाटत राहिलं.

चार

सल्लागाराच्या टेबलावरून जॉन फिस्क उठला आणि त्यानं आपला प्रतिस्पर्धी पॉल विल्यम्सकडे दृष्टिक्षेप टाकला. तरुण ए.सी.ए. (असिस्टंट कॉमनवेल्थ ॲटर्नी) पॉल विल्यम्सनं कोर्टात सादर करण्यात येणाऱ्या त्याच्या सूचना-ठरावाचा तपशील आत्मविश्वासानं लिहून नुकताच पूर्ण केला होता. फिस्क त्याच्या कानात कुजबुजला, ''तुला अक्कल आहे पॉली? सगळीच गडबड उडवून दिली आहेस!''

फिस्क जेव्हा जज वॉल्टर्स यांना सामोरा गेला तेव्हा त्याचा आविर्भाव दाबून ठेवलेल्या उत्सुकतेचा होता. सहा फूट उंचीचा फिस्क त्याच्या भावापेक्षा काही इंचच कमी उंच होता. त्याचे खांदे रुंद होते. मायकेल फिस्कप्रमाणे त्याच्या शरीराची वा अवयवांची ठेवण देखणी नव्हती. 'देखणेपणा' या विशेषणापासून तो खूप दूर होता. त्याचे गाल गुबगुबीत होते, पण हनुवटी धारदार होती. त्याचं नाक दोनदा फुटलेलं होतं – एकदा हायस्कूलमध्ये कुस्ती खेळताना आणि दुसऱ्यांदा तो पोलीस खात्यात काम करत असताना. तरीसुद्धा त्याच्या कपाळावर आलेल्या अस्ताव्यस्त काळ्या केसांमुळे तो आकर्षक आणि जवळचा वाटत असे. त्याच्या तपकिरी-बदामी डोळ्यांमध्ये भेदकता होती.

''युवर ऑनर, कोर्टाचा वेळ बरबाद होऊ नये म्हणून कॉमन वेल्थ ॲटर्नी ऑफिसच्या सूचना-ठरावावर मला या कोर्टात प्रस्ताव देणं आवडेल. जर ते कुठलाही पूर्वग्रह न ठेवता माघार घेत असतील आणि एक हजार डॉलर्स सार्वजनिक बचाव फंडाला देत असतील, तर मी माझा दावा मागे घेतो. मंजूर व्हावा म्हणून सादर करत नाही म्हणजे आपण सर्वच लवकर घरी जाऊ शकू!''

पॉल विल्यम्स आपल्या पायांवर भार देऊन इतक्या जोरात उठला की, त्याचा

चश्मा टेबलावर पडला. ''युवर ऑनर, ही अत्यंत चीड आणणारी गोष्ट आहे.''

जज वॉल्टर्सनी भरलेल्या कोर्टरूमकडे पाहिलं. त्याच वेळी पटलावर असलेल्या केसेसच्या जड फायलींचा विचार केला आणि दोघांकडे हात दाखवत आदेश दिला, ''सुरू करा!''

बाजूच्या रेलिंगवर हात ठेवून फिस्क म्हणाला, ''न्यायाधीश महाराज, मी फक्त कॉमनवेल्थवर मेहेरबानी करण्याचा विचार मांडला.''

''कॉमनवेल्थला मिस्टर फिस्ककडून मेहेरबानी नकोय.'' तिरस्काराने विल्यम्स म्हणाला.

''जाऊ दे पॉली, हे बघ, एक हजार डॉलर्स आणि जाण्यापूर्वी माझ्याकडून बीअर आणि नंतर तू खुशाल तुझ्या बॉसकडे जाऊन सांगू शकतोस की, तू कशी गडबड केलीस ती.''

''हंऽ आमच्याकडून दहा हजार वर्षांत एक छदामही मिळणार नाही.'' तिरस्कारपूर्ण स्वरात विल्यम्स म्हणाला.

''मी काय म्हणतो मि. विल्यम्स, ही सूचना थोडीशी अपवादात्मक आहे.'' जज वॉल्टर्स म्हणाले.

रिचमंड फौजदारी कोर्टात सूचना एकतर अगोदर किंवा सुनावणीदरम्यान ऐकल्या जात आणि त्या मांडताना लांबलचक विस्तृत भाषेत त्यांची मांडणी करण्यात येत नसे. त्यातला सत्य अन् वाईट भाग एवढाच होता की, फौजदारी कायद्याप्रमाणे बहुतेक विषयांमध्ये निर्णय ठरलेला असे. एखाद्या अपवादात्मक बाबतीत जेव्हा वाद-प्रतिवाद ऐकूनही न्यायाधीशांना निश्चित निर्णय घेणं कठीण जात असे, तेव्हाच ते आपला निर्णय देण्यापूर्वी लिखित स्वरूपात सूचना-ठराव मागवीत. त्यामुळे कॉमनवेल्थतर्फे मांडल्या गेलेल्या लांबलचक सूचना-ठरावामुळे जज वॉल्टर्स खवळले होते.

''मी हे जाणून आहे युवर ऑनर'' विल्यम्स म्हणाला, ''पण जसं मी मांडलं, तशी ही परिस्थितीही अपवादात्मकच आहे!''

''अपवादात्मक?'' फिस्क म्हणाला, ''मूर्खांनाच हे पटेल पॉली.''

जज वॉल्टर्स यांनी अधीरपणे मध्येच हस्तक्षेप केला. ''मिस्टर फिस्क, माझ्या कोर्टरूममध्ये तुमच्या बेताल वर्तणुकीबद्दल मी तुम्हांला यापूर्वीच इशारा दिला आहे आणि भविष्यात असं घडलं, तर तुम्हांला कोर्टाचा अवमान केल्याबद्दल शिक्षा द्यायला मी मागेपुढे पाहणार नाही. जरा जबाबदारीने वागा आणि तुमचं म्हणणं मांडा.''

विल्यम्स आपल्या जागेवर परतला आणि फिस्क बोलण्यासाठी असलेल्या स्टॅन्डकडे आला.

“युवर ऑनर, कॉमनवेल्थची आणीबाणीची सूचना ऑफिसमध्ये मध्यरात्री पाठवण्यात आल्यामुळे मला त्यावर योग्य उत्तर तयार करायलाही पुरेसा वेळ नव्हता. तरीसुद्धा माझा विश्वास आहे की, जर आपण चार, सहा आणि नऊ क्रमांकाच्या निवेदनातला प्रत्येकी दुसरा परिच्छेद पाहिला, तर आपणही या निष्कर्षाप्रत याल की, त्यात ज्या घटनांवर भर देण्यात आला आहे, विशेषत: आरोपीच्या गुन्हेगारीचा पूर्वेतिहास, अटक करणाऱ्या अधिकाऱ्यांची निवेदनं आणि माझ्या पक्षकारानं केलेला गुन्हा असं म्हटलं जातं, त्या जागी प्रत्यक्षदर्शी दोन साक्षीदारांनी सांगितलेली माहिती या गोष्टी उचलून धरण्यासारख्या नाहीत. पुढे, पान दहावर कॉमनवेल्थनं जो मुख्य दाखला म्हणून दिला आहे त्या प्रकरणी व्हर्जिनियाच्या सुप्रीम कोर्टानं नुकताच निकाल फिरवला आहे. माझ्या उत्तराबरोबर तयार संदर्भ म्हणून त्या संबंधाची कागदपत्रं मी जोडली आहेत आणि विसंगतीही खास निर्देशित केल्या आहेत, ज्या आपण सहज पाहू शकाल.”

जज वॉल्टर्स आपल्या समोरची फाइल पाहत असताना फिस्क विल्यम्सकडे वळला अन् हळूच म्हणाला, “बघ, असं काहीतरी रात्री लिहिलं की, काय होतं ते.” असं म्हणून फिस्कनं आपल्या उत्तराचे कागद विल्यम्ससमोर टाकले. “तुझा सूचना-ठराव वाचायला मला जेमतेम पाच मिनिटं मिळाली म्हणून मी विचार केला की, थोडी मेहेरबानी करावी. आता तू जजबरोबरच ते उत्तर वाच!”

जज वॉल्टर्सनी फाइलमधले कागद वाचले आणि विल्यम्सकडे त्यांनी अशा नजरेनं पाहिलं की, कोर्टात सहज कामकाज पाहणारेही थंडगार पडले.

“कॉमनवेल्थ या उत्तराला प्रतिउत्तर देईल अशी मला आशा आहे मि. विल्यम्स. त्यामध्ये माझाही वेळ फुकट जाणार आहे, याची मला कल्पना आहे कारण उत्तर काय असेल याची मी कल्पना करू शकतो.”

विल्यम्स आपल्या खुर्चीवरून उठून उभा राहिला. त्यानं बोलण्यासाठी तोंड उघडलं आणि त्याच्या लक्षात आलं की, आपला आवाजच आपल्याला सोडून गेला आहे.

“काय झालं मिस्टर विल्यम्स?” जज वॉल्टर्स अपेक्षेनं म्हणाले, “काहीतरी बोला. नाहीतर मिस्टर फिस्कचा सूचना-ठराव ऐकल्याशिवाय मंजूर करण्याचा माझा विचार आहे!”

फिस्कनं जेव्हा विल्यम्सकडे पाहिलं तेव्हा त्याच्या नजरेत आता थोडा हळुवारपणा दिसत होता. तुम्हांला कधी कोणाची गरज-मेहेरबानी लागेल ते कधी सांगता येत नाही.

“युवर ऑनर, माझी खात्री आहे की, कॉमनवेल्थच्या सूचना-ठरावात मांडलेल्या कायदेविषयक चुका या जाणूनबुजून केलेल्या नसून वकिलांवर पडणाऱ्या जादा

ताणामुळे झाल्या आहेत. त्यामुळे माझ्या प्रस्तावातली रक्कम कमी करून पाचशे डॉलर्स करण्यास माझी हरकत नाही, पण कॉमनवेल्थकडून वैयक्तिक माफी मिळाली पाहिजे आणि त्याची नोंदही झाली पाहिजे. त्यांच्यामुळे काल रात्री मला अजिबात झोप मिळाली नाही.''

त्याच्या शेवटच्या वाक्यावर कोर्टात खसखस पिकली. एकाएकी कोर्टरूमच्या मागील भागातून एक आवाज आला, ''जज वॉल्टर्स, मला मध्यस्थी करण्याची परवानगी मिळाली, तर कॉमनवेल्थ हा प्रस्ताव स्वीकारेल!''

हे जाहीर करणाऱ्याकडे प्रत्येकाची नजर वळली. एक बुटकासा, जवळजवळ टक्कल पडलेला, सूट घातलेला जाडजूड माणूस ज्याची केसाळ मान कडक शर्टकॉलरने झाकली होती, अशा माणसाकडे ते सगळे पाहत होते.

''आम्ही हा प्रस्ताव स्वीकारू.'' तो पुन्हा म्हणाला. त्याच्या स्वरात हेल काढून हळू बोलण्याचा आणि तंबाखूमुळे घोगरट झालेल्या आवाजाचा खास व्हर्जिनियाचा ढंग होता. ''आणि कोर्टाचा अमूल्य वेळ घेतल्याबद्दल आम्ही माफीही मागतो!''

''तुम्ही इथं आहात याचा मला आनंद वाटतो मि. ग्रॅहम.'' जज वॉल्टर्स म्हणाले.

बॉबी ग्रॅहम रिचमंड शहरासाठी कॉमनवेल्थचे ॲटर्नी होते. कोर्टातून बाहेर पडण्यापूर्वी त्यांनी फिस्ककडे पाहून मान डोलावली, पण त्यांनी माफी मागितली नाही. फिस्कनं – बचाव पक्षानंही फारसा आग्रह धरला नाही. कायद्याच्या कोर्टात तुम्हांला हवं ते नेहमी मिळतच असं नाही.

जज वॉल्टर्सनी निर्णय दिला. ''कॉमनवेल्थचा सूचना-ठराव कोणताही पूर्वग्रह न ठेवता फेटाळण्यात येत आहे!'' त्यांनी विल्यम्सकडे पाहिलं, ''मि. विल्यम्स, तुम्ही मि. फिस्कबरोबर बीअर प्यायला जावं. मात्र बीअर तुम्ही द्यायला हवी, असं मला वाटतं!''

पुढची सूचना पुकारली, तशी आपली ब्रीफकेस बंद करून फिस्क कोर्टरूमच्या बाहेर पडला. त्याच्याबरोबर विल्यम्सही बाहेर पडला.

''माझा पहिला प्रस्ताव तू स्वीकारायला हवा होतास पॉली!''

''मी हे विसरणार नाही फिस्क.'' विल्यम्स रागाने म्हणाला.

''नकोच विसरूस.''

''तरीही आम्ही जेरोम हिक्सला बाजूला करणारच आहोत.'' विल्यम्स तुच्छतेने म्हणाला, ''तसं आम्ही करणार नाही असं समजू नकोस!''

पॉली विल्यम्स किंवा कॉमनवेल्थचे ॲटर्नीचे इतर साहाय्यक यांना फिस्कला तोंड द्यावं लागत असे. आपले पक्षकार आपले स्वतःचेच शत्रू आहेत हे त्याला माहीत होतं. काही तर शिक्षा भोगण्याच्या लायकीचे होते हेही फिस्कला माहीत

होतं. त्यातल्या काहींचं बरोबर असायचं, पण सर्वांचंच नाही.

"मी कसला विचार करतोय माहीत आहे?" फिस्कनं विल्यम्सला म्हटलं, "दहा हजार वर्षं किती पटकन संपतात याचा!"

तिसऱ्या मजल्यावरची कोर्टरूम सोडून फिस्क पुढे निघाला तसे त्याला काही पोलीस ऑफिसर्स भेटले, जे तो रिचमंड पोलिसात असताना त्याच्याबरोबर काम करत होते. त्यातला एक जण हसला, दुसऱ्याने हॅलो केलं, तर बाकीच्यांनी त्याच्याकडे दुर्लक्ष केलं. त्यांच्या मते, तो आपल्या हुद्याशी बेइमानी करणारा होता. सूट आणि ब्रीफकेसच्या बदल्यात त्यानं आपला बॅज आणि हत्यार सोडलं होतं.

फिस्कनं काळ्या माणसांच्या एका गटाकडे पाहिलं. त्यांनी केस इतके बारीक कापले होते की, ते जवळजवळ टकलू वाटत होते. त्यांच्या पॅन्टस कमरेखाली ओढलेल्या होत्या. बॉक्सर्ससारखे दिसणारे, एकसारखे फुगवटे आलेली जॅकेट्स वापरणारे आणि लेस नसलेले बोजड बूट घालणारे असा त्यांचा एकूण अवतार होता. फौजदारी न्यायालयीन पद्धतीला त्यांचा उघड विरोध स्पष्ट दिसत होता. त्यांच्या सारखेपणात अधिकार आणि चीड ह्या दोन गोष्टी सहज दिसत होत्या.

हे सर्व तरुण त्यांच्या वकिलाभोवती कोंडाळं करून होते. वकील गोरा, ऑफिसमधला वाटणारा होता. तो घामट वाटत होता आणि त्याचा महाग असलेला रेघा-रेघांचा शर्ट कफजवळ भिजलेला होता. एवढंच नाही, तर त्याच्या पायातही गुळगुळीत कातडीच्या सॅन्डल्स होत्या. आपल्याभोवती जमलेल्यांना आपला मुद्दा सांगताना त्यानं आपली मूठ आपल्या मांसल तळव्यावर मारली तेव्हा त्याचा शिंगापासून बनवलेल्या फ्रेमचा चश्मा वाकला गेला. त्या वेळी ज्यांच्या सिल्क शर्टमधून पोटाचा भाग दिसत होता, असे ते काळे तरुण अतिशय उत्सुकतेनं त्याचं म्हणणं ऐकत होते. फक्त अशाच वेळी त्यांना त्याची गरज होती. ते त्याच्याकडे अपमानास्पद भावनेनं पाहत नव्हते किंवा बंदूक रोखून पाहत नव्हते. निदान पुढे गरज लागेपर्यंत तरी ते त्याच्याकडे तसं पाहणार नव्हते. या बिल्डिंगमध्ये तो म्हणजे जादू होती. इथे मायकेल जॉर्डनही त्याला स्पर्श करू शकत नव्हता.

त्या काळ्या तरुणांपैकी दोघांची नावं लुइस आणि क्लार्क अशी होती आणि तो गोरा वकील त्यांचा त्राता होता. त्यांच्या टोळीतल्या कुणीही काहीही गुन्हा केला असता, तरी त्यांचा बचाव त्याने केला असता. त्याची ती खासियत होती. तो काय सांगत होता, हे फिस्कला कळत होतं. जणू ओठांची भाषा त्याला अवगत होती. त्यांचा बचाव करायचा, तर त्याची पद्धत डावपेचांची होती. म्हणजे – दगडागत शांत राहायचं, काही पाहिलं नाही, काही ऐकलं नाही, काही आठवत नाही हे ब्रीद कायम ठेवायचं. त्यानं आपल्या ब्रीफकेसवर जोरात हात मारून आपल्या मुद्यावर भर दिला. त्या तरुणांचा जमाव पांगला आणि खेळ सुरू झाला.

हॉलमधल्या एका भागात भिंतीला लागून बसण्यासाठी जी ठोकळेवजा बैठक होती त्यावर रात्री धंदा करणाऱ्या तीन तरुणी बसल्या होत्या. एक काळी, एक एशियन आणि एक गोरी. न्यायाधीशांपुढे जाण्याची आपली पाळी कधी येते याची त्या वाट पाहत होत्या. त्यातली एशियन बेचैन झालेली दिसत होती. बहुधा तिला धूम्रपान करण्याची गरज असावी किंवा अमली इंजेक्शनची सवय असावी . दुसऱ्या दोघींना गुप्तरोग होता. फिस्कला हे माहीत होतं. त्या उगाच इकडेतिकडे रमतगमत फिरत होत्या. मधूनच बसून आपल्या मांड्या दाखवत होत्या. जेव्हा केव्हा एखादा तरुण किंवा रंगेल वयस्कर जवळून जायचा तेव्हा आपली छाती दिसेल याची काळजी त्या घ्यायच्या. कोर्ट असलं म्हणून काय झालं? आपला थोडा धंदा होण्याची शक्यता असेल तर तो का सोडा? ही अमेरिका आहे. असाच जणू त्यांचा होऱ्या होता.

फिस्कनं खाली जाणारी लिफ्ट धरली. तो मेटल डिटेक्टर आणि एक्स रे मशीन पार करत होता. अलीकडे प्रत्येक कोर्टात अशी व्यवस्था असायची. बॉबी ग्रॅहम हातात न पेटवलेली सिगारेट घेऊन त्याच्याकडे येताना दिसले. फिस्कला ते कधीच आवडले नव्हते. वैयक्तिकरीत्या किंवा व्यावसायिक दृष्टिकोनातूनही. ग्रॅहम अशाच केसेस स्वीकारत की, ज्यांमध्ये वृत्तपत्रीय मथळ्यांमुळे प्रसिद्धीला भरपूर वाव असे. ते अशी केस कधीही घेत नसत की, ज्यामध्ये खूप मेहनतीची आवश्यकता असे. कारण हरणारा सरकारी वकील लोकांना कधीच आवडत नाही, अशी त्यांची धारणा होती.

''खटलापूर्व सूचना-ठरावासाठी पैसे मोजण्याची डझनावारी केसेसमधली एखादी केस! मोठ्या माणसानं मोठ्या गोष्टी कराव्यात, नाही का बॉबी?'' फिस्क म्हणाला.

''तू माझ्या एखाद्या बच्चा वकिलाला चावून खाशील याची कल्पना मला असायला हवी होती, पण एखाद्या खऱ्या वकिलाशी गाठ पडली, तर ते इतकं सोपं जाणार नाही.''

''खरा वकील कोण? तुम्ही?''

चेहरा ओढूनताणून हास्य आणत ग्रॅहम यांनी न पेटवलेली सिगारेट तोंडात धरली. ''आम्ही इथे आहोत. जगातल्या सर्वांत मोठ्या तंबाखू फॅक्टऱ्या असलेल्या या राजधानीत. जिथं त्यासाठी मिळणाऱ्या सवलती रस्त्यावर थुंकण्यासारख्या आहेत तिथं. आणि असं असूनही न्यायालयात आम्ही सिगारेट ओढू शकत नाही, हा काय न्याय झाला?''

त्यांनी आपल्या 'पाल माल' या फिल्टरविरहित सिगारेटचं टोक चावत आणि आवाज करत त्यातला तंबाखू ओढून घेतला आणि एक दीर्घ सुस्कारा सोडला. वास्तविक पाहता रिचमंड कोर्ट बिल्डिंगमध्ये धूम्रपानाची परवानगी असणाऱ्या काही

जागा होत्या. आता जिथं ते उभे होते तिथं मात्र ती नव्हती.

त्यांनी विजयी हास्य केलं अन् म्हणाले, "मला सांगायचं होतं की, जेरोम हिक्सला आज सकाळी दक्षिणेच्या एका माणसाला ठार करण्याच्या संशयावरून अटक करण्यात आली. काळ्याने काळ्याला मारलं. अमली पदार्थाची भानगड. काय आश्चर्य आहे पाहा, त्याला कोकची संपूर्ण यादी तयार करायची होती आणि ताब्यात घेण्यासाठी मात्र सर्वसाधारण मार्ग अवलंबायचा नव्हता. तुझ्या या माणसाला माहीत नाही की, आम्ही त्याच्या लक्ष्यांचा आधारच काढून घेतला."

फिस्क दमल्यागत भिंतीला टेकला. कोर्टातले विजय बऱ्याच वेळा पोकळ असतात. विशेषतः तुमचा पक्षकार आपल्या क्रूर, उत्तेजित भावनांवर ताबा ठेवू शकत नाही तेव्हा ते अधिकच पोकळ होतात. "खरं सांगताय? मी हे पहिल्यांदाच ऐकतोय!"

"मी या बाजूला एका खटलापूर्व बैठकीसाठी येणारच होतो, तेव्हा विचार केला, भेटलास तर सांगेन. व्यावसायिक सौजन्य!"

"बरोबर आहे." कोरडेपणाने फिस्क म्हणाला, "पण तसं जर होतं, तर तुम्ही पॉलीचा सूचना-ठराव पुढे का जाऊ दिला?" जेव्हा ग्रॅहमनी काही उत्तर दिलं नाही तेव्हा त्यानं स्वतःच आपल्या प्रश्नाचं उत्तर दिलं, "फक्त मला उड्या मारायला लावण्यासाठी?"

"माणसाला आपल्या कामात कधीतरी गंमत हवीच असते ना!"

फिस्कनं आपली मूठ आवळली आणि लगेच सैल सोडली. ग्रॅहम त्या लायकीचा नव्हता. "बरं, कोणी प्रत्यक्षदर्शी साक्षीदार होते का? व्यावसायिक सौजन्य म्हणून सांगणार असाल तर सांगा."

"ओऽ! जवळजवळ अर्धा डझन. खुनाचं हत्यार जेरोमच्या गाडीत जेरोमसह सापडलं. त्यानं पळण्याचा प्रयत्न करताना दोन पोलिसांना जवळजवळ मारलंच होतं. आम्हांला रक्त मिळालं आणि अगदी संपूर्ण स्टोअर अमली पदार्थ मिळाले. खरंच सांगतोय. त्याला सुरुवातीलाच जामीन मिळायला नको होता. त्याच्यावर छोट्या-मोठ्या गुन्ह्यांबद्दल आरोप ठेवण्याचा विचार मी आता सोडून दिलाय आणि नवीन प्रकरणाकडे लक्ष द्यायचं ठरवलंय. माझे अपुरे पडणारे आधार मी पाठवणार आहे. हिक्स फार वाईट आहे जॉन. मला वाटतं त्याच्यावर पहिल्या डिग्रीचा गुन्हा म्हणून खुनाची केस दाखल करावी!"

"पहिल्या डिग्रीचा – कॅपिटल मर्डर?"

"चोरीसाठी मनात इच्छा ठेवून जाणूनबुजून खून करणं आणि थंड डोक्यानं विचार करून एखाद्याचा खून करणं ह्या दोन्ही गोष्टी समान आहेत. निदान व्हर्जिनियाच्या कायदेमंडळाने संमत केलेला कायदा तसं सांगतो."

"कायदा काय सांगतो ते गेलं खड्ड्यात! तो फक्त अठरा वर्षांचा आहे."

ग्रॅहम यांचा चेहरा तणावला. "कोर्टाच्या एका अधिकाऱ्याकडून – वकिलाकडून असे उद्‌गार निघावेत हे हास्यास्पद आहे!"

"कायदा कायद्याच्या जागी. सत्य घटनांमधून अर्थ शोधायला हवा कारण त्या नेहमीच शोषक असतात."

"असे लोक अगदी खालच्या थरातले असतात. लोकांना दुखवण्यासाठी निर्माण झालेल्या कोंबातून आलेले! अशा हरामखोरांनी कोणाला मारू नये म्हणून आपण लहान मुलांसाठी तुरुंग निर्माण केले पाहिजेत."

"जेरोम हिक्सच्या संपूर्ण आयुष्याचा असा सारांश सांगता येईल की...."

"अगदी बरोबर. त्याच्या गटारात घालवलेल्या बालपणाला दोष द्यायला हवा." मध्येच ग्रॅहम बोलले, "तीच जुनी कहाणी."

"खरंच आहे. तीच जुनी कहाणी!"

ग्रॅहम हसले आणि त्यांनी आपली मान डोलावली. "आता असं पाहा, मी काही तोंडात चांदीचा चमचा ठेवून वाढलो नाही. बरोबर? माझ्या यशाचं रहस्य काय? मी गाढवागत मेहनत केली. तेसुद्धा करू शकतात. प्रश्न संपला!"

फिस्कनं निघण्यासाठी म्हणून काही पावलं टाकली अन् वळून तो म्हणाला, "मला त्याच्या अटकेचा रिपोर्ट पाहायला हवा. मग मी फोन करीन!"

"त्यात बोलण्यासारखं काहीही नाही!"

"त्याला फासावर चढवून तुम्हांला ॲडव्होकेट जनरल होता येणार नाही बॉबी आणि तुम्हांलाही ते माहीत आहे. लक्ष्य मोठं असावं." असं बोलून तो वळला व चालू लागला.

ग्रॅहमनी बोटांमधली सिगारेट चुरगाळली, "फिस्क बेटा, आता दुसरी नोकरी शोध तू!"

अर्ध्या तासानंतर फिस्क उपनगरातल्या तुरुंगात असलेल्या आपल्या पक्षकाराला भेटायला गेला. त्याच्या प्रॅक्टिसमध्ये त्याला नेहमीच रिचमंडच्या बाहेरच्या गावात म्हणजे हेन्रिको, चेस्टरफील्ड, हॅनोव्हर आणि गुचलँडपर्यंत जावे लागे. वाढत्या कामांमुळे त्याला फार आनंद वाटत होता अशातला भाग नव्हता, पण सूर्य उजाडायचा थांबतो का... तसला भाग होता आणि ते सुरूच राहणार होतं. थांबलं असतं, तर चांगलंच!

"बचावासाठी विनंतीबाबत मला तुझ्याशी बोलायचं आहे डेरेक!"

डेरेक ब्राऊन किंवा डीबी१ ज्या नावानं तो रस्त्यावर ओळखला जात होता हा जरा फिक्या रंगाचा 'ब्लॅक' होता. त्याच्या दंडावर कविता, द्वेषपूर्ण वचनं आणि

अश्लील वचनांचं गोंदण केलेलं होतं. बराचसा काळ तुरुंगात घालवल्यामुळे तो निबर कातडीचा झाला होता. त्याच्या दंडाच्या बेटकुळीवर शिरांचं जाळं दिसत होतं.

फिस्कनं एकदा त्याला तुरुंगातल्या करमणुकीच्या वेळांत बास्केट बॉल खेळताना पाहिलं होतं. उघड्या अंगाच्या, भरदार स्नायूंच्या, पाठीवर आणि खांद्यावर आणखी गोंदण केलेल्या या माणसाला दुरून पाहताना संगीताच्या नोट्ससारखं वाटत वाटायचं. जेटसारख्या उड्डाण घेणाऱ्या, हवेत तरंगणाऱ्या या माणसाला कोणी कसा अटकाव केला ते फिस्कला दिसलं नव्हतं; पण पहारेकरी व इतरांनी कौतुकाच्या नजरांनी पाहतानाच पाच वेळा बॉल टाकून त्यानं खेळ संपवला.

आता ते गावातल्या तुरुंगात आमने-सामने होते. ए.सी.ए.नं (असि. कॉमनवेल्थ ॲटर्नी) गंभीर गुन्हा कलम लावला होता.

''कलम सहा का नाही?''

फिस्कनं त्याच्याकडे रोखून पाहिलं. 'हे लोक इतक्या वेळा तुरुंगाच्या आत बाहेर करतात की, त्यामुळे त्यांना फौजदारी कायद्याची कलमं एखाद्या वकिलापेक्षाही पाठ असतात.'

''कलम सहा म्हणजे त्या क्षणाला झालेल्या क्षोभामुळे हत्या. तू दुसऱ्या दिवशी हत्या केलीस!''

''त्याच्याकडे पिस्तूल होतं. त्याचा शूटर बरोबर असताना मी 'पॅक'च्या वाटेला जाऊ शकत नव्हतो आणि माझ्याकडे शूटर नाही. समजलं का मूर्खा?''

फिस्कला वाटलं पुढे व्हावं आणि त्या माणसाच्या चेहऱ्यावरची मस्ती उतरवावी. ''सॉरी, कॉमनवेल्थ कलम तीन सोडायला तयार नाही!''

''किती काळ?'' डेरेकनं दगडी चेहऱ्यानं विचारलं. जणू ते ऐकून कान किटले असावेत.

फिस्कच्या मोजण्याप्रमाणे डझनभर वेळा तरी.

''पाच वर्षं. भोगलेला काळ धरून!''

''काहीतरीच काय? पाच वर्षं तुरुंगवास? खिशातल्या चाकूनं थोडंसं चिरल्याबद्दल?''

''खिशातल्या नाही. स्टिलेट्टो – सहा इंची पातं असलेला. आणि तू एक-दोन नाही, दहा वार केलेस आणि तेही साक्षीदारांच्या समक्ष!''

''शिट, तो माझ्या पोरीच्या वाटेला जात होता हा बचाव होऊ शकत नाही का?''

''तू खुनाच्या गुन्ह्यात अडकला नाहीस हे नशीब समज डेरेक. तो त्याच जागी रस्त्यावर गंभीर रक्तपातामुळे मेला कसा नाही याचंच डॉक्टरांना आश्चर्य वाटलं आणि पॅक धोकादायक गुन्हेगार नसता, तर तुला सध्या लावलेलं प्राणघातक

हल्ला हे कलमपण लावलं नसतं, तर आकसानं केलेला प्राणघातक हल्ला हे कलम लावलं असतं म्हणजे वीस वर्षं तुरुंगवास. तुला माहीत आहे ते.''

''माझ्या पोरीची खोडी काढतो काय?'' डेरेकनं पुढे वाकून आपल्या मुठी वळल्या. नीतिमत्तेच्या दृष्टीनं आणि कायदेशीर दृष्टीनंही आपलं कसं बरोबर आहे, हे त्याला ठासून सांगायचं होतं, असा त्या कृतीचा अर्थ होता.

बेकायदेशीर का असेना, पण डेरेकला चांगल्या पगाराची नोकरी होती. फिस्कला ते माहीत होतं. रिचमंडमध्ये दोन क्रमांकाच्या अमली पदार्थवाटप साखळीत डेरेक लेफ्टनंट हा क्रमांक एक पदावर होता. त्यामुळे त्याला बाहेर रस्त्यावर डीबी१ नावानं ओळखलं जात होतं. चोवीस वर्षांचा टर्बो हा त्याचा बॉस होता. त्याचं साम्राज्य तो शिस्तीने चालवत होता. अमली पदार्थ विक्रीत मिळालेला पैसा पचवण्यासाठी एक कॅफे, गहाणवटीचं दुकान ही दर्शनी असणारी बाब आणि त्याबाबतचे योग्य ते हिशेब सिद्ध करण्यासाठी दोन-चार बांधलेले वकील त्याच्याकडे होते. टर्बो अतिशय हुशार होता. धंदा आणि आकडे. तो 'फॉर्चून ५००' कंपनी काढण्याचा का विचार करत नाही, असा एक प्रश्न टर्बोला विचारावा, असं फिस्कला नेहमी वाटे. नीतिमत्तेच्या दृष्टीनं बरं आणि उत्पन्नही सध्या आहे तितकंच.

तासाला तीनशे रुपये किंवा त्याहून कमी दर असलेल्या फ्रँकलिन स्ट्रीटवरच्या एखाद्या वकिलातर्फे टर्बोनं डेरेकची एरवी काळजी घेतली असती, पण त्याचा गुन्हा टर्बोच्या धंद्याशी संबंधित नव्हता म्हणून तसं केलं गेलं नव्हतं. पोरीसाठी डोकं फिरवून मूर्खासारखा गुन्हा करणाऱ्या डेरेकला फिस्कसारख्या वकिलासमोर मान तुकवायला लावणं, ही एक प्रकारची त्याला दिलेली शिक्षाच होती. डेरेक उलटून आपल्याबद्दल काही माहिती सांगेल याची भीती टर्बोला नव्हती. सरकारी पक्षाने – वादीनेपण तसा प्रयत्नही केला नव्हता. कारण तसं करणं व्यर्थ होतं. तुम्ही बोला, तुम्ही मरा, तुरुंगात असा किंवा बाहेर असा. त्यामुळे काही फरक पडत नाही, हे गुन्हेगारांचे तत्त्व त्यांना माहीत होतं. त्यामुळे त्यांनी तसा प्रयत्नही केला नव्हता.

डेरेकचं पालनपोषण चांगल्या मध्यमवर्गीय पालकांकडून, तशीच वस्ती असलेल्या वातावरणात झालं होतं, पण हायस्कूलमध्ये असतानाच त्यानं शिक्षण सोडून जगण्यासाठी अमली पदार्थ वितरणाचा सोपा मार्ग पत्करला होता. खरंतर चांगल्या परिस्थितीचा फायदा घेऊन आयुष्यात काही चांगला वेगळा मार्गही त्याला पत्करता आला असता. सहानुभूती वाटावी असं भयानक आयुष्य जगणाऱ्या लहान मुलांमधून तयार होणारे असे अनेक 'डेरेक' तिथं होते आणि त्यांना वाटण्यासाठी अमली पदार्थ पुरवणारे 'टर्बोही!' रात्रीच्या वेळी बेसबॉल-बॅट हातात घेऊन फिरणाऱ्या डेरेकला त्या मार्गातून दूर करावं आणि त्याला काही जुनी, पण चांगली मूल्यं शिकवावीत या उद्देशानं फिस्कनं त्याचं वकीलपत्र स्वीकारलं होतं.

"हे बघ डेरेक, त्या रात्री पॅक तुझ्या मैत्रिणीबरोबर काय करत होता, या गोष्टीशी एसीएला काही कर्तव्य नाही."

"माझा तुझ्या म्हणण्यावर विश्वास बसत नाही. माझ्या एका मित्रानं गेल्या वर्षी कोणालातरी कापलं, तर त्याला फक्त दोनच वर्षांची शिक्षा मिळाली. त्यातली अर्धी माफ झाली आणि तीन महिन्यांत तो बाहेर आला आणि मला पाच वर्षं मिळणार म्हणतोस. कसला टुकार वकील आहेस तू!"

"तुझ्या मित्राला गंभीर गुन्ह्यासाठी पूर्वी कधी शिक्षा झाली होती?" रिचमंडला जडलेल्या घाणेरड्या रोगाला कारणीभूत असलेल्या माणसांत सर्वांत वरच्या पदाला तो होता का? असंही त्याला पुढे विचारावं असं फिस्कला वाटलं, पण त्यात आपलीच शक्ती वाया जाईल हे समजून त्यानं तसं केलं नाही. "मी काय सांगतो ते ऐक. मी तुझी शिक्षा भोगलेल्या शिक्षेसह तीन वर्षांपर्यंत कमी करू शकेन!"

आता डेरेकला जरा उत्साह आला, "तुला वाटतं, तुला तशी मंजुरी मिळेल म्हणून?"

फिस्क उठून उभा राहिला, "कोण जाणे? मी एक टुक्कार वकील आहे ना!"

तिथून बाहेर पडताना फिस्कनं गजाच्या खिडकीतून बाहेर पाहिलं. तुरुंगाच्या व्हॅनमधून कैद्यांचा नवीन जथ्था आलेला त्याला दिसला. त्यांच्या बेड्यांच्या शृंखलांनी सिमेंटच्या जमिनीवर होणाऱ्या आवाजातून गाणं निर्माण झालं होतं. बहुतेक करून सर्व काळे किंवा लॅटिनो होते. त्यांनी एकमेकांचं पाणी आधीच जोखलं होतं. गुलामापासून ते मालकापर्यंत! कोण आधी मार खातो किंवा मारतो, याच तयारीत जणू ते होते. त्यात काही गोरे होते, पण ते एवढे घाबरलेले दिसत होते की, त्यांना त्यांच्या कोठडीत टाकण्यापूर्वीच ते कोसळतील आणि मरतील असं वाटत होतं. जॉन फिस्क दहा वर्षांपूर्वी पोलिसात असताना फिरतीच्या ड्युटीच्या वेळी त्यानं काही जणांना अटक केली होती. त्यांच्या मुलांपैकी काही जण त्यात असावेत. त्या वेळेस ते पाच-सात वर्षांचे असणार. बेकार भत्त्यावर जगण्यापेक्षा काहीतरी दुसरं चांगलं काम मिळवू, असं स्वप्न असणारे असणार. घरात वडील नाहीत, आई मरमर झगडते आहे आणि दु:स्थितीचा अंत नसलेलं जीवन जगते आहे. सुप्त मनाला शिक्षा देण्याचा हा सत्यतेचा एक मार्ग.

पोलीस म्हणून काम करताना त्यानं अनेक जणांना अटक केली होती. सर्वांच्या कहाण्या त्याच त्याच होत्या.

"मी तुला ठार मारीन. तुझं सर्व कुटुंब बरबाद करीन." चेहऱ्यावर अंमल चढलेला एखादा त्याला बेड्या चढवताना फिस्कला धमकी देई.

"हंऽ तुला काहीही न सांगण्याचा अधिकार आहे. वापरण्याचा विचार कर."

"माझा काही अपराध नाही बाबा, माझ्या दोस्तानं माझा घात केला."

"तो आता कुठे आहे? आणि तुझ्या हातावरचे रक्ताचे डाग? त्यांचं काय? तुझ्या पॅन्टच्या खिशातलं पिस्तूल? तुझ्या नाकपुड्यात अजून दिसणारा कोक? हे सगळं मित्रानं केलं काय? वाऽ ऽ रे तुझा मित्र!"

त्यानंतर ते मृत देहाकडे पाहत आणि त्यांचं अवसान गळे. "अरे देवा, जीझस! माझी आई...कुठे आहे माझी आई? तिला बोलव. प्लीज. माझ्यासाठी तेवढं कर. आईऽऽ, आई गं! ओह शिट्!"

"तुला वकील बोलावण्याचा अधिकार आहे." फिस्क थंडपणे सांगे आणि आता तोच जॉन फिस्क वकील झाला होता. आणखी एक-दोन कोर्टात हजेरी लावून जॉन फिस्कनं काचा आणि विटांची, युनायटेड स्टेट्सच्या सुप्रीम कोर्टाचे तिसरे मुख्य न्यायाधीश असलेल्या जॉन मार्शल यांच्या नावाने असलेली ती बिल्डिंग सोडली. मार्शल यांच्या पूर्वजांचं घर अजूनही तिथं-जवळच होतं. त्याचं रूपांतर आता व्हर्जिनियाच्या आणि अमेरिकेच्या थोर लोकांच्या स्मृती जपणाऱ्या संग्रहालयात झालं होतं. मार्शल यांच्या नावे असलेल्या कोर्टाच्या बिल्डिंगमध्ये आता अति लाजिरवाण्या गोष्टींवर वाद-विवाद होत होते. हे त्यांना कळलं असतं, तर आपल्या थडग्यातून मार्शल उठून बसले असते.

फिस्क त्यानंतर जेम्स नदीकडच्या नवव्या रस्त्याकडे निघाला. गेल्या काही दिवसांची गरम आणि दमट हवा आता येणाऱ्या पावसामुळे काहीशी थंड झाली होती. त्यानं आपला ट्रेन्च कोट (खिसा व बेल्ट असलेला मिलिटरीसारखा पायघोळ कोट) घट्ट आवळून घेतला, तसा पाऊस सुरू झाला. त्यानं फुटपाथवरून जॉगिंग सुरू केलं. छोट्या छोट्या खड्ड्यांतून साठलेलं पाणी तुडवत तो पुढे चालला होता.

शॉको स्लीपमधल्या आपल्या ऑफिसपर्यंत पोहोचेपर्यंत त्याचा कोट आणि केस भिजले होते आणि पाण्याचे ओघळ पाठीवरून घरंगळत होते. लिफ्ट टाळून, दोन दोन पायऱ्या चढून तो जिन्यानंच ऑफिसमध्ये पोहोचला आणि त्यानं दार उघडलं. त्याचं ऑफिस एखाद्या मोठ्या गुहेगत बिल्डिंगमध्ये होतं, जे एके काळी तंबाखूचं गोदाम होतं. ओक आणि पाइन लाकडांच्या फळ्यांनी भाग करून त्याचं ऑफिसमध्ये रूपांतर करण्यात आलं होतं. तरीही तंबाखूचा वास अजूनही दरवळत राहिला होता. ही अशी काही एकच जागा नव्हती. इंटरस्टेट ९५वर दक्षिणेकडे गेलं, तर बॉबी ग्रॅहमनं ज्याचा उल्लेख केला होता ती फिलिप मॉरिस सिगारेट फॅक्टरी होती. न पेटवताही तंबाखूतल्या निकोटीनचा स्वाद तिथल्या हवेत मिळे. खिडकीतून जळती काडी हवेत उडवून हवेत स्फोट होतो का पाहावं, असा मोह फिस्कला नेहमी व्हायचा.

फिस्कचं ऑफिस म्हणजे संडास-बाथरूमसह एक खोली. ती सोय महत्त्वाची होती कारण बऱ्याच वेळा तो आपल्या अपार्टमेन्टऐवजी ऑफिसमध्येच झोपत

असे. त्यानं आपला कोट सुकण्यासाठी खुंटाळ्याला टांगला आणि बाथरूममधला टॉवेल घेऊन त्यानं आपला चेहरा आणि केस खसखसा पुसले. त्यानं कॉफीचं पॉट ठेवलं आणि ती तयार होईपर्यंत तो जेरोम हिक्सचा विचार करत राहिला.

फिस्कनं केस उत्तम प्रकारे लढवली असती, तर जेरोमला व्हर्जिनिया मृत्युगृहात प्राण घेणारं जहाल इंजेक्शन टोचून मृत्युदंडाची शिक्षा मिळण्याऐवजी फार तर आजन्म कारावास झाला असता. अठरा वर्षांच्या काळ्या पोराला मारल्याने ग्रॅहमना ज्याची अभिलाषा होती ते ॲटर्नी जनरलचं पद मिळणार नव्हतं. 'काळ्यानं काळ्याला मारण्याची शिफारस करणं. हरणाऱ्याचा खून करणं म्हणजे हरणंच! त्यामुळे वर्तमानपत्रातल्या मागच्या पानावरदेखील दखल घेतली जाणार नाही.'

रिचमंडमध्ये पोलीस म्हणून फिस्क वाचला होता. कारण केवळ आपसातल्या भांडणातून होणारी हिंसा. त्या हिंसेनं सर्वांना घेरलं होतं. शेजारी-पाजारी आणि वंशद्वेषामुळे उद्ध्वस्त झालेल्या वस्त्या हे फक्त कॉमनवेल्थचंच चित्र नव्हतं. सर्वच राज्यांमधून पाण्यावर जमा होणाऱ्या बर्फासारखे वाहत आलेले गुन्हेगारीचे तुकडे होते. ते सर्व एकत्र आले असते, तर काय झालं असतं? 'तेव्हा आपण कुठे जाणार?' फिस्क विचार करायचा.

तो एकाएकी खाली बसला. जळजळीला हळुवारपणे सुरुवात झाली. नेहमीप्रमाणे बेंबीपासून छातीपर्यंत. नंतर ती पसरत चालली. अखेरीस खंदकातून वाहणाऱ्या तप्त रसाप्रमाणे असह्य उष्णता हातांतून बोटांपर्यंत पसरली. फिस्क धडपडत उठला. त्यानं ऑफिसच्या दाराला आतलं कुलूप घातलं. आपला शर्ट आणि टाय काढला. आत त्याचा नेहमीचा टी शर्ट होता.

कॉटनच्या टी-शर्टवरून त्याचा हात जळजळीचा उगम असलेल्या, जाड झालेल्या व्रणाकडे गेला. इतकी वर्षं होऊनही त्या व्रणाची कडा खरखरीतच होती. त्याच्या बेंबीपासून थोडं खाली त्याची सुरुवात होती आणि शस्त्रक्रिया केल्यानंतरची आतड्याची शिवण तिथपासून थेट मानेपर्यंत गेली होती.

फिस्क जमिनीवर पायांवर बसला आणि न थांबता त्यानं पन्नास उठाबश्या काढल्या. प्रत्येक वेळी त्याच्या छातीत आणि आजूबाजूच्या भागात उष्णता वाढे अन् कमी होई. त्याच्या भुवईवरून घामाचा थेंब जमिनीवर पडला. त्याला वाटलं, आपलं प्रतिबिंब आपण त्यात पाहतोय. निदान तो रक्ताचा नाही, तर घामाचा थेंब होता. उठाबश्यानंतर तितक्याच वेळा खाली कमरेत वाकून पुन्हा सरळ होण्याचा व्यायाम त्यानं केला. प्रत्येक वेळी वाकल्यानंतर व्रणात मंद खळबळ व्हायची, नंतर बरं वाटायचं. त्यानं बाथरूमकडे जाणाऱ्या दाराला एक बार लावून घेतला होता. त्याला लोंबकळून वर-खाली होण्याचा व्यायाम त्यानं डझन वेळा केला. तो नेहमी त्याच्या दुप्पट वेळा करायचा, पण आता त्याच्या ताकदीला उतरती कळा लागली

होती. शिवणीच्या कातडीखाली जे काही घुटमळत होतं ते नक्कीच एक दिवस त्याचा ताबा घेणार होतं. त्याला ठार करणार होतं. पण सध्यातरी शरीरातली ती भयानक उष्णता विरली होती. बाहेरून जबरदस्तीने प्रवेश करणारी व्यक्ती घरात कोणीतरी आहे हे कळल्यानंतर भीते तशी जणू ती व्यायामाला घाबरली होती.

त्यानं आपलं अंग स्वच्छ पुसलं आणि परत शर्ट चढवला. कॉफी कपात ओतून घेतली आणि ती पीत त्यानं खिडकीतून बाहेर पाहिलं. तिथून त्याला जेम्स नदीची रेषा दिसत होती. पावसाच्या पाण्यानं ती जाड होई. तो आणि त्याचा भाऊ नदीत नेहमीच बोटीनं विहार करीत किंवा उन्हाळ्यात ट्रकच्या टायर-ट्यूबवर आरामात तरंगत वेळ काढीत. अर्थात, ती बऱ्याच वर्षांपूर्वीची गोष्ट होती. आरामात वेळ काढण्याचे दिवस संपले होते. त्याच्या छोट्याशा आयुष्याच्या चौकटीत आता त्या गोष्टीला जागा नव्हती, पण त्यानं आयुष्यात जे काही केलं होतं त्याची मजा लुटली होती. सुप्रीम कोर्टाच्या सुप्रीम वकिलाप्रमाणे असलेल्या त्याच्या भावासारखं त्याचं आयुष्य नव्हतं, पण त्याला करीत असलेल्या कामाचा अभिमान वाटे. तो मेल्यानंतर त्याच्याकडे नाव किंवा पैसा काही असणार नव्हतं, पण समाधान नक्कीच असणार होतं, असा त्याचा विश्वास होता. त्याच समाधानाने तो कामाकडे वळला.

पाच

दक्षिण-पश्चिम व्हर्जिनियाच्या अस्ताव्यस्त रचनेत फोर्ट जॅक्सनचा भाग बहिरी ससाण्याच्या एकाच वेळी जमलेल्या पिल्लांच्या निवांत बसलेल्या थव्याप्रमाणे दिसत होता. टेनेसी, केन्टुकी आणि पश्चिम व्हर्जिनियाच्या सीमांपासून सारख्या अंतरावर. म्हणजे देशाच्या मध्यभागी. मिलिटरीचे स्वत:चे असलेले, स्वबळावर चालवलेले, डॉलर्सच्या तुटपुंज्या निधीमुळे फक्त मिलिटरीच्या लोकांसाठी असलेले असे फारच थोडे तुरुंग युनायटेड स्टेट्समध्ये होते. फोर्ट जॅक्सन हा मिलिटरीचाच तुरुंग होता, पण त्यातही त्याचं वैशिष्ट्य असं होतं की, गंभीर गुन्ह्यासाठी शिक्षा झालेले आपल्या उर्वरित आयुष्याचे दिवस मोजण्यासाठीच तिथे आलेले असत.

फोर्ट जॅक्सनमधून कधीही कोणी पळून जाऊ शकलं नाही. जरी एखाद्यानं कोर्टाच्या आज्ञेशिवाय सुटका मिळवण्याचा प्रयत्न केला, तरी तो फार थोडा काळ टिकणारा आणि व्यर्थ ठरत असे. त्याच्या आजूबाजूचा भाग तुरुंगापेक्षा अधिक संकट वाटावा असा होता. ओबडधोबड, खाणींचे अरुंद पट्टे असलेले डोंगर, कधी दगा देतील याचा भरवसा नसलेले, भयानक खड्डे असलेले रस्ते, न संपणारं घनदाट जंगल आणि पाण्यातून जायचं म्हटलं, तर पाण्यातले जलचर तुमच्या पायांवर हल्ला करण्यास वखवखलेले. व्हर्जिनियाच्या दुर्लक्षित असलेल्या, टोकाच्या भागातल्या, स्वबळावर जगणाऱ्या स्थानिक लोकांचं शिक्षण बंदूक आणि सुरा या हत्यारांनीच झालेलं असतं. त्याचा वापर करायला त्यांना कधीच भीती वाटत नसे. उतारावर असलेलं रुंद घनदाट जंगल, झाडंझुडपं, फुलं आणि हिंस्र प्राण्यांचं निवांत जीवन याला एक गंध असे. तिथं असणारी समुद्राच्या खोलीसारखी शांतता! त्यात एक सौंदर्य होतं.

अ‍ॅटर्नी सॅम्युअल रायडर फोर्टचं मुख्य प्रवेशद्वार ओलांडून आत शिरला. त्यानं व्हिजिटर बॅज घेतला आणि आपली गाडी भेट देणाऱ्या लोकांसाठी राखून ठेवलेल्या जागेत पार्क केली. तुरुंगाच्या दगडी भिंतीतल्या प्रवेशद्वाराकडे जाताना तो बेचैन होता आणि चालताना त्याची ब्रीफकेस सारखी त्याच्या निळ्या पॅन्टवर घासली जात होती. संपूर्ण कडक तपासणीतून पार पडण्यास त्याला वीस मिनिटं लागली. स्वत:ची ओळख पटवणारी फोटोसहित कागदपत्रं, त्याचं नाव भेट देणाऱ्यांच्या यादीत आहे याची खात्री करणं, त्याची वैयक्तिक तपासणी, मेटल डिटेक्टरमधून जाणं आणि अखेरीस त्याच्या ब्रीफकेसची पूर्ण तपासणी या सर्व गोष्टींचा समावेश त्या कडक तपासणीत होता. छोट्या ट्रान्झिस्टरकडे पहारेकऱ्यांनी संशयानं पाहिलं व त्यात अमली पदार्थ लपवलेले नाहीत हे पाहिल्यानंतर आत न्यायला परवानगी दिली. भेट देतानाचे नियम त्याला वाचून दाखवण्यात आले. त्यानं प्रत्येक नियम समजल्याचं उत्तर दिलं. रायडरला माहीत होतं की, त्यातल्या कोणत्याही नियमाचा भंग केला असता, तर पहारेकऱ्यांच्या चेहऱ्यावर दिसणारी सभ्यता लगेच गळून पडली असती.

त्यानं आजूबाजूला पाहिलं आणि निर्माण झालेल्या भीतीमय वातावरणाने तो आणखीनच बेचैन झाला. तो ते झटकून टाकू शकला नाही. वास्तुकाराने तुरुंगाची रचना करतानाच जणूकाही या बाबीचा सांगाडा मनात ठेवला होता. रायडरच्या हाताच्या तळव्यांना घाम सुटला, पोटातली कातडी ताणली गेली. जणूकाही तो टर्बो इंजीन असलेल्या वीस सीटर कॉप्टरमध्ये वादळी हवेला तोंड देऊन चढणार होता. व्हिएतनाम काळात मिलिटरीचाच एक सभासद असलेल्या रायडरनं कधीही आपला देश सोडला नव्हता. तो युद्धाच्या आघाडीवर मृत्यूच्या छायेत कधीच नव्हता. रक्त गोठून जर तो इथंच उभ्या उभ्या मेला असता – युनायटेड स्टेट्सच्या मातीत असलेल्या मिलिटरी तुरुंगात – तर त्याहून वाईट गोष्ट नव्हती. त्यानं दीर्घ श्वास घेतला, हृदय शांत व्हावं म्हणून मनाला धीर दिला आणि त्याला नवल वाटलं. 'आपण इथं का आलो?' रूफस हार्म्स त्याला इथं जबरदस्तीनं आणू शकत नव्हता. तशा स्थितीतच तो नव्हता. कर काय करायचं ते! त्याला असं म्हणता आलं असतं. पण तो इथं पोहोचला होता. रायडरनं आणखी एक दीर्घ श्वास घेतला, व्हिजिटरचा बॅज लावला आणि जसा तो पहारेकऱ्याच्या मागोमाग जाऊ लागला तशी त्याची आपल्या ब्रीफकेसवरची पकड घट्ट होत गेली. त्याची ब्रीफकेस, त्याचा 'मंतरलेला चामडी ताईत!'

रायडर बाजूच्या भिंतींना लावलेल्या नीरस तपकिरी रंगाकडे पाहत होता. जे इथं आधीच नैराश्यपूर्ण, आत्महत्या करण्यासारख्या मन:स्थितीत राहत होते त्यांना आणखीन भकास वाटावं म्हणूनच तो लावण्यात आला होता, असं वाटत होतं. 'आपल्या काही सोबत्यांना मृत्युदंडाची शिक्षा झालेली पाहिलेल्यांपैकी किती जण

या जागेला घर मानत असतील?' रायडरच्या मनात येत होतं. त्या सगळ्यांना आया होत्या; अगदी वाइटातल्या वाईट माणसालासुद्धा. काहींना वडीलही होते, तर काहींना फक्त वीर्यदान करून जन्म देण्यात आला होता. तरीही ते इथं आले होते. का? दुर्दैवच जन्माला घेऊन आले होते? तसंच बहुधा.

दोन पहारेकरी दाखवित असलेल्या वाटेवरून रूफस हार्म्सनं व्हिजिटर्स रूममध्ये प्रवेश केला, तसं रायडरनं आपल्या मोकाट सुटलेल्या कल्पनांना आवर घातला. त्याला पाहून डोळ्यासमोर पहिली प्रतिमा आली ती अशी – राजा आणि त्याचे दोन गुलाम. प्रत्यक्षात मात्र स्थिती उलट होती. रायडरचा ज्यांच्याशी वैयक्तिक संबंध आला होता अशा सर्वांमध्ये हार्म्स हा सर्वांत अजस्त्र माणूस होता; राक्षसासारखा प्रचंड देह आणि ताकद असलेला. त्याचे बाहू झाडांच्या बुंध्यापेक्षा जाड होते. त्यावरून छाती किती रुंद असेल याची कल्पना करता येईल. हार्म्सच्या दोन्ही हातांत आणि पायांत शृंखलेनं जोडलेल्या बेड्या होत्या. त्यामुळे त्याला मोकळेपणी हालचाल करणं शक्य होत नव्हतं. त्याची त्याला सवय झाली होती म्हणून त्याच्या टांगेतलं अंतर कमी झालं असलं, तरी त्याची चाल लयबद्ध राहिली होती.

तो पन्नासच्या जवळपास असावा; पण प्रत्यक्षात तो आणखी दहा वर्षं मोठा म्हणजे साठीचा वाटत होता, असं रायडरला वाटलं. त्याच्या डोळ्याखालचं हाड विचित्रपणे वाकडं झालं असल्याची खास नोंद रायडरनं घेतली आणि चेहऱ्यावरचे इतर जखमांचे व्रणही पाहिले. रायडरनं ज्या तरुण हार्म्सची केस मांडली होती तो हार्म्स उत्कृष्ट आणि आकर्षक देहाकृती असलेला होता. 'रूफसला इथं किती वेळा मारहाण झाली असेल? त्याच्या कपड्यांमध्ये आणखी किती जखमांचे पुरावे असतील?' रायडर विचार करत होता.

हार्म्स रायडरसमोरच्या लाकडी टेबलाशी बसला ज्यावर निराश झालेल्या हजारो लोकांच्या नखांनी कुरतडलेल्याच्या खुणा दिसत होत्या. त्यानं रायडरकडे नुसतं पाहिलं नाही, तर डोळ्यांनी खोलीत असलेल्या पहारेकऱ्यांकडे लक्ष द्यावं असं सुचवलं.

त्याच्या नजरेचा अर्थ रायडरनं ओळखला. तो पहारेकऱ्याला म्हणाला, "खाजगी! मी त्याचा वकील आहे त्यामुळे तुला थोडं दूर जायला हवं!"

उत्तर लगेच आलं, "सर्वाधिक सुरक्षा पाळण्याचा हा तुरुंग आहे आणि इथला प्रत्येक कैदी हा हिंस्त्र आणि घातक आहे. मी तुमच्या सुरक्षेसाठी जवळ उभा आहे!" इथली सगळीच माणसं धोकादायक होती, कैदी असोत किंवा पहारेकरी. रायडरला हे माहीत होतं.

"हे मी समजू शकतो." रायडर म्हणाला, "मी तुला मला सोडून जायला सांगत नाही. तू थोडा दूर उभा राहिलास, तर उपकार होतील. वकील-पक्षकार अधिकार तुला माहीत आहे की नाही?"

पहारेकऱ्यानं उत्तर दिलं नाही, पण तो खोलीच्या दुसऱ्या टोकाकडे जाऊन उभा राहिला, जिथे ऐकू जाण्याची शक्यता नव्हती. अखेरीस रूफस हार्म्सनं रायडरकडे पाहिलं अन् विचारलं, ''तू रेडिओ आणलास?''

''खरंतर विचित्र विनंती, पण मी त्याला मान दिलाय!''

''तो बाहेर काढ आणि कुठलंही संगीत लाव. लावतोस ना?''

रायडरनं तसं केलं. लगेच खोलीभर पश्चिमेकडच्या, गावाकडच्या दुःखद गाण्याचे स्वर पसरले. शब्द कसेबसे जुळवून तयार केलेलं गीत! अशा उथळ शब्दांचीही या जागेत कंजुषी होती.

रायडरनं हार्म्सकडे प्रश्नार्थक मुद्रेनं पाहिलं. तसं खोलीभर नजर फिरवत हार्म्स म्हणाला, ''या जागेला खूप कान आहेत. काही तुम्हांला दिसत नाहीत. बरोबर?''

''पण वकील आणि त्याचा पक्षकार यांचं संभाषण चोरून ऐकणं हे कायद्याच्या विरुद्ध आहे.''

हार्म्सनं आपले हात थोडे हलवले तशा साखळ्या घासल्या गेल्या. ''बऱ्याच गोष्टी कायद्याच्या विरुद्ध आहेत, तरीही लोक त्या करतातच ना? इथं आत आणि बाहेरही. बरोबर?''

रायडरनं मान हलवली. हार्म्स आता तरुण, घाबरलेला पोरगा नव्हता. तो पूर्ण पुरुष झाला होता. त्याच्या इथल्या अस्तित्वाबद्दलच्या एकाही कारणावर नसला, तरी त्याचा स्वतःवर पूर्णपणे ताबा होता. रायडरच्या आणखी एक गोष्ट लक्षात आली – आता हार्म्सच्या हालचाली तोलूनमापून केलेल्या वाटत होत्या. बुद्धिबळातल्याप्रमाणे विचारपूर्ण. हळूच वजीर किंवा घोडा उचलायचा आणि सावकाश मागं-पुढं घ्यायचा. इथं घाईगर्दी करणं घातक होतं.

कैदी पुढे वाकला आणि त्यानं बोलायला सुरुवात केली. तो इतक्या हळू आवाजात बोलत होता की, संगीताच्या पार्श्वभूमीवर ते ऐकण्यासाठी रायडरला आपल्या कानांना ताण द्यावा लागत होता. ''तू इथं आलास याबद्दल धन्यवाद! तू तसं केलंस हेच आश्चर्य.''

''उलट तू फोन केलास याचंच मला आश्चर्य वाटलं, पण त्यामुळे माझी उत्सुकता जागृत झाली हे मात्र खरं.''

''तू उत्तम दिसतोस. गेलेल्या वर्षांनी तुझ्यावर मेहेरबानी केलेली दिसते.''

रायडरला हसू आलं, ''माझे बरेचसे केस गेले आणि पन्नास पौंड वजन वाढलं. असो. तरीपण थँक्स!''

''मी तुझा वेळ खर्च करणार नाही. मला काहीतरी मिळालंय आणि माझ्यातर्फे तू कोर्टात केस दाखल करायला हवीस!''

रायडरला धक्का बसल्याचं स्पष्ट दिसत होतं. ''कोणतं कोर्ट?''

संगीताच्या आवाजामुळे संरक्षण मिळालं असूनही हार्म्स खूपच हळू आवाजात बोलला, "इथं असलेलं सर्वांत मोठं, सुप्रीम कोर्ट!"

रायडरनं जबडा वासला. "तू चेष्टा करतोयस का?" तो म्हणाला, पण हार्म्सच्या डोळ्यात तसं दिसलं नाही. "ठीक आहे, मला नेमकी कशाबद्दल केस दाखल करायची ते सांग!"

हातकड्यांनी त्रास होत असताही हळुवार हालचाली करून हार्म्सनं शर्टातून एक लिफाफा बाहेर काढला आणि समोर धरला. क्षणार्धात पहारेकरी पुढे झाला आणि त्यानं तो हिसकावून घेतला.

रायडरनं लगेच विरोध दर्शवला, "खाजगी वकील आणि पक्षकार यांच्यातली गोपनीय माहिती आहे ती."

"त्याला वाचू दे सॅम्युअल. लपवण्यासारखं माझ्याकडे काहीच नाही." हार्म्स नजर न रोखता सहज स्वरात म्हणाला.

पहारेकऱ्यानं लिफाफा उघडला. आतल्या पत्रावरून नजर फिरवली. त्याचं समाधान झालं. त्यानं लिफाफ्यासहित ते हार्म्सकडे परत दिलं आणि तो पुन्हा आपल्या जागेवर येऊन थांबला. हार्म्सनं तो लिफाफा आणि पत्र रायडरला दिलं. त्यानं ते खाली वाकून पाहिलं. तो सरळ उभा राहिला, तसं त्याच्या कानाजवळ जाऊन हार्म्स त्याच्याशी निदान दहा मिनिटं बोलला. काही वेळा रायडरचे डोळे हार्म्सचे शब्द ऐकताच विस्फारले जायचे. बोलणं संपलं. कैदी आपल्या जागेवर बसला आणि त्यानं त्याच्याकडे पाहिलं. "तू मला मदत करणार आहेस, हो ना?"

रायडर पटकन उत्तर देऊ शकला नाही. हार्म्सनं त्याला जे काही सांगितलं होतं, तेच त्याला अजून पुरतं पचलं नव्हतं.

कमरेला बांधलेल्या साखळीचा अडथळा त्या क्षणी आला नसता तर हार्म्स त्याच्यापर्यंत पोहोचला असता आणि त्याचे हात धरून विनंतीवजा सुरात त्याला म्हणाला असता, 'करणार ना मदत सॅम्युअल?' ज्या माणसानं तीस वर्षांत काहीही अनुभव घेतला नव्हता अशा माणसाची विनंती!

रायडरनं नकळत मान डोलावली. "मी तुला मदत करीन रूफस." हार्म्स उठला आणि दाराकडे चालू लागला. रायडरनं ते पत्र लिफाफ्यात टाकलं. तो लिफाफा आणि बंद केलेला रेडिओ आपल्या ब्रीफकेसमध्ये टाकला. व्हिजिटर्स रूमच्या दुसऱ्या भागात टांगलेल्या मोठ्या आरशातून वकील आणि कैदी यांच्यातला झालेला सर्व व्यवहार कोणीतरी पाहिला होता, पण हे कळायला रायडरला माग नव्हता. त्या माणसानं आपली हनुवटी खाजवली आणि अस्वस्थ होऊन तो विचार करत राहिला.

सहा

बरोबर दहा वाजता सुप्रीम कोर्टाच्या, सॉलिसीटर जनरलच्या, ठरलेल्या वकिलांच्या पारंपरिक काळ्या रंगाच्या झग्यात पर्किन्स हा मार्शल एक मोठ्या बाकाच्या एका बाजूला उभा होता. हा बाक साधासुधा नव्हता. अतिशय उत्कृष्ट घडणीचा कलात्मक बाक होता तो. त्या बाकामध्ये नऊ वेगवेगळ्या आकाराच्या, पद्धतीच्या, उंच पाठ असलेल्या चामडी खुर्च्या बसवल्या होत्या. सुप्रीम कोर्टाचा बेंच! पर्किन्सनं आपला लाकडी हातोडा बाकावर आपटला. भरलेल्या कोर्टात शांतता पसरली. "युनायटेड स्टेट्सचे मान्यवर प्रमुख न्यायाधीश आणि सहन्यायाधीश!" पर्किन्सनं घोषणा केली.

बाकामागच्या खुर्च्यांच्या मागे असलेला मोठा, गर्द लाल रंगाचा पडदा नऊ ठिकाणी विभागला गेला आणि त्यामागे काळ्या झग्यामध्ये असलेले, कडक दिसणारे नऊ न्यायाधीश जणू जागे झाले. त्यांनी आपापल्या खुर्च्या ग्रहण केल्या. पर्किन्सनं बोलणं पुढे सुरू ठेवलं, "ऐका, ऐका, ऐका! सर्वांना सूचना देण्यात येते की, युनायटेड स्टेट्स सुप्रीम कोर्टच्या प्रमुख न्यायाधीशांसमोर आपणा सर्वांना कामकाजात भाग घ्यायचा आहे. कोर्ट आता कामकाज सुरू करीत आहे. कृपया सर्वांनी लक्ष द्यावं. आदरणीय कोर्टाचं व युनायटेड स्टेट्सचं परमेश्वर रक्षण करो!"

चौरस वाड्याप्रमाणे असलेल्या कोर्टरूमकडे पाहत पर्किन्स त्याच्या खुर्चीवर बसला. चव्वेचाळीस फूट उंचावर असलेलं कोर्टाचं सिलिंग पाहताना आपण विहरणारे ढग पाहतो आहोत असं वाटे. सुरुवातीचं प्राथमिक कामकाज संपल्यावर सुप्रीम कोर्टाच्या बार सदस्यांच्या औपचारिक शपथविधीनंतर सकाळच्या सत्रातील दोन केसेस पुकारल्या जायच्या होत्या. आज बुधवारी सकाळच्या सत्रात फक्त दोन

केसेसची सुनावणी होणार होती. दुपारची सत्रं फक्त सोमवारी व मंगळवारी असत. गुरुवारी व शुक्रवारी तोंडी वाद-प्रतिवाद होत नसे. याप्रमाणे दर दोन आठवड्यांनी तीन दिवस कामकाज होत असे. एप्रिल अखेरपर्यंत अदमासे एकशे पन्नास तोंडी सुनावणींचे, वाद-प्रतिवादांचे दिवस. त्यासाठी न्यायाधीशांची प्रचंड शक्ती खर्च होई. युनायटेड स्टेट्सच्या लोकांसाठी त्यांना आधुनिक सालोमनची भूमिका करावी लागे.

कोर्टाच्या दोन्ही बाजूला शिल्पित केलेल्या सुंदर आकृत्या होत्या. कोणाचं बरोबर आहे हे ठरवण्यासाठी उजव्या बाजूला ख्रिश्चन काळातली दोन सैन्य एकमेकांसमोर ठाकलेली. मोझेस विरुद्ध नेपोलियन, हम्मुरबी विरुद्ध मोहम्मद. न्याय देणारा कायदा हा दु:खपूर्ण, क्वचित रक्तरंजितही होता. बेंचच्या बरोबर वर मार्बलमध्ये कोरलेल्या दोन आकृत्या होत्या. एक कायद्याची शान दर्शवणारी, तर दुसरी शासनाची ताकद दाखवणारी. दोन पॅनेल्सच्यामध्ये 'द टेन कमांडमेन्टस'च्या प्रसंगाचं चित्रण असलेलं पॅनेल होतं. मोठ्या चेंबरच्या सर्व बाजूंवर वरच्या भागात लोकांच्या अधिकाराचं रक्षण, मानवी अधिकारांचा बचाव इत्यादी विषयांवरची कोर्टाची भूमिका विशद करणारी कोरीव कामं होती. 'महान बाबींवर चर्चा-वाद-प्रतिवाद करण्यासाठी हाच एक रंगमंच' अशीच वातावरणनिर्मिती होती, पण दिसणारं हे दृश्य फसवं असू शकत होतं.

रामसे न्यायाधीशांच्या बेंचमध्ये होते; एलिझाबेथ अगदी उजव्या कडेला होती. सिलिंगवरून लोंबकळत असलेला एक मायक्रोफोन प्रमुख न्यायाधीशांसमोर मधोमध होता. सर्व न्यायाधीश स्थानापन्न होताच श्रोत्यांमध्ये बसलेले आरोपींचे वडील आणि आयांच्या चेहऱ्यावरचा ताण वाढलेला दिसत होता. त्यांची कंटाळलेली गुंड पोरंपण जरा सावरून बसली. हे सर्व साहजिकच होतं. या जागेचा दराराच तसा होता. तिथं कायद्याच्या उद्दाम शक्तीची एक जाणीव वेळोवेळी होत होती.

या नऊ न्यायाधीशांनी बायका कधी गर्भपात करू शकतात ते सांगितलं होतं, शाळेत जाणाऱ्या मुलांनी कोणत्या शाळेत जावं याबद्दल सक्ती केली होती, कोणतं बोलणं अश्लील आहे किंवा नाही हे जाहीर केलं होतं, कारणाशिवाय पोलीस झडती घेऊ शकत नाहीत, मारू शकत नाहीत किंवा काही जप्त करू शकत नाहीत हे ठासून सांगितलं होतं. या पदावर त्यांची कोणी निवड केली नव्हती. ते या पदावर त्यांच्या क्षमतेनुसार कायम होते. त्यांना कोणी आव्हान देऊ शकत नव्हतं. ते आपलं न्यायदानाचं काम पार पाडताना विशिष्ट स्तराची गुप्तता पाळत, त्यामुळे तशाच दर्जाच्या नागरिकांना, संस्थांना तुलनेने ते कधी आढ्यताखोर वाटतात. सामाजिक चळवळी करणाऱ्या गटांमधला संघर्ष, मारामारी; गर्भपात करणाऱ्या दवाखान्यावर बॉम्बहल्ले, तुरुंगांच्या मृत्युगृहांसमोर होणारी निदर्शनं अशा अनेक

नेहमीच्या समस्यांना त्यांना तोंड द्यावं लागे. त्याचबरोबर मानवी संस्कृतीचं रक्षण करणाऱ्या अनेक गुंतागुंतीच्या समस्यांचं योग्य मूल्यमापन करावं लागे. असं सगळं असूनही ते शांत, निश्चल असत.

पहिली केस पुकारली गेली. सार्वजनिक विद्यापीठामध्ये सामाजिक समतेची कृती या संदर्भातली. समतेचा न्याय मिळण्याच्या बाजूने फ्रॅन्क कॅम्पबेल बाजू मांडत होते. त्यांनी सुरुवातीचं एखादं वाक्यच उच्चारलं असेल-नसेल तशी रामसेंनी त्यांच्यावर जणू झडपच घातली.

मुख्य न्यायाधीशांनी चौदाव्या घटनादुरुस्तीकडे लक्ष वेधून सांगितलं, "चौदावी घटनादुरुस्ती निःसंशयपणे सांगते की, कोणालाही भेदाभेद करता येणार नाही. त्याचाच अर्थ असा नाही की, घटनेप्रमाणे सामाजिक समतेसाठी कोणत्याही कृतीची मागणी करण्याची परवानगीच नाही म्हणून?"

"पण काही चुकीच्या गोष्टी चालल्या आहेत त्यामुळे..."

"भिन्नता आणि समानता या समान का मानतात?" रामसेंनी एकाएकी मध्येच प्रश्न विचारला.

"त्यामुळे सर्वसाधारण भिन्नता असणाऱ्या विद्यार्थ्यांच्या घटकांना त्यांच्या कल्पना मांडण्याची निश्चिती मिळते. भिन्न संस्कृतीचं प्रतिनिधित्व करता येतं. ज्याचा परिणाम ठरलेल्या गोष्टींबद्दलचं अज्ञान दूर करण्यात होतो."

"काळे आणि गोरे वेगवेगळ्या तऱ्हेनं विचार करतात या गृहीतावर तुमचं संपूर्ण विधान आधारलेलं आहे, असं नाही का तुम्हांला वाटत? उदाहरणार्थ, कॉलेजमध्ये प्राध्यापक असलेल्या काळ्या पालकांनी त्यांच्या मुलाला आपल्या सॅनफ्रॅन्सिस्कोतल्या घरात वाढवलं आणि त्याच ठिकाणी, त्याच स्थितीत असलेल्या गोऱ्या पालकांनी आपल्या मुलाला वाढवलं, तर त्यामुळे युनिव्हर्सिटीत वेगवेगळ्या मूल्यांचा आणि कल्पनांचा शिरकाव होईल असं तुम्हांला वाटतं का?" रामसेंच्या आवाजाला उपहासाची धार होती.

"मला वाटतं, प्रत्येकाचं मत वेगळं असू शकतं." कॅम्पबेलनं उत्तर दिलं.

"कातडी रंगावर ठरवण्यापेक्षा असं वाटत नाही का की आमच्यातल्या अत्यंत गरिबाला मदतीचा हात मिळण्याचा जास्त अधिकार आहे म्हणून?" न्यायाधीश नाइट म्हणाल्या. रामसेंनी तिच्याकडे चौकस नजरेनं पाहिलं. "आणि तुमच्या विधानातून संपत्तीच्या भेदाबद्दल, कमी-जास्त असण्याबद्दल काहीच उल्लेख नाही?" नाइटनी पुढे आपल्या म्हणण्यात भर घातली.

"नाही." कॅम्पबेलनी मान्य केलं.

मायकेल फिस्क आणि सारा इव्हान्स बेंचला नव्वद अंशाचा कोन करून असलेल्या एका खास विभागात बसले होते. मायकेलनं नाइटच्या प्रश्नोत्तरांच्या

संदर्भात साराकडे पाहिलं. तिनं त्याच्याकडे लक्ष दिलं नाही.

"तुम्ही कायद्याच्या जवळपासही फिरकू शकत नाही. घटनेपेक्षा श्रेष्ठ कोणीही नाही." रामसेंनी नाइटवरची आपली नजर दूर करत आग्रहानं सांगितलं.

"त्या शब्दांमागच्या स्रोताबद्दल, चैतन्याबद्दल काय?" कॅम्पबेलनी वादग्रस्त प्रश्न विचारला.

"स्रोत किंवा चैतन्य म्हणा, या न दिसणाऱ्या गोष्टी आहेत. अमूर्त आहेत. मला मूर्त गोष्टींशी कर्तव्य आहे." रामसेंच्या शब्दांनी काही श्रोत्यांमध्ये हशा पिकला. मुख्य न्यायाधीशांनी आपल्या शब्दांचा मारा पुन्हा सुरू केला आणि अचूक शब्दांनी कॅम्पबेलच्या दाखल्यांची आणि विचार-मांडणीच्या पद्धतीची चिरफाड केली. नाइट काही अधिक बोलल्या नाहीत. त्या सरळ समोर पाहत होत्या. कोर्टरूमपासून त्यांचे विचार दूर होते याचं ते निदर्शक होतं. वकिलांच्या बोलण्याच्या स्टॅण्डवरचा लाल दिवा जेव्हा त्यांच्या बोलण्याची वेळ संपल्याचा इशारा करू लागला, तेव्हा आपलं बोलणं थांबवून घाईघाईनंच कॅम्पबेल आपल्या जागेवर आले. विरोधी बाजू मांडणाऱ्या वकिलानं स्टॅण्डजवळ येऊन आपलं म्हणणं मांडायला सुरुवात केली तेव्हा न्यायाधीश ते ऐकत होते असं दिसत नव्हतं.

"बाप रे, रामसे भलतेच कार्यक्षम आहेत; नाही!" सारानं आपलं मत मांडलं. ती आणि मायकेल कोर्टाच्या कॅफेटेरियात बसले होते. नेहमीप्रमाणे सुनावणीनंतर चर्चा करत लंच घेण्यासाठी सर्व न्यायाधीश त्यांच्या डायनिंग रूमकडे वळले होते. "त्यांनी पाच सेकंदातच युनिव्हर्सिटीच्या वकिलाला फाडलं."

मायकेलनं सॅण्डविचचा तोंडातला तुकडा गिळला. "गेले तीन वर्षं सामाजिक समतेच्या कृतीवर हल्ला करण्यासाठी अशा एखाद्या केसची ते वाटच पाहत होते आणि त्यांना ती मिळालीसुद्धा. इथे पोहोचेपर्यंत केस सामोपचारांनी मिटवायला हवी होती. रामसे आता चांगलेच झोडपतील."

"तुला वाटतं ते तसं करतील म्हणून?"

"तुला कळलं नाही? थोडं थांब त्यांचा निर्णय येईपर्यंत. आपलं मत ते स्वत:च लिहितील बघ. कृतार्थ होऊन!"

"त्यांचं तर्कशास्त्र मला काही अंशी पटतं..." सारा म्हणाली.

"अर्थात, ते तसं आहेच. एका पुराणमतवादी गटानं ही केस पुढे आणली. एक फिर्यादी पकडला. गोरा, चाणाक्ष, पांढरपेशी, कष्टकरी ज्यानं कधीही निवेदन दिलं नाही असा. स्त्री असली तर अधिक उत्तम!"

"घटना सांगते की कोणालाही भेदाभेद करता येत नाही!"

"सारा, तुला माहीत आहे नं की, चौदावी घटनादुरुस्ती सिव्हिल वॉरनंतर

करण्यात आली म्हणून. काळ्यांना भेदाची वागणूक मिळू नये म्हणून निश्चिती करण्यासाठी. आणि आता त्याचा त्याग करण्यात आला आहे आणि ज्यांना मदत करण्याची आवश्यकता आहे त्यांना चिरडून टाकण्यासाठी त्यांचा वापर करण्यात येतो आहे. चिरडणाऱ्यांना त्यांच्या स्वत:च्याच भवितव्याची खात्री नाही.''

''म्हणजे काय? तुला काय म्हणायचं आहे?''

''आशा असलेले गरीब मागे सरकताहेत आणि निराश गरीब हिंसक होतायत.''

''अच्छा!'' असा उद्गार काढताना तिनं मायकेलकडे पाहिलं. त्याच्या प्रखर भावना, त्याची कुशाग्र बुद्धी! त्याच्या वयाच्या मानाने तो खूपच गंभीर होता. भावना-विवशतेमुळे तो नेहमीच निसरड्या वाटेनं जाई. कधीकधी त्याचा अतिरेक होई. त्याच्यातल्या ह्या गुणाची तिला कदर होती आणि भीतीही.

''माझा भाऊ तुला त्याबद्दल काही कहाण्या सांगू शकेल.'' मायकेल पुढे म्हणाला.

''त्याबद्दल माझी खात्री आहे. एखाद्या दिवशी त्याला मी भेटेन, अशी मी आशा करते.''

मायकेलनं तिच्याकडे पाहिलं अन् मग बाजूला मान वळवली. ''आहे त्यापेक्षा रामसे हे जग वेगळ्या तऱ्हेने बघतात. त्यांनी स्वत:चं विश्व निर्माण केलं, मग इतरांनी का करू नये? मी मानतो त्यांना. ते गरीब-श्रीमंत, व्यक्ती-राज्य-शासन एकाच तराजूने तोलतात. आवडता-नावडता असा खेळ ते खेळत नाहीत, हे मी नक्की सांगू शकेन.''

''तूसुद्धा कष्टाने वर आलायस.''

''खरंय! मी माझं भवितव्य बिघडवणार नाही, हे तर नक्की. माझा आय क्यू एकशे साठच्यावर आहे. सर्वांचा तसा नसतो.''

''मला माहीत आहे.'' सारा शुभेच्छादर्शक स्वरात म्हणाली. ''माझा कायदेशीर मेंदू सांगतो की, आज झालं ते बरोबर आहे, तर हृदय सांगतं की हे वाईट झालं.''

''एऽऽ हे सुप्रीम कोर्ट आहे. इतकं सोपं काम नाही. सहज विचारतो, आज तिथं काय करण्याचा नाइट यांचा प्रयत्न होता?''

कोर्टात होणाऱ्या सर्व गोष्टी, आतली रहस्यं, कुजबुज, न्यायाधीशांनी योजलेले डावपेच आणि त्यावर त्यांच्या क्लार्क्सनी त्यांच्याही अगोदर मांडलेल्या शक्यता अशा सर्व गोष्टींमध्ये मायकेलला रस होता आणि तो नेहमी अशा वर्तुळात असे. नाइट यांनी जे काही सांगितलं त्यावर आपण विचार करायला कमी पडतोय काय, अशी त्याची भावना होती.

''मायकेल, ती दोन-तीनच वाक्य होती!''

''म्हणून काय झालं? दोन वाक्य, पण त्यात मणभर तथ्य! गरिबांसाठी

अधिकार? तू पाहिलं ना, रामसेंनी त्यांच्याकडे कशा तऱ्हेने बघितलं ते? आपल्या मार्गावर काहीतरी घडावं म्हणून त्यांनी असा पवित्रा घेतलाय का? अशी एखादी केस की, ज्याचा त्यांना फायदा होऊ शकेल?''

''हे तू मला विचारतोयस? मायकेल, माझा विश्वास बसत नाही आणि ती बाब गोपनीय आहे.''

''सारा, आपण सर्वच इथं एकत्र आहोत.''

''बरोबर! नाइट आणि मर्फी यांनी किती वेळा एकत्र मतदान केलंय? फार वेळा नाही आणि या जागेत नऊ वेगवेगळे कप्पे आहेत हे विसरू नकोस!''

''खरं आहे. नऊ वेगवेगळी राज्य! पण नाइट यांच्या मनात काही खास बाब असली, तर मला त्याबद्दल कळलेलं मला आवडेल.''

''इथं घडणारी प्रत्येक गोष्ट तुला समजायलाच हवी का? सर्व क्लार्क्सना आणि न्यायाधीशांना एकत्रितरीत्या जे माहीत आहे त्यापेक्षाही तुला जास्त माहिती आहे. मला सांग, डाक येणाऱ्या खोलीत सकाळी किती क्लार्क्स कोणती अपील्स आली आहेत हे पाहायला जातात?''

''मला काहीही अर्धवटपणे केलेलं आवडत नाही.''

तिनं त्याच्याकडे पाहिलं. ती काहीतरी बोलणार होती, पण तिनं स्वत:लाच थांबवलं. 'कशाला आणखी गुंतागुंत निर्माण करायची?' तिनं त्याला तिचं उत्तर आधीच दिलं होतं. खरं सागायचं, तर स्वत:चा निर्णय घ्यायला ती सक्षम होती; पण मायकेल फिस्कसारख्या उच्च दर्जाच्या कोणाबरोबरही लग्न करण्याचा विचारही ती करू शकत नव्हती. ती त्यांच्यापर्यंत पोहोचू शकत नव्हती, त्यांना थांबवू शकत नव्हती. तसा प्रयत्न करणंसुद्धा चुकीचच होतं.

''हे बघ, मी माझ्यावरच्या विश्वासाला तडा जाऊ देऊ इच्छित नाही. माझ्याप्रमाणे तुलाही हे माहीत आहे की, ही जागा म्हणजे एखाद्या मिलिटरीसारखी आहे. काहीही बोलताना तुम्हांला मागचा-पुढचा विचार करावा लागतो.''

''मी तुझं म्हणणं अमान्य करत नाही. काही मोठ्या घटनांच्या संदर्भातपण मी या केसमध्ये गुंतलोय. तुला मर्फींची कल्पना आहे. मूळ स्वभाव न बदलण्यापैकी ते आहेत आणि तरीही मला ते आवडतात कारण ते उदारमतवादी आहेत. गरिबांसाठी काही करण्याचा प्रश्न असेल, तर ते नक्कीच त्यात लक्ष घालतील. ते आणि नाइट यांचं या बाबतीत जमेल. रामसेंच्या यंत्रणेला धक्का देण्याच्या संधीची ते वाटच पाहताहेत. रामसे वरचढ होण्याअगोदर टॉम मर्फींनी कोर्टाचे प्रमुख म्हणून काम केलंय. सरत्या वयातली अवनती कोणाला आवडेल?''

सारानं आपली मान हलवली, ''मी त्यात पडू इच्छित नाही.''

त्यानं एक सुस्कारा सोडला आणि जेवणाकडे लक्ष केंद्रित केलं. ''बऱ्याच

मुद्यांवर आपण एकमेकांपासून दूर जातो आहोत; नाही का?''

"हे खरं नाही हं. तुला तसं वाटतं. मला माहीत आहे, मी नकार दिल्यामुळे तू दुखावला गेला आहेस ते.''

तो अचानक हसला. "कदाचित ते भल्यासाठीच असेल. आपण दोघंही डोक्याने भडक आहोत. कदाचित त्याचा अंत एकमेकांना ठार करण्यातही झाला असता.''

"ती जुनी कहाणी. व्हर्जिनियाचा मुलगा आणि कॅरोलिनाची मुलगी.'' हेल काढून ती बोलली, "तुझं म्हणणं बहुधा खरं आहे!''

त्यानं आपल्या पेयाचा ग्लास भरला आणि तिच्याकडे नजर टाकली. "तुला मी हट्टी वाटत असेन, तर तू माझ्या भावाला भेटायला हवंच!''

त्याच्या नजरेला नजर न देता ती म्हणाली, "माझी खात्री आहे. तो भलताच आक्रमक होता. आपण पाहिलं त्या खटल्यात.''

"मला त्याचा फार अभिमान वाटतो.''

आता तिनं त्याच्याकडे पाहिलं, "तसं आहे, तर मग आपण त्याच्या नकळत कोर्टरूममध्ये गेलो आणि बाहेर पडलो असं का?''

"तू ते त्यालाच विचारायला हवं!''

"मी तुला विचारते आहे.''

मायकेलनं खांदे उडवले. "त्याचं माझ्याशी जमत नाही. त्यानं त्याच्या आयुष्यातून मला जवळपास हाकललंच आहे.''

"पण का?''

"मला त्याची नेमकी कारणं कळली नाहीत. कदाचित त्यालाही कळली नसतील. पण त्यामुळे त्याला आनंद वाटला नाही, हे मला माहीत आहे.''

"मी त्याला जो थोडा-फार पाहिला त्यावरून तो तसा असेल असं मला वाटलं नाही. निराश किंवा उदास वृत्तीचा वगैरे.''

"अस्सं! मग तो तुला कसा वाटला?''

"विनोदी, खेळकर, आकर्षक, लोकांना चांगलं ओळखणारा!''

"त्यानं तुला चांगलं ओळखलं का?''

"मी तिथं होते हेही त्याला माहीत नव्हतं.''

"पण त्याला ते माहीत असलेलं तुला आवडलं असतं. हो ना?''

"तुझ्या या म्हणण्याचा अर्थ काय?''

"एवढाच की, मी आंधळा नाही आणि मी त्याच्या छायेत आयुष्यातला बराच काळ होतो.''

"तू इतका हुशार आहेस की, तुझ्या भविष्याला मर्यादा नाहीत.''

"आणि तो एक शूर माजी पोलीस आहे. तो आता त्यांचीच वकिली करतोय, ज्यांना त्यानंच एके काळी अटक केली होती. त्याच्याकडे हुतात्मा होण्यासारखे काही गुण आहेत. त्यांच्या जवळपासपण मी पोहोचू शकत नाही. तो स्वत:ला नेहमीच अविश्वसनीयरीत्या झोकून देतो.'' मायकेलनं मान हलवली. त्याला आठवलं, त्याच्या भावानं हॉस्पिटलमध्ये बराच काळ घालवला होता. दिवसेंदिवस, हळूहळू तो सुधारत होता. आपला भाऊ गमावण्याची एवढी भीती मायकेलला त्यापूर्वी कधी वाटली नव्हती, पण आता त्यानं त्याला गमावलं होतं असं दिसत होतं. मृत्यूमुळे नाही किंवा त्या गोळ्यांमुळेही नाही.

"कदाचित त्यालाच तो तुझ्या छायेत जगतो आहे असं वाटत असेल.''

"मला शंका आहे.''

"तू त्याला कधी विचारलं नाहीस?''

"मी तुला सांगितलं आहे. आता आम्ही एकमेकांशी बोलतही नाही.'' तो किंचित थांबला अन् पुढे म्हणाला, "तू मला नकार द्यायचं कारण तो तर नाही ना?'' जॉन फिस्कला पाहिल्यापासून ती त्याच्याकडे ज्या नजरेनं पाहत होती ती त्याच्या लक्षात आली होती. त्या वेळेस आपण दोघांनी मिळून भावाची कामगिरी पाहावी, ही त्याला एक गंमत वाटली होती. आता मायकेल त्याबद्दल स्वत:लाच दोष देत होता.

ती लाजली, "मी तर त्याला अजून ओळखतही नाही. मला त्याच्याबद्दल काही वाटावं असं कसं शक्य आहे?''

"हे तू मला विचारतेयस की स्वत:ला?''

"मी त्याचं उत्तर देणार नाही!'' तिचा आवाज थरथरत होता. "आणि तुझं काय? तुझं तुझ्या भावावर प्रेम आहे ना?''

तो एकाएकी ताठ झाला आणि त्यानं तिच्याकडे पाहिलं, "मी माझ्या भावावर नेहमीच प्रेम केलंय, करीन. हो सारा, मी नेहमीच प्रेम करीन!''

सात

आपल्या सेक्रेटरीच्या पुढ्यातून जाताना एक शब्दही न बोलता रायडर सरळ आपल्या ऑफिसमध्ये शिरला. त्यानं ब्रीफकेस उघडली आणि त्यातून लिफाफा काढला. त्यानं लिफाफ्यातलं पत्र बाहेर काढलं, पण कचऱ्याच्या टोपलीत टाकण्यापूर्वी जेमतेम एक नजर त्यावर टाकली. पत्रात रूफसनं आपलं शेवटचं मृत्युपत्र असं म्हणून आपल्या इच्छा लिहून ठेवल्या होत्या. ते टाळण्यासारखं होतं. पहारेकऱ्याच्या डोळ्यात धूळ टाकण्यासाठी होतं. रायडरनं लिफाफ्याकडे लक्षपूर्वक पाहिलं आणि त्याच वेळी इंटरकॉमचं बटन दाबलं.

"शीला, तू जरा हॉट प्लेट आणि पाणी भरलेली चहाची किटली घेऊन येतेस का?"

"मि. रायडर, मी तुमच्यासाठी चहा तयार करू शकते!"

"मला चहा नकोय शीला. तू फक्त हॉट प्लेट आणि किटली तेवढी घेऊन ये." शीलानं आपल्या बॉसच्या विचित्र मागणीवर प्रश्न केला नाही किंवा त्याच्या मन:स्थितीवरही. तिनं मागणीप्रमाणे किटली आणि हॉट प्लेट ठेवली आणि ती माघारी फिरली.

रायडरनं हॉट प्लेटचा प्लग लावला. त्यावर पाणी भरलेली किटली ठेवली आणि काही मिनिटातच त्यातून वाफा येताना दिसल्या. अत्यंत काळजीपर्वूक लिफाफ्याच्या कडांना धरून तो त्यानं वाफेवर धरला आणि पाहत राहिला. तो लिफाफा सुटा झाला होता. तसाच जसं रूफसनं सांगितलं होतं. रायडरनं त्याच्या कडा उलगडल्या आणि आता त्याच्या हातात कागदाचे दोन तुकडे होते. एक हातानं लिहिलेला होता आणि दुसरा कागद म्हणजे हार्म्सला आर्मीकडून मिळालेल्या

पत्राची प्रत होती. ते दोन कागद उलट सुलट ठेवून लिफाफा बनवण्यात आला होता.

त्यानं हॉट प्लेटचा प्लग काढला. त्याला आश्चर्य आणि गंमत वाटली. ऽरूफस हे असं साधन कसं तयार करू शकला?' लिफाफा म्हणजे प्रत्यक्ष जाड कागदावर लिहिलेलं पत्र होतं आणि त्यावर आर्मीच्या पत्राची पातळ कागदावर केलेली नक्कल उलट ठेवून बेमालूमपणे चिकटवण्यात आली होती. कशा प्रकारचा गोंद वापरला होता देव जाणे, पण वाफेवर ते दोन कागद धरले, तर ते अलगद सुटतील असं त्यानं सांगितलं होतं त्याप्रमाणे ते सुटले होते. 'त्यानं हे सगळं कसं केलं असावं?' नंतर त्याला आठवलं. हार्म्सचे वडील प्रिंटिंग प्रेसमध्ये कामाला होते. 'हार्म्सनेही तोच पेशा पत्करला असता तर बरं झालं असतं. आर्मीत जाण्यापेक्षा नक्कीच बरं.' रायडर स्वत:शीच पुटपुटला.

त्यानं ते दोन्ही कागद सुकू दिले. त्यानंतर तो आपल्या डेस्कजवळ बसला आणि त्यानं रूफसनं काय लिहिलं आहे ते वाचायला सुरुवात केली. त्याला काही फार वेळ लागला नाही. त्यातले मुद्दे थोडक्यात मांडलेले होते. काही शब्द विचित्रपणे वापरले होते, तर काहींचं स्पेलिंग चुकलेलं होतं. हार्म्सनं हे सर्व काळोखात लिहिलं होतं. प्रत्येक वेळी पहारेकरी जवळ आला की, त्याच्या पावलांच्या आवाजानं थांबायला लागायचं, हे सर्व समजायला रायडरला काही मार्ग नव्हता. पत्र वाचल्यानंतर रायडरच्या घशात जराही लाळ शिल्लक राहिली नव्हती. घसा कोरडा पडला होता. त्यानंतर त्याला आर्मीच्या नोटीसेची प्रत वाचण्यासाठी प्रयास करावे लागले. शरीराला बसलेला तो दुसरा धक्का.

"बाप रेऽऽ!" तो खुर्चीमागे रेलून बसला. आपला थरथरता हात त्यानं डोक्यावरच्या टक्कल पडत चाललेल्या भागावरून फिरवला आणि लगेच धडपडत उठून ऑफिसच्या दाराकडे धावला. त्यानं दार आतून कुलूपबंद केलं. विषाणूमुळे एखादा ज्वर शरीरभर पसरावा तशी त्याच्यात भीती पसरली होती. त्याला श्वास घ्यायला त्रास व्हायला लागला होता. तो आपल्या डेस्कवर जवळजवळ आदळलाच आणि त्यानं इंटरकॉमचं बटन दाबलं, "शीला, माझ्यासाठी ॲस्पिरिनची गोळी आणि पाणी आण."

एक मिनिटानंतर शीलानं दरवाजा ठोठावला. "मि.रायडर," ती बाहेरून बोलली, "दरवाजा बंद आहे."

त्यानं घाईघाईनं दरवाजाचं कुलूप काढलं. ग्लास आणि ॲस्पिरिन तिच्याकडून घेतलं आणि परत दार बंद केलं. त्या वेळेस शीला म्हणाली, "मि.रायडर, तुम्ही ठीक आहात ना?"

"हो-हो, अगदी ठीक." असं म्हणून त्यानं तिच्यासाठी दार उघडून तिला

जवळजवळ बाहेर ढकललंच.

त्यानं त्या कागदाकडे पाहिलं, ज्या आधारे युनायटेड स्टेट्सच्या सुप्रीम कोर्टात रूफसला केस दाखल करायची होती. सुप्रीम कोर्टाच्या प्रसिद्ध बारचा मेंबर होण्याची संधी रायडरला मिळाली होती, ती केवळ मिलिटरीमधील त्या एका मित्राने त्याला पुरस्कृत केल्यामुळे. तो जस्टिस डिपार्टमेंटकडे गेला म्हणून. रूफसनं सांगितलं होतं, तसंच जर त्यानं केलं असतं, तर हार्म्सच्या अपिलामध्ये तो एक विक्रमी वकील ठरला असता; पण या तऱ्हेच्या कृत्यामुळे स्वतःवर तो एक महाभयंकर संकट ओढवून घेणार होता. त्याची कल्पना तो करू शकत होता; पण त्यानं रूफसला वचन दिलं होतं.

ऑफिसच्या कोपऱ्यात असलेल्या सोफ्यावर रायडर डोळे मिटून पडला आणि शांतपणे विचार करू लागला. रूथ ॲन मोस्लेला मारण्यात आलं त्या रात्रीच्या अनेक गोष्टी पुढे आलेल्या नव्हत्या. रूफस हिंस्र होता, असं त्याचा इतिहास दाखवत नव्हता. फक्त वरिष्ठांच्या आज्ञा पाळण्यात त्याच्याकडून बऱ्याच वेळा कुचराई होत होती म्हणून त्यांना त्याचा राग येत असे. सुरुवातीला रायडरसुद्धा या गोष्टीमुळे त्याच्यावर खवळला होता. साध्या साध्या आज्ञादेखील त्याच्याकडून पाळण्यात आल्या नव्हत्या त्याबद्दल रायडर केस मांडत असताना सांगण्यात आलं होतं, पण त्याने मेढेकोटातून पलायन केलं होतं हे कधीच सांगण्यात आलं नव्हतं. बचावाचे काही मुद्दे नसताना अखेरीस रायडरनं तो वेडसर असल्याचं पटवून दिलं. त्यामुळे त्याच्या पक्षकाराला मृत्युदंडापासून दूर ठेवण्यात त्याला यश आलं आणि तिथं प्रकरण संपलं होतं. न्याय दिला गेला होता. निदान या जगात त्या परिस्थितीत देणं शक्य होतं तितका.

रायडरनं पुन्हा एकदा आर्मीच्या त्या नोटीसकडे पाहिलं. भूतकाळातलं निखालस असत्य आता पूर्णपणे उघड झालं होतं. खुनाच्या वेळी दिल्या गेलेल्या हार्म्सच्या मिलिटरी फाइलमध्ये ही माहिती असायला हवी होती, पण ती नव्हती. त्यामुळे बचावाची दिशाच बदलून गेली असती. हार्म्सच्या मिलिटरी फाइलमध्ये कोणीतरी ढवळाढवळ केली होती. ती का हे आता रायडरला समजलं होतं.

हार्म्सला सुप्रीम कोर्टाकडून आपलं नाव स्वच्छ व्हायला हवं होतं आणि त्याचं स्वातंत्र्य त्याला हवं होतं आणि त्या बाबतीत तो आर्मीवर विश्वास ठेवू शकत नव्हता. रेडिओवर ग्रामीण संगीत चालू असताना हार्म्सनं रायडरला ते सांगितलं होतं.

रूफसची बाजू ऐकली जाणं आणि त्याला स्वातंत्र्य मिळणं बरोबर होतं, असं रायडरला पटत होतं अन् तरीही रायडर आता आपल्या जुन्या फाटलेल्या कोचावर पडला होता आणि काही हालचाल करावी याचा विचारही करत नव्हता. असं का

हे समजणं अवघड नव्हतं. भीती! भीतीची प्रखर भावना, ज्याची माणसालाच मोठ्या प्रमाणावर देणगी आहे. तो आणि त्याच्या बायकोनं समुद्रकिनारी घर घेतलं होतं. तीन-चार वर्षांनी, निवृत्त झाल्यावर तिथं राहायला जायचं त्यानं ठरवलं होतं. मुलं मोठी झाली होती. इथल्या भागातली थंडी त्याला आजकाल सहन होत नव्हती आणि धंदा मिळवण्यासाठी धावाधाव करण्याचा त्याला कंटाळा आला होता. पंधरा मिनिटांत प्रयत्नपूर्वक मिळवलेल्या यशाची तीच तीच रेकॉर्ड नव्या गिऱ्हाइकांपुढे लावायची. खरंच कंटाळला होता तो.

निवृत्त आयुष्याची कितीही भुरळ पडत असली, तरी आपल्या जुन्या पक्षकाराला मदत करण्यापासून दूर जाण्याइतपत ती पुरेशी नव्हती.

रायडर कोचावरून उठला आणि डेस्कजवळ जाऊन बसला. सुरुवातीला रूफसला मदत करण्याचा सोपा मार्ग त्याच्या मनात आला होता. तो म्हणजे एखाद्या वर्तमानपत्राला आवश्यक ते माहितीचे कागदपत्रं पाठवून द्यायचे. बस्स. वर्तमानपत्राच्या ताकदीने पुढचं काम केलंच असतं; पण कोणातरी येडचापाकडून आलेलं पत्रं म्हणून वर्तमानपत्राने त्याची दखल घेतलीच असती याची खात्री नव्हती किंवा त्यांच्याकडून ती माहिती अशा काही तऱ्हेनं मांडली जाण्याची शक्यता होती की, त्यामुळे रूफस आणखीनच संकटात पडला असता. रूफस त्याचा पक्षकार होता आणि त्यानं त्याच्या वकिलाला सुप्रीम कोर्टाकडे त्याचं 'अपील' दाखल करायला सांगितलं होतं. त्यानं तसं करणं हे त्याचं कर्तव्य होतं. एकदा त्यानं रूफसकडे थोडं दुर्लक्षच केलं होतं, पण आता तो तसं करणार नव्हता. त्याला न्यायाची खरी गरज होती आणि त्यासाठी सुप्रीम कोर्टाव्यतिरिक्त कोणता पर्याय होता बरं? 'तिथं न्याय मिळणार नसला, तर कुठे मिळणार?' रायडरच्या मनात आलं.

त्यानं जसा आपल्या टेबलाच्या ड्रॉवरमधून पेपर ओढला तशा त्याच्या हातातल्या 'कफ्लिंग्जवर' खिडकीतून आलेली सूर्यकिरणं पडली आणि त्यामुळे प्रकाशाचे बारीकबारीक पुंजके चमकले. त्यानं आपला जुना टाइपरायटर पुढे ओढला. सुप्रीम कोर्टात 'अपील' दाखल करताना पाळाव्या लागणाऱ्या तांत्रिक बाबींची रायडरला फारशी माहिती नव्हती, त्यामुळे चुका होणार होत्या, हे त्यानं गृहीत धरलं होतं आणि त्याची त्याला चिंताही नव्हती. त्याला फक्त ही हकिकत योग्य ठिकाणी, त्याच्यापासून दूर पोहोचवायची होती आणि बाजूला व्हायचं होतं.

त्यानं आपलं टायपिंग संपवलं आणि टाइप केलेला तो कागद, हार्म्सचं पत्र आणि आर्मीचं पत्र असे तीनही कागद एका लिफाफ्यात सारण्यासाठी लिफाफा उचलला आणि अचानक तो थांबला. त्याचा वेडेपणा असेल, पण तीस वर्षांच्या सवयीनं त्यानं ते केलं. ऑफिसच्या मागच्या बाजूला असलेल्या खोलीत जाऊन

त्यानं आर्मीचं पत्र सोडून इतर दोन्ही कागदपत्रांच्या प्रती केल्या. आर्मीचं मूळ पत्र ठेवताना तो जरा घुटमळला, पण हवं तेव्हा ते दाखविता येईल असा त्यानं विचार केला. पुन्हा ऑफिसमध्ये येऊन त्यानं आर्मीचं पत्र आणि दोन्ही प्रती ड्रॉवरमध्ये टाकल्या आणि ड्रॉवरला कुलूप लावलं. मूळ कागद त्यानं लिफाफ्यात सारले. लिफाफा बंद केला. त्यानंतर त्यानं एका लेबलवर सुप्रीम कोर्टाचा पत्ता टाइप केला आणि ते लिफाफ्यावर चिकटवलं. लिफाफ्यावर त्यानं परतीचा पत्ता लिहिला नव्हता. हे सर्व करताना त्याच्या मनात एक अस्वस्थता होती. ते पत्र पोस्टात टाकण्यासाठी तो आपली हॅट घेऊन, कोट घालून बाहेर पडला तेव्हा ती काहीशी कमी झाली होती.

त्याचं मन बदलण्यापूर्वी त्यानं पत्र रजिस्टर पोस्टाने पाठवण्यासाठी आवश्यक तो फॉर्म भरला. त्यामुळे त्याला पावती मिळणार होती आणि तो आपल्या ऑफिसमध्ये परत फिरला. त्या वेळेस त्याच्या लक्षात आलं. परतीच्या पावतीमुळे कोर्टाला पाकीट कोणी पाठवलं हे कळणारच होतं. त्यानं सुस्कारा सोडला. जाऊ दे. रूफसनं यासाठी आपलं निम्मं आयुष्य घालवलं होतं आणि एका अर्थी रायडरनंही त्याला त्या वेळी वाऱ्यावर सोडून दिलं होतं.

उरलेला संपूर्ण दिवस रायडरनं आपल्या ऑफिसमध्ये कोचावर पडून काढला. अगदी काळोख होईपर्यंत. शांतपणे विचार करत. त्यानं जे केलं होतं ते योग्य होतं की नव्हतं? त्याला मनापासून पटलं होतं की, त्यानं केलं ते बरोबर होतं आणि तसं ते ठरावं, अशी प्रार्थना तो करत होता.

आठ

न्यायाधीश नाइट आपल्या टेबलामागे शांतपणे बसल्या होत्या. त्यांच्याकडे पाहत सारा म्हणाली, ''नाइट मॅडम! गरिबांनाही काही अधिकार मिळावेत या तुमच्या उद्‌गाराबद्दल रामसेंच्या क्लार्क्सनी मला भंडावून सोडलं आहे.''

टेबलावरची कागदपत्रं चाळणाऱ्या नाइट यांच्या चेहऱ्यावर हसू उमटलं. ''त्यांनी नक्कीच तसं केलं असणार.'' त्या म्हणाल्या.

रामसेंचे कारकून तयार केलेल्या कमांडोसारखे होते. त्यांना बातमी पुरवणारे सर्वत्र होते. मुख्य न्यायाधीशांबद्दल आणि त्यांना जे करायचं आहे त्याबद्दल कुठेही काही बोललं जात असेल किंवा काही माहिती मिळत असेल, तर ते सर्व ग्रहण करत होते. त्यांच्या नजरेतून काहीही सुटत नसे. भविष्यकाळात योग्य वेळी योग्य तो उपयोग आपल्या 'बॉसला' व्हावा म्हणून प्रत्येक शब्द, कारणमीमांसा, भेटीगाठी किंवा व्हरांड्यात चालणाऱ्या गप्पा या सगळ्यांचं संकलन ते करीत. हे सर्व न्यायाधीश, नाइट आणि सारा या दोघींनाही माहीत होतं.

''म्हणजे त्यांच्या काही प्रतिक्रिया कळाव्यात म्हणून तुम्ही जाणूनबुजून तसं विधान केलं वाटतं?''

''सारा, मला ते जेवढं आवडत नाही तेवढंच ते इथं दिसतं. या ठिकाणी काही विशिष्ट कार्यपद्धती आहे. त्यासाठी प्रत्येकाला झगडावंच लागतं. काही जणांसाठी तो खेळ आहे. माझ्यासाठी तो खेळ नसला, तरी त्याच्या अस्तित्वाकडे मला दुर्लक्षही करता येत नाही. मुख्य न्यायाधीशांशी मला तसं देणं-घेणं काही नाही. ते ज्या केसेसना कधीच पाठिंबा देणार नाहीत अशा केसेसमध्ये माझी भूमिका मला महत्त्वाची वाटते. रामसेंनाही ते माहीत आहे.''

"म्हणजे इतर न्यायाधीशांसाठी सोडलेला तो एक फुगा आहे म्हणा ना!"

"काही अंशी. न्यायालयात होणारा वाद-प्रतिवाद हेसुद्धा जनतेचंच व्यासपीठ नाही का?"

"हो, पण ते जनतेसाठी." सारा क्षणभर विचार करून म्हणाली, "पण प्रसारमाध्यमांचं काय? "

नाइट यांनी हातातले कागदपत्रं खाली ठेवले आणि आपल्या दोन्ही हातांची बोटं गुंफून त्यांनी त्यांच्या तरुण क्लर्ककडे पाहिलं. "लोकांच्या मतांचा या कोर्टावर परिणाम होतो, हे बरेच जण कबूल करणार नाहीत; पण ते सत्य आहे. इथले काही जण 'आहे तसंच राहावं' या मताचे आहेत, पण कोर्टाला पुढे जायचं असतं."

"आणि याचा संबंध तुम्ही मला 'गरिबांना समान शैक्षणिक अधिकार' याबद्दल जो शोध घ्यायला सांगितला त्याच्याशी आहे."

"मला त्यात लक्ष घालण्याची गरज वाटते म्हणून रस आहे."

एलिझाबेथ नाइट या पूर्व टेक्सासमध्ये वाढल्या होत्या. त्यांच्या वडलांकडे पुरेसा पैसा होता. त्यांचं शिक्षण अतिशय उत्तम प्रकारे झालं होतं आणि त्यामुळे त्यांच्या मनात नेहमी यायचं की, जर त्यांचे वडील आजूबाजूच्या इतर गरिबांसारखे असते, तर त्यांच्या आयुष्याचं काय झालं असतं? सर्वच न्यायाधीश त्यांच्या अनुभवांशी निगडित असं मानसशास्त्राचं गाठोडं कोर्टामध्ये घेऊन आलेले असतात. एलिझाबेथ नाइट या गोष्टीला अपवाद नव्हत्या.

"सध्या तरी मी एवढंच सांगेन."

"आणि ब्लॅकलेच्या केसबाबत?" 'सामाजिक समताकृती' या केसच्या संदर्भात रामसेंनी ती कशी झटक्यात उडवून लावली होती, हे आठवून सारानं विचारलं.

"आम्ही अजून त्यावर मतदान केलेलं नाही. त्यामुळे निर्णय कोणत्या बाजूने झुकेल ते आता सांगता येणार नाही."

मतदानासाठी होणाऱ्या बैठकी या संपूर्णपणे गोपनीय-गुप्त स्वरूपाच्या असत. त्या वेळी सुप्रीम कोर्टाच्या कायमच्या स्टेनोग्राफर किंवा कार्यवाह यांनाही हजर राहता येत नसे. तरीसुद्धा जे कोर्टात नियमित येत असत त्यांना आणि तिथल्या कारकुनांना मतप्रवाह कोणत्या दिशेने आहे याचा अंदाज येत असे. हा अंदाज न्यायाधीशांनी काही वेळा खोटा ठरवलेला होता, असा अनुभव असूनही! पण न्यायाधीश नाइट यांच्या निराशपूर्ण नजरेवरून ते सहज समजत होतं. मायकेल फिस्कचं म्हणणं बरोबर होतं. प्रश्न फक्त एवढाच होता की, निर्णयाच्या बाजूनं मतं किती प्रमाणात होती?

"माझ्या शोध घेण्याच्या मोहिमेचं फळ काय, हा निर्णय पाहण्यासाठी मी इथं असणार नाही याचं मला वाईट वाटतंय." सारा म्हणाली.

"कोण जाणे! तू दुसऱ्या टर्मला आलीस. मायकेल फिस्क टॉमबरोबर काम करण्यासाठी तिसऱ्यांदा आला. कदाचित तूही येशील. मला तरी ते आवडेल!"

"त्याचं नाव तुम्ही घेतलंत हे आश्चर्यच आहे. वाद-प्रतिवाद चालू असताना तुम्ही दिलेल्या शेऱ्याबद्दल तो मला विचारत होता. गरिबांना काही अधिकार मिळावेत या तुमच्या म्हणण्याशी मर्फी सहमत होतील असं त्याला वाटतंय."

नाइट हसल्या. "मायकेलला ते बरोबर कळतं. क्लार्क आणि न्यायाधीश जितके जवळ असू शकतात तितके जवळ तो आणि टॉम आहेत."

"मायकेलला कोर्टातल्या गोष्टींबद्दल इतर कोणापेक्षाही जास्त माहिती आहे, पण कधी कधी तो फारच भोचक वाटतो."

नाइटनं तिच्याकडे लक्षपूर्वक पाहिलं आणि त्या म्हणाल्या, "मला वाटलं, तू आणि तो फार जवळ आला आहात."

"तसे आहोत, पण मित्र म्हणून." सारा हे सांगताना नाइट तिच्याकडे बारकाईने बघत होत्या हे तिच्या लक्षात आलं आणि ती लाजली.

"आम्हांला तुमच्याकडून काही घोषणा ऐकायला मिळणार आहे का?" उबदारपणे हसत नाइट यांनी विचारलं.

"काय? नाही नाही. तसं काही नाही. आम्ही फक्त मित्र आहोत."

"असं होय. सॉरी. सारा, खरं म्हणजे हे विचारण्याचा मला अधिकारच नाही."

"तसं काही नाही मॅडम. आम्ही दोघं बराच वेळ एकत्र दिसतो-घालवतो. त्यामुळे अनेकांना तसं वाटत असेलही आणि तसं पाहिलं, तर तो खरंच चांगला आहे; आकर्षक आहे. त्याचं भवितव्य नक्की उज्ज्वल आहे."

"सारा, माझ्या बोलण्याचा गैर अर्थ करू नकोस, पण मला वाटतं तू स्वतःलाच काहीतरी पटवण्याचा प्रयत्न करतेयस."

सारानं मान झुकवली. "मी असं खरंच करतेय का?"

"हे बघ, स्वाभाविकपणे घडणार असेल ते घडू दे. तुला विचार करायला पुष्कळ वेळ आहे. तुझ्यासारख्या दोन मुली असलेल्या आईचा शेवटचा सल्ला आहे हा."

सारा हसली. "थँक्स मॅडम!"

"बरं, आता मला सांग, 'चान्स विरुद्ध युनायटेड स्टेट्स' या केसच्या बेंच मेमोचं काम कुठपर्यंत आलंय?"

"मला एवढं माहितीये की, सात लोक त्यावर अविरत काम करताहेत."

"स्टिव्हन राइटला इथं फारसा प्रतिसाद नाही."

"पण तो खूप परिश्रम घेऊन प्रयत्न करतोय."

"तू त्याला मदत केली पाहिजेस सारा. तू सर्वांत वरिष्ठ क्लार्क आहेस. मला

तो 'मेमो' दोन आठवडे आधी पाहिजे. रामसेंची पोतडी भरली आहे आणि सर्व दाखलेही त्यांच्या बाजूने आहेत. मला जर लक्ष्य साधायचं असेल, तर निदान त्यांच्या बरोबरीनं तरी तयारी करायला हवी.''

''हे काम मी प्राधान्याने करतेच आहे.''

''छान!''

सारा उठून उभी राहिली. ''मला वाटतं तुम्ही मुख्य न्यायाधीशांना चांगलं हाताळाल.''

दोघी एकमेकींकडे पाहून हसल्या. सारा अगदी लहान असताना तिने गमावलेल्या आईची जागा आता एलिझाबेथनं घेतली होती.

सारा दाराबाहेर पडली, तरी एलिझाबेथ आपल्या खुर्चीला रेलून बसल्या. त्या आता ज्या पदावर होत्या तिथं पोहोचण्यासाठी त्यांना आयुष्यभराचं काम, त्याग, कुशलता आणि नशीब या सर्व गोष्टींची साथ मिळाली होती. एलिझाबेथ यांचं लग्न युनायटेड स्टेट्सच्या एक आदरणीय सिनेटरशी झालं होतं. त्या दोघांचं एकमेकांवर प्रेम होतं. सुप्रीम कोर्टात न्यायाधीशांचा झगा चढवणाऱ्या फक्त तीन महिला न्यायाधीशांपैकी ती एक होती. हातात सत्ता असूनही त्या नम्र होत्या. ज्या राष्ट्राध्यक्षांनी त्यांच्या नावाची शिफारस केली होती ते अजूनही सत्तेत होते. एलिझाबेथ नाइटना मध्यममार्ग चोखाळणारी, विश्वासू कायदातज्ज्ञ म्हणून काम करताना त्यांनी पाहिलं होतं. राजकारणी असं संबोधण्याइतक्या त्या राजकारणात कार्यरत नव्हत्या त्यामुळे आपल्या पक्षाला त्यांचा फायदा होईल अशी त्यांची अपेक्षा नव्हती, पण ज्यामध्ये लोकप्रतिनिधींनी महत्त्वाचे प्रश्न मांडले असतील अशा बाबतीत त्या तारतम्याने निर्णय घेतील अशी त्यांची अपेक्षा होती.

रामसे किंवा मर्फीप्रमाणे त्यांचे काही सिद्धान्त ठरलेले नव्हते. केसेसचा विचार करताना केसमधल्या प्रत्येक सत्य घटनेपेक्षा एकूण घटनांना महत्त्व देऊन त्या परिणामाचा विचार करीत व निर्णय करीत. मृत्युदंडासारख्या शिक्षेचा विचार करताना या केसमध्ये ती देणं किती आवश्यक आहे किंवा ती तशी देऊ नये यांबद्दल मर्फी कधीही ठामपणे मत मांडत नसत. या उलट फौजदारी खटल्यात गुन्हेगाराला पाठीशी घालण्यापेक्षा मृत्यूला सामोरं जाण्याची रामसेंची तयारी असे. इतक्या टोकाची त्यांची भूमिका असे. नाइट या पद्धतीने विचार करीत नसत.

त्यांच्यासमोर येतील त्याप्रमाणे त्या प्रत्येक केसचा स्वतंत्र विचार करीत. केसमध्ये घडलेल्या घटनांमुळे त्या व्यथित होत असत. कोर्टावर केसचा होणारा सर्वसाधारण परिणाम पाहत असतानाच त्या निर्णयामुळे वादी-प्रतिवादींना सुयोग्य न्याय मिळणार की नाही याबद्दल त्या जागरूक असत. त्यामुळे त्यांचं मत कोणत्या बाजूला पडणार हे बहुधा बऱ्याच केसेसमध्ये कळत नसे. त्या इथे शोभेसाठी

आलेल्या नव्हत्या, तर चाकोरीत बदल घडवण्यासाठी आल्या होत्या.

आपण किती ठसा उमटवू शकतो हे त्यांना आता कळत होतं आणि त्यामुळे सत्तेबरोबरच त्यांची जबाबदारीही वाढली होती आणि नम्रताही. त्यांच्या शेजारी त्यांचा पती गाढ झोपला असताना क्वचित त्या मात्र आढ्याकडे नजर लावून जाग्या असत. जबाबदारीच्या भीतीने आणि तरीही, 'या जागेखेरीज दुसऱ्या कुठेही आपण रमू शकणार नाही.' या विचारानं त्या नेहमीच हसायच्या.

आताही त्या तशाच हसल्या.

नऊ

जॉन फिस्क रिचमंडच्या पश्चिम टोकाला असणाऱ्या एका बिल्डिंगमध्ये शिरला. त्या जागेला 'विश्रांति-सदन' असं अधिकृतरीत्या म्हटलं असलं, तरी प्रत्यक्षात ज्येष्ठ नागरिकांनी मरण्यासाठी इथं येण्याची ती जागा होती. कॉरिडोरमधून जाताना आजूबाजूला होणाऱ्या कण्हण्याच्या वा रडण्याच्या आवाजांकडे दुर्लक्ष करण्याचा त्याचा प्रयत्न होता. अतिशय कृश झालेली शरीरं, खाली झुकलेल्या माना, निकामी झालेले अवयव, व्हील चेअर्सना जखडलेले देह अशा अनेक खाटा कुणीतरी भेटायला येईल या आशेनं भिंतीलगत लागलेल्या होत्या.

जॉनच्या आईला इथं हलवण्याबाबत तो आणि त्याच्या वडलांमध्ये कडाक्याचे वाद झाले होते. आपल्या आईला झालेल्या अल्झायमरमुळे तिचं मन पोखरलं गेलं आहे ह्या वस्तुस्थितीला सामोरं जाण्याचा प्रश्न मायकेल फिस्कला कधी आला नाही. चांगल्या काळात सर्वांचीच साथ असते. मनुष्य खरा कळतो ते कठीण काळात. जॉन फिस्कच्या मते, त्याचा भाऊ मायकेल ही परीक्षा पास होऊ शकला नव्हता. तो नापास झाला होता.

तो रिसेप्शनकडे आला. "आज ती कशी आहे?"

साहाय्यक व्यवस्थापकांकडे त्यानं चौकशी केली. नेहमी येत असल्यामुळे तिथले कर्मचारी त्याला ओळखत होते.

"ती बरी आहे. तुझ्या येण्यामुळे तिला आणखी बरं वाटेल."

"बरोबरच आहे." असं पुटपुटत तो व्हिजिटर्स रूमकडे निघाला.

त्याची आई त्याची वाट पाहतच होती. तिचे डोळे उगाचच इकडेतिकडे फिरले, तोंड उघडलं गेलं; पण त्यातून शब्द बाहेर पडले नाहीत. तो दारात उभा

राहिला, तसं तिनं त्याच्याकडे पाहिलं आणि तिच्या तोंडावर हसू फुललं. तो पुढे आला आणि तिच्यासमोर बसला.

"माझा मिकी कसा आहे?" ग्लॅडिस फिस्कनं विचारलं. त्याच्या चेहऱ्यावरून हळुवारपणे हात फिरवत ती पुढे म्हणाली, "माझ्या लाडक्या बाळा, कसा आहेस तू?"

फिस्कनं दीर्घ श्वास घेतला. तीच गोष्ट. गेल्या दोन वर्षांपासून ग्लॅडिस फिस्कच्या उद्ध्वस्त मनात फक्त 'माइक'ची-मायकेलची आठवण होती. 'जॉन' हा कायम, ती मरेस्तोवर तिचा 'माइक' असणार होता. तिच्या स्मृतीतून जॉन फिस्क हद्दपार झाला होता. जणू तो कधी जन्माला आलाच नव्हता.

त्यानं तिच्या हातांना स्पर्श केला. तसं करून त्यानं त्याच्यात निर्माण झालेल्या वैफल्याला शांत केलं. "मी चांगला आहे. पॉपपण चांगले आहेत." आणि त्यानंतर त्यानं घाईघाईत वाक्य उच्चारलं, "जॉनीचंपण व्यवस्थित चाललंय. त्यानं तुझी चौकशी केलीये. नेहमीच विचारतो तो."

तिच्या नजरेत ओळखीची कोणतीही खूण नव्हती. "जॉनी?"

फिस्क दर वेळी असा प्रयत्न करत असे आणि प्रत्येक वेळी त्याला मिळणारा प्रतिसादही असाच असे. ती त्याला का विसरली होती आणि त्याच्या भावाला का विसरली नव्हती? त्याचं मूळ कुठेतरी खोलवर दडलं असावं की ज्यामुळे तिच्या अल्झायमरनं त्याची प्रतिमा तिच्या आयुष्यातून पुसून टाकली होती. त्याचं अस्तित्व तेवढं प्रखर नव्हतं का? तिच्या दृष्टीनं कधीच महत्त्वाचं नव्हतं का? आणि असं असूनही तोच असा मुलगा होता की, जो नेहमीच त्याच्या मात्यापित्यांसाठी इथं यायचा. तो तिथं कुमार असतानाही यायचा आणि आता पुरुष म्हणूनही येत होता. आपल्या उत्पन्नाचा एक मोठा हिस्सा त्यांच्या उपजीविकेसाठी देण्यापासून ते ऑगस्ट महिन्यात स्वत: येऊन घराचं छत लाकडी फळ्यांनी मजबूत करण्यापर्यंत कामी यायचा. कारण त्याच्याकडे काम करून घेण्यासाठी द्यायला पैसे नव्हते. सर्व प्रसंगी तोच पुढे होत असे आणि तिचा लाडका माइक नेहमीच आपल्या मार्गाने जात असे. स्वार्थी मार्गाने! फिस्क विचार करायचा. माइकला सर्वांनी ग्रेट ठरवलं होतं; कुटुंबाचा अभिमान ठरवलं होतं. प्रत्यक्षात त्यांच्या आई-वडलांना तसं वाटत नसे, हे जॉनला माहीत होतं, पण सत्याला बाजूला सारून, वाइटावर मात करून त्यानं चांगल्यासाठीच सर्व स्वीकारलं होतं.

"मिकी," तिनं उत्सुकतेनं विचारलं, "मुलं कशी आहेत?"

"उत्तम आहेत. मस्त वाढताहेत वेलींसारखी! ती अगदी तुझ्यासारखी दिसतात." जॉन फिस्क आपल्या भावाच्या भूमिकेत शिरत म्हणाला, पण त्याला मुलंही आहेत हे कळून त्याला जमिनीवर गडबडा लोळावसं वाटलं.

ती हसली आणि तिनं आपल्या केसांवरून हात फिरवला. तिच्याकडे पाहून तो म्हणाला, "छान दिसतेस तू. पॉप म्हणतात तू पहिल्यापेक्षाही छान दिसतेस." ग्लॅडिस फिस्क ही पहिल्यापासून एक आकर्षक स्त्री होती आणि तिला तसं दिसणं महत्त्वाचं वाटे. अल्झायमरमुळे तिच्या वृद्धत्वाच्या खुणांमध्ये झपाट्यानं वाढ झाली होती. आपण कशा दिसतो हे तिला कळत नव्हतं तेच बरं होतं.

तिनं आपल्या स्वत:ला अजूनही वीस वर्षांची असल्यागत आणि तितकीच आकर्षक असल्याचं समजावं अशी फिस्कची इच्छा होती.

त्यानं बरोबर आणलेलं पॅकेट तिच्यासमोर धरलं तशी तिनं एखाद्या लहान मुलागत त्यावर झडप घातली. पॅकिंगचा कागद तिनं भराभर फाडून टाकला. आतला ब्रश हळुवारपणे हातात घेतला आणि तितक्याच हळुवारपणे आपल्या केसांवरून फिरवला.

"आजपर्यंत मी इतकी सुंदर चीज पाहिली नव्हती." ती म्हणाली. त्यानं काहीही वस्तू आणली, तरी ती हेच वाक्य म्हणत असे. लिपस्टीक, तोंड पुसायचे कागद, चित्रांचं पुस्तक...काहीही. यायचा तो, पण त्याचं श्रेय मिळायचं माइकला. कारण तिच्या लेखी तोच माइक होता. त्यानं भावाबद्दलचे विचार बाजूला सारले आणि आईबरोबर एक तास मजेत घालवला. ज्या आजारानं तिचा मेंदू पोखरला होता त्या आजाराच्या चिंध्या चिंध्या कराव्यात असं त्याला वाटत होतं; पण ते अशक्य होतं. त्यामुळे तिच्याबरोबर 'माइक'च्या नावानं का होईना, वेळ घालवण्यासाठी तो काहीही करायला तयार होता.

जॉन फिस्कनं 'विश्रांति-सदन' सोडलं आणि तो आपल्या वडलांच्या घरी गेला. जसा तो ओळखीच्या रस्त्याकडे आला तशा त्याला इथं घालवलेल्या आपल्या अठरा वर्षांच्या मर्यादित आयुष्यातल्या गोष्टी आठवल्या. मोडकळीला आलेली घरं ज्यांच्या भिंतीवरच्या रंगाच्या पापड्या निघाल्या होत्या, कोसळण्याच्या स्थितीत आलेली प्रवेशद्वारं, अर्धवट तुटलेल्या वायरींची कंपाउंड्स, घाणेरड्या स्थितीतली अंगणं, खड्डे पडलेले रस्ते आणि त्यावर पार्क केलेल्या जुनाट फोर्ड गाड्या अशी स्थिती होती. पन्नास वर्षांपूर्वी दुसऱ्या महायुद्धामुळे निर्वासित झालेल्या आणि लवकरच आपलं आयुष्य सुधारेल असा अचल विश्वास असलेल्या लोकांची ती वस्ती होती. भरभराटीचा पूल जे पार करू शकले नव्हते, त्यांच्या संपत आलेल्या आयुष्यात एकच सुधारणा दिसत होती. पुढच्या पायऱ्यांवर एक लाकडी फळ्यांचा बांधलेला व्हील चेअरसाठीचा उतार. आईसारखा मेंदू खराब होण्यापेक्षा व्हील चेअरवर बसण्याची पाळी आली तरी बरं! फिस्कनं तरी तशी निवड केली असती.

त्यानं आपल्या वडलांच्या नीटनेटक्या ठेवलेल्या घराच्या समोर असलेल्या

रस्त्यावर गाडी थांबवली. आजूबाजूच्या घराची जसजशी पडझड व्हायला लागली होती तसतशी आपलं घर व्यवस्थित ठेवण्याची त्यांची धडपड वाढली होती. कदाचित भूतकाळ त्यांना आणखी काही काळ जिवंत ठेवायचा होता किंवा आपली पत्नी वीस वर्षांपूर्वीप्रमाणेच तजेलदार आणि उल्हसित मनाने घरी येईल अशी त्यांना आशा असावी. जुनी ब्युक गाडी दाराशीच रस्त्यावर उभी होती.

तिच्यावर काही ठिकाणी गंज चढला होता, पण इंजीन उत्तम स्थितीत होतं कारण त्याचे वडील चांगले मेकॅनिक होते. फिस्कनं नेहमीच्या निळी पॅन्ट आणि पांढरा टी शर्ट या पोशाखात आपल्या वडलांना गॅरेजमध्ये पाहिलं. त्यांच्या हातात कसलंतरी साधन होतं. त्यांचे हात ग्रीसने बरबटलेले होते आणि समोर कसल्यातरी मशीनचे भाग उघडून ठेवले होते. त्यांच्या रिटायरमेन्टनंतर हाच त्यांचा आनंद होता.

"फ्रीजमध्ये थंड बीअर आहे." वर न पाहताच ते बोलले.

त्याच्या वडलांनी गॅरेजमध्येच ठेवलेला फ्रीज फिस्कनं उघडला आणि आतून एक बीअरची बाटली काढली. एका छोट्या निमुळत्या खुर्चीवर तो बसला आणि वडील काय करतायत ते पाहत राहिला; लहानपणी पाहत असे तसा. त्याच्या वडलांच्या हातांचं कौशल्य पाहून त्याला नेहमीच गंमतयुक्त आश्चर्य वाटे. मशीनचा प्रत्येक पार्ट कुठे जावा हे पक्क माहीत असल्याप्रमाणे ते काम करीत.

"आता आईला भेटून आलो." फिस्क म्हणाला.

सवयीनुसार एडनी जिभेची हालचाल करून ओढत असलेली सिगारेट तोंडाच्या उजवीकडे घेतली आणि त्यानंतर त्यांच्या हातांचे पीळदार स्नायू ताणून एक बोल्ट घट्ट बसवला. स्नायू पुन्हा शिथिल झाले.

"मी उद्या जाणार आहे. चांगले कपडे करून. फुलांचा गुच्छ आणि इदा जर्मननं खास बनवलेलं लंचचं पॅक घेऊन. खास तिच्या आणि माझ्यासाठी."

इदा जर्मन ही शेजारीण. अनेक वर्षांपासून ती तिथंच राहत होती. बायकोला विश्रांति-सदनात ठेवल्यापासून त्याच्या वडलांना तिची चांगली सोबत होती.

"ती खूश होईल." डोळ्यासमोर त्यांच्या आनंदी भेटीचं चित्रं आणत आणि बीअरचा एक घोट घेत फिस्क म्हणाला.

एडनी आपलं काम संपवलं. गॅसोलिननं आणि कापडाच्या तुकड्यानं त्यांनी आपले ग्रीसने लडबडलेले हात स्वच्छ केले. फ्रीज उघडून, त्यातून एक बीअर काढून ते जॉनसमोर छोट्या टूलबॉक्सवर बसले.

"काल माइकशी बोललो." ते म्हणाले.

"हो का?" विशेष रस न दाखवता जॉन म्हणाला.

"त्याचं कोर्टात छान चाललं आहे. त्यांनी त्याला आणखी एक वर्ष यायला

सांगितलं म्हणजे त्याचं काम तो चांगलंच करत असणार.''

''इतर कोणापेक्षाही तो उत्कृष्टच ठरणार याची मला खात्री आहे.'' असं बोलून फिस्क उठला अन् दारात जाऊन उभा राहिला. त्यानं दीर्घ श्वास घेतला. नुकत्याच कापलेल्या गवताचा सुगंध असलेली हवा त्याने फुप्फुसात भरून घेतली. लहान असताना दर शनिवारी तो आणि त्याचा भाऊ मायकेल दोघं मिळून लॉनमधलं गवत कापून लॉन एकसारखं करायचे. आपली छोटी-मोठी कामं उरकायचे आणि मग संपूर्ण कुटुंब आपल्या मोठ्या स्टेशन वॅगनमध्ये बसून 'अे अॅण्ड पी' या ग्रोसरी शॉपमध्ये जायचं. त्यांनी आपली सर्व कामं नीट केली असली आणि गवत एकसारखं कापलं असलं, तर त्यांना दुकानाबाहेरच्या मशीनमधून घेतलेला सोडा प्यायला मिळे. त्यांना ती पर्वणी वाटे आणि दर आठवड्यात शनिवार यायची ते वाट पाहत. ते एकमेकांच्या सोबतीने खूप जवळिकीने एकत्र वाढले. सकाळचा टाइम्स डिस्पॅच आणण्यापासून अनेक कामं ते एकत्र करीत. मायकेलपेक्षा जॉन तीन वर्षांनी मोठा असूनसुद्धा ते अगदी खेळायलासुद्धा एकत्र जात. माइकला शरीराची निसर्गदत्त देणगी होती त्यामुळे युनिव्हर्सिटीत अनेक खेळांत तो असायचाच. 'फिस्क ब्रदर्स' म्हणून ते सर्वत्र ओळखले जात. त्यांना मानसन्मान मिळे.

तो वळला आणि त्यानं आपल्या वडलांकडे पाहिलं. एडनी आपली मान हलवीत म्हटलं, ''कोर्टात राहण्यासाठी माइकनं कुठल्यातरी मोठ्या लॉ स्कूलची – हार्वर्ड असं कायसं नाव आहे – शिकवण्याची चांगली नोकरी सोडली. तुला माहीत आहे का हे? त्याला चांगल्या वकिलांच्या लॉ फर्म्समधून नोकरीसाठी बोलावलं आहे. त्यानं मला पत्रं दाखवली काही. बाप रे! त्यांनी काय प्रचंड पगार देऊ केला आहे. माझा विश्वास बसला नाही.'' त्यांच्या स्वरातला अभिमान उघड होता.

''म्हणजे त्याला आणखी बळ मिळेल.'' फिस्क शुष्कपणे म्हणाला. आपल्या मांडीवर थाप मारत एड म्हणाले, ''तुझं काय बिनसलं आहे जॉनी? तुझ्या भावाच्या तू एवढा विरुद्ध का?''

''माझं त्याच्याशी काही वाकडं नाही.''

''तर मग तुम्ही दोघं पहिल्यासारखे एकमेकांबरोबर का वागत नाहीत? मी माइकशीपण बोललो आहे आणि मी त्याच्या बाजूने बोलतो आहे असं नाही.''

''हे पाहा पॉप, त्याला त्याचं आयुष्य आहे, मला माझं. तुम्हीसुद्धा बेन काकांशी जवळिकीनं वागत होता, असं मला आठवत नाही.''

''माझा भाऊ मवाली आणि दारुडा होता. तुझा भाऊ त्यापैकी काही नाही.''

''मवाली आणि दारुडा असणं हे काही दोनच दुर्गुण नाही जगात.''

''छेऽऽ मला तुझं काही कळतच नाही.''

एडनी आपली सिगारेट जमिनीवर चिरडून विझवली आणि ते उभे राहिले. ''भावाभावांमध्ये हेवा असणं बरं नाही. त्यानं त्याच्या आयुष्यात काही मिळवलंय, याबद्दल तुला खरंतर बरं वाटायला हवं.''

''म्हणजे मला त्याचा हेवा वाटतो, असं तुम्हांला वाटतंय?''

''वाटतो का?''

फिस्कनं बीअरचा एक घोट घेतला आणि बाहेर दिसणाऱ्या तारेच्या जाळीदार कंपाउंडकडे नजर टाकली. आता तारांना हिरवा रंग दिला होता. त्या कंपाउंडने आतापर्यंत अनेक रंग पाहिले होते. तो आणि माइक दर उन्हाळ्यात वडलांच्या ऑफिस पेन्टस्‌मधून उरलेल्या रंगात ते रंगवीत असत. फिस्कनं कंपाउंडच्या एका कोपऱ्यात पसरलेल्या सफरचंदाच्या झाडाकडे पाहिलं. ''पॉप, झाडाला कीड लागली आहे. मला ब्लोअर द्या.''

''नको, मीच बंदोबस्त करतो त्याचा!''

''नको पॉप, तुम्हांला खुर्चीवरसुद्धा चढणं कठीण जातं.'' फिस्कनं जॅकेट काढलं. गॅरेजमधली शिडी घेऊन पपांनी दिलेला 'ब्लोअर' त्यानं घेतला. 'ब्लोअर' पेटवला. जिथं कीड होती त्याच्याजवळच फांदीला शिडी लावून ब्लोअरनं त्यानं कीड जाळून टाकली आणि तो खाली उतरला.

''माझा माइकबद्दल काय प्रॉब्लेम आहे हे तुम्हांला आता कळलं असेल.''

''काय?'' एड बुचकळ्यात पडले.

''मला सांगा, तो इथं शेवटी कधी आला होता, तुम्हांला किंवा आईला भेटायला?''

एडनं दाढीचे खुंट खाजवले आणि आपल्या पॅन्टच्या खिशामधली सिगारेट काढण्यासाठी हात खिशात घातला. ''तो खूप कामात असतो. शक्य असेल तेव्हा तो येतोच.''

''शक्य असेल तेव्हा.''

''तो सरकारसाठी महत्त्वाचं काम करतो आहे. न्यायाधीशांना मदत करणं ही मोठी गोष्ट आहे आणि तेसुद्धा सुप्रीम कोर्टाच्या!''

''त्याची मला कल्पना आहे पॉप, पण तसा मीही खूप बिझी असतो.''

''मला ते माहीत आहे, पण....''

''पण ते वेगळं आहे. असंच ना?'' त्यानं आपलं जॅकेट चढवलं. डोळ्यांवरचा घाम पुसला. त्याच्या वडलांनी मट्टापोनी नदीजवळ मुक्काम करण्याच्या जागी एक ट्रेलर ठेवला होता. ''एवढ्यात तुम्ही कधी ट्रेलरकडे गेला होतात?''

एडनी मान हलवली. विषय बदलला गेल्यानं त्यांना बरं वाटलं होतं. ''आता एवढ्यात कधीतरी जाण्याचा विचार करतोय. खूप थंडी पडण्यापूर्वी बाहेर काढायला

हवाय तो.''

फिस्कनं कपाळावरचा घाम पुसला. ''मला कळवा, मी कदाचित तुमच्याबरोबर येईन.''

एडनं आपल्या मोठ्या मुलाकडे लक्षपूर्वक पाहिलं, ''तुझं कसं चाललंय?''

''व्यावसायिक दृष्टीनं म्हणताय? गेल्या आठवड्यात दोन विजय-दोन पराजय. मला वाटतं, हल्लीच्या दिवसांत हे स्वीकारायला हरकत नाही.''

''जरा काळजी घे. मला माहीत आहे की, तू काय करतोयस याची तुला पूर्ण कल्पना आहे म्हणून; पण ज्यांच्यासाठी तू वकिली करतोयस तो गुंडांचाच समूह आहे आणि त्यातले काही तुला तू पोलिसात असल्यापासून ओळखतात. त्या विचारानं कित्येक वेळा मला झोप येत नाही बाबा!''

फिस्क हसला. त्याचं आपल्या वडलांवर आईइतकंच प्रेम होतं. पुरुष असल्यामुळे काही बारीकसारीक बाबतीत त्यांची अडचण त्याला कळायची. त्याच्या वडलांना त्याच्या काळजीमुळे कधी कधी झोप लागत नाही याचं त्याला अप्रूप वाटलं.

त्यानं आपल्या वडलांच्या पाठीवर थाप मारली अन् म्हणाला, ''काळजी करू नका पॉप. मी कधीही धोका पत्करणार नाही.''

''आणि याबद्दल काय?'' त्याच्या छातीवरून हात फिरवत ते म्हणाले.

''तेही उत्तम आहे'' आपल्या जखमेसंदर्भात पॉप विचारताहेत हे समजून तो म्हणाला. ''शंभर वर्षं सहज जगेन.''

''खरंच जग!'' ते म्हणाले.

एडना सोडून जॉन निघाला तेव्हा त्याच्या पाठमोऱ्या आकृतीकडे पाहताना एडच्या मनात आलं, 'आपले दोन मुलगे किती दूर गेले आहेत एकमेकांपासून आणि आपण काही करू शकत नाही.' ''छेऽऽ'' त्यांनी विषादानं मान हलवली आणि टूलबॉक्सवर बसून बीअर तोंडाला लावली.

दहा

उंच छत असलेल्या कोर्टाच्या व्हरांड्यातून कारकुनांच्या मेल रूमकडे-डाक मिळण्याच्या खोलीकडे शीळ घालत मायकेल फिस्क चालला होता तेव्हा ती अगदी सकाळची वेळ होती. तो खोलीत शिरल्याबरोबर तिथला क्लार्क म्हणाला, ''अगदी वेळेवर आलास मायकेल. आताच डाक आलीये.''

''काही निनावी किंवा गडबड असलेली डाक?'' मायकेलनं कैद्यांकडून वाढत्या संख्येनं येणाऱ्या पत्रांच्या संदर्भात विचारलं. त्यातल्या बहुतेक पत्रांचा सूर आपण शासनावर अवलंबून आहोत, कुटुंबीयांना उत्पन्नाचं दुसरं साधन नाही, ते आपल्यावर अवलंबून आहेत म्हणून शिक्षेत सूट मिळावी इत्यादी इत्यादी स्वरूपाचा असे. अशा पत्रांना सुनावणीसाठी पटलावर ठेवण्यासाठी स्वतंत्र क्रमांक देण्यात येत असे. त्या पत्रांची संख्या एवढी वाढली होती की, त्यांच्या फाइलिंगसाठी एक स्वतंत्र मनुष्य दिला गेला होता. त्या प्रकारच्या पत्रांना कोर्टाच्या लोकांकडून आय.एफ.पी.जे. (इन्फर्मेशन्स फ्रॉम प्रिझनर्स) असं म्हटलं जात असे. त्यातली बहुतांश पत्रं वाचनान्ती विनोदनिर्मिती करीत असली, तरी एखादं पत्र कोर्टाचं लक्ष वेधून घेई. अशा काही 'आयएफपीजे'मुळे कोर्टात काही वेळा महत्त्वाचे निर्णय झाल्याच्या केसेस मायकेलला माहीत होत्या. त्यामुळे पत्रांच्या ढिगाऱ्यात असलं काही शोधण्यासाठी मायकेलची सकाळची लवकरची फेरी असे.

''हस्ताक्षरात लिहिलेल्या पत्रांवरून मी काही पत्रं बाजूला करण्याचा प्रयत्न केलाय. मला वाटतं तो उत्तम उपाय आहे.'' क्लार्कनं उत्तर दिलं.

मायकेलनं पत्रांचा एक खोका कोपऱ्यात ओढला. त्यात अनेक प्रकारच्या तक्रारी, कहाण्या, वेगवेगळ्या प्रकरणी अन्याय झाल्याच्या तक्रारींचं वर्णन असलेली

अशी अनेक पत्रं होती, पण त्यातलं कुठलंही टाळता येत नसे. त्यातली बरीचशी पत्रं मृत्युदंडाची शिक्षा झालेल्या कैद्यांकडून असत. सुप्रीम कोर्ट ही त्यांच्या जगण्यासाठी शेवटची आशा असे.

नंतरचे दोन तास मायकेल पत्रांचा खोका तपासत राहिला. तो आता त्यात तरबेज झाला होता. धान्य निवडण्यागत काम. कितीही मोठं पत्रं असलं, तरी तो ते पत्र झटक्यात वाचून काढी. त्यातल्या महत्त्वाच्या मुद्यांबाबतीतला कायदेशीरपणा त्याला सहज कळत असे. कधी त्याची तुलना काही रेंगाळत राहिलेल्या केसेसबद्दल करण्यास त्यास आनंद वाटे, तर कधी अशा केसेसमध्ये पन्नास वर्षांपासूनचे दाखले काय होते हे तो आपल्या प्रचंड स्मरणशक्तीनं सांगू शकत असे. अशा केसेस वेगळ्या काढून तो त्यांचं फाइलिंग करत असे. आता जवळजवळ दोन तास घालवूनही त्याला 'लक्ष्यवेधी' असं, औत्सुक्य जागृत करील असं काहीही सापडलं नव्हतं.

तो आपल्या ऑफिसला जाण्याचा विचार करत होता, तेवढ्यात त्याच्या हाताला एक लिफाफा लागला. लिफाफ्यावर परतीचा पत्ता नव्हता हे आश्चर्य होतं. मायकेलला वाटलं, कोर्टासमोर ज्यांना आपली बाजू मांडायची आहे, त्यांची दखल घेतली गेली, तर आपला पत्ता कोर्टाला कळावा हे पाठवणाऱ्याला नक्कीच वाटणार आणि तसं फार कमी वेळा घडायचं. एक गोष्ट तिथं होती. परतीची पावती असलेलं कार्ड लिफाफ्याला डाव्या कोपऱ्यात वर जोडलेलं होतं. त्यानं लिफाफा उघडून त्यातले कागद काढले. डाक विभागात काम करणाऱ्या माणसाला पत्रं फाइल करताना कोर्टानं ठरवून दिलेल्या नियमानुसार ते होतं की नाही याबद्दल जागरूक असावं लागे. एखाद्याचा विनंती-अर्ज मान्य केला अन् तो गरीब आहे असं आढळलं, तर केस दाखल करून घेताना कोर्ट काही फी घेत नसे किंवा विशिष्ट पद्धत डावलली गेली, तरी त्यावर हरकत घेत नसे. एवढंच नव्हे, तर सल्लागाराची वा वकिलाची फीसुद्धा कोर्ट देण्यास तयार असे. अर्थात, तसा नेमलेला वकील आपलं बिल कोर्टाला देत नसे हा भाग वेगळा. आपण गरीब आहोत हे सिद्ध करण्यासाठी अर्ज करणाऱ्याला दोन फॉर्म भरून देण्याची आवश्यकता असे. एक म्हणजे गरीब असण्याचा अर्ज देण्यासाठी परवानगी आणि दुसरा आपण गरीब आहोत, आपली आर्थिक परिस्थिती नाही हे सांगणारं ॲफिडेव्हिट – शपथपत्र. ह्यातलं त्या लिफाफ्यात काहीही नव्हतं. 'म्हणजे केलेलं अपील धुडकावलं जाणार हे निश्चित!' मायकेलला वाटलं.

त्यानं जेव्हा त्याने लिफाफ्यातले कागद वाचायला सुरुवात केली तेव्हा केस दाखल करण्यातल्या सर्व त्रुटी गळून पडल्या. त्याचं वाचून झाल्यावर पत्र धरलेल्या बोटांना घाम सुटला आहे, असं त्याच्या लक्षात आलं. जसेच्या तसे कागद पुन्हा

लिफाफ्यात ठेवून आपण त्याबद्दल विसरून जावं असा पहिला विचार त्याच्या मनात आला, पण नंतर जणूकाही आपण नुकताच गुन्हा घडताना पाहिला आहे असं वाटून आपण काहीतरी केलं पाहिजे असं त्याला वाटू लागलं.

"एऽऽ मायकेल, मर्फींच्या चेम्बरमधून आताच तुला बोलावल्याचा निरोप आलाय.'' तिथला क्लार्क त्याला म्हणाला. मायकेलनं काही उत्तर दिलं नाही तेव्हा पुन्हा तो म्हणाला, "मायकेल तुला जस्टिस मर्फी शोधतायत.''

हातातले कागद तसेच धरून मायकेलनं तंद्रीतच मान हलवली. क्लार्क आपलं काम करायला गेला तसे मायकेलनं ते कागद लिफाफ्यात सारले.

काही क्षण तो संभ्रमावस्थेत होता. त्या दोन-तीन सेकंदात त्याची कायद्यातली संपूर्ण कारकीर्द, त्याचं संपूर्ण आयुष्य या गोष्टींचं भवितव्य ठरणार होतं. अखेरीस, त्याने तो लिफाफा आपल्या ब्रीफकेसमध्ये टाकला. असं करून तो विनंती-अर्ज अधिकृतरीत्या कोर्टाला पोहोचण्यापूर्वी त्यानं इतर गुन्ह्यांबरोबर शासनाच्या मालमत्तेची चोरी हा गंभीर गुन्हाही केला होता.

तो मेलरूममधून बाहेर पडला आणि येणाऱ्या सारा इव्हान्सला तो जवळजवळ धडकलाच.

ती आधी हसली, पण त्याच्या चेहऱ्याकडे नीट पाहताच तिनं झटकन विचारलं, "मायकेल, काही गडबड आहे का?''

"नाही. मी उत्तम आहे.''

तिनं त्याचा हात धरला. "नाही मायकेल, तुझी तब्येत बरी वाटत नाही. तुझा चेहरा पांढराफटक पडलाय आणि शरीर थरथरतंय!''

"मला वाटतं, मी काहीतरी विसरलोय!''

"मला वाटतं, तू घरी जावंस!''

"नको, मी नर्सकडून ॲस्पिरिन घेईन. मग बरं वाटेल.''

"नक्की?''

"सारा, मला आता जायलाच हवं.'' असं म्हणून काळजीपूर्वक नजरेनं त्याच्याकडे पाहणाऱ्या साराला सोडून तो निघाला.

तो उर्वरित दिवस अत्यंत थंडपणे पार पाडला. मायकेलची नजर सारखी आपल्या ब्रीफकेसकडे जात होती आणि त्यातल्या त्या कागदपत्रातल्या मजकुराचा तो सारखा विचार करत होता. रात्री उशिरा त्याचं कोर्टातलं काम संपताच तो त्वरेने बाइकवर स्वार होऊन कॅपिटॉल हिलवरच्या आपल्या अपार्टमेन्टकडे निघाला. त्यानं आत शिरताच दार बंद केलं आणि तो लिफाफा ब्रीफकेसमधून बाहेर काढला. त्याचबरोबर पेन व एक छोटीशी नोंदवहीपण काढली. सगळं घेऊन तो टेबलाजवळ बसला.

एका तासानंतर तो खुर्चीला मागे टेकला आणि कागदावर लिहिलेल्या टिपा तो पाहू लागला. त्यानंतर त्यानं आपला लॅपटॉप काढला आणि त्या टिपांमध्ये आवश्यक त्या ठिकाणी बदल करून भर घालून काही भाग काढून टाकून त्याच्या सवयीप्रमाणे त्याने त्या लॅपटॉपच्या हार्डड्राइव्हवर घेतल्या. तो या प्रकरणाचा छडा लावणार होता. त्या पिटिशनमधली विनंती, अर्जातली माहिती अतिशय काळजीपूर्वक तपासणार होता. सर्वांत महत्त्वाचं म्हणजे दिलेल्या नावांच्या यादीतली माणसं म्हणजे तीच माणसं होती का जी तो समजत होता, याचाही तपास करणार होता. त्यानंतर त्याला कायदेशीररित्या योग्य वाटल्यास तो ते अपील क्लार्क्सच्या मेलरूमकडे परत करणार होता. जर त्याला त्यात काही तथ्य वाटलं नसतं, एखाद्या माथेफिरू कैद्यानं आंधळेपणानं केलेला तो हल्ला होता, असं त्याला वाटलं असतं, तर त्यानं ते पत्र नष्ट करायचं ठरवलं होतं.

मायकेलनं खिडकीबाहेर समोरच्या बाजूस असणाऱ्या रो-हाउसेसच्या रांगेकडे पाहिलं, ज्याचं रूपांतर अपार्टमेन्ट्समध्ये करण्यात आलं होतं. शासनाच्या कनिष्ठ कर्मचाऱ्यांना या वस्तीत कोंबण्यात आलं होतं. त्यातले निम्मे अजूनही कामावर होते, तर निम्मे राष्ट्रीय दृष्टीनं पूर्ण न झालेल्या कामांबद्दलची स्वप्नं पाहत अंथरुणाला खिळले होते. मायकेल पाहत असलेल्या काळोखाचा भंग तिथल्या कोपऱ्यावरच्या एका खांबावर असलेल्या एकमेव दिव्याने होत होता. वाऱ्यानं जोर धरला होता आणि तापमान झपाट्यानं खाली येत होतं. त्यानं कपाटातून स्वेटर काढून अंगावर चढवला आणि पुन्हा खिडकीतून काळोखाकडे पाहत तो विचारात गढला.

त्यानं रूफस हार्म्सबद्दल कधीच ऐकलं नव्हतं. पत्रातल्या तारखांप्रमाणे त्याला जेव्हा तुरुंगात डांबलं गेलं होतं तेव्हा मायकेल फक्त पाच वर्षांचा होता. पत्रात स्पेलिंगच्या अनेक चुका होत्या, शब्द आणि वाक्यरचना अनेक ठिकाणी सदोष होती. टाइप केलेलं पत्र मात्र त्या केसबद्दलची पार्श्वभूमी विशद करत होतं आणि ते नक्कीच एखाद्या सुशिक्षित माणसानं बहुधा वकिलाने लिहिलेलं असावं, असं होतं. कारण भाषेला वकिली स्पर्श होता. आपण कोण आहोत हे कळू नये याची काळजी त्यानं घेतलेली होती, तरी ते समजू शकत होतं. टाइप केलेल्या पत्राप्रमाणे आर्मीनं नोटीस पाठवून रूफस हार्म्सकडून काही माहिती मागवली होती, परंतु आर्मीच्या रेकॉर्डप्रमाणे तो आर्मीच्या ज्या कार्यक्रमात सामील होता असं म्हटलं होतं, त्या कार्यक्रमात आपण असल्याचं 'रूफसनं' स्वच्छ नाकारलं होतं. ज्या गुन्ह्याच्या आरोपाबाबतीत त्याला शिक्षा सुनावण्यात आली होती, त्यात मोठी गल्लत झाली होती आणि त्याबद्दल हार्म्स पंचवीस वर्षं गजाआड झाला होता.

एकाएकी गरम वाटून मायकेलनं आपलं डोकं खिडकीबाहेर काढून बाहेरच्या

थंड हवेत दीर्घ श्वास घेतला. तो जे काही करत होता ते म्हणजे, आपण एक दिवस कोर्टासमोर उभे राहू अशी आशा वाटून ज्यानं पिटिशन दाखल करायचं ठरवलं त्याच्या अधिकारात ढवळाढवळ करण्यासारखं होतं. कोणी मनुष्य मग तो गरीब असो वा श्रीमंत त्याला कायद्याकडे दाद मागण्याचा अधिकार आहे, असा मायकेलचा आजपर्यंतच्या आयुष्यात पूर्ण विश्वास होता. मग आता तो ते करत होता ते योग्य होतं का? पण तांत्रिकदृष्ट्या योग्य नसलेलं अपील फेटाळलं जाणारच आहे, असं म्हणून त्यानं स्वत:लाच दिलासा देण्याचा प्रयत्न केला.

तरीसुद्धा ही केसच वेगळी होती. ती जरी फेटाळली गेली असती, तरी त्यामुळे काही प्रतिष्ठित महत्त्वाच्या व्यक्तींची प्रचंड मानहानी झाली असती. अर्थात, म्हटलेलं खरं असलं असतं तर. त्यानं आपले डोळे मिटले. "देवा, तसं होऊ देऊ नको रे बाबा!" त्यानं प्रार्थना केली.

त्यानं मान वळवली आणि फोनकडे पाहिलं. त्याच्या मनात कल्पना आली. भावाला फोन करून त्याचा सल्ला घ्यायचा का? जॉन बऱ्याच बाबतीत त्याच्या धाकट्या भावापेक्षा म्हणजे त्याच्यापेक्षा तर्कशुद्ध विवेकबुद्धी असलेला होता. ही परिस्थिती कशी हाताळायची हे त्याला बरोबर समजलं असतं. मायकेल काही क्षण घुटमळला. त्याला हे कबूल करणं आवडणार नव्हतं की, त्याला कोणाकडून विशेषत: दुरावलेल्या भावाकडून मदतीची गरज पडली, पण त्यामुळे पुन्हा त्याला भावाशी संबंध जोडता येणार होता. त्याचा एकट्याचाच दोष नव्हता. गुणदोषांचं आकलन होण्याइतका तो शहाणा होता.

त्यानं फोन उचलला आणि नंबर फिरवला. त्याला आन्सर मशिनच मिळालं. एक प्रकारे त्याला बरंच वाटलं. त्यानं मशीनवर फक्त त्याच्या मदतीची आवश्यकता होती, एवढाच निरोप ठेवला. बाकी काही नाही. 'तो फोनवर असता तर बरं झालं असतं.' त्याचा भाऊ फक्त काळ्या-पांढऱ्यात लिहिलेलं समजू शकत होता. दोन ओळींमधला अर्थ तो समजू शकत नव्हता. प्रत्यक्ष दिसणारं ते सत्य. तो त्याप्रमाणेच जगत होता.

पहाट होण्यापूर्वी काही तास मायकेलला झोप लागली. कशीही परिस्थिती आली, तरी आपण ती सांभाळू शकू या आत्मविश्वासाच्या विचारात असताना!

अकरा

मायकेल फिस्कनं मेलरूममधून ते पत्र नेल्यानंतर तीन दिवसांनी रूफसनं सॅम रायडरच्या ऑफिसला फोन केला. वकीलसाहेब काही कामासाठी बाहेर गेले आहेत असं त्याला सांगण्यात आलं. त्याला त्याच्या कोठडीत परत नेत असताना रूफस एका माणसाला पार करून जात होता.

''बऱ्याच उशिरापर्यंत फोन कॉल्स? काय हार्म्स, तुझा काय मेलऑर्डरचा धंदा सुरू झाला की काय!'' तो म्हणाला. तसे पहारेकरी जोरात हसले. व्हिक ट्रेमेन हा सहा फुटांपेक्षा थोड्या कमी उंचीचा, धष्टपुष्ट देहाचा होता. त्याचे पांढऱ्या रंगाचे केस बारीक कापलेले होते. सतत कोणा ना कोणावर टेहेळणी करण्याचा त्याचा स्वभाव होता. फोर्ट जॅक्सनमध्ये त्याचा दर्जा सेकंड इन कमांड असा होता. हार्म्सच्या आयुष्यात जास्तीतजास्त कष्टावस्था निर्माण करणं हे जणू त्याचं एकमेव काम होतं. त्याच्या उद्‌गारावर हार्म्स काहीच बोलला नाही. तिथेच त्याच्याकडे तीक्ष्ण नजरेनं पाहत राहिला. ट्रेमेन त्याच्या नजरेला नजर न देता सारखा खालवर पाहत राहिला.

''तुला तुझा वकील कशाला यायला हवा? त्या लहानशा मुलीची कत्तल केल्याबद्दल आणखी दुसरा काही बचावाचा मार्ग शोधतोयस का?'' ट्रेमेन कैद्याजवळ आला. ''तू तिला अजून स्वप्नात पाहतोस का? नक्कीच. मी पाहिलंय तुला तुरुंगात रडताना. माहीत आहे का तुला हे?'' ट्रेमेनचा स्वर उघड उघड हेटाळणीचा होता. प्रत्येक शब्दागणिक त्याच्या हातांचे स्नायू ताठरत होते, खांदे ताठ होत होते, मानेच्या नसा ताणल्या जात होत्या. त्याला आशा होती की, हार्म्स त्यामुळे बिथरेल, काहीतरी करण्याचा प्रयत्न करील आणि त्यानंतर त्याचं कैदी म्हणून आयुष्य

संपुष्टात येईल. "लहान पोरागत रडतोस. त्या छोट्याशा मुलीचे आई-वडीलसुद्धा रडले असतील. मी पैज लावून सांगतो, त्यांना तुझ्या गळ्याभोवती बोटं आवळून तुला ठार करायचं होतं. तू त्यांच्या मुलीला केलंस तसं. याचा कधी विचार केलायस?"

हार्म्स अविचल राह्यला. त्याच्या चर्येवर जराही फरक झाला नाही. एकान्तवासामुळे, एकाकीपणाने हार्म्स शारीरिक-मानसिक त्रास, टोमणे, भीती, द्वेष अशा सर्व गोष्टींना तोंड द्यायला शिकला होता. ट्रेमेनचे शब्द, मग ते कोणत्याही अर्थाने, कशाही तऱ्हेने उच्चारले गेले असले, तरी त्यानं त्याच्याभोवती जी भिंत निर्माण केली होती ती फोडून ते आत शिरू शकले नव्हते. त्या भिंतीमुळेच तो जिवंत राहिला होता.

हे सर्व लक्षात येऊन ट्रेमेन एक पाऊल मागे सरला. "जा, त्याला माझ्या समोरून घेऊन जा." पहारेकऱ्यांसह हार्म्स पुढे गेला तसं ओरडून ट्रेमेन म्हणाला, "आपलं बायबल वाचत बस हार्म्स. तुला त्याच्यामुळे स्वर्गात जागा मिळणार आहे ना?"

जॉन फिस्क कोर्ट बिल्डिंगच्या व्हरांड्यातून चालणाऱ्या स्त्रीकडे जवळजवळ धावलाच.

"एऽ जेनेट, जरा एक मिनिट!" ती वळली तसा पुढे म्हणाला, "आहे नं वेळ?" जेनेट रॅन ही अत्यंत अनुभवी सरकारी वकील होती आणि सध्या ती फिस्कच्या पक्षकारांना बऱ्याच काळासाठी दूर पाठवण्याच्या कामात उत्तम प्रयत्न करत होती. ती आकर्षक होती आणि तिचा घटस्फोट झालेला होता. ती वळल्यानंतर त्याच्याकडे पाहून हसली, "तुझ्यासाठी एक नाही तर दोन मिनिटं."

"रॉडनीबद्दल मला जरा..."

"थांब. मला जरा नीट आठवण करू दे. माझ्याकडे बरेच रॉडनी आहेत."

"घरफोडी... इलेक्ट्रॉनिक स्टोअर... उत्तरेकडचं!"

"पिस्तुलाचा वापर... पोलिसांचा पाठलाग...आता मला आठवलं."

"बरोबर. त्या मूर्खाला खटल्याला सामोरं जाण्यासाठी पाठवणं आपल्या दोघांनाही नकोसं वाटतं. हो ना?"

"भाषेत बदल कर जॉन. तुझ्या केसला घाणेरडा दर्प येतो. मी तो झाकून टाकावा असं तुझं म्हणणं आहे?"

फिस्कनं मान हलवली. "तुरुंगात पाठवण्यासाठी काही पुराव्यांच्या बाबतीत शृंखलेची तुला कदाचित अडचण असू शकेल."

" 'कदाचित' हा मोठा गमतीदार शब्द आहे. नाही का जॉन?"

"आणि त्या कबुलीजबाबात काही त्रुटी आहेत."

"त्या नेहमीच असतात, पण वस्तुस्थिती अशी आहे की, तुझ्या त्या माणसाच्या आयुष्याचं ध्येयच गुन्हेगारी हे आहे. मी अशी ज्युरी मिळवेन की, त्याला जास्तीतजास्त काळ आत बसावं लागेल!"

"पण टॅक्स भरणाऱ्या लोकांचे पैसे का वाया घालवायचे?"

"तुझा काय प्रस्ताव आहे?"

"घरफोडीचा आरोप ठेव. चोरलेल्या वस्तू सापडल्या त्याचा आरोप ठेव. पाच वर्षं भोगलेल्या शिक्षेसह हत्याराबद्दलचा आरोप काढून टाक. इथं हे संपेल!"

"कोर्टात भेटू या." जेनेट चालू लागली.

"ठीक आहे, ठीक आहे... आठ वर्षं; पण मला त्याच्याशी बोलायला हवं."

ती वळली आणि आपल्या हाताच्या बोटांनी मोजत एक एक बाब सांगत राहिली. त्यानं सर्व मान्य करावं. अगदी ते हत्यार बाळगण्यासह सर्व असं तिचं म्हणणं होतं. "त्याला दहा वर्षं मिळतील. भोगलेल्या शिक्षेची सूट विसर. त्यानंतर पाच वर्षं चांगल्या वर्तणुकीची हमी. त्यात पुन्हा काही घोटाळा केला, तर सरळ दहा वर्षं पुन्हा प्रश्न न विचारता. तो खटल्याला सामोरं गेला, तर तुला त्याच्या वीस वर्षांची तयारी ठेवायला हवी आणि याचं उत्तर मला आताच दे!"

"हॅऽऽ जेनेट, यात सहानुभूती कुठे आली?"

"ज्याच्यासाठी आवश्यक आहे त्याच्यासाठी राखून ठेवली आहे ती आणि तुला माहीत आहे, अशांची माझी यादी फार छोटी आहे. शिवाय हा अतिशय प्रेमळ प्रस्ताव आहे. बोल, हो की नाही?"

फिस्कनं आपल्या ब्रीफकेसवर बोटं वाजवली.

"एकदा संधी गेली की गेली!" रॅन म्हणाली.

"ठीक आहे-ठीक आहे. प्रस्ताव मंजूर."

"तुझ्याशी सौदा करायला बरं वाटतं. बाय द वे जॉन, तू मला कधी बोलावत का नाहीस? कामाशिवायच्या वेळात?"

"तुला असं नाही वाटत की त्यामुळे आपल्यात वितुष्ट येईल ते."

"अजिबात नाही. मी माझ्या मित्रांशी कडकच वागते."

ती हुंकार भरत निघाली तसा जॉन मान हलवत भिंतीला टेकला. एक तासानंतर तो आपल्या ऑफिसमध्ये परतला. त्यानं आपली ब्रीफकेस खाली ठेवली. मग त्यानं फोन उचलला आणि आलेले संदेश आरामात ऐकू लागला आणि त्याच वेळी सुनावणीला येणाऱ्या केससंबंधी टिपणंपण काढू लागला. त्यानं जेव्हा भावाचा आवाज ऐकला तेव्हा तो लिहायचा थांबलाही नाही. एका बोटानं बटन दाबलं आणि त्यानं तो संदेश काढून टाकला. क्वचित घडणारी गोष्ट होती ती, पण

माइकच्या बाबतीत न घडलेली अशी नव्हती. फिस्कनं कधीही त्याला उत्तर दिलं नव्हतं आणि आता त्याला वाटलं की, त्याचा भाऊ मुद्दामहून खिजवण्यासाठी, दुरावण्यासाठी असं करत होता, पण हा विचार त्याच्या मनात टिकला नाही. त्याला माहीत होतं की, हे खरं नाही म्हणून. तो उठला आणि ट्रायल नोटबुक्स आणि कायद्याच्या पुस्तकांनी भरलेल्या शेल्फजवळ गेला. त्यातून त्यानं एक फ्रेम केलेला फोटो काढला. तो एक जुना फोटो होता. तो पोलीस-युनिफॉर्ममध्ये होता आणि माइक त्याच्या शेजारी उभा होता. नुकताच वयात येणारा, अभिमान वाटावा असा धाकटा भाऊ आणि करारी मुद्रेचा मोठा भाऊ, ज्यानं आयुष्यात बरंचकाही चांगलं-वाईट अनुभवलं होतं. खरं सांगायचं तर त्यानं माणसातल्या वाइटाचाच जास्त अनुभव घेतला होता आणि अजूनही घेत होता. फरक फक्त एवढाच होता की, आता तो युनिफॉर्ममध्ये नव्हता. आता एक ब्रीफकेस, एक स्वस्त सूट, अफाट किंवा फाटकं तोंड होतं आणि गोळ्यांऐवजी तो आता शब्द वापरत होता. त्यानं फोटो परत ठेवला अन् तो बसला; पण त्याची नजर फोटोकडेच जायला लागली आणि त्याचं लक्ष लागेना.

काही दिवसांनंतर सारा इव्हान्स दार ठोठावून मायकेलच्या ऑफिसमध्ये शिरली. आत कुणीच नव्हतं. मायकेलनं तिच्याकडून एक पुस्तक घेतलं होतं आणि आता तिला ते परत हवं होतं. तिनं इकडेतिकडे पाह्यलं, पण तिला काही ते दिसलं नाही. तिचं लक्ष टेबलाच्या ड्रॉवरखालच्या जागेत ठेवलेल्या त्याच्या ब्रीफकेसकडे गेलं. तिनं ती वर उचलली. वजनावरून आत काहीतरी असल्याचं तिच्या लक्षात आलं. ब्रीफकेस बंद होती, पण तिला कुलपाचे नंबर कसे होते, ते तिला माहीत होतं. कारण एक दोन वेळा तिनं ती ब्रीफकेस वापरण्यासाठी त्याच्याकडून घेतली होती. उघडल्याबरोबर तिला आत दोन पुस्तकं आणि काही कागद दिसले, पण त्या पुस्तकात तिला हवं ते पुस्तक नव्हतं. ती ब्रीफकेस बंद करणार तोच थांबली. तिनं कागद बाहेर काढले आणि तिला क्लार्क्स ऑफिसच्या पत्त्यावर पाठवलेला तो लिफाफा दिसला. हस्तलिखित कागदावर आणि टाइप केलेल्या कागदावर तिनं जरा नजर टाकली. तेवढ्यात तिला पावलांचा आवाज आला. तसे तिनं ते कागद परत ठेवले. ब्रीफकेस बंद करून पुन्हा डेस्कखाली होती तशीच सारली. एक-दोन क्षणानंतर मायकेल आत शिरला.

"सारा? तू काय करतेस इथं?"

अगदी स्वाभाविक दिसण्याचा प्रयत्न करत ती म्हणाली, "मी आताच इथं आले. तुला मी दिलेलं पुस्तक मला हवं होतं."

"पण ते तर घरी आहे."

''ठीक आहे, मी रात्री डिनरला येऊ शकते. तेव्हा घेईन.''

''पण आज मी जरा बिझी आहे.''

''तसे आपण सगळेच बिझी असतो. पण तू रात्री उशिरापर्यंत काम करतोस. त्याचा काही ताण तर नाही ना? तू खरंच ठीक आहेस ना?'' त्याची मस्करी करण्याच्या थाटात ती म्हणाली, पण तो खरोखरच तणावग्रस्त दिसत होता.

''एकदम ठीक आहे. खरंच. मी तुझं पुस्तक उद्या आणतो.''

''ठीक आहे. ते काही विशेष महत्त्वाचं नाहीये.''

''मी उद्या नक्की आणतो पुस्तक.'' तो जरा रागानेच म्हणाला. त्याचा चेहरा फुलला होता, पण स्वत:वर ताबा ठेवत तो म्हणाला, ''मला बरंच काम उरकायचं आहे सारा.'' आणि त्यानं दाराकडे पाहिलं. त्यातला अर्थ स्पष्ट होता.

दाराकडे गेलेली सारा जरा थांबली आणि बंद करण्यापूर्वी दाराचं हॅण्डल धरून म्हणाली, ''मायकेल तुला माझ्याशी कशाबद्दलही बोलायचं असेल, तर मी इथेच आहे.'' असं म्हणून बाहेर पडली. तो डेस्कजवळ गेला. त्यानं ब्रीफकेस ओढून उघडली. आत असलेल्या वस्तू पाहिल्या अन् नंतर दाराकडे पाहिलं.

त्या रात्री जॉर्ज वॉशिंग्टन पार्क वे या छोट्याशा सुंदर रस्त्याला काटकोन करून जाणाऱ्या गल्लीत असलेल्या आपल्या कॉटेजसमोर सारानं आपली गाडी थांबवली तेव्हा बराच उशीर झाला होता. कॉटेज ही तिच्या मालकीची अशी पहिली गोष्ट होती की, जी तिच्याकडे यापूर्वी नव्हती. तिची 'पोटोमॅक' तिनं बारीक वाळू पसरलेल्या कॉटेजसमोरच्या ज्या रस्त्यावर पार्क केली होती तिथूनच खाली जाणाऱ्या जिन्याच्या पायऱ्याशी तिची छोटी नौका ठेवलेली होती. तिनं आणि मायकेलनं त्यांना क्वचित मिळणाऱ्या मोकळ्या वेळांचा उपयोग त्या होडीतून मेरिलॅण्डच्या बाजूला, त्यानंतर उत्तरेला मेमोरियल पुलापर्यंत आणि तद्नंतर जॉर्ज टाउनपर्यंत असा विहार करण्यासाठी केला होता. कामाच्या वेळी ते नेहमीच संकटांच्या समुद्रात असत, पण नौकाविहार करताना मात्र त्यांना आपण शांतीच्या समुद्रात आहोत असं वाटे. मागल्या वेळी तिनं त्याला विचारलं तेव्हा त्यानं नौकाविहार करायला येण्यास नकार दिला होता. तसं पाहिलं, तर गेल्या आठवड्यात तिनं जेव्हा जेव्हा त्याला गेटटुगेदरसाठी विचारलं होतं त्या प्रत्येक वेळी त्यानं नकारच दिला होता. सुरुवातीला तिला वाटलं होतं की, आपण लग्नासाठी नकार दिल्यामुळे तसं असावं; पण त्याच्या ऑफिसमधल्या त्या प्रसंगानंतर तिला कळलं की, नकार देण्यामागचं कारण ते नव्हतं. तिने ब्रीफकेसमध्ये नेमकं काय पाहिलं होतं, ते आठवण्याचा ती प्रयत्न करत होती. केस दाखल करण्यासाठीचा तो अर्ज होता हे नक्की आणि तिनं टाइप केलेल्या पत्रावरचं नाव वाचलं होतं. ते हार्म्स असं होतं.

तिला पहिलं नाव आठवत नव्हतं. मायकेल येण्यापूर्वी तिनं जे काही थोडंसं वरवर वाचलं होतं त्यावरून हार्म्स कोर्टाला कोणत्यातरी प्रकारचं अपील दाखल करू इच्छित होता असं दिसत होतं. कशाबद्दल हे तिला कळलं नव्हतं. टाइप केलेल्या पत्राखाली सही नव्हती, हे मात्र तिनं पाहिलं होतं.

ती सरळ क्लार्क्स ऑफिसमध्ये गेली होती आणि हार्म्स नावानं एखादी केस दाखल करून घेण्यात आली आहे का हे पाहिलं होतं, पण तशी केस दाखल केलेली नव्हती. 'ते अपील नेहमीच्या चाकोरीतून जाऊन दाखल होण्यापूर्वीच तर मायकेलनं उचलून घेतलं नाही ना?' असा विचार आपल्या मनात यावा यावर तिचा विश्वास बसत नव्हता, पण तसं असलं असतं, तर तो गंभीर गुन्हा होता. त्याला कोर्टातून काढून टाकण्यात आलं असतं. इतकंच काय, कदाचित तुरुंगातही पाठवण्यात आलं असतं.

ती आत शिरली. जीन्स आणि टी शर्ट चढवून पुन्हा बाहेर आली. बाहेर आता बराच काळोख झाला होता. सुप्रीम कोर्टाचे क्लार्क्स क्वचितच दिवसाउजेडी घरी पोहोचत असत. हां, आता मधल्या वेळात त्यांना घरी येऊन, शॉवर घेऊन फ्रेश होऊन पुन्हा कामावर जायचं असलं तरची गोष्ट वेगळी होती. मायकेलनं तिला विश्वासात घेतलं असतं, तर ती नक्कीच मदत करू शकली असती. तो नुसता बोलला नव्हता असं नव्हतं, तर त्यानं आता स्वत:ला तिच्यापासून दूर केलं होतं. त्यानं नकार पूर्णपणे पचवलेला दिसत नव्हता.

एकाएकी ती उठली आणि झरझर पायऱ्या चढून घरात शिरली. तिनं फोन उचलला आणि ती मायकेलचा फोन नंबर फिरवू लागली अन् अचानक थांबली. मायकेल फिस्क हट्टी होता. तिनं जे काही पाहिलं होतं त्यावरून ती त्याच्याशी वाद करायला गेली असती, तर परिस्थिती आणखी चिघळण्याची शक्यता जास्त होती. तिनं फोन खाली ठेवला. तो तिच्याकडे येईपर्यंत तिनं थांबायला हवं होतं. एक जेट विमान वरून गेलं, तसा तिनं निरोप दिल्यासारखा हात हलवला. इथं विमानं इतक्या कमी उंचीवरून जायची की, दिवसाची वेळ असती, तर तिनं हात हलवलेला विमानातल्या प्रवाशाला दिसू शकला असता. फोन ठेवून तिचा हात खाली आला, तसं तिला अधिकच नैराश्यपूर्ण वाटलं; तिचे वडील तिला एकटीला सोडून गेले तेव्हा वाटलं होतं तसं.

ते गेल्यानंतर तिनं नव्यानं आयुष्य सुरू केलं होतं. पश्चिम किनाऱ्याच्या बाजूला असलेल्या लॉ स्कूलमध्ये आपलं शिक्षण उत्तमरीत्या पार पाडल्यानंतर तिनं नवव्या सर्किट कोर्टात आणि त्यानंतर सुप्रीम कोर्टात क्लार्क म्हणून नोकरी पत्करली. त्यानंतर तिनं आपला उत्तर कॅरोलिनातला फार्म विकून ही जागा घेतली होती. ती आपल्या जुन्या जीवनापासून पळत नव्हती किंवा त्या दु:खापासूनही की तिचे

आईवडील तिचं सुख पाहायला हयात नाहीत. तिची कोर्ट सोडण्याची वेळ आल्यावर काय करायचं याचीही कल्पना तिनं केली नव्हती. ती कुठंही जाऊ शकत होती. कायदेविषयक संस्थेमध्ये काम करायचं की नाही हेही तिने ठरवलेलं नव्हतं. तीन वर्षं लॉ स्कूलमध्ये, एक वर्ष अपील कोर्टात आणि दुसरं इथं सुप्रीम कोर्टात. तिची शक्ती जवळजवळ संपलीच होती.

तिच्या मनात आपल्या वडलांचा विचार आला. मुळात शेतकरी असलेले तिचे वडील गावाचे 'जस्टिस ऑफ पीस' होते. शांततेचे पुरस्कर्ते! त्यांची कोर्टं या कोर्टासारखी नव्हती. ते आपला न्याय कुठंही देत असत – ट्रॅक्टरवर बसलेले असताना किंवा रात्रीच्या जेवणानंतर आवराआवर करतानासुद्धा. साराच्या मते तो खरा कायदा होता, जो लोकांना समजत होता किंवा निदान तो तसा असावा असं तिला वाटत असे. सत्यासाठी शोध अन् ते सापडल्यावर न्याय देणं. शब्दांचे बुडबुडे नाहीत किंवा आत-बाहेर असलं काही नाही. घडलेल्या गोष्टींचा तारतम्यानं लावलेला अर्थ! 'हंऽऽ' तिनं सुस्कारा सोडला. 'हे इतकं सोपं नाही.' इतरांपेक्षा तिला हे अधिक कळलं होतं.

ती आत गेली. खुर्ची घेऊन किचनमध्ये गेली आणि खुर्चीवर चढून तिने किचन कॅबिनेटवरचं सिगारेटचं पाकीट काढलं. ते घेऊन ती मागच्या पोर्चमधल्या झोपाळ्यावर बसली. तिथून जवळच्या नदीचं पाणी आणि मुक्त आकाश एकाच वेळी पाहायला मिळे. तिनं मोकळ्या स्वच्छ आकाशाकडे पाहिलं. चंद्राला खळं पडलं होतं. तिचे वडील शिकण्याचे लोभी होते. त्यांनी थोडा का होईना, ज्योतिषशास्त्राचाही अभ्यास केला होता आणि तिला त्यांनी ताऱ्यांची, नक्षत्रांची थोडीफार माहितीही सांगितली होती. होडी पाण्यात सोडण्याअगोदर तिनं ग्रह-ताऱ्यांचा अंदाज घेतलेला असे. स्टॅनफोर्डला असतानाच तिला ती सवय लागली होती. स्वच्छ रात्र असताना तुम्ही कोणतेही तारे चुकवू शकत नाही आणि ते असताना तुम्ही कधी चुकू शकत नाहीत. तिला आता जरा बरं वाटलं होतं. तिनं सिगारेट शिलगावली. मायकेल जे करत होता, ते त्याला चांगलं समजत असावं अशी तिला आशा होती.

त्यानंतर तिचे विचार दुसऱ्या फिस्ककडे, जॉन फिस्ककडे वळले. ती सहमत नसली, तरी आपल्या भावाबद्दल, जॉनबद्दल मायकेलनं व्यक्त केलेलं मत बऱ्याच अंशी बरोबर होतं. तिनं अगदी सर्वप्रथम जॉन फिस्कला पाहिलं तेव्हा तिला एक वेगळीच संवेदना झाली होती. हृदयात, मेंदूत की मनात तिला ते सांगता आलं नसतं. अशा प्रकारची संवेदना इतक्या अल्पावधीत आणि इतक्या तीव्रतेने निर्माण होऊ शकते, यावर तिचाच विश्वास बसला नव्हता. अन् फक्त हे एवढंच घडलं नव्हतं आणि त्यामुळेच ती अधिकच संभ्रमात पडली होती. जॉन फिस्कनं केलेली प्रत्येक हालचाल, त्यानं उच्चारलेला प्रत्येक शब्द, त्यानं कोणाकडेही टाकलेली

नजर, केलेलं हास्य किंवा बारीक डोळे करून चेहऱ्यावर आणलेला प्रश्नार्थक भाव सगळं सगळं सारखं पाहतच राहावं असं तिला वाटलं होतं. तिला त्याचा थकवा येत नव्हता हे आश्चर्यच होतं. ह्या विचित्रपणाचं तिला हसू येत होतं, पण असं वाटत होतं खरं! कितीही विचित्र वाटलं, तरी त्यावर ती काय उपाय करू शकणार होती?

तिनं फक्त तेवढंच पाहिलं होतं आणि त्याचं निरीक्षण केलं होतं असं नव्हतं. तिनं रिचमंड कोर्टातल्या एका मित्राच्या मदतीनं जॉन फिस्कचा कोर्टातल्या खटल्यांचा दोन आठवड्यांचा कार्यक्रम मिळवला होता हे मायकेलला माहीत नव्हतं. त्यावरून तो कोर्टात कितीतरी वेळा असतो हे कळून तिला आश्चर्य वाटलं होतं. त्यानंतर ती एकदा उन्हाळ्यात जेव्हा सुप्रीम कोर्टाकडे कमी काम असतं तेव्हा जॉन लढवत असलेल्या एका खून-खटल्याचं काम पाहायला गेली होती. तिनं स्कार्फ गुंडाळला होता आणि गॉगल लावला होता. नंतर कदाचित तिची कोणी त्याच्याशी ओळख करून दिली आणि त्यानं तिला मायकेलबरोबर पूर्वी पाहिलं असेल, तर त्याने ओळखू नये ह्या उद्देशानं तिनं तसं केलं होतं. तिनं त्याला आपल्या पक्षकारांची बाजू अत्यंत जोरदारपणे मांडताना पाहिलं-ऐकलं आणि ती फारच प्रभावित झाली. त्याचं म्हणणं संपल्यानंतर न्यायाधीशांनी त्याच्या पक्षकाराला मृत्युदंडाऐवजी आजन्म कारावासाची शिक्षा दिली. त्याच्या पक्षकाराला ती भोगण्यासाठी नेण्यात आलं. फिस्कनं आपली ब्रीफकेस बंद केली आणि कोर्टरूम सोडली.

बाहेर पक्षकाराच्या कुटुंबीयांचं तो कसं सांत्वन करत होता हे नंतर सारानं पाहिलं. फिस्क पक्षकाराच्या बायकोशी काही शब्द बोलला आणि त्यानं तिला प्रेमानं जवळ घेतलं. त्यानंतर तो तिच्याजवळ उभ्या असलेल्या तिच्या चौदा वर्षांच्या मुलाकडे वळला, जो आताच रस्त्यावर धडपडणाऱ्या हमालासारखा वाटत होता.

"तू आता तुमच्या घराचा पुरुष आहेस लुकास, तुला कुटुंबाचा भार उचलायचा आहे," फिस्क म्हणाला.

सारा त्या किशोरवयीन मुलाकडे पाहत होती. त्याच्या डोळ्यात दिसत असलेला राग पाहणं तिला कष्टप्रद वाटलं. एवढ्याशा मुलामध्ये एवढा प्रचंड राग?

"हंऽऽ" लुकासनं समोरच्या भिंतीकडे बघत फक्त हुंकार भरला. त्याच्या पोशाखावरून तो ज्यांना चांगलं खायची-प्यायची भ्रांत असते अशा गुंडाच्या टोळीपैकीच एक वाटत होता.

त्याचा धाकटा भाऊ तिथंच जवळ उभा होता. त्याच्यासमोर फिस्क गुडघ्यांवर बसला आणि त्याचे दोन्ही हात धरून त्याला म्हणाला, "हेऽऽ इनीस बेटा, कसा आहेस तू?" इनीस सहा वर्षांचा गोड पोरगा होता.

इनीसने फिस्कचे दोन्ही हात झटकले आणि विचारलं, "माझे डॅडी कुठे आहेत?"

''त्यांना काही दिवसांसाठी दूर जावं लागलं आहे.''

''का?''

''कारण त्यांनी मारलं...'' लुकासनं पुढे काही बोलण्यापूर्वीच त्याच्याकडे तीव्र नजरेनं पाहून जॉननं त्याला थांबण्यास प्रवृत्त केलं. लुकासनं आईचा थरथरता हात सोडला. काहीतरी पुटपुटत तो बाजूला झाला.

फिस्कनं पुन्हा इनीसकडे पाहिलं, ''तुझ्या डॅडींनी असं काहीतरी केलं की, त्यांनाच ते आवडलं नाही. म्हणून काहीतरी चांगलं करून चूक दुरुस्त करण्यासाठी ते गेलेत दूर.''

''तुरुंगात?'' इनीसनं विचारलं. फिस्कनं मान डोलावली.

सारानं हा सगळा प्रसंग पाहिला होता आणि त्याची आठवण येऊन तिला वाटलं, 'आता असं घडलं, तर त्याचं असं वागणं मूर्खासारखंच ठरेल. आता सहा वर्षांच्या इनीसच्या वयाच्या मुलांना खूपकाही कळायला लागलंय. आयुष्याच्या अशा अनेक वाईट गोष्टी की, त्या कदाचित चांगलं जीवन जगणाऱ्या मोठ्यांनाही माहीत नसतील.'

''ते कधी परत येतील?'' इनीसनं विचारलं.

फिस्कनं मान वर करून त्याच्या आईकडे पाह्यलं आणि मग त्याच्याकडे. ''आणखी काही वर्षं तुझ्याबरोबर तुझी मॉम असेल नं!''

''ठीक आहे मग.'' इनीसचं समाधान झालं. त्यानं आपल्या आईचा हात धरला आणि त्यानंतर ते कुटुंब तिथून निघून गेलं आणि फिस्क त्यांच्या पाठमोऱ्या आकृत्यांकडे पाहत राहिला. तो काय विचार करत असेल, ते साराला पुन्हा एकदा जाणवलं. 'एक मुलगा हाताबाहेर गेलाच आहे आणि दुसरापण आपल्या वडलांना कालांतरानं सोडणारच आहे, रस्त्यावरचं कुत्र्यागत जिणं जगण्यासाठी.'

त्यानंतर फिस्कनं आपला टाय सैल करून चालायला सुरुवात केली होती. साराला का आणि कशामुळे हे सांगता आलं नसतं, पण तिनं लगेच त्याच्या पाठोपाठ जाण्याचा निर्णय घेतला होता. फिस्क सावकाश चालत होता त्यामुळे ती त्याचा पाठलाग सहज करू शकली होती. तो ज्या बारमध्ये शिरला तो अगदी चिंचोळा होता आणि त्याच्या भिंतीच्या खिडक्याही गर्द रंगाच्या होत्या. प्रवेश करावा की नाही या विचारानं सारा किंचित घुटमळली अन् मग तिनं प्रवेश केला.

फिस्क बार काउंटरजवळ होता. त्यानं आधीच ऑर्डर दिलेली असावी, कारण बार टेंडर त्याच्यासमोर बीअर ठेवत होता. ती त्याच्या मागच्या काउंटरवर गेली आणि स्टुलावर बसली. फारसं चांगलं स्वरूप नसताही आणि त्या वेळेस अवघे पाच वाजले असतानाही बारमध्ये त्या मानानं बऱ्यापैकी गर्दी होती. कामगार आणि ऑफिसमध्ये काम करणारे, उपनगरात राहणारे अशी संमिश्र गर्दी होती ती. दोन

बांधकाम कामगारांच्या मध्ये फिस्क बसला होता. त्यानं आपलं जॅकेट काढून स्टुलावर ठेवलं होतं आणि त्यावरच तो बसला होता. त्याच्या बाजूला बसलेल्या कामागारांप्रमाणेच त्याचेही खांदे रुंद होते. त्याचा शर्ट मागच्या बाजूने पँटच्या बाहेर अर्धवटपणे आला होता. त्याच्या काळ्या केसांनी मान झाकून खालच्या पांढऱ्या शर्टच्या कॉलरला ज्या तऱ्हेनं स्पर्श केला होता त्या आविर्भावाकडे ती काही काळ बघतच राहिली.

तो आपल्या दोन्ही बाजूच्या माणसांशी बोलत होता. ते दोन्ही कामगार फिस्कच्या बोलण्यावर मनापासून हसले आणि साराला वाटलं आपणही मनातून हसतो आहोत; त्याचं बोलणं न ऐकताही. वेट्रेस साराकडे आली तशी सारानं जिंजरची ऑर्डर दिली. ती सारखं फिस्कचं निरीक्षण करत होती. त्यानंतर त्यानं त्या इतर दोघांशी फारसं संभाषण केलं नाही आणि तो भिंतीकडेच लक्षपूर्वक पाहू लागला. तशी साराही तिकडे पाहू लागली. तिला बीअर आणि दारूच्या बाटल्या नीट लावलेल्या दिसल्या. फिस्कला आणखीही काही दिसत असावं. त्यानं दुसरी बीअर मागवल्याचं तिनं पाहिलं. त्यानं ती तोंडाला लावली आणि एका दमात रिकामी केली. तिनं पाहिलं, त्याच्या हाताचे पंजे मोठे होते. बोटं जाड आणि कणखर वाटत होती. कॉम्प्युटरसमोर बसून काम करणारा किंवा पेन्सिलीशी उगाचच चाळा करणारा कारकून यांच्यासारखी नव्हती ती.

फिस्कनं काउंटरवर पैसे ठेवले. आपलं जॅकेट उठून उचललं आणि खांद्यावर टाकून तो वळला. साराला वाटलं की, त्याची आपल्यावर नजर पडली म्हणून क्षणभर तो घुटमळला आणि मग जॅकेट चढवून तो निघाला. ती बसली होती त्या कोपऱ्यात कमी प्रकाश होता त्यामुळे त्यानं तिला पाहिलं असावं याबद्दल तिला नक्की सांगता येत नव्हतं. पण मग तो घुटमळला का? ती थोडी बेचैन झाली. एक मिनिटानंतर काउंटरवर बिलाचे पैसे आणि थोडी टीप ठेवून ती बाहेर पडली.

तिनं बाहेर पडल्यावर इकडेतिकडे पाहिलं, पण तिला तो दिसला नाही. स्वप्नात पाहिल्यागत तो नाहीसा झाला होता. एकदम मनात काहीतरी कल्पना येऊन ती परत फिरली आणि बारटेंडरकडे गेली. तो जॉनला ओळखतो का याबद्दल तिनं त्याच्याकडे चौकशी केली, पण त्यानं फक्त मान हलवली. तिला आणखी काही प्रश्न विचारायचे होते, पण त्याच्या चर्येवरून आपल्याला काही माहिती मिळू शकणार नाही अशी तिची खात्री झाली.

ते बांधकाम कामगार तिच्याकडे कुतूहलाने पाहू लागले. त्यांच्या नजराही जरा बदलल्यासारख्या वाटल्या. तशी आणखी काही गडबड व्हायला नको या विचारानं तिनं काढता पाय घेतला. ती आपल्या गाडीकडे गेली आणि आत बसली. तिचं मन आणि शरीर जॉनकडे धाव घेत होतं, पण त्याच वेळी आपण त्याला भेटलो नाही

म्हणून ती आनंदितही झाली होती. समजा, तो भेटला असता, तर ती काय म्हणाली असती? 'हॅलो, मी तुझ्या भावाबरोबर काम करते आणि मी एक प्रकारे तुझा पाठलागच करत होते.'

ती रात्री उत्तर व्हर्जिनियात परत आली. दोन बीअर घेतल्या आणि झोपाळ्यावर हिंदोळे घेत मस्तपैकी झोपली. आता जिथं बसून झोके घेत ती सिगारेट पीत होती आणि आकाशाकडे पाहत होती. तीच ती जागा. जॉन फिस्कला पाहण्याची ती तिची शेवटची वेळ होती – चार महिन्यांपूर्वी.

ती त्याच्या प्रेमात असणं शक्यच नव्हतं. तिला अजून तो चांगला माहीतपण नव्हता. मग भुरळ पडण्याची गोष्ट तर दूरच राहिली. समजा, तिची आणि त्याची कधी भेट झालीच असती, तर कदाचित त्याच्या बाबतीतला तिचा तो ठसा पुसलाही गेला असता.

ती नियतीवर विश्वास ठेवणारी नव्हती. तरीसुद्धा का कोण जाणे, त्याचा तिच्याशी संबंध यायचाच असेल, तर तो तिच्या पुढाकारानेच येणार होता, असं तिला वाटत होतं. ती गोंधळून गेली होती. 'आपण कोणत्या बाबतीत पुढाकार घेणार?'

सारानं आपली सिगारेट विझवली आणि ती निमिष नजरेनं आकाशाकडे पाहू लागली. तिला एकाएकी नौकाविहार करावा अशी इच्छा झाली. तिला तो थंड वारा आपल्या केसात भरून घ्यायचा होता. अंगाला पाण्याच्या तुषारांचा स्पर्श हवा होता, पण आता एकटं असताना तिला तो अनुभव घ्यावा असं वाटेना. त्यासाठी कोणीतरी सोबत पाहिजे होतं. कोणीतरी खास जॉनसारखा, पण मायकेलनं त्याच्यासंबंधी जे थोडंसं सांगितलं होतं आणि तिनं जे थोडं पाहिलं होतं त्यावरून तसं घडणं शक्यच नव्हतं.

त्याच वेळी दक्षिणेला शंभर मैलांवर जॉन फिस्कसुद्धा आकाशाकडे पाहत होता. आपल्या कारमधून खाली उतरता-उतरताच त्याची नजर वर गेली होती. ब्युक ड्राइव्हवेवर दिसत नव्हती, पण नाहीतरी जॉन आपल्या वडलांना भेटायला आला नव्हताच. आजूबाजूला-शेजारी शांतता होती. एक अपवाद वगळता दोन दारं सोडून खाली दोन अगदी तरुण विशीतली पोरं एका शेवरोलेटच्या इंजीनशी धडपड करत होती. ते इंजीन इतकं मोठं होतं की, जणू गाडीचं हूड-झाकण तोडून वर आलं होतं.

फिस्कनं आपला सबंध दिवस एका खटल्यात घालवला होता. त्यानं त्याची केस त्यातल्या खाचाखोचांसह जास्तीतजास्त चांगल्या तऱ्हेनं मांडली होती. ए.सी.ए. नं (असि. कॉमनवेल्थ ॲटर्नीनं) कॉमनवेल्थची बाजू जोरदारपणे मांडली होती. आठ

तास नुसती धुमश्चक्री चालू होती. ॲटर्नी फिस्कला लघुशंकेला जायलाही फुरसत नव्हती, पण जॉनसाठी ती काढणं भाग होतं. तो जाऊन आला तसा ज्युरीनं 'गिल्टी- गुन्हा शाबित' असा निर्णय दिला. त्याच्या पक्षकाराचा तो तिसरा गुन्हा होता. त्याला भरपूर शिक्षा झाली. फिस्कला तो या प्रकरणी तरी निर्दोष असल्याची खात्री होती. हा मोठाच उपरोध होता. इतर पक्षकारांबाबत तो अशी खात्री कधी देऊ शकत नव्हता, पण त्याच्या या पक्षकारानं इतर अनेक वेळा भानगडी केल्या होत्या आणि बऱ्याच वेळा बचावला होता. त्यामुळे त्याचा हिशेब चुकता करण्याची भावना नकळत ज्युरीमध्ये निर्माण झाली असावी. सर्वांवर कडी म्हणजे म्हातारपणामुळे मरण्यापूर्वी आपली खटल्याची उर्वरित फी मिळेल म्हणून तो वाट पाहत बसणार होता. आजन्म कारावासाच्या शिक्षा झालेल्यांना कर्ज फेडण्याची कधी चिंता नसे आणि विशेषत: हरलेल्या वकिलाचं तर नाहीच नाही.

फिस्क घराच्या मागच्या बाजूला गेला. त्यानं गॅरेजच्या बाजूचं दार उघडलं. गॅरेजमध्ये जाऊन फ्रीजमधून एक बीअर आणली आणि त्यानं ती थंड बाटली आपल्या कपाळाला लावली. त्याचा थंडपणा कपाळात शिरू दिला. घराच्या कंपाउंडच्या अगदी शेवटच्या टोकाला वाकलेल्या झाडांचा एक स्टॅन्ड होता आणि द्राक्षांच्या सुकलेल्या वेलींनी गुंडाळलेले, गंजलेले खांब होते. फिस्क तिथं गेला आणि तिथल्या एका झाडाला टेकून उभा राहिला. त्यानं खाली वाकून एका बाजूला असलेल्या गवतातल्या 'त्या' जागेकडे पाहिलं. इथं-इथंच 'बो'ला पुरलं होतं. बेल्जियम शेफर्ड जातीचा 'बो' आणि फिस्कबंधू एकत्रच वाढले होते. त्याच्या वडलांनी जेव्हा ते कुत्र्याचं पिल्लू आणलं तेव्हा ते अगदीच पिटुकलं होतं. वर्षभरातच त्या पिल्लाचं रूपांतर भक्कम छातीच्या साठ पौंडाच्या 'बो'त झालं. काळ्या-पांढऱ्या केसांचा 'बो' पोरांचा आवडता होता. विशेषत: माइकचा. 'बो' रोज सकाळी त्या दोघांबरोबर पेपर आणायला जात असे. त्या तिघांची नऊ वर्षं खूप मस्तीत आणि मजेत गेली. त्यानंतर एकदा माइक त्याच्याशी खेळत असताना 'बो'ला अर्धांगवायूचा झटका येऊन तो पडला. त्या वेळी माइक इतका रडला होता की, तेवढं रडलेलं दुसऱ्या कोणालाही जॉननं आपल्या आयुष्यात पाहिलं नव्हतं. त्याची आई किंवा पपा यांपैकी कोणीही त्याचं सांत्वन करू शकले नव्हते. कंपाउंडच्या मागल्या भागात 'बो'ला जवळ घेऊन त्याच्या केसांवरून हात फिरवत तो मोठमोठ्याने ओरडत होता. त्याला पुन्हापुन्हा त्याच्या पायावर उभं करण्याचा, आपल्याबरोबर खेळण्यास यावं म्हणून प्रयत्न करत होता. जॉननं त्या दिवशी त्याच्या भावाला घट्ट धरून ठेवलं होतं. तोही त्याच्याबरोबर रडला होता आणि 'बो'च्या निपचित पडलेल्या चेहऱ्यावरून सारखा हात फिरवत होता.

दुसऱ्या दिवशी माइक शाळेत गेल्यानंतर जॉन आपल्या वडलांबरोबर 'बो'ला

पुरण्यासाठी घरी राहिला होता. माइक घरी आल्यानंतर ते सर्व जिथं 'बो'ला पुरलं त्या ठिकाणी आले होते आणि सर्वांनी मिळून त्याला श्रद्धांजली वाहिली होती. माइकनं अतिशय भक्तिभावानं बायबलमधली प्रार्थना म्हटली होती. दोघा भावांनी मिळून 'बो'ला जिथं पुरलं होतं त्या जागेवर, थडग्यावर एक मोठा जळलेल्या लाकडाचा तुकडा ठेवला होता, ज्यावर त्यांनी 'बो'चं नाव कोरलं होतं. तो तुकडा अजूनही तिथं तसाच होता.

फिस्क गुडघ्यांवर बसला आणि त्यानं त्या गवतावरून हात फिरवला, जिथं 'बो'ला पुरलं होतं. 'किती प्रेम होतं त्याचं 'बो'वर! हॅऽऽ चांगला भूतकाळ इतक्या लवकर का संपावा?' त्यानं विषादानं मान हलवली. त्याच वेळी आलेल्या आवाजानं तो दचकला.

"मलापण 'बो'आठवतो; अगदी काल घडलेल्या गोष्टीप्रमाणे."

त्यानं मान वर करून इदा जर्मनकडे पाहिलं. ती कुंपणाच्या पलीकडे उभी होती. तो उठून उभा राहिला. त्याला ओशाळल्यागत वाटत होतं. "खूप जुनी गोष्ट झाली ती मिसेस जर्मन."

इदा जर्मनच्या किंवा तिच्या घराच्या जवळ गेलं की नेहमीच गोमांस आणि कांदा यांचा संमिश्र दर्प येत असे. आताही तो आला.

गेली तीस वर्षं विधवेचं आयुष्य जगत असलेली इदा आता नव्वद वर्षांची होती, पण तिचं मन अजून पूर्णपणे स्वच्छ आणि निरोगी होतं. कृश आणि वाकलेल्या शरीराची इदा अंमळ पुढे आली आणि म्हणाली, "सर्व जुन्या गोष्टी माझ्याबरोबर; तुझ्याबरोबर नाहीत." तिचे उच्चार स्पष्ट होते. "तुझी आई कशी आहे जॉन?"

"स्वतःला सांभाळून आहे."

"तिला भेटायला मला जावंसं वाटतं, पण हे शरीर आता साथ देत नाही, उठून तिथे जायला."

"तुम्हांला भेटायला तिला नक्कीच आवडेल."

"तुझे डॅडी थोड्या वेळापूर्वीच बाहेर गेले काहीतरी कामासाठी."

"छान! ते बाहेर पडतात याचा मला आनंद वाटतो आणि तुमची त्यांना कंपनी आहे हे आणखीनंच बरं आहे."

"एकटं राहण्यात मजा नाही. मी माझ्या तीन मुलांविना आयुष्य काढलं आहे. आपल्या मुलांना पुरून आईवडलांनी जिवंत राहायचं यासारखी कठीण गोष्ट नाही. किती अस्वाभाविक! बरं, माइक कसा आहे? त्याची फारशी भेट होत नाही."

"तो फार कामात असतो."

"गोबऱ्या गोबऱ्या गालाचा छोटासा माइक एवढा पुढे जाईल हे कोणाला

ठाऊक होतं? पण त्याला वेळ नाही, ही अडचण खोटी वाटते.''

''त्यानं यश मिळवलं आहे.''

''तुम्ही दोघांनीही मिळवलं आहे.''

''पण मला वाटतं माझ्यापेक्षा माइक जरा वरचढ आहे.''

''हंऽऽ त्यावर विश्वास ठेवू नकोस. तुझे डॅडी तुझ्याबद्दल खूप बढाया मारतात. ते माइकबद्दल बोलतात, पण तुझ्याइतकं ग्रेट नाही.''

''हंऽऽ आम्हा दोघांनाही त्यांनी आणि आईनं खूप चांगलं वाढवलं. आमच्यासाठी बराच त्याग केला आहे त्यांनी.'' फिस्क म्हणाला. 'माइकनंही पूर्वी केला असेल, पण आता करणार नाही' त्याच्या मनात विचार आला.

''माइकला पुढे जायला तीन उत्तम उदाहरणं होती. तुम्ही चालत होता त्या जमिनीचीही तो पूजा करत होता.''

''माणसं बदलतात मिसेस जर्मन.''

''तुला तसं वाटत होतं?''

पावसाचे काही थेंब पडले तसं तो म्हणाला, ''मिसेस जर्मन, तुम्ही आत जा आता. बहुतेक पाऊस कोसळणार आहे.''

''तू मला इदा म्हणूनही हाक मारू शकतोस जॉन. हे तुलाही माहीत आहे.''

फिस्क हसला, ''काही गोष्टी बदलत नाहीत मिसेस जर्मन.''

मिसेस जर्मन आत जाईपर्यंत तो तिथेच थांबला. एके काळी होता तसा सुरक्षित शेजार आता राहिला नव्हता. त्यानं आणि त्याच्या वडलांनी तिच्या दारांवर सुरक्षित बोल्ट्स लावून दिले होते. खिडक्यांना कुलूपबंद करण्याची सोय करून दिली होती. दाराला पीप होल लावून दिलं होतं. वयस्क माणसं गुन्हेगारांचं लक्ष्य बनली होती. फिस्कनं पुन्हा एकदा 'बो'च्या थडग्याच्या जागेकडे पाहिलं. त्याच्या रडणाऱ्या भावाची प्रतिमा त्याच्या मनावर कायमची कोरली गेली होती.

बारा

"**आ**ई, कशी आहेस तू?" मायकेल फिस्कनं आईच्या गालाला स्पर्श करत विचारलं. ती अगदी सकाळची वेळ होती आणि ग्लॅडिसचा मूड चांगला नव्हता. ती मागं झाली आणि आपला चेहरा तिनं मायकेलच्या हातापासून दूर केला. त्यानं तिच्याकडे क्षणभर पाहिलं. तिचा प्रक्षुब्ध चेहरा पाहून त्याला वाईट वाटलं.

"हे बघ, मी तुझ्यासाठी काय आणलंय ते!" असं म्हणून त्यानं आपली बॅग उघडून त्यातून भेटवस्तूंचा बॉक्स काढला. तिनं तो उघडला नाही तेव्हा त्यानंच त्याचं वेष्टन काढून त्यातून ती भेटवस्तू काढून तिला दाखवली. त्यात तिच्या आवडत्या लव्हेंडर रंगाचा एक सुंदर ब्लाऊज होता. त्यानं तो तिच्यासमोर धरला, पण तिनं तो घेतला नाही. ती नुसती पाहत राहिली. हे असं प्रत्येक वेळी व्हायचं. ती त्याच्याबरोबर क्वचितच बोलत असे आणि तो आला की, तिचा मूड नेहमी असाच असे. त्याच्या भेटी तिनं कधीच स्वीकारल्या नव्हत्या. त्यानं तिला बोलतं करण्याचा खूप प्रयत्न केला, पण तिनं तोंड उघडलं नाही.

एक सुस्कारा सोडून तो खुर्चीला रेलून बसला. त्यानं आपल्या वडलांना हे सर्व सांगितलं होतं, पण परिस्थितीत ते काही सुधारणा करू शकत नव्हते. तिनं कोणाशी कधी चांगलं वागावं आणि कोणाशी नाही हे ते ठरवू शकत नव्हते. त्यामुळे मायकेल फार नर्व्हस झाला होता आणि उत्तरोत्तर तिला भेटण्याचा त्याचा उत्साह मावळत चालला होता. परिणामी भेटीतलं अंतर वाढत होतं. त्यानं आपल्या भावाशी बोलण्याचा प्रयत्न केला होता, पण त्यानं चर्चा करण्याचं नाकारलं होतं. जॉनला ती अशी वागणूक कधीही देत नसे. तिचा तो फार लाडका होता, हे मायकेलला माहीत होतं. मायकेलने उद्या नोबेल पारितोषिक मिळवलं असतं किंवा

तो अमेरिकेचा प्रेसिडेंट जरी झाला असता, तरी जॉन तिचा पहिला मुलगा होता अन् मायकेल दुसरा. त्यामुळे दुसरा तो दुसराच राहिला असता! त्याला पहिल्यासारखं महत्त्व तिच्यालेखी तरी नव्हतंच. त्यानं भेटीदाखल आणलेला ब्लाउज परत बॉक्समध्ये टाकून तो बॉक्स तिथंच टेबलावर ठेवला आणि आईचा निरोप घेऊन तो निघाला.

बाहेर पावसाला सुरुवात झाली होती. मायकेलनं आपल्या ट्रेन्च कोटाची कॉलर वर चढवली आणि तो आपल्या कारकडे गेला. त्याला खूप लांबचा प्रवास करायचा होता. आईला भेट देणं हे दक्षिणेकडे येण्याचं एकच कारण नव्हतं. तसंच पुढे जाऊन व्हर्जिनियाच्या दक्षिण-पश्चिम दिशेला असणाऱ्या फोर्ट जॅक्सनकडे त्याला रूफस हार्म्सला भेटायला जायचं होतं. एकदा त्याच्या मनात विचार आला. 'भावाला भेटून जावं.' जॉननं त्याच्या फोनला उत्तर दिलं नव्हतं, त्याचं त्याला आश्चर्य वाटलं नव्हतं. मायकेल जो लांबचा प्रवास करणार होता त्यात त्यानं वैयक्तिक धोका पत्करला होता आणि अशा वेळेस जॉनचा सल्ला किंवा त्याची प्रत्यक्ष उपस्थिती या गोष्टींचं त्यानं स्वागतच केलं असतं. त्यानं मान हलवली. जॉन फिस्क हा अत्यंत व्यग्र वकील होता आणि त्याला आपल्या धाकट्या भावाच्या नसत्या कल्पनांचा पाठलाग करण्यात रस नसणार, हे नक्कीच होतं. त्याने स्वत:नेच ती बाब हाताळणं आवश्यक होतं.

एलिझाबेथ आणि त्यांचा नवरा सिनेटर जॉर्डन नाइट यांचं वॉटरगेट अपार्टमेंट तसं ऐसपैस होतं. सर्व सुखसोई उपलब्ध असलेलं होतं. नेहमीप्रमाणे एलिझाबेथ लवकर उठल्या. त्यांनी जमिनीवर छोटी बैठक टाकून आपली काही ठरलेली योगासनं केली. हातपाय ताणण्याचे काही व्यायाम केले आणि मग त्या दुसऱ्या बेडरूममध्ये ठेवलेल्या ट्रेडमिलकडे त्या वळल्या. त्यावर धावण्याचा व्यायाम उरकल्यानंतर त्या आपल्या नेहमीच्या बेडरूममध्ये आल्या.

जॉर्डन नाइट अजून झोपलेलेच होते. एलिझाबेथनी काही त्यांना उठवलं नाही. त्यांच्या ठरलेल्या कार्यक्रमाप्रमाणे त्यांनी शॉवर घेतला, कपडे केले, थोडी कॉफी केली आणि टोस्ट घेतले. मग कॉफी आणि टोस्ट घेऊन त्या टेबलाशी बसल्या. पुढल्या आठवड्यात ज्या केसेसवर सुनावणी, वाद-प्रतिवाद व्हायचे होते त्यांचे तयार होत असलेले बेंच मेमोज त्यांनी पाहिले. त्या दिवशी शुक्रवार होता. त्यामुळे त्या दिवसाचा बराचसा भाग न्यायाधीशांच्या बैठकीमध्ये खर्च होणार होता. बैठकीमध्ये त्यांनी ज्या केसेस ऐकल्या होत्या त्यावर मतदान होणार होतं. अशा बैठकीचं सूत्रसंचालन रामसे अगदी काटेकोरपणे करीत. मात्र त्या बैठकीमध्ये फारशी चर्चा होत नसे, त्यामुळे एलिझाबेथ यांची निराशा होई. रामसे प्रत्येक केसचे खास मुद्दे

थोडक्यात सांगत आणि आपलं मत सांगत आणि मग इतरपण आपलं मत लगेच सांगतील याची वाट बघत. त्यांची तशीच अपेक्षा असे. जर रामसे यांच्या बाजूला बहुमत असेल – आणि बहुधा ते तसंच असायचं – तर ते कोणालातरी निर्णय लिहिण्यासाठी देत. जर बहुमत त्यांच्या बाजूला नसलं, तर बहुमत असलेल्यांपैकी सर्वांत ज्येष्ठ न्यायाधीशांना ते निर्णय लिहून देण्याचं काम सोपवीत. बहुधा तसं करण्याची पाळी नेहमी मर्फी यांची असे. कारण रामसे आणि मर्फी सहमत होण्याची वेळ क्वचितच येत असे.

एलिझाबेथ नाइटनी आपली कॉफी संपवली आणि त्या खुर्चीला रेलून बसल्या. त्यांच्या मनात कोर्टात घालवलेल्या पहिल्या तीन वर्षांची आठवण समोर आली. तशी ती वादळी वर्षंच होती. सुप्रीम कोर्टात काम करणाऱ्या न्यायाधीशांमध्ये त्या एक स्त्री-न्यायाधीश असल्याने स्त्रीचे अधिकार या विषयात त्या सर्वश्रेष्ठ मानल्या जात होत्या आणि त्याचबरोबर इतरही बाबतीमध्ये त्या स्त्रियांना अनुकरणीय वाटत. त्यांचं या क्षेत्रातलं स्थान त्यांना इतर क्षेत्रापेक्षा वेगळं वाटे. नाइटना माहीत होतं की, त्या 'न्यायाधीश' होत्या. राजकारणी नव्हत्या. त्यांना प्रत्येक केसचा विचार वेगवेगळ्या पद्धतीने करावा लागे. खालच्या कोर्टात काम करतानाही त्या तसाच विचार करायच्या. तरीदेखील अखेर सुप्रीम कोर्ट वेगळंच होतं, हे त्यांना मान्य करावं लागत असे. सुप्रीम कोर्टाच्या निर्णयांचा परिणाम गंभीर असे. कारण त्यात प्रत्येक केसचा सर्व बाजूने अभ्यास होत असे आणि त्याचा समाजावर होणारा परिणामसुद्धा लक्षात घेतला जात असे. या सर्व गोष्टींचा विचार करता सुरुवातीला त्यांना निर्णय घेणं फार कठीण जाई. आता त्या जरा रुळल्या होत्या.

त्यांनी सहज आजूबाजूला नजर टाकली. त्यांचं अपार्टमेंट सर्व सुखसोईंनी समृद्ध होतं, याचा त्यांना अभिमान वाटे. त्यांचं वैवाहिक आयुष्य समाधानाचं होतं. एलिझाबेथ आणि जॉर्डन नाइट यांना शहरातलं शक्तिशाली जोडपं नंबर एक म्हटलं जाई आणि ते खरंही होतं. त्या या गोष्टीचा आब राखून होत्या. जेव्हा त्या कोर्टात जात तेव्हा मित्र किंवा मैत्रिणी त्यांना हाक मारीत नसत. लोक त्यांना एका वेगळ्याच नजरेनं, आदरानं पाहत. त्यांच्यासमोर कुठलंही वक्तव्य करीत नसत. नाइट समाजशील होत्या. सर्वांमध्ये मिसळणाऱ्या होत्या, पण आताशा त्या फारशा बाहेर जात नसत. त्यांच्या नवऱ्याला राजकारणामुळे अनेक वेळा दौऱ्यावर जावं लागत असल्याने ते शक्यही होत नसे. कोर्टात इतर आठ पुरुष न्यायाधीशांसोबत त्या एक स्त्री असल्याने आठ भिक्षुंबरोबर सर्व काळ असणाऱ्या भिक्षुणीगत आपण आहोत, असं त्यांना कधी कधी वाटे.

त्यांच्या विचारांना उत्तर म्हणून की काय, जॉर्डन नाइट तिच्याजवळ आले. ते अजूनही नाइट ड्रेसमध्येच होते. त्यांनी तिला हलकेच आलिंगन दिलं.

''रोज उजाडण्याअगोदर उठलंच पाहिजे असा काही नियम नाही. कधी कधी अंथरुणावर लोळत पडणं हे तब्येतीला चांगलं असतं.'' ते म्हणाले.

तिनं त्यांच्या हाताचं चुंबन घेतलं आणि त्यांना आलिंगन देऊन परतफेड केली.

''तुम्ही उशिरा झोपलात म्हणून तुम्हांला उठवलं नाही सिनेटर.''

''आपण दोघांनी मिळून एकत्र प्रयत्न केला पाहिजे असं मला वाटतं. वय वाढणं थांबवायचं असेल, तर शरीरसुख हा जालीम उपाय आहे असं मी ऐकलंय डार्लिंग!''

''तुमची काही मतं नक्कीच मजेशीर असतात.'' त्या हसून म्हणाल्या.

जॉर्डन नाइट हे उंच आणि धष्टपुष्ट शरीरयष्टी असलेले, आकर्षक गृहस्थ होते. त्यांचे केस करड्या रंगाचे आणि विरळ होत चालले होते. वयामुळे, भटकंतीमुळे त्यांच्या चेहऱ्यावरच्या सुरकुत्या काहीशा वाढल्या होत्या. तरीसुद्धा त्यांना देखणं म्हणता येईल असं त्यांचं एकूण व्यक्तिमत्त्व होतं. 'पोस्ट'च्या पानांवर, स्थानिक वर्तमानपत्र तसंच मासिकांमध्ये आणि राष्ट्रीय टी.व्ही. शोजमध्ये धुरंधर राजकारण्यांसोबत व्यक्त केलेल्या मतांमुळे त्यांच्या वक्तव्याला नेहमीच अग्रस्थान मिळत असे.

त्यांनी आपल्यासाठी कॉफी ओतून घेतली. एलिझाबेथ अजूनही कागदपत्रं चाळत होत्या.

''आपल्या कॅम्पमध्ये यावं म्हणून अजूनही रामसे प्रयत्न करताहेत का?'' कॉफीचा घुटका घेत त्यांनी विचारलं.

''ओहऽऽ ते तर सर्व प्रकारचे प्रयत्न करताहेत, पण मला शंका वाटते की, हल्ली दोन-तीन गोष्टींबाबत मी जी पावलं उचलली ती त्यांना आवडली नाहीत म्हणून.''

''तू तुझ्या मार्गाने जा बेथ. नेहमीप्रमाणे त्या सर्वांपेक्षा तू चलाख आहेस, स्मार्ट आहेस. खरं म्हणजे तूच मुख्य न्यायाधीश व्हायला हवंस!'' एलिझाबेथनी आपले हात नवऱ्याच्या गळ्यात अडकवले. ''तसं मलाही वाटतं की, तुम्ही यू.एस.चे प्रेसिडेन्ट व्हावेत म्हणून.''

त्यांनी खांदे उडवले. ''यू.एस.चं सिनेट हेच मला आव्हानात्मक आहे. तुझ्यासाठी हीच वेळ शेवटची आहे, असं मला वाटतं.''

तिनं त्यांच्या खांद्यावरून आपले हात काढले. ''खरंतर आपण या बाबतीत कधी एकत्र बसून बोललोच नाही.''

''खरं आहे. आपण दोघंही खूप बिझी आहोत. खूप गोष्टी वेळेत उरकायच्या असतात. जरा काही बाबी मार्गी लागू दे. मग आपण एकदा निवांत बोलू. बोलायलाच हवं आहे.''

"तुम्ही हे फारच गंभीरपणे बोलता आहात."

"कायम ट्रेड मिलवर धावणं बरं नाही. नाही का बेथ?"

त्यांनी आपलं हसू आवरलं. "मला वाटतं मी ते आयुष्यभरासाठी स्वीकारलंय."

"राजकारणात एक चांगली गोष्ट आहे. परत धावायचं की नाही हे तुम्ही ठरवू शकता. नाहीतरी तुमची खुर्ची जाण्याची शक्यता असतेच."

"मला वाटलं की, तुम्हांला आणखी बरंचकाही मिळवायचं आहे."

"तसं ते मिळणार नाही. त्यात अनेक अडथळे आहेत. बरेच डावपेच आहेत. खरं सांगायचं तर मला आताच कंटाळा आलाय."

त्यावर बेथ काहीतरी बोलणार होत्या, पण त्या लगेच थांबल्या. त्यांच्या डोक्यात सुप्रीम कोर्टातले 'डावपेच' आले.

जॉर्डन नाइटनी हातातला कॉफीचा कप बाजूला ठेवला. ते बेथजवळ गेले. त्यांनी तिच्या गालाचं चुंबन घेऊन "चालू दे तुझं" असं म्हणून निरोप घेतला आणि ते बाथरूमच्या दिशेने गेले.

सिनेटर गेल्यानंतर तिनं गालाच्या त्या जागेवर हात ठेवला, जिथं त्यांनी ओठ ठेवले होते. त्यांनी हातानं हळूच गाल पुसला. पुन्हा एकदा सर्व पेपर्स नीट पाहण्याचं ठरवलं, पण त्यांचं लक्ष लागेना. त्या नुसत्या बसून राहिल्या. त्यांचं मन अनेक दिशांनी धावत होतं.

जॉन फिस्कनं त्याचा आणि त्याच्या भावाचा फोटो हातात घेतला आणि हातात धरून तो तसाच बसून राहिला; जवळजवळ वीस मिनिटं! तेवढ्या वेळात त्यानं फोटोकडे एकदाही नजर टाकली नव्हती. अखेर तो उठला आणि फोनजवळ जाऊन त्यानं भावाचा नंबर फिरवला. तिकडून काही आवाज आला नाही. फिस्कनं आन्सरिंग मशीनवर संदेश ठेवण्याचं टाळलं. त्यानंतर त्यानं सुप्रीम कोर्टात फोन केला. अजून मायकेल आला नसल्याचा निरोप त्याला मिळाला. त्यानं आणखी अर्ध्या तासानं पुन्हा फोन केला तेव्हा त्याला 'मायकेल आज येणार नाहीत' असं फोन घेणाऱ्या माणसानं सांगितलं. त्यानं खूप विचारांती भावाला फोन करायचं ठरवलं होतं, तर आता त्याचा संपर्कच होऊ शकत नव्हता. 'याला काय म्हणावं?' तो डेस्कजवळ बसला आणि त्यानं काहीतरी काम करण्याचा प्रयत्न केला, पण सारखं त्याचं लक्ष त्या फोटोकडे जात होतं. अखेरीस त्यानं ब्रीफकेस बंद केली. आता त्याला कोर्टात जायचं होतं, हे बरंच वाटलं. कुठल्यातरी विचित्र भावनेपासून दूर जात होता, हे बरंच होतं, असं त्याला वाटत होतं.

सकाळच्या सत्रात त्याला एकापाठोपाठ एक अशा दोन खटल्यांच्या सुनावणीला तोंड द्यायचं होतं. त्यांपैकी एक तो जिंकला होता, तर दुसऱ्यात त्याला न्यायाधीशांनी

फाडून खाल्लं होतं. त्याच्या प्रत्येक मुद्याला त्यांनी हास्यास्पद ठरवलं होतं आणि त्या वेळेस कॉमनवेल्थचा साहाय्यक ॲटर्नी आपलं समाधान लपवून वरकरणी शांत चेहरा करून उभा होता. तसं करणं व्यावसायिक दृष्टिकोनातून बरोबरही होतं कारण कोणावर कधी, कशी वेळ येईल सांगता येत नाही, हे प्रत्येक जण जाणून होता. निदान इथे कोर्टात काम करणाऱ्यांच्या बाबतीत तरी ते नक्कीच खरं होतं.

त्यानंतर फिस्क रिचमंड शहराच्या तुरुंगात आणि हेन्रिको या गावातल्या तुरुंगात आपल्या पक्षकारांशी बोलायला गेला. एकाशी त्यानं लवकरच सुरू होणाऱ्या त्याच्या खटल्याबद्दलच्या धोरणाची चर्चा केली. त्याचा कैदी पक्षकार साक्षीदाराच्या चौकटीत उभं राहून खोटं बोलायला तयार होता. 'नाही, तसं करायचं नाही.' त्यानं त्याला बजावलं. दुसऱ्या पक्षकाराबाबत सर्वत्र मान्य असलेला मार्ग – कबुलीजबाब देणे यावर चर्चा झाली. किती महिने, किती वर्षं, किती काळ? पॅरोलवर सोडतील काय? भोगलेल्या शिक्षेचं काय? मला कृपा करून तुरुंगात जाऊ देऊ नका. बायको-मुलांची काळजी कोण घेईल? त्यांच्यासाठीच खून केला तर तो काय मोठा गुन्हा झाला? इत्यादी इत्यादी.

त्याच्या शेवटच्या पक्षकाराच्या बाबतीत चर्चेला वेगळीच कलाटणी मिळाली. "आपली बाजू कच्ची आहे लिऑन. मला वाटतं आपण कबुलीजबाबास तयार व्हावं."

"अंहऽऽ. आपण खटला लढवायचा!"

"सरकार पक्षाकडे दोन प्रत्यक्षदर्शी साक्षीदार आहेत."

"पण ते खरं कशावरून?"

एका छोट्या मुलीला मारण्याचा लिऑनवर आरोप होता. दोन टोळ्यांमधल्या वितुष्टातून घडलेला प्रकार होता तो. उभय बाजूंनी गोळीबार होत असताना ती बिचारी त्यात हकनाक बळी पडली होती. ही त्या वेळी नेहमीचीच घटना ठरली होती.

"त्यांनी साक्ष दिली नाही, तर ते मला काहीच करू शकत नाहीत. हो ना?"

"पण ते साक्ष का देणार नाहीत?" फिस्कनं धारदार स्वरात विचारलं, पण त्याला हा मार्ग माहीत होता. तो पोलीस असताना अशा कितीतरी केसेस त्यानं पाहिल्या होत्या की, ज्यात प्रत्यक्षदर्शी साक्षीदारांनी गुन्हा स्वच्छपणे पाहिला असतानाही घडलेलं विसरले होते.

लिऑननं खांदे उडवले. "काय आहे, काहीतरी घडतं आणि लोक त्यांच्या वेळा नाही पाळू शकत! असं होतं की नाही?"

"पोलिसांनी त्यांचं म्हणणं नोंदवून घेतलं आहे."

लिऑननं त्याच्याकडे तीव्र नजरेनं पाहिलं, "बरोबर आहे, पण त्यांना माझ्यासमोर

साक्ष घ्यायची आहे ना! तू फक्त त्यांना उलटतपासणीसाठी बोलाव. बरोबर?''

''तुला तुझा विभाग चांगला माहीत आहे!'' त्यानं दीर्घ श्वास घेतला. साक्षीदाराला धाक-धपटशा दाखवण्याच्या खेळाचा त्याला कंटाळा आला होता.

''तेव्हा मला सांग, ते का साक्ष देणार नाहीत? मी तुझा वकील आहे आणि ते समजण्याचा माझा अधिकार आहे!''

लिऑनला हसू फुटलं, ''तुला ते समजण्याची गरज नाही!''

''आहे. मला आयत्या वेळी काही वेगळंच घडायला नको आहे. तुला कल्पना नाही, पण सरकारी वकील आयत्या वेळी काय करेल ते सांगता येत नाही. असं पूर्वी घडलेलं मी पाह्यलं आहे. असं काही घडलं आणि मी तयार नसलो, तर तुला पाण्यात बुडून जीव द्यावा लागेल.''

आता लिऑन जरा चिंताग्रस्त झाला. त्यानं तसा काही विचार केला नव्हता.

त्यानं आपला तळहात खाजवला. ''वकिलाचा अधिकार! असंच म्हणालास नं तू?''

''हो.'' फिस्क पुढे वाकून म्हणाला, ''तू, मी आणि परमेश्वर यांच्यातलीच गोष्ट.''

लिऑन हसला, ''परमेश्वर?'' पुढे तो वाकून हळू स्वरात तो म्हणाला, ''माझे एक-दोन मित्र आहेत. त्या साक्षीदारांना ते भेटतील आणि कोर्टाचा रस्ता विसरायला सांगतील. बस्स!''

फिस्क मागे झाला आणि म्हणाला, ''हंऽऽ, आता तू ते केलंस!''

''काय केलं?''

''मला अशी गोष्ट सांगितलीस की, जी मला न्यायाधीशांकडे जाऊन सांगायला हवी!''

''हे तू काय बोलतोयस?''

''नैतिक आणि कायदेशीर दृष्टीने माझ्या पक्षकाराने मला सांगितलेली कोणतीही गोष्ट मी उघड करू शकत नाही.''

''मग त्यात काय प्रश्न आहे? मी तुझा पक्षकार आहे आणि मी तुला माहिती दिली आहे.''

''बरोबर, पण त्या गोष्टीला एक महत्त्वाचा अपवाद आहे. तू भविष्यात करणार असलेल्या एका गुन्ह्याची मला माहिती दिली आहेस. ती मला कोर्टाला सांगायला हवीये. मी तुला गुन्हा करू देणार नाही. तसं करू नकोस, असा माझा सल्ला आहे. तुला मी हे सांगितल्याचं लक्षात ठेव. तू आधीच ती व्यवस्था केली असलीस, तर ठीक आहे. मला हे सांगताना तू काय विचार केला होता?'' फिस्क उद्वेगानं म्हणाला.

"असा कायदा आहे हे मला कुठे माहीत होतं? मी काही वकील नाही!"

"एऽऽ लिऑन, तुला वकिलांपेक्षा कायदा जास्त समजतो, हे मला माहीत आहे. आता तू तुझीच केस खराब करून घेतली आहेस. आता कबुलीजबाबाशिवाय पर्याय नाही!"

"हे तू काय भलतंच बोलतोयस!"

"आपण खटला लढवला आणि साक्षीदार आले नाहीत, तर मला आता तू जे सांगितलंस ते कोर्टाला सांगावं लागेल आणि ते आले, तर तुझ्यावर चांगलंच शेकणार!"

"तू कोणाला काहीच सांगणार नाहीस."

"हा काही पर्याय नाही लिऑन. समजा, मी सांगितलं नाही आणि ते उघडकीस आलं, तर मला माझं प्रॅक्टिस लायसन्स गमवावं लागेल. जरी तू मला आवडतोस, तरी मला हे परवडणार नाही. कारण माझं पोट माझ्या प्रॅक्टिसवरच आहे ना! म्हणजे तुझी केस बुडालीच समज."

"ह्याऽऽ, माझा या कशावर विश्वास नाही. मला वाटलं की, तुम्ही आपल्या वकिलाला काहीही सांगू शकता."

"हे बघ, माफी-अर्जातून काय मागणी करायची ते मी पाहतो. हंऽऽ आता तुला काही काळ तुरुंगात काढावा लागेल, हे मात्र खरं!" फिस्क उठला आणि त्यानं कैद्याच्या खांद्यावर थोपटलं, "काही काळजी करू नकोस. तुला कमीतकमी शिक्षा होईल यासाठी मी प्रयत्न करीन."

बाहेर पडताना आजच्या दिवसात पहिल्यांदा त्याच्या चेहऱ्यावर हसू उमटलं होतं.

तेरा

गाडी चालवत पुढे पाहताना मायकेल फिस्क अस्वस्थ झाला होता. कोसळणाऱ्या पावसामुळे पुढचं दिसणं कठीण झालं होतं. मोटारीचे वायपर्स दिसण्याइतपत पाणी बाजूला सारण्याचं काम करताना जणू धडपडत होते. पश्चिमेकडे पुढे जाताना त्यानं पुलास्की, ब्लॅण्ड आणि हंग्री मदर्स पार्क असली नावं असलेल्या जागा पार केल्या होत्या. हंग्री मदर्स पार्क नाव ऐकताक्षणीच त्याच्या डोळ्यासमोर पार्कच्या कंपाउंडजवळ जमलेल्या आया आणि मुलांचा समूह भीक मागताहेत असं दृश्य साकारलं होतं आणि तो अस्वस्थ झाला होता. काही वेळा 'बिग ए' पर्वताजवळून वाहणाऱ्या जोरदार वाऱ्यामुळे गाडीला तडाखे बसत होते. त्याचा जन्म व्हर्जिनियात झाला होता आणि तो तिथंच लहानाचा मोठा झाला असला, तरीही एक अपवाद सोडून फिस्क कधीही 'रोनोक'च्या पश्चिमेला गेलेला नव्हता. तो म्हणजे वकिली परीक्षा देण्यासाठी 'रोनोक'ला आला होता तेव्हा. आतापर्यंतचा प्रवास तरी ठीक झाला होता. कारण सगळा हायवेवरूनच झाला होता. त्यानं इंटरस्टेट ८१वरून हायवे सोडला आणि उत्तर-पश्चिम दिशेनं तो निघाला तेव्हापासून सगळंच बदललं होतं. तो प्रदेश खडकाळ होता. रस्ते अरुंद आणि नागमोडी होते. त्यामुळे गाडी ठेचकाळत-ठेचकाळत धिम्या गतीने पुढे चालली होती.

त्यानं आपल्या बाजूच्या सीटवर ठेवलेल्या ब्रीफकेसकडे नजर टाकली आणि दीर्घ सुस्कारा सोडला. रूफस हार्म्सचा दाखल करण्यासाठी कोर्टाला केलेला विनंती-अर्ज त्यानं नीट वाचला होता.

व्हिएतनाम युद्धाच्या अखेरीस रूफस हार्म्स जिथे होता त्या मिलिटरी छावणीला भेट देण्यासाठी आलेल्या एका बालिकेचा रूफस हार्म्सनं खून केला होता. त्या

वेळेस तो मेढेकोटात होता, पण कोणत्यातरी प्रकारे बाहेर पडला होता. खुनामागे काहीही उद्देश नव्हता. वेड्या माणसानं झटका आल्यानंतर करावी तशी ती कृती होती. या सर्व घटनांबद्दल कुठलाही संदेह नव्हता. मायकेल सुप्रीम कोर्टात क्लार्क असल्याने माहिती मिळण्याचे अनेक मार्ग त्याला माहीत होते. ते सर्व मार्ग केसची पार्श्वभूमी समजण्यासाठी त्यानं वापरले होते. तरीसुद्धा हार्म्सच्या पिटिशनमध्ये म्हटल्याप्रमाणे मिलिटरीचा तसा कोणता कार्यक्रम होता, हे मान्य करण्यास मिलिटरी तयार नव्हती. उलटपक्षी अशा कार्यक्रमाच्या अस्तित्वाबद्दलच शंका व्यक्त केली होती. मायकेलनं स्टीअरिंग व्हीलवर जोरात हात मारला. अर्ज दाखल करताना रूफस किंवा त्याच्या वकिलानं मिलिटरीचं ते पत्र सोबत जोडायला हवं होतं.

अखेर मायकेल या निष्कर्षाला आला होता की, त्यासंबंधीची माहिती प्रत्यक्ष रूफस हार्म्सकडूनच घेण्याची गरज होती. स्वत: समक्ष येण्यापेक्षा योग्य मार्गाने जाण्याचा त्यानं प्रयत्न केला होता. त्यानं पोस्टाद्वारे सॅम्युअल रायडरचा पत्ता मिळवला होता, पण अनेक वेळा फोन करूनही उत्तर मिळालं नव्हतं. टाइप केलेलं पत्र त्यानंच लिहिलं असावं का? तशी दाट शक्यता मायकेलला वाटत होती. त्यानं फोनवरून तुरुंगातल्या हार्म्सशी बोलण्यासाठी विनंती केली होती, पण ती झिडकारण्यात आली होती. त्यामुळे त्याचा संशय वाढला होता. जर एखादा निष्पाप मनुष्य तुरुंगात डांबला गेला असला, तर त्या माणसाची मुक्तता करणं हे मायकेलचं काम नव्हे - स्वत:ला दुरुस्त करत मायकेल म्हणाला असता – कर्तव्य होतं.

आणि ही ट्रीप करण्याचं अंतिम असं एक कारण होतं. त्या छोट्या मुलीच्या मृत्यूसंबंधात त्या पिटिशनमध्ये विनंती-अर्जात जी काही नावं दिलेली होती ती मायकेलच्या पूर्ण परिचयाची होती. 'जर रूफस हार्म्स सत्य सांगत असल्याचं सिद्ध झालं तर...' नुसत्या विचारानेच मायकेलचा थरकाप झाला होता.

त्याच्या शेजारच्या सीटवर, ब्रीफकेसवर त्यानं फोर्ट जॅक्सन तुरुंगाकडे जाण्यासाठी बनवलेला रस्त्याचा नकाशा आणि दिशांबद्दल लिहून ठेवलेल्या टिपांचा कागद होता. पुढल्या एक-दीड तासाच्या प्रवासात त्यानं छोट्या रस्त्यानं जितके मैल प्रवास केला, त्यात त्यानं अनेक छोटे, हवामानाने काळपट झालेले लाकडी पूल, छोटी छोटी गावं, जुनाट हाउस ट्रेलर्स पार केले होते. त्याला वाटेत चिखल उडालेले काही ट्रकपण दिसले होते. बहुधा ते मिलिटरी ट्रक होते. कारण त्यांच्या रेडिओ ॲन्टेनाला लावलेले संयुक्त राष्ट्र संघाचे ध्वज फडफडत होते आणि मागच्या रॅक्सवर बंदुका, रायफल्स ठेवलेल्या दिसत होत्या. जसजसा तो तुरुंगाजवळ पोहोचत होता तसतशी रापलेला चेहरा, संशयी नजर आणि अबोल असणारी माणसं संख्येनं अधिक दिसू लागली होती.

त्यानं एक वळण घेतलं आणि तुरुंगाची इमारत त्याच्या नजरेसमोर आली. तुरुंगाच्या इमारतीच्या भिंती दगडाच्या, चांगल्या जाड, उंच आणि प्रचंड होत्या. त्यामुळे जणू एखादी मध्ययुगीन काळातली प्रचंड वास्तू या ओबडधोबड प्रदेशात आणून टाकली असावीसं वाटत होतं. आपलीच थडगी उभारण्यासाठी त्या कैद्यांनी खाणीतून दगड काढले असावेत, असंही त्याला वाटून गेलं.

त्यानं व्हिजिटर बॅज घेतला आणि मुख्य प्रवेशद्वारातून गाडी आत घेतली. भेट देणाऱ्यांसाठी असलेल्या पार्किंग जागेत गाडी ठेवण्यास त्याला सांगण्यात आलं. त्यानं प्रवेशद्वाराजवळ असलेल्या पहारेकऱ्याला आपल्या येण्याचा उद्देश सांगितला. ''भेट देणाऱ्यांच्या यादीत तुमचं नाव नाही.'' तो तरुण पहारेकरी म्हणाला.

त्यानं मायकेलच्या गर्द निळ्या सूटकडे आणि त्याच्या एकूण व्यक्तिमत्त्वाकडे नजर टाकली. त्यात उघड उघड तुच्छता दिसत होती. शहरातला श्रीमंत, खुशालचेंडू तरुण! मायकेलच्या नजरेने ते भाव टिपले. ''मी बऱ्याच वेळा फोन केला होता, पण कोणाकडूनही मला कैद्याच्या भेटीसाठी काय करावं लागतं हे कळलं नाही.''

''ते कैद्यावर अवलंबून असतं. त्याला तुम्ही भेटायला हवे असाल, तर तो भेटेल आणि नसाल तर नाही. तेवढीच बाब त्याच्या अखत्यारातली आहे.'' असं म्हणून तो हसला.

''तू जर त्याला वकील भेटायला आला आहे असं सांगशील, तर तो नक्की त्यांच्या भेटणाऱ्यांच्या यादीत माझं नाव टाकेल.''

''तुम्ही वकील आहात?''

''त्याच्या एका अपिलाबाबतीत माझा सहभाग आहे'' सरळ उत्तर टाळून मायकेल म्हणाला.

पहारेकऱ्यानं हातानं लेजर घेऊन कैद्याचं नाव पुन्हा एकदा पाहिलं – रूफस हार्म्स. तो जरा गोंधळल्यासारखा दिसला. ''हा तर इथे मी जन्मण्यापूर्वीपासून आहे. इतक्या वर्षांनंतर त्यानं कसल्या प्रकारचं अपील केलं आहे?''

''ते मी सांगू शकत नाही.'' मायकेल म्हणाला. ''वकील आणि पक्षकार यांच्या अधिकाराचा भाग आहे तो. पूर्णपणे गोपनीय.''

''ते मला माहीत आहे. तुम्हांला मी मूर्ख आहे असं वाटतं का?''

''अजिबात नाही.''

''समजा, मी तुम्हांला आत घेतलं आणि मी तसं करणं चुकीचं होतं असं मला सांगण्यात आलं, तर माझी काय हालत होईल?''

''ते बरोबर आहे. म्हणून मी विचार करत होतो की, तू तुझ्या वरिष्ठाला विचारलंस तर बरं होणार नाही का? तुझी जबाबदारी संपली.''

''ते मी करणारच होतो.'' फोन उचलत तो म्हणाला. त्याचा स्वर मित्रत्वाचा

नव्हता. तो एक-दोन मिनिटं बोलला आणि त्यानं फोन ठेवला. ''कोणीतरी इथं येतंय.'' मायकेलनं मान डोलावली.

''कुठून आलात तुम्ही?'' त्यानं विचारलं.

''वॉशिंग्टन डी.सी.''

''तुमच्यासारख्या लोकांना यासाठी किती पैसे मिळतात?'' त्याच्या या प्रश्नावरून स्पष्ट होत होतं की, कितीही कमी रक्कम मायकेलनं सांगितली असती, तरी त्याला ती जास्तच वाटली असती.

त्याच वेळी जवळ येणाऱ्या गणवेशातल्या अधिकाऱ्याकडे पाहून मायकेलनं दीर्घ श्वास घेतला.

त्या तरुण पहारेकऱ्यानं पाय जुळवून त्याच्या वरिष्ठ अधिकाऱ्याला सॅल्यूट ठोकला. अधिकारी वळून मायकेलला म्हणाला, ''कृपया माझ्याबरोबर चला.'' तो अधिकारी पन्नाशीच्या जवळपास होता. मध्यम बांध्याचा, शांत आणि गंभीर. त्याच्या बारीक कापलेल्या केसांच्या राखाडी रंगावरून त्यानं बरीच वर्षं मिलिटरीत घालवल्याचं जाणवत होतं.

अधिकाऱ्याच्या पाठोपाठ चालत मायकेल व्हरांड्यातल्या टोकाला असणाऱ्या एका छोट्या ऑफिसमध्ये शिरला. अधिकाऱ्यानं त्याला आपल्या समोरच्या खुर्चीवर बसण्याची खूण केली आणि त्याचं काय काम होतं ते विचारलं. त्यानंतर जवळजवळ पाच मिनिटं मायकेल बोलत होता. फारशी महत्त्वाची माहिती न सांगता आपलं वकिली कौशल्य वापरून त्यानं आपल्या वैयक्तिकरीत्या येण्याबद्दल सांगितलं आणि अखेरीस विनंती केली.

''आपण जर मि. हार्म्सना मी इथं आल्याचं सांगितलंत, तर ते मला भेटायला तयार होतील.''

बोटात धरलेलं पेन हलवत त्या अधिकाऱ्यानं समोरच्या तरुण वकिलाकडे पाहिलं, ''जरा बुचकळ्यात टाकणारी बाब आहे. काही दिवसांपूर्वीच रूफस हार्म्सला त्याचा वकील भेटला होता आणि ती व्यक्ती दुसरीच होती.''

''असं म्हणता, मग त्याचं नाव सॅम्युअल रायडर असणार.'' अधिकाऱ्यानं उत्तर दिलं नाही, पण त्याच्या चेहऱ्यावर क्षणकाल झळकून गेलेलं आश्चर्य पाहून मायकेलला आतल्या आत गुदगुल्या झाल्या. त्याचा कयास खरा ठरला होता. हार्म्सच्या भूतपूर्व वकिलानंच ते टाइप केलेलं पत्रं जोडलं होतं, यात शंका नव्हती. ''एकाच माणसाचे दोन वकील असू शकतात सर!''

''हो, पण रूफस हार्म्ससारख्या माणसाचे नाहीत. गेल्या पंचवीस वर्षांत त्या माणसाला त्याच्या भावाशिवाय कोणी भेटलं नाही. त्याचा भाऊ मात्र नियमित भेटायला येतो. आणि आता अचानक त्याला भेटायला दोन दोन वकील येतात,

हे कोडंच आहे. मी काय म्हणतो ते तुम्हांला कळलंच असेल!''

मायकेल हसला प्रसन्नपणे, पण बोलला मात्र कणखरपणे ''मला वाटतं कैद्याला वकिलाशी बोलण्याची परवानगी असते, हे तुम्हांला माहीतच असेल!''

अधिकाऱ्यानं क्षणभर त्याच्याकडे रोखून पाहिलं, फोन उचलला आणि तो बोलला. त्यानं फोन खाली ठेवला आणि काही न बोलता मायकेलकडे पाहिलं. पाच मिनिटांच्या आत फोनची बेल वाजली. त्यानं उचलला आणि नंतर खाली ठेवला तेव्हा तो मायकेलला म्हणाला, ''तो तुम्हांला भेटेल.'' असं म्हणून त्यानं मान डोलावली.

चौदा

व्हिजिटर्स रूमच्या दारात जसा रूफस हार्म्स उभा राहिला आणि त्याने समोरच्या तरुण माणसांकडे नजर टाकली, तसा त्याच्या चेहऱ्यावरचा गोंधळ स्पष्ट दिसला. मायकेल त्याचं स्वागत करण्यासाठी उभा राहिला त्याच वेळी रूफसच्या मागचा पहारेकरी खाकरला.

''बसा.'' तो म्हणाला तसा मायकेल त्वरेनं खाली बसला.

रूफस त्याच्यासमोर टेबलाशी बसेपर्यंत पहारेकरी त्याच्याकडे लक्ष ठेवून होता. त्यानंतर तो वकिलाकडे वळून म्हणाला, ''भेटीच्या वेळा पाळण्याचे नियम तुम्हांला मागेच सांगण्यात आले आहेत. जर विसरला असाल, तर तिथं समोर वाचायला मिळतील.'' त्यानं भिंतीकडे खूण करीत म्हटलं. ''कोणत्याही प्रकारे कैद्याला स्पर्श करायचा नाही आणि सर्व वेळ तुम्ही बसूनच बोलायचं. समजलं?''

''कळलं, पण तुम्हांला खोलीत राहायलाच हवं का? वकील आणि पक्षकार यांच्यातल्या गोपनीयतेच्या अधिकाराबद्दल तुम्हांला माहीतच असेल आणि कैद्याला याप्रमाणे शृंखलाबद्ध करणं आवश्यक आहे का?'' मायकेलनं विचारलं.

''इथे कोठडीत त्यानं कैद्यांच्या एका गटाला कसं मारलं होतं हे तुम्ही पाहिलं असतं, तर हा प्रश्न विचारला नसता. साखळीबद्ध असूनही तुमची मान तो दोन सेकंदात पकडेल.'' पहारेकरी मायकेलच्या जरा जवळ आला. ''इतर कैद्यांबरोबर तुम्हांला थोडं खाजगी बोलता येईल, पण हा इतरांसारखं नाही. हाच इथं सर्वांत प्रचंड आणि सर्वांत वाईट असा नियम आहे. त्याच्यासाठी आम्ही आमचे नियम ठरवले आहेत आणि ही ठरलेली भेट नाही त्यामुळे तुम्हांला फक्त वीस मिनिटं वेळ मिळेल. त्यानंतर या क्रूर लांडग्याला टॉयलेट स्वच्छ करण्याच्या कामाला लागायचंय

आणि आज ते भरपूर आहे!''

"तर मग आम्हांला सुरुवात करू दिली तर बरं होईल." मायकेल म्हणाला. पहारेकरी काही न बोलता दाराशी जाऊन बसला. मायकेलनं जेव्हा रूफस हार्म्सकडे पाहिलं तेव्हा त्याचे डोळे त्याचा वेध घेत होते असं त्याला जाणवलं.

"गुड आफ्टरनून मि. हार्म्स. माझं नाव मायकेल फिस्क."

"नावाशी मला काही कर्तव्य नाही."

"ते मला माहीत आहे. मी तुम्हांला काही प्रश्न विचारण्यासाठी इथं आलोय."

"त्यांनी मला सांगितलं की, तुझा वकील आला आहे म्हणून, पण तुम्ही माझे वकील नाहीत."

"मी तसं म्हणालो नाही. त्यांनी तसं गृहीत धरलं. मी मिस्टर रायडर यांच्याशीही संबंधित नाही."

रूफसने डोळे आकुंचित करत त्याच्याकडे पाहिलं. "तुम्हांला सॅम्युअलबद्दल काय माहीत आहे?"

"ते काही तसं महत्त्वाचं नाही. मी इथे तुम्हांला काही प्रश्न विचारण्यासाठी आलो, कारण मला तुमचा दाखल करण्यासाठीचा विनंती-अर्ज मिळाला."

"काय मिळालं म्हणता?"

"तुमचं अपील." मायकेलनं हळू आवाजात सांगितलं.

"तर मग तुम्ही इथं कशाला आलात?"

मायकेल थोडा अस्वस्थ झाला. घसा खाकरून तो म्हणाला, "मी तुमचं अपील वाचलं आणि त्याबद्दल मला काही प्रश्न विचारायचे आहेत. त्यात काही महत्त्वाच्या व्यक्तींवर अतिशय गंभीर आरोप करण्यात आले आहेत." तो थांबला. रूफस त्याच्याकडे अशा धक्कादायक नजरेने पाहत होता की, तो तिथं आल्याचा त्याला काही क्षण तरी पश्चात्ताप वाटला. स्वत:ला सावरून तो पुढे म्हणाला, "मी तुमची केस पाहिली आणि काही गोष्टींचा मला काही अर्थच कळला नाही. मला काही प्रश्न विचारायचे होते आणि त्यातल्या काही गोष्टी स्पष्ट झाल्या की, मग तुमचं अपील आपण पुढे ढकलू शकतो."

"ते आताच का पुढे ढकललं नाही? ते कोर्टाला मिळालं आहे ना?"

"हो, पण त्यात अनेक तांत्रिक त्रुटी आहेत त्यामुळे ते पुढे पाठवण्याचं नाकारलं जाऊ शकतं. त्या बाबतीत तुमची मदत करावी म्हणून मी आलोय, पण मला भानगड किंवा गवगवा टाळायचा आहे. तुम्ही हे समजून घ्या मि. हार्म्स की कोर्टाकडे कैद्यांकडून अशी ढीगभर अपिलं येत असतात की ज्यांना काहीही अर्थ नसतो."

रूफसनं डोळे बारीक करून विचारलं, "मी खोटं बोलतो आहे असं तुम्हांला

म्हणायचंय का? तसं असेल, तर मग काही अपराध नसताना तुम्ही तुरुंगात पंचवीस वर्षं काढा आणि मग मला सांगा.''

''तुम्ही खोटं बोलता आहात असं मी म्हणत नाही. या सर्व गोष्टीला काहीतरी अर्थ आहे असं मला वाटलं म्हणूनच मी इथं आलोय. नाहीतर मी आलोच नसतो. माझ्यावर विश्वास ठेवा.'' त्यानं त्या भयंकर खोलीवरून नजर फिरवली. यापूर्वी कधीही तो अशा जागेजवळ गेला नव्हता आणि कधीही रूफससारख्या माणसाला भेटलेला नव्हता. ''खरंच सांगतो, माझ्यावर विश्वास ठेवा.''

''तुमच्याजवळ तुमचं ओळखपत्र आहे? गेल्या तीस वर्षांत मी कोणावरही विश्वास ठेवलेला नाही.''

सुप्रीम कोर्टाच्या क्लार्क्सना ओळखपत्र देण्यात येत नव्हती. सुप्रीम कोर्टाच्या सुरक्षा-यंत्रणेत रक्षकांनी सर्वांना पाहून ओळखावे हेच सांगितलं जात असे. तरीसुद्धा कोर्ट अशी एक छोटी डिरेक्टरी प्रकाशित करीत असे की, ज्यात सर्व कारकुनांची नावं आणि फोटो असत. त्यामुळे सुरक्षारक्षकांना शंका आल्यास खातरजमा करता येत असे. मायकेलनं आपल्या खिशातून ती काढली आणि त्याच्याकडे दिली. रूफसने ती काळजीपूर्वक पाहिली अन् मग पहारेकऱ्याकडे नजर टाकून तो म्हणाला, ''तुमच्याकडे रेडिओ आहे?''

''रेडिओ!'' आश्चर्याने मायकेलनं नकारार्थी मान हलवली.

रूफसनं अगदी हलक्या आवाजात म्हटलं, ''तर मग गुणगुणणं सुरू करा.''

''काय?'' मायकेल खवळला. ''मी ते करू शकत नाही. मला तशी सवय नाही.''

रूफसनं अधीरतेनं आपली मान हलवली. ''पेन तरी आहे का तुमच्याकडे?'' मायकेलनं बुद्धुसारखी मान हलवली.

''मग ते बाहेर काढा आणि टेबलावर ठोकत राहा. आतापर्यंत त्यांनी जे ऐकायचं ते ऐकलंच आहे, पण आपण त्यांना आश्चर्यचकित करू या.'' मायकेल काही बोलणार होता तोच रूफस म्हणाला, ''काही बोलू नका. फक्त टेबलावर पेन ठोकत राहा आणि ऐका.''

रूफसनं इतक्या हळू आवाजात बोलायला सुरुवात केली, की त्याचे शब्द ऐकण्यासाठी मायकेलला बराच ताण द्यावा लागला. ''तुम्ही इथं यायलाच नको होतं. इथून तो कागद बाहेर पाठवण्यासाठी मी केवढी जोखीम घेतली हे तुम्हांला माहीत नाही. तुम्ही वाचलं असेल, तर तुम्हांला कळलंही असेल. ज्या काळ्या माणसानं एका छोट्या गोऱ्या मुलीला मारलं, त्याला मारलं गेलं, तर त्याचं लोकांना काही वाईट वाटणार नाही.''

मायकेलनं पेन ठोकणं थांबवलं. ''ती खूप वर्षांपूर्वीची गोष्ट आहे. आता

जमाना बदलला आहे.''

रूफस गुरगुरला, ''असं आहे का? तर मग तू मेडगर एव्हर आणि मार्टिन ल्यूथर किंगच्या शवपेटिकेवर ठोठावून ते का सांगत नाही? म्हणे जमाना बदलला आहे. देवाची प्रार्थना कर. त्या पत्रात मी ज्यांचा उल्लेख केला आहे ते काळे असते आणि मी गोरा असतो आणि या जागेला घर मानलं नसतं, तर माझी हकिकत तपासण्यासाठी आता आलास तसा आला असता का?''

मायकेलनं मान खाली घातली. त्यानं जेव्हा मान वर केली तेव्हा त्याच्या चेहऱ्यावरचा विषाद स्पष्ट दिसत होता. ''कदाचित नसतो आलो.'' तो दुःखपूर्ण आवाजात म्हणाला.

''नक्कीच आला नसता. पेन ठोकणं सुरू कर आणि थांबू नको.''

मायकेलनं पेन ठोकायला सुरुवात केली अन् म्हणाला, ''मला तुम्हांला मदत करायची आहे. तुम्ही विश्वास ठेवा किंवा ठेवू नका, पण जर पत्रात तुम्ही लिहिल्याप्रमाणे गोष्टी घडल्या असतील, तर तुम्हांला न्याय मिळावा असं मला वाटतं.''

''माझ्यासारख्या कोणाचीतरी एवढी काळजी करण्याचं कारण काय तुम्हांला?''

''कारण मी सत्याची काळजी करतो.'' मायकेल सहज म्हणाला. ''जर तुम्ही सांगता ते सत्य असेल, तर तुम्हांला तुरुंगातून सोडवायला मी माझी सर्व शक्ती पणाला लावीन.''

''हे बोलायला सोपं आहे. नाही का?''

''मि. हार्म्स, माझ्यापेक्षा कमी सुदैवी असलेल्या लोकांना मदत करण्यासाठी माझा मेंदू आणि कौशल्य यांचा वापर करणं हे मला माझं कर्तव्य वाटतं.''

''तुझे विचार चांगले आहेत मुला, पण माझ्या डोक्यावर बसू नको.''

मायकेल क्षणभर गोंधळला. मग त्याच्या लक्षात आलं ''मला माफ करा, मी काही मोठेपणा दाखवण्यासाठी हे करत नाही. तुम्हांला जर चुकीनं तुरुंगात टाकलं असेल, तर तुम्हांला मुक्तता मिळावी म्हणून मला मदत करावीशी वाटते. एवढंच मला म्हणायचंय.''

रूफस एक मिनिटभर काहीच बोलला नाही. त्या तरुण माणसाच्या प्रामाणिकपणाचं तो मूल्यमापन करत असावा. अखेरीस काही ठरवल्यासारखं तो पुढे वाकला. त्याच्या आविर्भावात हळुवारपणा आला होता, तशी सावधगिरीही दिसत होती.

''पण त्याबद्दल इथं बोलणं सुरक्षित नाही.''

''मग आणखी कुठे बोलणार तर?''

''ते तर मलाही माहीत नाही. माझ्यासारख्या माणसाला ते सुटी उपभोगायला पाठवू शकत नाहीत, पण मी सांगितलं ते सर्व खरं आहे.''

“तुम्ही आर्मीच्या एका....”

“शट अप!” त्यानं मध्येच थांबवलं आणि आजूबाजूला नजर टाकली. त्यानं क्षणभरासाठी तिथल्या मोठ्या आरशावर नजर टाकली अन् म्हणाला, “ते त्या अपिलासोबत नव्हतं काय?”

“नाही.”

“ठीक आहे. तुला माझा वकील माहीत आहे. त्याचं नाव तू सांगितलं होतं!”

मायकेलनं मान डोलावली. “सॅम्युअल रायडर. मी त्यांना फोन केला, पण त्यांची भेट झाली नाही किंवा त्यांनी उलट फोनही केला नाही.”

“जरा जोरात ठोक.” मायकेलनं पेन जोरात ठोकायला सुरुवात केली. रूफसनं इकडेतिकडे पाहिलं आणि बोलायला सुरुवात केली, “मी त्याला तुझ्याशी बोलायला सांगेन. तुला जी काही माहिती हवी आहे ती तो देईल.”

“मि. हार्म्स, तुम्ही तुमचं अपील सुप्रीम कोर्टाकडे का पाठवलं?”

“त्याच्याहून दुसरं कुठलं मोठं कोर्ट नाही म्हणून. आहे तसं?”

“नाही.”

“मलाही तसंच वाटलं. इथं आम्हांला वर्तमानपत्रं मिळतात, काही वेळा रेडिओ आणि टीव्हीसुद्धा. मी अनेक वर्षं लोकांचं ऐकतो आहे, पाहतो आहे. चेहरे बदलत आहेत, पण न्यायाधीश काहीही करू शकतात. मीच काय, संपूर्ण देशानं ते पाहिलं आहे.”

“पण अगदी कायदेशीर दृष्टिकोनातून पाहिलं, तर सुप्रीम कोर्टापूर्वी तुम्ही खालच्या कोर्टात आधी अपील करायला हवं होतं. तुमच्याकडे खालच्या कोर्टाचा कोणताच निर्णय नाही की, ज्यावर तुम्हांला सुप्रीम कोर्टात अपील करता येतं. थोडक्यात, तुमच्या अपिलात काही तांत्रिक त्रुटी आहेत.”

रूफसनं आपली मान हळुवारपणे हलवली अन् तो म्हणाला, “मी या जागेत माझं अर्धं आयुष्य घालवलं आहे. माझ्याकडे आता तसा वेळ नाही. मी लग्न केलं नाही, करू शकलो नाही. मला कधीच मुलं असणार नाहीत. वकिलांच्या आणि कोर्टाच्या भोवती घिरट्या घालत वर्षानुवर्षं घालवणं मला शक्य नाही. मला मोकळं व्हायचं आहे. लवकरात लवकर इथून बाहेर पडायचं आहे. सुप्रीम कोर्टाचे न्यायाधीश मोठी माणसं आहेत. मी केलेलं बरोबर आहे असं त्यांना पटलं, तर ते मला इथून बाहेर काढू शकतात. तीच गोष्ट बरोबर ठरेल. तोच न्याय आहे. तू परत जा आणि ते त्यांना सांग. ते श्रेष्ठ न्यायाधीश म्हणवतात ना? करू दे त्यांना न्याय.”

मायकेलनं त्याच्याकडे चौकस नजरेनं पाहिलं. “सुप्रीम कोर्टात अपील दाखल करण्याचा तुमचा आणखी काही उद्देश तर नाही ना?”

रूफसनं त्याच्याकडे कोऱ्या नजरेनं पाहिलं, "उदाहरणार्थ?"

मायकेलनं श्वास सोडला तेव्हा आपण श्वास रोखून धरलेला होता हे त्याच्या लक्षात आलं. त्याच्या अपीलमध्ये नावं असलेल्यांपैकी काही जण आज अतिशय उच्च स्थानावर होते हे रूफसला माहीत असण्याची शक्यता नव्हती. काही नाही असं म्हणून त्यानं ती बाब झटकून टाकली.

रूफस खुर्चीला मागे टेकून बसला आणि मायकेलकडे रोखून पाहत त्यानं विचारलं, "मग तुमचे न्यायाधीश या सर्व प्रकरणाबाबत काय म्हणतात? त्यांनी तुम्हांला इथे पाठवलं ना?"

मायकेलचं पेननं ठोकणं थांबलं. "खरं सांगायचं, तर त्यांना मी इथे आलो हे माहीत नाही."

"काय?"

"खरं म्हणजे मी अजून तुमचं अपील कोणालाही दाखवलं नाही मि हार्म्स. म्हणजे काय, मला...अं-अं. मला नक्की करून घ्यायचं होतं...ते फार वरच्या पातळीवरचं होतं."

"म्हणजे ते पाहणारे तुम्ही एकटेच आहात?"

"निदान आत्तातरी. म्हणजे काय की...."

रूफसने हात दाखवून त्याचं बोलणं थांबवलं आणि त्याच्या ब्रीफकेसकडे पाहिलं, "तुम्ही माझं पत्रं तुमच्याबरोबर आणलेलं नाही ना? की आणलंय?"

तो ब्रीफकेसकडे पाहतोय हे मायकेलनं पाहिलं. "म्हणजे काय की मला त्याबाबत काही प्रश्न विचारायचे म्हणून मी...."

"देवा रेऽऽ, आता तूच आमचा त्राता." रूफस इतक्या जोरात बोलला की, दारावरचा पहारेकरी लगेच उठला आणि त्यानं त्याच्याकडे जाण्याचा पवित्रा घेतला. मायकेलनं हातानं खूण करून त्याला तिथेच थांबण्याचा इशारा केला.

"तुम्ही आत आलात तेव्हा तुमची ब्रीफकेस त्यांनी घेतली होती का? कारण मी ज्या माणसांबद्दल लिहिलं आहे त्यातले दोघं इथं आहेत आणि त्यातला एक तर या तुरुंगाचा प्रमुख अधिकारी आहे."

"ते इथं आहेत?" मायकेलचा चेहरा उतरला. त्यानं या गोष्टीची खात्री करून घेतली होती की, त्यात नावं असलेली माणसं आर्मीत सत्तरीत परतली होती. त्यातल्या दोन लोकांबद्दलची माहिती त्याला मिळाली होती, पण इतरांबद्दल चौकशी करण्याचा त्यानं विचार केला नव्हता. भीतीने तो गोठून गेला. आता त्याला कळलं होतं की, आपण फार गंभीर चूक केली म्हणून.

"त्यांनी तुझी ब्रीफकेस घेतली होती का?"

मायकेल गरगरला आणि अडखळत अडखळत म्हणाला, "होऽऽ म्हणजे जरा

वेळ...फक्त एक दोन मिनिटं, पण मी ती कागदपत्रं बंद लिफाफ्यात ठेवले होते आणि अजूनही ते तसेच बंद आहेत, असं....''

''मूर्खा! तू आपल्या दोघांनाही मारलंस.'' किंचाळत रूफस म्हणाला. गरम पाण्याचा जोरदार प्रवाह उसळावा तसा रूफस उसळून उभा राहिला आणि त्यानं समोरचं जड टेबल दोन्ही हातानं वर उचललं. जणू ते अगदी हलक्या वजनाच्या लाकडाचं होतं आणि फेकलं. तेवढ्यात मायकेल झटक्यात उठून दरवाजाकडे धावला होता. पहारेकऱ्यानं शिटी वाजवली आणि पुढे धावत येऊन त्यानं पाठमोऱ्या रूफसला घट्ट पकडलं. शृंखला बांधलेल्या प्रचंड देहाच्या रूफसनं ह्या दोनशे पौंडच्या पहारेकऱ्याला कसं चिलटासारखं दूर झटकलं, हे मायकेलनं पाहिलं आणि तो थंडगार पडला. तेवढ्यात दुसरे पाच-सहा पहारेकरी वेगानं आत घुसले आणि हातात दंडुके घेऊन रूफसवर धावून गेले.

हरणागत चपळ हालचाली करून लांडग्यांना दूर ठेवावं तसं रूफस त्यांना पायानं उडवत होता.

चांगली चार पाच मिनिटं धुमश्चक्री चालू होती-दंडुक्यांच्या मधूनमधून मिळणाऱ्या प्रसादानं तो निपचित पडेपर्यंत. ओढत नेऊन त्यांनी त्याला दाराबाहेर काढलं. किंचाळणाऱ्या रूफसच्या तोंडात त्यांनी दंडुकाच घातला आणि त्याचं तोंड बंद केलं. रूफस जाण्यापूर्वी त्यानं मायकेलकडे जेव्हा पाहिलं तेव्हा त्याच्या नजरेतली भीती आणि विश्वासघाताची भावना मायकेलला नेमकी कळली.

रूफसला व्हरांड्यातून नेतानासुद्धा पहारेकऱ्यांची तारांबळ उडत होती. कसेबसे ते त्याला पुढे घेऊन गेले आणि रोग्याला नेण्याच्या ढकलगाडीवर झोपण्यास त्याला त्यांनी भाग पाडलं. पट्टे बांधून त्याला पुरतं हतबल केलं.

''त्याला हॉस्पिटलमध्ये घेऊन चला,'' कोणीतरी ओरडून सांगितलं, ''त्याला बहुधा झटका येणार आहे.''

साखळ्या आणि जाड कातडी पट्ट्यांनी जखडलेला असतानाही रूफस हालचाल करत वाटोळा फिरत होता आणि चाकं असलेलं स्ट्रेचर इकडेतिकडे होत होतं. त्याच्या तोंडातला दंडुका काढल्याबरोबर तो आरोळ्या ठोकायला लागला. तसं कुणीतरी पुढे होऊन त्याच्या तोंडात कापडी बोळा कोंबून त्याचं तोंड बंद केलं.

''चला, लवकर चला'' पहिलाच माणूस म्हणाला.

रूफससह पहारेकऱ्याचा गट हॉस्पिटलच्या दोन्ही दारांना ढकलून आत शिरला.

''अरे बाप रे!'' ड्युटीवर असलेल्या डॉक्टरांच्या तोंडून उद्‌गार बाहेर पडले. ''तिकडे-तिकडे न्या.'' रिकामी जागा दाखवत तो म्हणाला.

पहारेकऱ्यांनी स्ट्रेचर तसं वळवलं आणि त्या रिकाम्या जागेत ठेवलं. डॉक्टर जवळ आले तसा रूफसच्या जोरात हलणाऱ्या पायांपैकी एक डॉक्टरांच्या

पोटातच बसला.

"त्याच्या तोंडातला तो बोळा काढा." त्यांनी पहारेकऱ्यांना सांगितलं. रूफसचा चेहरा आता जांभळा पडत चालला होता.

पहारेकऱ्यांपैकी एक जण डॉक्टरांकडे पाहून काळजीपूर्वक स्वरात म्हणाला, "डॉक्टर, जरा काळजी घ्या. तो वेडा झालाय. तुमच्याजवळ तो पोहोचला, तर तुम्हांला इजा करील. त्यानं आमच्या तीन माणसांना आधीच झोपवलं आहे." पहारेकरी रूफसकडे पाहून धमकीवजा स्वरात म्हणाला. रूफसच्या तोंडातला बोळा काढताच त्याच्या मोठ्या आरोळीनं संपूर्ण खोली भरून गेली.

"मॉनिटर त्याच्याजवळ घे." डॉक्टर नर्सला म्हणाले. सेकंदात रूफसला सेंसर जोडण्यात त्यांना यश मिळालं. डॉक्टर त्याच्या ब्लडप्रेशरमधला चढउतार काळजीपूर्वक पाहत होते आणि नाडी तपासत होते.

"आय.व्ही.ची व्यवस्था कर." त्यांनी नर्सकडे पाहत सांगितलं. दुसऱ्या एका नर्सकडे पाहत ते म्हणाले, "लिडोकेनचं बघ लवकर. त्याला हार्ट ॲटॅक किंवा स्ट्रोक येण्यापूर्वी."

चाकं असलेल्या स्ट्रेचरभोवती त्या सर्वांनीच कोंडाळं केलं, तसे डॉक्टर ओरडले, "तुमचं काय काम आहे आता? तुम्ही इथून बाहेर का जात नाही?"

पहारेकऱ्यांच्या प्रमुखानं त्यांच्याकडे पाहत मान हलवली, "तो एवढा मजबूत आहे की, त्याला बांधलेलं असलं तरी तो ती बंधनं तोडू शकेल. त्यानं तसं केलं आणि आम्ही इथं नसलो, तर एका मिनिटात तो इथल्या सर्वांना ठार करू शकेल. डॉक्टर, माझ्यावर विश्वास ठेवा. तो तसं करू शकेल."

डॉक्टरांनी स्ट्रेचरच्या बाजूला असलेल्या आय.व्ही. स्टॅन्डकडे नजर टाकली. दुसरी नर्स लिडोकेनसह तयारच होती. डॉक्टरांनी त्या पहारेकऱ्यांकडे पाहून मान डोलावली. "ठीक आहे. त्याला धरून ठेवण्यासाठी तुमची मदत लागेल. आयव्ही सुरू करण्यासाठी चांगली नस सापडायला हवी आणि स्थिती पाहता आम्हांला एकदाच ते करणं शक्य आहे."

पहारेकरी रूफसच्या बाजूला गोळा झाले आणि त्यांनी त्याला जेमतेम दाबून ठेवलं.

रूफस त्यांच्याकडे इतक्या रागानं आणि भयंकर नजरेनं पाहत होता की, त्याचं भान संपूर्णपणे हरपल्यागत झालं होतं. रूथ ॲन मोस्ले ज्या रात्री ठार झाली होती त्या रात्रीसारखं! त्यांनी त्याच्या हातावरची शर्टची बाही जोरात ओढून वर घेतली. कोपरापासूनच्या त्याच्या हाताचे स्नायू तट्ट फुगले होते. रूफसने आपले डोळे बंद करून घेतले आणि त्यानं जेव्हा ते पुन्हा उघडले तेव्हा तो फोर्ट जॅक्सनच्या हॉस्पिटलमध्ये नव्हता. तो पंचवीस वर्षांपूर्वीच्या साऊथ कॅरोलिनामधल्या एक

मेढेकोटात होता....

दार जोरात उघडलं गेलं आणि माणसांचा एक गट आत शिरला. जणू ती त्यांचीच जागा होती आणि तो जणू त्यांचा गुलाम होता. त्यांच्यातल्या एकालाच फक्त त्यानं पाहिलेलं नव्हतं. आता दंडुके काढले जाणार होते आणि त्याच्या बरगडीत ढोसले जाणार होते. हातावर-ढुंगणावर फटके मारले जाणार होते. मग ते फटके तो शांतपणे सहन करणार होता आणि त्याचं मन बायबलमधली प्रार्थना म्हणणार होतं. अध्यात्म त्याला नेहमीप्रमाणे शारीरिक मर्यादेपलीकडे घेऊन जाईल असं त्याला वाटलं होतं.

त्या ऐवजी त्याच्या कपाळावर बंदूक ठेवण्यात आली होती. त्याला गुडघ्यांवर खाली बसायला सांगून डोळे बंद करण्यास सांगण्यात आलं होतं आणि तेव्हाच ते घडलं होतं. त्याला त्या वेळी वाटलेलं आश्चर्य आठवलं. त्यानं जसं मान वर करून पाहिलं तसा विजयी मुद्रेनं दात विचकत असणारा त्यांचा गट त्याला दिसला. तो सुन्न झाला. काही मिनिटांनंतर हार्म्स ताडकन उठला. त्या माणसांना त्यानं सहज फेकलं, तुरुंगाच्या दारातून पहारेकऱ्यासमोरून तो वेगात बाहेर पडला आणि मेढेकोटापासून दूर पळाला, तेव्हा त्याचं हास्य पूर्ण विरलं.

रूफसनं डोळ्यांची उघडझाप केली. आता तो पुन्हा हॉस्पिटलमध्ये आला होता. त्याच्यावर वाकून पाहत असलेल्या काही आकृत्यांचे चेहरे त्यानं पाहिले. त्यानं आपल्या हाताच्या कोपराच्या दिशेनं येणारी सुई पाहिली. तो पाहत होता फक्त एकच माणूस आणि ती सुई. तेवढ्यात त्याचं लक्ष दुसऱ्या सुईकडे गेलं तिनं आय.व्ही. बॅगला भोक पाडलं होतं आणि ज्यातून वाहणारा हायपोडरमिक द्राव लिडोकेन द्रावणात मिसळत होता आणि...

व्हिक ट्रेमेननं आपलं अवघड काम अतिशय कौशल्यानं आणि शांतपणानं पार पाडलं होतं. जणू तो खून करत नव्हता, तर फुलांना पाणी देत होता. त्यानं आपल्या बळीकडे पाह्यलंसुद्धा नव्हतं. त्याची नजर गेली. ती सुई त्याच्या कातडीत शिरणार होती आणि त्यातलं जे कुठलं विष ट्रेमेननं त्याला ठार करण्यासाठी निवडलं होतं ते त्याच्या शरीरात जाणार होतं. त्यांनी त्याचं अर्धं आयुष्य आधीच खलास केलं होतं. उरलेलं आयुष्य तो त्यांना संपवू देणार नव्हता. निदान आता.

रूफसनं अगदी योग्य वेळ साधली.

जोर लावून आपल्या बंधनातून रूफस मुक्त झाला आणि त्यानं डॉक्टरांचा हात धरून पिरगाळला तसे डॉक्टर किंचाळले. आय.व्ही. स्टॅन्ड खाली कोसळला. आय.व्ही. बॅग जमिनीवर आपटून फुटली. ट्रेमेननं हॉस्पिटलमधून संधी साधून काढता पाय घेतला. रूफसची छाती अचानक भरून आल्यासारखी झाली. त्याचा श्वास अनियमित होऊन कोंडल्यासारखा झाला. डॉक्टर धडपडत उठले. कैदी

इतका शांत झाला होता की, डॉक्टरांना तो अजून जिवंत होता याची खात्री करून घ्यावी लागली होती. जेव्हा त्यांनी त्याची प्रकृती झपाट्यानं ढासळताना पाहिली तेव्हा ते ओरडून म्हणाले, ''एवढा ताण कोणीही सहन करू शकत नाही. त्याला जोरदार धक्का बसण्याची लक्षणं आहेत.''

ते नर्सकडे वळले आणि म्हणाले, ''वैद्यकीय मदतीसाठी असलेलं हेलिकॉप्टर मागव.'' त्यानं मुख्य पहारेकऱ्याकडे पाहिलं आणि म्हणाले, ''यासारख्या स्थितीत आपल्याकडे उपचार होऊ शकत नाहीत. आपण त्याला शांत करू आणि 'रोनोक'च्या हॉस्पिटलमध्ये पाठवू. घाई करायला हवी आणि त्याच्याबरोबर एक पहारेकरी हवाच.''

पहारेकरी आपली हनुवटी खाजवत आणि शांत झालेल्या रूफसकडे पाहत म्हणाला, ''एक कशाला, मी एक संपूर्ण तुकडीच पाठवीन त्याला हेलिकॉप्टरमध्ये ढकलण्यासाठी.''

पंधरा

मायकेल फिस्क त्याला बाहेर नेऊन सोडणाऱ्या शस्त्रधारी पहारेकऱ्याबरोबर व्हरांड्यातून अडखळत अडखळत जात होता. ज्या अधिकाऱ्यानं त्याला आधी प्रश्न विचारले होते तो अधिकारी व्हरांड्याच्या कोपऱ्यात जणू त्याची वाट पाहतच उभा होता. त्याच्या हातात त्यानं दोन कागद धरलेले होते, हे मायकेलनं पाहिलं.

''मि. फिस्क, आपण जेव्हा पहिल्यांदा भेटलो तेव्हा मी तुम्हांला माझी ओळख करून दिली नव्हती. नाही का? माझं नाव कर्नल फ्रँक रेफिल्ड. मी इथला प्रमुख अधिकारी आहे.''

मायकेलच्या घशाला कोरड पडली. फ्रँक रेफिल्ड हे नाव रूफसच्या अपीलमध्ये होतं. ते मायकेलनं वाचलं होतं, पण त्या वेळी त्या नावाचं काही महत्त्व वाटलं नव्हतं. ह्या तुरुंगाचा तो अधिकारी होता. 'म्हणजे आपलं मरण आता दूर नाही.' मायकेलच्या मनात विचार आला. रूफसनं आपल्या अपीलमध्ये खुनाच्या संदर्भात नावं दिलेल्यांपैकी दोन जण इथंच असतील याची कल्पना करणं तरी शक्य होतं का? पण आता त्याच्या लक्षात आलं. रूफसवर नजर ठेवण्यासाठी ही सर्वांत उत्कृष्ट जागा होती.

रेफिल्डकडे पाहत असताना त्याच्या मनात विचार आला, 'आपलं शव ते कुठे पुरतील?' त्यानं लहानपणी 'बो'चं पुरलं होतं तसं. एकाएकी त्याला आपल्या मोठ्या भावाची आठवण आली. तो आता इथं मदतीला असता तर बरं झालं असतं. रेफिल्डनं पहारेकऱ्याला जायची खूण केली आणि अस्वस्थ झालेल्या मायकेलच्या हातात दोन कागद दिले. मायकेलनं ते घट्ट धरून ठेवले. रेफिल्डच्या चेहऱ्यावर क्षमायाचनेचे भाव होते.

"माझी माणसं जरा जास्तच उत्साही होती." रेफिल्ड म्हणाला. "एरवी बंद लिफाफ्यातल्या कागदपत्रांची फोटोकॉपी आम्ही सहसा करत नाही." तो म्हणाला. प्रत्यक्षात स्वत: रेफिल्डनंच लिफाफा उघडून कागदपत्रांची फोटोकॉपी केली होती. त्याच्या कोणत्याही माणसाने कागदपत्रं पाह्यलेही नव्हते.

मायकेलनं कागदांकडे पाहिलं, "मला कळत नाही. लिफाफा तर अजूनही सीलबंद आहे."

"तो लिफाफा अगदी सर्वसाधारणपणे वापरला जाणारा आहे. त्यांनी कागद काढले, फोटोकॉपी केल्यानंतर नवीन लिफाफ्यात टाकून तो सील केला. अगदी सोपं!"

मायकेलनं स्वत:लाच शिव्या घातल्या. त्यातला एक कागद नाहीसा झाला असणार, हे निश्चितच होतं.

रेफिल्ड गालातल्या गालात समाधानानं हसला.

"यात हसण्यासारखं काय आहे?" मायकेलनं अंमळ चिडून विचारलं.

"माझं नाव भोंगळ केसमध्ये गोवण्याची रूफसची ही पाचवी वेळ आहे मि. फिस्क. अशा वेळी मी हसण्याशिवाय काय करू शकतो?"

"काय म्हणालात?"

"पण यापूर्वी तो कधी सुप्रीम कोर्टाच्या पातळीपर्यंत पोहोचला नव्हता. तुम्ही तिथंच काम करता ना?"

"याचं उत्तर मी द्यायलाच हवं, असं मला वाटत नाही."

"ठीक आहे, पण तुम्ही करत असाल, तर तुमचं इथं असणं ही जरा चमत्कारिक बाब आहे, असं नाही तुम्हांला वाटत?"

"तो माझा प्रश्न आहे."

"आणि हा तुरुंग मिलिटरी शिस्तीनं कसा चालवायचा हा माझा प्रश्न आहे." रेफिल्ड ताडकन म्हणाला, पण नंतर लगेच त्याचा स्वर थोडा बदलला, "मी तुम्हांला दोष देत नाही मि. फिस्क. हार्म्स लबाड आहे. या वेळी त्यानं त्याच्या जुन्या मिलिटरी वकिलाला ह्याची मदत करण्यासाठी बनवलेलं दिसतंय. खरं म्हणजे सॅम रायडरला हे कळायला हवं होतं!"

"काहीही गांभीर्य नसलेल्या केसेस टाकण्याची रूफसची सवय आहे असं तुम्हांला म्हणायचंय?"

"कैद्यांसाठी ही गोष्ट काही वेगळी आहे का? त्यांना भरपूर वेळ असतो. आता असं पाहा, गेल्याच वर्षी त्यानं अमेरिकेच्या प्रेसिडेन्टवर, संरक्षण विभागाच्या सचिवावर आणि न्यायाधीशांवर खुनाच्या खोट्या आरोपात अडकवल्याचा आरोप केला होता, जो खरं म्हणजे त्यानंच अर्ध्या डझन साक्षीदारांच्या समोर केला होता."

"काय सांगता काय?'' खोट्याच आश्चर्यानं मायकेल म्हणाला.

"अर्थात, तो आरोप ताबडतोब फेटाळला गेला ही गोष्ट वेगळी, पण ते होईपर्यंत सरकारचे काही हजार डॉलर्स खर्ची पडले. त्याचं काय? कोर्ट सर्वांसाठी खुलं असतं, हे मी मान्य करतो मि. फिस्क, पण उपद्रवकारक केसेस या तापदायकच ना? मला कंटाळा आला आहे या प्रकाराचा!''

"पण त्यानं त्याच्या पिटिशनमध्ये म्हटलं आहे की....''

"मी वाचलंय ते. युद्धकाळात दोन वर्षांपूर्वी एजंट ऑरेंज पोळला गेला होता त्यामुळे त्याने ते केलं असं रूफसचं म्हणणं आहे. पण तुम्हांला माहीत आहे का की, रूफसची एजंट ऑरेंजशी ओळखही नव्हती ते. कारण रूफस त्याच्या दोन वर्षांच्या आर्मी कारकिर्दीत कधी युद्धावर गेलाच नव्हता आणि त्यानं त्याचा बहुतेक सर्व वेळ वरिष्ठांचं न ऐकण्याची शिक्षा म्हणून मेढेकोटातच घालवला होता. हे काही लपलेलं नाही. तुम्हांला वाटलं तर तुम्ही पाहू शकता.'' असं म्हणून रेफिल्डनं मायकेलकडे रोखून पाहिलं आणि पुढे म्हणाला, ''आता हे तुमचे कागद उचला, वॉशिंग्टनला परत जा आणि सादर करा. जाऊ दे त्यांना पुढे न्याय-व्यवस्थेप्रमाणे. इतरांप्रमाणे हेही अपील लगेच फेटाळलं जाईल. मात्र निष्पाप लोकांना त्यामुळे काही काळ त्रास होईल ही गोष्ट खरी; पण ते अमेरिकेच्या पद्धतीमुळे. लोकांची सर्व स्वातंत्र्य अबाधित राहावीत, भले त्यातली काही अवमानकारक असली तरी. म्हणून तर आम्ही लढलो, असं मला वाटतं.''

"म्हणजे तुम्ही मला जाऊ देत आहात म्हणायचं.''

"तुम्ही काही इथले कैदी नाहीत मि. फिस्क. मला काळजी करण्यासाठी अनेक कैदी इथं आहेत. त्यातल्या एकानं नुकतंच माझ्या तीन पहारेकऱ्यांना जखमी केलं हे तुम्ही पाह्यलं ना? तुम्ही जा, पण त्यापूर्वी तुम्हांला काही प्रश्नांची उत्तरं द्यावी लागतील. माझा एक माणूस प्रश्न विचारण्यासाठी येईल. व्हिजिटर्स रूममध्ये काय घडलं या संदर्भातले प्रश्न असतील ते. घडलेल्या प्रकाराचा अहवाल आम्हांला तयार करावा लागेल.''

"पण त्याचा अर्थ तो अधिकृत रेकॉर्डवर जाईल. म्हणजे माझं इथं येणं वगैरे सर्व!''

"अर्थातच! इथे येण्याचा निर्णय तुमचा होता. परिणामांचा विचार तुम्हांला नेहमीच करायला हवा.''

"मी मान्य करतो, पण असं काही घडेल याची मला कल्पना नव्हती.''

"पण घडलं. आयुष्य अकल्पित गोष्टींनी भरलेलं असतं हे लक्षात घ्या.''

"मला सांगा, हे सर्व तुम्हांला करायलाच हवं का?''

"तुमची इथली उपस्थिती ही अधिकृतपणे नोंदवलेलीच आहे मि. फिस्क.

व्हिजिटर्स रूममध्ये काय घडलं याच्याशी त्याचा काही संबंध नाही. नोंदवहीत तुमचं नाव आणि तुम्हांला दिलेला बॅज क्रमांक लिहिलेला आहे.''

''मी या सर्व गोष्टींचा काही विचारच केला नव्हता, असं आता मला वाटतं.''

''मलाही तसं वाटतं. मिलिटरीच्या बाबतीत तुमचा काही अनुभव नाही, हो ना?''

मायकेल हताश आणि केविलवाणा झाला होता. रेफिल्डनं क्षणकाल विचार केला अन् तो म्हणाला, ''हे पाहा, आम्हांला अहवाल तर तयार करायला पाहिजे, पण दुसऱ्या काही गोष्टींचा विचार केला, तर मला तो अधिकृतरीत्या करायलाच हवा असं काही नाही. तुमची इथली उपस्थितीपण पुसून टाकता येईल.''

मायकेलनं सुटकेचा निश्वास सोडला. ''तुम्ही असं करू शकाल?''

''शकेनही. तुम्ही वकील आहात. देवाण-घेवाणीबद्दल तुमचं काय मत आहे?''

''तुम्हांला काय म्हणायचंय?''

''मी तो अहवाल फेकून देतो. तुम्ही ते अपील फेकून द्या. कचऱ्याच्या टोपलीत.'' तो थोडा थांबला, त्या तरुणाला आजमावत ''त्यामुळे सरकारचे पैसे वाचतील. कोर्टाकडून कोणीही दाद मागणं योग्यच आहे, पण हे प्रकरण फार जुनं आहे म्हणून म्हणतो मी.''

मायकेलनं नजर वळवली. ''मला थोडा विचार करायला हवा. तसं पाहिलं, तर त्यात बऱ्याच त्रुटी आहेत.'' पुढे थोडा विचार करून तो म्हणाला, ''मला वाटतं, तुमचं म्हणणं बरोबर आहे.''

''माझं म्हणणं बरोबर आहेच. तुमच्या कोर्टाच्या नोकरीत काही अडथळा निर्माण व्हावा असं मला वाटत नाही. आपण जे काही घडलं ते विसरू या आणि आणखी एक – याबद्दल वर्तमानपत्रातून काही यायला नको. काही आलं, तर तुम्ही इथं आला होतात हेपण बाहेर पडेल नं. ठीक आहे?'' असं म्हणून रेफिल्ड वळला आणि आपल्या बुटांचा आवाज करत चालू लागला.

व्यथित झालेला मायकेल त्याच्या पाठमोऱ्या आकृतीकडे पाहत राहिला.

रेफिल्ड सरळ त्याच्या ऑफिसमध्ये गेला. रूफसचा संशय बरोबर होता. व्हिजिटर्स रूमच्या टेबलाखाली लाकडाच्या रंगरेषात मिसळून जाईल असा मायक्रोफोन बसवलेला होता. तिथलं सर्व संभाषण रेफिल्डच्या ऑफिसमध्ये रेकॉर्ड होत होतं. ऑफिसमध्ये पोहोचल्यानंतर त्यानं ते संभाषण पुन्हा एकदा ऐकलं. मायकेलच्या टेबलावर पेन आपटल्यामुळे त्यातलं काही संभाषण मध्ये मध्ये तुटलं होतं किंवा स्पष्ट रेकॉर्ड झालं नव्हतं. यापूर्वी रायडरनं आणलेल्या रेडिओमुळे संगीताशिवाय काहीच ऐकू आलं नव्हतं. त्यामानानं आता बरंचसं संभाषण कळत होतं. अंदाज

लागत होता. रूफस काही मूर्ख नव्हता हे त्यावरून स्पष्ट होत होतं. रेफिल्डनं जेवढं काही ऐकलं होतं त्यावरून आपल्यासमोर काही मोठा प्रश्न उपस्थित होऊन आपण कोंडीत सापडल्याचा त्याला अंदाज आला होता. मायकेलबरोबरच्या संभाषणानंतर फारसंकाही साधलं गेलं आहे असं त्याला वाटत नव्हतं. त्यामुळे कोंडी फुटली आहे असंही त्याला वाटत नव्हतं. निदान कायमस्वरूपी तर नक्कीच नाही. त्यानं क्षणभर विचार केला आणि फोन उचलला. पलीकडून प्रतिसाद येताच त्यानं घडलेल्या घटनेची थोडक्यात माहिती सांगितली.

"ह्याऽऽ. हे काहीतरी भलतच झालं. माझा विश्वास बसत नाही."

"मला माहीत आहे तसं वाटणार म्हणून."

"आणि हे सगळं आज घडलं?"

"हे पाहा, रायडरच्या येण्याबद्दल मी तुम्हांला आधी कळवलंच होतं, पण हे मात्र सगळं आजच घडलं!"

"तू त्याला हार्म्सला भेटू का दिलंस?"

"मी दिलं नसतं, तर त्याला आणखी संशय आला असता असं नाही तुम्हांला वाटत? हार्म्सनं कोर्टात पाठवलेल्या त्याच्या अपिलात काय लिहिलं आहे, हे वाचल्यानंतर माझ्यासमोर दुसरा पर्याय काय होता?"

"तू त्या हरामखोराची काळजी यापूर्वीच घ्यायला हवी होती. फ्रँक, तुला चांगली पंचवीस वर्षे मिळाली होती."

"त्याला ठार करण्याचा प्रयत्न केला नाही असं नाही आणि ट्रेमेननं आज सकाळी हॉस्पिटलमध्ये प्रयत्न केला, पण...त्या माणसाला जणूकाही सहावं इंद्रिय आहे. एखाद्या सापासारखा आहे तो; उलटून फणा मारणारा. आमच्यावरपण लक्ष ठेवणारे आहेत. अचानक तपासण्या होतात. तो हरामखोर मरतही नाही. तुम्ही सांगता, मग तुम्हीच इकडे येऊन प्रयत्न का करून पाहत नाही?" रेफिल्ड वैतागलेल्या स्वरात बोलला.

"ठीक आहे, ठीक आहे. वाद घालण्याचं कारण नाही. तुला खात्री आहे का की, आपल्या सर्वांची नावं त्या पत्रात आहेत म्हणून? हे कसं शक्य आहे? त्याला मी कोण हेही माहीत नव्हतं."

रेफिल्ड जराही चाचरला नाही. तो ज्याच्याशी बोलत होता त्याचं नाव रूफसच्या पत्रात नव्हतं, पण रेफिल्ड त्याला तसं सांगणार नव्हता. त्याच्यासाठी सगळ्यांचंच भवितव्य टांगणीवर होतं. "ते मला कसं कळणार? त्याला विचार करायला पंचवीस वर्षे मिळाली होती!"

"पण त्यानं ते पत्र बाहेर काढलं कसं?"

"हा प्रश्न माझंही डोकं खातोय. पहारेकऱ्यानं ते पाहिलं आणि वाचलंही होतं.

ते त्याचं इच्छापत्र आणि मृत्यूनंतरच्या व्यवस्थेबद्दल सूचनापत्र होतं.''

''पण तरीही त्यानं कोणत्यातरी प्रकारे बाहेर काढलं.''

''त्यात सॅम रायडरचा हात नक्की आहे. त्यानं सोबत रेडिओ आणला होता त्यामुळे सगळा घोटाळा झाला. मायक्रोफोन लपवून ठेवला असताही त्यांचं संभाषण ऐकू आलं नाही. तेव्हाच मला शंका यायला हवी होती.''

''त्या माणसावर माझा कधीच विश्वास नव्हता. हार्म्स वेडसर असल्याचं त्यानं सिद्ध केलं म्हणून तो सुटला नाहीतर आर्मीच्या कृपेने तो मेलाच असता.''

''फिस्कच्या ब्रीफकेसमध्ये सापडलेलं दुसरं पत्र फक्त टाइप केलेलं होतं, पण त्याखाली कोणाची आद्याक्षरं नव्हती म्हणजे रायडरच्या सेक्रेटरीनं नाहीतर खुद्द रायडरनंच ते टाइप केलं असावं. फिस्कच्या ब्रीफकेसमध्ये मिळालेले दोन्ही मूळ कागद होते, हे मात्र नक्की. पण आणखी....''

''आणखी काय? आणखी काही सांगण्यासारखं शिल्लक आहे?''

''हार्म्सला आर्मीकडून एक पत्र आलंय, असा उल्लेख त्याच्या अर्जात आहे. कदाचित त्यामुळे त्याची स्मरणशक्ती जागृत झाली असावी. मी हे सांगू शकतो की, काय घडलं हे एकतर त्याला आठवत नसावं किंवा त्यानं ते गेली पंचवीस वर्षे मनातच ठेवलं असावं.''

''त्यानं असं का करावं? आणि पंचवीस वर्षांनंतर आर्मीला त्याला पत्र पाठवण्याचं कारणच काय?''

''ते मला माहीत नाही.'' बेचैनीच्या स्वरात रेफिल्ड म्हणाला. खरंतर त्याला ते माहीत होतं. रूफसच्या कोर्टाला पाठवलेल्या अर्जात त्याचं कारण दिलेलं होतं. पण रेफिल्ड सध्या हा एक पत्ता लपवून ठेवणार होता.

''आणि आर्मीचं आलेलं हे गूढ पत्र तुझ्याकडे नसणारंच. हो ना?''

''नाही, सध्यातरी नाही.''

''ते अजून त्याच्या कोठडीतच असेल, पण ते त्याच्यापर्यंत पोहोचलं कसं?'' त्या आवाजात जरब होती.

''कधी कधी मला वाटतं, तो जादूगार आहे.'' रेफिल्ड म्हणाला.

''त्याला आणखी कोणी भेटायला आलं होतं का?''

''फक्त त्याचा भाऊ जोश हार्म्स. तो महिन्यातून एकदा येतो.''

''बरं, रूफसबद्दल काय?''

''मला वाटतं, त्यानं आताच विकतचा आजार घेतला. हार्ट ॲटॅक किंवा स्ट्रोक. त्यातनं तो वाचला, तरी आता तो पहिल्यासारखा होणार नाही.''

''तो आता आहे कुठे?''

''रोनोक हॉस्पिटलच्या मार्गावर.''

''त्याला तू बाहेर का जाऊ दिलंस?''

''डॉक्टरांनी सांगितलं म्हणून. माणसाचं आयुष्य वाचवणं त्यांचं कर्तव्य आहे. मी ऐकलं नसतं, तर संशय निर्माण झाला असता, असं नाही तुम्हांला वाटत?''

''ठीक आहे. नजर ठेव आणि प्रार्थना कर, त्याचं हार्ट फेल व्हावं म्हणून.''

''हंऽऽ, त्याची काळजी कशाला? त्याच्यावर कोण विश्वास ठेवणार आहे?''

''तुला कदाचित आश्चर्य वाटेल. बरं, मायेकल फिस्क आणि रायडरशिवाय फक्त त्याला एकालाच हे माहीत आहे ना?''

''होय, निदान मला तरी तसं वाटतं. हार्म्सच्या म्हणण्यात किती तथ्य आहे याची तपासणी करण्यासाठी तो आला होता. त्यानं दुसऱ्या कोणालाही सांगितलेलं नाही हे हार्म्सला तो म्हणाला. तिथं मला बरी संधी मिळाली.'' रेफिल्ड म्हणाला, ''मी मायकेलला चांगला बनवला. हार्म्सला खोट्यानाट्या केसेस करण्याची कशी सवय आहे हे सांगून मी त्याला चांगला नाचवला. त्याला ते पटलं असं मला वाटतं. कोणालाही न सांगता इथं येण्यामुळे तो कसा अडकला आहे हे त्याला पटवून दिल्यामुळे मला नाही वाटत तो ते अपील पुढे पाठवण्याचा विचार करेल म्हणून.''

हे ऐकताच दुसऱ्या बाजूचा आवाज वाढला. ''काय मूर्ख आहेस तू! या बाबतीत फिस्कला ते अपील पुढे पाठवण्याखेरीज पर्याय नाही.''

''तो सुप्रीम कोर्टाचा साधा क्लार्क आहे. त्यानं हार्म्सला सांगताना मी स्वत: हे ऐकलं.''

''ते मला माहीत आहे. अगदी पक्कं माहीत आहे. आता तू नक्की काय करायचं ते मी सांगतो. तू फिस्क आणि रायडर या दोघांचीही काळजी घ्यायची आणि तीही लगेच.''

रेफिल्डचा चेहरा उतरला. ''सुप्रीम कोर्टाच्या एका क्लार्कला आणि स्थानिक वकिलाला मी ठार करावं असं तुमचं म्हणणं आहे? चला, उगाच काळजी करू नका. ते आपल्याला काही करू शकत नाहीत. त्यांच्याकडे काहीही पुरावा नाही.''

''ते तुला माहीत नाही. आर्मीच्या पत्रात काय होतं तेही तुला माहीत नाही. दरम्यानच्या काळात फिस्क किंवा रायडरकडे कोणती नवी माहिती आली असेल ती तुला माहीत नाही. रायडर गेली तीस वर्षं प्रॅक्टिस करतो आहे. ही क्षुल्लक बाब आहे, त्यात काही गांभीर्य नाही असं वाटलं असतं, तर त्यानं पिटिशन दाखल करण्याचा विचारच केला नसता आणि सुप्रीम कोर्टाला तर नाहीच नाही. सुप्रीम कोर्टाचे क्लार्क म्हणजे बाहुलं नाहीत ह्याची कदाचित तुला कल्पना नाही. हार्म्स वेडा आहे असं वाटलं असतं, तर फिस्क इतक्या लांबचा प्रवास करून आलाच नसता आणि तू मला जे काही सांगितलंस त्यावरून त्या पत्रात, त्या दिवशी

मेढेकोटात काय झालं होतं हे स्पष्टपणे लिहिलेलं आहे.''

"हो, तसं आहे.'' रेफिल्डनं मान्य केलं.

"मग आता विचार कर. हार्म्स हा कैदी काही वकील नाही. त्यानं कुठल्याही कोर्टात कधीही, कोणतीही केस दाखल केलेली नाही. इथे तुझी मोठी गोची झालीये. उद्या फिस्कनं तुझं म्हणणं तपासलं, तर तू खोटं बोललास हे त्याला कळेल. तो जेव्हा असं करेल – आणि तो करेल हे निश्चित – तेव्हा सगळ्यांच्या चिंधड्या उडतील.''

"त्या वेळी मला विचार करायला वेळ नव्हता.'' रेफिल्ड तापून म्हणाला.

"त्याबद्दल मी काही म्हणत नाही, पण त्याच्याशी खोटं बोलून तू एक मोठी जबाबदारी घेतली आहेस. आणखी एक गोष्ट आहे.''

"आता ती कोणती?''

"हार्म्सनं आपल्या अपीलमध्ये लिहिलेलं सर्व खरं आहे, हे तू विसरलास काय? सत्य मोठी गमतीदार गोष्ट आहे. तुम्ही इकडेतिकडे पाहता, सहज तपासता आणि अचानक खोट्याच्या भिंती कोसळायला लागतात. तुला याची परीक्षा घेऊन पाहायचीये का? कारण जेव्हा त्या भिंती कोसळतील तेव्हा तुझ्या निवृत्तीची जागा फोर्ट जॅक्सनच असेल; पण या वेळेस ती गजाबाहेर नाही, तर गजाआड असेल, कोठडीत. आता सांग फ्रँक, हे तुला कसं वाटतं?''

रेफिल्डनं कंटाळून दीर्घ सुस्कारा सोडला आणि आपल्या घड्याळाकडे पाहिलं.

"शिट्! त्यापेक्षा मी व्हिएतनामला परत जाणं पत्करीन.''

"मला वाटतं, आपण सर्व जण जरा जास्तच मजेत राहिलो. ठीक आहे, आता तुम्ही खऱ्या अर्थाने पैसे मिळवाल. तू आणि ट्रेमेन तुम्ही ते करायचं आहे. व्यवस्थित पार पाडायचं आहे आणि ते करताना लक्षात ठेवा, एकतर आपण सर्व वाचणार आहोत किंवा एकत्रच बुडणार आहोत.''

तीस मिनिटांनंतर रेफिल्डच्या साहाय्यकावर सर्व सोपवून मायकेलनं तुरुंगाची इमारत सोडली आणि हलक्या पावसाच्या सरी पडत असताना त्यानं आपली कार काढली. किती मूर्खासारखा फशी पडला होता तो! ते अपील पेपर्स फाडून टाकावेत असं त्याला वाटलं, पण तो ते फाडणार नव्हता. कदाचित त्यांची पुढची कार्यवाही तो सुरू करून देणार होता. त्याला रूफस हार्म्सबद्दल वाईट वाटत होतं. तुरुंगातल्या काढलेल्या वर्षांनी त्याच्याकडून पुरेपूर वसुली केली होती. त्यानं पार्किंग लॉटमधून गाडी काढली तेव्हा त्याला हे माहीत नव्हतं की, त्याच्या गाडीच्या रेडिएटरमधून सर्व द्राव एका बादलीत काढून मग तो बाजूच्या झाडांमध्ये फेकून देण्यात आला होता.

पाच मिनिटांनंतर जेव्हा त्यानं कारच्या हूडमधून वाफ निघताना पाहिली तेव्हा त्याला भीतीयुक्त आश्चर्य वाटलं. तो कारच्या बाहेर आला आणि त्यानं ताकदीनं झाकण उचललं तसा ताडकन मागे आला. गरम वाफेनं त्याला काही क्षण गिळून टाकलं. रागारागानं स्वतःलाच शिव्या घालत त्यानं इकडेतिकडे पाहिलं. एकही गाडी किंवा मनुष्य नजरेच्या टप्प्यात नव्हता. त्यानं विचार केला. तो तुरुंगाकडे चालत जाऊ शकत होता आणि तिथला फोन वापरून गाडी वाहून नेणाऱ्या कंपनीला फोन करू शकत होता. तेवढ्यात कोणीतरी सांगितल्याप्रमाणे पावसानं जोरात कोसळायला सुरुवात केली.

त्यानं वर मान करून समोर पाहिलं, तसं त्याला हायसं वाटलं. तुरुंगाच्या दिशेनं एक व्हॅन येत होती. ती थांबवण्यासाठी त्यानं हात वर केले आणि त्याच वेळी वळून आपल्या गाडीकडे पाहिलं. अजूनही वाफ येतच होती.

त्यानं या ट्रीपसाठी नुकतंच तर गाडीचं सर्व्हिसिंग करून घेतलं होतं. पुन्हा त्यानं येणाऱ्या व्हॅनकडे नजर लावली आणि त्याच्या हृदयाचं स्पंदन वाढलं. हृदयाचे ठोके जोरजोरात पडायला लागले. त्यानं आजूबाजूला पाहिलं. नंतर तो वळला आणि व्हॅनच्या मार्गातून मागे सरकला. ती तशीच पुढे आली. त्याला पार करून त्याच्या अगदी पुढ्यात येऊन थांबली. घाबरून तो जंगलाच्या दिशेनं धूम ठोकणार, तेवढ्यात व्हॅनची काच खाली आली आणि त्यातून त्याच्यावर पिस्तूल रोखलेलं त्यानं पाहिलं.

''चल, आत चढ.'' व्हिक्टर ट्रेमेननं आज्ञा केली.

सोळा

शनिवारी दुपारी सारा इव्हान्स गाडी घेऊन मायकेलच्या अपार्टमेन्टकडे आली. तिनं त्याच्या अपार्टमेन्टसमोरच्या रस्त्यावर पार्क केलेल्या गाड्या पाहिल्या. त्यात मायकेलची होंडा तिला दिसली नाही. त्यानं शुक्रवारी आजारी आहे म्हणून कळवलं होतं. तसं त्यानं यापूर्वी कधी केल्याचं तिला आठवत नव्हतं. तिनं त्याच्या अपार्टमेन्टवर फोन केला होता, पण त्यानं उचलला नव्हता. तिनं आपली गाडी पार्क केली. अपार्टमेन्टमध्ये शिरून त्याचं दार ठोठावलं. काहीही उत्तर नाही. तिच्याकडे किल्ली नव्हती. ती बिल्डिंगच्या मागच्या भागात गेली आणि आगीतून सुटका करून घेण्यासाठी बांधलेल्या जिन्यानं वर गेली. त्याच्या किचनच्या छोट्या खिडकीतून तिनं पाहिलं. काही हालचाल नव्हती. तिनं दार उघडण्याचा प्रयत्न केला, पण ते कुलूपबंद होतं. ती कोर्टात परत आली. तिची काळजी दसपटीनं वाढली होती. मायकेल आजारी नव्हता. तिला ते माहीत होतं. या सर्व गोष्टींचा संबंध तिनं त्याच्या ब्रीफकेसमध्ये पाहिलेल्या कागदांशी असावा, याची तिला खात्री वाटू लागली. तो सुखरूप असावा आणि सोमवारी कामावर यावा अशी ती प्रार्थना करत होती.

उरलेला संपूर्ण दिवस ती कामात मग्न होती. रात्री तिनं युनियन स्टेशनजवळच्या एका रेस्टॉरंटमध्ये इतर क्लार्क्सबरोबर डिनर घेतलं. त्या सर्वांच्या गप्पा शॉपिंगबद्दलच्या होत्या. सारा त्यात समरस होऊ शकली नाही. रात्री ती आपल्या घराच्या मागच्या धक्क्यावर काही काळ रेंगाळली. अखेरीस तिनं निर्णय घेतला आणि रात्रीचा विहार करण्यासाठी होडी बाहेर काढली. तिनं नदीवरचा वारा अंगावर घेतला. तारे निरखले, उगाच मोजण्याचा प्रयत्न केला. त्यापासून मनातल्या मनात काही

आकृत्या तयार केल्या. मायकेलनं केलेल्या प्रस्तावाचा आणि तिनं दिलेल्या नकाराच्या कारणांचा तिनं विचार केला. तिच्या सहकाऱ्यांना हे कळलं असतं, तर त्यांना आश्चर्य वाटलं असतं. 'चांगली जोडी जमली असती की!' ते म्हणाले असते. त्यांचं दोघांचं आयुष्य अत्यंत धडाडीचं, खेळीमेळीचं गेलं असतं. त्यांची मुलं नक्कीच अत्यंत बुद्धिमान, महत्त्वाकांक्षी आणि तब्येतीने सुदृढ झाली असती कारण ती दोघंही तशी होती. कॉलेजमध्ये असताना साराला 'लॉक्रॉस' खेळाबद्दल शिष्यवृत्ती मिळाली होती, तर मायकेल उत्तम खेळाडू व्यायामपटू म्हणून तिच्यापेक्षा सरस होता. 'तो कोणाबरोबर लग्न करेल?' तिच्या मनात विचार आला. 'करेल की नाही?' तिच्या नकारामुळे उर्वरित आयुष्य ब्रह्मचारी राहण्याचाही विचार त्याने कदाचित केला असता. ती जसजशी दूरवर होडी वल्हवत गेली, तसतसं तिच्या चेहऱ्यावर हसू फुलत गेलं. तिला वाटलं, 'आपण आपल्याला फारच महत्त्व देतोय. एक वर्षाच्या आत मायकेल कदाचित कल्पनाही करता येणार नाही असं काहीतरी करेल. आणखी पाच वर्षांनंतर त्यानं मला ओळखलं, तरी ते माझं भाग्यच म्हणावं लागेल. कुणी सांगावं, पुढे काय घडेल ते?' तिनं आपली बोट किनाऱ्याला लावली. वल्ही बांधून ठेवली आणि नदीचा थंड वाऱ्याचा झोत घेत एक मिनिटभर ती तिथेच थांबली. त्यानंतर ती घराकडे वळली. तिच्या घरापासून उत्तरेला एका तासाच्या अंतरावर जगातलं अत्यंत सामर्थ्यशाली शहर होतं. जिथं तिच्या बरोबरीचे अत्यंत हुशार कायदेतज्ज्ञ होत. मात्र आत्ता या वेळेस तिला ते नकोसं वाटत होतं. लाइट बंद करून, मस्त पांघरूण घेऊन झोपावं. तिथं कधी जाऊच नये, असं तिला आता वाटत होतं. संबंध आयुष्यात आजपर्यंत महत्त्वाकांक्षा बाळगणाऱ्या तिला आता आपण व्यावसायिक आयुष्यात काहीतरी मिळवावं असं वाटेचना. एकाएकी जणू इथे पोहोचण्यासाठीच तिची सर्व ताकद तिनं खर्च केली होती. लग्न करणं आणि आई होणं हेच तिला हवं होतं का? तिला कोणीही नात्यातलं नव्हतं आणि तिची तीच वाढली होती. आपल्याभोवती मुलंबाळं असण्याची तिला सवय नव्हती. तरीही त्या दिशेनं अगदी प्रभावीपणे तिला कोण खेचत होतं? तरीही तिचा निर्णय होत नव्हता. ती घरात शिरली. तिनं कपडे काढले आणि तशीच ती अंथरुणात शिरली. तिला जाणीव झाली. कुटुंब असायला हवं, तर त्यासाठी एक गोष्ट आधी असायला हवी. सुरुवातीला कोणीतरी प्रेम करण्यासारखं माणूस हवं. खऱ्या अर्थानं विशेष असणाऱ्या एका माणसाला नकार देऊन तिनं नुकतीच ती संधी गमावली होती. आता दुसरी संधी आयुष्यात येणार होती का? तरीसुद्धा कधी कधी एकच संधी सगळं देऊन जाते, असं नाही का? अशा विचारात कधी झोप लागली हे साराला कळलंच नाही.

सतरा

सोमवारची ती सकाळची वेळ होती आणि आपल्या टेबलाशी बसलेल्या जॉन फिस्कला सकाळी सकाळीच त्याच्या एका पक्षकाराला पुन्हा अटक झाल्याची बातमी मिळाली होती. जॉन फिस्क आता आपल्या कामात इतका तरबेज झाला होता की, अर्धा रिपोर्ट वाचल्यावर त्याच्या पक्षकाराचं काय भवितव्य असणार होतं ते लगेच त्याच्या लक्षात आलं. असं समजणं एक प्रकारे बरंच असतं.

त्याच्या दारावर थापेचा आवाज झाला तसा तो दचकला. त्यानं टेबलाच्या उजव्या बाजूचा खण उघडला. त्यात तो पोलीस असताना वापरत असलेलं नऊ एम.एम.चं पिस्तूल होतं. त्याचे पक्षकार विश्वास ठेवण्यासारखे नव्हते त्यामुळे त्याला ही सावधगिरी बाळगावीच लागे. तो त्यांच्यासाठी परिश्रमपूर्वक लढा देई, पण त्याच वेळी त्यांच्यावर पूर्ण विश्वासही ठेवत नसे. त्यानं काहीतरी चूक केली आहे अशा भावनेनं काही वेळा त्याच्या दाराशी त्याचे पक्षकार दारूने किंवा अमली पदार्थाने धुंद अवस्थेत आलेले होते. अशा वेळी पिस्तुलाचा स्पर्श त्याचं धैर्य वाढवत असे, म्हणून दार उघडण्यापूर्वी तो नेहमीच सावधगिरी बाळगत असे.

'आत या, दार उघडंच आहे.'

दारात गणवेशातल्या पोलीस अधिकाऱ्याला पाहून तो हसला. त्यानं पिस्तूल ड्रॉवरमध्ये टाकलं आणि म्हणाला, "हे ऽऽ बिली, कसा काय इथं? कसं चाललंय?"

"माझं बरं चाललंय की!" बिली हॉकिन्स म्हणाला आणि त्याच्या पुढ्यात येऊन बसला. त्याच्या चेहऱ्यावर अनेक ओरखडे उमटलेले होते.

"अरे, चेहऱ्यावर ही नक्षी कसली?"

"परवा बारमध्ये बसलो होतो. एक जण जरा सटकला. थोपवता थोपवता

थोडी हाणामारी झाली त्याचं फळ आहे.'' गालावरच्या जखमांवरून हात फिरवत बिली म्हणाला आणि लगेच त्यानं पुढे खुलासा केला. ''अर्थात, त्यासाठी मी इथं आलेलो नाही जॉन.'' बिल हॉकिन्स हा खूप चांगल्या स्वभावाचा होता आणि सततच्या कामामुळेही तो कधी कंटाळत नसे. तो आपल्या कामाच्या वेळी जितका गंभीर आणि प्रामाणिक असे तितक्याच प्रमाणात एरवी आनंदी आणि खेळीमेळीने वागे. हॉकिन्सनं त्याच्याकडे जरा अस्वस्थ नजरेनं पाहिलं. त्यातले भाव ओळखून फिस्कनं त्याला विचारलं, ''अस्वस्थ दिसतोस. त्याचं कारण बोनी किंवा मुलं असं तर नाही?''

''माझ्या कुटुंबाबद्दल काही प्रश्न नाही जॉन.''

''अस्सं!'' असं म्हणून त्यानं हॉकिन्सच्या डोळ्यांकडे पाहिलं. त्याच्या हाताच्या मुठी वळल्या गेल्या.

''छेऽऽ, जॉन तुला माहीत आहे कोणाच्याही नातेवाइकाकडे जायची वेळ आली की, आपल्याला किती भास होतो ते. आणि कधीकधी तर आपल्याला काही माहितीही नसते.''

फिस्क आपल्या जागेवरून सावकाश उठून उभा राहिला. त्याच्या घशाला कोरड पडली होती. ''मी जवळचा नातेवाईक? अरे देवा! नाही. माझी आई? डॅड?''

''नाही जॉन, ते नाहीत.''

''बिली, मला पटकन सांग काय ते. मला सांगण्याची तुला एवढी गरज का वाटली?''

हॉकिन्सनं आपल्या ओठांवरून जीभ फिरवली अन् मग त्यानं बोलायला सुरुवात केली, ''आम्हांला वॉशिंग्टन डी.सी.मधून फोन आला.'' काही क्षण फिस्क गोंधळल्यागत झाला, ''डी.सी.?'' त्यानं असे शब्द उच्चारले आणि लगेच तो ताठ झाला, ''माइक?''

हॉकिन्सनं मान डोलावली.

''कार ॲक्सिडेंट?'' त्यानं सुन्न होऊन दु:खित स्वरात विचारलं.

''नाही, ॲक्सिडेंट नाही.'' हॉकिन्स काही क्षण थांबला आणि मग खाकरून म्हणाला, ''तो हत्येचा प्रकार होता जॉन. चोरीचा उद्देश असावा. त्याची गाडी एका गल्लीत सापडली. शहराचा अति वाईट भाग आहे तो माझ्या माहितीप्रमाणे.''

फिस्कला ती बातमी पचवायला काही मिनिटं लागली. पूर्वी पोलीस या नात्यानं आणि आता वकील या नात्यानं त्यानं इतरांच्या अनेक खुनांचे प्रकार पाहिले होते, पण हा वेगळा होता. त्याच्या जवळच्या माणसाची हत्या होती ती! ''बिली, तू माझ्या वडलांना कळवलंस का?'' त्यानं स्वत:ला सावरून विचारलं.

''अंहं!'' हॉकिन्स मान हलवत म्हणाला, ''विचार केला की, ते तूच सांगणं बरं आणि आईला कसं सांगणार या अवस्थेत?''

''ते मी बघतो कसं सांगायचं ते.'' फिस्क म्हणाला.

हॉकिन्सच्या पुढच्या शब्दांनी त्याच्या विचारांना खिळ बसली.

''तपास करणाऱ्या अधिकाऱ्यानं त्याची ओळख पटवण्यासाठी त्याच्या जवळच्या नातेवाइकाला म्हणजे तुला विनंती केलीये.''

पोलिसात असताना अशा शब्दांत कितीतरी वेळा त्याला मृताच्या आईवडलांना सांगावं लागलं होतं.

''ठीक आहे. मी जाईन.''

''मला फार वाईट वाटतं जॉन.''

''मला माहीत आहे बिली, मला कळतंय.''

हॉकिन्स गेल्यानंतर फिस्क त्याच्या आणि भावाच्या एकत्र काढलेल्या फोटोकडे गेला आणि तो उचलून तो बघत राहिला. त्याचे हात थरथरत होते. त्याच्या भावाला तो मुकला होता.

कसं शक्य होतं हे? त्याला स्वतःला दोन गोळ्या लागल्या होत्या आणि महिनाभर तो हॉस्पिटलमध्ये पडून होता त्या वेळी त्याचे आईवडील आणि माइक कायम तिथे बसलेले असायचे. त्यातून तो वाचला होता आणि जिवंत होता, तर त्याचा भाऊ कसा मेला बरं? त्यानं फोटो खाली ठेवला. उठून उभा राहत त्यानं कपाटातून कोट आणण्यासाठी म्हणून पाऊल टाकण्याचा प्रयत्न केला, पण त्याचे पाय जणू थिजले होते. तो तिथे तसाच उभा राहिला.

अठरा

रूफसनं हळूहळू डोळे उघडले. खोलीत अंधूक प्रकाश होता, पण प्रकाशाशिवाय पाहण्याची त्याला सवय झाली होती. किंबहुना इतक्या वर्षांच्या सरावाने त्यात तो प्रवीण झाला होता असं म्हणायला हरकत नव्हती. तुरुंगात काढलेल्या इतक्या वर्षांमुळे त्याची श्रवणशक्तीही इतकी प्रखर झाली होती की दुसऱ्याच्या मनातले विचारही तो ऐकत असे. तुरुंगात असताना त्यानं दोन्ही गोष्टी भरपूर प्रमाणात केल्या होत्या – ऐकणं आणि विचार करणं.

हॉस्पिटलच्या बिछान्यावर तो हळूच किंचित वळला. त्याचे हात आणि पाय अजूनही बंधनात होते. त्याच्या खोलीच्या दाराबाहेर एक पहारेकरी बसलेला होता, हे रूफसला माहीत होतं. त्याच्या खोलीतून लोक जात-येत असताना त्यानं त्या पहारेकऱ्याला पाहिलं होतं. तो पोलिसातला नव्हता हे निश्चित! त्याला शस्त्रासहित हे काम देण्यात आलं होतं. तो आर्मीमधला होता की राखीव दलातला, हे रूफसला नक्की सांगता आलं नसतं. त्यानं हलकेच श्वास घेतला. गेल्या दोन दिवसांत त्याला तपासायला येणाऱ्या डॉक्टरांचं बोलणं त्यानं ऐकलं होतं. तो हार्ट ॲटॅकच्या जवळपास पोहोचला होता, पण त्याला प्रत्यक्षात हार्ट ॲटॅक आलेला नव्हता. त्याला काय नाव होतं? डॉक्टरांनी उच्चारलं होतं ते, पण त्याला ते कळलं नव्हतं. त्याच्या हृदयाचे ठोके अनियमित पडत होते त्यामुळे त्याला आणखी काही काळ अति-दक्षता विभागात राहणं भाग होतं.

फोर्ट जॅक्सनमधल्या त्याच्या शेवटच्या तासाचा तो विचार करत होता. त्यांनी मारण्यापूर्वी मायकेल फिस्क तुरुंगातून बाहेर पडू शकला होता की नव्हता याबद्दल त्याच्या मनात शंका होती. उलटपक्षी, त्याच्या हार्ट ॲटॅकमुळेच तो तुरुंगाबाहेर पडू

शकला होता हे त्याला माहीत नव्हतं.

त्याची देखभाल करणाऱ्या प्रत्येक डॉक्टर आणि नर्सची तो संपूर्णपणे पाहणी करत होता; विशेषत: औषध देताना. 'आपण संकटात आहोत असं कळलं, तर आपण कधीही ह्या खाटेपासून मुक्त होऊ शकतो. पण तोपर्यंत आपण आपली पूर्ण ताकद परत मिळवली पाहिजे. तेव्हा थांबा, लक्ष ठेवा आणि आशा ठेवा हा मंत्र आचरणात आणायला हवा.' त्याची कोर्टाच्या माध्यमातून सुटका होऊ शकत नसली, तर तो दुसरा मार्ग स्वीकारणार होता; पण आता त्याचा श्वास चालू असेपर्यंत पुन्हा तो फोर्ट जॅक्सनला जाणार नव्हता.

पुढचे दोन तास तो लोकांची जा-ये पाहत होता. प्रत्येक वेळी दार उघडलं की, तो बाहेरच्या पहारेकऱ्याकडे पाही – पोरगेलासा, पण अंगावर गणवेश आणि शस्त्र असल्यामुळे स्वत:ला खास समजणारा. त्याला ज्या दोन पहारेकऱ्यांनी हेलिकॉप्टरमधून आणलं होतं त्यापैकी एकही जण आता पहाऱ्यावर नव्हता. कदाचित ते आळीपाळीनं ड्युटी करत असावेत. प्रत्येक वेळी जेव्हा दार उघडे तेव्हा पहारेकरी येताना-जाताना येणाऱ्या-जाणाऱ्या व्यक्तीकडे पाहून मान डोलवी किंवा हास्य करी; विशेषत: तरुण स्त्री असेल तर. तो जेव्हा कधीतरी खोलीत डोकावून त्याच्याकडे पाही तेव्हा त्याच्या डोळ्यातल्या दोन भावना उघड दिसत – तिरस्कार आणि भीती. हे चांगलं लक्षण होतं. म्हणजे त्याला संधी होती. कारण या दोन गोष्टींमुळे होणाऱ्या एका गोष्टीची रूफस वाट पाहत होता – ती म्हणजे त्याची चूक.

एका पहारेकऱ्याच्या भरवशावर त्याला सोडून जात असण्याचं कारण रूफसमध्ये आता इतकी शक्ती राहिली नसावी, असं त्यांना वाटत असावं; पण तसं नव्हतं. मॉनिटरच्या नाचणाऱ्या रेषा आणि आकडे याची त्याला काही काळजी वाटत नव्हती. त्याची ताकद परत येत होती, हे त्याला जाणवत होतं आणि ती गोष्ट महत्त्वाची होती. उलटसुलट दिशेनं आपले हात फिरवून त्यानं ते व्यवस्थित वळताहेत याची खात्री करून घेतली होती.

दोन तासांनंतर दार आत उघडलं गेलं आणि प्रकाश पडल्याचं त्यानं पाहिलं. धातूचा क्लिपबोर्ड घेऊन नर्स आत आली. त्याच्याकडे पाहून तिने हास्य केलं आणि ती मॉनिटरकडे पाहू लागली. ती चाळिशीच्या आसपास असावी असा त्यानं अंदाज केला. उत्तम व आकर्षक देहाकृती असलेल्या त्या नर्सच्या रुंद नितंबांवरून तिला दोन-चार मुलं तरी झाली असावीत, असा त्यानं कयास केला.

"आज तुम्ही जरा बरे दिसताहात." तो आपलं निरीक्षण करतो आहे हे लक्षात येऊन ती म्हणाली.

"हे ऐकून मला वाईट वाटतंय."

ते ऐकून तिनं आ वासला. "कमाल आहे! इथं असणाऱ्या बहुतेक सर्वांनाच

मी तसा शेरा मारते तेव्हा आनंद वाटतो.'' ती म्हणाली.

''मी नेमका आहे कुठे?''

''रोनोकला. व्हर्जिनियातच.''

''मी रोनोकला कधीच आलेलो नाही!''

''हे खूप चांगलं शहर आहे.''

''तुम्ही जितक्या चांगल्या आहात तितकं नक्कीच नाही.'' तो हसत म्हणाला. आपल्या तोंडून हे बाहेर पडलंच कसं असं वाटून तो अंमळ ओशाळला. गेली पंचवीस वर्षे तो कधीही एखाद्या स्त्रीच्या इतका निकट नव्हता. त्यानं शेवटची पाहिलेली स्त्री त्याला तुरुंगात पाठवण्यापूर्वी रडणारी त्याची आई होती. त्यानंतर ती एका आठवड्यातच मरण पावली होती. काहीतरी कारणाने तिचा मेंदू फुटला असं त्याच्या भावानं त्याला सांगितलं होतं, पण तिचं हृदय फाटलं होतं म्हणून ती मेली होती, हे तो जाणून होता.

त्याच्या नाकाला कसलातरी सुवास जाणवला, तसं त्यानं नाक चोळलं. हॉस्पिटलमध्ये असा सुवास म्हणजे आश्चर्यच होतं. सुरुवातीला त्याला हे कळलंच नव्हतं की तो नर्सनं लावलेल्या सेंटचा होता. स्त्रीचं शरीर, घाम येऊ नये म्हणून लावलेलं लोशन आणि सेंट या तिन्हींचा एकत्र वास! छेऽऽ! तो माणसाचं सर्वसाधारण आयुष्यच विसरला होता. त्याच्या डोळ्यांतून अश्रूंचे थेंब जमा झाले आणि उजव्या डोळ्यातून एक थेंब खाली गालावर ओघळला.

तिनं वाकून त्याच्याकडे पाहिलं. एक हात मागे नितंबावर ठेवून आणि भुवया वर चढवून म्हणाली, ''तुमच्याजवळ असताना काळजी घ्या, असं मला सांगण्यात आलं आहे.''

त्यानं तिच्याकडे पाहिलं. ''मी तुम्हांला कधीच इजा करणार नाही मॅम.'' त्याच्या स्वरात संयम आणि प्रामाणिकपणा होता. तिनं त्याच्या डोळ्यातून घरंगळलेला अश्रूचा थेंब पाहिला. तिला काय बोलावं ते कळेना.

''तुमच्या त्या चार्टवर मी मरणार आहे किंवा तसं काहीतरी तुम्हांला लिहिता येणार नाही का?''

''तुम्हांला वेड तर नाही लागलं? मी असं काही करू शकत नाही. तुम्हांला बरं व्हायला नको आहे का?''

''मी जितका लवकर बरा होईन, तितक्या लवकर मला फोर्ट जॅक्सनला परत जावं लागेल.''

''ती चांगली जागा नाही असं मी ऐकलंय.''

''मी त्या ठिकाणी एकाच कोठडीत वीस वर्षे काढली आहेत. त्यामुळे हा बदल मला छान वाटतो आहे. तिथे सिमेंटच्या आढ्याकडे पाहत आणि आपल्या

हृदयाचे ठोके ऐकण्याशिवाय काहीही करता येत नाही.'' त्याचं बोलणं ऐकून तिला आश्चर्य वाटलं. ''वीस वर्षे? किती वय आहे तुमचं?''

रूफसनं क्षणभर विचार केला. ''मला नेमकं सांगता येणार नाही, पण खरं सांगायचं तर...पन्नासच्या वर नाही.''

''काहीतरी काय सांगताय! तुम्हांला तुमचं वय माहीत नाही?''

त्यानं तिच्याकडे स्थिर नजरेने पाहिलं. ''जे कॅलेंडर ठेवतात ते लवकर बाद होतात. मी आजन्म कारावास भोगतो आहे. मी कधीच बाद होणार नाही मॅम, त्यामुळे माझं काय वय आहे या प्रश्नाला काही अर्थ नाही.''

त्याच्या बोलण्यातला तथ्यांश समजून नर्सलाच लाजल्यासारखं झालं. ''ओह, मला वाटतं तुमचा मुद्दा आता माझ्या लक्षात आला.'' ती म्हणाली तेव्हा तिच्या आवाजात कंप होता.

त्यानं आपलं शरीर थोडं हलवलं तशा त्याच्या शृंखला लोखंडी खाटेला घासल्या गेल्या. ती जरा मागे सरली.

''तुम्ही माझ्यासाठी कोणाला बोलावू शकता मॅम?''

''कोण? तुमच्या बायकोला?''

''मला बायको नाही. माझा भाऊ... त्याला मी आता कुठे आहे ते माहीत नाही. त्याला ते कळावं असं मला वाटतं.''

''मला वाटतं, त्या पहारेकऱ्याला मला विचारायला हवं.''

रूफस तिच्या खांद्यावरून पलीकडे दिसणाऱ्या पहारेकऱ्याकडे पाहून म्हणाला, ''तो बाहेर बसलेला पोरगा? त्याचा माझ्या भावाशी काय संबंध? त्याला स्वत:लाही लघुशंकेला जायला जमत नाही.''

तिला हसायला आलं, ''ठीक आहे, पण त्यांनी तुमच्यासारख्यावर देखरेख ठेवण्यासाठी त्याला ठेवलं आहे नं!'' हसतच ती म्हणाली.

''माझ्या भावाचं नाव जोशुआ हार्म्स आहे. त्याला सगळे फक्त 'जोश' नावानंच ओळखतात. मी तुम्हांला त्याचा फोन नंबर सांगतो. तुमच्याकडे पेन असेलच. त्याला फक्त कॉल करा आणि मी कुठे आहे ते सांगा. इथं फार एकटं एकटं वाटतंय. तो काही फार दूर राहत नाही त्यामुळे तो लगेच मला भेटायला येईलही.''

''इथं एकटं एकटं वाटतं खरं!'' ती सहमत होत म्हणाली. ती त्याच्याकडे पाहत होती. उंच, सशक्त देह; पण अनेक ठिकाणी डाग पडलेले, नळ्या लावलेल्या आणि शृंखला. त्याने तिचं लक्ष वेधून घेतलं. ती आपल्याकडे निरखून पाहत असल्याचं त्याच्या लक्षात आलं होतं. शृंखलाबद्ध माणसाचा पाहणाऱ्यावर फार परिणाम होतो हे त्याला कळलेलं होतं.

“वीस वर्षे तुरुंगात टाकण्याइतकं तुम्ही काय केलं होतं?”

“तुमचं नाव काय आहे मॅम?”

“का?”

“असंच विचारलं. माझं नाव रूफस. रूफस हार्म्स.”

“ते मला माहीत आहे. तुमच्या चार्टवर आहे ते.”

“पण तुमचं नाव कळण्यासाठी माझ्याकडे चार्ट नाही.”

ती थोडा वेळ घुटमळली. तिनं दाराकडे पाहिलं अन् मग त्याच्याकडे पाहून म्हणाली, “माझं नाव कॅसान्ड्रा आहे.”

“फारच छान नाव आहे!” तिच्या देहाकृतीवरून नजर फिरवत तो म्हणाला, “तुम्हांला शोभतं.”

“थँक्यू, पण तुम्ही काय केलंत हे मात्र मला सांगणार नाही ना?”

“तुम्हांला का जाणून घ्यायचं?”

“उगाच. कुतूहल म्हणून.”

“मी कोणालातरी ठार केलं. खूप वर्षांपूर्वी.”

“तुम्ही तसं का केलंत? ते तुम्हांला काही इजा करणार होते?”

“कोणीही तसं काहीही केलेलं नव्हतं.”

“मग तुम्ही तसं का केलंत?”

“मी काय करत होतो, हे मला कळत नव्हतं. माझा स्वत:वर ताबा नव्हता.”

“खरं सांगताय?” ती दचकून मागे सरत म्हणाली, “पण असं सगळेच म्हणतात, नाही का?”

“पण माझ्याबाबतीत ते खरंच आहे. असो माझ्या भावाला तुम्ही फोन करणार नाही का?”

“काही सांगता येत नाही. कदाचित करेनही.”

“मी काय सांगतो ते ऐका. मी तुम्हांला नंबर देतो. तुम्ही कॉल करणार नसलात, तर नका करू, पण तुम्ही केलात तर मी तुमचा खूप आभारी राहीन.”

तिनं त्याच्याकडे कुतूहलपूर्ण नजरेनं पाहिलं, “तुमचं वागणं खुन्यासारखं वाटत नाही.”

“त्याबद्दल तुम्ही काळजी घ्यायला हवीये. गोड बोलणारेच अखेर घात करतात. मी तसे खूप लोक पाहिलेत.”

“म्हणजे मी तुमच्यावर विश्वास ठेवायला नको तर!”

त्यानं तिच्याकडे अशा तऱ्हेनं पाहिलं की, ती काही क्षण स्तब्धच राहिली. “ते तुमचं तुम्ही ठरवायला हवं मॅम.” तो म्हणाला.

तिनं क्षणभर विचार केला, “काय आहे तुमच्या भावाचा नंबर?” त्यानं

सांगितलेला नंबर तिनं लिहून घेतला. तो कागद आपल्या खिशात घातला अन् ती निघाली.

"मिसेस कॅसान्ड्रा," त्यानं हाक मारली तशी ती वळली. "तुमचं म्हणणं बरोबर आहे मिसेस कॅसान्ड्रा. मी खुनी नाही. तुम्ही पुन्हा या आणि माझ्याशी आणखी थोडं बोला. अर्थात, तुम्हांला वाटलं तर." त्यानं निरुपद्रवी हास्य केलं आणि आपल्या साखळ्या वाजवत तो म्हणाला, "मी काही कुठे पळून जात नाही."

तिनं त्याच्याकडे डोळ्यांच्या कोपऱ्यातून पाहिलं आणि त्याच वेळी तिच्या चेहऱ्यावर हास्यरेखा चमकून गेली, असं त्याला वाटलं. ती वळली अन् दाराबाहेर पडली. ती दारावरच्या पहारेकऱ्याशी काही बोलते का ते रूफस मान तिरकी करून, वर उचलून पाहत होता, पण ती न बोलता सरळ त्याला पार करून पुढे गेली.

रूफस पुन्हा अंथरुणात निवांत पडला आणि आढ्याकडे पाहत राहिला. त्यानं दीर्घ श्वास घेतला. तिनं लावलेल्या सेंटचा वातावरणात शिल्लक असलेला अंश शोषून घेण्याचा त्याचा प्रयत्न होता. थोड्या वेळानंतर त्याच्या चर्येवर हास्य पसरलं आणि पाठोपाठ अश्रू ओघळले.

एकोणीस

सुप्रीम कोर्टाचे सर्व न्यायाधीश आणि क्लार्क्स एकत्र जमण्याचा हा प्रसंग विरळाच होता. कोर्टाचे व्यवस्थापक (मार्शल) रिचर्ड आणि मुख्य पोलीस अधिकारी लिओ डेल्लासान्ड्रो हेही स्थितप्रज्ञ मुद्रेने तिथं हजर होते. एलिझाबेथ यांच्या डोळ्यात पाणी तरळत होतं आणि त्या सारख्या रुमालानं डोळे टिपत होत्या.

सारा इव्हान्स करारी चेहऱ्याच्या न्यायाधीशांकडे पाहत असताना तिची नजर थॉमस मर्फीवर स्थिर झाली होती. मर्फी बुटकेसे आणि थुलथुलीत होते. त्यांचे सर्व केस पांढरे झाले होते. त्यांच्या झुबकेदार जाड भुवयांमुळे आणि वर आलेल्या गरगरीत गालाच्या हाडांमुळे त्यांचा चेहरा वेगळाच दिसे. ते नेहमीच थ्री-पीस सूट घालत असत आणि त्यांच्या शर्टच्या कफांवर मोठी कफ्लिंग्ज असत. त्यांच्या पोशाखामुळे त्यांच्याकडे साराची नजर गेली, असं नव्हतं तर दुःखामुळे विदीर्ण झालेल्या त्यांच्या चेहऱ्याकडे पाहून तिची नजर थबकली होती. त्या खोलीत हजर असलेल्यांची तिनं सहज मोजदाद केली होती. त्यांच्यामध्ये फक्त मायकेल फिस्क नव्हता. रक्त आपल्या मस्तकात चढल्याची जाणीव तिला झाली.

रामसे आपल्या टेबलावरून उठून उभे राहून बोलू लागले तेव्हा त्यांचा नेहमीचा आवाज ऐकू न येता एक वेगळाच मृदू आवाज आपण ऐकतो आहोत असं साराला वाटलं. त्यामुळे त्यांचं संभाषण तिला नीटसं कळलं नाही, पण ओठांच्या हालचालींवरून, एकूण आविर्भावावरून ते काय बोलत होते याचा तिला अंदाज आला.

"ही फार भयंकर, फारच भयंकर बातमी आहे. अशी घटना यापूर्वी कधी घडलेली मला आठवत नाही." बोलता बोलता नकळत त्यांच्या हाताच्या मुठी

वळल्या गेल्या. उभं राहताना त्यांचं नेहमी असणारं स्थैर्यपण आज दिसत नव्हतं. त्यांनी जाहीर केलं, "आपल्याकडचे मायकेल फिस्क मृत्यू पावले आहेत."

बहुतेक सर्व न्यायाधीशांना आणि क्लार्क्सना ही बातमी आधीच माहीत होती. असं असतानाही जाहीर केल्याबरोबर क्लार्क्सचा श्वास जणू थांबला होता. रामसे आणखी काही बोलणार होते; पण लगेच थांबले. त्यांनी लिओ डेल्लासान्ड्रोंना खूण केली. लिओ डेल्लासान्ड्रो मान डोलवत पुढे झाले, तसे रामसे आपल्या खुर्चीत कोसळल्यागत बसले. डेल्लासान्ड्रो पाच फूट दहा इंच उंचीचे, रुंद चेहऱ्याचे, बसक्या गालांचे, आखूड, पसरट नाक असलेले आणि मूळच्या बळकट स्नायू असलेल्या शरीरावर चरबी चढलेले गृहस्थ होते. त्यांच्या त्वचेवर गर्द हिरवट रंगाची झाक होती, तर विरळ केस अर्धवट पिकलेले होते. ते आपल्या जागेवरून उठताच त्यांच्या शरीराच्या रन्ध्रात भिनलेला सिगारचा वास दरवळला. त्यांनी आपल्या एका हाताची बोटं बंदुकीच्या पट्ट्यात खुपसलेली होती. त्यांच्या मागे गणवेशात उभे असलेले रॉन क्लॉस हे त्यांचे कनिष्ठ पोलीस अधिकारी होते. क्लॉस ठाकठीक शरीरयष्टी असलेले गृहस्थ होते. त्यांच्या निळ्या डोळ्यांच्या सारख्या होणाऱ्या हालचालीतून आणि एकूण शरीराच्या आविर्भावातून ते अतिशय हुशार आणि चलाख वाटत होते. ते आणि डेल्लासान्ड्रो यांच्यावर सुप्रीम कोर्टाच्या सुरक्षेची संपूर्ण जबाबदारी होती. ते दोघं नेहमी बरोबर असत. कोर्टाच्या आवारात ही दुक्कल प्रसिद्ध होती आणि लोक कोणाही एकाचा स्वतंत्रपणे विचारच करू शकत नसत.

"अजून चित्रं पूर्णपणे स्पष्ट झालेलं नाही, पण जी माहिती मिळाली, त्यावरून मायकेल फिस्क यांचा चोरीच्या प्रयत्नातून बळी गेला असावा असं सध्या दिसतंय. ॲनाकोस्टिया नदीच्या जवळ दक्षिण पूर्वेला एका गल्लीत त्यांच्या गाडीत ते मृत स्थितीत आढळले. त्यांच्या कुटुंबीयांना कळवण्यात आलं असून त्यांच्यापैकी एक ओळख पटवण्यासाठी येत आहे. तरीपण मृत मायकेल फिस्कच आहेत याबद्दल आमची खात्री आहे, हे मी सांगू शकतो कारण तिथल्या पोलिसांनी पाठवलेला फोटो आम्ही ओळखलेला आहे."

"हे नक्की चोरीमुळे घडलं आहे ना? त्याचा इथल्या कामाशी काही संबंध आहे, असं तर नाही ना?" एका अस्वस्थ झालेल्या क्लार्कने हात उंचावून विचारलं. सारानं त्याच्याकडे रागानं पाहिलं. तुमच्याबरोबर काम करणाऱ्या, संबंध असणाऱ्या एखाद्याचा मृत्यू झाल्याचं जाहीर केल्यानंतर लगेच विचारण्यासारखा प्रश्न नव्हता तो; पण लगेच तिच्या लक्षात आलं. भीषणरीत्या घडलेल्या या मृत्यूमुळे भीतीने सर्वच क्लार्क्स जरा घाबरले होते. प्रश्नामुळे थोडी खळबळ उडाली होती, ती हात उंचावून शांत करून डेल्लासान्ड्रो म्हणाले, "त्यांच्या मृत्यूचा या

कोर्टाशी काही संबंध असण्यावर विश्वास ठेवावा असं आम्ही काहीही ऐकलं नाही. तरीसुद्धा आम्ही इथल्या सुरक्षेत आता वाढ करतो आहोत आणि कोणालाही, कुठेही काही संशयास्पद आढळलं, तर माझ्या किंवा मि. क्लॉसच्या ते नजरेस आणावं असं मी सांगतो आहे. या प्रकरणाबाबतीत पुढे जशी उपलब्ध होईल तशी सविस्तर माहिती आपणास देण्यात येईल, असं मी जाहीर करतो.'' असं म्हणून डेल्लासान्ड्रोंनी रामसेंकडे पाहिलं, पण रामसे दोन्ही हातात डोकं खुपसून बसले होते त्यामुळे त्यांनी काहीच दखल घेतली नाही, तसे डेल्लासान्ड्रो जरा अस्वस्थ झाले. तेवढ्यात एलिझाबेथ नाइट उठल्या.

''मला कल्पना आहे की, ही सर्वांसाठी धक्कादायक अशी घटना आहे. इथे काम करणाऱ्या लोकांमध्ये मायकेल खूप लोकप्रिय होता. त्याच्या जाण्यामुळे सर्वांनाच वाईट वाटलं आहे. विशेषकरून त्याच्याजवळ असणाऱ्यांना तर त्याचं नसणं खूप जाणवणार आहे.'' त्या काही क्षण थांबल्या आणि त्यांनी साराकडे नजर टाकली. ''तुमच्यापैकी कोणाला काही सांगायचं असेल, तर तुम्ही तुमच्या न्यायाधीशांना सांगून आपलं मन मोकळं करा किंवा तुम्ही मलाही भेटू शकता. आपण आपलं काम लगेच सुरू करू शकतो की नाही हे मला सांगता येत नाही, पण ते थांबवून चालणार नाही. या अतिशय भयंकर...भयंकर....'' बोलता बोलता नाइट थांबल्या. त्यांना भावना अनावर झाल्या होत्या. त्यांनी टेबलाच्या कडेला धरून स्वतःला खाली कोसळण्यापासून वाचवलं. डेलासान्ड्रोंनी लगेच पुढे होऊन त्यांना आधार देऊ केला, पण त्यांनी खुणेनंच त्यांना बाजूला सारलं. त्यानंतर जमलेल्या सर्वांसमोर थोडक्यात बोलून त्यांनी सभेचा समारोप केला. खोलीतून साराशिवाय सर्व लोक पांगले आणि खोली रिकामी झाली. ती फक्त एकटी राहिली; सुन्न झालेली; नाइट उभ्या होत्या त्या जागेकडे रिकाम्या नजरेनं पाहत असलेली. तिच्या चेहऱ्यावरून अश्रू मुक्तपणे वाहत होते. मायकेल मरण पावला होता. त्यानं ते अपील घेतलं होतं, त्यानंतर एक आठवडाभर तो विचित्र वागत होता आणि तो मरण पावला होता. त्याचा खून झाला होता. 'चोरी आणि खून' असं ते म्हणत होते, पण उत्तर इतकं सोपं नव्हतं. तिचा त्यावर विश्वास बसला नव्हता. अर्थात, आता त्या गोष्टीचं महत्त्व नव्हतं. आता या क्षणी तिनं तिचा एक अत्यंत जवळचा सुहृद गमावला होता हे सत्य होतं. असा कोणीतरी तिनं गमावला होता की, वेगळ्या परिस्थितीत तिनं ज्याच्याबरोबर कदाचित आनंदानं आयुष्यही काढलं असतं. तिनं टेबलावर डोकं टेकवलं आणि ती हुंदक्यावर हुंदके देऊ लागली. दारातून एलिझाबेथ नाइट तिच्याकडे पाहत होत्या.

वीस

बिली हॉकिन्सनं त्याच्या भावाच्या मृत्यूची बातमी दिल्यानंतर तीनेक तासांनंतर जॉन फिस्क वॉशिंग्टन डी.सी.च्या शवागाराकडे जात होता. पांढरा कोट घातलेला तिथला कर्मचारी त्याला मार्ग दाखवत सोबत घेऊन जात होता. फिस्कला आपली ओळख पटवून देऊन तो मायकेल फिस्कचा भाऊ होता हे पहिल्यांदा सिद्ध करायचं होतं आणि त्यानंतर त्याची ओळख पटवायची होती. जॉन फिस्कनं त्यासाठी तो आणि त्याचा भाऊ एकत्र असलेले फोटो आणले होते. त्यानं येण्याअगोदर वडलांशी संपर्क साधण्याचा प्रयत्न केला होता, पण तो फोल ठरला होता. अखेर कुठल्याही प्रकारचा तपशील न देता त्यानं वडलांसाठी चिठ्ठी लिहून ठेवली होती; फक्त महत्त्वाचं काम आहे असं म्हणून. त्याला खात्री करून घ्यायची होती की मृत व्यक्ती त्याचा भाऊच आहे आणि तिकडे तो त्यासाठीच चालला होता.

मार्ग दाखवणारा त्याला जेव्हा ऑफिसमध्ये घेऊन गेला तेव्हा तो गोंधळला. शवागाराच्या माणसानं एका फाइलमधला फोटो काढून त्याच्याकडे सारला तेव्हा त्याला आणखीनच आश्चर्य वाटलं.

"मला फोटो ओळखायचा नाही. मला शव पाहायचंय."

"पण इथं तशी पद्धत नाही सर. इथे लवकरच व्हिडिओ प्रणाली सुरू व्हायचीये की ज्यामुळे रिमोट टेलिव्हिजन पद्धतीनं मृताची ओळख पटवता येऊ शकेल. ती सुरू होईपर्यंत पोलोराइड कॅमेऱ्यानं काढलेल्या फोटोवरूनच ते काम करावं लागतं आहे."

"ठीक आहे, पण या वेळी तसं नको आहे."

तो फोटो हातात धरून, दोन-तीनदा आपल्या दुसऱ्या हातावर आपटून तिथला

तो कर्मचारी जॉन फिस्कचं लक्ष वेधण्याचा प्रयत्न करत म्हणाला, ''पण बहुधा सर्व लोकांना फोटोवरूनच ओळख पटवायला बरं वाटतं. तुमची मागणी त्यापेक्षा वेगळी आहे.''

''मी त्या बहुतेक सर्वांपैकी नाही, ही एक गोष्ट आणि भावाचा खून होणं ही एक वेगळीच बाब आहे ही दुसरी गोष्ट; निदान माझ्यासाठी तरी.''

त्या कर्मचाऱ्यानं फोन उचलला आणि मृतदेह दाखवण्यासाठी सूचना दिल्या. त्यानंतर ऑफिसचं दार उघडून आपल्या मागोमाग येण्यासाठी फिस्कला खूण केली. थोडं अंतर चालल्यानंतर ते एका छोट्या खोलीत शिरले. हॉस्पिटलमध्ये एक प्रकारचा वास असतो, त्यापेक्षाही प्रखर असा वास त्यांच्या नाकात शिरला. कोपऱ्यात चाकं असलेल्या स्ट्रेचरवर पांढरा कपडा टाकलेलं एक शव होतं.

त्या पांढऱ्या कपड्यातून डोकं, नाक, खांदे, छाती, गुडघे आणि पाय यांच्या उंचवट्यांमधून एक देहाकृती दिसत होती. त्या दिशेनं जात असताना फिस्कच्या हाताच्या मुठी वळल्या गेल्या आणि त्याच्या जागी इतर कोणालाही जसं वाटलं असतं तसं त्याला वाटलं. 'त्या चादरीखालचा देह माझ्या भावाचा नसू दे आणि आपलं कुटुंब होतं तसंच अखंड असू दे.' म्हणून तो प्रार्थना करत होता.

कर्मचाऱ्यानं चेहऱ्यावरचं कापड काढण्यासाठी जसा हात खाली घातला, तशी फिस्कनं स्ट्रेचरची कडा घट्ट धरली. कापड वर उचललं गेलं आणि शवाचा चेहरा, खांदे, छाती हा सर्व भाग उघडा पडला. फिस्कनं डोळे मिटून घेतले. त्यानं वर पाहिलं आणि मूक प्रार्थना केली. त्यानं दीर्घ श्वास घेतला, धरून ठेवला. आपले डोळे उघडले आणि खाली शवाकडे पाहिलं. आपण कधी होकारार्थी मान डोलावली हे त्याला कळलंच नाही.

त्यानं बाजूला नजर वळवण्याचा प्रयत्न केला, पण त्याला जमलं नाही. उतरतं कपाळ, डोळे, नाक आणि ओठांची रचना आणि हनुवटी हे सगळं एकत्र पाहून आणि ते पाहणाऱ्या जॉन फिस्ककडे पाहून एखाद्या त्रयस्थानंही सांगितलं असतं की, ते भाऊ होते; एका कुटुंबातले आहेत म्हणून. ''होय. हा माझा भाऊच आहे.'' त्यानं शब्द उच्चारले.

पांढरी चादर परत शवावर पूर्णपणे टाकली गेली आणि त्याला आणणाऱ्या कर्मचाऱ्यानं जॉन फिस्कनं ओळख पटवल्याचं कार्ड त्याला सही करायला दिलं.

''पोलिसांनी घेतलेल्या वस्तूंव्यतिरिक्त इतर सर्व गोष्टी तुम्हांला परत मिळतील.'' असं म्हणून त्यानं स्ट्रेचरकडे नजर टाकली. ''आमचा गेला आठवडा खूपच धावपळीचा गेला आणि अजून काही काम शिल्लक आहे, पण तरीही शवविच्छेदन लवकरच आटोपेल अशी आशा आहे. कारण शव चांगल्या स्थितीत दिसतं आहे.''

फिस्कच्या चेहऱ्यावर क्षणभराकरता उद्वेग दिसला, पण तो लगेच विरला. न

दुखवता सांगण्यासाठी त्याला काही विशेष पगार देण्यात येणार नव्हता.

"ज्या गोळीमुळे मृत्यू आला ती त्यांना सापडली का?"

"शवविच्छेदनानंतरच मृत्यूचं कारण समजेल."

"मला थाप मारायचं कारण नाही." कर्मचारी हे शब्द ऐकून दचकलाच. "त्याच्या डोक्याच्या डाव्या बाजूची जखम मी पाहिली आहे."

"नाही. अजूनतरी नाही."

"हे चोरीच्या प्रकारातून घडलं असं मी ऐकलंय." फिस्क म्हणाला. कर्मचाऱ्यानं मान डोलावली. "देह त्याच्या गाडीत सापडला का?"

"होय, आणि पाकीट नाहीसं झालेलं होतं. त्याच्या गाडीच्या लायसन्स प्लेटवरून आम्हांला त्याच्या नावाचा शोध घ्यावा लागला."

"जर तो चोरीचा प्रकार होता, तर त्यांनी त्याची गाडी का नेली नाही? गाड्या पळवण्याचा धंदा सध्या तेजीत आहे. एखाद्याला पिटायचं, त्याच्याकडून किंवा तिच्याकडून एटीएमचा पासवर्ड काढून घ्यायचा, त्यांना ठार करायचं, बँकांमधून पैसे काढायचे, गाडीची वाट लावायची आणि भरपूर पैसे घेऊन दुसरी शिकार करण्यासाठी पसार व्हायचं. हे असं का नाही?"

"मला त्याबद्दल काही कल्पना नाही."

"ही केस कोणाकडे आहे?"

"वॉशिंग्टनमध्ये हा प्रकार घडला म्हणजे इथल्याच फौजदारी शाखेकडे असणार."

"माझा भाऊ संघराज्याचा कर्मचारी होता. युनायटेड स्टेट्स सुप्रीम कोर्ट. कदाचित एफ.बी.आय.चापण सहभाग असेल."

"पुन्हा सांगतो, मला त्याची काहीच कल्पना नाही."

"मला वॉशिंग्टन डी.सी.च्या फौजदारी गुन्हा शाखेत तपास करणाऱ्या अधिकाऱ्याचं नाव समजायला हवं."

कर्मचारी काही बोलला नाही आणि त्यानं फाइलमध्ये काही नोंदी करण्याचं काम सुरू केलं. कंटाळून फिस्क चालू लागेल या आशेनं.

"मला खरंच नाव कळायला हवंय. प्लीज." फिस्क म्हणाला.

शेवटी कर्मचाऱ्यानं सुस्कारा सोडला आणि फाइलमधून एक कार्ड काढून फिस्कच्या हातावर ठेवलं. 'बुफोर्ड चांडलर.' "तसंही त्यांना तुमच्याशी बोलायचंच आहे. चांगले आहेत ते आणि बहुधा गुन्हेगारांना पकडतील."

फिस्कनं कार्ड खिशात ठेवण्यापूर्वी ते नीट पाहिलं आणि मग खिशात टाकलं. "ज्या कुणी हे केलं त्याला आम्ही शोधून काढूच." तो अशा आवाजात म्हणाला की, त्या कर्मचाऱ्याला फाइलमधून मान वर करून बघावसं वाटलं.

"आता मला माझ्या भावाबरोबर काही काळ एकटं बसावसं वाटतंय." फिस्क म्हणाला. कर्मचाऱ्यानं मान कलती करून शव ठेवलेल्या स्ट्रेचरकडे पाहिलं आणि मग आपल्या जागेवरून उठत म्हणाला, "ठीक आहे, मी बाहेरच थांबतो. तुमचं झालं की मला सांगा."

तो बाहेर गेल्यावर फिस्कनं खुर्ची ओढली आणि स्ट्रेचर जवळ घेऊन तो शवाजवळ बसला. आपल्या भावाच्या मृत्यूच्या बातमीपासून त्याच्या डोळ्यातून पाणी आलं नव्हतं. कारण त्याच्या मृत्यूबाबत नक्की कळायचं होतं आणि शव पाहिल्याखेरीज ते ठरणार नव्हतं. या शंकेपायी कदाचित तसं झालं असावं अशी त्यानं आपल्या मनाची समजूत घातली होती. 'इकडे येताना राज्याबाहेरच्या किती गाड्या आपल्याला पार करून गेल्या?' हा खेळ खेळतच तो इथं पोहोचला होता. तो आणि त्याचा भाऊ हा खेळ खेळायचे आणि त्यात नेहमी माइकचा विजय व्हायचा.

त्यानं पांढऱ्या चादरीची कडा वर उचलली आणि आपल्या भावाचा हात हातात घेतला. तो थंड होता, पण त्याची बोटं मात्र लवचीक होती. त्यानं ती हळूच दाबली. त्यानं खालच्या सिमेंटच्या फरशीकडे पाहिलं आणि आपले डोळे बंद करून घेतले. काही मिनिटांनंतर त्यानं ते उघडले तेव्हा अश्रूंचे दोन थेंब जमिनीवर पडलेले त्याला दिसले. त्यानं लगेच मान वर करून पाहिलं. त्याच्या फुप्फुसातून हवा जोरात उसळून बाहेर पडली आणि त्यानंतर एकाएकी त्याला तिथं बसणं योग्य वाटलं नाही.

तो पोलीस असताना अनेक दारुड्या किंवा व्यसनी मुलांनी नशेत झाडाला किंवा टेलिफोनच्या खांबाला टांगून घेऊन आत्महत्या केल्यानंतर त्यांच्या आईवडलांचं त्यानं सांत्वन केलं होतं. त्यांच्या दु:खात तो सहभागी झाला होता. क्वचित त्यांना त्यानं आधारही दिला होता. त्याला त्यांच्या दु:खाची व्याप्ती समजली आहे, त्यानं त्यांच्या दु:खाला स्पर्श केला आहे असं त्या वेळी त्याला वाटलं होतं. जेव्हा आपल्याला असा अनुभव येईल तेव्हा काय वाटेल, याचा तो विचार करी. आता त्याला कळलं होतं 'ते' हे नव्हतं, हे 'त्याचं' त्यालाच कळलं.

आपल्या आईवडलांचा विचार त्याच्या मनात आला. तुमचा लाडका मुलगा गेला, हे तो वडलांना कसं सांगणार होता? आणि आईला? निदान त्याचं उत्तर सोपं होतं. तो आईला सांगू शकत नव्हता आणि त्यानं सांगण्याची गरजही नव्हती.

कॅथलिक असूनही फिस्क धार्मिक विचारांचा नव्हता. परमेश्वराशी बोलण्यापेक्षा तो आपल्या भावाशी बोलणं पसंत करी. त्यानं भावाचा हात आपल्या छातीवर ठेवला आणि ज्या गोष्टींबद्दल चुकलं असं वाटलं त्याबद्दल त्यानं दिलगिरी व्यक्त केली. जर यदाकदाचित त्याच्या भावाचा आत्मा जवळपास घुटमळत असला

असता, तर आपल्या भावना त्याला कळाव्यात म्हणून, मोठ्या भावाचा पश्चात्ताप त्याला कळावा म्हणून त्याचं त्याच्या भावावर किती प्रेम होतं आणि तो मरू नये अशी त्याची कशी इच्छा होती हे त्यानं मुक्तपणे व्यक्त केलं. त्यानंतर जॉन फिस्क शांत झाला. पुन्हा त्यानं डोळे मिटले. त्याच्याजवळ शांत पडलेल्या भावाच्या देहातून त्याच्या हृदयात ध्वनी निर्माण होत होता.

कर्मचाऱ्यानं आत डोकावलं. "मि. फिस्क, तुमच्या भावाला खाली घेऊन जायचंय. अर्धा तास होऊन गेला. तेव्हा प्लीज...."

फिस्क उठला आणि न बोलता बाहेर पडला. त्याच्या भावाचा देह आता अशा भयानक जागी नेण्यात येणार होता जिथे त्याचं विच्छेदन करून त्यावरून तो कसा मृत्यू पावला हे शोधण्यात येणार होतं. त्यांनी स्ट्रेचरवर असलेला देह हलवला तसा फिस्क आपल्या धाकट्या भावाला सोडून बाहेर पडला.

एकवीस

"**मा**ग काढता येईल असा काहीही पुरावा तू शिल्लक ठेवला नाहीस हे नक्की ना?" पलीकडून विचारण्यात आलेल्या प्रश्नाला रेफिल्डनं फोनवरूनच मान डोलावून उत्तर दिलं अन् मग त्याच्या लक्षात आलं. तो म्हणाला, "तो इथं आल्याचा सर्व पुरावा नाहीसा करून टाकण्यात आला आहे. ज्या ज्या माणसांनी त्याला पाहिलं होतं त्या सर्वांच्या मी बदल्या करून टाकल्या आहेत, त्यामुळे तो येऊन गेल्याचं सांगायला इथे कोणीही नाही."

"त्याच्या देहाची विल्हेवाट लावताना कोणी तुम्हांला पाहिलं तर नाही?"

"व्हिकनं त्याच्या पाठोपाठ आपली गाडी घेतली. मी त्याच्या मागे होतो. एक चांगली जागा पाहून आम्ही काम उरकलं. पोलिसांना तो चोरीचा मामला आहे असंच वाटेल. कोणीही आम्हांला पाहिलेलं नाही आणि समजा चुकून पाहिलं असलंच, तर इथले लोक कायद्याच्या भानगडीत पडणारे नाहीत."

"गाडीत काही राहिलं नाही ना?"

"चोरीचा संशय निर्माण करण्यासाठी आम्ही त्याचं पाकीट काढून घेतलं. त्याची ब्रीफकेसपण आणि एक नकाशाही काढून घेतला. बस्स! तिथं आणखी काही नव्हतंच. आणि हो, रेडिएटरमध्ये आम्ही पूर्ववत द्राव भरला, हे सांगायला नकोच."

"आणि हार्म्स?"

"तो अजूनही हॉस्पिटलमध्येच आहे, पण बरा होईल असं वाटतंय."

"छ्याऽऽ आपलं नशीबच वाईट."

"एवढं वैतागायचं कारण नाही. तो इथं आला की, आम्ही पाहूच त्याच्याकडे.

कमजोर हृदय आणि एकूणच कमजोरी. कधीही काहीही होऊ शकेल.''

''फार वेळ काढू नका. त्याला हॉस्पिटलमध्येच संपवता येणार नाही का?''

''ती फार धोकादायक गोष्ट ठरेल. आजूबाजूला खूप माणसं असतात.''

''त्याच्यावर करडी नजर आहे ना?''

''त्याला साखळ्यांनी त्याच्या पलंगालाच बांधून ठेवलंय आणि दारावर चोवीस तासाकरता पहारेकरी ठेवलाय. त्याला उद्या सकाळी डिसचार्ज मिळेल आणि संध्याकाळी तो मरेल. व्हिक योजना तयार करतोय.''

''त्याला कोणा बाहेरच्याची मदत नाही हे नक्की ना?''

रेफिल्ड हसला, ''तो तिथे आहे हे कोणाला माहीतही नाही आणि तिथे त्याचं कोणीही नाही. असण्याचा प्रश्नच नाही.''

''फ्रँक, चूक होता कामा नये.''

''तो मेला की मी फोन करीन. ओके?''

फिस्क आपल्या कारमध्ये बसला आणि त्यानं गाडी चालू केली. एसी चालू केला. त्याची गाडी चौदा वर्षे जुनी होती त्यामुळे बटन दाबल्यानंतर डावीकडून उजवीकडे अगदी सावकाशपणे थोडी हवा हलली इतकं म्हणण्याइतपतच गारवा आला. त्याच्या चेहऱ्यावरून घामाच्या धारा वाहत होत्या आणि शर्टची कॉलर खराब करत होत्या. अखेरीस थोड्या वेळानं त्यानं गाडीची काच खाली केली तेव्हा तो त्या इमारतीजवळ पोहोचलाच होता. बाहेरून अगदी साध्या दिसणाऱ्या इमारतीचं अंतरंग तसं नव्हतं. त्या इमारतीतले सर्व लोक दुसऱ्या लोकांना ठार मारणाऱ्यांचा शोध घेण्यात आपला सर्व वेळ घालवीत. त्यांना भेटून त्यांच्याबरोबर हातमिळवणी करून शोध घ्यायचा की सरळ घरी जायचं अशा विचारात तो अडकला होता. त्यानं आपल्या भावाचं शव ओळखून मृताच्या जवळच्या नातेवाइकाचं कर्तव्य पार पाडलं होतं. आता त्यानं घरी जायचं, वडलांना सांगायचं, अंत्यविधीची तयारी करायची, भावाला पुरण्याचे सोपस्कार पूर्ण झाल्यानंतर परत आपल्या कामाला लागायचं असं करायला हवं होतं, पण तसं न करता तो सरळ इकडे आला होता.

३०० इंडियाना ॲव्हेन्यूवरच्या त्या बिल्डिंगसमोर त्यानं आपली गाडी थांबवली आणि तो उतरला. वॉशिंग्टन डी.सी.ची फौजदारी गुन्हेशाखा त्या बिल्डिंगमध्ये होती. सुरक्षाव्यवस्थेतून पार पडल्यानंतर गणवेशधारी अधिकाऱ्याच्या मार्गदर्शनानुसार तो तिथल्या रिसेप्शनिस्टच्या टेबलाजवळ पोहोचला. त्यानं इथं येण्यापूर्वी शवागारातूनच वडलांना पुन्हा फोन केला होता, पण त्या वेळीही फोनवर त्याला वडील भेटले नव्हते. निराश होऊन आणि कदाचित कसंतरी वडलांना कळलं असेल आणि ते इकडेच यायला निघाले असतील या शंकेनं तो त्वरेनं सरळ इकडे आला होता.

त्यानं शवागाराच्या कर्मचाऱ्यानं दिलेलं कार्ड खिशातून काढलं आणि ते हातात धरून रिसेप्शनिस्ट टेबलावर बसलेल्या गणवेशधारी स्त्रीला तो म्हणाला, ''डिटेक्टिव्ह बुफोर्ड चांडलर प्लीज! मला त्यांना भेटायचंय.''

''तुम्ही कोण?'' तिनं मान वर करून अशा अधिकारदर्शक स्वरात विचारलं की, तिला तिच्याच टेबलाच्या ड्रॉवरमध्ये कोंबावं असं त्याला वाटलं. ''चांडलर माझ्या भावाच्या खुनाचा तपास करत आहेत. त्याचं नाव मायकेल फिस्क.''

तिच्या चेहऱ्यावर ओळखीच्या, माहितीच्या काहीही खुणा नव्हत्या. ''तो सुप्रीम कोर्टात क्लार्क होता.'' त्यानं पुढे सांगितलं.

तिनं आपल्यासमोरचे काही कागद चाळले आणि म्हणाली, ''त्याला कोणीतरी ठार केलं?''

''हा हत्येचा शोध घेणारा फौजदारी गुन्हाविभागच आहे ना?'' तसं म्हणताच तिनं त्याच्यावर नजर रोखली. ''हो, त्याला कोणीतरी ठार केलं मिस बॅक्स्टर.'' टेबलावर ठेवलेल्या तिच्या नावाची पाटी वाचून तो म्हणाला.

''ठीक आहे. तुमच्यासाठी मी नेमकं काय करावं असं तुमचं म्हणणं आहे?''

''मला डिटेक्टिव्ह चांडलरांना भेटायचं आहे.''

''त्यांना तुम्ही येणार हे माहीत आहे का?''

फिस्क खाली वाकला आणि हळू आवाजात म्हणाला, ''तसं म्हणता येणार नाही.''

''तर मग ते इथं नाहीत.'' ती त्याला चटकन तोडून म्हणाली.

''मला वाटतं, तुम्ही त्यांना फोन करून विचाराल तर...'' फिस्क मध्येच बोलायचा थांबला कारण तिनं त्याच्याकडे मान वळवून पाहिलं आणि पुन्हा कॉम्प्युटरवर टाइप करायला सुरुवात केली.

''हे पाहा, मला खरंच भेटायला हवंय.''

टाइप करता करताच ती त्याला म्हणाली, ''इथल्या परिस्थितीबद्दल तुम्हांला सांगायला हवं. आमच्याकडे पुष्कळ केसेस आहेत, पण त्या मानाने तपास करणारे डिटेक्टिव्हज कमी आहेत. रस्त्यावरचा कोणीही येऊन काही सांगायला लागला, तर त्याचं ऐकण्याइतका वेळ आमच्याकडे नाही. आम्हांला काही केसेसना अग्रक्रम द्यावा लागतो. मला वाटतं हे तुम्हांला कळत असेलच.'' ती थांबली.

फिस्क टेबलाजवळ इतका ओणवा झाला की, त्या स्त्रीपासून त्याचा चेहरा काही इंचच दूर राहिला. तिनं त्याच्याकडे रोखून पाहिलं आणि त्यानं तिच्याकडे.

''आता मलाही काही सांगायला हवं. डिटेक्टिव्ह चांडलरांच्या विनंतीवरून मी भावाचं शव ओळखण्यासाठी रिचमंडहून आलो. मी ते कर्तव्य पार पाडलं. आता छातीला वाय कट देऊन ते शवविच्छेदन करताहेत. त्यातून एकेक अवयव बाहेर

काढला जाणार आहे. त्यानंतर करवतीनं त्याच्या मस्तकाला इंटरमस्टॉईड छेद देणार आहेत इथं.'' असं म्हणून त्यानं मिस बॅक्स्टरच्या चेहऱ्याला बोटानं स्पर्श करून छेद कसा देणार आहेत हे दाखवलं. ''म्हणजे त्यांना मेंदू काढता येईल आणि ज्या गोळीनं त्याचा मृत्यू झाला त्याचा मार्ग शोधता येईल आणि गोळीचे काही तुकडेही काढता येतील. समजलं? अशा परिस्थितीत डिटेक्टिव्ह चांडलरांशी चर्चा करून त्याला कोणी मारलं या बाबत मी काही सूत्रं देऊ शकतो, असं मला वाटलं म्हणून मला त्यांची भेट हवीये.''

एवढं ऐकूनसुद्धा ती थंडपणे म्हणाली, ''ते तुमचं काम नाही. हो ना? पोलीस-तपासात कुटुंबीयांची मदत घेण्याची आम्हांला गरज नाही. डिटेक्टिव्ह चांडलरांना गरज वाटली, तर ते तुम्हांला बोलावून घेतील.'' असं म्हणून ती पुन्हा कॉम्प्युटरकडे वळली.

फिस्कचा पारा वर चढला होता. त्यानं टेबलाची कडा घट्ट धरली आणि आपला संयम टिकवण्यासाठी दीर्घ श्वास घेतला. ''हे पाहा, तुमच्याकडे खूप केसेसचं काम आहे, हे मला मान्य आहे पण तुम्हांला कल्पना नाही की मी....''

''हे पाहा मिस्टर, मी कामात आहे.'' एकदम तोडत ती म्हणाली, ''तुमचा काही प्रश्न असेल, तर लिहून द्या. बस्स!''

''अहो, पण मला त्यांच्याशी फक्त बोलायचंय.''

''मी पहारेकऱ्याला बोलवावं असं तुम्हांला वाटतंय का?'' ती तीक्ष्ण स्वरात म्हणाली. फिस्कचा संयम संपला. त्यानं आपली मूठ जोरात टेबलावर मारली अन् तो ओरडून म्हणाला, ''माझा भाऊ मेला आहे समजलं? तुमचा नियमांचा बागुलबुवा सोडून जरा छटाकभर सहानुभूतीनं विचार केलात तर काय बिघडणार आहे? आणि तसं करायचं नसेल, तर सहानुभूतीचं निदान नाटक तरी करा मिस बॅक्स्टर....''

''मी बुफोर्ड चांडलर!''

आवाज आला तसं फिस्क आणि बॅक्स्टर या दोघांनी वळून पाहिलं. चांडलर हे 'काळे' (निग्रो) होते. साधारण पन्नाशीचे, कुरळे पांढरे केस, तशीच मिशी, उंच आणि तरुणपणी उत्कृष्ट खेळाडू, व्यायामपटू असावेत असं दर्शवणारी धष्टपुष्ट शरीरयष्टी! त्यांनी पिस्तुलाचा पट्टा बांधलेला होता, पण होल्स्टरमध्ये पिस्तूल नव्हतं. पिस्तुलाच्या मुठीचे आणि तेलाचे डाग शर्टवर दिसत होते. त्यांनी आपल्या चश्म्यातून फिस्ककडे आपादमस्तक नजरेनं पाहिलं.

''मी जॉन फिस्क.''

''मी ऐकलं ते. खरं म्हणजे मी तुमचं सर्वच संभाषण ऐकलंय!''

''तर मग हे मला काय म्हणालेत हे तुम्ही ऐकलंच असेल डिटेक्टिव्ह चांडलर?'' मिस बॅक्स्टरनं विचारलं.

"हो. शब्दन्‌शब्द."

"आणि तरी तुम्हांला काही म्हणायचं नाही?"

"म्हणायचं आहे नं!"

मिस बॅक्स्टरच्या चेहऱ्यावर समाधानाचं स्मित झळकलं तसं तिनं फिस्ककडे पाहिलं. 'बोला, आता काय बोलायचं ते.' अशा नजरेनं.

"मला वाटतं मिस बॅक्स्टर, या तरुण माणसानं तुम्हांला काही चांगला सल्ला दिला होता." असं म्हणून फिस्ककडे खूण करून ते म्हणाले, "चला, बोलू या आत."

मिस बॅक्स्टरचा चेहरा कसनुसा झाला.

चांडलर आणि फिस्क हॉल पार करून त्यांच्या छोट्या ऑफिसमध्ये गेले. "बसा" त्यांच्या टेबलासमोर असलेल्या एकमेव खुर्चीकडे खूण करत ते म्हणाले. त्या खुर्चीवर खरंतर फाइल्सचा एक मोठा गठ्ठा होता. "त्या खाली ठेवा." ते म्हणाले, "मात्र काळजीपूर्वक. काही पुरावा नष्ट होणार नाही याची काळजी घ्या. आजकालच्या दिवसांमध्ये पेशींचा एखादा नमुना हाताळताना मी ढेकर जरी दिली, तरी कोर्टात तो सादर केल्यावर त्याचा स्वीकार करता येत नाही असं ऐकावं लागतं आणि अनेक खून केलेले हरामखोर मोकाट सुटतो."

फिस्कनं सर्व फाइल्स काळजीपूर्वक खाली ठेवल्या आणि तो बसला. चांडलर आपल्या टेबलामागे आपल्या जागेवर बसले.

"बरं, आता तुम्ही...तूच म्हणतो, ज्युडी बॅक्स्टरला जे काही बोललास त्याबद्दल क्षमाबिमा मागू नकोस."

"माझा तसा काही विचारही नव्हता."

चांडलरनी आपलं हसू दाबलं. "ठीक आहे. तुझ्या भावाबद्दल मला फार वाईट वाटतंय."

"थँक्यू!" फिस्क हळुवार आवाजात म्हणाला.

"इथं आल्यानंतर तुला बहुधा पहिल्यांदाच असं ऐकायला मिळत असेल."

"अगदी खरं आहे ते."

"तू पोलीस दलात होतास वाटतं?" चांडलर सहज स्वरात म्हणाले आणि नंतर फिस्कच्या चेहऱ्यावरचं आश्चर्य पाहून हसले. "त्याचं काय आहे की, सर्वसाधारण माणसाला 'वाय' कट, इंटरमस्टॉईड कट हे शब्द माहीत असण्याची शक्यता नसते हे एक, दुसरं म्हणजे ज्या तऱ्हेनं तू मिस बॅक्स्टरच्या ऑफिसमध्ये बोलला-वागला त्यावरून ते सहज समजू शकतं. बहुधा तू गस्त घालणाऱ्या पथकातला असावास."

"भूतकाळ का वापरता आहात?"

"कारण तू अजूनही पोलीस दलात असतास, तर रिचमंड पोलिसांना कळवल्याबरोबर मला ते समजलं असतं आणि असे फारच थोडे पोलीस अधिकारी मला माहीत आहेत की, जे ड्युटीवर नसताना सूट वापरतात."

"तुमची सर्वच विधानं बरोबर आहेत. डिटेक्टिव्ह चांडलर, तुमची या केसवर नियुक्ती झाली याचा मला आनंद वाटतो."

"तुझी आणि इतर बेचाळीस केसेस. चालू असलेल्या." चांडलर म्हणाले तशी फिस्कनं सहानुभूतीनं मान हलवली. "चोरी, हत्येचा प्रयत्न, हत्या आणि असं बरंचकाही आणि मला कोणी साहाय्यकही नाही."

"थोडक्यात, दुसऱ्या शब्दात सांगायचं, तर चमत्काराची अपेक्षा करू नका, असंच तुम्हांला म्हणायचं हो ना?"

"तुझ्या भावाला ठार करणाऱ्याला मी पकडण्याचा पराकाष्ठेचा प्रयत्न करणार आहे, एवढंच मी सांगू शकतो; पण कोणतीही खात्री देऊ शकत नाही."

"अशा परिस्थितीत अनधिकृत मदतीबद्दल तुमचं काय म्हणणं आहे.?"

"तुला काय म्हणायचं आहे?"

"अनेक हत्यांच्या संदर्भात मी रिचमंडच्या डिटेक्टिव्हांबरोबर काम केलेलं आहे आणि बरंचकाही शिकलो आहे. बरीच माहिती करून घेतली आहे. मी तुमचा मदतनीस होऊ शकतो."

"अधिकृतरीत्या ते अगदी अशक्य आहे."

"अधिकृतरीत्या अशक्य आहे, हे मला माहीतच आहे."

"सध्या तू काय करतोस?"

"मी सध्या फौजदारी गुन्ह्यात बचावाचा वकील म्हणून काम करतो." फिस्क म्हणाला. चांडलर यांनी डोळे फिरवले. "आणि त्या गोष्टीचा मला अभिमानही वाटतो."

चांडलरांनी त्याच्या खांद्यावरून दाराकडे नजर टाकली आणि मान डोलावून म्हणाले, "ते दार जरा बंद करशील?" त्यानं दार बंद करेपर्यंत ते काहीच बोलले नाहीत.

"माझी विधानं बरोबर असतात, तरीसुद्धा मी तुझी मदत स्वीकारतो आहे."

फिस्क आनंदानं मान डोलावून म्हणाला, "मी सेवेला हजर आहे. अठ्ठेचाळीस तासांच्या आत गुन्हा उघडकीस आणण्याइतकी चीनसारखी तत्परता आपण दाखवू शकलो नाही, तरी निदान तसा प्रयत्न करू शकतो." हे ऐकून चांडलर भडकतील असं त्याला वाटलं होतं, पण ते शांतच राहिले होते.

"संपर्कासाठी तुझं काही कार्ड वगैरे आहे का तुझ्याजवळ?" त्यांनी विचारलं. जॉन फिस्कनं आपलं कार्ड काढून त्याच्या मागे घरचा फोन नंबर लिहिला आणि

ते कार्ड चांडलरांना दिलं. चांडलरांनी आपलं कार्ड काढून त्याला दिलं ज्यावर ऑफिस, घर, बीपर, फॅक्स आणि सेल फोन हे सर्व नंबर एकाखाली एक दिलेले होते. ''जेव्हा मला आठवतं तेव्हा मी ही कार्ड बरोबर ठेवतो. पण बहुधा तशी वेळ येत नाही कारण मी हमखास विसरतो.'' ते म्हणाले.

चांडलरांनी एक फाइल काढून टेबलावर ठेवली. त्यावर त्याच्या भावाचं नाव लिहिलेलं होतं.

''मला असं सांगण्यात आलं की, माझा भाऊ चोरीच्या प्रयत्नात मारला गेला.''

''ते प्रथमदर्शनी व्यक्त केलेलं मत होतं.''

फिस्कनं त्यांच्या आवाजातला वेगळा सूर ओळखला. ''मग आता ते बदललं आहे का?''

''ती सुरुवात होती.'' फाइल बंद करत चांडलर म्हणाले, ''आतापर्यंत कळलेल्या माहितीवरून या केसमधल्या घटना अगदी साध्या आहेत. तुझा भाऊ ॲनाकॉस्टिया नदीजवळच्या एका गल्लीत त्याच्या गाडीच्या पुढल्या भागात मृतावस्थेत सापडला. त्याच्या मस्तकाच्या उजव्या भागात गोळी शिरून ती डाव्या भागातून बाहेर पडल्याचं दिसतं. मोठ्या कॅलिबरचं रिव्हॉल्व्हर वापरलं असावं असं दिसतं. आम्हांला गोळी सापडलेली नाही, पण शोध सुरू आहे. कदाचित खुन्याला ती सापडली असावी आणि तो ती बरोबर घेऊन गेला असावा. अर्थात, आम्हांला ते हत्यार सापडलं, तर आम्हांला बॅलिस्टिक तपासणी करता येऊ नये म्हणून.''

''अगदी जवळच मृतदेह पडला असताना तसं करणारा अतिशय थंड डोक्याचा असायला हवा.''

''मान्य, पण गोळी अजूनही सापडू शकते.''

''त्याचं पैशाचं पाकीट नाहीसं झालं आहे असं मला कळलं आहे.''

''जरा वेगळ्या शब्दात सांगायचं, तर आम्हांला त्याच्याजवळ ते सापडलं नाही. त्याला पैशाचं पाकीट बाळगण्याची सवय होती का?''

फिस्कनं काही क्षणासाठी बाजूला मान वळवली. ''गेल्या काही वर्षांत आम्ही फारसे भेटलेलो नाही, पण तो पैशाचं पाकीट बाळगत होता असं तुम्ही गृहीत धरायला हरकत नाही. तुम्हांला ते त्याच्या अपार्टमेंटमध्ये मिळालं नाही का?''

''मला थोडासा वेळ दे जॉन. तुझ्या भावाचा मृतदेह कालच तर सापडलाय.'' असं म्हणून चांडलर यांनी आपलं नोटबुक आणि पेन काढलं.

''तो ज्या गल्लीत सापडला त्या विभागात अमली पदार्थांचा व्यापार जोरात चालतो म्हणून विचारतो, तुझ्या भावाला तसलं काही व्यसन होतं का? किंवा कधीतरी घेणारा?''

''नाही, त्याला अमली पदार्थांचं व्यसन नव्हतं.''

“पण तू हे नक्की सांगू शकणार नाहीस. थोड्या वेळापूर्वीच तू सांगितलंस की, गेल्या काही वर्षांत तुम्ही भेटला नाहीत म्हणून.”

“माझ्या भावानं सर्व बाबतीत उच्च ध्येय ठेवलं होतं आणि त्यानं तसं ते साध्यही केलं होतं. त्याच्या गणितात अमली पदार्थ बसत नाहीत.”

“त्यानं मरावं असं कोणालातरी वाटण्याचं एखादं कारण?”

“तसं काही असेल असं मला वाटत नाही.”

“काही शत्रू? हेवा करणारे मित्र? किंवा पैशांचा काही प्रश्न?”

“नाही. माझ्या माहितीप्रमाणे नाही, पण ही माहिती माझ्याकडून मिळण्यासारखी नाही, कारण मला फारशी काहीच माहिती नाही. त्याच्या मृत्यूची वेळ कळली का?”

“ढोबळमानानं. मी अधिकृतरीत्या कळण्याची वाट पाहतोय, पण हे का विचारलंस?”

“मी आताच शवागारातून आलो. माझ्या भावाच्या हाताला मी स्पर्श केला हात हातात घेऊन. तो स्पर्श नरम होता आणि बोटंपण लवचीक होती. मृत्यूनंतर काही काळ झाला असला, तर ती कडक असायला हवी होती. गेल्या रात्री देह सापडला तेव्हा तो कशा स्थितीत होता?”

“तो तिथं काही काळ पडलेला होता असं समजू या.”

“आश्चर्याची गोष्ट आहे. तुम्ही सांगितलं त्याप्रमाणे तो काही अगदी वस्ती नसलेला भाग नाही.”

“खरं आहे, पण त्या भागात असे मृतदेह पडलेले असणं ही नेहमीचीच बाब आहे. आणखी एक, त्या भागात सापडलेले नव्याण्णव टक्के बळी ‘काळ्यांचे’ असतात कारण त्या भागात गोरे लोक फारसे जातच नाहीत.”

“म्हणजे माझ्या भावाचा देह सहज लक्षात यायला हवा होता असाच तुमच्या म्हणण्याचा अर्थ नाही का? काही एटीएम विड्रॉअल स्लीप्स, क्रेडिट कार्ड्स वगैरे?”

“ते आम्ही तपासतो आहोत. तुझ्या भावाशी तू शेवटचं कधी बोललास?”

“त्यानं आठवड्यापूर्वी फोन केला होता.”

“तो काय म्हणाला?”

“मी नव्हतो. त्यानं मेसेज ठेवला होता. त्याला माझा कोणत्यातरी बाबतीत सल्ला हवा होता.”

“मग नंतर तू त्याला फोन केला होतास का?”

“माझ्या दृष्टीनं त्या वेळेस ते महत्त्वाचं नव्हतं.”

“अस्सं!” चांडलर आपल्या हातातलं पेन बोटात खेळवत म्हणाले, “मला सांग, तुला तुझा भाऊ आवडत तरी होता का?”

फिस्कनं त्यांच्याकडे रोखून पाहत म्हटलं. “कोणीतरी माझ्या भावाला मारलंय.

ज्या कुणी ते केलंय त्याला मला पकडायचं आहे, एवढंच मला सांगायचं आहे.''

चांडलर यांनी त्याच्या डोळ्यातले भाव पाहिले आणि थोडं पुढे जायचं ठरवलं.

''कदाचित त्याला त्याच्या कामासंबंधी काही विचारायचं असेल. हे बघ, तुझा भाऊ जी नोकरी करत होता त्यामुळे त्याच्या हत्येबाबतीत गूढ निर्माण होतं.''

''म्हणजे या खुनाचा सुप्रीम कोर्टाच्या कामाशी काही संबंध असेल?''

''हो अर्थात! फार ताणलेला तर्क आहे, पण तू मला थोड्या वेळापूर्वी तुझ्या भावाच्या फोन कॉलबद्दल सांगितलं त्यावरून तशी शक्यता असू शकते.''

''मला शंका आहे. एखाद्या गर्भपातासाठीसुद्धा त्याला माझ्याकडून दोन कवड्यांची अपेक्षा नसणार. त्याला माझी गरज का लागावी?''

''मग कारण काय फोन करण्याचं? बाईची निवड कशी करावी याबद्दल?''

''तुम्ही माझ्या भावाचा फोटो पाहिला असेल. त्याला त्यासाठी माझी गरज नाही.''

''मी त्याचा फोटो पाहिला आहे खरा, पण मृताचा फोटो चांगला दिसत नाही. ज्या अर्थी त्यानं तुझी मदत मागितली त्या अर्थी त्याचं कारण काहीतरी कायद्यासंदर्भात असावं.''

''ठीक आहे. समजा, तसं असेल, तर तुम्ही कधीही सुप्रीम कोर्टात जाऊ शकता आणि तिथे काही कट-बिट चालला आहे का याचा शोध घेऊ शकता.''

''आपल्याला व्यवहार बेमालूम करायला हवा. समजलं ना?''

''आपल्याला?''

''तुझ्या भावाला तिथे काही विशिष्ट स्थान असणार. त्यामुळे त्याच्या जवळचा नातेवाईक म्हणून तू तिथं गेलास आणि चौकशी केली, तर ते सहज वाटेल. माझ्या कल्पनेप्रमाणे तू यापूर्वीही तिथे गेलाच असणार.''

''फक्त एकदाच. मी आणि आमचे वडील. त्यानं सुरुवात केली तेव्हा.''

''आणि तुझी आई?''

''ती अल्झायमरची पेशंट आहे.''

''ओहऽऽ. वाईट वाटलं हे ऐकून.''

''बरं. आणखी काही प्रगती?''

उत्तरादाखल चांडलर आपल्या जागेवरून उठले. त्यांनी हँगरवरचं जॅकेट काढून अंगात घातलं. ''मी आता तुला तुझ्या भावाच्या गाडीकडे घेऊन जातो.''

''आणि त्यानंतर?''

चांडलर यांनी मान वर करून हसण्यापूर्वी आपल्या घड्याळाकडे पाहिलं. ''त्यानंतर आपल्याला कोर्टाकडे जायला भरपूर वेळ आहे वकील साहेब. हो ना?''

बावीस

रूफसने हळुवारपणे उघडत असलेल्या दरवाजाकडे पाहिलं आणि हिरव्या सैनिकी पोशाखातल्या माणसांचा गट त्याच्यावर चाल करून येणार म्हणून मनाची तयारी केली, पण येणाऱ्या व्यक्तीला पाहून त्याची काल्पनिक भीती ओसरली.

''तुम्हांला तपासण्याची वेळ झाली.''

कॅसान्ड्रा आत त्याच्या बेडजवळ येऊन उभी राहिली आणि म्हणाली, ''पुरुषांकडे लक्ष देणं हेच आम्हां बायकांचं आयुष्यातलं एकमेव काम असतं, असं नाही का वाटत?'' तिच्या शब्दातून गमतीशीर अर्थ निघत असला, तरी तिचा सूर मात्र तसा नव्हता. तिनं मॉनिटरकडे पाहून आपल्या चार्टवर काही नोंदी केल्या आणि त्याच्याकडे पाहिलं.

''मला खूप बरं वाटतंय. खरं म्हणजे ही बाब माझ्या एवढी परिचयाची नाही.'' तो किंचित वर उठून, पण साखळ्यांचा आवाज होणार नाही याची काळजी घेत म्हणाला.

''मी तुमच्या भावाला फोन केला होता.''

रूफस एकदम गंभीर झाला. ''खरंच? काय म्हणाला तो?''

''तो म्हणाला की तो भेटायला येईल.''

''कधी हे त्यानं सांगितलं नाही?''

''लवकरात लवकर. म्हणजे खरं सांगायचं तर आजच.''

''तुम्ही त्याला काय सांगितलंत?''

''मी त्यांना सांगितलं की, तुम्ही आजारी आहात, पण तब्येत लवकर सुधारते आहे म्हणून काळजी करू नका.''

"त्यानं आणखी काही सांगितलं?"

"मला वाटतं तुमचा भाऊ फार अबोल आहे." कॅसान्ड्रानं शेरा मारला.

"म्हणजे जोशच तो."

"तो तुमच्यासारखाच शरीरानं प्रचंड आहे का?"

"अहं ऽऽ, तो अगदी बेताचा आहे. सहा फूट तीन इंचाच्या आसपास उंची आणि वजन दोनशे पौंडापेक्षा थोडं जास्त." कॅसान्ड्रानं मान डोलावली अन् ती जायला उठणार तसं रूफसनं विचारलं, "तुम्हांला थोडा वेळ आहे बोलायला?"

"खरं म्हणजे माझी ही सुटीची वेळ आहे. तुम्हांला तपासून तुमच्या भावाचा निरोप तुम्हांला द्यायचा म्हणून मी आले. आता मला जायला हवं." तिचा स्वर मित्रत्वाचा नव्हता.

"तुमची तब्येत तर ठीक आहे ना?"

"समजा नाही म्हणून सांगितलं, तर तुम्ही काही करू शकणार आहात का?"

तिच्या स्वरात आता तीव्रता आली होती. ती निघाली.

रूफसनं तिच्याकडे लक्षपूर्वक पाहिलं आणि म्हणाला, "इथे जवळपास बायबल आहे?"

ती जाता जाता वळली. तिला आश्चर्य वाटलं होतं. "का?" तिनं विचारलं.

"मी रोज बायबल वाचत होतो. माझ्या आठवणीप्रमाणे त्यात खंड पडलेला नाही." तिनं बिछान्याजवळच्या टेबलाकडे पाहिलं. नंतर वळसा घालून टेबलाकडे जाऊन त्याच्या ड्रॉवरमधून गिब्सनचं छोटं बायबल काढलं आणि म्हणाली, "पण मी हे तुम्हांला देण्यासाठी तुमच्याजवळ येऊ शकत नाही. तुरुंगातल्या लोकांनी तुमच्याबद्दल स्पष्ट इशारा दिलाय."

"तुम्ही मला ते द्यायची आवश्यकता नाही, पण तुम्ही माझ्यासाठी त्यातला एक परिच्छेद वाचून दाखवलात, तर मला फार बरं वाटेल."

"तुमच्यासाठी वाचायचं?"

"हो." तो लगेच म्हणाला, "तुम्हांला स्वतःला कदाचित या बायबलमध्ये किंवा चर्चमध्ये जाण्यात रस नसेल."

तिनं त्याच्याकडे झुकून पाहिलं. तिचा एक हात पाठमोरा तिच्या नितंबावर होता. दुसऱ्या हातानं तिनं बायबल धरून ठेवलं होतं. "मी चर्चमध्ये गाते. माझा नवरा – 'देव त्याच्या आत्म्यास शांती देवो' – धर्मगुरू होता."

"खरंच कॅसान्ड्रा? आणि मुलं?"

"मला मुलं आहेत हे तुम्हांला काय माहिती? मी काही फार हडकुळी नाही."

"हंऽऽ हंऽऽ"

"मग काय तर?"

"तुमच्याकडे पाहताच समजतं की, तुम्हांला छोट्या छोट्या चांगल्या गोष्टींबद्दल प्रेम वाटतं ते.''

त्याचे शब्द ऐकून तिला थोडं धक्का बसल्यागत झालं, पण लगेच तिला हसू फुटलं. ''मला तुमच्याकडे नीट लक्ष द्यायला हवं असं दिसतंय.'' असं म्हणता म्हणता तिनं त्याच्याकडे पाहिलं तेव्हा एखाद्या तहानलेल्यानं पाण्याच्या ग्लासकडे पाहावं तशी तिला त्याची नजर बायबलकडे लागलेली दिसली. तिच्या हातात जगातला प्रसिद्ध असा तो ताजातवाना करणारा थंड पाण्याचा ग्लास होता.

''मी तुम्हांला काय वाचून दाखवू?'' तिनं विचारलं.

''एकशे तिनावा प्रार्थना श्लोक.''

कॅसान्ड्रानं क्षणभर विचार केला आणि मग खुर्ची ओढून ती बसली.

''थँक्यू कॅसान्ड्रा!'' असं म्हणून रूफसनं अंथरुणावर डोकं टेकवलं. वाचत असताना ती त्याच्याकडे मधूनच पाहत होती. त्यानं डोळे बंद केलेले होते. तिनं काही शब्द वाचले आणि वर पाहिलं. त्याचे ओठ हलत होते. तिनं पुढची ओळ पाहिली. लक्षात ठेवली आणि त्याच्याकडे पाहत म्हटली. रूफसच्या तोंडून तिच्या बरोबरीनंच शब्द बाहेर पडत होते. ती थांबली, तरी तो थांबला नाही. तिनं जेव्हा पुढे वाचलं नाही तेव्हा त्यानं डोळे उघडले.

''तुम्हांला तर हे सर्व प्रार्थना-श्लोक पाठ आहेत.''

''मला संपूर्ण बायबलच पाठ आहे. सर्व प्रार्थना श्लोक वचनासह.''

''ही तर कमालच झाली!''

''मला खूप वेळ मिळाला त्यासाठी.''

''जर तुम्हांला सर्व पाठ आहे, तर मला वाचायला का सांगितलं?''

''तुम्ही जरा त्रासलेल्या दिसलात. विचार केला की, थोडं बायबल वाचलं तर तुम्हांला मदत होईल.''

''मला मदत?'' असं म्हणत कॅसान्ड्रानं बायबलच्या त्या पानाकडे पाहिलं आणि वाचायला सुरुवात केली. ''तो माझ्या सर्व अपराधांना क्षमा करतो. मला दिलासा देतो. नरकापासून वाचवतो. त्याचा दयाळूपणा आणि क्षमाशीलता माझ्याभोवती असलेली मला नेहमी जाणवते.''

तिच्या कामात उत्साहजनक असं काही नव्हतं. तिची चाळिशी उलटली होती. वजन किमान पन्नास पौंडांनी तरी वाढलं होतं. तिची किशोरवयीन मुलं उत्तरोत्तर हाताबाहेर चालली होती आणि आधाराची अपेक्षा करावी असा कोणी पुरुष नजरेसमोर नव्हता. अशा स्थितीत ती असतानाही त्या शृंखलाबद्ध खुनी कैद्याचं मरण तुरुंगात होणार या कल्पनेनं तिच्या डोळ्यात अश्रू उभे राहिले. हे माहीत असूनही त्यानं तिच्या स्थितीबद्दल जी आस्था दाखवली त्याचा मनात विचार येऊन ती आणखीनच हळहळली.

एकशे तिनाव्या प्रार्थना-श्लोकाचं रूफसला विशेष महत्त्व वाटत होतं. खासकरून त्यातली एक ओळ. त्यानं ती तोंडानं उच्चारली, "ज्यांना योग्य तऱ्हेने वागवलं गेलं नाही त्या सर्वांनाच तो न्याय देतो."

"ओळख पटली?" पोलिसांच्या पार्किंग लॉटमध्ये उभ्या केलेल्या १९८७च्या चंदेरी होंडा सेडानकडे बोट दाखवत चांडलर यांनी विचारलं. फिस्कनं होकारार्थी मान डोलावली.

"कॉलेजमधून ग्रॅज्युएट होऊन बाहेर पडल्यानंतर लगेच त्याला ही गाडी घेऊन दिली होती. आम्ही सर्वांनी त्यातून सफर केली. मी, माझे आई-वडील आणि तो."

"मला पाच भाऊ आहेत, पण त्यातल्या कोणीही असं काही माझ्यासाठी केलं नव्हतं." चांडलर यांनी ड्रायव्हरच्या बाजूचं दार उघडलं आणि फिस्कला पाहणी करायला मिळावी म्हणून ते बाजूला झाले.

"तुम्हांला गाडीच्या किल्ल्या कुठे मिळाल्या?"

"पुढच्या सीटवर."

"इतर काही वैयक्तिक वस्तू?" चांडलर यांनी नकारार्थी मान हलवली. फिस्कनं गाडीची पाहणी केली. पुढची सीट, डॅश बोर्ड, पुढची काच, बाजूच्या खिडकीच्या काचा. त्याच्या चेहऱ्यावर कोड्यात पडल्यासारखे भाव होते.

"गाडी स्वच्छ केली आहे का?" त्यानं विचारलं.

"नाही. फक्त मालक सोडून जशी सापडली तीच स्थिती."

फिस्क सरळ ताठ झाला आणि त्यानं चांडलरांकडे पाहिलं, "तुम्ही जर अशा लहानशा जागेत जड रिव्हॉल्व्हर एखाद्याच्या कानशिलावर टेकवून गोळी झाडली, तर रक्ताचे डाग सर्वत्र उडणारच. सीटवर, स्टीअरिंग व्हीलवर आणि समोरच्या काचेवर तर नक्कीच! आणि काही हाडांचे तसंच मांसल पेशींचे तुकडेपण उडणार. पण इथं तर मला फार थोडेच डाग दिसतात. विशेषत: त्याचं डोकं ज्या जागी टेकलेलं होतं त्या ठिकाणीच आहेत ते."

चांडलरांना कौतुकामिश्रित आश्चर्य वाटलं. "असं म्हणतोस!"

फिस्कनं तीक्ष्ण नजरेनं त्यांच्याकडे पाहिलं आणि म्हणाला, "तुम्हांला माहीत नसलेलं असं मी काहीच सांगत नाही. मला वाटतं, तुम्ही माझी आणखी परीक्षा बघताय."

चांडलरनं हळूच मान हलवली. "शक्य आहे किंवा आणखीही कारण असू शकतं. मला पाच भाऊ आहेत, असं मी सांगितल्याचं लक्षात आहे?"

"हो."

"तर आता सांगतो. मी सहा भावांबरोबर वाढलो. आमच्यापैकी एकाचा

पस्तीस वर्षांपूर्वी खून झाला. तो पेट्रोल पंपावर काम करायचा. कुणा गुंडानं त्याला फक्त बारा डॉलर्ससाठी मारलं. त्या वेळी मी सोळा वर्षांचा होतो, पण त्या वेळेचा सर्व तपशील मला अजूनही काल घडल्याप्रमाणे आठवतो. असो. तर सांगायचं काय की, ओळख पटवण्यासाठी येणारे माझ्या डोक्यावर बसत नाही किंवा मदत करण्याची तयारीही दर्शवत नाही. ते दु:ख व्यक्त करतात आणि एकमेकांचं सांत्वन करतात. अर्थात, ते बरोबरही आहे म्हणा. अर्थात, ते खुनी लवकरात लवकर पकडला जावा म्हणून थोडं आकांडतांडव करतात, पण तपास करण्याच्या भानगडीत पडत नाहीत. कोण पडेल? आणि त्यांना कायद्याची कुठलीही पार्श्वभूमी नसते. त्या सगळ्या गोष्टींचा विचार करून तू मला खरंच मदत करू शकशील असं मला वाटलं आणि तू ते आता सिद्धही केलंयस.

"तुझ्या आतून किती भडका उडाला असेल, ते मला समजतं जॉन. भले तुला तुझा भाऊ आवडत असो वा नसो. कोणीतरी तुझ्यापासून काहीतरी हिरावून घेतलंय. काहीतरी महत्त्वाचं खेचून घेतलंय. पस्तीस वर्षे झाली त्या घटनेला. तरी अजून मला तो भडका जाणवतोय म्हणून मी समजू शकतो जॉन."

फिस्कनं त्या पार्किंग लॉटमध्ये असलेल्या इतर गाड्या पाहिल्या. प्रत्येक गाडीच्या शोकांतिकेचं काही ना काही रहस्य असणार आणि ते सांगायला त्या उत्सुकही असणार असं त्याला वाटलं. मग तो चांडलरांकडे वळून म्हणाला, "मला वाटतं, निदान काहीतरी कळेपर्यंत मनात भडका असणं बरंच आहे." पण त्याचा सूर आशादायक वाटत नव्हता.

"ठीक आहे." चांडलरांनी आपलं विश्लेषण पुढे सुरू केलं, "तू आता सांगितल्याप्रमाणे जो पुरावा प्रत्यक्षात दिसायला हवा होता तो न दिसल्यानं मीही कोड्यात पडलो होतो. त्याचा अर्थ...."

"त्याची हत्या गाडीत झाली आहे असं वाटत नाही."

"अगदी बरोबर. त्याची हत्या दुसऱ्या ठिकाणी करण्यात आली आणि नंतर त्याचा देह गाडीत पुढल्या सीटवर टाकण्यात आला असं दिसतं. या एका निर्णयाप्रत पोहोचल्यानंतर हत्येबद्दल अनेक शक्यता संभवतात."

"अशा स्थितीत चोरी, अपहरण आणि खून यांपेक्षाही काही कारण असू शकतं."

"शक्य आहे. अर्थात, काही गुंडांनी त्याला पळवलं, एटीएममधून पैसे काढण्यासाठी गाडीतून बाहेर काढलं. त्यानं नाकारलं. त्यांनी चिडून त्याला मारलं अन् मग ते घाबरले, त्याला गाडीत टाकून पळाले असं असू शकतं."

"तर त्या केसमध्ये एटीएमजवळ काही प्रत्यक्ष पुरावा मिळू शकतो, तसं काही आढळलं आहे का?"

“नाही, पण तिथे बरेच एटीएम बूथ आहेत.”

“आणि अनेक लोक त्यांचा वापर करत असतील. ती दिवसाची वेळ असेल, तर कुणी ना कुणी काही पाहिलं असण्याची शक्यता आहे.”

“असं तुम्ही म्हणू शकता, पण खात्री देता येणार नाही. आम्ही तुझ्या भावाच्या गेल्या अठ्ठेचाळीस तासांच्या हालचालींबद्दल माहिती मिळवण्याचा प्रयत्न करतो आहोत. तो सर्वांत शेवटी गुरुवारी रात्री त्याच्या अपार्टमेंटमध्ये दिसला होता. त्यानंतरचं काही कळत नाही.”

“त्याला जर कोणी कारसहित पळवलं असेल, तर ठशांबद्दल काय? एटीएम कार्डासाठी असा गुन्हा करणारे बहुतेक बदमाश मोजे घालण्याइतके आधुनिक नसतात.”

“अजून ते काम आम्ही पुरतं केलेलं नाही.”

“आणखी काही निरीक्षण ऐकायला आवडेल?”

“बोल.”

फिस्कनं कारचं दार उघडलं आणि ते जिथं लागतं, त्याच्या कडेला असलेल्या एका जागेकडे त्यानं बोट दाखवलं. चांडलर यांनी धडपडत चश्मा काढला आणि डोळ्यांवर चढवून फिस्क जे दाखवत होता त्यावर नजर टाकली. आपल्या कोटाच्या खिशातून लॅटेक्सचे पातळ हॅण्डग्लोज काढून ते हातावर चढवले आणि हळूच ते पातळ प्लॅस्टिकचं स्टीकर त्यांनी उचलून हातावर घेतलं. त्यांनी ते लक्ष देऊन पाहिलं.

“तुझ्या भावानं हल्लीच आपल्या गाडीचं वालमार्टमधून सर्व्हिसिंग करून घेतलंय.”

“त्यावरून समजतं की, पुढची सर्व्हिस तीन महिन्यांनंतर किंवा तीन हजार मैलांनंतर. जे आधी असेल, तेव्हा करायची आहे. पुढे कधी यायचं ह्या आठवणीदाखल ते नेहमी पुढची तारीख आणि माइलेजचं रीडिंग त्या स्टीकरवर टाकतात. आता त्या स्टीकरची तारीख पाहून त्यातून तीन महिने वजा केले, तर माझ्या भावानं त्याच्या मृत्युपूर्वी फक्त तीन दिवस आधी सर्व्हिसिंग केलेलं आहे असं कळतं. आता पुढली सर्व्हिस कधी आहे याचं माइलेज त्यांनी दिलं आहे ते पाहा. त्यातून तीन हजार मैल कमी करा. त्यावरून तुम्हांला आता काय रीडिंग असायला हवं ते अंदाजे कळेल.”

चांडलर यांनी झटकन गणिताचं उत्तर सांगितलं. “शाऐंशी हजार पाचशे त्रेचाळीस.”

“आणि आता होंडाच्या चालू ओडोमीटरचं रीडिंग पाहा.” चांडलर यांनी खाली वाकून ते पाहिलं आणि नंतर सरळ होऊन त्यांनी फिस्ककडे पाहिलं. त्यांचे डोळे विस्फारलेले होते. “गेल्या तीन दिवसांत कोणीतरी जवळजवळ आठशे मैल गाडी

चालवलेली आहे.'' ते म्हणाले.

"अगदी बरोबर!'' फिस्क म्हणाला.

"म्हणजे तो कुठेतरी खूप लांब गेला होता. तो गेला होता तरी कुठे?''

"स्टीकरवरून त्यानं सर्व्हिसिंग कोणत्या वालमार्टमधून करून घेतलं ते कळत नाही, पण बहुधा त्याच्या घरापासून जवळ असलेल्यामधून असं समजायला हरकत नाही. तुम्ही त्याच्या घराच्या जवळपास चौकशी केली, तर बहुधा उपयुक्त माहिती मिळेल.''

"बरोबर आहे. पण सालं हे आमच्या नजरेतून निसटलं कसं? विश्वास बसत नाही.'' चांडलर हळहळत म्हणाले. त्यांनी आपल्या कोटातून चेन असलेली संपूर्ण पारदर्शक छोटीशी बॅग काढली आणि त्यावर काहीतरी लिहून ते स्टीकर आत टाकलं. नंतर ते म्हणाले, "आणि जॉन?''

"काय ते?''

"आता आणखी परीक्षा नाही बरं.'' असं म्हणून त्यांनी ती बॅग उंचावून दाखवली.

तेवीस

अर्ध्या तासानंतर चांडलर आणि फिस्क युनायटेड स्टेट्सच्या सुप्रीम कोर्टाच्या प्रवेशद्वारातून आत शिरले.

त्या जागेच्या आत शिरताच भव्यतेच्या अनुभवानं एक प्रकारचा धाक निर्माण होत असे. फिस्कला विशेष जाणवली ती तिथली पराकोटीची जीवघेणी शांतता. त्यानं अशी शांतता आजच शवागरात अनुभवली होती. कोर्टाच्या दाराबाहेरचं जग वेगळं आणि आतलं वेगळं असे सरळ दोन कप्पे होते.

"आपल्याला कोणाला भेटायचं आहे?" त्यानं चांडलरांना विचारलं.

चांडलर त्यांच्याच दिशेनं खास उद्देशानं येणाऱ्या माणसांच्या एका गटाकडे बोट दाखवून म्हणाला, "त्यांना!" ते सर्व जसजसे जवळ येत होते तसतसा त्यांच्या बुटांचा आवाज बोगद्यात येणाऱ्या आवाजाप्रमाणे घुमत चालला होता. त्यातल्या एकाच्या अंगावर सूट होता, तर दुसरे दोघे गणवेशात होते आणि त्यांच्या कमरेला शस्त्रं होती.

"डिटेक्टिव्ह चांडलर?" असं विचारून सूट घातलेल्या माणसानं हस्तांदोलनासाठी आपला हात पुढे केला व आपली ओळख करून दिली. "मी रिचर्ड पर्किन्स, युनायटेड स्टेट्सच्या सुप्रीम कोर्टाचा मार्शल-व्यवस्थापक." पर्किन्स साधारणपणे पाच फूट नऊ इंच उंचीचे, हडकुळे, लहान मुलासारखे छोटे कान असलेले गृहस्थ होते. त्यांनी आपले पांढरे केस कपाळापासून कंगव्यानं सरळ मागे वळवले होते. मागून त्यांच्या डोक्याकडे पाहिलं, तर ते गोठलेल्या धबधब्यागत वाटत होतं. त्यांनी आपल्याबरोबर इतर दोघांची ओळख करून दिली. "पोलीस प्रमुख लिओ डेल्लासान्ड्रो आणि त्यांचे सहकारी रॉन क्लॉस."

"तुम्ही भेटलात हे छान झालं." चांडलर म्हणाले. पर्किन्सची नजर फिस्ककडे आहे हे लक्षात येताच ते पुढे म्हणाले, "हे जॉन फिस्क, मायकेल फिस्कचे भाऊ!" त्यानंतर त्याचं सांत्वन करण्यासाठी जणू सगळ्यांचीच चढाओढ लागली.

"कल्पनाही नसलेली अतिशय वाईट घटना!" पर्किन्स म्हणाले. "मायकेलबद्दल सर्वांना आदर होता. त्याची अनुपस्थिती जाणवेल."

दर्शनी असणाऱ्या या सहानुभूतीचा फिस्कनं धन्यवादपूर्वक स्वीकार केल्याचं दर्शवलं.

"तुम्ही मायकेल फिस्कच्या ऑफिसला मी दिलेल्या सूचनेनुसार कुलूप लावलं आहे ना?" डेल्लासान्ड्रोंनी मान डोलावली. "ते जरा कठीण होतं. कारण त्या ऑफिसात दुसराही क्लार्क बसायचा. दोन क्लार्कना मिळून एक ऑफिस असं साधारणपणे ठरलेलं आहे."

"आपल्याला ते फार काळ बंद ठेवावं लागणार नाही, अशी आशा करू या."

"आपण आता माझ्या ऑफिसमध्ये जाऊ या आणि मग तुमचा कसा काय कार्यक्रम आहे त्यावर चर्चा करून ठरवू या." पर्किन्स म्हणाले. "चालेल ना? या हॉलच्या पलीकडेच माझं ऑफिस आहे!"

"चला, जाऊ या." चांडलरनी संमती दिली.

ते निघाले तसा त्यांच्याबरोबर फिस्कही निघाला तेव्हा पर्किन्स थोडे थांबले आणि त्यांनी चांडलरकडे पाहिलं.

"माफ करा चांडलर, पण मला वाटतं मिस्टर फिस्क इथे दुसऱ्या काही कारणाकरता आले आहेत आणि त्याचा आपल्या तपासकामाशी संबंध नाही."

"त्याच्या भावाच्या पार्श्वभूमीबाबत तो मला मदत करतो आहे." चांडलर म्हणाले. पर्किन्सनं फिस्ककडे पाहिलं. त्यांच्या नजरेवरून ते मित्रत्वानं पाहत नव्हते हे स्पष्ट होत होतं.

"मायकेलला भाऊ आहे, हेही मला माहीत नव्हतं." पर्किन्स म्हणाले, "त्याच्या बोलण्यातही तसं कधी आलं नाही."

"ते बरोबरच आहे. तुमचं नाव तरी कुठं त्यानं मला सांगितलं होतं." फिस्क म्हणाला तसे ते काही बोलले नाहीत.

कोर्टरूमकडे जाण्याच्या मार्गावर उजवीकडच्या बाजूला पर्किन्स यांचं ऑफिस होतं. वास्तुशास्त्र आणि कलाकुसर या दृष्टीनं पाहता त्यांचं ऑफिस जुन्या राजेशाही वसाहतींप्रमाणे थाटमाट असलेलं होतं; ज्या काळात राष्ट्रीय कर्ज आणि खर्चाचं अंदाजपत्रक ठरवण्याची गरज नव्हती अशा काळातलं.

पर्किन्स यांच्या ऑफिसमध्ये बाजूच्या टेबलावर एक पंचेचाळिशी उलटलेला गृहस्थ बसलेला होता. त्याचे फिक्या, तपकिरी रंगाचे केस बारीक कापलेले होते

आणि त्याच्या उभट, अरुंद चेहऱ्यावरून तो कुठल्यातरी अधिकारी पदावर असावा असं सहज कळत होतं. आपलं अधिकारपद तो उपभोगत होता असं त्याच्या एकूण आविर्भावावरून वाटत होतं. तो जेव्हा उभा राहिला तेव्हा त्याची सहा फुटापेक्षा जास्त असलेली उंची आणि बळकट शरीरयष्टी फिस्कच्या नजरेत भरली. नियमित व्यायाम करणाऱ्यांपैकी तो असावा असं त्याच्या लक्षात आलं.

"डिटेक्टिव्ह चांडलर?" आपला एक हात हस्तांदोलनासाठी पुढे करत आणि दुसऱ्या हातातलं आपलं ओळखपत्र दाखवत तो म्हणाला, "मी एफ.बी.आय. स्पेशल एजंट वॉरेन मॅकेन्ना."

चांडलरानी पर्किन्सकडे पाहिलं. "ब्युरोला या बाबतीत बोलावण्यात आलं आहे हे मला माहीत नव्हतं."

पर्किन्स काही बोलणार तोच मॅकेन्ना घाईघाईत म्हणाले, "हे पाहा, ॲटर्नी जनरल आणि एफ.बी.आय. यांना युनायटेड स्टेट्स शासनानं नेमलेल्या माणसाच्या खुनाची चौकशी करण्याचा पूर्ण अधिकार आहे आणि मला वाटतं हे तुम्हांलाही माहीत आहे. तरीसुद्धा ब्युरो हा संपूर्ण तपास आपल्याकडे घेत नाही किंवा तुमच्या मार्गात अडथळा आणत नाही."

"मग ठीक आहे, कारण माझ्यावर कोणत्याही प्रकारचा नको असलेला दबाव आला, तर मी वेडाच होतो म्हणा नं!" असं म्हणत चांडलर हसले.

त्यांच्या बोलण्याचा मॅकेन्नांवर काही परिणाम झालेला दिसला नाही. त्यांचा चेहरा कोराच राहिला. "ते मी लक्षात ठेवण्याचा प्रयत्न करीन." ते म्हणाले.

फिस्कनं आपला हात पुढे करत आपली ओळख करून दिली, "जॉन फिस्क एजंट मॅकेन्ना, मायकेल फिस्क माझा भाऊ."

"मला वाईट वाटतं मि. फिस्क. हे तुला फार अवघड जात असेल नाही?" मॅकेन्ना त्याच्याशी हस्तांदोलन करून म्हणाले. त्यानंतर ते पुन्हा एकदा चांडलरकडे वळले, "प्रकरणात प्रत्यक्ष भाग घेण्यासारखी परिस्थिती निर्माण झाली, तर ब्युरोला तुमच्याकडून पूर्ण सहकार्याची अपेक्षा असेल. खून झाला तो संघराज्याचा कर्मचारी होता हे लक्षात ठेवा मि. चांडलर." त्यांनी संपूर्ण खोलीभर आपली नजर फिरवली अन् पुढे म्हणाले, "जगात अत्यंत आदर असलेल्या संस्थांपैकी एका संस्थेनं नेमलेला कर्मचारी होता तो आणि संस्थाही अशी की, जिची सर्वांनाच भीती वाटते."

"अज्ञानामुळे वाटणारी भीती." पर्किन्सनी लगेच लक्षात आणून दिलं.

"कशीही असली तरी भीती ती भीतीच. आधी वॅको, मग वर्ल्ड ट्रेड सेंटर आणि ओक्लाहोमा शहर. आम्ही आता फार काळजी करायला शिकलोय."

"वाईट एवढंच आहे की, हे उशिरा आलेलं शहाणपण आहे." चांडलर

कोरडेपणाने म्हणाले, ''थोडक्यात, संघर्ष करणं हा वेळेचा अपव्यय आहे. माझा विश्वास देवाणघेवाणीवर आहे.''

''अर्थात, ते खरंच आहे!'' मॅकेन्ना म्हणाले.

त्यानंतर चांडलर यांनी काही ना काही प्रश्न विचारण्यात अर्धा तास खर्च केला. त्यांचा बहुतांश रोख इथं काम करत असलेल्या एखाद्या केसवरून तर मायकेलची हत्या झाली नाही ना, हे जाणून घेण्याचा होता. प्रत्येकाकडून त्याचं उत्तर नकारार्थी म्हणजे ''अशक्य आहे'' अशा शब्दांत मिळालं होतं.

मॅकेन्ना यांनी फारच थोडे प्रश्न विचारले, पण चांडलर यांनी विचारलेल्या प्रश्नांबाबत ते अत्यंत जागरूक दिसले.

''कोर्टासमोर असलेल्या केसेसचा तपशील इतका गुप्त असतो की, बाहेरच्या कोणत्याही माणसाला त्या केसेसशी संबंधित क्लार्क कोण आहे किंवा कोण नाही हे कळण्याचा मार्गच नाही.'' पर्किन्सनी आपली मूठ टेबलावर आपटून आपल्या मुद्द्यावर जोर दिला.

''क्लार्कनं सांगितलं नाही तर.''

पर्किन्सनी मान हलवली आणि म्हणाले, ''गोपनीयता आणि सुरक्षेसंदर्भात मी स्वत: अधूनमधून तपासणी करत असतो. त्यांच्याशी चर्चा करत असतो. नीतिनियम पाळण्याबाबत त्यांना कडक सूचना आहेत. त्याबाबत त्यांना नियमांची पुस्तिकाही देण्यात आली आहे. कोणतीही माहिती फोडण्याची सक्त मनाई आहे.''

चांडलरांना ते पटलेलं दिसलं नाही, ''क्लार्क्सचं सर्वसाधारण वय काय आहे? पंचवीस? सव्वीस?''

''त्याच दरम्यान साधारणपणे.''

''देशाच्या सर्वोच्च न्यायालयात काम करण्याच्या दृष्टीने पाहिलं, तर ते बच्चेच आहेत असं म्हणावं लागेल आणि तुम्ही मला सांगता आहात की, ते काही माहिती कुठेही सांगणार नाहीत म्हणून! प्रेयसी किंवा प्रियकरावर 'इम्प्रेशन' मारण्यासाठीपण नाही? अशक्य आहे.''

''मी 'अशक्य' असा शब्द वापरणार नाही, पण मी इथे इतकी वर्षं आहे की, मला वस्तुस्थिती चांगली माहीत आहे.''

''मि. पर्किन्स, मी हत्यांचा तपास करणारा डिटेक्टिव्ह आहे आणि माझ्यावर विश्वास ठेवा, माझंही मत तुमच्यासारखंच आहे.''

''आपण जरा मूळ पदावर येऊ या का?'' डेल्लासान्ड्रो मध्येच म्हणाले, ''मला या केससंदर्भात जी माहिती मिळालीये त्यावरून चोरी हा हत्येमागचा उद्देश दिसतो.'' त्यांनी आपले हात पसरले आणि अपेक्षेनं चांडलर यांच्याकडे पाहिलं, ''त्यात कोर्टाचा संबंध कुठे येतो? तुम्ही त्याचं अपार्टमेंट तपासलंत का?''

"अजून नाही. मी उद्या आमची 'टीम' पाठवतोय."

"त्याच्या वैयक्तिक आयुष्याशी याचा काही संबंध नसेल कशावरून?" डेल्लासान्ड्रोंनी विचारलं.

सर्व जण चांडलर यांच्याकडून उत्तराची अपेक्षा करत होते. डिटेक्टिव्ह चांडलर यांनी लिहिलेल्या मुद्यांवर वरवर नजर टाकली. "मी सर्वच शक्यतांचा विचार करतोय. त्यामुळे खून झालेल्या व्यक्तीच्या कामाच्या ठिकाणी भेट देणं आणि चौकशी करणं ही काही जगावेगळी गोष्ट नाही, नाही का?"

"नक्कीच नाही!" पर्किन्स म्हणाले, "तुम्हांला आमच्याकडून पूर्ण सहकार्य मिळेल."

"तर मग आता आपण मि. मायकेल फिस्कच्या ऑफिसकडे जायला हरकत नाही. नाही का?" चांडलर म्हणाले.

चोवीस

मांजरीच्या पावलानं तो माणूस अलगद कॉरिडॉरमध्ये टपकला. सहा फूट तीन इंच उंची, सडपातळ पण बळकट देहयष्टी, जाड मानेपासून पसरलेले रुंद खांदे. त्याचा चेहरा उभट आणि अरुंद होता. तांबूस पिंगट झाक असलेली त्याची तपकिरी त्वचा तशी नितळ होती. नाही म्हणायला तोंड आणि डोळ्याजवळ हाताच्या ठशांगत काही बारीक रेषा उमटलेल्या होत्या. त्यानं डोक्यावर चुरगळलेली व्हर्जिनिया टेकची बेसबॉल कॅप घातली होती. बारीक कापलेल्या काळ्या-पांढऱ्या दाढीनं त्याच्या चर्येची रेषा स्पष्ट होत होती. त्यानं जुनाट जीन आणि घामाचे डाग दिसत असलेला डेनीम शर्ट चढवलेला होता आणि त्याच्या बाह्या वर दुमडलेल्या होत्या. त्यामुळे त्याच्या बाहूंचा तट्ट फुगलेल्या शिरा असलेला कोपरापासूनचा पुढचा भाग ठसठशीतपणे नजरेत भरत होता. शर्टच्या वरच्या खिशातून पाल मॉल्सचं सिगारेट पाकीट डोकावत होतं. त्याच्या व्यक्तिमत्त्वातून त्याची बेफिकीर वृत्ती जाणवत होती. कॉरिडॉरच्या शेवटी कोपऱ्यावर तो वळला.

तो जसा वळला तसा कोपऱ्यापासून हॉलच्या शेवटच्या दारावर बसलेला तरुण पहारेकरी तटकन उभा राहिला आणि त्यानं आपला हात त्यासमोर आडवा धरला.

"माफ करा मिस्टर. ह्या भागात यायची मनाई आहे. फक्त संबंधित वैद्यकीय अधिकाऱ्यांनाच परवानगी आहे.''

"माझा भाऊ आत आहे.'' जोशुआ हार्म्स म्हणाला, "आणि मी त्याला पाहणारच.''

"मला नाही वाटत ते शक्य आहे म्हणून.''

हार्म्सनं त्या पहारेकऱ्याच्या शर्टवर लावलेला त्याच्या नावाचा बॅच पाहिला आणि म्हणाला, ''आणि मला नाही वाटत ते अशक्य आहे म्हणून प्रायव्हेट ब्राउन. मी त्याला नेहमीच तुरुंगात भेटतो. तेव्हा मला आत जाऊ दे. समजलं ना?''

''मला नाही वाटत तसं करता येईल म्हणून.''

''असं आहे का? ठीक आहे. मग मी आता कोपऱ्यावर असलेल्या हॉस्पिटलच्या प्रमुखाकडे जातो, तिथून इथल्या पोलिसांकडे जातो आणि नंतर फोर्ट जॅक्सनच्या कमांडरकडे जातो आणि तक्रार करतो की, माझ्या भावाला भेटण्याची परवानगी मला देण्यात आली नाही म्हणून आणि मग ते सगळे आळीपाळीनं तुझ्या ढुंगणावर लाथा घालतील आणि रस्त्यावर ढकलतील तुला सोल्जर बाळा! तुझं संपूर्ण शरीर झाकलं जाईल एवढी पदकं मी तीन वर्षांत व्हिएतनाम युद्धात मिळवली आहेत, हे तुला मी सांगितलं नाही ना? तर आता ते लक्षात ठेव आणि मुकाटपणे मला आत जाऊ देतोस की तुला रस्त्यावर यायचंय ते ठरव. कळलं? मला याचं उत्तर हवं आहे आणि आत्ताच, ताबडतोब!''

तो तरुण पहारेकरी ब्राऊन तसा कणखर नव्हता आणि अननुभवी होता. काय करावं हे न समजून तो इकडेतिकडे पाहू लागला अन् मग म्हणाला, ''मला कोणालातरी बोलवायला हवं.''

''नाही. त्याची काही गरज नाही. तू माझी तपासणी करू शकतोस, पण मी आत जाणार आहे हे नक्की. फार वेळ थांबणार नाही. तरी ते आताच व्हायला हवं.''

''तुमचं नाव काय?''

''जोश हार्म्स'' असं म्हणून त्यानं आपलं पाकीट काढलं. ''हे माझं ड्रायव्हिंग लायसन्स. मी तुरुंगात कितीतरी वर्षं येतोय, भावाला भेटायला, पण तुला कधी पाहिल्याचं आठवत नाही.''

''मी तुरुंगावर काम करत नाही.'' तो म्हणाला, ''मी इथं या कामापुरता आलोय. राखीव दलातला आहे मी.''

''राखीव दलातला? आणि कैद्यावर देखरेखीचं काम?''

''तुरुंगावर ड्युटी असणाऱ्या ज्या खास पहारेकऱ्यांनी तुमच्या भावाला इथं आणलं, ते कालच परत गेले. उद्या सकाळी ते दुसऱ्या कोणालातरी पाठवणार आहेत.''

''त्यांना माझ्या शुभेच्छा! आता मी आत जातो.''

''थांबा.'' प्रायव्हेट ब्राऊननं त्याच्याकडे काही क्षण रोखून पाहिलं आणि मग म्हणाला, ''इकडे वळा.''

जोशनं तसं केलं. ब्राऊननं खांद्यापासून त्याचं शरीर चाचपायला सुरुवात केली. तो त्याच्या पॅन्टच्या खिशापर्यंत पोहोचण्याच्या अगोदरच जोश म्हणाला, ''उगाच

अधीर होऊ नकोस. खिशात छोटा चाकू आहे तो बाहेर काढ आणि माझ्यासाठी चांगला घट्टपणे धरून ठेव. माझ्या दृष्टीने तो फार महत्त्वाचा आहे मुला!''

प्रायव्हेट ब्राऊननं आपली तपासणी संपवली. चाकू धरून तो सरळ उभा राहिला आणि म्हणाला, ''तुम्हांला मी फक्त दहा मिनिटं देतो. बस्स आणि मी तुमच्याबरोबर आत येणार आहे.''

''तू माझ्याबरोबर आत आलास की, तुझी 'ती' जागा गेली समज.'' दाराबाहेरच्या स्टुलाकडे बोट दाखवत जोश म्हणाला, ''तुझी आर्मीतली किंवा राखीव दलातली जागा गेली की तू कुठे जाणार बेटा? माहीत आहे? जिथे माझा भाऊ आहे नं, तिथे.'' बोलता बोलता जोशनं त्याच्याकडे पाहिलं. 'आठवड्यातून एकदाच लढणारा बच्चा योद्धा! सोमवार ते शुक्रवार बोरू चालवणारा, अंगावर सैनिकी पोशाख आणि हातात बंदूक आल्याबरोबर साहसाची स्वप्न पाहतोय बेटा!' त्याला वाटलं.

''आणि एक लक्षात ठेव माझ्या छोट्या मित्रा, तुझ्यासारख्या माणसासाठी तुरुंग ही जागा बरी नाही.''

प्रायव्हेट ब्राऊननं त्याचं बोलणं अस्वस्थपणे गिळलं ''फक्त दहा मिनिटं!'' त्या दोघांनी एकमेकांकडे पाहिलं.

''तू दाखवलेल्या सहानुभूतीबद्दल थँक्यू!'' जोश म्हणाला, पण खरंतर त्यातला एक शब्दही त्यानं खऱ्या अर्थानं वापरलेला नव्हता.

त्यानं खोलीत प्रवेश केला आणि खोलीचं दार लावून घेतलं.

''रूफस'' त्यानं हळुवारपणे हाक मारली.

''अरे तू? इतक्या लवकर येशील असं वाटलं नव्हतं.'' मान वर करून जोशला पाहताच रूफस आश्चर्यमिश्रित समाधानाच्या सुरात म्हणाला.

जोश भावाच्या बिछान्याजवळ गेला आणि त्यानं त्याच्याकडे वाकून पाहिलं. ''तुला काय झालं काय?''

''तुला सांगायचं की नाही कळत नाही.''

''हे सर्व च्यायला त्या पत्रामुळे झालं आहे. हो ना?'' खुर्ची ओढून त्याच्या बिछान्याजवळ ठेवून त्यावर बसत जोश म्हणाला.

''पहारेकऱ्यानं किती वेळ दिलाय तुला?''

''दहा मिनिटं; पण मला त्याची काळजी नाही.''

''तुला बरंचकाही सांगायचं आहे. त्याला दहा मिनिटं पुरणार नाहीत, पण आधी तुला काय सांगतो ते ऐक. मी आता परत फोर्ट जॅक्सनला गेलो तर ते मला लगेच ठार मारणार यात मला शंका नाही.''

''ते म्हणजे कोण?''

रूफसनं मान हलवली. ''मी तुला सांगितलं, तर ते तुझ्यामागेही लागतील.''

''मी इथं आहे, तुझ्याबरोबर. तो बाहेरचा बच्चा पहारेकरी मूर्ख आहे, पण एवढा मूर्ख नाही. तो व्हिजिटर्स बुकमध्ये नोंद करणारच हे तुला माहिती आहे.''

रूफसला त्याचं म्हणणं गिळायला कठीण गेलं. ''मला माहीत आहे. तुला इथे बोलवायलाच नको होतं.''

''पण आता मी इथे आहे. चल. बोलायला सुरुवात कर.''

रूफसनं अर्धा एक मिनिट विचार केला, ''हे बघ जोश, ते आर्मीचं पत्रं मला मिळालं आणि मला सर्व आठवलं. त्या रात्री काय घडलं ते अगदी सर्व. डोक्यात गोळी कशी तडाख्यात बसते, तशी ती माहिती झाडल्यासारखी डोक्यात बसली.''

''तू त्या मुलीबद्दल बोलतोस?''

रूफसनं तत्काळ मान हलवली. ''एकूण एक घटना. मला कळलं मी ते का केलं आणि सत्य हे आहे की, तो माझा दोष नव्हता.''

त्याच्या भावानं त्याच्याकडे संशयानं पाहिलं. ''काहीतरी काय सांगतोस? रूफस तू त्या मुलीला ठार मारलंस, त्यात शंका नाही.''

''प्रत्यक्ष ठार करणं आणि योजना ठरवून ठार करणं यात फरक आहे. ते जाऊ दे. तर त्यानंतर मी माझ्या वकिलाला बोलावून घेतलं.''

''म्हणजे फारसं काही करता येणार नाही म्हणणारा तो वकील?''

''तोच. बरं, तू पत्र वाचलंस?''

''अर्थात, मी वाचलं ते. माझ्या घरी आलं ना! वाचणारंच. मला वाटतं आर्मीकडे तू शेवटी दिलेला पत्ता तोच होता. मुर्दाड अधिकारी लेकाचे! त्यांनाच माहीत नाही की, आर्मीनंच तुला त्यांच्याच तुरुंगात टाकून तडाखा मारलाय म्हणून.''

''असो, तर मी रायडरला माझ्यासाठी कोर्टात केस फाइल करायला सांगितली.''

''त्यानं काय फाइल केलं?''

''मी लिहिलेलं पत्र.''

''पत्र? पण तू बाहेर कसं पाठवलंस?''

''तू आर्मीचं पत्र आत कसं आणलंस? त्याच पद्धतने.''

दोघंही एकमेकांकडे पाहून हसले.

रूफस म्हणाला, ''तुरुंगात काही प्रिंटिंगचं काम चालतं. मशिनरी फार गरम आणि घाण झाली होती. पहारेकऱ्यांनी मला स्वच्छ करण्यासाठी सांगितलं आणि मला माझी जादू करू दिली.''

''कोर्ट तुझ्या केसमध्ये लक्ष घालणार आहे, असं तुला वाटतं का? प्राण गेला तरी ते शक्य नाही, असं मला तरी वाटतं बाबा!''

''कोर्ट काही करत नाही असं नाही, मी सांगतो!''

"अस्सं! तसं असेल तर च्यायला आश्चर्यच म्हणायला पाहिजे."

रूफसनं दाराकडे पाहिलं. "तुरुंगातले पहारेकरी कधी येणार आहेत?"

"उद्या सकाळी. त्या पोरानं तरी तसं सांगितलं."

"म्हणजे मला इथून आज रात्रीच पळायला पाहिजे."

"ज्या बाईनं मला फोन केला होता नं, ती म्हणाली की, तुला काही हार्टचा प्रॉब्लेम आहे म्हणून. स्वत:कडे पाहा. सगळीकडे बांधलेलं. किती दूरपर्यंत पळू शकशील तू?"

"किती दूरपर्यंत मी पळेन असं तुला वाटतं? मी मरेपर्यंत पळेन. समजलं?"

"ते खरंच तुला ठार मारण्याचा प्रयत्न करतील अशी तुझी खात्री आहे?"

"हो. त्यांना ते सगळं बाहेर यायला नको आहे. तू म्हणाला, तू पत्र वाचलं आहे म्हणून."

"अर्थात!"

"तर मग ऐक. मी ज्या कार्यक्रमात होतो म्हणून पत्रात त्यांनी म्हटलं आहे त्या कार्यक्रमात मी कधीच नव्हतो."

जोशनं त्याच्याकडे तीव्र नजरेनं पाहिलं. "त्याचा अर्थ काय?"

"मी म्हणालो तोच. कोणीतरी फक्त रेकॉर्डला दाखवण्यापुरतं त्या कार्यक्रमात माझं नाव टाकलं. मी त्यात आहे असं वाटावं असं त्यांना हवं होतं. का? तर त्यांनी माझ्या बाबतीत जे केलं ते झाकण्यासाठी. मी त्या मुलीला का मारलं? कोणी तसा तपास केला तरी त्यासाठी त्यांना ते करावं लागलं. त्यांना वाटलं की, मी मरणारच होतो."

जोशला 'ते' समजायला जरा वेळ लागला आणि सत्य लक्षात आल्याबरोबर त्याला धक्काच बसला. "अरे देवा! परमेश्वरा, ओह जीझस! पण त्यांनी तुझ्या बाबतीत तसं का करावं?"

"हे तू विचारतोस? ते माझा द्वेष करत होते. जगात माझ्यासारखा मूर्ख नाही, असं त्यांना वाटत होतं. त्यांना मी मरायला हवा होतो."

"हे असं घडतं आहे हे मला कळलं असतं, तर मी नक्कीच परत आलो असतो आणि त्यांना टक्कर दिली असती."

"व्हिएतकाँगशी होणाऱ्या झगड्यात तू गुंतला होतास. आता मी परत तुरुंगात गेलो, तर या वेळी मी मेलो याची ते खात्री करून घेतील."

जोशनं एकदा दाराकडे पाहिलं आणि नंतर आपल्या भावाच्या बंधनांकडे.

"म्हणून मला तुझी मदत हवी आहे जोश."

"तू बरोबर बोलतो रूफस. तुला मदत हवी."

"पण तू करायलाच हवी असं मी म्हणत नाही. तू वळ आणि सरळ चालायला

लाग. माझं तुझ्यावर प्रेम आहे. तू नेहमीच माझी काळजी घेतली. इतकी वर्षं माझ्या बाजूने उभा राहिला. मी अपेक्षा करतो आहे हे बरोबर नाही. मला ते माहीत आहे. तू खूप कष्ट केले, तुला तुझं चांगलं आयुष्य आहे हे सगळं मला समजतं.''

''पण मग तू तुझ्या भावाला ओळखलंच नाही रूफस.''

रूफस हळूच थोडा वळला आणि त्यानं भावाचा हात आपल्या हातात घेतला. त्यांनी एकमेकांचे हात प्रेमभराने दाबले. पुढे येणाऱ्या परिस्थितीला तोंड देण्यासाठी ते जणू एकमेकांची शक्ती आजमावत होते.

''तुला येताना कोणी पाहिलं?''

''पहारेकऱ्याशिवाय कोणी नाही. मी पुढल्या दारातून आलो नाही.''

''तर मग मी तुला जोरात हाणलं आणि इथून स्वत:हून पळालो असं दाखवता येईल. त्यांना माहीत आहे की, मी नंबर एकचा वेडपट हरामखोर आहे म्हणून. माझ्या भावाला ठार करून त्याचा विचारही करणार नाही असा आहे म्हणून.''

''काहीतरीच काय! कोणीही विश्वास ठेवणार नाही त्यावर आणि कुठे जायचं हेही तुला कळणार नाही. ते दहा मिनिटांत तुझं बकोटं धरून तुला पकडतील. मी या हॉस्पिटलच्या दुरुस्तीकामावर जवळजवळ दोन वर्षे काम केलेलं आहे. मला पूर्ण माहिती आहे. मी आता आलो तो मार्ग बंद असतो. नर्सेसना मध्येच सिगारेट पिण्यासाठी तिकडे सटकायचं असतं म्हणून साधी टेप लावून त्या ते दार बंद करतात.''

''मग कसं करावं असं तुझं म्हणणं आहे?''

''मी आलो त्याच मार्गानं आपण सटकावं असं माझं म्हणणं आहे. हॉल संपल्यानंतर डाव्या बाजूला. तिकडून नर्सेसपण ये-जा करत नाही किंवा त्यांची खोलीपण नाही. माझा ट्रक दाराच्या बाहेरच आहे. माझा एक मित्र आहे. तीस मिनिटं अंतरावर. त्याच्यावर मी काही उपकार केले आहेत. मी आपला ट्रक त्याच्या जुन्या गोदामात ठेवून देईन आणि त्याची जुनी गाडी काही काळाकरता उसनी मागीन. तो काही प्रश्न विचारणार नाही आणि पोलीस आले तरी काही सांगणार नाही. एकदा आपण रस्त्यावर पोहोचलो की, मग परत यायचं कारण नाही.''

''तू माझ्यासाठी असं करणार हे नक्की? तुझ्या मुलांचं काय?''

''ते सर्व गेलेत. त्यांची भेटही होत नाही फारशी.''

''आणि लुईसबद्दल काय?''

जोशनं मान खाली घातली. क्षणभरानं तो म्हणाला, ''लुईस मला सोडून गेली. पाच वर्षे झालीत. तेव्हापासून तिला पाहिलेलं नाही.''

''मला बोलला नाही कधी हे?''

''सांगून काय उपयोग होता? तू काय करू शकणार होता?''

"जोश, हे सगळं ऐकून वाईट वाटलं. सॉरी!"

"सॉरी? अशा अनेक गोष्टींबद्दल मी स्वत:पण 'सॉरी' आहे. काय करणार? माझ्याबरोबर राहणं कोणालाही कठीण आहे. मी कोणाला दोष देत नाही." जोशनं आपले खांदे उडवले, "तेव्हा आता आपण दोघेच आहोत. एकत्र. आई जिवंत असती, तर तिला किती आनंद वाटला असता!"

"तर आपण हे असं करायचं म्हणतो?"

"मला पुन्हा विचारू नको रूफस."

रूफसनं आपले शृंखलाबद्ध हात वर उचलले "यांच्याबद्दल काय?" हे विचारत असतानाच त्यानं त्याचा भाऊ आधीच खाली वाकल्याचं पाहिलं. तो आपल्या बुटातून काहीतरी काढत होता. जेव्हा तो सरळ उभा राहिला तेव्हा त्याच्या हातात दाभणासारखी टोकाला किंचित बाक आलेली एक लोखंडी वस्तू होती.

"तुझी तपासणी त्या पोरानं केली नाही यावर माझा विश्वास बसत नाही."

"छेऽऽ. त्याला कुठे पाहायचं ते माहीतच नव्हतं. माझ्या खिशात चाकू आहे हे मी सांगितल्यावर त्यानं तो चाकू तेवढा काढला. त्याला वाटलं एवढं एकच घातक शस्त्र माझ्याजवळ आहे म्हणून. माझे बूट पाहण्याचं त्याला सुचलंच नाही." जोश हसला आणि त्यानं ती धातूची वस्तू साखळ्यांच्या कुलपात घातली.

"तुला यानं कुलूप उघडेल असं वाटतं?'

जोश थांबला आणि हा आपला अपमान होतो आहे अशा नजरेनं त्यानं भावाकडे पाहिलं. "मी जर व्हिएतकाँगपासून पळू शकलो, तर मग आर्मीच्याच हातकड्या असलेल्या कुलपाचं काय मोठंसं?"

बाहेर कॉरिडॉरमध्ये दाराशी बसलेल्या प्रायव्हेट ब्राऊननं घड्याळाकडे पाहिलं. दहा मिनिटं होऊन गेली होती. त्यानं जोरात ढकलून दार उघडलं. "मिस्टर हार्म्स, वेळ संपली आहे!" त्यानं दार आणखी पुढे ढकललं "मिस्टर हार्म्स, ऐकताय ना? वेळ संपली आहे."

कण्हण्यासारखा आवाज आला. तसं त्यानं आपलं पिस्तूल हातात घेऊन दार पूर्णपणे उघडलं. "काय चाललं आहे इथं?" कण्हण्याचा आवाज आणखी मोठा झाला. ब्राऊननं लाइट लावण्यासाठी बटनाकडे हात वर केला तसा तो कोणालातरी अडखळला. त्यानं खाली वाकून त्या माणसाच्या चेहऱ्याला हात लावला, "मि. हार्म्स?"

"मिस्टर हार्म्स? तुम्ही ठीक आहात ना?"

जोशनं आपले डोळे उघडले. "मी ठीक आहे, पण तुझं काय तरुण मित्रा?"

असं म्हणतच त्यानं एका हाताने त्याला जोरदार ठोसा मारला आणि दुसऱ्या हातानं त्याच्या हातातलं पिस्तूल त्यानं काढून घेतलं. हनुवटीवर मारलेल्या आणखी एका ठोशानं तो पोरगा, तरुण पहारेकरी पुरता निपचित पडला.

रूफसनं ब्राउनला पलंगावर ठेवलं. रूफसच्या साखळ्यांनी त्याचे हातपाय नीट बांधले. साखळ्यांमध्ये कुलूप अडकवलं. तिथल्याच जवळच्या कपाटातून बँडेजचं बंडल काढून त्याचा बोळा त्याच्या तोंडात कोंबला वरून टेपनं तोंड बंद केलं. त्याची झडती घेऊन आपला चाकू काढून घेतला. त्यानंतर त्याच्यावर चादर पसरून नीट पांघरूण घातलं.

सगळं करून जोश वळला तसं रूफसनं त्याला घट्ट आलिंगन दिलं. दोघंही काही क्षण आलिंगनात बद्ध होते. गेल्या पंचवीस वर्षांत पहिल्यांदा ते असे एकमेकांना बिलगले होते. जोशच्या डोळ्यात अश्रू होते. त्यानं ते पुसले. रूफसनं ते दिसू नये म्हणून तोंड वळवलं. त्यानंतर पुन्हा एकदा जोशला त्यानं घट्ट धरलं.

''पुरे. फार भावुक होऊ नकोस. आपल्याला त्यासाठी वेळ नाही.''

रूफस हसला अन् म्हणाला, ''तुला अजूनही धरून ठेवणं बरं वाटतं जोश!''

जोशनं त्याच्या भावाच्या खांद्यावर हात ठेवला. ''आपल्याला पुन्हा असं भेटता येईल असं कधी वाटलंही नव्हतं. अशी संधी पुन्हा येईल, हेही सांगता येत नाही.''

''बरं, आता काय?''

''तो पोरगा जिथे बसला होता तिथून हॉलमधलं काही दिसू शकत नाही, पण इथे खाजगी सुरक्षासुद्धा आहे!'' आपलं घड्याळ पाहत जोश म्हणाला. ''मी इथे काम करत असताना ते दर तासांनी फेरी मारायचे. आता पंधरा मिनिटं झाली आहेत मागची फेरी होऊन. एक-एक तासानंतर फेरी मारणारे ते सहा जण आहेत. ते बाकीचं काही पाहत नाही, म्हणजे रोग्याचं बेडपॅन वगैरे. तो दिसला नाही, तर ते त्यांच्या लक्षात येईल कधी ना कधी. तेव्हा तयार?''

रूफसनं तयारी करायला सुरुवातही केली होती. त्यानं आपली तुरुंगातलीच पॅन्ट वर चढवली. वरचा शर्ट काढून टाकला आणि आतला टी शर्ट तसाच ठेवला. तुरुंगातलेच बूट चढवले. तो तयार झालाच होता. एक वस्तू त्यानं हातात न विसरता घेतली होती आणि ती घट्ट धरून ठेवली होती. तो अजून पूर्णपणे मुक्त झालेला नव्हता खरा, पण ती मुक्तता काही क्षणच दूर होती, ज्यासाठी गेली पंचवीस वर्षे त्यानं झिजत काढली होती.

पंचवीस

चांडलरांनी मायकेल फिस्कच्या ऑफिसवर नजर टाकली. बिल्डिंगच्या दुसऱ्या मजल्यावरचं ते ऑफिस तसं बरंच मोठं होतं. त्याचं सिलिंग चांगलं उंच होतं आणि त्याला वरपासून खालपर्यंत म्हणजे अर्ध्या फुटापर्यंत मोल्डिंगची नक्षी होती. ऑफिसमध्ये दोन मोठी लाकडी टेबल्स होती. त्या दोन्हींवर कॉम्प्युटर्स आणि त्यासाठी आवश्यक ती सर्व सामग्री होती. टेबलांच्या बाजूला मोठी खणांची कपाटं होती. त्यात कायद्याची अनेक पुस्तकं, केस रिपोर्टर्सचे अंक आणि पुस्तकांची ने-आण करण्यासाठी छोट्या बास्केट्स ठेवल्या होत्या. फाईल्स वगैरे ठेवण्यासाठी-भिंतीवर काही उंचीवर लाकडी बंद कपाटं होती. टेबलांवर फाईल्सचे ढिगारे पडले होते. एकंदरीत ती जागा अंमळ बेशिस्तच होती, असं चांडलरचं मत झालं.

पर्किन्सनी चांडलरांकडे पाहिलं, "तुम्ही तपासणी करताना खरं म्हणजे तुमच्यासोबत कोर्टातलं कुणीतरी हवं होतं. कारण इथे अनेक गोपनीय कागद असू शकतात; आहेत. निर्णयांचे कच्चे मसुदे, न्यायाधीशांकडून तसंच इतर क्लार्क्सकडून मिळालेल्या सूचना – विशेषत: निर्णय न झालेल्या केसेसबद्दल आणि आणखी असं बरंचकाही.

"ठीक आहे. प्रलंबित असलेल्या केसबद्दल असलेलं काहीही आम्ही इथून हलवणार नाही."

"पण ते तुम्हांला कसं कळणार?"

"तुम्हांला विचारीन मी."

"मला काही माहिती नाही. मी तर वकीलसुद्धा नाही."

"ठीक आहे, तर मग कोणालातरी इथं पाठवा. कारण मी सर्व ऑफिस तपासणार आहे." चांडलर म्हणाले.

“पण ते आज शक्य होणार नाही. उद्यापर्यंत थांबलं तर चालणार नाही का? मला वाटतं, बहुतेक सर्व क्लार्क्स घरी गेलेत. जे काही घडलं त्यामुळे क्लार्क्सनी उशिरापर्यंत काम करावं असं मुख्य न्यायाधीश रामसेंना वाटलं नाही.”

“पण काही न्यायाधीश अजूनही इथं आहेत रिचर्ड.” क्लॉस म्हणाले.

पर्किन्सनी त्यांच्याकडे पाहिलं. ती नजर मित्रत्वाची नव्हती, हे लक्षात येताच क्लॉसनी डेल्लासान्ड्रोंकडे पाहिलं. “अगदी गरज पडल्याशिवाय मला यात कोणा न्यायाधीशाला गुंतवायचं नाही. बघतो मी काय करता येईल ते,” ते म्हणाले.

“पण मी येईपर्यंत मला ह्या खोलीला कुलूप लावावं लागेल.”

चांडलर पर्किन्स यांच्याजवळ गेले आणि म्हणाले, “हे पाहा रिचर्ड, मी पोलिसातला आहे. आता मी म्हणतो ते कदाचित चुकीचं असेल किंवा तुम्हांला तशा अर्थाने खरंच काही म्हणायचं नसेल, पण तुम्ही आता अगदी मूर्खासारखे बोललात असं मला वाटतं!”

पर्किन्स यांचा चेहरा पडला, पण त्यांनी दाराला कुलूप लावलं नाही. त्यांनी क्लॉसना बरोबर येण्याची खूण केली आणि ते दोघं निघाले. डेल्लासान्ड्रो मॅकेन्नांबरोबर बोलत तिथेच थांबले.

चांडलर फिस्कजवळ गेले आणि म्हणाले, “मला वाटतं आपण इथे येण्यापूर्वीच सगळं ठरलेलं असावं.”

“तुमची ओळख करून देण्यापूर्वीच मॅकेन्नांना तुमचं नाव माहीत होतं!”

“त्यांनी आधीच काही चौकशी केलेली असावी असं दिसतंय.”

“अर्थात, पण त्याबद्दल तुम्ही त्यांना दोष देऊ शकत नाही.”

“मी जरा मॅकेन्नांशी बोलतो.” चांडलर म्हणाले, “कोणी सांगावं, आपल्याला ‘फेड्स’कडून कधी मदत लागू शकेल ते.”

फिस्क भिंतीला टेकून वाकून उभा राहिला होता. त्यानं आपल्या घड्याळाकडे पाहिलं. अजून त्याचा वडलांशी संपर्क साधला जात नव्हता.

त्याच्या भावाच्या खोलीपासून काही अंतरावर असलेलं हॉलमधलं एक दार उघडलं गेलं आणि त्यातून एक तरुण व्यक्ती बाहेर पडली. फिस्कनं आपली मान हलवली. “हंऽऽ, कामाची जागा!”

“तुम्ही पोलिसांपैकी आहात का?” त्यानं पुढे होत विचारलं. फिस्कनं आपलं डोकं नकारार्थी हलवलं आणि हस्तांदोलनासाठी हात पुढे केला.

“नाही. एक निरीक्षक, असं म्हणायला हरकत नाही. मी जॉन फिस्क. मायकेल माझा भाऊ होता.”

त्या तरुण माणसाचा चेहरा फिका पडला. “ओहऽऽ! भयंकर! फारच भयंकर घटना ही! मला वाईट वाटतं मि. फिस्क.” तो हस्तांदोलन करत म्हणाला, “मी

स्टिव्हन राइट!''

"तुझा माइकचा चांगला परिचय होता?''

"तितका नाही. न्यायाधीश मिसेस नाइट यांचा क्लार्क म्हणून मी नुकतीच सुरुवात केली आहे. प्रत्येक जण मायकेल यांचाच विचार करतोय हे मला माहीत आहे.''

तो ज्या दारातून बाहेर पडला त्या दाराकडे पाहून फिस्कनं विचारलं, "ते तुझं ऑफिस आहे का?'' राइटनं मान डोलावली. "मला वाटतं, माझ्या भावाच्या ऑफिसमध्ये सतत काहीना काही चालत असावं!''

"नक्कीच. सतत माणसांची ये-जा असायची.''

"जसे मि. पर्किन्स, पोलीस प्रमुख डेल्लासान्ड्रो वगैरे हो ना?''

त्यानं मान डोलावली. "आणि तिथे उभे असलेले गृहस्थ.''

तो जिकडे खूण करून दाखवत होता तिकडे फिस्कनं पाहिलं. "हंऽऽ ते होय? ते एफ.बी.आय. एजंट मॅकेन्ना.'' फिस्कनं सांगितलं. राइटनं आपलं डोकं खेदपूर्वक हलवलं, "त्यांच्यातले कोण काय हे मला काहीच...'' तो थांबला-ओशाळून.

"ठीक आहे. ठीक आहे. तुला काय म्हणायचंय ते मला समजलं.'' फिस्क म्हणाला आणि एकाएकी त्याचं लक्ष त्याच्या दिशेनं येणाऱ्या दोन व्यक्तींकडे गेलं, पण त्यातल्या एका व्यक्तीकडेच खरंतर ते केंद्रिभूत झालं होतं. शारीरिक दृष्टीनं आकर्षक असूनही ती रोजच्या पाहण्यातल्या, शेजारपाजारच्या एखाद्या खुशालचेंडूसारखी दिसत होती. जिच्याबरोबर तुम्ही सहज फुटबॉल किंवा बुद्धिबळ खेळाल आणि हरण्यात आनंद मानाल.

सारा इव्हान्सनं फिस्ककडे पाहिलं. तिनं त्याला आधीच बिल्डिंगमध्ये शिरताना पाहिलं होतं आणि तो कशासाठी आला होता याचा अंदाजही केला होता. त्यामुळे ती मुद्दाम रेंगाळत राहिली होती. जर त्यांना कोणा क्लार्कशी बोलायचं असेल, चौकशी करायची असेल तर हजर असावं म्हणून. त्यामुळेच पर्किन्सना ती पटकन 'सापडली' होती. ती सरळ फिस्कसमोर येऊन उभी राहिली. त्यामुळे पर्किन्सनापण थांबावं लागलं आणि ओळख करून द्यावी लागली.

"हे मि. जॉन फिस्क आणि ही सारा इव्हान्स.''

"तुम्ही मायकेलचे भाऊ?''

"मला वाटतं, त्यानं कधी माझा उल्लेख केलेला नाही.'' फिस्क म्हणाला.

"खरं सांगायचं तर केलेला होता.''

त्या दोघांनी एकमेकांचे हात घट्ट धरून हस्तांदोलन केलं. तिच्या डोळ्यातला पांढरा रंग किंचित लालसर झालेला होता आणि नाकाचं बोंडही तशाच रंगाचं होतं.

तिच्या आवाजावरून ती थकल्यासारखी वाटत होती. तिनं आपल्या डाव्या हातातला रुमाल गच्च धरून ठेवला होता. ते कुठेतरी भेटले होते असं फिस्कला सारखं वाटत होतं.

"मला मायकेलबद्दल फार फार वाईट वाटतंय!" ती म्हणाली.

"थँक्यू! खरं म्हणजे तो एक प्रचंड धक्काच होता." फिस्क डोळ्यांची उघडझाप करत म्हणाल. त्यानं तसं म्हटलं तेव्हा तिच्या डोळ्यांत त्याला काही दिसलं होतं का? तिला केवळ त्याच्या मृत्यूचा धक्का बसला होता असं नाही, तर त्याहीपेक्षा आणखी काहीतरी तिच्या डोळ्यांत होतं.

पर्किन्सनं राइटकडे पाहिलं, "तू अजून ऑफिसमध्ये होतास, हे मला माहीत नव्हतं."

"तुम्ही दार ठोठावून पाहायला हवं होतं." फिस्क म्हणाला. पर्किन्स यांनी त्याच्याकडे तीक्ष्ण नजरेनं पाहिलं. ते चांडलर आणि मॅकेन्नांच्या दिशेनं चालायला लागले.

"हाय सारा!" चेहऱ्यावर हसू खेळवत राइट म्हणाले. तो तिच्याकडे ज्या नजरेनं पाहत होता त्यावरून तो तिच्यासाठी वेडा झाला होता, हे सहज लक्षात येत होतं.

"हॅलो स्टिव्हन, तू कसा काय थांबला आहेस?"

"आता निघतोच आहे. आज काही विशेष काम नाही आणि करावंसंही वाटत नाही."

सारानं फिस्ककडे पाहिलं, "तुझ्या भावाच्या जगात प्रत्येकाला स्थान होतं. त्याचा मृत्यू सगळ्यांना हलवून गेला; अगदी मुख्य न्यायाधीशांपासून ते अगदी खालच्या पातळीवर काम करणाऱ्यांपर्यंत. अर्थात, तरीही तुला जेवढं जाणवतं आहे त्याची बरोबरी कोणीच करू शकणार नाही. मला कळतंय हे."

ती हे इतकं अचानकपणे आणि उत्स्फूर्तपणे म्हणाली की, फिस्कला त्याचं नवलंच वाटलं. तो काही बोलणार तेवढ्यात पर्किन्स तिथं आले आणि त्यांना सामील झाले.

"बरं सारा, डी.सी.च्या हत्या-शाखेचे डिटेक्टिव्ह चांडलर एफ.बी.आय. एजंटसोबत तुझी वाट पाहताहेत." ते म्हणाले.

"त्यांना मायकेलच्या ऑफिसची तपासणी करण्याचं काय कारण?"

"तो आपला प्रश्न नाही." पर्किन्स फटकळपणे म्हणाले.

"तो तपासाचाच एक भाग आहे मिस सारा," फिस्क म्हणाला, "जर याचा त्याच्या खुनाशी काही संबंध असेल तर!"

"पण मला वाटलं, तो चोरीचा प्रकार आहे."

"तो चोरीचाच प्रकार आहे आणि जितक्या लवकर आपण डिटेक्टिव्ह चांडलर यांना पटवू शकू की, याचा कोर्टाच्या कामाशी काही संबंध नाही तितकं बरं." पर्किन्स एकदम चिडून बोलले.

"तसं असलं तर." फिस्क म्हणाला.

"अर्थात, पण ते तसंच आहे." असं म्हणून पर्किन्स साराकडे वळले, "मी तुला याअगोदर वाटेत येताना सांगितलं तसं, कोणतीही गोपनीय कागदपत्रं पाहिली जाणार नाहीत किंवा नेली जाणार नाहीत, हे बघण्याचं काम तुझं."

"गोपनीय म्हणजे नेमकं काय?" सारानं विचारलं.

"ते तुला माहीत आहे सारा. अनिर्णित कोर्ट केसेससंबंधीचे कोणतेही कागद, निर्णयांचे मसुदे, त्यावरच्या टिप्पण्या वगैरे वगैरे!"

"या निर्णयात माझा हस्तक्षेप नसावा का रिचर्ड?" एक नवीनच आवाज आला तसे सर्व दिशेनं वळले. "की ते माझ्या कक्षेबाहेर आहे?"

येता येता बोलणाऱ्या त्या व्यक्तीला फिस्कनं सहज ओळखलं. समुद्राच्या लाटेनं किनाऱ्याला जशी धडक मारावी तशा लांब टांगा टाकत हॅरॉल्ड रामसे तिथं पोहोचले.

"चीफ, तुम्ही इथं आहात याची मला कल्पना नव्हती." पर्किन्स अस्वस्थ होऊन म्हणाले.

"नसणारच." असं म्हणत त्यांनी फिस्ककडे पाहिलं. "आपण कधी भेटलो आहोत असं मला वाटत नाही."

"मायकेलचे भाऊ, मि. जॉन फिस्क." सारानं ओळख करून दिली. रामसेंनी आपला हात पुढे केला. त्यांच्या लांब, हाडकुळ्या कडक बोटांनी आपला हात दोनदा कुरवाळला, असं फिस्कच्या लक्षात आलं. "मला किती वाईट वाटतं, ते मी सांगू शकत नाही. मायकेल फिस्क हा एक खास तरुण मनुष्य होता. त्याच्या दुरावण्यामुळे तुम्हांला आणि तुमच्या आईवडलांना किती वाईट वाटत असेल, याची मी कल्पना करू शकतो मि. फिस्क. त्यासाठी आम्ही काही करू शकत असलो, तर आम्हांला कळवा."

फिस्कनं त्यांच्या भावना आपल्याला समजल्याचं दर्शवलं आणि तशीच गरज पडली, तर जरूर कळवीन असं स्पष्ट केलं. एखाद्या त्रयस्थाकडून अचानक सहानुभूती दर्शवली गेल्यानंतर कसं संकोचल्यागत वाटतं ह्याचा त्यानं अनुभव घेतला होता.

रामसेंनी पर्किन्सकडे पाहिलं आणि चांडलर तथा मॅकेन्ना यांच्याकडे नजर टाकत पृच्छा केली, "ती कोण माणसं आहेत आणि त्यांना काय हवंय?"

पर्किन्सनी थोडक्यात परिस्थिती सांगितली, पण त्यांचं सांगून होईपर्यंत रामसे

विचारानं त्यांच्यापुढे पाच पावलं होते हे सहज कळत होतं.

"रिचर्ड, डिटेक्टिव्ह चांडलर आणि एजंट मॅकेन्नाना जरा इकडे यायला सांगता?"

एकमेकांची ओळख करून देण्यात आल्यानंतर रामसे चांडलर यांच्याकडे वळून म्हणाले, "हे पाहा, माझ्या मते उत्तम मार्ग असा आहे की, तुम्ही न्यायाधीश मर्फी आणि त्यांचे क्लार्क्स यांच्याबरोबर बसून चर्चा करावी आणि मायकेलकडे कोणत्या केसेस होत्या ते ठरवावं. एखाद्या निर्णयाची प्रक्रिया पूर्ण होईपर्यंत कोर्टाच्या मतांची, कागदपत्रांची गोपनीयता सांभाळणं आणि त्याचबरोबर गुन्ह्यासंदर्भात तुमचा तपासण्याचा अधिकार मान्य करणं या दोन्ही गोष्टींचा तोल सांभाळण्याचा माझा प्रयत्न आहे."

"ठीक आहे." काही गुप्त माहिती फोडल्याचा आरोप आपल्यावर यायलाच नको, या विचारानं चांडलर यांनी मान्यता दिली.

रामसे पुढे म्हणाले, "मायकेलच्या ऑफिस-तपासणीला माझा विरोध असण्याचं काहीच कारण नाही. मला फक्त एवढंच म्हणायचं आहे की, कोर्टकामासंबंधी जी कागदपत्रं आहेत ती मर्फींशी चर्चा होईपर्यंत बाजूला ठेवावीत. त्यानंतर त्यांच्या एखाद्या केसचा मायकेलच्या मृत्यूशी संबंध आहे असं वाटलं, तर तो संबंध जोडण्यासाठी कागदपत्रं उपलब्ध करून देण्याची व्यवस्था करता येईल. हा, मायकेलच्या काही वैयक्तिक गोष्टी ऑफिसमध्ये असतील, तर त्यांची तपासणी करायला हरकत नाही."

"ठीक आहे. मि. चीफ जस्टिस," चांडलर म्हणाले, "मी प्रत्यक्षात मर्फीबरोबर थोडक्यात आधीच बोललो आहे."

मॅकेन्ना यांनीसुद्धा या तऱ्हेने तपास करण्यास संमती दिली. रामसे पर्किन्सकडे वळले आणि म्हणाले, "रिचर्ड, न्यायाधीश मर्फी आणि त्यांच्या क्लार्क्सना कळवण्याची व्यवस्था करा की, डिटेक्टिव्ह चांडलर त्यांना लवकरात लवकर भेटू इच्छितात. मला वाटतं उद्याच्या सुनावणीनंतर." चांडलरांकडे वळून ते म्हणाले, "चालेल ना?"

"अगदी उत्तम!" चांडलर यांनी संमती दिली.

"गोपनीयतेच्या काही बाबींबद्दल आणि इतर संदर्भात समन्वय साधून तुम्हांला मदत करण्यासाठी मी कोर्टाच्या कायदेशीर सल्लागाराची उपलब्धता करून देतो म्हणजे तुमचं काम सोपं होईल. सारा, तू उद्या या कामासाठी उपलब्ध असशील ना? तू मायकेलच्या जवळचीपण होतीस."

फिस्कनं डोळ्याच्या कोपऱ्यातून तिच्याकडे पाहिलं 'किती जवळची?' त्यानंतर रामसेंनी पुन्हा एकदा आपला हात फिस्कसमोर केला, "अंत्यविधीच्या कार्यक्रमाची

माहिती आम्हांला मिळाली तर बरं होईल.''

रामसे नंतर पर्किन्सकडे वळले, ''रिचर्ड, न्यायाधीश मर्फीशी बोलल्यानंतर तुम्ही प्लीज माझ्या ऑफिसमध्ये या.'' त्यांच्या स्वरातून मिळणारा अर्थ स्पष्ट होता.

रामसे आणि पर्किन्स गेल्यानंतर मॅकेन्ना पुन्हा मायकेलच्या ऑफिसमध्ये शिरले. तसे चांडलर मोठ्यानं म्हणाले, ''चीफ डेल्लासान्ड्रो, मी उद्या तपासनिसांची टीम घेऊन येईन. त्यामुळे ते काम आपण एकाच वेळी करू म्हणजे कमीतकमी त्रास होईल.''

''आम्हांला मान्य आहे.'' डेल्लासान्ड्रो म्हणाले.

''तरीसुद्धा मी परत येईपर्यंत ह्या दाराला कुलूप लावायला हवं.'' चांडलर यांनी आपलं बोलणं पुढे सुरू केलं, ''कोणीही आत जाता कामा नये. कोणीही म्हणजे मि. पर्किन्स आणि दुसरं कोणीही.'' असं म्हणत त्यांनी मॅकेन्नांकडे खुणेनं दर्शवलं. ''अगदी तुम्हीसुद्धा.''

डेल्लासान्ड्रोंनी मान डोलावून संमती दिली तसं मॅकेन्ना यांनी चांडलर यांच्याकडे चमकून पाहिलं. फिस्क इकडेतिकडे पाहत होता तेव्हा त्यानं राइटला चांडलर यांच्याकडे रोखून बघताना पकडलं. राइट एकाएकी पुढे जाऊन आपल्या ऑफिसचं दार उघडून आत शिरला. दाराला त्यानं कुलूप लावल्याचा आवाज फिस्कनं ऐकला. 'हुशार आहे बेटा' तो मनोमन म्हणाला.

फिस्क आणि चांडलर बिल्डिंग सोडून निघत होते तेवढ्यात मागून आवाज आला, ''मी तुमच्याबरोबर बाहेर पडले तर चालेल ना?'' तसे ते थबकले.

''माझी काही हरकत नाही.'' चांडलर म्हणाले, ''जॉन?''

फिस्कनं फक्त खांदे उडवले. त्यानंतर ते तिघंही बरोबर निघाले. ते चालत असताना चांडलर म्हणाले, ''मघाशी मला आपण सर्वशक्तिशाली परमेश्वरासमोर उभे आहोत असं का वाटलं होतं कोण जाणे?'' आणि ते हसले.

''चीफ रामसेंचा असाच परिणाम सर्वांवर होतो.'' सारा स्मित करून म्हणाली.

''तू जस्टिस नाइट यांच्या हाताखाली काम करतेस ना?'' फिस्कनं विचारलं.

''हो, माझं हे दुसरं वर्षं चालू आहे.''

ते तिघं कोपऱ्यावर वळले तेव्हा त्यांची एलिझाबेथ आणि जॉर्डन नाइटबरोबर टक्करच होणार होती. थोडक्यात वाचले.

''ओहऽऽ जस्टिस नाइट, आम्ही आता तुमच्याबद्दलच बोलत होतो.'' असं म्हणून सारानं ओळख करून देण्याचं काम पार पाडलं.

''सिनेटर,'' चांडलर म्हणाले, ''तुम्ही आपल्या विभागासाठी जे काही करताहात त्याचं मला कौतुक वाटतं. काही खास फंड उपलब्ध नसतानाही तुम्ही पोलीस खात्याला पुढे नेलं आहे. नाहीतर अजूनही मी सायकलवरूनच हत्यांचा तपास

करत बसलो असतो!''

''आम्हांला अजून बरंचकाही करायचंय. प्रश्न निर्माण व्हायला जसा वेळ लागला, तसा सोडवायलाही लागणारच, नाही का?'' जॉर्डन नाइट आपल्या खास राजकारणी शैलीत म्हणाले. त्यांनी फिस्ककडे पाहिलं आणि त्यांचा आवाज अगदी हळुवार झाला, ''मला तुझ्या भावाबद्दल वाईट वाटतंय. जॉन, मात्र मी त्याला प्रत्यक्ष ओळखत नव्हतो. मी कोर्टाकडे फारसा जात नाही, कारण मी माझ्या बायकोबरोबर लंच घ्यायला गेलो, तरी प्रसारमाध्यमांना वाटतं की, कुठल्या तरी निर्णयाबद्दल मी माझा दबाव तिच्यावर आणतो आहे म्हणून. ते विसरतात की, आम्ही एकाच घरात राहतो आणि एकाच पलंगावर झोपतो म्हणून. असो. तुमच्या आणि तुमच्या कुटुंबीयांच्या दुःखात आम्ही सहभागी आहोत, ही आमची भावना कृपया जाणून घ्या.''

फिस्कनं त्यांना धन्यवाद दिले आणि म्हणाला, ''अर्थात, मी तुम्हांला मत दिलं आहे.''

''प्रत्येक मत महत्त्वाचं असतं याची मला कल्पना आहे.'' असं म्हणत त्यांनी बायकोकडे पाहिलं. ''इथेही तसंच चालतं, नाही का श्रीमती न्यायाधीश? तुम्हांला तुमच्या मनाप्रमाणे व्हायला हवं असेल, तर तुमच्याकडे पाच मतं हवीत. वाऽऽ. परमेश्वरा, माझ्यासाठी असा फक्त पाचच मतांचा प्रश्न असता, तर माझं वजन तीस पौंड तरी कमी झालं असतं आणि केसही काळे राहिले असते.''

त्यांच्या बोलण्यावर एलिझाबेथ हसल्या नाहीत. त्यांचे डोळे साराइतकेच लाल झालेले होते आणि कातडीही नेहमीपेक्षा काळवंडल्यागत वाटत होती.

''सारा, उद्या दुपारच्या सत्रानंतर मला भेटायला ये.'' मग खाकरून आपला घसा स्वच्छ करत त्या पुढे म्हणाल्या, ''आणि एक गोष्ट. चान्स केसवरच्या बेंच मेमोबाबत स्टिव्हनशी बोल. मला तो उद्याच मिळायला हवाय. मग भले त्याला रात्रभर काम करावं लागलं तरी बेहत्तर!'' बोलता बोलता त्यांचा आवाज टिपेला पोहोचला होता.

सारा जरा चमकलीच, ''मी त्याला लगेच सांगेन जस्टिस नाइट!'' मिसेस नाइट यांनी साराचा एक हात घट्ट पकडला आणि म्हणाल्या, ''थँक्यू! आणि उद्या न्यायाधीश विल्किन्सन यांच्याबरोबर माझ्या घरी संध्याकाळी सात वाजता डिनर आहे, हे विसरू नकोस.'' सारा हतबुद्ध झाली होती. हे सर्व पचनी पडायला कठीण गेलं होतं.

''माझ्या कॅलेंडरवर मी तशी नोंद केली आहे मॅम!'' तिच्या उत्तरात अनिच्छेची झाक होती.

त्यानंतर एलिझाबेथ नाइटनी फिस्ककडे पाहिलं. ''तुझा भाऊ हा उपजत

वकील होता. जॉन, मी आता बोलले ते जरा निष्ठुर वाटलं असणार तुला, पण कोर्टाचं काम कोणासाठी थांबू शकत नाही.'' त्या थोडा वेळ थांबल्या आणि त्यानंतर काहीशा गंभीर सुरात पुढे म्हणाल्या, ''हा धडा मी फार पूर्वी शिकले आहे. असो. मी पुन्हा एकदा सांगते, मला फार वाईट वाटलं एकूण घटनेबद्दल.'' त्यानंतर त्यांनी आपल्या घड्याळाकडे नजर टाकली आणि आपल्या नवऱ्याकडे वळून त्या म्हणाल्या, ''जॉर्डन, तुम्हांला तुमच्या हिलवरच्या मीटिंगला जायला उशीर होणार आहे.'' त्यांनी फिस्ककडे पाहिलं आणि म्हणाल्या, ''आता आम्ही जरा कामात आहोत तेव्हा तुमची रजा घेतो.''

''तुम्ही म्हणालात तसा काळ कोणासाठीही थांबत नसतो.'' असं म्हणून त्यानं खांदे उडवले. ते दोघेही गेल्यानंतर सारा म्हणाली, ''जस्टिस नाइट या कडक वाटतात, पण समतोल वृत्तीच्या आहेत.'' पुढे ती फिस्ककडे कटाक्ष टाकून म्हणाली, ''मला खात्री आहे की, त्यांना असं कडवट बोलायचं नव्हतं.''

''पण त्या बोलल्या हे खरं!'' फिस्क म्हणाला.

''आज त्या ज्या स्थानावर आहेत तिथं पोहोचायला त्यांना पुरुषांपेक्षा तिप्पट मेहनत घ्यावी लागली आहे.'' चांडलर मध्येच हस्तक्षेप करत म्हणाले, ''तुम्ही आपला कटू अनुभव विसरू शकत नाही.''

''तुम्ही मोकळ्या मनाचे आहात म्हणून हे मान्य करता आहात.'' सारा म्हणाली.

''तू माझ्या बायकोला ओळखत असतीस, तर तुला कळलं असतं.''

सारा हसली.

''रामसे आणि नाइट या दोन व्यक्तींचं जीवन वेगवेगळ्या पातळींवर गेलं आहे. आता ते एकत्र काम करत असले तरीही हे लक्षात ठेवायलाच हवं. रामसे त्यांच्याशी जास्त जमवून घेण्याचा प्रयत्न करतात. कदाचित स्त्रियांशी संघर्ष करणं त्यांच्या नीतीत बसत नसेल. ते वेगळ्या पिढीतले आहेत.''

''मला नाही वाटत की इथे स्त्री-पुरुष असा काही भेदाचा भाग आहे म्हणून.'' फिस्क फटकळपणे म्हणाला.

''त्या निर्णय घेण्यात अतिशय हुशार आहेत.'' सारानं सांगितलं. तेवढ्यात बीप बीप असा आवाज सर्वांनीच ऐकला. त्यासरशी चांडलरांचा हात त्याच्या पट्ट्याशी गेला. पेजर काढून त्यांनी त्यावरचा नंबर पाहिला आणि साराकडे पाहत म्हटले, ''मला फोन करावा लागणार आहे.'' सारानं त्यांना बुथ दाखवला.

दोनेक मिनिटांनंतर चांडलर पुन्हा त्या दोघांत येऊन मिसळले. आपलं डोकं अस्वस्थपणे हलवून ते म्हणाले, ''दोन नवीन लोकांच्या मुलाखती मला घ्याव्या लागणार आहेत. बंदुकीच्या गोळ्यांनी डोक्याला झालेल्या जखमा! काय च्यायला

माझं नशीब आहे पण!''

''तुम्ही मला स्टेशनवर सोडून द्याल काय? म्हणजे माझी गाडी घेऊन मी जाईन.'' फिस्कनं विचारलं.

''खरं सांगायचं तर मला नेमक्या उलट्या दिशेनं जावं लागणार आहे.'' चांडलर म्हणाले.

''मी तुम्हांला सोडीन.'' सारा पटकन म्हणाली. दोघेही तिच्याकडे पाहतच राहिले. ''आज माझं काम संपलंच आहे. तसं फारसं काही नव्हतंच.'' तिनं खाली पाहिलं अन् आपली इच्छा पूर्ण होणार या विचारानं ती हसली. ''असं मी म्हटलेलं मायकेलला कधीच आवडलं नसतं. त्याच्याएवढा कामाला वाहून घेणारा दुसरा कोणी मी पाहिला नाही. फारच मेहनत करणारा होता तो!'' असं म्हणून तिनं आपल्या विधानाला बळ मिळावं अशा भावनेनं फिस्ककडे पाहिलं.

''तुम्ही दोघं एकत्र डिनर घ्या किंवा तसं काहीतरी.'' चांडलर यांनी सुचवलं, ''म्हणजे तुम्हांला भरपूर बोलता येईल.''

फिस्कनं इकडेतिकडे उगाच नजर टाकली. त्या सूचनेनं तो जरा अस्वस्थ झाला होता, पण अखेरीस त्यानं मान्य करत साराला विचारलं, ''तुझी काही हरकत?''

''मला एक मिनिट द्या.'' आपली मान हलवून ती आर्जवानं म्हणाली. ''मला स्टिव्हनला निरोप द्यायचा आहे की, त्यानं रात्रभर बसून काम पूर्ण करायचं आहे म्हणून!'' इतकं बोलून ती निघाली.

ती गेल्यावर चांडलर म्हणाले, ''जॉन, तुला जी काही माहिती मिळू शकेल ती मिळवण्याचा प्रयत्न कर. ती तुझ्या भावाच्या विश्वासातली होती.'' अन् पुढे म्हणाले, ''तुझ्यासारखं नाही.''

''मला हेरगिरी करायला जमत नाही.'' फिस्क म्हणाला. तिच्या पश्चात असं काही ठरवणं हे त्याला योग्य वाटत नव्हतं. त्यात अपराधाची बोच होती. त्याला ती नीटशी कळलीही नव्हती, पण त्याला ते करावं लागणार होतं.

त्याचे विचार समजल्यासारखे चांडलर म्हणाले, ''जॉन, मला माहीत आहे की, ती आकर्षक आणि चलाख आहे आणि तिनं तुझ्या भावाबरोबर काम केलेलं आहे. तिला तुझ्या भावाच्या मृत्यूनं धक्काही बसला आहे, पण एक गोष्ट लक्षात ठेव....''

''आणि ती काय?''

''तिच्यावर विश्वास ठेवण्यासाठी तेवढीच कारणं नाहीत.'' असं बोलून चांडलर चालायला लागले

सव्वीस

आपल्या बायकोच्या ऑफिसच्या दारात उभं राहून जॉर्डन आपल्या बायकोकडे पाहत होते. एलिझाबेथ नाइट त्यांच्या टेबलाशी बसल्या होत्या. त्यांच्यासमोर काही पुस्तकं उघडी पडली होती आणि त्यांची मान खाली झुकलेली होती; पण त्या वाचत नव्हत्या असं सहज कळत होतं.

"आज रजा का घेत नाहीस?"

त्या दचकल्या आणि त्यांनी मागे वळून पाहिलं, "जॉर्डन! मला वाटलं की, तुम्ही तुमच्या मीटिंगला गेलात." ते त्यांच्या बायकोजवळ येऊन उभे राहिले आणि त्यांच्या मानेवर हात ठेवून ती हळुवारपणे चोळू लागले. "मी रद्द केलं आणि आता आपली घरी जायची वेळ झालीये!"

"पण मला अजून बरंच काम उरकायचं आहे. आम्ही खूप मागे आहोत वेळेच्या. सर्व साधणं इतकं कठीण...."

त्यांनी तिच्या दोन्ही काखेत हात घातले आणि तिला वर उचलून उभं राहण्यास प्रवृत्त केलं. "बेथ, ते कितीही महत्त्वाचं असलं, तरी आता महत्त्वाचं नाही हे लक्षात घे. आता आपण घरी जायचं. बस्स!" ते ठामपणे म्हणाले.

आणखी काही मिनिटांनंतर ते सरकारी वाहनातून आपल्या अपार्टमेन्टकडे पोहोचले. शॉवर घेऊन, थोडंसं खाऊन हातात वाइनचा ग्लास घेऊन बसल्यावर एलिझाबेथ नाइटना बरं वाटलं. काही वेळानं त्या बिछान्यावर लवंडल्या. आता त्यांना खूपच बरं वाटत होतं. त्यांच्या बाजूला बिछान्याच्या कडेवर जॉर्डन बसले. त्यांनी एलिझाबेथ यांचे पाय आपल्या मांडीवर घेतले आणि ते हळुवार मसाज करू लागले. एलिझाबेथ यांची मनोवृत्ती शिथिल झाली.

"कधी कधी वाटतं की, आपण आपल्या क्लार्क्सशी खूप कठोर वागतो. त्यांना खूप राबवून घेतो. त्यांच्याकडून वाजवीपेक्षा जास्त अपेक्षा करतो." त्या काही वेळानं आपल्या नवऱ्याला म्हणाल्या.

"खरं सांगतेस?" त्यांनी बेथची हनुवटी धरत विचारलं. "तू मायकेल फिस्कच्या मृत्यूबद्दल स्वत:ला दोषी समजतेस का? तो ज्या रात्री मेला त्या रात्री तो उशिरापर्यंत काम करत नव्हता. बरं वाटत नाही म्हणून त्यानं रजा घेतल्याचं कळवलं होतं, असं तू म्हणाली होतीस. शहराच्या वाईट भागात त्याचा मृतदेह सापडणं याचा कोर्टाशी काहीही संबंध नाही. रस्त्यातल्या गुंडांपैकी कोणीतरी त्याला ठार केलं. तो चोरीचा प्रकार असेल किंवा चुकीच्या ठिकाणी चुकीच्या वेळी घडलेली घटना असेल ती, पण तुझा त्या घटनेशी संबंध कसा येऊ शकतो?"

"पोलिसांना वाटतं की, तो चोरीतून उद्भवलेला प्रकार आहे म्हणून?"

"त्याबाबत आताच काही सांगणं कठीण आहे. तपास सुरू असतानापण या घटनेला सर्वोच्च प्राधान्य देण्यात येईल यात शंका नको!"

"कोर्टाच्या कामाशी मायकेलच्या मृत्यूचा काही संबंध असावा का असा प्रश्न एका क्लार्कनं आज विचारला होता!"

जॉर्डन यांनी काही क्षण विचार केला, "हे पाहा, समजा हे शक्य आहे असा विचार केला, तरीपण कसा हे काही माझ्या लक्षात येत नाही." एकाएकी ते चिंताग्रस्त दिसायले लागले. "तसं जर असेल, तर तुला अतिरिक्त संरक्षण मिळेल याची मी खात्री करून घेईन. मी उद्या फोन करीन आणि तुला तुझी स्वत:ची संरक्षण-व्यवस्था असेल किंवा एफ.बी.आय.चं पाठबळ. चोवीस तास!"

"जॉर्डन तुम्ही असं करण्याची काही आवश्यकता नाही!"

"नाही कसं? माझ्यापासून माझ्या बायकोला कोणा वेड्यानं दूर करू नये म्हणून मी काळजी करायला नको? मी पुष्कळ वेळा त्याबद्दल विचार करतो बेथ. कोर्टाचे काही निर्णय अतिशय अप्रिय असतात. तुम्हा सर्वांनाच कधी कधी ठार करण्याच्या धमक्या मिळतात. त्याकडे तुम्ही दुर्लक्ष करू शकत नाही."

"मी करत नाही. मी त्यांचा विचार करत नाही एवढंच."

"ठीक आहे, पण मी केला तर उगाच अस्वस्थ होऊ नकोस."

एलिझाबेथ हसल्या. जॉर्डन यांच्या चेहऱ्यावरून हात फिरवत म्हणाल्या, "तुम्ही माझी फारच काळजी घेता असं नाही वाटत?"

ते हसले, "जेव्हा तुमच्याजवळ काही मौल्यवान गोष्ट असते, तेव्हा असं करणं भागच आहे, नाही का?"

त्या दोघांनी एकमेकांचं हळुवार चुंबन घेतलं. जॉर्डन यांनी त्यांच्या अंगावर पांघरूण घातलं आणि आपल्या कामासाठी ते त्यांच्या स्टडीरूममध्ये गेले. एलिझाबेथना

लगेच झोप लागली नाही. त्या काळोखात पाहत राहिल्या. अनेक विचार मनात येत होते-जात होते. त्यांच्या भावनांना स्पर्श करत होते. क्वचित जोरदार धक्का देत होते. त्या स्थितीतच त्यांना कधीतरी झोप लागली. त्यांना कळलंही नाही.

"मायकेलचा आणि माझा एक-दीड वर्षांचाच परिचय, तरीसुद्धा मला एवढं वाईट वाटतंय. त्यावरूनच तुझी काय स्थिती असेल, याची मी कल्पनाही करू शकत नाही जॉन!"

ते दोघं साराच्या गाडीत होते. त्यांनी नुकतीच पोटोमॅक नदी ओलांडली होती आणि व्हर्जिनियात प्रवेश केला होता. तिच्याकडे काही माहिती आहे असं दाखवून ती आपल्यावर छाप पाडण्याचा तर प्रयत्न करत नाही, असं फिस्कला वाटत होतं.

"तर मग तुम्ही दोघं किती काळ एकत्र काम करत होता?"

"एक वर्ष. मी दुसऱ्या वर्षी सलग काम करावं म्हणून त्यानंच मला सुचवलं."

"रामसे म्हणत होते की, तुम्ही दोघं एकमेकांना फार जवळचे होतात म्हणून. जवळचे म्हणजे किती?"

सारानं त्यांच्याकडे तीक्ष्ण नजरेनं पाहिलं, "तुला काय सूचित करायचं आहे?"

"काही नाही. मला फक्त माझ्या भावाबद्दलच्या सत्य गोष्टी जाणून घ्यायच्या आहेत. त्याचे मित्र कोण होते? तो कोणाला नेहमी भेटत होता वगैरे." असं म्हणून तिची प्रतिक्रिया जाणून घेण्यासाठी त्यानं तिच्याकडे नजर टाकली. तिची काही प्रतिक्रिया असली, तरी तिनं ती दर्शवली तरी नव्हती.

"तू त्याच्यापासून फक्त दोन तासांवर राहत असूनही तुला त्याच्याबद्दल काहीही माहिती नाही?"

"हे तुझं मत आहे की आणखी कोणाचं?"

"मी स्वत:च सर्व गोष्टींचं निरीक्षण करू शकते."

"हा तर दुहेरी मार्ग आहे!"

"काय? निरीक्षण करणं की दोन तासांचं अंतर?"

"दोन्ही."

उत्तर व्हर्जिनियात पोहोचल्यावर एक चांगलं रेस्टॉरंट बघून त्यांनी गाडी तिथल्या पार्किंग लॉटमध्ये घातली. आत शिरल्यावर एका टेबलाशी बसल्यावर त्यांनी आपल्यासाठी काही खाण्याचे पदार्थ आणि पेयाची ऑर्डर दिली. फिस्कनं आपल्यासाठी कोरोना मागवलं होतं तर सारानं मार्गारिटा. पेयं आली.

फिस्कनं आपल्या कोरोनाचा घोट घेतला, तर सारानं मार्गारिटाचा. आपलं तोंड पुसत फिस्क म्हणाला, "तुझ्या घरचे कोणी वकिली पेशात होते?"

तिनं आपली मान हलवली अन् म्हणाली, "उत्तर कॅरोलिनातल्या एका

फार्मवरून मी इकडे आले आहे म्हणजे समज काय ते, पण तरीही माझ्या वडलांचा कायद्याशी संबंध होता असं म्हणता येईल!''

फिस्कला त्यात फारसं स्वारस्य दिसलं नव्हतं, तरी त्यानं विचारलं, ''तो कसा काय?''

''त्या भागातले ते 'जस्टिस ऑफ पीस' होते. अधिकृतरीत्या तुरुंगामागची छोटीशी जागा म्हणजे त्यांची कोर्टरूम होती, पण बहुतेक वेळा ते आपल्या शेतामधल्या जॉन डिरे ट्रॅक्टरवर बसूनच केसेस ऐकत आणि निवाडा करत.''

''त्यामुळे तुला कायद्याची गोडी लागली का?''

तिनं होकारार्थी मान डोलावली. ''धुळीनं भरलेल्या ट्रॅक्टरवर बसून न्याय करणारे माझे वडील, चांगल्या कोर्टरूममध्ये बसून काम करणाऱ्या न्यायाधीशांपेक्षा अधिक चांगले न्यायदाते होते.''

''चांगलं कोर्टरूम म्हणजे सध्या तू जिथे आहे तसं?''

तिनं डोळ्यांची उघडझाप केली आणि अचानक बाजूला पाहिलं. असा शेरा मारल्याबद्दल फिस्कला 'अपराधी' वाटलं. तो म्हणाला, ''मला वाटतं तुझे वडील चांगले 'जस्टिस ऑफ पीस' असावेत. सुयोग्य निर्णय, सर्वसामान्य ज्ञान, आपल्या मातीचा अभिमान असणारा माणूस.''

तो उपहासानं असं म्हणतोय की खरं हे कळण्यासाठी तिनं त्याच्याकडे पाहिलं. त्याच्या डोळ्यात तिला सच्चेपणा दिसला. ''तू म्हणतोस अगदी तसेच होते ते. बहुतांशी केसेस छोट्या चोऱ्या, अतिक्रमणं आणि वाहतुकीच्या नियमांचा भंग या संदर्भातच असत, पण कोणाला नीट वागणूक मिळाली नाही असं मी कधी ऐकलं नाही!''

''तू त्यांना नेहमी भेटतेस?''

''ते सहा वर्षांपूर्वीच वारले.''

''सॉरी, मला माफ कर आणि तुझी आई तरी जवळ आहे?''

''ती वडलांअगोदरच गेली. गावातलं जीवन तसं कष्टाचं असतं.''

''भाऊ-बहिणी वगैरे?''

तिनं नकारार्थी मान हलवली. त्याच वेळी जेवण आलं, तसं तिला सुटल्यासारखं वाटलं.

''आता मला जाणवतंय की, मी सकाळपासून काही खाल्लं नाही म्हणून.'' तोंडात मोठा घास टाकताना फिस्क म्हणाला.

''मी अधूनमधून खातच असते. मला वाटतं, आज सकाळी मी सफरचंद खाल्लं होतं.''

''बरं नाही तुला ते!'' तिच्या शरीरावर नजर फिरवून तो म्हणाला, ''तुझ्या अंगावर काही विशेष चरबी नाही.''

तिनंही त्याच्या संपूर्ण शरीरावरून नजर फिरवली. त्याचे खांदे रुंद आणि गाल भरीव असूनही तो तसा सडपातळच दिसत होता. त्याच्या शर्टची कॉलर त्याच्या मानेवर सैलपणेच बसली होती. त्याच्या उंचीच्या मानानं त्याची कंबरही बारीकच वाटत होती. ''तशी तुझ्याही अंगावर नाही की!'' ती म्हणाली.

वीस मिनिटांनी फिस्कनं आपल्या रिकाम्या प्लेट्स बाजूला सारल्या आणि तो रेलून बसला. ''मला माहीत आहे की, तू बरीच कामात आहेस तेव्हा मी तुझा वेळ वाया घालवणार नाही. मी आणि माझा भाऊ आम्ही फारसे एकमेकांना भेटत नव्हतो हे स्पष्टच सांगतो. त्यामुळे माझ्याकडे त्याच्याबद्दल काही माहिती नाही. हे कृत्य कोणी केलं हे मला शोधून काढायचं असेल, तर ती मिळवणं आवश्यक आहे.''

''मला वाटतं हे डिटेक्टिव्ह चांडलरांचं काम आहे.''

''अनधिकृतरीत्या हे माझं काम आहे.''

''तुझ्या पोलिसातल्या पार्श्वभूमीमुळे?'' सारानं विचारलं. फिस्कनं आपल्या भुवया वर चढवल्या तशी ती म्हणाली, ''मायकेलनं मला तुझ्याबद्दल बरंच सांगितलं आहे.''

''खरं सांगतेस?''

''हो. अगदी खरं. त्याला तुझा फार अभिमान होता. अगदी पोलीस ते गुन्हेगाराचा बचाव करणारा वकील इथपर्यंतचा प्रवास. मायकेल आणि माझ्यामध्ये याबाबत अनेक वेळा चर्चा होई!''

''हे बघ, ज्या कुणाला मी ओळखत नाही त्यांनी माझ्या आयुष्याबद्दल चर्चा करणं मला आवडत नाही.''

''एवढं बेचैन व्हायचं कारण नाही. आमच्या दोघांच्याही मते आयुष्यात असा क्षेत्रबदल करणं ही मोठी कुतूहलाची बाब होती.''

फिस्कनं खांदे उडवले. ''मी जेव्हा पोलीस होतो तेव्हा रस्त्यावरून गुन्हेगारांना धरून आणण्यात माझा सारा वेळ गेला आणि आता त्यांना वाचवण्यात सारा वेळ जातो आहे, पण त्यावर मी जगतो ही गमतीची गोष्ट. खरं सांगायचं, तर मला त्यांच्याबद्दल करुणा निर्माण व्हायला लागली होती!''

''कोणा पोलिसानं असं कबूल केलेलं मी पहिल्यांदाच ऐकतेय.''

''असं? असा किती पोलिसांशी संबंध आला तुझा?''

''काय आहे की, माझा पाय जरा जडच आहे, त्यामुळे मला अनेक वाहतूक पोलिसांकडून दंड झालाय.'' त्याला चिडवण्यासाठी ती हसली, ''पण खरंच विचारते, असा बदल करण्याचं तुझ्या मनात आलं तरी कसं?''

काही क्षण तो प्लेटमधल्या आपल्या सुरीशी चाळा करत राहिला.

''कोकचं खोकं घेऊन जात असलेल्या एकाला मी सहज पकडलं आणि

चौकशी केली. तो अमली पदार्थ इकडून तिकडे पोहोचवणारा होता. साधं काम. 'अ' ठिकाणाहून माल 'ब' ठिकाणी पोहोचवायचा. मी त्याला चौकशी आणि तपासणी करताना दुसऱ्याच कारणावरून सहज पकडलं होतं. मी खोकं उलटं केलं आणि त्यालाही. तशा त्यानं अस्सल शिव्या घातल्या आणि म्हणाला की, त्याला वाटलं की ते 'चीज' आहे म्हणून.'' फिस्कनं तिच्याकडे सरळ पाहिलं. ''तू त्यावर विश्वास ठेवशील का? खोक्यात काय आहे ते मला माहीत नाही. मी फक्त हमाली करणारा आहे एवढं त्यानं सांगितलं तरी पुरेसं होतं. निदान त्याच्या वकिलानं तरी तो काय नेत होता याची त्याला कल्पना नव्हती, असं काहीतरी सांगून संशय निर्माण करायला हवा होता. त्याच्या गरिबीचा फायदा घेऊन कोणीतरी पैशाचं आमिष दाखवून त्याच्या नकळत त्याला हे करायला लावलंय असं ज्युरीला पटवता आलं असतं, पण त्यानं तसं केलं नाही आणि तो तुरुंगात गेला. तुम्ही अशा दहा लोकांना तुरुंगात पाठवलं, तरी त्यांची जागा घ्यायला दुसरे शंभर तयार असतात. त्यांना दुसरं काही काम मिळत नसेल, तर ते काय करणार? त्यातला वाईट भाग असा आहे की, तुम्ही त्यांना आशा दाखवत नाही; त्यांच्यात ती निर्माण करत नाही. मग ते कसलीच काळजी करत नाहीत.'' फिस्क अगदी कळकळीनं सांगत होता.

सारा हसली, तसं त्यानं चिडून विचारलं, ''ह्यात हसण्यासारखं काय आहे?''

''तू खूपच तुझ्या भावासारखाच बोलतोस.''

फिस्क थोडा थांबला आणि टेबलावर पडलेल्या पाण्यात उगाच रेघोट्या काढत राहिला. अचानक त्यानं विचारलं, ''तू माइकच्या सहवासात बराच वेळ काढला आहेस?''

''हो. बराच वेळ.''

''कामाव्यतिरिक्तसुद्धा? बाहेर?''

''हो. आम्ही एकत्र ड्रिंक्स घेत होतो, लंच-डिनर, बाहेर भटकायला जाणं वगैरे वगैरे'' ती आपल्या पेयाचा घोट घेत म्हणाली, ''यापूर्वी कधी कोणी माझी साक्ष काढली नाही.'' आणि ती हसली.

''साक्ष देणं ही दुःखदायक गोष्ट आहे.''

''खरंच सांगताय?''

''हो. आताचंच उदाहरण. माइकच्या मृत्यूमुळे तुला फार आश्चर्य वाटलं आहे असं वाटत नाही. खरं आहे ना?''

सारा एकदम गंभीर झाली. ''नाही, मी भीतीनं गांगरून गेले.''

''गांगरून गेलीस हे बरोबर, पण आश्चर्य कसलं?''

तेवढ्यात 'वेट्रेस' आली. तिनं कॉफी किंवा आइस्क्रीम वगैरे काही हवं आहे का ते विचारलं. फिस्कनं नकारार्थी मान हलवून तिला बिल आणायला सांगितलं.

त्यानंतर ते आपल्या गाडीकडे आले आणि इच्छित ठिकाणी जाण्यास निघाले. बारीकबारीक पाऊस पडायला सुरुवात झाली होती. त्या भागातला ऑक्टोबर महिना हा तसा गमतीदारच होता. त्या काळात तिथे गरम, थंड किंवा दमट असं कसंही हवामान असण्याची शक्यता असायची. आता तिथं गाडीत गरम, तर बाहेर दमट असं असल्यामुळे सारानं गाडीचा एयर कंडिशनर 'हाय' स्पीडवर ठेवला होता.

फिस्कनं तिच्याकडे अपेक्षेनं पाहिलं. तिनं त्याची नजर ओळखली. दीर्घ श्वास घेण्याचा कसाबसा प्रयत्न केला आणि हळुवार आवाजात बोलायला सुरुवात केली.

''आजकाल मायकेल फार अस्वस्थ दिसत होता. त्याचं कामात लक्ष नव्हतं.''

''असाधारण गोष्ट होती का ती?''

''अगदी असाधारण. गेले सहा आठवडे सर्व क्लार्क्स 'बेंच मेमोज' तयार करण्यात पार बुडाले होते. लहान-सहान गोष्टींनीही भडका उडावा अशी सर्वांची स्थिती झाली होती, पण अशाही परिस्थितीत मायकेल जोमाने काम करत होता. फक्त गेला आठवडा सोडून.''

''त्याचा कोर्टाच्या कामाशी काही संबंध आहे असं तुला वाटतं?''

''मायकेलला कोर्ट-कामाशिवाय दुसऱ्या कशात रस नव्हता.''

''फक्त तू सोडून.''

तिनं त्याच्याकडे तीक्ष्ण नजरेनं पाहिलं, पण ती काही बोलली नाही.

''एखादी मोठी वादग्रस्त प्रलंबित केस?''

''प्रत्येक केसच मोठी आणि वादग्रस्त असते इथं.''

''पण त्यानं खास काही सांगितलं नाही?''

तिनं पुढे पाहिलं आणि पुन्हा काही उत्तर न देण्याचं ठरवलं.

''सारा, तुला जे काही सांगता येत असेल ते सांग प्लीज.''

तिनं गाडी थोडी हळू केली. ''तुझा भाऊ विचित्रच होता असं म्हणायला पाहिजे. एखादी इंटरेस्टिंग केस आली तर त्यावर झडप घालायला तो रोज सकाळी उजाडता उजाडता क्लार्क्सच्या 'मेलरूम'कडे धाव घेत असे.''

''मला आश्चर्य नाही वाटत त्यात. तो कधीही, कोणतीही गोष्ट अर्धवट करत नसे. अपील्स-अर्ज पुढे पाठवण्याची साधारणतः काय पद्धत आहे?''

''क्लार्क्सच्या मेलरूम मध्ये येणारी डाक उघडली जाते. त्यातून येणारी अपील्स-अर्ज पुढे पाठवले जातात. प्रत्येक अर्ज अपील केस म्हणून केसचं वर्गीकरण करण्यासाठी नेमलेल्या क्लार्ककडे जातो. कोर्टाच्या नियमाप्रमाणे अर्ज किंवा अपिलासोबत आवश्यक ते कागदपत्र जोडलेले आहेत की नाहीत, नियमांची पूर्तता झाली आहे की नाही याची खातरजमा त्याच्याकडून करून घेण्यात येते. अर्ज किंवा अपील म्हणा हातानं लिहिलेला असेल – गरीब आणि शासकीय मदतीवर

अवलंबून असणाऱ्या बहुसंख्यांचे अर्ज असेच असतात – तर अक्षर सुवाच्य आहे याचीही ते खात्री करून घेतली जाते. त्यानंतर ही सर्व माहिती कॉम्प्युटरमध्ये अपील करणाऱ्याच्या आडनावानिशी साठवली जाते. अखेरीस अर्ज-अपिलाच्या नकला करण्यात येऊन त्या सर्व न्यायाधीशांच्या कक्षात पाठविण्यात येतात.''

''कोर्टाकडे किती अपील्स येतात ते माइकनं मला एकदा सांगितलं होतं, पण ती सर्व वाचण्याइतपत वेळ न्यायाधीशांना नक्कीच मिळत नसेल.''

''नाहीच मिळत. येणाऱ्या अपिलांची समान वाटणी केली जाते आणि त्याप्रमाणे प्रत्येक न्यायाधीशाच्या कक्षात तेवढीच अपील्स पाठविण्यात येतात. ते ते न्यायाधीश त्यांच्या क्लार्क्सना अपील स्वीकारावं की नाही याबद्दल मेमो तयार करायला सांगतात. उदाहरणार्थ, समजा आम्हांला एका आठवड्यात शंभरएक अपील्स मिळाली, तर नऊ न्यायाधीशांमध्ये त्यांची वाटणी होते, म्हणजे एका न्यायाधीशाकडे साधारणत: एक डझनभर अपील्स येतात. जस्टिस नाइट यांच्याकडे अशा आलेल्या अपिलांपैकी तीन-चार अपिलांवर मी मेमो लिहीन. दुसऱ्या दोन क्लार्क्समध्ये उरलेल्यांची वाटणी होईल. मी लिहिलेला मेमो सर्व न्यायाधीशांच्या चेम्बर्सना पाठवला जाईल. त्यांचे क्लार्क्स माझा मेमो वाचून त्यांच्या त्यांच्या न्यायाधीशांना तो स्वीकारावा की नाही याबद्दल शिफारस करतील.''

''म्हणजे तुम्हा क्लार्क्सना बरेच अधिकार आहेत म्हणायचे.''

''काही बाबतीत; पण निर्णयांच्या बाबतीत नाही. निर्णयांच्या बाबतीत क्लार्क आपल्या टिपणात फक्त केसच्या बाबतीतल्या घडलेल्या घटना आणि इतर तपशील यांची क्रमवार जंत्री तयार करून देतो. म्हणजे कागदी ढिगारा. न्यायाधीश फक्त या गाढवकामासाठी क्लार्कचा वापर करून घेतात. अपील्स निवडण्याबाबत मात्र आमचा खूप प्रभाव असतो.''

फिस्क विचारात पडला. ''म्हणजे एखाद्या न्यायाधीशानं कोर्टासमोर ही केस विचारार्थ घ्यायची की नाही हे ठरवण्यासाठी प्रत्यक्ष कागदपत्रं बघितली असतीलच असं नाही. त्यानं फक्त त्यासंबंधी क्लार्कनं तयार केलेला मेमो फारतर वाचला असणार आणि त्याच्या शिफारशी.''

''कदाचित मेमोही वाचला नसणार; फक्त क्लार्कच्या शिफारशी. न्यायाधीशांच्या आठवड्यातून दोनदा बैठका होतात. त्या वेळेस क्लार्क्सनी चाळणी केलेली सर्व पिटिशन्स समोर ठेवण्यात येतात. त्यावर थोडक्यात चर्चा होऊन मतं देण्यात येतात. किमान चार मतं मिळाली, तर ती केस सुनावणीसाठी घेण्यात येते.''

''याचा अर्थ असा की, कोर्टात फाइल करण्यासाठीचा अर्ज किंवा अपील म्हणा क्लार्क्सच्या मेलरूममध्येच पाहणारा मनुष्य पहिला असतो.''

''सर्वसाधारणपणे.''

"सर्वसाधारणपणे याचा अर्थ काय?"

"मला असं म्हणायचंय की, नियमाप्रमाणेच नेहमी गोष्टी घडतात याची खात्री देता येत नाही."

फिस्कनं काही क्षण विचार केला. "म्हणजे तुला असं म्हणायचंय का की, माझ्या भावानं एखादं अपील मेलरूममधून रीतसर पद्धतीतून पाठवण्याअगोदरच उचललं म्हणून?"

सारानं नापसंतीदर्शक हुंकार दिला आणि मग स्वत:ला सावरून म्हणाली, "मी तुला हे अगदी खाजगीत सांगत आहे हे लक्षात ठेव जॉन!"

त्यानं आपली मान हलवली. "मी तुला कुठलंही वचन देऊ शकत नाही सारा."

तिनं एक दीर्घ सुस्कारा सोडला आणि त्याच्या भावाच्या ब्रीफकेसमध्ये पाहिलेल्या कागदपत्रांची हकिकत थोडक्यात त्याला सांगितली. "मी खरंच काही उगाच डोकं खुपसायला गेले नव्हते. माझं पुस्तक घ्यायला गेले होते, पण तो इतका विचित्र वागायला लागला होता की, मला त्याची काळजी वाटायला लागली होती. तो क्लार्क्स मेलरूमकडून येताना त्याची माझी जवळजवळ टक्करच झाली होती. त्याचा चेहरा फार प्रक्षुब्ध झालेला होता. मला वाटतं त्याच वेळेस त्यानं ते अपील घेतलं असावं, जे मला त्याच्या ब्रीफकेसमध्ये पाहायला मिळालं."

"म्हणजे फाइल करण्याचे जे कागदपत्रं तुला पाहायला मिळाले, ते मूळ होते की नक्कल?"

"मूळ. त्यातला एक कागद हस्तलिखित होता आणि दुसरा टाइप केलेला."

"मूळ कागदपत्रं बघण्यासाठी म्हणून पाठवले जातात का?"

"नाही. फक्त नकला आणि नकलांबरोबर ज्यातून ते अपील आलं तो मूळ लिफाफा नसतो."

"पण काही वेळा क्लार्क्स मूळ कागदपत्रांसह फाईल्स घरीही नेतात, असं मला माइकनं एकदा सांगितल्याचं आठवतं."

"ते खरं आहे."

"मग तसंच कदाचित याही बाबतीत असणार!"

"अंहंऽऽ" तिनं मान हलवीत म्हटलं, "नेहमीसारखा प्रकार नव्हता तो. त्या पत्राच्या लिफाफ्यावर परतीचा पत्ता लिहिलेला नव्हता आणि टाइप केलेल्या कागदपत्रावर खाली कोणी सहीपण केलेली नव्हती. हातानं लिहिलेल्या अर्जावरून मला हे कळलं, हे कोणी गरीब माणसानं शासकीय मदतीच्या आधारावर दाखल करण्याचं पिटिशन आहे म्हणून. पण त्यासाठी त्याबरोबर लागणारी परवानगी किंवा आर्थिक स्थिती चांगली नसल्याबद्दलचं प्रतिज्ञापत्र सोबत जोडलेलं मला दिसलं नाही."

"तू त्या कागदपत्रांवर काही नाव वाचलं का? किंवा असं काही की ज्यामुळे त्यात कोण गुंतलं आहे हे कळू शकेल?"

"वाचलं. म्हणून तर मला कळलं की, मायकेलनं ते 'फाइल' करण्याअगोदर घेतलंय म्हणून."

"ते कसं?"

"टाइप केलेल्या कागदावरचं पहिलं वाक्य मी वाचू शकले. ज्या माणसाला ते अपील फाइल करायचं होतं त्याचं नाव त्यात दिलं होतं. मायकेलचं ऑफिस सोडल्याबरोबर मी कोर्टाच्या कॉम्प्युटरवर तपासलं. तिथे मला ते नाव आढळलं नाही."

"काय नाव होतं ते?"

"आडनाव 'हार्म्स' असं होतं."

"आणि पहिलं नाव?"

"ते मी नीट पाहिलं नाही."

"तुला आणखी काही आठवतंय का?"

"नाही."

फिस्क सीटला मागे रेलून बसला. गोष्ट अशी आहे की, माइकनं जर ते अपील आधी घेतलं असेल, तर त्यानं हे निश्चित करून घेतलं असणार की, ते नाहीसं झाल्याबद्दल कोणी तक्रार करणार नाही म्हणून."

"आणि हो, त्या पाकिटासोबत परतीच्या पावतीचं लेबल चिकटवलं होतं. म्हणजे पाठवणाऱ्याला कोर्टाला ते पोहोचलं आहे हे कळवलं गेलं असणार."

"बरोबर आहे, पण मला सांग, एक हातानं लिहिलेला कागद आणि एक टाइप केलेला. असं का?"

"दोन वेगवेगळी माणसं. कदाचित टाइप करणाऱ्याला स्वत:ची ओळख द्यायची नसेल आणि तरीही हार्म्सला मदत करायची असेल म्हणून त्यानं सहीपण केलेली नव्हती."

"एवढ्या अपिलांमधून माइकनं हेच उचललं, ते का?"

तिनं त्याच्याकडे अस्वस्थ होऊन पाहिलं. "अरे देवा! मायकेलच्या मृत्यूशी या गोष्टीचा काही संबंध असेल का? मला कधी वाटलंही नव्हतं." आणि एकाएकी तिच्या डोळ्यात अश्रू उभे राहिले.

"हे पाहा, मी काही कोणाला सांगणार नाही. निदान आता तरी. तू माइकसाठी फार मोठा धोका पत्करला. मला कौतुक वाटतं तुझं!" त्यानंतर दोघंही शांत राहिले. कोणीच काही बोललं नाही. मग फिस्क म्हणाला, "बराच उशीर झाला नं!"

त्यांच्या गाडीनं काही अंतर पार केल्यानंतर फिस्क तिला म्हणाला, "आम्हांला हे निश्चित समजलं आहे की, माइकनं आपल्या कारमधून दोन-तीन दिवसांत आठशे

मैलांचा प्रवास केला आहे म्हणून. तो कुठे गेला असावा याची काही कल्पना?''

''नाही बुवा. त्याला ड्रायव्हिंग आवडत होतं असं मला कधी वाटलं नाही. तो नेहमी बाईकवरूनच कामावर यायचा.''

''इतर क्लार्क्सचं त्याच्याबद्दल काय मत होतं?''

''ते त्याला फार मान द्यायचे. विश्वास बसू नये अशा काम करण्याच्या प्रवृत्तीचा होता तो. सुप्रीम कोर्टात सर्वच क्लार्क्सना खूप काम करावं लागतं; पण मायकेल वेळीच किंवा वेळेआधीच आपलं काम पूर्ण करायचा. मी स्वत:ला खूप मेहनती समजते, पण तरीही काम आणि जीवन यात समतोल असावा असं मला वाटतं.''

''माइक पहिल्यापासून तसाच होता.'' फिस्क किंचित खिन्नपणे म्हणाला ''त्यानं सुरुवात करतानाच अत्यंत सुयोग्य पद्धतीनं केली आणि त्यानंतर तो पुढे पुढेच गेला.''

''ते तुमच्या कुटुंबाच्या रक्तातच असावं. माइकनं मला सांगितलं की, तू एकाच वेळी दोन-तीन नोकऱ्या करायचास म्हणून.''

''मला पैसे खर्च करायला आवडतं.''

फिस्कच्या खिशात कधी पैसे राहिलेच नव्हते. ते त्याच्या वडलांकडे जायचे, ज्यांनी त्यांच्या आयुष्यात चाळीस वर्षे ढोर मेहनत करूनही वर्षाला पंधरा हजारच्या वर कधी कमावले नव्हते. आता ते पैसे आईकडे जायचे, तिच्या वैद्यकीय बिलांपोटी.

''तू पोलीस म्हणून काम करत असतानाही कॉलेजात जायचा?''

फिस्कनं अस्वस्थपणे आपल्या बोटांनी गाडीच्या काचेवर टकटक असा आवाज केला. ''आपली जुनी व्हर्जिनिया कॉमनवेल्थ युनिव्हर्सिटी म्हणजे पुढल्या शतकातली स्टॅनफोर्ड.''

''आणि नंतर तू कायद्याचा अभ्यास केलास?'' तिनं विचारलं. फिस्कनं रागानं तिच्याकडे पाहिलं तशी ती म्हणाली, ''इतका रागावू नकोस जॉन. मी सहज कुतूहलानं विचारते आहे.''

फिस्कनं सुस्कारा टाकला, ''मी रिचमंडच्या गुन्हेगारांचा बचाव करणाऱ्या वकिलाकडे उमेदवारी केली. तिथं मला बरंच शिकायला मिळालं. सर्टिफिकेट मिळालं आणि मी बार परीक्षा पास झालो!'' पुढे तो कोरडेपणानं म्हणाला, ''तुम्ही बुद्धू असलात, तर वकील होण्याचा हा एकमेव मार्ग आहे.''

''तू काही बुद्धू नाहीस.''

''थँक्स. पण तुला कसं कळलं?''

''खटला लढवताना आम्ही तुला पाहिलंय.''

तिच्याकडे पाहण्यासाठी वळून तो म्हणाला, ''काय म्हणतेस?''

''उन्हाळ्यामध्ये एकदा मी आणि मायकेल दोघांनी तुला सर्किट कोर्टात खटला लढवताना पाहिलं होतं.'' त्यानंतर तिने त्याला दुसऱ्यांदा खटला लढवताना पाहिलं होतं, हे ती त्याला सांगणार नव्हती; निदान आत्तातरी.

''तुम्ही तिथे होतात, हे मला का कळू दिलं नाही?''

सारानं खांदे उडवले. ''मायकेलला वाटलं, तुला राग येईल; तू अस्वस्थ होशील.''

''माझ्या भावाला भेटून मला तसं वाटायचं काय कारण?''

''हे तू मला कशाला विचारतोस? तो तुझा भाऊ होता.'' त्यावर फिस्क काही बोलला नाही. तेव्हा सारानं आपलं बोलणं पुढे सुरू केलं, ''मी खूपच प्रभावित झाले. इतकी की, कधीतरी आपणही गुन्हेगारांच्या बचावाचं काम करावं असं मला वाटू लागलं. निदान काही काळ तरी अनुभव म्हणून!''

''अच्छा, म्हणजे तुला वाटतं की, ते तुला करायला आवडेल म्हणून.''

''का नाही? लोकांच्या अधिकारांचं रक्षणासाठी, गरिबांच्या मदतीसाठी अशा चांगल्या कामांसाठीच कायदा चांगल्या हेतूने वापरायचा असतो ना! मला तुझ्या काही केसेस ऐकायला आवडतील.''

''खरं सांगतेस?''

''हं ऽऽ अगदी खरं!'' ती उत्साहानं म्हणाली.

तो जरा निवांत बसला. विचार करतो आहे असा त्याचा आविर्भाव होता.

''ठीक आहे. सांगतो काही. रोनाल्ड जेम्स म्हणून एक होता. ते त्याचं नाव होतं, पण आपल्याला 'बॅकडोअर डॅडी' या नावानं ओळखलं जावं असं त्याला वाटत असे. कारण काय? तर त्यानं सहा बायकांवर अमानुष बलात्कार केला त्या वेळेस ज्या 'आसनांचा' त्यानं प्रयोग केला त्या संदर्भात. ओळख परेडमध्ये त्या सहाही बायकांनी ओळखूनही मी खटला न चालवता कबुलीजबाबाचा आग्रह धरला. त्याचं कारण होतं. त्यातल्या चार जणींना बलात्कारात अनैसर्गिकरीत्या संभोग करण्यात आला होता, हे मान्य करणं कठीण जात होतं. दहशत अशी असते. बळी पडलेली पाचवी तिच्या पूर्वायुष्यात घडलेल्या काही घटना बाहेर येतील म्हणून घाबरली होती. मग राहिली एक. त्याला सुळावर चढवण्यापेक्षा कमी शिक्षा नको. त्याखेरीज ती काहीही ऐकायला तयार नव्हती, पण एकच चांगला साक्षीदार हा अर्ध्या डझन साक्षीदारांसारखा भक्कम आधार नसतो. सरकारी वकिलाचे पाय गळाले. शेवटी काय, 'बॅकडोअर डॅडी' वीस वर्षे तुरुंगात. नंतर पॅरोलवर सुटका.

''एक जेनी म्हणून पोरगी होती. तिनं आपल्या आजीच्या डोक्यात कोयता हाणला. का? तर मूर्ख थेरडीनं तिला आपल्या मैत्रिणींबरोबर मॉलला जाण्याची

मनाई केली. हे तिनंच मला रडत रडत सांगितलं. जेनीची आई, जेनीनं ठार केलं त्या म्हातारीची मुलगी अजूनही माझी फी महिन्याला दोन डॉलर्स अशी हप्त्याहप्त्यानं देते आहे.''

''मला वाटतं, तुझा मुद्दा माझ्या लक्षात आला आहे.'' सारा खेदानं म्हणाली.

''हे बघ, मला तुझ्यासमोर वाईट चित्रंच उभं करायचंय असं समजू नकोस. आता नुकतेच घरफोडीच्या गुन्ह्यातून सुटलेल्या एकाने माझे पूर्ण पैसे दिले; बहुधा त्यानं जी कंपाउंड वायर तोडली आणि पळवली त्याच्या विक्रीतून मिळालेले. मी न विचारायला शिकलो आहे. त्यामुळे माझं महिन्याचं भाडं भरलं जातंय आणि माझ्याच पक्षकारावर पिस्तूल रोखून पैसे मागण्याची पाळी माझ्यावर आलेली नाही हे नशीब! रोजचा दिवस नवीन असतो.'' असं म्हणून तो सीटवर रेलला आणि म्हणाला, ''असे पक्षकार घेणार का मिस इव्हान्स?''

''तुला लोकांना धक्का द्यायला आवडतं, हो ना?''

''तूच विचारलंस ना?''

''पण मग तू हे का करतोस?''

''कोणीतरी करायला हवं म्हणून.''

''तुझं असं उत्तर असेल अशी अपेक्षा नव्हती.'' ती कडवटपणे म्हणाली, ''माझा भ्रमाचा भोपळा फोडलास याबद्दल धन्यवाद मि. फिस्क. तरीसुद्धा मला कौतुक वाटतं हे सांगायलाच हवं.''

''मी तुझ्या फुग्याला टाचणी लावली याबद्दल खरंच तू माझे आभार मानायला हवे.'' अंमळ रागानंच तो म्हणाला. मग किंचित शांत होऊन पुढे म्हणाला, ''हे बघ सारा, मी काही देवदूत नाही किंवा सरदारही नाही. माझे बहुतेक पक्षकार हे दोषी असतात, हे मला माहीत आहे; असतं. म्हणूनच माझ्या केसेसपैकी नव्वद टक्के केसेसमध्ये मी कबुलीजबाबाला मान्यता देऊन खटला लढवणं टाळलं आहे. जर माझा एखादा पक्षकार आपण निरपराधी आहोत असं सांगत माझ्याकडे आला, तर मला हार्ट ॲटॅकच येईल. मी कोणाचाही बचाव करत नाही. मी शिक्षेच्या संदर्भात मध्यस्थाचं काम करतो. शिक्षेचा अवधी हा गुन्ह्याच्या मानानं योग्य ठरवणं हे माझं काम आहे. कधीतरी मला खटला लढवावा लागतो. ते करताना अशी काही हवा निर्माण करावी लागते की, ज्युरी गोंधळात पडतात. त्यांची ताकद संपते आणि मग ते हरतात. माहीतही नाही अशा माणसाच्या शिक्षेसाठी उरस्फोड कशाला करायचा असं त्यांना वाटतं आणि मग आपण म्हणू ते त्यांना पटतं.''

''वारे वाऽऽ सत्य काहीही असलं तरी?''

''कधी कधी सत्य हा वकिलांचा 'मोठा शत्रू' ठरतो. सत्य तुम्हांला फिरवता येत नाही. दहापैकी नऊ वेळा मी सत्यामुळे हरतो आणि हरण्यासाठी तर कोणी

मला पैसे देत नाही म्हणून मी समतोल राखण्याचा प्रयत्न करतो. आपण सर्वच दिवसा इकडच्या-तिकडच्या गोष्टी करत असतो. रात्री आपल्याच जाळ्यात आपण अडकतो. न पटणाऱ्या गोष्टींचा पश्चात्ताप होतो. आपलं मन आपल्याला चावत असतं. सकाळी उठल्यानंतर पुन्हा नेहमीप्रमाणे. हे असंच आयुष्य चालू राहतं.''

''खऱ्या आयुष्याबद्दलची तुझी ही संकल्पना आहे?''

''काळजी करू नकोस. तुझ्या कधी ते वाट्याला येणार नाही. तू हॉर्वर्डला शिकवत असशील किंवा न्यूयॉर्कच्या एखाद्या सोनेरी अक्षरात नाव असलेल्या लॉ फर्ममध्ये काम करत असशील. मी जर कधी तिथे आलो तर आधी खात्री करून घेईन की, माझ्यासारख्या मूर्खाला तू ओळख देशील म्हणून.''

''आता तू जरा थांबणार आहेस का जॉन?'' सारा चिडून म्हणाली. पुढे काही काळ शांततेत गेला आणि मग एकाएकी फिस्कला काहीतरी आठवलं आणि त्यानं विचारलं, ''तू जर मला ट्रायलच्या वेळेस पाहिलं होतंस, तर मग पर्किन्सनी जेव्हा ओळख करून दिली तेव्हा ओळख असल्याचं तू का दर्शवलं नाहीस?''

सारानं छोटासा श्वास घेतला. ''मला सांगता येत नाही, पण मला वाटतं पर्किन्स यांच्यासमोर आपली ओळख असण्याचं दाखवणं मला हुशारीचं वाटलं नाही.''

''त्यासाठी हुशारी कशाला हवी?''

''फर्स्ट इम्प्रेशन म्हणून जे म्हणतात ना, त्यात ढवळाढवळ नको असं मला वाटलं.''

फिस्कनं तिच्याकडे पाहिलं तसा त्याचा सर्व राग निवळला. तो म्हणाला, ''सारा, माझ्या चमत्कारिक वागण्यामुळे तुझ्या उत्साहावर पाणी पडायला नको.'' शांतपणे पुढे तो म्हणाला, ''तसं करण्याचा कोणालाही अधिकार नाही. मला माफ कर.''

तिनं त्याच्याकडे पाहिलं, ''मला वाटतं, तू दाखवतोस त्यापेक्षाही तुला अधिक काळजी असते.'' थोडा वेळ ती घुटमळली आणि मग तिनं सांगायचं ठरवलं, ''तुला इनीस नावाचा छोटा मुलगा माहीत आहे ना?'' फिस्कनं तिच्याकडे रोखून पाहिलं, ''त्याच्याशी बोलताना मी तुला पाहिलंय.''

आणि फिस्कला ते आठवलं; आता पूर्णपणे.

''बरं आता आठवलं. मी तुला पाहिल्याचं मला वाटत होतं, पण कुठे ते लक्षात येत नव्हतं. पण तू तिथं काय करत होतीस? माझा पाठलाग?''

''हो.''

तिनं ते इतक्या झटकन अन् स्वच्छपणे कबूल केलं होतं की, फिस्क उडालाच. काही क्षण त्याला काय बोलावं सुचेना. मग हळूच म्हणाला, ''का?''

ती हळुवार आवाजात म्हणाली, ''त्याचं उत्तर देणं फार अवघड आहे जॉन.

मी ते करायला नको होतं असं आता वाटतं. मी हेरगिरी करत नव्हते. मला कुतूहल होतं. इनीस आणि त्याच्या कुटुंबीयांशी बोलताना तुला किती अवघड जात होतं ते मी पाहत होते.''

"त्यांच्या कुटुंबाच्या बाबतीत ते तेवढंच घडलं हे बरं झालं. एखाद्या वेळेस त्यानं सर्वांना ठारही केलं असतं.''

"तरीपण एखाद्यानं आपल्या वडलांना असं गमवायचं म्हणजे....''

"तो इनीसचा बाप नव्हता.''

"सॉरी, मला वाटलं तो त्याचा बाप होता.''

"अंहंऽऽ. इनीस त्याचा मुलगा होता खरा, पण त्यामुळे तो काही त्याचा बाप ठरत नव्हता. कोणताही बाप असं काही करत नाही जे त्यानं आपल्या कुटुंबीयांबाबत केलं.''

"त्यांचं काय झालं पुढे?''

फिस्कनं खांदे उडवले. "डझनभर गोळ्यांची भोकं पडलेलं त्याचं शरीर एखाद्या गल्लीत त्यांना सापडू नये त्यासाठी मी लुकासला दोन वर्षं दिली आहेत. त्यालाही ते माहीत आहे हा त्यातला वाईट भाग!''

"कदाचित, तो तुला आश्चर्यचकित करेलसुद्धा.''

"शक्य आहे. तसं झालं तर मला आनंदच वाटेल.''

"आणि इनीस?''

"मला इनीसबद्दल काही माहीत नाही आणि आता त्याबद्दल बोलू नये असं मला वाटतं.'' त्यांचं बोलणं थांबलं. बराच काळ. तिनं गाडी गुन्हे शाखा इमारतीसमोर उभी केली. तसा तो म्हणाला, "मी इथंच तर माझी गाडी पार्क केली होती!''

सारानं त्याच्याकडे आश्चर्यानं पाहिलं. "भलताच नशीबवान दिसतोस. मी दोन वर्षं या शहरात राहते आहे, पण मला अशी रस्त्यावर पार्क करायला जागा कधीच मिळाली नाही.''

फिस्कनं परत त्या जागेकडे पाहिलं. "मी शपथेवर सांगू शकतो की, मी गाडी इथंच पार्क केली होती म्हणून.''

सारानं गाडीच्या खिडकीतून तो बघत होता त्या जागेकडे पाहिलं अन् म्हणाली, "म्हणजे ती तिथं पाटी आहे त्याच्याजवळ?'' इथे पार्क केल्यास गाडी उचलण्यात येईल असं त्या पाटीवरची खूण दर्शवत होती.

फिस्कनं गाडीतून खाली उडी मारली. त्याच वेळेस पाऊस सुरू झाला. त्यानं त्या पाटीकडे पाहिलं आणि आपली गाडी उभी केली होती त्या जागेकडे. त्याची गाडी उचलली गेली होती. तो परत तिच्या गाडीत चढला. मागे डोकं टेकवून तो सीटवर रेलला आणि त्यानं डोळे मिटून घेतले. त्याच्या चेहऱ्यावरून आणि

केसांवरून पाण्याचे थेंब ओघळत होते ''छे! आजच्या दिवसावरच माझा विश्वास बसत नाही.'' तो म्हणाला.

''त्यांना फोन करून तुला तुझी गाडी परत मिळवता येईल.'' सारा म्हणाली अन् सेल फोन काढून तिनं पाटीवर लिहिलेला नंबर दाबला. दहा वेळा रिंग वाजली, पण कोणीही फोन उचलला नाही. तसा तिने नाद सोडला.

''आज रात्री तुला तुझी गाडी परत मिळेल असं वाटत नाही.'' ती म्हणाली.

''माझ्या वडलांना कळवल्याशिवाय मला झोपायला जाता येणार नाही.''

''हंऽऽ.'' तिनं एक क्षण विचार केला. ''ठीक आहे, मी तुला घेऊन चलते.''

बाहेरच्या कोसळणाऱ्या पावसाकडे पाहत त्यानं विचारलं, ''तुला त्रास तर होणार नाही ना? ''

गाडीचा गिअर टाकत ती म्हणाली, ''चल, तुझ्या वडलांना शोधू या.''

''त्या आधी आपण एका ठिकाणी जाऊ या!''

''ठीक आहे. कुठे ते सांग!''

''माझा भावाच्या अपार्टमेन्टकडे.''

''जॉन, ही कल्पना मला तितकीशी चांगली वाटत नाही.''

''मला तर वाटतं ही नामी कल्पना आहे म्हणून.''

''आपण आत जाऊ शकत नाही.''

''माझ्याकडे किल्ली आहे.'' फिस्क म्हणाला. ती बुचकळ्यात पडली. ''त्यानं कोर्टात काम करायला सुरुवात करण्यापूर्वी इथे येऊन त्याचं बस्तान बसवून देण्यासाठी मी आलो होतो.''

''पोलिसांनी त्याच्या जागेला टेप वगैरे तर लावली नसेल? किंवा सील?''

''चांडलर यांनी सांगितलं की, उद्या ते सगळं करणार आहेत म्हणून.'' त्यानं तिच्याकडे पाहिलं, ''काळजी करू नकोस. तू कारमध्येच थांबणार आहेस. काही गडबड वाटली, तर तू सरळ गाडी सुरू कर!''

''आणि समजा, मायकेलचा खुनी तिथं असला तर?''

''तुझ्याजवळ टायर बदलण्याचा लोखंडी दांडा डिकीत आहे का?''

''हो!''

''तर मग माझा शुभ दिवस आहे असं म्हणायला हरकत नाही.''

सारानं एक छोटासा श्वास घेतला, ''तू काय करतोयस याची तुला पूर्ण कल्पना आहे असं मला वाटतं. तशी मी आशा करते.''

'मीसुद्धा' फिस्क मनातल्या मनात म्हणाला.

सत्तावीस

मायकेलच्या अपार्टमेन्टजवळ पोहोचताच कोपऱ्यावरच्या पार्किंगजवळ सारानं गाडी थांबवली. ''डिकी उघडतो.'' उतरताना फिस्क म्हणाला. नंतर डिकीतून तो काहीतरी शोधत असल्यागत वस्तू वर-खाली होण्याचा आवाज तिनं ऐकला. त्यानंतर तो खिडकीशी आला, तशी ती क्षणभर एकदम दचकली. मग तिनं खिडकीची काच खाली घेतली.

''गाडीची दारं बंद करून घे, इंजीन चालू ठेव आणि आपले डोळे उघडे ठेव. ठीक आहे?'' तो म्हणाला.

तिनं मान डोलावली. त्याच्या एका हातात टॉर्च आणि दुसऱ्या हातात टायर बदलण्याचा लोखंडी दांडा घट्ट धरलेला होता.

''तू अस्वस्थ झालीस किंवा तुला भीती वगैरे वाटायला लागली, तर तू सरळ पळ काढ. मी पुरेसा ताकदवान आहे. मी रिचमंडला कसाही पोहोचेन.''

तिनं मान हलवली आणि हट्टीपणानं म्हणाली, ''मी इथंच असेन.''

तिनं त्याला कोपऱ्यावर वळताना पाहिलं, तसा एक विचार तिच्या मनात आला. ती एक मिनिटभर थांबली. त्याला बिल्डिंगमध्ये शिरायला अवधी द्यावा या विचारानं. त्यानंतर ती त्या कोपऱ्यावरून गाडी घेऊन निघाली. मायकेलच्या बिल्डिंगच्या रस्त्यावर आली आणि त्याच्या रो-हाउससमोरच तिनं गाडी पार्क केली. आपला सेल फोन काढून हातात तयार ठेवला. जर तिला चुकून जरी काही संशयास्पद वाटलं असतं, तरी ती लगेच अपार्टमेन्टवर फोन लावून फिस्कला सूचना देऊ शकणार होती. आणीबाणीच्या परिस्थितीसाठी तयारी, पण त्याचा उपयोग करण्याची वेळ येऊ

नये अशी आशा बाळगून.

फिस्कनं आत प्रवेश केला आणि दार बंद केलं. फ्लॅश लाइट लावला आणि आजूबाजूला पाहिलं. त्या जागेची कुणी तपासणी केलेली नव्हती, हे उघड दिसत होतं कारण तशा कोणत्याही खुणा दिसत नव्हत्या.

त्यानं हॉलच्या लगत असलेल्या छोट्या किचनमध्ये प्रवेश केला. हॉलमध्येच छातीइतक्या उंचीचा बार बनवून त्याला लागून स्वयंपाक घराचं दार बसवून ते किचन वेगळं करण्यात आलं होतं. म्हणजे तसे ते हॉलचेच दोन भाग होते. पातळ प्लास्टिकच्या पिशव्या तो शोधत होता आणि त्याला त्या किचनच्या एका ड्रॉवरमध्ये मिळाल्या. हाताचे ठसे उमटू नयेत म्हणून हाताभोवती गुंडाळण्यासाठी त्याला त्या पिशव्या हव्या होत्या. किचनमध्ये एक छोटं कपाट होतं, पण त्यानं त्याचं दार उघडून पाहिलं नाही. त्यात स्वयंपाकाला लागणाऱ्या सर्व वस्तू, तयार भाज्यांचे दाणे, वाटाणे वगैरेंचे डबे, अशा गोष्टी रांगेनं नीट लावून ठेवणाऱ्यामध्ये त्याचा भाऊ बसत नव्हता. तेव्हा ते कपाट रिकामं असणार हे त्याला माहीत होतं.

तो लिव्हिंग रूममध्ये परतला. त्यानं शर्ट-कोट ठेवण्याचं कपाट शोधलं, सर्व कोटाचे खिसेही तपासले; पण त्यात काहीही नव्हतं. अपार्टमेन्टच्या मागच्या भागात असलेल्या बेडरूमकडे त्याने त्याचा मोर्चा वळवला. जमिनीला बसवलेल्या कार्पेटला भेगा पडलेल्या होत्या. त्यामुळे प्रत्येक पावलानिशी कुरकुर आवाज होत होता. त्यानं बेडरूमचं दार उघडलं अन् आत पाहिलं. अंथरुणावर चादर वगैरे घातलेली नव्हती. कपडे इकडेतिकडे पडले होते. त्यानं त्या कपड्यांचेपण खिसे तपासले. काही नाही. कोपऱ्यात एक छोटं टेबल होतं, ते त्यानं तपासलं, पण तिथंही काही खास नव्हतं. टेबलामागे दडलेली आणि भिंतीवर प्लग केलेली एक वायर त्यानं पाहिली. तिचं दुसरं टोक त्यानं धरलं आणि त्यानं डोळे बारीक केले. त्याच्या कपाळाला आठ्या पडल्या. टेबलाच्या पलीकडे स्टुलावर अपेक्षित असं त्याला दिसलं नाही. लॅपटॉप कॉम्प्युटर. ती वायर त्याला जोडलेली असली पाहिजे होती. 'वायर दिसते आहे, पण लॅपटॉप कसा नाही?' त्या टेबलाच्या आसपास ब्रीफकेसही दिसत नव्हती. फिस्कनंच माइकला ती ब्रीफकेस त्याच्या ग्रॅज्युएशननंतर घेऊन दिली होती. 'ब्रीफकेस आणि लॅपटॉपबद्दल साराला विचारायला हवं.' त्यानं मनात नोंद केली.

बेडरूमनंतर हॉलमधून तो पुन्हा किचनकडे वळला. तो अचानक थांबला. कानोसा घेत. असं करतानाच त्यानं हातातला लोखंडी दांडा घट्ट धरला आणि झटकन किचनचं दार उघडलं तसा टॉर्चचा प्रकाश छोट्या जागेत पसरला.

दबून बसलेला माणूस ताडकन त्याच्या दिशेनं उसळला आणि त्याच्या

खांद्याची धडक फिस्कच्या पोटात बसली. फिस्क मोठ्यानं ओरडला, धडपडला. त्याचा टॉर्च कुठेतरी घरंगळत गेला. तरीही धडपडत उठत त्यानं आपल्या हाताने लोखंडी दांडा त्या पळणाऱ्या माणसाच्या मानेवर मारण्यात यश मिळवलं. वेदनेनं तो किंचाळला, पण फिस्कच्या अपेक्षेपेक्षा लवकर सावरला. त्यानं फिस्कला उचलून बारवरून फेकलं. फिस्क जोरात आदळला. त्याचा खांदा लुळा पडल्यासारखा झाला. तरीही बाजूच्या कुशीवर वळून त्यानं त्या माणसाच्या दिशेनं खालूनच लाथा झाडल्या. हातात असलेला लोखंडी दांडा पडल्या पडल्याच त्यानं फिरवला, पण काळोखामुळे त्याचा नेम बसलाच नाही आणि तो जमिनीवरच आदळला. तेवढ्यात फिस्कच्या जबड्यावर हाताच्या मुठीचा एक जोरदार फटका बसला तसा फिस्क जमिनीवर धाडकन आपटला.

तो माणूस आता दाराकडे पळत होता. फिस्कनं धडपडत उठून दाराकडे जाण्याचा त्याचा प्रयत्न त्याच्या खांद्याला धरून फोल ठरवण्याचा प्रयत्न केला. तो माणूस निसटला. पायऱ्या उतरताना त्याच्या पायांचा आवाज येत होता. तो त्याच्या मागे लागला, पण तेवढ्यात त्यानं बिल्डिंगचं दार उघडल्याचा आवाज ऐकला. दहा सेकंदांनंतर फिस्क ते दार उघडून रस्त्यावर आला होता. त्यानं इकडेतिकडे पाहिलं, त्याच वेळेस गाडीच्या हॉर्नचा आवाज झाला. त्यानं तिकडे पाहिलं.

सारानं गाडीच्या खिडकीची काच खाली घेतली आणि हात बाहेर काढून उजव्या दिशेकडे दाखवला. एखाद्या स्पर्धेत धावावं तितक्या जोरात तो त्या दिशेकडे भर पावसातून धावला आणि कोपऱ्यावर वळला. सारानं गाडीचा गिअर टाकला, पण दोन गाड्या जाईपर्यंत तिला थांबावं लागलं. त्यानंतर तिनं तो धावला त्या दिशेकडे गाडी घेतली. कोपऱ्यावर वळल्यानंतर ती तशीच पुढे गेली, पण तिला काही तो दिसला नाही. गाडी वळवून उलट्या दिशेनं ती पुढे गेली, तरी तो दिसला नाही. तो नेमक्या कोणत्या दिशेनं गेला होता, हे तिला समजेना. तिथले तिन्ही-चारही रस्ते तिनं तपासले; पण त्याचा पत्ता नव्हता, तशी ती घाबरली. एवढ्यात तिला तो दिसला तसा तिनं सुटकेचा निश्वास सोडला. तो रस्त्याच्या मधोमध हवा ओढून घेत उभा होता.

ती गाडीतून उतरली आणि त्याच्याकडे धावली.

''जॉन! थँक गॉड, तू ठीक आहेस ते.''

तो माणूस पळाला म्हणून फिस्क भयंकर प्रक्षुब्ध झाला होता. दणदणा पावलं टाकत तो येरझारा घालत होता. मुठी आवळत होता. ''हॅऽऽ! निसटला साला!''

''काय झालं काय एवढं?''

फिस्क थोडा शांत झाला, ''वाईट लोक जिंकतात. चांगले लोक हरतात.''

सारानं त्याच्या कमरेत हात घातला अन् ती त्याला कारकडे घेऊन गेली.

त्याला बसवलं. आपण स्वत: ड्रायव्हर सीटवर बसली. त्याच्या दशेकडे पाहून ती म्हणाली, "तुला डॉक्टरांकडे जायला हवं."

"नाही. त्याची काही गरज नाही. खरचटल्यासारख्या थोड्या वेदना होतायत एवढंच. तू त्या माणसाला पाहिलंस का?"

तिनं मान हलवली. "तसं म्हणता येणार नाही. तो इतक्या वेगाने बाहेर आला होता की, सुरुवातीला मला तर वाटलं की, तूच असावास."

"माझ्यासारखी शरीरयष्टी? कपड्याबद्दल काही? काळे-पांढरे की....?"

सारानं ताण देऊन आठवून पाहिलं. काय पाहिलं ते डोळ्यासमोर आणण्याचा प्रयत्न केला. "त्याच्या वयाबद्दल मला सांगता येणार नाही, पण तुझ्याच देहयष्टीचा होता. त्यानं गर्द रंगाचे कपडे घातले होते आणि चेहरा झाकलेला होता, असं मला वाटतं." तिनं सुस्कारा सोडला, "ते इतक्या त्वरेनं घडलं की, मला नीट कळलंसुद्धा नाही. कुठे होता तो?"

"स्वयंपाकघरात. पहिल्यांदा मी विशेष काहीच ऐकलं नव्हतं. परत येताना जमिनीवर कुरकुरल्यासारखा आवाज मी ऐकला!" त्यानं आपला खांदा चोळला. "आता जरा कठीण काम पार पाडावं लागणार आहे." असं म्हणून त्यानं तिचा सेल मागितला. खिशातल्या पाकिटातून एक बिझनेस कार्ड काढलं, "काय घडलं ते चांडलर यांना सांगावं लागणार."

फिस्कनं चांडलर यांना पेजरवर नंबर पाठवला. दोन मिनिटांतच डिटेक्टिव्ह चांडलर यांचा फोन आला. त्यानं त्यांना सगळा प्रकार सांगितला. त्यावर त्यांचं म्हणणं ऐकताना त्याला फोन कानापासून दूर अंतरावर ठेवावा लागला होता.

"रागावलेत ना?" सारानं विचारलं.

"रागावले? भडका उडाला ज्वालामुखीचा. सेंट हेलेन्स ज्वालामुखी थोडा खवळला असं म्हण." त्यानं दूर केलेला रिसिव्हर पुन्हा कानाला लावला. "हे पाहा, बुफोर्ड...."

"तुला काय वाटलं? तू पोलीस आहे असं?" चांडलर खेकसले, "काहीतरी मूर्खपणा!"

"तोच विचार मी करत होतो, स्वत:ला पोलीस समजून."

"हो, पण आता तू पोलीस नाहीस."

"त्या माणसाचं वर्णन तुम्हांला हवंय की नको?"

"माझं अजून बोलणं संपलं नाही."

"मला कळलं ते, पण मी कुठे पळून जात नाही."

"बरं-बरं! सांग वर्णन." चांडलर म्हणाले.

फिस्कचं सांगून झाल्यावर चांडलर म्हणाले, "मी आताच तिथे सुरक्षेसाठी

सुरक्षापथकाची गाडी पाठवतो आहे आणि काही तंत्रज्ञही.''

"माझ्या भावाची ब्रीफकेस त्याच्या अपार्टमेन्टमध्ये आढळली नाही. ती त्याच्या गाडीत सापडली होती का?''

"नाही. मी तुला सांगितलं आहे की, कुठल्याही वैयक्तिक गोष्टी सापडल्या नाहीत म्हणून!'' फिस्कनं त्यांना एक मिनिट 'होल्ड ऑन' करायला सांगितलं.

साराकडे पाहत फिस्कनं विचारलं, "त्याच्या ऑफिसमध्ये त्याची ब्रीफकेस आहे का? मला पाहिल्याचं आठवत नाही. किंवा लॅपटॉप-कॉम्प्युटर?''

तिनं मान हलवली, "मला ब्रीफकेस पाहिल्याचं आठवत नाही आणि साधारणपणे तो कधी लॅपटॉप आणत नाही. कारण आमच्या ऑफिसमध्ये सर्वांना डेस्कटॉप पुरवले आहेत.''

फिस्क पुन्हा फोनवर बोलला, "असं दिसतंय की, त्याची ब्रीफकेस नाहीशी झाली आहे तसाच लॅपटॉपसुद्धा. त्याची वायर मी तिथे लावलेली पाहिली.''

"त्या माणसाकडे कदाचित या दोन्ही वस्तू असतील असं वाटतं?''

"नाही. त्याचे हात रिकामे होते. त्यानं मला जे ठोसे ठेवून दिलेत त्यावरून सांगतो!''

"अच्छा! म्हणजे आता आमच्या जमेला एक हरवलेली ब्रीफकेस, एक हरवलेला लॅपटॉप आणि रिकामं डोकं असलेला एक माजी पोलीस अशा गोष्टी आहेत आणि त्या पोलिसाला लगेच अटक करावी असं माझ्या मनात येतं आहे!''

"काहीतरी काय! तुम्ही लोकांनी आधीच माझी गाडी ओढून नेली आहे.''

"जरा मिस इव्हान्सला दे.''

"का?''

"मी सांगतो तसं फक्त कर!''

फिस्कनं गोंधळलेल्या साराकडे फोन दिला.

"डिटेक्टिव्ह चांडलर? सांगा काय सांगायचंय ते.'' ती म्हणाली. दुसऱ्या हातानं ती अस्वस्थपणे आपले केस सावरत होती.

"मिस इव्हान्स,'' चांडलरांनी अगदी सभ्यपणे सुरुवात केली, "मला वाटलं होतं मिस इव्हान्स की, तू फक्त मिस्टर फिस्कना त्यांच्या गाडीकडे नेऊन सोडशील आणि फार झालं तर मध्येच तुम्ही जेवणबिवण घ्याल म्हणून, पण तू एखाद्या जेम्स बॉण्डच्या चित्रपटासारखा नायकाबरोबर भाग घेशील असं वाटलं नव्हतं.''

"नाही म्हणजे त्याचं काय आहे की, त्याची गाडी 'टो' करून नेली होती नं आणि...''

आता चांडलरांचा आवाज बदलला, "हे पाहा, तुम्ही दोघांनी माझं काम आणखी कठीण करायचं ठरवलं, तर ती गोष्ट मला आवडणारी नाही, हे लक्षात

ठेव. बरं, आता तुम्ही कुठे आहात?''

''मायकेलच्या अपार्टमेन्टपासून साधारणपणे मैलभर अंतरावर.''

''आणि तुम्ही कुठे चालला आहात?''

''रिचमंडला. मायकेलबद्दल त्याच्या वडलांना सांगायला.''

''ठीक आहे. तर आता तू त्याला रिचमंडला घेऊन जा. मिस इव्हान्स, त्याला आपल्या नजरेबाहेर जाऊ देऊ नकोस. तो पुन्हा शेरलॉक होम्स व्हायला लागला, तर मला कळव म्हणजे मी तिथे येऊन सरळ त्याला गोळी घालीन. माझं म्हणणं कळलं ना?''

''हो, अगदी स्पष्ट समजलं डिटेक्टिव्ह चांडलर.''

''दुसरं, उद्या तुम्ही दोघांनी मला वॉशिंग्टन डी.सी.ला भेटायचं. हेही समजलं?''

''हो सर, आम्ही परत येऊन भेटू.''

''छान! आता त्या हिरोला फोन दे.''

तिनं फिस्कला फोन दिला. ''हे पाहा चांडलर, मी मान्य करतो की, माझा मूर्खपणा झाला ते, पण मी फक्त मदत करण्याचा प्रत्यत्न करत होतो.''

''आता माझ्यावर एक मेहेरबानी कर. तुझ्या सोबत मी असल्याशिवाय मला मदत करण्याचा प्रयत्न करू नकोस. समजलं?''

''समजलं.''

''जॉन, आज रात्री काहीही गोष्टी घडू शकल्या असत्या. केवळ तुझ्या बाबतीतच नाही, तर मिस इव्हान्सच्याही बाबतीत.''

जॉननं आपला खांदा चोळत तिच्याकडे पाहिलं, ''माझ्या लक्षात आलं.'' तो म्हणाला.

''तुझ्या वडलांना माझ्या दु:खद भावना पोहोचव.''

फिस्कनं फोन बंद केला.

''आता आपण रिचमंडला जाऊ शकतो ना?'' सारानं विचारलं.

''हो. आता आपण रिचमंडलाच जाऊ.'' तो म्हणाला.

अठ्ठावीस

गावाच्या सूनसान रस्त्यावरून आपल्या मित्राचा ट्रक चालवत जोश चालला होता. रस्त्याच्या दोन्ही बाजूला असणारी गर्द झाडी त्याला सुखावत होती. तो आणि त्याला त्रास देणारे यांच्यामधला दुवा म्हणजे एकान्तात वेगळं राहणं, हाच त्याच्या जीवनाचा स्थायीभाव बनलेला होता. काहीसं कौशल्य असलेला सुतार म्हणून तो आपलं एकाकी जीवन जगत होता. तो जेव्हा काम करीत नसे तेव्हा एकतर शिकारीला जाई किंवा मासेमारीसाठी! म्हणजे पुन्हा एकाकीच विरंगुळा. दुसऱ्या कोणाच्या संभाषणात भाग घेण्याची त्याला इच्छा नसे आणि आपणहून तर तो क्वचितच बोलत असे. ते सगळंच आता बदललं होतं. त्यानं आता जी जबाबदारी घेतली होती त्याची ही सुरुवात असली, तरी त्याचं भान ठेवणं त्याला भाग होतं आणि आपण घेतलेला निर्णय बरोबर होता हेही त्याला माहीत होतं.

ट्रकला मागे कॅम्पर जोडलेला होता आणि त्यात त्याचा भाऊ झोपलेला असायला हवा होता, पण तो खरोखर झोपला की नाही हे त्यानं ट्रक सुरू केल्यापासून पाहिलेलं नव्हतं. कॅम्परमध्ये सर्व सोयी होत्या. एक महिना पुरेल इतपत शिधा, काही पेयाच्या आणि पाण्याच्या बाटल्या वगैरे सर्व जरुरीचं सामान होतं. त्या व्यतिरिक्त त्यानं दोन महागड्या रायफल्स आणि त्याच्या पट्ट्याला होतं त्याव्यतिरिक्त एक सेमी ऑटोमॅटिक पिस्तूल घेतलं होतं. यापुढे त्यांच्या वाट्याला जे येणार होतं त्या तुलनेत प्रतिकारासाठीचा हा शस्त्रास्त्रसाठा पुरेसा नव्हता हे खरं, पण यापूर्वीही अनेक वेळा तो विचित्र परिस्थितीला सामोरा गेला होता आणि त्यातून वाचलाही होता.

त्यानं सिगारेट पेटवली आणि खिडकीतून धूर बाहेर सोडला. ते आता

रोनोकपासून दोनेकशे मैल अंतरावर तरी नक्कीच पोहोचले होते, पण जास्तीतजास्त अंतर कापण्याचा त्याचा विचार होता. तेवढंच त्यांच्या आणि त्याच्यामधलं अंतर वाढलं असतं. एव्हाना त्याचं पलायन उघड झालं असणार होतं आणि नाकेबंदीला सुरुवातही झाली असणार होती, यात शंका नव्हती; पण इथपर्यंत पोहोचायला अजून वेळ लागणार होता, हे तो जाणून होता. अर्थात, हिरव्या पोशाखातल्या त्यांना साधनं आणि माणसांची कमतरता नव्हती हे जितकं खरं होतं तितकंच आत्ता त्यांच्यामधलं अंतर जास्त होतं, तरी ते लवकरच कमी होणार होतं, हेही तितकंच खरं होतं. या भागात जोशनं वीस वर्षांपेक्षा अधिक काळ घालवला होता आणि त्याला प्रत्येक ओसाड, रिकामं घर माहीत होतं. प्रत्येक छोटी घळ-दरी माहीत होती, हेही खरं होतं. व्हिएतनामच्या युद्धामुळे अमेरिकेपासून ते जगात कुठेही जगण्याच्या त्याच्या कौशल्याला एक धार चढली होती.

अधिकारपदावर असलेल्या कोणत्याही व्यक्तीवर त्याचा कधीही विश्वास नसला, तरी त्यानं सहज म्हणून कधी कायदा तोडलेला नव्हता.

आपला धाकटा भाऊ वेडसर खुनी असेल, असं त्याला कधीच वाटलं नव्हतं. त्याचा त्या गोष्टीवर अजिबात विश्वास नव्हता. रूफसला खरंतर कधीच आर्मीत नोकरी धरायची नव्हती. तो त्याचा पिंडच नव्हता. या उलट जोशची काही खास कामासाठी सैन्यात निवड झाली होती आणि त्यात तो नायक ठरला होता. त्याच्या भावानं आपण स्वत:हून आपली सेवा सैन्याला देऊ केली होती आणि आपलं सैन्यातलं आयुष्य मेढेकोटात घालवलं होतं. देशासाठी त्यानं रायफल हातात घेतली तेव्हा तो काही फार रोमांचित वगैरे झालेला नव्हता आणि त्या देशानंही त्याला काही फारसं दिलेलं नव्हतं. त्यालाच काय, कुठल्याही काळ्याला ते तसं मिळालं नव्हतं. त्यानं सैन्यातली नोकरी त्याच्या स्वत:साठी आणि त्याच्याबरोबर असलेल्यांसाठी केली होती. आणखी काही नाही. ज्यांच्याशी त्याचं कुठलंही वैयक्तिक भांडण नव्हतं, अशा माणसांना ठार करण्यात त्याचा कोणताही खास हेतू वगैरे नव्हता.

जोशनं ट्रकची गती कमी केली आणि तो घनदाट जंगल असलेल्या कच्च्या रस्त्यावर वळवला. पंचवीस वर्षांपूर्वी काय घडलं होतं आणि त्या माणसांनी त्याला काय केलं होतं याची काही माहिती रूफसनं त्याला दिली होती. त्या आठवणीनंही जोशचा चेहरा लाल झाला. त्यानं ती आठवण दडपून टाकण्याचा प्रयत्न केला कारण त्यामुळे तो प्रक्षुब्ध होत होता, त्याच्यातला तिरस्कार वर उफाळून येत होता. रूफसच्या गुन्ह्याच्या बातमीनंतर अलाबामातल्या त्यांच्या छोट्या गावातल्या लोकांनी तरी हार्म्स कुटुंबाला काय वागणूक दिली होती? त्यानं त्याच्या आईला संरक्षण देण्याचा प्रयत्न केला होता, पण तो फोल ठरला होता. 'माझ्या भावाला असं

भोगायला लावणारे ते हरामखोर भेटू तर देत! परमेश्वरा, तुला तरी कसं सहन करवलं ते? ऐकतोय नं, मी काय म्हणतो ते?'

आता काही काळ लपून राहायचं आणि शोधात थोडी ढिलाई आली की, मग मुख्य रस्त्याला लागायचं असं त्यानं ठरवलं होतं. मेक्सिकोला जायचं आणि नाहीसं व्हायचं. जोशचं मागे काही फारसं सामान राहणार नव्हतं. विसकळीत झालेलं कुटुंब आणि कौशल्य असूनही तोट्यात चाललेला सुतारकामाचा धंदा! आता कुटुंब म्हणण्यासारखं कोणी उरलंच नव्हतं – फक्त रूफस सोडून. आता तोच त्याच्यासोबत राहणार होता. गेली पंचवीस वर्षं त्यांची ताटातूट झाली होती त्यामुळे आता मध्यमवयांत तेच त्यांचे एकमेकांचे अगदी जवळचे होते – अर्थात, ते वाचले असते तर. त्यानं सिगारेट फेकली आणि ड्रायव्हिंगकडे लक्ष दिलं.

ट्रकच्या मागे जोडलेल्या कॅम्परमध्ये रूफस खरोखरच झोपलेला नव्हता. तो नुसता पडला होता. त्याच्या अंगावर काळी ताडपत्री टाकलेली होती. जोशची कल्पना होती ती. आजूबाजूला खाण्याच्या जिनसांनी भरलेली खोकी एकावर एक ठेवलेली होती आणि ती दोरखंडांनी बांधून एकमेकांना जोडलेली होती. ती अशा प्रकारे जोडलेली होती की, दोरखंडाची एक भिंतच निर्माण होत होती. कोणी सहज डोकावून पाहिलं असतं तरी आतलं काही दिसलं नसतं. हीपण जोशचीच कल्पना होती. रूफसनं हातपाय ताणून जरा सैल होण्याचा प्रयत्न केला. ट्रकच्या गतीमुळे मधूनमधून धक्के बसत होते. रिचर्ड निक्सन राष्ट्राध्यक्ष असल्यापासून तो साध्या लोकांच्या गाडीत कधी बसलाच नव्हता. 'खरंच किती वर्षं झालीत बरं? त्यानंतर किती राष्ट्राध्यक्ष होऊन गेलेत?' तो सुटून जाऊ नये म्हणून आर्मीनं त्याला नेहमी रस्ते टाळून त्याला हेलिकॉप्टरनंच इकडून तिकडे नेलेलं होतं. हेलिकॉप्टरमधून तुम्ही पळायचं म्हटलं, तर खालीच पडणार नं!

कार्डबोर्ड बॉक्सेसच्या फटीतून रूफसनं बाहेर पाहण्याचा प्रयत्न केला, पण बाहेर रात्रीचा दाट काळोख होता. 'उघड्या अवकाशात रात्रीचं कसं वाटत असेल?' तो कल्पना करत होता. गेल्या अनेक वर्षांत तो असा उघड्या अवकाशात कधी बाहेर पडलाच नव्हता. त्याला भीती वाटत होती. त्याला ठार करण्यासाठी अनेक लोक टपून बसलेले होते; त्याचा शोध घेत. या उलट त्याचा भाऊ त्याला वाचवण्याचा प्रयत्न करत होता.

रूफसनं हातात हॉस्पिटलमधलं बायबल घट्ट धरलं होतं. त्याच्या कव्हरचा पोत त्याच्या परिचयाचा नव्हता. त्याच्या आईनं दिलेलं बायबल तुरुंगातच राहिलं होतं. तो ते नेहमी जवळ बाळगे. त्याची त्यानं पारायणं केली होती. त्याचं अस्तित्व जणू त्यामुळेच टिकून राहिलं होतं. त्याच्याशिवाय आपला मेंदू आणि हृदय यात काहीच नाही असं त्याला वाटे. सर्वच गोष्टींना आता खूप उशीर झाला होता. त्याचं

हृदय जोरजोरात धडधडू लागलं होतं. त्याच्यावर खूप ताण पडलेला होता. स्मरणशक्तीने त्यानं बायबलमधले श्लोक, प्रार्थना म्हणायला सुरुवात केली. किती दिवस त्यानं म्हटलं नव्हतं बरं? एकूण एकतीस अध्याय, दीडशे श्लोक-प्रार्थना आणि वचन. प्रत्येक गोष्ट चैतन्यदायी, अर्थवाही, अस्तित्वाचा अर्थ समजावून सांगणारी.

त्यानं त्याचं पठण संपवलं आणि अर्धवट उठून त्यानं कॅम्परच्या झरोक्याची खिडकी सरकवली. त्यातून त्याला रिअर व्ह्यू आरशातून भावाचा चेहरा बघता आला.

"मला वाटलं तू झोपलेला आहेस?" जोश म्हणाला.

"झोपच येत नाही."

"तुझं हृदयाचं दुखणं कसं आहे आता?"

"मला त्याचं काही वाटत नाही. मी मरणार असलो, तरी त्यामुळे नक्कीच नाही."

"म्हणजे गोळी शिरली तरच. असंच ना?"

"ते जाऊ दे. आपण चाललो आहोत कुठे?"

"अशा एका ठिकाणी की, जी अमक्यातमक्यामध्ये आहे, असं सांगता येणार नाही. एकान्तात. तिथे आपण काही काळ राहू. मामला थोडा थंड झाला की, मग बाहेर पडू. रात्रीचे आपण दक्षिणेकडे म्हणजे मेक्सिकन बॉर्डरला जाऊ असा ते विचार करतील, पण आपण निदान सध्यातरी पेनसिल्व्हानियाकडे म्हणजे उत्तरेकडे जाऊ."

"मला हा बेत बरा वाटतो."

"एऽऽ तू म्हणाला होतास नं, तो रेफिल्ड आणि तो दुसरा हरामखोर कोण तो....."

"ट्रेमेन. व्हिक ट्रेमेन."

"हंऽऽ, तू म्हणालास की, ते तुझ्यावर इतके दिवस नजर ठेवत होते. मला सांग, इतकी वर्षं झाली अजून ते तिथेच कसे? तुला काय घडलं हे आठवत असतं, तर ते त्यापूर्वीच तू कोणालातरी सांगितलं असतं किंवा तुझ्या खटल्याच्या वेळी सांगितलं असतं, अशी कल्पना त्यांच्या डोक्यात आली नाही का?"

"मी त्याच गोष्टीचा विचार करतो. मला त्या वेळी काहीच आठवलं नसलं, तरी कधीतरी मला आठवेल असं त्यांना वाटलं नसेल. मी काही सिद्ध करू शकणार नसलो, तरी माझ्या म्हणण्यामुळे त्यांना काही त्रास झाला असता किंवा लोकांमध्ये चर्चा झाली असती. त्यामुळे मला ठार करणं हे त्यांना जास्त सोपं होतं आणि विश्वास ठेव, त्यांनी तसा प्रयत्नही केला होता; पण तो फसला. ते

तुरुंगावरच अधिकारपदावर राहिल्याने त्यांना माझ्यावर नजर ठेवता आली. मला भेटायला येणाऱ्या माणसाची तपासणी, माझ्या पत्रांची तपासणी, काहीही शंका आली की, मला दुसरीकडे हलवणं अशा अनेक गोष्टी त्यांनी केल्या. त्यांना मला त्रास द्यायला आवडायचं, पण इतक्या वर्षांनंतर त्यांना जरा जास्त आत्मविश्वास वाटला असेल की, मी काही करू शकणार नाही. म्हणूनच त्यांनी सॅम्युअलला आणि त्या कोर्टातल्या माणसाला मला भेटू दिलं.

"मलाही तसं वाटलं. तरी मी ते आर्मीचं पत्र गुपचूपच तुझ्यापर्यंत पोहोचवलं. काय गडबड आहे हे मला माहीत नव्हतं, पण तरी त्यांनी ते वाचायला नको असं मला वाटलं."

त्यानंतर काही काळ ते दोघंही काही बोलले नाहीत. जोश मुळात कमी बोलणारा होता आणि रूफसला आता बोलण्याची सवय राहिली नव्हती. शांतता हीच त्याच्यासाठी कार्यरत राहण्याची शक्ती आणि मुक्ती होती. त्याच्याकडे सांगण्यासारखं पुष्कळ होतं. जोश जेव्हा त्याला अर्ध्या तासासाठी भेटायला येत असे तेव्हा रूफसच बोलण्याचं काम करी आणि जोश फक्त ऐके. भावाच्या डोक्यात विचारांची गर्दी झालीये आणि शब्दांचीही, हे जणू त्याला कळत होतं.

"तू घरी गेला होता का, हे मी तुला विचारलं, असं मला वाटत नाही."

जोश जरा आपल्या सीटवरून त्या झरोक्याजवळ सरकला. "घर? कोणाचं घर?"

रूफसनं हळूच म्हटलं. "आपण जिथे जन्मलो ते घर."

"तिकडे कशाला उगाच मी परत जाणार?"

"आपल्या आईचं थडगं तिथे आहे, हो नं?" रूफस शांतपणे म्हणाला. जोशनं काही क्षण विचार केला आणि मान डोलावली.

"हो. तिचं थडगं तिथं आहे हे खरं. पुरण्यासाठी तिचा विमा काढलेला होता. त्यांना तिला 'गाडायचं' होतंच. त्यांनी तसा प्रयत्नही केला, पण शेवटी त्यांना तिला तिथं 'पुरावं' लागलं."

"तिची आठवण... ते थडगं चांगल्या स्थितीत आहे ना? त्याची देखभाल कोण करतं?"

"हे बघ रूफस, आई वारली. ठीक आहे? त्याला आता कितीतरी वर्षं झाली. आपलं थडगं कसं आहे हे तिला समजण्याचा मार्ग नाही-नव्हता आणि तिथे जे काही घडलं त्यानंतर मी तिथे, अलाबामाला जाऊन तिच्या थडग्यावरची वाळकी पानं वगैरे साफ करण्याची शक्यता नव्हती. त्या गावानं हार्म्स कुटुंबीयांना जी वागणूक दिली त्यानंतर तर नाहीच नाही. ते सगळे नरकात जळत असतील, अशी मला आशा वाटते. अगदी प्रत्येक जण! जर देव जगात असलाच – मला

त्याबद्दलपण शंका आहे – तर त्यानं तसं केलं असेल, अशी मला आशा वाटते. मेलेल्या माणसांबद्दल तुला एवढी काळजी असेल, तर तू एकटाच जा तिकडे. मी सत्य स्थिती काय आहे ते बघतो. आपण दोघं जिवंत आहोत आणि राहू का याचा फक्त मी विचार करतो.''

रूफस आपल्या भावाकडे पाहत होता. 'वेड्या, देव आहे' असं त्याला सांगावसं वाटलं होतं. तोच परमेश्वर, ज्यानं त्याला इतकी वर्षं विस्मृतीच्या गर्तेत लोटलं होतं, पण जिवंत ठेवलं होतं आणि मृताबद्दल आणि त्याच्या थडग्याबद्दल, त्या जागेबद्दल प्रत्येकानं आदर बाळगायला हवा असंही त्याला सांगावसं वाटलं होतं; पण तो गप्प राहिला. आपण जर यातून पार पडलो आणि जिवंत राहिलो, तर आईच्या थडग्याला नक्की भेट देऊ असं रूफसन ठरवलं. तो आणि आई पुन्हा एकदा भेटले असते; नक्कीच; अनंत काळासाठी!

''मी परमेश्वराशी रोज बोलतो.''

''ऊँऽऽ'' जोश रेकला. ''ठीक आहे. तो निदान कोणाचीतरी सोबत करतोय याचा मला आनंद वाटतो.''

नंतर पुन्हा एकदा त्यांच्यात शांतता पसरली. थोड्या वेळाने जोशनं विचारलं, ''एऽऽ तुला भेटायला आलेल्याचं नाव काय म्हणालास?''

''सॅम्युअल रायडर?''

''नाही, नाही तो दुसरा तरुण.''

हार्म्सनं थोडा वेळ आठवण्याचा प्रयत्न केला आणि मग म्हणाला, ''मायकेल...मायकेल कुणीतरी.''

''तो सुप्रीम कोर्टातून आला होता, असं तू म्हणाला होतास?'' रूफसनं मान डोलावली.

''तर मग त्याला त्यांनी ठार केलं. मायकेल फिस्कबरोबर मी तुला घ्यायला येण्यापूर्वी टीव्हीवर पाहिलं होतं. त्याच्याबद्दल बातमी ऐकली होती.''

रूफसनं खाली मान केली. ''हॅऽऽ! मला वाटलंच होतं असं काही होणार म्हणून!''

''त्यानं मूर्खपणाच केला. अशा तऱ्हेनं तुरुंगात यायचं म्हणजे....''

''तो मला मदत करण्याचा प्रयत्न करत होता. हॅऽऽ! बिचारा!'' रूफस पुन्हा एकदा म्हणाला आणि एकाएकी गप्प झाला. दोघांत संभाषण थांबलं. ट्रक मात्र न थांबता पुढे जातच राहिला.

एकोणतीस

फिस्कच्या सूचनेनुसार गाडी चालवत रिचमंडच्या बाहेरच्या भागातून येत अखेर सारानं त्याच्या वडलांच्या घरासमोरच्या बारीक वाळू असलेल्या रस्त्यावर गाडी थांबवली. रिचमंडच्या उन्हाळ्यामुळे उष्ण वातावरणात ठिकठिकाणी सुकलेल्या गवताचे पट्टे अधूनमधून दिसत होते, पण फिस्कच्या घरासमोरचं कंपाउंडमधलं गवत मात्र हिरवं होतं आणि काही फुलांचे ताटवेही दिसत होते. नियमित पाणी देण्याचा परिणाम असावा तो.

"या घरात तू लहानाचा मोठा झालास?"

"एवढं एकच घर तर माझ्या आईवडलांचं स्वत:चं असं होतं." फिस्क इकडेतिकडे पाहत म्हणाला. "डॅडींची कार दिसत नाही."

"कदाचित गॅरेजमध्ये असेल."

"अंहऽ, तिथं जागा नाही. त्यांनी चाळीस वर्षं मेकॅनिक म्हणून काम केलंय. म्हणून खूपकाही गोळा करून तिथे भरून ठेवलंय. ते गाडी समोर, रस्त्यावरच लावतात." त्यानं आपल्या घड्याळाकडे नजर टाकली, "कुठे गेले असणार बरं?" असं पुटपुटत तो गाडीतून उतरला. त्याच्या पाठोपाठ साराही उतरली. त्यानं घराकडे पाहिलं आणि मग तिच्याकडे वळून तो म्हणाला, "तुला हवं तर तू इथेच थांब. मी पाहून येतो."

"नको, मी येते तुझ्याबरोबर," ती लगेच म्हणाली.

फिस्कनं दार उघडलं आणि ते आत शिरले. त्यानं लाइट लावला. छोट्या लिव्हिंग रूममधून ते लगतच्या डायनिंग रूममध्ये शिरले. डायनिंग रूमच्या टेबलावर काही फोटो ठेवलेले सारानं पाहिले. त्यात फिस्क भावंडांपैकी एकाचा

फोटो होता. फुटबॉल युनिफॉर्ममध्ये, पायाच्या गुडघ्याजवळ गवताचे डाग लागलेले, घामेजलेलं शरीर, लालबुंद चेहरा, कोणाही स्त्रीला आकर्षित करेल असा पुरुष! सेक्सी! आणि ती दचकली. तिला स्वत:चीच लाज वाटली. अपराध्यागत वाटलं तिला.

मग तिनं इतरही फोटो पाहिले. "तुम्ही दोघं बरेच खेळ खेळत होतात असं दिसतंय."

"आमच्या कुटुंबात माइक खऱ्या अर्थानं खेळाडू होता. मी एखादा विक्रम केला की तो अगदी सहजपणे मोडायचा."

"खेळकर कुटुंब म्हणायला हवं."

"तो नेहमीच त्याच्या वर्गाचं नेतृत्व करत असे. खेळ कोणताही असो. त्याची घोडदौड चौफेर असे."

"तुला त्याचा फार अभिमान वाटत होता असं दिसतंय."

"खूप लोकांना त्याचा अभिमान होता." फिस्क म्हणाला.

"तुला?"

त्यानं तिच्याकडे स्थिर नजरेनं पाहिलं. "काही गोष्टींबद्दल मला त्याचा खूप अभिमान होता, पण त्याच्या काही गोष्टी मला अभिमानास्पद वाटत नव्हत्या. समजलं ना?"

तिनं एक फोटो उचलला "तुमचे आईवडील?"

फिस्क तिच्याजवळ गेला. फोटोकडे बघत म्हणाला, "त्यांच्या लग्नाच्या तेराव्या वाढदिवसाच्या वेळेस काढलेला. आई आजारी पडण्यापूर्वी."

"ते खूप आनंदी दिसतात."

"ते तसे होतेच." तो लगेच म्हणाला. तिच्यासमवेत त्याच्या कुटुंबाच्या गतकाळाच्या खुणा पाहताना तो उत्तरोत्तर अस्वस्थ होत होता. "जरा थांब. मी आलोच." असं म्हणून तो एका छोट्या खोलीत गेला, जी एके काळी त्या दोघा भावंडाची बेडरूम होती. तिथं असलेलं 'आन्सरिंग मशीन' त्यानं तपासलं. त्याच्या वडलांनी त्याचे निरोप ऐकलेले दिसत नव्हते. तो ती खोली सोडून जाणार तोच त्याला शेल्फवरचा बेसबॉलचा हातमोजा दिसला; त्याच्या भावाचा. हात आत घालतानाच्या कडेला थोडा फाटलेला, पण तरीही चामड्याला व्यवस्थित तेल लावलेला. ते अर्थात त्याच्या वडलांचं काम. माइक डावखुरा होता, पण त्याच्यासाठी खास हातमोजे घेण्याइतपत पैसे वडलांकडे नव्हते. माइक एकच मोजा घालून बॉल अडवायचा आणि काढून बॉल फेकायचा. तो हे इतक्या त्वरेनं करायचा की, उजव्या हाताचा नियमित वापर करणाऱ्यापेक्षा त्याचा वेग अधिक असायचा. त्याला भावाचं ते चापल्य आठवलं. त्यानं मोजा जागेवर ठेवला आणि तो पुन्हा साराकडे आला.

''त्यांनी माझे फोनवरचे मॅसेजेससुद्धा ऐकलेले दिसत नाहीत.''

''मग कुठे असू शकतील याची काही कल्पना?''

त्यानं क्षणभर विचार केला. आपले दोन्ही हात जुळवत एकदम आठवल्यागत म्हणाला.

''ते बऱ्याच वेळा मिसेस जर्मनना सांगून जातात खरे!'' असं म्हणून तो तिकडे जाण्यास निघाला.

तो तिकडे गेला असताना सारानं खोलीत आणखी एक वेळा औत्सुक्यपूर्ण नजर फिरवली. एका लाकडी स्टॅन्डवर एक फ्रेम केलेलं पत्र तिच्या नजरेस पडलं. त्याच्या बाजूला गुंडाळलेलं एक मेडलपण तिनं पाहिलं. ती जवळ गेली. पोलीसदलात असताना जॉन फिस्कला मिळालेलं शौर्यपदक होतं ते आणि त्याबद्दलचं प्रमाणपत्र. तिनं त्यावरची तारीख पाहिली आणि त्यावरून अनुमान काढलं की, त्यानं पोलीसदलाची नोकरी सोडण्यापूर्वी अगदी थोडा काळ आधीचा प्रसंग असावा तो. त्यानं ती नोकरी का सोडली असावी, हे तिला कळत नव्हतं. मायकेलनंपण कधी ह्याबद्दल सांगितलं नव्हतं. तेवढ्यात मागचं दार उघडल्याचा आवाज आला तशी त्वरेनं तिनं मेडल आणि ती फ्रेम जागेवर ठेवली. फिस्क खोलीत शिरता शिरता म्हणाला, ''ते ट्रेलरवर आहेत.''

''कसला ट्रेलर?''

''नदीजवळ आहे तो. ते मासेमारीसाठी तिथं जातात. बोटिंग करतात.''

''तिथं फोन करता येईल?''

फिस्कनं नकारार्थी मान हलवली. ''तिथं फोन नाही.''

''ठीक आहे. मग आपण जाऊ या आपली गाडी घेऊन. आहे कुठे तो?''

''तुझ्यावर आधीच खूप भार टाकलाय मी!''

''माझी काही तक्रार नाही जॉन.''

''पण तो इथून आणखी दीड तास अंतरावर आहे.''

''रात्र थोडी लहान होणार आहे एवढंच!''

''बरं, मी गाडी चालवली तर कसं? तो नेहमीसारखा रस्ता नाही!'' तिनं त्याच्या दिशेनं किल्ल्या उडवल्या.

''तुझ्या म्हणण्याची मी वाटच पाहत होते.''

तीस

“**मा**झं असं स्पष्ट म्हणणं आहे की, एवढी सर्व खबरदारी घेऊनही ते घडलं. तू त्याला निसटू दिलं.”

“पहिली गोष्ट म्हणजे मी त्याला काही करू दिलं नाही. मला वाटलं, त्याला जोरदार हार्ट ॲटॅक आला म्हणून. त्याला बेड्यांसह साखळीनं बिछान्याला जखडण्यात आलं होतं. त्या दाराबाहेर सशस्त्र पहारेकरी होता आणि तो तिथं आहे असं कुणालाही माहीत असण्याची शक्यता नव्हती.” रेफिल्डनं टेलिफोनच्या माउथपीसमध्ये गुरकावून उत्तर दिलं, “मला अजूनही कळत नाही, त्याच्या भावाला कळलं कसं तो तिथे आहे म्हणून?”

“आणि त्याच्या त्या भावाला युद्धातला ‘हिरो’ मानलं गेलं आहे असं मला कळलं आहे. म्हणजे हातावर तुरी देऊन सुटका करून घेण्याचे सर्व मार्ग त्याला माहीत आहेत. वाऽ. अगदी छान आहे नं हे?”

“आपल्या दृष्टीने बरंच आहे ते पळाले ते.”

“त्याचा अर्थ काय ते मला जरा सांगशील?”

“मी माझ्या माणसांना पाहताक्षणीच गोळी घालण्याचे आदेश दिलेले आहेत तो पळाल्यामुळे. त्यामुळे अगदी संधी मिळताच ते तसं करतील.”

“पण त्या अगोदर तो कोणाकडे काही बोलला असला तर?”

“काय बोलणार? की आपल्याला आर्मीकडून असं असं पत्र मिळालं, पण त्यात लिहिलेल्या गोष्टी आपण सिद्ध करू शकत नाही म्हणून? हाऽऽ, आता सुप्रीम कोर्टाचा एक क्लार्क मेला, हे आपल्याला थोडं जड जाऊ शकतं, ही शक्यता आहे. बस्स!”

"आपल्याइकडचा एक वकीलपण मरायला हवा होता नं आपल्याला? अजून त्याबद्दलचा मृत्युलेख पेपरमध्ये पाहायला मिळाला नाही?"

"रायडर बाहेरगावी गेला आहे."

"अस्स काय! छान! म्हणजे सुटीवरून तो परत येईपर्यंत आपण वाट पाहायची आणि तो एफ.बी.आय.शी काही बोलला नाही याची आशा करायची?"

"तो कुठे आहे ते आम्हांला माहीत नाही." रेफिल्ड रागानं म्हणाला.

"आर्मीचा एक गुप्तहेर विभाग आहे ना? फ्रँक, त्याचा थोडा उपयोग करून घ्यावा असं नाही का तुला वाटत? रायडरची आधी काळजी घे आणि त्यानंतर रूफस आणि त्याच्या भावाचा शोध घेण्याकडे लक्ष केंद्रित कर. हे करून त्यांना जमिनीखाली सहा फूट गाड आणि मग मला कळव. समजलं?" पलीकडच्या धारदार आवाजानं बजावलं आणि फोन कट झाला.

रेफिल्डनं दाणकन रिसिव्हर आपटला आणि समोरच्या व्हिक ट्रेमेनकडे तीक्ष्ण नजरेनं पाहिलं.

"छेऽऽ! हे प्रकरण आता हाताबाहेर जायला लागलं आहे!"

ट्रेमेननं आपले खांदे उडवले. "हे पाहा, आपण पहिले रायडरला उडवू आणि नंतर त्या दोन हरामखोरांना. म्हणजे आपण मोकळे. कसं?" लढण्याचा आदेश देणाऱ्या अधिकाऱ्याला शोभेल अशा खास, खोल आणि जरबेच्या स्वरांत तो म्हणाला.

"मला हे आवडत नाही. आपण काही युद्धात नाही."

"हे आपलं युद्धच आहे फ्रँक!"

"माणसं मारण्याचं तुला कधीच काही वाटलं नाही. हो नं व्हिक?"

"माझी कामगिरी यशस्वी होण्याचीच मला काळजी असते."

"फिस्कला मारताना तुला काहीच वाटलं नाही, असं तुला मला सांगायचं आहे का?"

"कामगिरी फत्ते एवढाच त्याचा अर्थ!" आपले दोन्ही हात रेफिल्डच्या टेबलावर ठेवून वाकत ट्रेमेन म्हणाला, "फ्रँक, आपण दोघं अनेक वेळा एकत्र होतो. युद्धात असो किंवा इतर वेळीसुद्धा. मला एक सांगायचं आहे तुला. मी तीस वर्षं आर्मीत काढलीत. गेली पंचवीस वर्षं तर या तुरुंगासारख्या मिलिटरीच्या अनेक तुरुंगात! यापेक्षा आणखी चांगली नोकरी आणि पगार बाहेर सहज मिळाला असता. तो सोडून आपण खूप वर्षांपूर्वी एक मूर्खपणा केला. पण त्याच वेळी आपण ठरवलं, करार केला की, आपण एकमेकांना संरक्षण देऊ. मी तो पाळला आहे. रूफस हार्म्सला मी सांभाळलं आहे. त्यामुळे इतर त्यांचं त्यांचं आयुष्य जगायला मोकळे आहेत. आता मिलिटरी पेन्शनशिवाय माझ्याकडे जवळजवळ एक दशलक्ष

डॉलर्स 'खास' खात्यात आहेत आणि तुझ्याही घरट्यात तेवढेच आहेत हे विसरू नकोस. हे असलं फालतू काम करण्यासाठी आपल्याला एकत्र राहावं लागलं आहे. एवढं सगळं झाल्यानंतर आता मला माझा पैसा उपभोगण्यापासून कोणी थांबवू शकत नाही, हे लक्षात ठेव. माझ्या दृष्टीनं रूफस हार्म्स पळाला ही उत्तमच गोष्ट झाली कारण आता मला त्याच्यावर सरळ गोळी झाडता येईल आणि कोणीही ती का झाडली हे विचारू शकणार नाही. त्या भडव्यानं एकदा का शेवटचा श्वास घेतला की, मी मोकळा! त्यानंतर मी हा जो गणवेश घातला आहे नं तो गेला टपरीत! कायमचा भंगारात!''

वाकून त्वेषानं बोलत असलेला ट्रेमेन सरळ झाला. ''आणि फ्रॅन्क, एक लक्षात ठेव, माझ्या कामगिरीमध्ये कोणीही ढवळाढवळ करण्याचा प्रयत्न केला, तर त्याचा मी नाश करीन.'' त्यानंतर त्याने पुढचे शब्द उच्चारले तेव्हा त्याच्या डोळ्यातली फक्त काळी बुबुळच नजरेत येत होती. तो म्हणाला, ''अगदी कोणीही!'' आणि त्याची नजर होती फ्रॅन्ककडे.

एकतीस

ट्रेलरकडे जाण्याच्या वाटेवर फिस्क मध्येच दिवस-रात्र उघडे असणाऱ्या एका दुकानाजवळ थांबला. सारा गाडीतच बसून राहिली. तो परत आला तेव्हा त्याच्या हातातल्या बडविझर बीअरच्या सहा बाटल्यांच्या पॅकेटकडे पाहून ती म्हणाली, "आपलं दुःख पिऊन टाकण्याचा हा उपाय तू शोधला आहेस का?"

त्यानं तिच्या शेऱ्याकडे दुर्लक्ष केलं. "आपण एकदा का तिथे पोहोचलो की, तिथून परत येणं फार मुश्कील आहे. ते ठिकाण असंच कुठेतरी मध्ये आहे की, माझ्याही ते कधी कधी लक्षात येत नाही."

"ठीक आहे, माझी गाडीतही रात्रभर झोपायची तयारी आहे!" साधारणपणे अर्ध्या तासानंतर फिस्कनं गाडीची गती कमी केली आणि तो एका अरुंद असलेल्या वाळूच्या रस्त्यावर वळला. वळल्यानंतर त्यानं गाडी सरळ एका छोट्या कॉटेजकडे नेली. "ट्रेलर असलेल्या मैदानावर जाण्यापूर्वी इथे तुम्हांला प्रवेश फी भरून नोंदणी करावी लागते" तो म्हणाला, "उद्या आपण निघणार आहोत तेव्हा तशी नोंदणी मी आताच करून ठेवतो."

त्यानं त्या कॉटेजवरून गाडी पुढे नेली आणि त्या मैदानाकडे वळवली. एखाद्या रस्त्यावर शिस्तीत रांगेनं उभे असावेत तसे त्या मैदानात अनेक ट्रेलर्स उभे होते. बहुतेक ट्रेलर्सना दिव्यांची रोशणाई केली होती आणि प्रत्येक ट्रेलर किंवा तो उभा होता तिथल्या जागेवर ध्वज फडकवण्यासाठी खांब उभारले होते. ट्रकवर लावलेल्या दिव्यांच्या माळा आणि चंद्रप्रकाश यांमुळे त्या मैदानात आश्चर्यकारक असा प्रकाश पडलेला होता. उशिरा फुलणाऱ्या लाल गुलाबी रंगांचे अनेक ताटवे ओलांडून ते पुढे जात होते. काही घरांच्या पुढे वेली पसरल्या होत्या. साराचं जिथं-

जिथं लक्ष जात होतं तिथं-तिथं तिला तरतऱ्हेची संगमरवरी किंवा फायबरची धातूंची शिल्पं दिसली होती. तिथल्या उष्ण आणि दमट हवेत ग्रिल्सवर भाजल्या जाणाऱ्या मांसाचा आणि धुराड्यातून निघणाऱ्या धुराचा संमिश्र वास पसरला होता.

"हे तर एखादं परिकथेतलं शहर वाटतं. छोट्याछोट्या बुटक्यांनी बांधलेलं असावं तसं!" आणि नंतर ध्वज फडकविण्यासाठी उभारलेल्या खांबाकडे पाहत म्हणाली, "देशप्रेमी बुटके!"

"इथले बहुतांश लोक अमेरिकन सैन्यातले आहेत. माझ्या वडलांच्या ट्रेलरवरचा खांब सगळ्यात उंच आहे. ते दुसऱ्या महायुद्धात नेव्हीकडून लढले होते. विजय साजरा करण्याच्या सैनिकांच्या वृत्तीतूनच इथे ख्रिसमससारखी कायम रोशणाई करण्याची पद्धत पडून गेली."

"तू आणि मायकेल इथे बराच वेळ घालवत होता का?"

"माझ्या वडलांना एकच आठवडा सुटी मिळायची. मग मॉम आम्हांला उन्हाळ्याच्या दिवसांत दोन-तीन आठवडे घेऊन यायची. तेव्हा इथल्या अनुभवी, जुन्या लोकांनी आम्हांला पोहायला, होडी वल्हवायला शिकवलं आणि मासेमारीचं तंत्रसुद्धा शिकवलं. हे करायला वडलांना कधीच वेळ नसे. त्यामुळे निवृत्त होताच हे सर्व करायचं, असं त्यांनी ठरवून टाकलं होतं."

फिस्कनं गाडी एका ट्रेलरसमोर थांबवली. झगमगत्या ख्रिसमस लाइटनी झळाळणारा तो शांत ट्रेलर निळ्या रंगाचा होता. त्या ट्रेलरजवळच त्याच्या वडलांची ब्युक गाडी पार्क केलेली होती. गाडीच्या बंपरवर 'स्थानिक पोलिसांना सहकार्य करा' असा संदेश असलेलं स्टिकर लावलेलं होतं. ट्रेलरसमोर फुलांचा मोठा वाफा होता. ब्युक गाडीच्या बाजूला 'गोल्फ-कार्ट' होती. ट्रेलरच्या दर्शनी भागावर असलेला ध्वजस्तंभ चांगला तीस-एक फूट उंच होता.

ब्युककडे पाहून फिस्क म्हणाला, "अखेर डॅड इथे आहेत म्हणायचं!" 'अखेर कठीण गोष्ट सांगण्याची ती वेळ आली, पण आता दु:ख करण्यात अर्थ नाही.' त्यानं मनोमन विचार केला.

"इथे कुठे जवळपास 'गोल्फ' खेळण्याचं मैदान आहे का?"

"नाही. का?" फिस्क तिच्याकडे पाहत म्हणाला.

"मग ही गोल्फ कार्ट कशाला?"

"इथं ट्रेलर पार्क केलेले लोक गोल्फ मैदानाकडून सेकंड हॅण्ड (जुनी) 'गोल्फ कार्ट' घेतात. इथले रस्ते पुष्कळच अरुंद आहेत त्यामुळे तुमच्या गाडीनं तुम्ही ट्रेलरकडे येऊ शकता, पण इथं सर्वत्र फिरू शकत नाही आणि इथं येणारे बहुतांश वयस्कर आहेत त्यामुळे त्यांना फिरण्यासाठी गोल्फ-कार्ट सोईची वाटते."

फिस्क गाडीतून बीअरचं पॅक घेऊन उतरला. सारा तिथंच बसून राहिली तेव्हा

त्यानं प्रश्नार्थक नजरेनं तिच्याकडे पाहिलं.

"मला वाटलं की, तुला एकट्यालाच तुझ्या वडलांशी बोलणं सोयीचं होईल!"

"रात्रभरात एवढ्या भानगडीतून पार पडल्यानंतर खरंतर त्यांना भेटण्याचा तुझा हक्क आहे. अर्थात, तुलाच भेटायचं नसेल, तर प्रश्न अलहिदा!" त्यानं ट्रेलरकडे नजर टाकली आणि एकाएकी आपल्याला अस्वस्थ वाटत असल्याची जाणीव त्याला झाली. तो तिच्याकडे वळून म्हणाला, "मला वाटतं तू माझ्याबरोबर आलीस तर बरं!"

"ठीक आहे. जरा एक मिनिट थांब!" मान डोलावत ती म्हणाली.

तिनं गाडीच्या 'बॅक मिरर'मध्ये पाहिलं आणि तिचा चेहरा वाकडा झाला. तिनं वाकून आपली पर्स काढली आणि ती उघडून त्यातून छोटा हेअर ब्रश आणि लिपस्टिक काढली. चेहरा रुमालानं स्वच्छ पुसला. ब्रशनं केस थोडे ठाकठीक केले आणि हलकी लिपस्टिक लावली. प्रवासानं सर्व शरीरच घामट आणि चिकट झालं होतं. तिचा पोशाख चुरगळला होता. थोडा झटकून त्याच्या सुरकुत्या काढण्याचा तिनं प्रयत्न केला. सद्य:परिस्थितीत जितपत ठाकठीक दिसता येईल तितपत दिसण्याचा तिचा प्रयत्न होता. पुन्हा एकदा आरशात पाहून तिनं गाडीचं दार उघडलं आणि ती खाली उतरली.

ते जरा पुढे गेले तसं तिनं पुन्हा एकदा आपल्या केसांवरून आणि पोशाखावरून हात फिरवला. फिस्कनं ते पाहिलं आणि तो म्हणाला, "तू कशी दिसतेस हे काही ते पाहणार नाहीत. विशेषत: बातमी सांगितल्यावर!"

"हो. ते मला माहीत आहे, पण मी अगदीच गचाळ दिसता कामा नये." ती म्हणाली. फिस्कनं दीर्घ श्वास घेतला आणि दारावर थाप मारली. 'पॉपऽऽ' थोडा वेळ तो थांबला आणि पुन्हा एकदा जोरात थाप मारत आणि पॉप असा आवाज देत त्यानं आपली ती कृती सुरू ठेवली. अखेर ट्रेलरमध्ये काहीतरी हालचाल होत असल्याचं जाणवलं आणि नंतर लाइट लागला. दार उघडलं गेलं आणि दारात फिस्कचे वडील 'एड' उभे राहिले. सारा त्यांच्याकडे अगदी जवळून पाहत होती. ते आपल्या दोन्ही मुलांप्रमाणेच उंच होते. त्यांची शरीरयष्टी सडपातळ दिसत असली, तरी स्नायू कणखर असले पाहिजेत असं पाहताक्षणीच जाणवत होतं. कोपरापासून हाताच्या पंजापर्यंतचा त्यांच्या हाताचा भाग जाडसर होता आणि ते उन्हानं रापले होते. त्यांनी अर्ध्या बाह्यांचा शर्ट घातलेला असल्यानं साराला ते विशेष जाणवलं. त्यांच्या चेहऱ्याची कातडी सैल पडली होती आणि सुरकुत्याही वाढलेल्या होत्या, तरीसुद्धा पाहिल्यावर ते तरुणपणी देखणे असावेत असं अनुमान सहज बांधता येत होतं. त्यांचे कुरळे केस बरेच विरळ झाले होते आणि पिकले

होते. कपाळाजवळचे काही केस मात्र अजून काळे होते. त्यांनी पॅन्ट चढवली होती, पण त्याची झीप अर्धवटच लावलेली होती. त्यांच्या पायात चपला किंवा सपाता असं काही नव्हतं. ते अनवाणीच उभे होते.

"जॉनी? अरे, तू इथे कसा काय?" असं विचारतानाच त्यांच्या चेहऱ्यावर रुंद हास्य पसरलं. त्यांनी त्याच्यामागे असलेल्या साराकडे पाहिलं तेव्हा ते जरा दचकले. झटकन उलट वळून त्यांनी पॅन्टची झीप पूर्णपणे ओढून घेतली आणि पुन्हा ते सामोरे झाले.

"पॉप, मला तुमच्याशी काही बोलायचंय." फिस्क म्हणाला.

एड फिस्कनी साराकडे नजर टाकली.

"ओह, मी विसरलोच. ही सारा इव्हान्स आणि सारा, हे माझे वडील एड." फिस्कनं ओळख करून दिली.

"हॅलो मिस्टर फिस्क!" तिनं सहजपणे अभिवादन करत आपला हात पुढे केला.

त्यांनी तिच्याशी हस्तांदोलन केलं आणि ते म्हणाले, "मला एड म्हटलं तरी चालेल सारा. तुला भेटून आनंद वाटला." असं म्हणून त्यांनी आपल्या मुलाकडे औत्सुक्यपूर्ण नजरेनं पाहिलं. "काही विशेष?" त्यांनी फिस्कला विचारलं, "तुम्ही दोघं लग्न करणार आहात असंच काहीतरी ना?"

फिस्कनं साराकडे कटाक्ष टाकला. "नाही. ती माइकबरोबर सुप्रीम कोर्टात काम करते."

"अस्स होय! मी तरी काय मूर्ख! रीतभात विसरलोच की! या, आत या. आत जरा एसीची थंड हवा मिळेल."

ते आत गेले. एडनी सोफ्याकडे अंगुलीनिर्देश केला. त्यावर ते दोघंही बसले. स्वयंपाकाच्या छोट्या ओट्यापासून एक छोटी लोखंडी खुर्ची ओढून ते त्यांच्यासमोर बसले.

"मला दार उघडायला जरा वेळच लागला. झोपण्याच्याच तयारीत होतो ना!" सारानं त्या छोट्याशा जागेवरून नजर फिरवली. गर्द रंगाचं पॉलीश असलेल्या पातळ प्लायवूडचं सर्वत्र पॅनेलिंग केलेलं होतं. काही विशिष्ट प्रकारचे मासे पेंढा भरून लाकडी फळ्यांवर बसवले होते आणि अशा काही नक्षीदार फळ्या भिंतीवर शोभेसाठी म्हणून लावल्या होत्या. एका भिंतीवर एका खुंटीला एक शॉटगन लटकलेली होती. एका कोपऱ्यामध्ये एक उभट पिंप होतं. त्यातून रीळ लावलेला एक लोखंडी रॉड थोडा बाहेर आलेला दिसत होता. डायनिंग टेबलावर वर्तमानपत्र दुमडून ठेवलेलं होतं. स्वयंपाकाची जागा छोटीशी होती. छोटा ओटा, बाजूला सिंक आणि छोटा रेफ्रिजरेटर. एका कोपऱ्यात एक जुनी आरामखुर्ची आणि जवळच छोटा

टीव्ही. ट्रेलरला एकच खिडकी होती. छतावर एअर कंडिशनर बसवला होता त्यामुळे आल्हाददायक हवा सर्वत्र खेळत होती. सुरुवातीला त्या हवेमुळे ती अंमळ शहारलीच. ट्रेलरची जमीन स्वस्त लिनोलियमनं झाकली होती. त्याच्या काही भागावर स्वस्त कार्पेट घातलं होतं.

तिनं दीर्घ श्वास घेतला, तसा तिला खोकला आला. सिगारेटच्या धुराचा वास हवेत भरून राहिला होता त्याचा परिणाम असावा. तिच्या अनुमानाला एडनी लगेच प्रत्यक्ष कृतीनं उत्तर दिलं. त्यांनी बाजूच्या टेबलावरून 'मार्लबरोज'चं पाकीट उचलून त्यातली एक सिगारेट तोंडात कोंबली. क्षणभरात पेटवली आणि धुराचा लोट निकोटिनचा थर असलेल्या छताच्या दिशेनं सोडला. मग त्यांनी टेबलावरचाच ॲश ट्रे पुढे ओढला आणि एक दोन झुरके घेतल्यावर त्यात सिगारेटची राख झटकली. आपले दोन्ही हात गुडघ्यावर ठेवून ते थोडं पुढे वाकले. त्यांची बोटं वाजवीपेक्षा जाड होती आणि नखांना भेगा पडल्या होत्या हे तिनं पाहिलं. त्यांच्या हातांच्या बोटांना काही ठिकाणी बहुधा ग्रीसचे काळे डाग पडलेले होते. ते मेकॅनिक होते हे तिला आठवलं.

"हंऽऽ, तर आता सांगा. तुम्ही दोघं इतक्या उशिरा इथं कसे?"

फिस्कनं बीअरचं पॅक वडलांकडे दिलं आणि म्हणाला, "चांगली बातमी नाही."

थोरल्या फिस्कना जरा ताण आला. त्यांनी धुराचा एक लोट सोडला आणि त्या धुरातून बारीक डोळे करून त्यांच्याकडे पाहिलं, "तुझ्या आईबद्दल नक्की नाही कारण आजच मी तिला भेटून आलो." असं त्यांनी म्हटलं आणि त्यांची नजर साराकडे वळली. त्यांच्या चेहऱ्यावरचे भाव स्पष्ट होते. ती माइकबरोबर काम करत होती.

त्यांनी पुन्हा एकदा जॉनकडे पाहिलं. "जॉन, तू मला सरळ का सांगत नाहीस काय सांगायचं ते." त्यांच्या स्वरात व्याकूळता होती.

"माइक गेला पॉप!" तो हे अशा प्रकारे बोलला की, जणू त्यानंही ही बातमी पहिल्यांदाच ऐकली होती. हे सांगताना त्याचा आगीजवळ उभं असताना होतो तसा चेहरा लाल झाला होता. तो त्याच्या वडलांच्या दुःखाचा भागीदार असणार होता, पण त्यांनी विश्वास ठेवला असता?

सारा आपल्याकडे पाहत असणार ह्याची जाणीव त्याला होत होती, पण त्याचं लक्ष वडलांकडे होतं. त्यांचा चेहरा विदीर्ण झालेला पाहून त्याचा श्वास क्षणभर थांबला.

एडनी आपल्या हातातली सिगारेट ॲश ट्रेमध्ये चुरगाळली. त्यांची बोटं थरथरत होती. "कसा?" खोल आवाजात त्यांनी विचारलं.

"चोरी. निदान त्यांना तसं वाटतं." फिस्क थोडा थांबला आणि वडलांनी विचारण्याअगोदरच म्हणाला, "कुणीतरी त्याला गोळी घातली."

एडनी बीअरचं पॅक फोडलं आणि त्यातली एक बाटली काढून तोंडाला लावली. एका दमात त्यांनी ती संपूर्ण संपवली. त्यानंतर त्यांनी ते बीअरचं पॅक पार भिंतीपर्यंत लाथाडलं. ते उठून उभे राहिले आणि सिगारेटचं पाकीट घेऊन खिडकीजवळ गेले. त्यांनी तोंडात सिगारेट कोंबली आणि न पेटवता तशीच तोंडात धरून वर-खाली करत खिडकीतून बाहेर पाहत राहिले. मध्येच त्यांच्या हाताच्या मुठी वळत, पुन्हा सैल होत. हाताच्या शिरा तट्ट फुगायच्या आणि पुन्हा जागेवर यायच्या.

"तू पाहिलंस त्याला?" न वळता त्यांनी विचारलं.

"दुपारी गेलो होतो. त्याचा मृतदेह ओळखण्यासाठी म्हणून."

एड फिस्क गरकन वळले. हाताच्या मुठी आवळत म्हणाले, "दुपारी? मग तुला माझ्याकडे यायला एवढा वेळ का लागला?"

जॉन उठून उभा राहिला. "मी तुम्हांला दिवसभर गाठण्याचा प्रयत्न करत होतो. शेवटी आन्सरिंग मशीनवर निरोपपण ठेवला. मी मिसेस जर्मनना विचारलं म्हणून मला कळलं तरी की तुम्ही इथं आहात म्हणून."

"खरंतर तू तिथेच आधी विचारायला हवं होतं." त्याचे वडील रागानं म्हणाले, "मी कुठे आहे हे इदाला नेहमीच माहीत असतं आणि ते तुला चांगलं माहीत आहे." त्यांच्या हाताच्या मुठी आवळत ते त्याच्या पुढे दोन पावलं येत म्हणाले.

सारा उठून उभी राहिली. तिची नजर लटकावलेल्या शॉटगनकडे गेली. 'ती भरलेली तर नाही ना?' तिच्या मनात विचार आला.

फिस्क वडलांच्या जवळ गेला. "पॉप, मला कळल्याबरोबर मी तुम्हांला फोन केला होता, पण तुमच्याशी संपर्क झाला नाही. नंतर मला लगेच शवाची ओळख पटवायला शवागारात जाणं भाग होतं. 'माइक'ची ओळख पटवणं हे काही सोपं काम नव्हतं माझ्यासाठी. मी ते केलं. दरम्यान मी तुम्हांला फोन केले. अखेर मला इथं यावं लागलं." हे सर्व सांगता सांगता फिस्क खूपच विमनस्क झाला होता. भावाच्या मृत्यूच्या दुःखापेक्षा त्याचे वडील त्याच्यावर रागावले होते याचंच त्याला खूप वाईट वाटत असल्याचं दिसत होतं. "आणि हे पाहा, वेळेबद्दल काथ्याकूट करून माइक परत येणार आहे का?" तो तीव्र स्वरात म्हणाला.

त्याचे ते शब्द ऐकताच एडचा राग वितळला. त्यांना जे दुःख झालं होतं त्याची तीव्रता कमी झाली नसली, तरी ते आता थोडे शांत झाले होते. झालेलं दुःख कोणत्याही प्रकारच्या शब्दांनी कमी होत नाही, हे खरं होतं. मग भले ते कोणीही का उच्चारले असेनात. एड पुन्हा आपल्या जागेवर येऊन बसले. बसल्यावर त्यांची

सारखी अस्वस्थ हालचाल होत होती. मरगळल्यागत डोकं इकडून तिकडे, तिकडून इकडे, वर-खाली असं होत होतं.

अखेर आपली मान स्थिर करून त्यांनी डोकं वर उचलून जॉनकडे पाहिलं तेव्हा त्यांच्या डोळ्यात अश्रू होते. "मी नेहमीच म्हणायचो, तुम्हांला वाईट बातमीचा कधीच पाठलाग करावा लागत नाही. ती आपणहून तुमच्यापर्यंत पोहोचते आणि तीही जलद गतीनं. तेच खरं झालं." त्यांच्या स्वरात खिन्नता होती. बोलता बोलता न पेटवलेली सिगारेट त्यांनी तशीच चुरगळून नकळत कार्पेटवरच टाकली.

"मला माहीत आहे ते पॉप!"

"ते कृत्य कोणी केलं हे त्यांना कळलं का?"

"नाही. अजून नाही. त्यांचा तपास चालू आहे. ज्याच्या हातात हे प्रकरण आहे ते डिटेक्टिव्ह अतिशय हुशार आहेत आणि मी त्यांना मदत करतोय."

"वॉशिंग्टन डी.सी.?"

"हो."

"माइक तिथं कामाला जायचा हे मला कधीच आवडलं नव्हतं!" असं म्हणून त्यांनी साराकडे नजर टाकली. त्यांच्या त्या नजरेनं ती थिजलीच.

आपलं जाड बोट तिच्याकडे दाखवत ते म्हणाले, "तिथे लोक कोणत्याही कारणासाठी मारतात. हरामजादे!"

"पॉप, तसं तर आजकाल सगळीकडेच होतं."

साराला आता कंठ फुटला. ती म्हणाली, "तुमचा मुलगा मला आवडायचा आणि मी त्याचा सन्मान करायची. कोर्टातले सर्वच त्याच्यावर खूप खूश असायचे. मला फार वाईट वाटतंय. तुमच्या दुःखात मी सहभागी आहे मि. फिस्क."

"तो चांगला होताच." एड म्हणाले, "नक्कीच! त्याच्यासारखा तोच! तो आम्हांला सोडून गेला हे आम्हांला सहन होण्यासारखं नाही."

फिस्कनं मान खाली घातली. त्याच्या चेहऱ्यावरचा विषाद सारानं टिपला. एडनी ट्रेलरच्या सर्व गोष्टींवरून आपली नजर फिरवली. प्रत्येक गोष्टीला काही ना काही आठवण चिकटलेली होतीच. डोळे बंद करून आपल्या कौटुंबिक आठवणीत ते काही मिनिटं रमले. मग त्यांनी डोळे उघडले आणि ते म्हणाले, "त्याचं डोकं त्याच्या आईसारखं होतं." आणि मग खालचा ओठ दाबून ते म्हणाले, "म्हणजे ती चांगली असताना जसं वापरायची तसं." त्यांच्या तोंडातून हुंदका बाहेर पडला आणि ते जमिनीकडे वाकले.

फिस्क आपल्या वडलांच्या पायाशी गुडघ्यावर थोडा वेळ बसला. नंतर त्यानं वडलांच्या खांद्यावर दोन्ही हात धरून त्यांना सरळ केलं आणि त्यांना तसंच आलिंगन दिलं. दोघांनी एकमेकांना घट्ट धरून ठेवलं.

सारालाही ते पाहून गहिवरून आलं. काय बोलावं किंवा काय करावं हे काही तिला सुचेना. त्यांच्या आयुष्यातल्या त्या खाजगी क्षणाच्या वेळी तिची उपस्थिती ही तशी विचित्रच वाटत होती. क्षणकाल आपण बाहेर पडून आपल्या कारकडे जावं असं तिला वाटलं, पण त्या क्षणी ते प्रशस्त दिसलं नसतं. अखेर ती तिथेच डोळे मिटून उभी राहिली. आपल्या डोळ्यांतून कधी अश्रूंचे दोन थेंब पडले, हे तिलाही कळलं नाही.

तीस मिनिटांनंतर सारा पोर्चमध्ये बसली होती आणि कोमट बीअरचे घुटके घेत होती. पायातले बूट काढून ती बसली होती त्यामुळे अजाणता ती पायांच्या तळव्यांना खाजवत होती. बाहेर काळोखात पाहत होती. क्वचित एखादी वीज चमकत होती. पायावरून घामाचा ओघळ वाहायला लागला होता. तो पुसण्यासाठी तिनं हात खाली घेतला तेवढ्यात डास चावला आणि तो मारण्यासाठी तिनं फटकन पायावर हात मारला. कपाळाला कोमट बीअरचा कॅन लावून ती काही मिनिटं विचार करत बसली. गाडीत जावं आणि ए.सी. लावून मस्त झोपावं असा विचार तिच्या डोक्यात आला तेवढ्यात दार उघडल्याचा आवाज आला.

दारातून फिस्क बाहेर आला. त्यानं फेडेड जीन घातली होती आणि वर अर्ध्या बाह्यांचा अर्धी बटणं न लावलेला शर्ट चढवला होता. तो अनवाणीच बाहेर आला होता. त्याच्या हातात बीअरच्या बॉक्सची प्लास्टिक दोरी होती. बॉक्समध्ये दोन बीअर हिंदकळत होत्या. तो तिच्या शेजारी बसला.

"कसे आहेत आता ते?"

फिस्कनं खांदे उडवले. "झोपताहेत. निदान तसा प्रयत्न करताहेत."

"ते आपल्याबरोबर येणार आहेत का?"

फिस्कनं मान हलवली. "ते उद्या रात्री माझ्याकडे येणार आहेत." असं म्हणून त्यानं घड्याळाकडे पाहिलं आणि त्याच्या लक्षात आलं की, पहाट व्हायला फारसा वेळ उरलेला नाही. तसा तो म्हणाला, "म्हणजे मला म्हणायचंय की, आज रात्री परत जाताना मला माझ्या अपार्टमेन्टवर जायला हवं. म्हणजे मला काही स्वच्छ कपडे घेता येतील."

तिनं स्वतःच्या ड्रेसकडे पाहिलं आणि मग त्याच्या. "मला सांग तुला हे कपडे कुठून मिळाले?"

"मागच्या वेळी मी इथे मासेमारी करायला आलो होतो तेव्हाच ठेवले होते."

आपलं कपाळ रुमालानं पुसत ती म्हणाली, "किती उकडतंय ना?"

फिस्क समोर काही अंतरावर असणाऱ्या वृक्षांच्या जंगलाकडे पाहत म्हणाला, "तिकडे पलीकडे नदीवर गार वारे वाहतात." त्यानं तिला गोल्फ कार्टकडे नेलं.

तिथल्या कच्च्या रस्त्यावरून जंगलाच्या दिशेनं त्यांची ती छोटीशी गाडी धावू लागली. त्यानं तिला एक बीअरची बाटली दिली. ''ही थंड आहे.'' तो म्हणाला.

बाटलीचं झाकण उघडून तिनं जेव्हा एक घोट घेतला तेव्हा तिला खूप बरं वाटलं. तिनं गार बीअरचा कॅन आपल्या गालाला लावला.

छोट्या निमुळत्या रस्त्यावरून ते हॉली, ओक, पाइन अशा तरतऱ्हेच्या वृक्षांना पार करत झाडीतून पुढे चालले होते. नदीकिनारी असलेली छोटी छोटी झुडपं दिसायला लागली आणि एकदम ते मोकळ्या आकाशाखाली आले. जवळच नदीचा किनारा आणि लगत पाण्यावर बांधलेला लाकडी धक्का तिला दिसला. धक्क्याला अनेक छोट्या होड्या बांधलेल्या होत्या. पाण्याच्या लाटांबरोबर त्या वरखाली हिंदकळत होत्या आणि धक्क्याचा काही भागपण तसाच वरखाली होत होता.

''हा तरता धक्का पन्नास गॅलनच्या ड्रम्सवर बांधलेला आहे.'' फिस्कनं माहिती पुरवली.

''माझ्या लक्षात आलं. तिकडे बोटींसाठी बांधलेला रॅम्प आहे ना?'' रस्ता वळून पाण्यात शिरल्यासारखा वाटत होता अशा एका जागेकडे बोट दाखवत तिनं विचारलं. त्यानं मान डोलावली.

''तिथं पोहोचण्यासाठी लोक दुसऱ्या, जवळच्या रस्त्यापर्यंत आपल्या गाड्या आणतात आणि पुढे इथे पायी येतात. पपांची एक छोटी मोटारबोट आहे. ती तिकडे दिसतेय ती!'' बोट दाखवत तो म्हणाला. लाल पट्टे असलेली पांढरी बोट पाण्यावर हिंदकळत असलेली तिनं पाहिली. ''रात्रीच्या वेळी काही जण बोट चोरून नेतात म्हणून ती नीट बांधलेली असते. आज पॉप विसरलेले दिसतात. त्यांना ही फार स्वस्तात मिळाली. तिची डागडुजी करून वापरात आणायला आम्हांला वर्ष लागलं. ती काही शर्यतीची बोट नाही, पण तुम्ही कुठेही नेऊ शकाल इतपत मजबूत आहे.''

''या नदीचं नाव काय आहे?''

''येताना पंचाण्णव्या रस्त्यावर 'मत्ता', 'पो' आणि 'नी' नद्या अशा खुणा असलेल्या पाट्या पाहिल्याचं तुला आठवतं?'' तिनं मान डोलावली, ''तर फ्रेडेरिस्कबर्गच्या दक्षिण-पूर्वेला फोर्ट ए.पी.जवळ त्या सर्व एकत्र मिळतात त्यामुळे तिथून पुढे ती 'मत्तापोनी' नदी म्हणून ओळखली जाते.'' त्यानं माहिती सांगितली.

तो विचार करत होता. नुसतं नदीच्या किनाऱ्या-किनाऱ्यावर भटकत बसण्यापेक्षा आणखीही काही करता आलं असतं तर तणाव नाहीसा झाला असता.

''पूर्ण चंद्राचा प्रकाश आहे. बोटीतले लाइट सुरू आहेत. सर्व व्यवस्था आहे. मला या भागाची पूर्ण माहिती आहे आणि प्रत्यक्ष पाण्यावर आणखी गार वाटतं.'' असं म्हणून त्यानं तिच्याकडे प्रश्नार्थक नजरेनं पाहिलं.

''मला आवडेल.'' जराही विचार न करता ती पटकन म्हणाली.

ते बोटीपर्यंत चालत गेले. बोटीवर चढण्यास त्यानं तिला मदत केली.

''तुला बोटिंगबद्दल काही माहिती आहे?'' त्यानं विचारलं.

''खरं सांगायचं तर स्टॅन्फोर्ड युनिव्हर्सिटीत पदवीपूर्व शिक्षण घेताना मी प्रत्यक्ष काही स्पर्धांमध्ये भाग घेतला आहे.'' तिनं सांगितलं.

फिस्कनं तिला कौशल्यानं दोरखंडाच्या गाठी सोडून बोट सरळ रेषेत आणताना पाहिलं आणि तो म्हणाला, ''तर मग 'मत्तापोनी' नदीत तुला तशी मजा येणार नाही.''

''तुम्ही कुणाबरोबर आहात यावर ते अवलंबून असतं!''

ती फिस्कच्या जवळ बसली. कॅप्टनच्या सीटशेजारचा एक ड्रॉवर त्यानं ओढला आणि त्यातून किल्ल्यांचा एक जुडगा बाहेर काढला. त्यानं इंजीन सुरू केलं आणि ते हळूहळू किनाऱ्यापासून दूर सरकू लागले. नदीच्या मध्यावर येईपर्यंत ते धिम्या गतीनंच जात होते. त्यानंतर त्यानं पेट्रोल नियंत्रक थोडा पुढे करून बऱ्यापैकी गती वाढवली. पाण्यावर तापमान जवळजवळ वीस अंशांनी कमी होतं. फिस्कनं एका हातात बीअर धरली होती आणि दुसऱ्या हातानं तो सुकाणूनं नियंत्रण करत होता. सारानं आपले पाय दुमडून घेतले आणि ती आणखी थोडी वर झाली. वारा अडवणाऱ्या तिरप्या फायबर ग्लासच्या प्रतिबंधकापेक्षा आणखी थोड्या उंचीवर. त्यामुळे आता वाऱ्याचा झोत तिच्या चेहऱ्यावर सरळ येत होता. दोन्ही हात उंचावून त्या वाऱ्याची गंमत ती अनुभवत होती.

''किती छान वाटतंय!'' ती म्हणाली.

फिस्क पाण्याकडे पाहत म्हणाला, ''या नदीत मी आणि माइक रेस लावत होतो. ही काही ठिकाणी चांगलीच रुंद आहे. एकमेकांपुढे जाताना कधी वाटायचं की, आमच्यातला कोणीतरी नक्की बुडणार. पण एका गोष्टीमुळेच तसं घडलं नाही.''

''आणि ती काय?''

''दुसऱ्यानं जिंकावं असं दोघांनाही वाटत नव्हतं.'' असं म्हणून तो हसला.

ती पुन्हा खाली आली आणि आपली खुर्ची वळवून केस सावरत त्याच्या सन्मुख झाली.

''मी एखादा वैयक्तिक प्रश्न विचारला तर तुला राग तर येणार नाही ना?''

फिस्क त्या प्रश्नानं जरा दचकला आणि मग म्हणाला, ''कदाचित येईलही!''

''पण तू त्याचा चुकीचा अर्थ काढणार नाहीस.''

''आता काढीन.''

''तू आणि मायकेल एकमेकांच्या जवळचे का नव्हतात?''

“रक्ताचं नातं असलेल्यांनी एकमेकांच्या जवळचं असावं असा काही नियम नाही!”

“पण तुम्हा दोघांत खूपच साम्य आहे. तो तुझ्याबद्दल खूप आदरानं बोलायचा आणि तुलाही त्याचा खूप अभिमान वाटतो असं दिसतंय. मग चुकलंय कुठे? तुमच्यात काही मतभेद होते का?”

फिस्कनं बोटीचं इंजीन बंद केलं आणि ती नुसतीच तरंगू दिली. बोटीचा मुख्य दिवाही त्यानं बंद केला. आता फक्त चंद्रप्रकाश होता. ते अशा ठिकाणी पोहोचले होते की जिथं नदी अगदी शांत होती. त्यानं आपली पॅन्ट गुडघ्यापर्यंत वर चढवली आणि बोटीच्या कडेला बसून आपले पाय पाण्यात सोडले. सारा त्याच्या शेजारी जाऊन बसली. तिनंही त्याचं अनुकरण केलं.

बीअरचे घुटके घेत फिस्क पाण्याकडे पाहत होता.

“जॉन, मी उगाच फाजील चौकश्या करते आहे असं समजू नकोस.”

“त्याबद्दल बोलण्याचा माझा मूड नाही.”

“पण...” फिस्कनं हात फिरवत तिला थांबवलं.

“सारा, ह्याबद्दल बोलण्याची ही जागा नाही आणि वेळही नाही. ओके?”

“ओके. मला माफ कर. मी फक्त काळजीतून बोलले तुम्हा सर्वांच्याच!” बोट तरंगत होती आणि ते तसेच बराच वेळ शांत बसून राहिले.

अखेर फिस्कनंच शांततेचा भंग केला. तो म्हणाला, “खरं सांगू सारा, व्हर्जिनिया जगातली अशी सुंदर जागा आहे की, हा प्रांत सोडावासाच वाटत नाही. इथे पर्वत आहेत, नद्या आहेत, जंगलं आहेत, पशुपक्षी, किनारे, इतिहास, कला-संस्कृती, जुनी युद्धाची मैदानं तशीच नवीन हाय-टेक सेन्टर्स असं सगळं सगळं इथे आहे. इथे लोक धावपळ करत नाहीत. चवीनं जीवन जगतात. छेऽऽ. मला तर हे सोडून जाण्याची कल्पनाही कधी करवली नाही!”

“हो आणि इथं सुंदर ट्रेलर पार्क्सपण आहेत.” सारा म्हणाली. फिस्कनं स्मित केलं. “हो तेसुद्धा.”

“म्हणजे व्हर्जिनिया आणि इतर प्रांत हा तुमच्या दोघातला वाद आहे म्हणायचा.” सारा पटकन बोलून गेली आणि मग तिलाच पश्चात्ताप झाला. ‘असं कसं आपल्या तोंडानं आपल्याला फसवलं!’

“बहुधा” असं एका शब्दात अर्धवट उत्तर देऊन तो इतक्या झटकन उठला की, त्याच्या हालचालीमुळे बोट जोरात हलली. सारा जवळजवळ पाण्यात पडलीच होती. त्यानं झटकन तिचा हात धरून तिला आपल्याकडे खेचली.

ती त्याच्या अंगावर धडपडली. त्यानं तिला घट्ट धरून ठेवलं. बोटीचा काठ कलंडून पाण्याकडे झुकला होता. तिचे पाय फाकलेले अन् लोंबकळत होते.

नदीच्या पाण्यानं तिच्या ड्रेसचा खालचा भाग ओला झाला होता. बोट जरा स्थिरावली तसं त्यानं तिला सोडलं आणि स्थिर उभं केलं.

"पोहोण्याबद्दल तुझं काय मत आहे? छान गार पाण्यात?"

"माझ्याकडे पोहण्याचे कपडे नाही!"

"माझे कपडे तर थोडे भिजलेच आहेत."

तो काही बोलला नाही. उठून सरळ इंजीनजवळ गेला आणि त्यानं ते सुरू केलं. शांततेचा भंग झाला.

"इथं का पोहायचं नाही?" तरी तिनं विचारलंच.

"इथे प्रवाह फार जोरात असतात."

त्यानं बोट वळवली. बोटीनं तीन चतुर्थांश मार्ग कापल्यानंतर त्यानं दिशा बदलली. तो किनाऱ्याकडे निघाला. नदीच्या तीरापासून किनारा उतरता होत गेला होता. त्यांची बोट तर त्या धक्क्याकडे आली. पन्नास गॅलन ड्रम्सवर बांधलेला तरता धक्का! जवळ आल्यावर तिनं पाहिलं की त्या ड्रम्समधलं अंतर जवळजवळ वीस फूट होतं. ते एकमेकांशी जाड दोराच्या जाळीनं बांधले होते आणि एक आयताकारी स्विमिंग पूलच तयार झाला होता.

फिस्कनं एका मोठ्या ड्रमजवळ पोहोचताच इंजीन बंद केलं. धिम्या झालेल्या गतीनं बोट बरोबर त्या मोठ्या ड्रमला लागून थांबली. ड्रमवर असलेल्या हुकला त्याने बोटीची दोरी अडकवली आणि एक छोटा नांगर टाकून बोट स्थिर केली. हा छोटा नांगर म्हणजे प्रत्यक्षात सिमेंट काँक्रीटनं भरलेली एक बादलीच होती.

"दोरानं बांधलेला हा आयताकृती स्विमिंग पूलच समज. इथे पाण्याची खोली आठ फूट आहे आणि चारही बाजूच्या दोरखंडापासून खाली जाणाऱ्या बारीक जाळीच्या भिंती आहेत; अगदी खालपर्यंत. जरी एखाद्या जोरदार प्रवाहानं लोटलं, तरी जाळीला अडकण्यामुळे तू अटलांटिक समुद्रात जाऊ शकणार नाहीस!" तो म्हणाला.

सारानं आपला ड्रेस काढायला सुरुवात केली तशी फिस्कनं मान वळवली. ती खळखळून हसली. "जॉन, उगाच एवढा सभ्य बनू नकोस. बिकिनीमध्ये यापेक्षा जास्त भाग दिसतो माझ्या शरीराचा." असं म्हणून आतली चड्डी आणि ब्रेसियरवर तिनं पाण्यात सूर मारला. काही क्षणात ती पाणी उसळवत पाण्यावर आली.

त्याला हाक मारून ती म्हणाली, "तुला फारच संकोचल्यागत वाटत असेल, तर मी तुझ्याकडे पाठ फिरवते आणि पोहते."

"मला वाटतं मी इथेच बरा आहे."

"काय जॉन! मी काही खाणार नाही तुला."

"पोहण्याच्या बाबतीत मी जरा आळशीच आहे असं म्हण हवं तर."

"पाणी काय मस्त आहे!"

"दिसतं खरं असं," तो म्हणाला, पण तिच्याबरोबर पोहण्यासाठी तो उतरला नाही. तिची निराशा झाली. अखेर ती वळली आणि पोहत पोहत त्याच्यापासून दूर गेली. हातानं जोरात पाणी लोटत, लयबद्ध हालचालींनी पाण्याचा संथ पृष्ठभाग ढवळत ती शांतपणे पोहू लागली.

तिच्या हालचालींकडे पाहता पाहता त्याचा हात नकळत त्या जखमेवरून फिरला; जळलेल्या कातडीच्या त्या दोन उंचवट्यांवरून जिथे गोळ्या शिरल्या होत्या. तो शहारला आणि त्यानं त्वरेने हात बाजूला काढला.

'हार्म्स' हे नाव सारखं त्याच्या डोक्यात घुमत होतं. 'पैसे नसणाऱ्या माणसानं करायचा तो अर्ज बहुधा एखाद्या कैद्यानं केला असावा. निदान हस्तलिखित भाग तरी नक्कीच!' तो आपल्या जागेवरून वळला आणि साराच्या दिशेनं पाहू लागला. चंद्रप्रकाशात दूरवर तरंगणारी आकृती तिची होती असं ओळखूही येत नव्हतं. ती त्याच्याकडे पाहत असेल का? तेही त्याला सांगता येत नव्हतं.

तो नदीच्या पाण्याकडे पाहत होता. त्याच्या आठवणी जागृत झाल्या. पाण्यावर जोरदार तुषार उडत होते. दोन तरुण पोहत होते, दोघं धमाल करत होते. कधी तो पुढे जायचा, तर कधी माइक. त्यांच्यात जोरदार स्पर्धा चाले. विजय कधी त्याचा, तर कधी माइकचा. पुन्हा पुन्हा तोच खेळ दिवसेंदिवस चाले. त्यांच्या शरीरावर रापल्याचा रंग चढे. ते उत्तरोत्तर शक्तिमान आणि चपळ बनत होते. किती गमतीचे दिवस होते ते! कसली काळजी नव्हती, कसलंही दुखणं नव्हतं. पोहा, जंगलात जा, वेगवेगळ्या प्रकारची सॅण्डविचेस खा...बस्स! झालं जेवण! फारच मजा!

त्यानं पाण्यावरून नजर हटवली आणि वर्तमानकाळावर लक्ष केंद्रित करायचं ठरवलं.

'हार्म्स' जर कैदी असला असता, तर त्याला शोधून काढणं सोपं होतं. माजी पोलीस असल्यामुळे त्याला माहीत होतं की, अमेरिकेच्या तुरुंगामधल्या कैद्यांची संख्या दोन दशलक्षहून अधिक नव्हती आणि त्यांच्याकडे इतर कोणाकडेही पुरवलं जाणार नाही इतकं लक्ष पुरवलं जात होतं. त्यांची काळजी घेतली जात होती. त्यांची बायका-मुलं कुठे आहेत याचा शोध घेण्यात येत नसला तरी देशातर्फे या गुन्हेगारांची संपूर्ण माहिती बरोबर ठेवली जात होती आणि आता तर ती कॉम्प्युटरमध्येच साठवण्यात येत होती. त्यानं मागे वळून पाहिलं आणि सारा बोटीकडे पोहत येत असल्याचं त्यानं पाहिलं. त्या वेळी किनाऱ्यावर कोणीतरी जळती सिगारेट धरून त्यांच्याकडे पाहत असल्याचं त्याच्या लक्षातही आलं नाही.

दोनेक मिनिटांनंतर तो साराला बोटीवर चढायला मदत करत होता. ती डेकवर दीर्घ श्वास घेत बसली. "बऱ्याच दिवसांत मी इतकी पोहले नाही." ती म्हणाली.

फिस्कनं छोट्या केबिनमधून एक टॉवेल आणून तिला दिला. त्या वेळेस तिच्या नजरेला नजर देण्याचं त्यानं टाळलं. तिनं झटपट अंग पुसून आपला ड्रेस चढवला आणि टॉवेल त्याच्या सुपूर्द केला. त्या वेळेस त्यांचा एकमेकांच्या हाताला स्पर्श झाला आणि अभावितपणे त्यानं तिच्याकडे पाहिलं. ती अजूनही दीर्घ श्वास घेत होती. तिची छाती वर खाली होत होती. डोळ्यांच्या पापण्यांची उघडझाप होत होती. ते सर्वच मंत्रमुग्ध करणारं होतं.

त्यानं क्षणभर तिचा चेहरा शांतपणे न्याहाळला आणि मग तिच्या पलीकडे आकाशाकडे नजर लावली. तो पाहत होता तिकडे तिनंही नजर वळवली. क्षितिजावर गर्द जमिनीच्या पार्श्वभूमीवर आकाशात गुलाबी रंगाची झाक दिसायला लागली होती. उजाडण्याची वेळ झाली होती. त्यांनी सभोवार नजर टाकली. झाडं, पानं, पाणी यांच्यावर प्रकाश लुकलुकायला लागला होता, तरी एक स्तब्धता होती. बोटीच्या हिंदकळण्यामुळे तो देखावा वर-खाली होत होता. सर्वत्र गुलाबी प्रकाश पसरायला सुरुवात झाली होती. वातावरण चित्रमय झालं होतं.

"किती सुंदर वाटतं नाही!" ती अस्फुट स्वरात म्हणाली.

"हं! खरंच फार सुंदर!" तो म्हणाला.

ती त्याच्याकडे वळली अन् तिनं आपला हात उंचावला; सावकाश. तिचे डोळे त्याच्या नजरेचा वेध घेत होते. ती काय करणार याची प्रतिक्रिया त्यात दिसते का हे त्याला जाणून घ्यायचं होतं. तिच्या बोटांनी त्याच्या हनुवटीला स्पर्श केला. तिनं हनुवटीवरून हात फिरवला. तिच्या मऊ हाताला त्याच्या दाढीचे खुंट बोचले. तसाच हात वर नेत तिनं तो त्याच्या गालावरून फिरवला, मग डोळ्यांवरून आणि अखेर केसांतून. प्रत्येक स्पर्श अगदी हळुवार, अलगद, सावकाश होता. तिनं त्याच्या मानेवरून हात वर नेत त्याच्या डोक्याच्या मागे नेऊन जसं त्याचं मस्तक खाली खेचलं तसा तो एकदम भानावर आल्यागत दचकल्याचं तिला कळलं. तिनं त्याच्या चकाकत्या डोळ्याकडे पाहिलं आणि तिचे ओठ थरथरायला लागले. तिनं आपला हात खाली घेतला आणि ती मागे सरली.

फिस्कनं एकाएकी आपली नजर पाण्याकडे वळवली, जणू अजूनही दोन तरुण पाण्यात खेळत आहेत हेच तो पाहत होता. "माझा भाऊ गेला सारा" तो थरथरत्या आवाजात फक्त एवढंच म्हणाला.

"मी फार गोंधळलो आहे सारा. फार-फार." त्याला पुढे काय बोलावं हे सुचत नव्हतं.

ती सावकाशपणे त्याच्यापासून दूर गेली आणि इंजीनलगतच्या सीटवर बसली. तिनं आपले डोळे पुसले. सुरकुत्या काढण्याचा प्रयत्न म्हणून आपल्या स्कर्टच्या शिवणीशी तिने उगाच चाळा केला. आता वारा सुटला होता आणि नदीवर लाटाही

दिसायला लागल्या होत्या. तिनं मान वरून फिस्ककडे पाहिलं.

"मला तुझा भाऊ खरंच खूप आवडत होता. तो गेल्याचं मलापण फार दु:ख झालंय." तिनं मान खाली घातली. योग्य शब्द निवडण्यासाठी पुढे ती म्हणाली, "आता माझा संयम सुटला याबद्दल मला माफ कर जॉन."

त्यानं बाजूला मान वळवली. "मी तुला आधीच सांगायला हवं होतं." असं म्हणून त्यानं मान वर करून तिच्याकडे पाहिलं. तो गोंधळल्यागत दिसत होता. "पण का सांगितलं नाही तेच मला कळत नाही." तो उद्‌गारला.

ती उठून उभी राहिली. आपले दोन्ही हात खांद्यावर उलट सुलट ठेवत म्हणाली, "मला आता जरा थंडी वाजते आहे. आपण जाऊ या का?"

सारानं बोटीची बांधलेली दोरी सोडली तोपर्यंत त्यानं नांगर वर उचलला आणि इंजीन सुरू केलं. एकमेकांकडे न पाहता ते धक्क्याकडे परत निघाले. या भीतीनं की, बोललं तर काही घडेल. ते आता काहीही बोलले असते, तरी आपलं शरीर काय कृती करेल याची त्यांना खात्री वाटत नव्हती.

तिकडे किनाऱ्यावर जळती सिगारेट हातात घेतलेली व्यक्ती सारा आणि फिस्क जवळ येताच तिथून निघालेली होती.

बत्तीस

फिस्क आणि सारानं बोट धक्क्याला बांधली आणि शांतपणे चालत जाऊन 'गोल्फ कार्ट'मध्ये बसले. पावलांचा आवाज आला, तसं त्यानं इकडेतिकडे पाहिलं. "अरे पॉप, तुम्ही इथं काय करताहात?" असं म्हणून तो उतरला.

त्याच्या वडलांनी उत्तर दिलं नाही आणि ते त्यांच्याकडे येत राहिले. त्यांच्या हाताच्या मुठी आवळलेल्या त्यानं पाहिल्या. "पॉप, तुम्ही ठीक आहात ना?"

गोल्फ कार्टमध्ये बसलेली सारा गोंधळून पाहत होती.

ते दोघं एकमेकांच्या फूटभर जवळ आले, तसं थोरल्या फिस्कनी जॉनच्या जबड्यावर जोरदार ठोसा मारला. "नालायक!" ते मोठ्यानं किंचाळत म्हणाले.

जोरदार ठोशानं जॉन मागे धडपडला. त्याच्या नाकातोंडातून रक्त वाहायला लागलं.

"तुम्हांला झालंय तरी काय?" त्यानं ओरडून विचारलं.

सारा 'कार्ट'मधून अर्धवट उतरली होती, पण तिच्याकडे एडनी केलेला अंगुली- निर्देश पाहताच ती जागच्या जागीच थिजली.

"त्या हरामजादीला घेऊन तोंड काळं कर इथून. जा. चालता हो इथून!"

"पॉप, तुम्ही हे काय भलतंच बोलताहात."

संतापलेले एड पुन्हा त्याच्या अंगावर धावले. यावेळेस फिस्क बाजूला झाला आणि त्यानं दोन्ही हातांनी मिठी मारून त्यांना घट्ट धरून ठेवलं. तरीही त्याला मारण्यासाठी त्यांची धडपड चालूच होती.

"मी तुम्हा दोघांनाही अर्धनग्न अवस्थेत चुंबन घेताना पाहिलं. निर्लज्ज! तुझा भाऊ तिकडे मरून पडला आहे आणि तुला हे धंदे सुचताहेत!" ते मोठ्यानं

किंचाळत म्हणाले. त्यांचा आवाज फाटला होता.

फिस्कच्या घशातून आवाजच बाहेर पडला नाही काही बोलायला. वडलांनी काय पाहिलं आणि त्यांची काय समजूत झाली ते त्याच्या लक्षात आलं.

"पॉप, तुम्ही समजता तसं काहीही घडलेलं नाही." त्याला अखेर कंठ फुटला.

"हरामखोर!" असं म्हणत त्यांनी त्याचे केस, कपडे जे सापडेल ते धरण्याचा प्रयत्न केला. "निर्दयी माणसा, मला सांगतोस हे तू?" त्यांचं किंचाळून बोलणं सुरूच होतं. चेहरा लालेलाल झाला होता. त्यांच्या हालचालीमध्ये विचित्रपणा आला होता.

"बस्स! पुरे. पुरे झालं आता. पॉप, तुम्हांला हृदयविकार आहे हे तरी लक्षात घ्या!"

त्या दोघांची धडपड सुरूच होती. ते सुटायला पाहत होते आणि तो त्यांना सोडत नव्हता. त्यांच्या धडपडीत जमिनीवरची वाळूही उडत होती.

"माझा स्वत:चा मुलगा असं करतो? मला मुलगाच नाही. माझी दोन्ही मुलं मेलीत! हो दोन्ही!" असं म्हणून ते रागानं थुंकले.

फिस्कनं त्यांना सोडलं, तसे ते जोरात वळले आणि दम लागून खाली पडले. त्यांनी उठण्याचा प्रयत्न केला, पण परत कोसळले. त्यांचा टी शर्ट घामानं भिजला होता. त्या घामाच्या वासात दारूचा आणि सिगारेटचा वासही मिसळला होता. फिस्क त्यांच्याजवळ उभा राहिला. त्याची छाती भरून आली होती. त्याच्या डोळ्यांत अश्रू होते.

त्या प्रसंगानं भयंकर घाबरलेली आणि व्यथित झालेली सारा कार्टमधून खाली उतरली. एडजवळ गुडघ्यावर बसून तिनं त्यांच्या खांद्यावर हळुवारपणे हात ठेवला. एडनी झटक्यात तो दूर सारला आणि साराच्या मांडीवर हात मारला.

"तुम्ही इथून जा. लगेच. दोघंही. आताच." ते ओरडले.

फिस्कनं साराला हात धरून उठवलं आणि म्हणाला, "चल, जाऊ या." आणि मग वडलांकडे वळून म्हणाला, "डॅड, तुम्ही कार्ट घेऊन परत जा." ते चालू लागले. त्यांनी जंगलात प्रवेश केला, तरी त्यांना म्हाताऱ्या एडचं रुदन ऐकू येत होतं.

तिचे पाय दुखायला लागले होते आणि डोळ्यांत भरलेल्या अश्रूंनी तिला धूसर दिसत होतं. "देवा रेऽ! हा सगळा माझा अपराध जॉन."

फिस्क काहीच बोलला नाही, पण आतून तो तापला होता. खरोखरी जखमेच्या एवढ्या वेदना त्याला आजपर्यंत कधी जाणवल्या नव्हत्या. तो घाबरला. डॉक्टरांनी त्याला वारंवार दिलेल्या धोक्याच्या इशाऱ्यांनी त्याला घेरलं होतं. तो जलद पावलं

टाकत चालू लागला होता. त्याच्याबरोबर चालताना तिची त्रेधातिरपीट उडाली.

"जॉन! जॉन, काहीतरी बोल.''

ती त्याच्या हनुवटीवरचं ओघळणारं रक्त पुसायला पुढे झाली तसं त्यानं तिला लोटलं आणि काही न सांगता एकाएकी तो धावायला लागला.

"जॉन!'' असं म्हणून तिनंही धावायला सुरुवात केली, पण फिस्कइतकं जोरात पळताना तिनं कधी कोणाला पाहिलं नव्हतं. "जॉन,'' ती ओरडून म्हणाली, "प्लीज थांब थोडा. परत ये. प्लीज.''

आणि काही क्षणात पुढच्या वळणावर तो पूर्णपणे तिच्या दृष्टीआड गेला. ती धापा टाकत हळूहळू थांबली. अन् मग तिनं सावकाश चालायला सुरुवात केली. तिचीही छाती भरून आली होती. अखेर दमून ती मटकन खाली बसली. पसरलेल्या पाइन वृक्षांच्या मधोमध. तिच्या डोळ्यांत अश्रू उभे राहिले आणि आता हुंदकेही फुटले. तिच्या मांडीवर जिथे एडनी फटका मारला होता तिथंही आता दुखायला लागलं होतं.

दोनेक मिनिटांनंतर तिनं उभं राहण्याचा प्रयत्न केला आणि त्याच वेळी तिच्या खांद्यावर हात पडला. ती घाबरली. नक्कीच एड. आपल्या मृत मुलाच्या आठवणीनं पेटलेले एड आता तिलाही मारायला आले होते या भीतीनं तिनं मानही वर केली नाही. त्या हातानं पुन्हा एकदा थोपटलं, तसं तिनं मान वर करून पाहिलं. कष्टानं श्वासोच्छ्वास करत असलेला जॉन तिच्याजवळ उभा होता. त्याचा शर्ट घामानं भिजला होता. चेहऱ्यावरचं रक्त सुकलेलं होतं.

"तू ठीक आहेस नं सारा?'' त्यानं मृदू आवाजात विचारलं.

तिला रडू आलं. त्यानं तिचा हात धरून तिला उठायला मदत केली तसं तिच्या मांडीवरच्या मुक्या मारामुळे पुन्हा एकदा वेदना झाल्या. दात गच्च आवळून घेत तिनं त्या सहन केल्या. त्यात हाही विचार होता की, 'मला एवढंसं लागलं तरी सहन करता येत नाही, मग जॉनचं काय? तो कसं सहन करत असेल?'

तो थोडा खाली वाकला आणि तिचा स्कर्ट थोडा वर उचलून त्यानं मांडीवरच्या माराची जागा पाहिली.

"चांगलाच वळ उमटला आहे. ते काय करत होते हे त्यांचं त्यांनाच कळत नव्हतं. त्यांच्या वतीनं मी क्षमा मागतो सारा.'' तो हळू आवाजात म्हणाला.

"मी त्या गोष्टीला पात्र होतेच.''

पुढे जॉनच्या मदतीनं ती हळूहळू चालायला लागली.

"मला क्षमा कर जॉन, पण हेऽऽ सर्व स्वप्नच होतं असं वाटतंय.'' ते जसे ट्रेलरजवळ पोहोचले तसे तिनं त्याचे काही शब्द ऐकले. तिला वाटलं तो तिला त्या उद्देशानंच बोलत होता, पण तसं नव्हतं.

तो पुन्हा बोलला. हळुवार आवाजात; पण त्याचे डोळे थेट ट्रेलरकडे लागले होते. त्यानंतर त्यानं मागे मान वळवली आणि पुन्हा एकदा पुटपुटला. ''मला माफ कर.''

त्यानं तिची क्षमा मागितलेली नव्हती. बहुधा त्याच्या वडलांची किंवा त्याच्या मृत भावाची!

तो ट्रेलरमध्ये आत गेला. सारा बाहेरच पायऱ्यांवर बसून राहिली. एक मिनिटांत तो बाहेर आला तेव्हा त्याच्या हातात पेपर टॉवेल आणि बर्फाचे तुकडे होते. तिनं एक तुकडा पेपर टॉवेलमध्ये गुंडाळून आपल्या मांडीच्या वळावरून दोन चारदा फिरवला अन् मग उभी राहून दुसरा तुकडा तिनं पेपर टॉवेलमध्ये गुंडाळला आणि त्याच्या चेहऱ्यावर, हनुवटीवरून फिरवून त्याची जखम स्वच्छ केली. त्याच्या ओठाच्या जखमेवरूनही तिनं बर्फ फिरवला. तिचं काम संपताच ओले पेपर टॉवेल आत डस्टबीनमध्ये टाकून तो पुन्हा बाहेर आला आणि पायऱ्या उतरून चालू लागला.

''जॉन, कुठे निघालास तू?'' तिनं विचारलं.

''वडलांना आणायला.'' मान न वळवताच त्यानं उत्तर दिलं अन् झपाझप पावलं टाकत तो जंगलात तिच्या दृष्टीआड गेला.

तो जाताच सारा ट्रेलरमध्ये शिरली आणि तिथल्या छोट्याशा बाथरूममध्ये शिरून स्वतःचं शरीर जरा स्वच्छ केलं. फ्रेश झाली. केस थोडे ठाकठीक केले. तिला ट्रेलरमध्ये फिस्कचा सूट आणि जोडे दिसले. ते घेऊन ती आपल्या गाडीकडे निघाली. जाताना तिचं लक्ष ध्वज लावण्यासाठी उभारलेल्या खांबाकडे गेलं. 'तारे आणि पट्टे असलेला अमेरिकन ध्वज एड आज उभारणार की अर्ध्यावर ठेवणार? आपल्या मुलाच्या मृत्यूमुळे झालेल्या शोकाचं प्रतीक म्हणून...एका की दोन्ही मुलांच्या मृत्यूचं दुःख?' ती विचारच करत राहिली आणि त्या विचारानिशी तिचा थरकाप झाला. त्याचा कोट आणि बूट आत टाकून आणि झपाझप पावलं टाकून ती आपल्या गाडीला टेकून उभी राहिली.

नजीकच्या ट्रेलरमधून एक वयस्कर स्त्री बाहेर आली आणि साराला पाहून ती थांबली. तिला पाहून सारा कसनुसं हसली आणि म्हणाली, ''मी जॉनची मैत्रीण.''

त्या स्त्रीनं मान डोलावली अन् म्हणाली, ''गुडमॉर्निंग!''

सारानंही तिला तसाच प्रतिसाद दिला. ती स्त्री पुढे रस्त्याकडच्या घराच्या दिशेनं जात दिसेनाशी झाली.

सारा जंगलाच्या दिशेनं पाहत जॉन लवकर यावा अशी प्रार्थना करू लागली. पंधरा मिनिटांनंतर गोल्फ कार्ट तिच्या दृष्टीस पडली. फिस्क चालवत होता आणि मागे झोपल्यागत त्याचे वडील होते.

फिस्कनं ट्रेलरजवळ 'कार्ट' थांबवली. बाहेर पडून त्यानं वडलांना काळजीपूर्वक उचलून खांद्यावर घेतलं आणि त्यांना घेऊन तो ट्रेलरमध्ये शिरला. थोड्या वेळानं तो शॉटगन घेऊन बाहेर आला.

"ते झोपले आहेत." तो म्हणाला.

"आणि हे कशाकरता बरोबर?" हत्याराकडे बोट दाखवत तिनं विचारलं.

"मी त्यांच्याजवळ ही ठेवू शकत नाही."

"ते कुणाला मारतील अशी तुला भीती वाटते का?"

"नाही, पण त्यांनी स्वतःच्या घशात नळी खुपसून चाप ओढू नये अशी माझी इच्छा आहे. बंदुका, दारू आणि वाईट बातम्या यांचं मिश्रण कधीच चांगलं नसतं." असं म्हणून त्यानं तिच्या गाडीच्या मागच्या सीटवर बंदूक ठेवली.

"तुझे कपडे मागे ठेवले आहेत." तिनं सांगितलं.

"चल, आता मीच गाडी चालवतो." असं म्हणून त्यानं ड्रायव्हिंग सीट घेतली. ती त्याच्या बाजूच्या सीटवर बसली आणि ते निघाले. मधल्या एका कॉटेजजवळ त्यानं गाडी थांबवली. त्यानं चार डॉलर गेस्ट फी भरली. तिथूनच काही पेस्ट्रीज आणि ऑरेंज ज्युसचे डबे घेतले.

साराला जी बाई भेटली होती तीही तिथं होती. "मी तुझ्या मैत्रिणीला पाहिलं जॉन. खरंच, फार सुंदर आहे ती!"

"हंऽऽहं"

"तू निघालास?"

"हो."

"तू आणखी थांबला असतास, तर तुझ्या वडलांना बरं वाटलं असतं. मी अगदी पैजेवर सांगते!"

फिस्कनं खरेदीचे पैसे दिले आणि प्लास्टिक बॅगेसाठीही तो थांबला नाही. जाता जाता तिला म्हणाला, "तुमची पैज मी स्वीकारतो."

ती गोंधळून त्याच्याकडे पाहत असताना तो दूर गेला होता.

तेहेतीस

कामानिमित्त काही दिवस बाहेर गेलेला सॅम्युअल रायडर आल्यानंतर त्या दिवशी सकाळी लवकरच ऑफिसमध्ये गेला. शीला अजून आलेली नव्हती, ते एक प्रकारे त्याला बरंच वाटलं कारण त्याला काही वेळ एकान्त हवा होता. त्यानं फोन उचलला आणि फोर्ट जॅक्सनला फोन लावला. हार्म्सचा वकील बोलतोय अशी आपली ओळख पटवून त्यानं हार्म्सशी बोलण्याची इच्छा प्रदर्शित केली.

''तो आता इथं नाही.''

''काय म्हणालात? तो आजन्म कारावासाची शिक्षा भोगतोय. मग गेला कुठे तो?''

''माफ करा, पण मला ते सांगण्याची अनुमती नाही. जर तुम्ही स्वत: इथं आलात तर किंवा तशी अधिकृत परवानगी लेखी मागितली तर....''

रायडरनं फोन आपटला आणि तो आपल्या खुर्चीत कोसळला. रूफस मरण पावला का? की त्यांना तो काय करत होता याचा सुगावा लागला होता? रायडरनं सुप्रीम कोर्टाकडे त्याचा अर्ज पाठवल्यानंतर रूफसला लगेच संरक्षण मिळणं क्रमप्राप्त होतं.

रायडरनं आपली बोटं टेबलाच्या कडेला घट्ट रोवली. 'जर तो अर्ज कोर्टाकडे पोहोचला असेल, तर...' त्यानं सील केलेला आपला ड्रॉवर उघडला आणि आतून त्याला देण्यात आलेल्या नंबराची पांढरी पोचपावती काढली. हिरव्या रंगाची पोचपावती त्याच्या ऑफिसच्या पत्त्यावर आली असणारच होती. ''शीला!'' तो ताडकन उभा राहिला आणि शीला काम करायची त्या टेबलाकडे धावला. नेहमीप्रमाणे तशी पोचपावती योग्य केसफाइलमध्ये असायला हवी होती. त्यानं शोधलं, पण

तशी पावती त्याला फाइलमध्ये आढळली नव्हती. ''च्यायला! केलं काय तिनं त्या पोचपावतीचं?'' तो पुटपुटला.

त्याच्या प्रश्नाला जणू उत्तर म्हणून त्याच वेळेस त्याला शीला आत येताना दिसली. त्याला पाहून तिला आश्चर्य वाटलं.

''मि. रायडर, आज इतक्या सकाळी सकाळी कसे?''

रायडर नेहमीसारखा संथ स्वर धारण करून म्हणाला, ''काही गोष्टी जरा लवकर पार पाडायच्या होत्या.'' तो तिच्या डेस्कपासून दूर होत म्हणाला, पण त्याचा उद्देश तिनं ओळखला होता.

''तुम्ही काही शोधता आहात का?''

''आता तू विचारलंस म्हणून सांगतो. मी एक पत्र पाठवलं होतं आणि पोचपावती मागितली होती, पण तुला ते सांगायचं मी विसरूनच गेलो होतो. किती मूर्ख मी!''

''हंऽऽ ते म्हणता होय! पहिल्यांदा मला वाटलं की, मीच केसफाइल बनवायला विसरले. त्यामुळे आल्याबरोबर मी तुम्हांला विचारणारच होते.''

''म्हणजे तुला ते मिळालं म्हणायचं!'' आपलं औत्सुक्य दाबून ठेवत त्यानं विचारलं. शीलानं आपल्या टेबलाचा ड्रॉवर उघडून एक हिरवी पोचपावती काढली. ''द युनायटेड स्टेट्स सुप्रीम कोर्ट!'' ती अंमळ आश्चर्यानंच पुटपुटली आणि तिनं ती पावती त्याच्या स्वाधीन केली. ''मला आठवतंय, मी त्यावर विचारच करत होते. आपण ह्या बाबतीत काही करणार आहोत का?''

रायडरनं खास वकिली मुखवटा धारण केला. ''नाही. ते बार समारंभाबाबत होतं. शीला, रोजच्या रोजीरोटीसाठी आपल्याला वॉशिंग्टनला जायची गरज नाही.''

''खरंच आहे! बरं. काही फोन मेसेजेस आले आहेत तुम्ही नसताना. मी अग्रक्रमाप्रमाणे लावण्याचा प्रयत्न केलाय.'' तिनं कागद त्याच्या हातात दिले. त्यानं तिचा हात हळूच दाबला अन् म्हणाला, ''तू म्हणजे कार्यतत्परतेचा अर्क आहेस बाई!'' तो तिचं खास कौतुक करत म्हणाला. शीला हसली आणि आपल्या कामाला लागली आणि तो आपल्या ऑफिसकडे परतला.

त्यानं दार बंद केलं. पावतीकडे नीट पाहिलं. सही बरोबर जागच्या जागेवर होती. सर्व ठाकठीक होतं; पण रूफस कुठे होता? त्याचा पत्ता काय होता?

ऑटोच्या भंगाराच्या सामानासाठी जमिनीचा एक मोठा तुकडा गेल्या चाळीस वर्षांपासून वापरण्यात येत होता. ती जागा विकसित करून तिथं एक मोठा शॉपिंग मॉल उभारण्यात यायचा होता. त्या संदर्भात त्याची विकासकाशी भेट ठरली होती. त्यांच्याबरोबर त्याबाबत चर्चा करण्यात संपूर्ण सकाळ जाणार, असं रायडरनं गृहीत धरलं होतं. त्यांच्यापैकी एक वॉशिंग्टनहून हेलिकॉप्टरनं ब्लॅक्सबर्ग व्हर्जिनिया

तळावर उतरून तिथून थेट रायडरच्या ऑफिसमध्ये येणार होता. त्यामुळे तो येईल तेव्हा स्वत:सह सर्व व्यवस्थित दिसलं पाहिजे या विचारानं त्यानं जरा आवराआवरी केली. स्वत:चं तोंड स्वच्छ केलं. कपडे ठाकठीक केले आणि तो तयार झाला. थोड्याच वेळात त्या माणसाच्या येण्याबद्दल शीलानं खबर दिली आणि त्यानं रायडरच्या ऑफिसमध्ये प्रवेश केला. त्याच्या हातात सकाळचा वॉशिंग्टन पोस्ट होता. शीलानं त्याच्यासाठी कॉफी बनवून आणली. तो ती पीत असताना रायडरची नजर वॉशिंग्टन पोस्टच्या मथळ्यांवर गेली. त्यातल्या एका मथळ्यानं त्याचं लक्ष वेधून घेतलं. तो काय पाहत होता ते समोरच्यानं ताडलं.

"लाजीरवाणी बाब आहे. सुप्रीम कोर्टातला तो अतिशय हुशार आणि उत्तम मनुष्य होता." तो म्हणाला. तोपर्यंत रायडरचा तो मथळा वाचून झाला होता. 'सुप्रीम कोर्ट क्लार्कचा खून!'

"तुम्ही ओळखता त्याला?" त्यानं प्रश्न केला.

"नाही, पण तो सुप्रीम कोर्टात क्लार्क होता म्हणजे उत्तमच असणार. नाही का? आणि त्याचा खून झाला. काय वेळ आली आहे बघा! आजकाल कोणाचीही शाश्वती नाही."

रायडरनं त्याच्याकडे आणि नंतर पेपरमधील त्या वृत्ताकडे रोखून पाहिलं. त्यानं पेपर जरा मागून घेतला आणि ते वृत्त वाचलं. सोबत फोटोही होता. मायकेल फिस्क – वय तीस. त्यानं कोलंबिया युनिव्हर्सिटीतून पीएच.डी. केली होती. त्यानंतर व्हर्जिनिया युनिव्हर्सिटीच्या कायदा शाखेतून पदवी घेतली होती. तिथं तो लॉ रिव्ह्यूचा मुख्य संपादक होता. थॉमस मर्फी या न्यायाधीशांकडे सर्वांत ज्येष्ठ क्लार्क म्हणून तो काम करत होता. कोणी संशयित नाही, काही धागा नाही फक्त पैशाचं पाकीट मिळालं नव्हतं. 'कोणाचीही शाश्वती नाही.' मृताच्या फोटोकडे पाहत त्यानं पेपर घट्ट धरला. 'असं तर नसेल?' त्याच्या मनात विचार आला आणि तो चपापला. 'नाही. तसं होणं शक्य नाही, पण ते शोधून काढता येईल.'

समोरच्या गृहस्थाची क्षमा मागून तो आपल्या ऑफिसच्या आतल्या भागात गेला. तिथून त्यानं सुप्रीम कोर्ट क्लार्क्स ऑफिसला फोन लावला.

"आमच्याकडे नियमित रूपात किंवा कैद्यांकडून 'हार्म्स' नावानं कोणताही अर्ज आलेला नाही सर."

"पण माझ्याकडे त्याची पोचपावती आहे. तुमच्याकडे पोहोचल्याची." दुसऱ्या बाजूच्या आवाजाकडून एक उपचार म्हणून पुन्हा तेच उत्तर मिळालं.

"तुमच्याकडे येणाऱ्या डाकेची नोंद करण्याची काही व्यवस्था तुमच्याकडे नाही का?" या त्याच्या प्रश्नाला अतिशय सभ्यपणे दिलेलं उत्तर रायडरला पटलं नाही. तो फोनमध्ये ओरडला, "रूफस हार्म्स गजाआड खितपत पडला आहे आणि

तुमच्याकडे डाकेचा शोध घेण्याची यंत्रणा नाही? युसलेस!'' त्यानं रिसिव्हर जवळजवळ फेकलाच.

रायडरनं पुन्हा एकदा हातातल्या वर्तमानपत्राकडे पाहिलं. सुप्रीम कोर्टातल्या क्लार्कचा खून! तो फार ओढून-ताणून संबंध लावत होता, असं त्यालाच वाटलं. पण रूफसची कहाणीही तशीच होती ना? पुढचा एक विचार त्याच्या डोक्यात आला आणि तो हादरला. 'त्यांनी जर रूफसचा आणि त्या क्लार्कचा खून केला असेल, तर ते तेवढ्यावर थांबणार नाहीत.' कोर्टात रायडरनं जी कागदपत्रं पाठवली होती ती त्यांच्या हाती लागली असती, तर त्यांना त्या प्रकरणातला रायडरचा सहभाग समजलाच असणार होता. म्हणजे त्यांच्या खुनांच्या यादीत नंतरचं नाव त्याचंच असणार होतं. बाप रे!

'काहीतरीच काय! आपण वेड्यागत विचार करतोय' असं त्याला वाटलं, पण तो विचार काही डोक्यातून निघेना आणि त्याच वेळेस त्याला ते सुचलं. आपण नसताना शीलानं लिहून ठेवलेले फोन-मेसेजेस! त्यानं ते कागद घाईघाईनं पाहिले होते आणि ठेवून दिले होते. 'त्यात नाव असणार. हो.' ते गुलाबी कागद सापडेपर्यंत त्यानं घाईघाईनं डेस्क चाळला. ते हातात धरून तो एकामागे एक कागद ढकलत अधीरपणे तपासू लागला. त्यानं एक नाव पाहिलं आणि त्याच्या चेहऱ्याचा रंग उतरला. मायकेल फिस्क. त्यानं दोनदा फोन केला होता.

''ओह माय गॉड!'' विचाराच्या धबधब्यात त्याच्या बायकोची स्वप्नं, फ्लोरिडामधलं घर, त्याची मोठी झालेली मुलं, इतक्या वर्षांमध्ये तासाच्या दरानं कमावलेले पैसे या सर्व सर्व गोष्टी वाहून गेल्या होत्या. तो काय मूर्खासारखा त्यांच्या येण्याची वाट पाहत बसला होता का? त्यानं इंटरकॉमवरची बटणं दाबली आणि शीलाला सांगितलं की, त्याची तब्येत एकाएकी बिघडली आहे आणि तो घरी चालला आहे. त्या बसलेल्या सद्‌गृहस्थाला आणि तो ज्यांची वाट पाहत होता त्या माणसांनापण आल्यानंतर तिने माहिती द्यावी आणि पुन्हा काही दिवसांनंतरची वेळ द्यावी आणि त्याने त्यांची क्षमा मागितली आहे म्हणून सांगावं.'' त्यानं तिला सांगितलं.

आणखी दोन मिनिटांत तो शीलाच्या टेबलाजवळून रिसेप्शन भागातून घाईघाईने बाहेर पडण्यासाठी निघाला. ''मी आज पुन्हा येणार नाही.'' जाता जाता तो तिला म्हणाला. 'पण मी एक दिवस येईन आणि तेही शवपेटिकेतून नाही, तर चालत.' असं त्यानं मनोमन म्हटलं.

''ठीक आहे मि. रायडर. काळजी घ्या.''

तिच्या ह्या वाक्यावर तो जवळजवळ हसलाच. त्यानं ऑफिसमधून निघण्यापूर्वी बायकोला फोन केला होता, पण ती घरी नव्हती. त्यानं काय करायचं ते आधीच ठरवलं होतं. त्याच्या बायकोसह एखाद्या बेटावर सुट्टी घालवण्याची योजना आता

रद्दच करायला हवी होती. फ्लोरिडाचा सूर्यास्त पाहण्याची संधी साधण्यापेक्षा आपली सर्व बचत जिवंत राहण्यासाठी खर्च करणं जास्त युक्त होतं.

ते रोनोकपर्यंत कारनं जाऊ शकणार होते. तिथून मिळेल त्या विमानानं रिचमंड किंवा वॉशिंग्टनला जाऊन तिथून नंतर ते कुठेही जाऊ शकत होते. हा उत्स्फूर्त असा बेत आहे, हे तो त्याच्या बायकोला सांगू शकणार होता. नाहीतरी तो असं कधी ठरवू शकणार नाही, असं ती म्हणायचीच. गरीब बिचारा सॅम रायडर! आयुष्यभरात त्यानं काय केलं होतं? भरपूर काम करणं, तासाप्रमाणे बिलं करून पैसे कमावणं, बिलं भरणं, मुलांना वाढवणं, बायकोवर प्रेम करणं आणि त्या दरम्यान वेळ मिळेल तशी थोडीशी मौज. 'अरेच्या, मी तर माझा मृत्युलेखच लिहायला घेतला की!' त्याला वाटलं.

तो आता रूफसला मदत करू शकणार नव्हता. अर्थात, बहुधा तो एव्हाना मेलाही असण्याचीही शक्यता होती. 'माफ कर रूफस, पण तू इथल्यापेक्षा नक्कीच चांगल्या जागेवर आहेस. त्यांनी तुला जे जीवन जगायला लावलं या जगात त्यापेक्षा नक्कीच चांगली जागा!'

अचानक त्याच्या मनात एक विचार आला आणि त्यानं गाडी जवळजवळ वळवलीही. त्यानं रूफसच्या अर्जाच्या प्रती ऑफिसमध्येच ठेवल्या होत्या. 'परत जावं का?' पण अखेर तो या निर्णयाप्रत आला की, त्या कागदांपेक्षा त्याचं आयुष्य मोलाचं होतं आणि ते कागद नीट ठेवून तरी तो पुढे काय करू शकणार होता?

आता त्यानं रस्त्यावर लक्ष केंद्रित केलं. त्याचं घर आणि ऑफिस या दरम्यान विशेष काही नव्हतं. जोरदार वारा लागणारे रस्ते, पक्षी, क्वचित दिसणारी हरणं आणि काळी अस्वलं! आजपर्यंत हे निर्जन अंतर त्याला कधी जाणवलं नव्हतं, पण आता ते घाबरविणारं होतं. त्याच्याकडे एक शॉटगन होती, पण ती घरी होती. आता त्याचा काय उपयोग होता?

त्यानं रस्त्यावरचं एक वळण घेतलं. आणखी पाचशे फुटावर त्याला उतरायचं होतं. दरम्यानच्या अंतरात फक्त एक जुना, गंजलेला जिन्याचा लोखंडी कठडा होता. तो पार करून गेलं की, त्याचं घर! त्यानं ब्रेक लावायचा प्रयत्न केला आणि तो घाबरला. ब्रेक लागेना! बाप रे! त्याच्या तोंडून किंचाळीच बाहेर पडली; पण तेवढ्यात ब्रेक लागले. गाडीची गती कमी झाली. 'सॅम, थोडा शुद्धीवर राहा. घाबरू नकोस.' त्यानं स्वत:लाच बजावलं. लोखंडी जिन्याच्या कठड्याला शेवटच्या कोपऱ्यावर त्यानं वळसा घातला आणि त्याला त्याच्या घरासमोरची पोस्टाची पेटी दिसली. एक मिनिटानंतर त्याची गाडी गॅरेजमध्ये शिरली. बाजूलाच त्याच्या बायकोची गाडी असलेली त्यानं पाहिली. तो उतरला.

तिची गाडी ओलांडून तो पुढे गेला तेव्हा त्यानं तिच्या गाडीच्या पुढल्या

सीटकडे ओझरतं पाहिलं होतं. उतरल्यावर जरा मागे येऊन त्यानं नीट पाहिलं आणि त्याचे पाय जणू कॉंक्रीटच्या जमिनीत रुतले. त्याची बायको पुढल्या सीटवर खाली तोंड करून पडली होती. त्याला थोड्या अंतरावरूनही तिच्या डोक्यातून भळाभळा वाहत असलेलं ते रक्त दिसलं. ती त्याची अखेरची आठवण! एक हात पुढे आला आणि त्या हातानं त्याच्या तोंडावर फडकं दाबलं. त्या फडक्याला औषधी वास होता. दुसऱ्या हातानं रायडरच्या हातात काहीतरी कोंबलं. त्या वकिलानं आपली नजर खाली केली, जी आता बंदच व्हायला लागली होती तेव्हा त्याला आपल्या हातात अजूनही गरम असलेलं पिस्तूल आढळलं. त्याच्या चापावर त्याचं बोट उमटवण्याचा प्रयत्न लॅटेक्सचे हातमोजे घातलेले दोन हात करत होते. ते रायडरचंच पिस्तूल होतं. ज्या पिस्तुलानं आताच त्याच्या बायकोचा प्राण घेतला होता.

तो कोपऱ्यावर वळला तेव्हाच त्यांनी ते केलं असणार होतं. त्याची ते वाट पाहत बसले होते हे नक्की! त्यानं मान वळवली तेव्हा त्याला थंड आणि स्वच्छ डोळे असलेला व्हिक्टर ट्रेमेनचा चेहरा दिसला. त्याची शुद्ध हरपत होती. त्या माणसानं बायकोला मारलं होतं, पण त्याचा ठपका रायडरवर ठेवला जाणार होता. आता काही फरक पडत नव्हता. नाहीतरी तो मेल्यातच जमा होता. सॅम्युअल रायडरनं अखेरीस डोळे मिटले. कायमचे!

चौतीस

अलेक्झांड्रिया या जुन्या शहराच्या दक्षिणेकडील जॉर्ज वॉशिंग्टन पार्क वे वरून गाडी चालवत असताना फिस्कला नदीलगत बांधलेल्या रस्त्यावरून वेगात जाणारा एक मोटरसायकलस्वार दिसला. त्या रस्त्यालगत असलेल्या झाडांमधून बघताना त्याला तो सुळकन गेल्यासारखा वाटला. फिस्कनं डुलक्या खाणाऱ्या साराला हलवलं आणि तिला रस्ता विचारला. तिनं त्याला पार्क वेवरून कुठे वळायचं ते सांगितलं. तिनं त्याच्याकडे पाहिलं. त्याच्या वडलांबरोबरच्या घडलेल्या प्रसंगाबद्दल दोघंही प्रवासात काही बोलले नव्हते. त्यांनी जणू तसं मूकपणेच करायचं ठरवलं होतं.

साराच्या मार्गदर्शनाप्रमाणे त्यानं आणखी एक डांबरी रस्ता ओलांडला. त्यानंतर जी गल्ली थेट नदीच्या किनाऱ्यापर्यंत गेली होती त्या उजवीकडच्या बारीक वाळू असलेल्या गल्लीत तो वळला आणि त्यानं एका छोट्या लाकडी कॉटेजसमोर गाडी थांबवली. काटेरी झाडं-झुडपं आणि रानटी फुलांच्या पार्श्वभूमीवर ते कॉटेज हट्टीपणानं रोवून उभं राहिल्यागत वाटत होतं. एखाद्या धर्मोपदेशकाच्या बायकोनं चर्चच्या सहलीला गेल्यानंतर आडदांडपणे व उद्दामपणे वर्तन करावं तसं. लाकडी फळ्यांना दिलेला पांढऱ्या रंगाचे अनेक थर त्या कॉटेजचं आयुष्य दर्शवत होते. तिच्या खिडक्या काळ्या रंगाच्या होत्या आणि धुराडं विटकरी रंगाचं आणि चांगलं रुंद होतं. टेलिफोनच्या खांबावरून छतावर उडी मारून धुराड्यावर चपळाईनं चढणाऱ्या खारीनं फिस्कचं लक्ष वेधून घेतलं.

कॉटेजचा एक कोपरा पांढऱ्या फुलांच्या झाडांनी व्यापला होता. त्या झाडाच्या बुंध्याचा रंग आणि पोत हरणाच्या कातडीसारखं होता. दुसरा कोपरा वीस एक फूट

उंच अशा बेरी वृक्षांनी काबीज केला होता. हिरव्या पानातून डोकावणाऱ्या लाल बेरींनी त्यांना अलंकृत केलं होतं. या दोन कोपऱ्यांच्या दरम्यान झुडपांचं कुंपण होतं. तिथल्या जमिनीवर कार्डिनलची लाल पानं होती. घरामागचा जिना वळून थेट नदीच्या पाण्याकडे येत असल्याचं फिस्कनं पाहिलं आणि तिथून होडीचं टोकही दिसत होतं. गाडीच्या मागे ठेवलेले त्याचे कपडे त्यानं उचलले आणि ते दोघंही गाडीतून उतरले.

"सुंदर जागा आहे!" उतरल्याबरोबर तो तिला म्हणाला.

सारा आपल्या अंगाला आळोखेपिळोखे देत होती. तिनं मोठी जांभई दिली अन् म्हणाली, "मी कोर्टात क्लार्कची नोकरी पत्करली आणि घर शोधायला लागले. आधी मी जागा भाड्यानं घ्यावी अशा विचारात होते, पण ही जागा पाहिली आणि हिच्या प्रेमातच पडले. मग मी सरळ उत्तर कॅरोलिनात गेले. फार्म विकला आणि ही जागा घेऊन टाकली."

"आपलं घर विकणं फार जिवावर येतं, नाही?"

तिनं मान हलवली. "ज्या दोन जणांसाठी त्या जागेचं मला महत्त्व होतं ती जगात राहिली नव्हती. जे काही राहिलं होतं ती घाणंच होती त्यामुळे ती इस्टेट ठेवून काय उपयोग होता?" असं म्हणता म्हणता तिला पुन्हा एकदा जांभई आली. तशी पुन्हा एकदा शरीराची हालचाल करून त्याला यायची खूण करत ती सरळ घराकडे निघाली. तिच्या पाठोपाठ तोही घरात शिरला.

"मी थोडी कॉफी करून आणते." असं म्हणून तिनं घड्याळाकडे पाहिलं आणि ती उसासली. "सुनावणीला मला थोडा उशीर होणारसं दिसतंय आज. फोन करायला हवा मला. पण त्याची भीतीही वाटते."

"मला वाटतं ते समजू शकतील उशीर झाला तरी. कारण त्यांनाही परिस्थिती माहीत आहे."

"तुला तसं वाटतं. हो ना?" तिनं शंका व्यक्त केली.

फिस्कनं विचारू की नको अशा संभ्रमावस्थेत तिला विचारलं, "तुझ्याकडे नकाशा आहे का?"

"कोणत्या प्रकारचा?"

'युनायटेड स्टेट्सचा पूर्वेकडचा अर्धा भाग."

तिनं थोडा विचार केला अन् सांगितलं, "गाडीच्या ग्लोव्ह कंपार्टमेन्टमध्ये असेल."

फिस्कनं जाऊन तो आणला. ते दोघे घरात शिरले तसं तिनं विचारलं, "तू काय शोधतो आहेस?"

"माइकच्या गाडीनं आठशे मैलांचा प्रवास केला त्याचा विचार करतो आहे मी!"

"म्हणजे इथून आठशे मैलावरची ठिकाणं तू पाहतोयस!"

"नाही. चारशे." सारा घोटाळ्यात पडली. "चारशे मैल इथून जाताना आणि डी.सी.ला परत येताना चारशे."

"शंभर-दोनशे मैलांच्या छोट्या छोट्या चकरापण असू शकतात."

त्यानं मान हलवली. "उन्हाळ्याच्या दिवसात गाडीतून मोठा प्रवास केलेल्याची स्थिती फारशी बरी नसते. चेहऱ्यावरून समजू शकतं." तो म्हणाला.

ती कॉफी बनवायला आत गेली तेव्हा त्यानं नदीच्या दिशेला असणाऱ्या खिडकीतून बाहेर पाहिलं. तिथून त्याला छोटा धक्का आणि त्याला बांधलेली बोट दिसली.

"तू बऱ्याच वेळा बोटिंग करतेस का?"

"काळी कॉफी की दूध घालू?"

"काळी."

तिनं दोन कप भरले. "आता फारसं नाही. मी नॉर्थ कॅरोलिनाला असताना तशी संधी नव्हती कारण वडलांबरोबर फारतर थोडं पोहायला किंवा तळ्यावर मासेमारीला जाणं एवढंच होतं. स्टॅनफोर्डला आल्यानंतर मात्र मी भरपूर बोटिंग केलं. पॅसिफिक महासागर पाहिल्याशिवाय तुम्हांला भव्यतेची कल्पना येत नाही. त्यापुढे सगळं खुजंच वाटतं."

"मी तिकडे कधीच गेलो नाही."

"जर कधी ठरवलंस, तर मला सांग. मी त्या भागातल्या बऱ्याच गोष्टी दाखवू शकेन." असं म्हणून तिनं त्याच्या हातात कप दिला.

"मी त्याचा नक्की विचार करीन." तो कोरडेपणानं म्हणाला.

"इथं एकच बाथरूम आहे तेव्हा आपल्याला आळीपाळीनं जावं लागणार."

"तू आधी जा. तोपर्यंत मी हा नकाशा तपासतो."

"जर वीस मिनिटांत मी आले नाही, तर बाथरूमचं दार ठोक कारण कदाचित शॉवरखाली मला झोपही लागलेली असेल."

फिस्क नकाशा पाहत होता. कॉफी पीत पीत त्यानं काही उत्तर दिलं नाही. ती जिन्याच्या पायऱ्या चढली आणि तिथंच थांबून तिनं जॉनला हाक मारली "जॉन?" त्यानं वर पाहिलं. "कालच्या रात्री जे घडलं त्याबद्दल तू मला क्षमा करशील अशी मी आशा करते. मला माहीत आहे की, माझं वर्तन क्षमा करण्यासारखं नव्हतं ते!"

जॉननं आपला कॉफीचा कप खाली ठेवला आणि तिच्याकडे रोखून पाहिलं. खिडकीतून पडणाऱ्या सूर्यप्रकाशात तिचा चेहरा उजळून निघाला होता. तिच्या डोळ्यात चमक दिसत होती. ओठांच्या कडा स्पष्ट होत होत्या. केसांवर नदीच्या उसळत्या पाण्याचे तुषार चमकत होते. तिनं केलेला थोडासा मेकअप उतरलेला

होता आणि ती थोडी थकल्यागतही दिसत होती तरीही त्याला ती खूप आकर्षक आणि सुंदर वाटली. या बाईमुळे त्याच्या आणि त्याच्या वडलांमध्ये प्रचंड दरी निर्माण झाली होती तरीसुद्धा त्या क्षणी तिला पाहताना 'तिचे सर्व कपडे उतरवून तिथल्या तिथंच तिच्याशेजारी झोपावं.' हा मनात आलेला विचार झटकताना त्याला संयमाची पराकाष्ठा करावी लागली.

"प्रत्येकालाच क्षमा मिळण्याचा अधिकार आहे सारा." एवढंच बोलून तो पुन्हा नकाशा पाहायला लागला.

सारा अंघोळीसाठी गेली असताना फिस्क तिच्या किचनच्या शेजारच्या खोलीत शिरला. ती खोली म्हणजे घरचं कार्यालय होतं. कारण तिथं एक टेबल, कॉम्प्युटर, प्रिंटर, कायदाविषयक पुस्तकांनी व रिपोर्टसनी भरलेलं कपाट, कोरे पेपर्स, फाईल्स आणि एक डस्टबीन अशा सर्व गोष्टी होत्या. त्यानं नकाशा टेबलावर पसरला. नकाशाखाली प्रमाण दिलं होतं. किती इंच बरोबर किती मैल. त्यानं टेबलाचे सर्व ड्रॉवर्स उपसले. एका ड्रॉवरमध्ये त्याला पट्टी मिळाली. वॉशिंग्टन हे मध्यवर्ती केंद्र कल्पून त्यानं तिथून उत्तरेकडे, पश्चिमेकडे आणि दक्षिणेकडे जाणाऱ्या रेषा काढल्या. प्रमाणाप्रमाणे चारशे मैल अंतरावर असणारे बिंदू काढले. ते बिंदू एकमेकांना जोडून आपल्या शोधाचं क्षेत्र निश्चित केलं. त्यानं पूर्व दिशा टाळली कारण साधारण चारशे मैलावरचं कोणतंही अंतर अॅटलांटिक समुद्रात येणारं होतं. त्यानंतर त्यानं शोधाच्या क्षेत्रात येणाऱ्या राज्यांच्या नावाची यादी तयार केली आणि नंतर डिरेक्टरी साहाय्यकाला फोन केला. एक मिनिटाच्या आत तो संघराज्यांच्या तुरुंग माहिती ऑफिसमधल्या कोणाशीतरी बोलत होता. त्यानं त्या माणसाला हार्म्स हे नाव सांगितलं आणि साधारण भौगोलिक क्षेत्र सांगितलं (त्यानं निश्चित केलेलं.) आपला भाऊ कदाचित हार्म्सला भेटायला तुरुंगात गेला असेल हे त्याला नंतर सुचलं होतं. तसं असल्यामुळेच म्हणूनच त्याच्या भावानं त्याला फोन केला असण्याची शक्यता होती कारण त्याच्यापेक्षा जॉनला तुरुंगाबद्दल जास्त माहिती असणार, हे त्याला माहीत होतं. पलीकडच्या माणसानं त्याला थोडा वेळ थांबायला सांगितलं होतं.

तो माणूस माहितीसह पुन्हा लाईनवर आला. त्यानं दिलेल्या उत्तरामुळे फिस्कचा चेहरा काळवंडला. "मी सांगितलेल्या भागातल्या एकाही तुरुंगात हार्म्स नावाचा कैदी नाही अशी तुमची खात्री आहे?"

"तुम्ही सांगितलेल्या अंतराच्या थोड्या पलीकडच्या अंतरातले तुरुंगही मी तपासले, पण हार्म्स नावाचा कैदी तिथेही नाही."

"ठीक आहे. हे संघराज्याच्या तुरुंगाबद्दल झालं. राज्याच्या तुरुंगाबद्दल काय?"

"मी तुम्हांला प्रत्येक राज्याचे फोन नंबर देऊ शकतो. तिथं तुम्हांलाच संपर्क साधावा लागेल." त्या भागातल्या तुरुंगांचे त्यानं दिलेले फोन नंबर्स फिस्कनं लिहून

घेतले. त्यानं क्षणभर विचार केला आणि नंतर घरी आणि ऑफिसला आलेले संदेश तपासण्याचा निर्णय घेतला. विमा एजंटकडून एक संदेश होता. त्यानं त्या एजंटला वॉशिंग्टन डी.सी.ला फोन केला.

"तुमच्या भावाच्या मृत्यूबद्दलची बातमी मी वाचली. फार वाईट वाटलं. तुमच्या दु:खात मी सहभागी आहे मिस्टर जॉन!" फोन उचलणारी बाई म्हणाली.

"माझ्या भावानं विमा उतरवलेला होता हे मला माहीत नव्हतं."

"ज्यांना त्याचा फायदा मिळायचा असतो त्यांना अनेक वेळा ते माहीत नसतं. खरं म्हणजे तसं कळवण्याचीही आमची जबाबदारी नाही. स्वच्छ सांगायचं, तर विम्याचा क्लेम देण्यासाठी कंपन्या आपल्या नेहमीच्या मार्गापेक्षा दुसऱ्या कोणत्याही मार्गाचा अवलंब करत नाहीत."

"तर मग तुम्ही मला कसा फोन केलात?"

"मायकेल यांच्या मृत्यूमुळे मी घाबरले होते म्हणून!"

"त्यानं पॉलिसी कधी घेतली होती?"

"सहा महिन्यांपूर्वी."

"त्याला बायको नव्हती किंवा मुलंही. त्याला विमा काढण्याची काय गरज होती?"

"म्हणून तर मी तुम्हांला फोन केला. त्याला काही झालं, तर तुम्हांला पैशाची गरज लागेल असं तो म्हणाला होता."

फिस्कला घशात अडकल्यासारखं झालं आणि खोकला येणार म्हणून त्यानं रिसिव्हर दूर धरला. पंधरा-वीस सेकंदांनंतर तो म्हणाला, "माझ्यापेक्षा आमच्या आईवडलांनाच त्या पैशाचा जास्त उपयोग होईल."

"त्यांनी सांगितलं की, बहुधा तुम्ही ते तुमच्या आईवडलांनाच द्याल म्हणून. त्यातले काही तुम्ही स्वत: वापरावेत असं त्यांचं म्हणणं होतं. आईवडलांपेक्षा तुम्ही ते चांगल्या प्रकारे वापराल असं त्यांना वाटत होतं."

"अस्सं! बरं मग, किती रकमेबद्दल आपलं हे बोलणं चाललंय?"

"पाच दशलक्ष डॉलर्स." असं म्हणून तिनं त्याचा पत्ता वाचला आणि त्यात बदल झालेला नाही याची खात्री करून घेतली. "मी अनेक पॉलिसीज काढल्या आहेत; अनेक लोकांच्या आणि अनेक कारणांसाठी. तुमच्या बाबतीत मी एक सांगू शकते. तुमच्या भावाचं तुमच्यावर खूप प्रेम होतं ते मला कळलं. माझा भाऊ माझ्या इतका निकट असायला हवा होता, असं राहून राहून वाटतं."

फिस्कनं फोन ठेवला. त्याच्या लक्षात आलं की, त्याच्या डोळ्यात अश्रू नव्हते, पण आवळलेल्या मुठी दणकन भिंतीवर मारून द्याव्या असं त्याला वाटत होतं.

तो उठला. त्यानं ती फोन नंबरची यादी खिशात घातली आणि तो बाहेर आला. जिन्यावरून खाली उतरून तो सरळ छोट्या धक्क्याकडे आला. ढगांचे पुंजके असलेलं आकाश गर्द निळं दिसत होतं. वाहणारा वारा उत्तेजित करत होता. हवेतला दमटपणा नाहीसा झालेला होता. त्यानं दूरवर जुन्या अलेक्झांड्रिया शहराच्या उत्तरेकडच्या सीमेवर दिसणाऱ्या चार-चार मजली इमारतींकडे पाहिलं आणि त्यानंतर वळत जाणाऱ्या वुड्रो विल्सन ब्रीजकडे. नदीच्या पलीकडे व्हर्जिनियाप्रमाणे वृक्षांच्या रांगा असलेला भाग म्हणजे मेरीलॅण्ड किनारा असावा, तो विचार करत होता. त्याच वेळेस काही मैल अंतरावर असणाऱ्या नॅशनल एअरपोर्टवर मुसंडी मारून उतरणारं एक विमान त्याच्या डोक्यावरून इतक्या जोरदारपणे जमिनीकडे झेपावत गेलं की, ते तिथल्या खडकावर धडकणार की काय अशी भीती फिस्कला वाटली.

विमान जसं दूर गेलं तशी पुन्हा शांतता पसरली. तो धक्क्याला बांधलेल्या, पण पाण्यावर तरंगणाऱ्या छोट्या बोटीत उतरला. त्याच्या पाऊल ठेवण्यामुळे ती अलगद हिंदकळली. सूर्यप्रकाश सरळ त्याच्या तोंडावर येत होता. डोलकाठीच्या खांबाला डोकं टेकवून तो खाली बसला. न उभारलेल्या शिडाच्या कापडाचा वास घेत त्यानं डोळे मिटले. तो खूप थकला होता.

''अरे, तू असा कसा झोपलास?''

तो दचकून जागा झाला. त्यानं सभोवार पाहिलं. मग मागे वळून उभ्या असलेल्या साराकडे. तिनं कामावर जाण्याचा काळा टू पीस सूट घातला होता. आत घातलेला पांढरा ब्लाउज गळ्याजवळ दिसत होता. तिनं गळ्यात मोत्यांची माळ घातली होती. गाठ मारून केसांचा बुचडा केला होता. हलकासा मेकअप होता. ती हसली.

''तुला उठवलं याबद्दल सॉरी हं! तू अगदी शांत झोपला होतास.''

''तू बराच वेळ इथं होतीस?'' त्यानं विचारलं आणि मग त्याला वाटलं, आपण हे उगाचंच विचारलं.

''हो. त्या मानानं बराच वेळ असंच म्हणावं लागेल. आता तू शॉवर घ्यायला जाऊ शकतोस.''

तो उठून उभा राहिला आणि बोटीबाहेर येऊन धक्क्यावर आला.

''बोट छान आहे.'' तो म्हणाला.

''तशी या बाबतीत मी नशीबवानच म्हणायची. इथून किनारा लगेच उतरत जातो त्यामुळे मला माझी बोट नौकाविहारासाठी तयार केलेल्या खास बंदरावर ठेवण्याची गरज पडत नाही. थंडी पडायला अजून अवकाश आहे त्यामुळे हवं असलं, तर तुला मी एखाद्या दिवशी नौकाविहारासाठी घेऊन जाऊ शकेन.''

''पाहू या पुढे-मागे.'' तो तिच्या कॉटेजकडे निघाला.

''जॉन,'' तिनं हाक मारली. तिचा हात जिन्याच्या कठड्यावर होता आणि नजर शांतपणे हलणाऱ्या तिच्या बोटीकडे होती. ''तुझ्या वडलांना शांत करणं हे माझं पहिलं काम असणार आहे.''

''तो माझा प्रश्न आहे. तुला एवढं वाटून घ्यायचं कारण नाही.''

''नाही. तो माझाही प्रश्न आहे.'' ती दृढपणे म्हणाली.

तीस मिनिटांनंतर फिस्कनं पार्क वेकडे जाणाऱ्या खाजगी रस्त्यावर गाडी घातली. त्यांच्या गाडीपुढे असलेल्या दोन काळ्या सेडान गाड्या त्यानं गाडी थांबवावी म्हणून लाइटची उघडझाप करून खुणा दाखवत होत्या. फिस्कनं जोरात ब्रेक लावला तशी सारा किंचाळली. फिस्क गाडीतून उडी मारूनच उतरला आणि दोन तीन पावलं टाकून लगेच थांबला. त्याच्या दिशेनं रोखलेली हत्यारं त्यानं पाहिली होती.

''हात वर!'' त्या माणसांपैकी एक भुंकल्यागत म्हणाला. फिस्कनं आपले हात वर केले. सारा कारमधून उतरली त्याच वेळेस तिनं एका सेडानमधून पर्किन्स, तर दुसऱ्यातून एजंट मॅकेन्नांना उतरताना पाहिलं.

पर्किन्सनी साराला पाहताक्षणीच सूटमधल्या दोघांना हुकूम सोडला. ''आपली हत्यारं म्यान करा.''

मॅकेन्नांचा आवाज त्या क्षणीच घुमला, ''ती माणसं माझ्या आज्ञेखाली आहेत, तुमच्या नाही. मी सांगितल्यानंतरच ते हत्यारं म्यान करतील मि. पर्किन्स.'' एजन्ट मॅकेन्ना पुढे येऊन सरळ फिस्कपुढे थांबला.

''तू ठीक आहेस नं सारा?'' पर्किन्सनी विचारलं.

''अर्थातच मी ठीक आहे. पण हा काय प्रकार आहे?''

''मी तुला महत्त्वाचा मेसेज पाठवला होता.''

''मी मेसेजेस तपासले नाहीत, पण काय गडबड आहे?''

मॅकेन्नांची नजर गाडीच्या मागच्या सीटवर ठेवलेल्या शॉटगनवर गेली. त्यांनी आता आपलं स्वत:चं पिस्तूल काढलं आणि ते फिस्कच्या दिशेनं रोखलं. त्यानं फिस्कचा दुखापत झालेला चेहरा पाहिला. ''ह्यानं तुला तुझ्या इच्छेविरुद्ध अडकवून ठेवलं आहे का?'' त्यानं साराकडे वळून विचारलं.

''तुम्ही तुमची ही नाटकबाजी बंद कराल का?'' तो आपले हात खाली करत म्हणाला तसा एक जोरदार ठोसा मॅकेन्नांनी फिस्कच्या पोटाखाली मारला. फिस्कचे पाय दुमडले जाऊन तो खाली कोसळला. तो धापा टाकत होता. सारा त्याच्याकडे धावली. तिनं त्याला आधार देऊन गाडीच्या टायरजवळ बसण्यास मदत केली.

''तिनं उत्तर देईपर्यंत आपले हात वरच ठेव.'' मॅकेन्ना फिस्कचे हात वर

उचलत म्हणाले, "असेच ठेव वर."

सारा किंचाळली. "नाही! देवाशप्पथ सांगते, त्यानं मला अडकवून ठेवलेलं नाही. थांबवा हे सर्व. त्याला सोडा." तिनं मॅकेन्नाचा हात बाजूला ढकलला.

पर्किन्स पुढे झाले. "एजंट मॅकेन्ना ऽऽ" त्यांनी बोलायला सुरुवात केली, पण त्यांच्याकडे थंड नजरेने पाहणाऱ्या मॅकेन्नांकडे त्यांची नजर जाताच ते थांबले.

"त्याच्या गाडीमध्ये शॉटगन आहे." मॅकेन्ना म्हणाले, "तुम्हांला तुमच्या माणसांना संधी द्यायची आहे का? पण मी त्या पद्धतीनं काम करत नाही."

तेवढ्यात आणखी एक सेडान तिथं येऊन थांबली आणि त्यातून चांडलर आणि दोन गणवेशधारी व्हर्जिनिया पोलीस अधिकारी उतरले. त्यांच्या हातात बंदुका होत्या.

"सर्वांनी जागेवरच उभं राहावं." चांडलर यांनी घोषणा केली. मॅकेन्ना यांनी आजूबाजूला पाहिलं व नंतर ते म्हणाले, "चांडलर, तुमच्या माणसांना बंदुका बाजूला घ्यायला सांगा. परिस्थिती माझ्या पूर्ण नियंत्रणात आहे."

चांडलर पुढे होत मॅकेन्नांपर्यंत पोहोचले. "मॅकेन्ना, तुमच्या माणसांना आपली पिस्तुलं होल्स्टरमध्ये टाकायला सांगा आणि लगेच. नाहीतर त्यांच्यावर हल्ला करणे आणि मारपीट करणे या आरोपाखाली मला अटक करावी लागेल." मॅकेन्ना जराही हलले नाहीत. चांडलर यांनी मॅकेन्नांच्या चेहऱ्यावर सरळ नजर भिडवली आणि ते म्हणाले, "स्पेशल एजंट मॅकेन्ना, मी लगेच म्हणालो. लगेच म्हणजे लगेच. आत्ता, ताबडतोब. नाहीतर तुम्हांलाही व्हर्जिनिया लॉकअपमधून तुमच्या ब्युरोचा वकील मागवावा लागेल. हे तुमच्या रेकॉर्डला असलेलं तुम्हांला चालणार आहे का?"

अखेर मॅकेन्नांनी माघार घेतली. "आपली पिस्तुलं होल्स्टरमध्ये टाका." त्यानं आपल्या माणसांना हुकूम दिला.

"आणि आता त्याच्यापासून दूर व्हा." चांडलरांनी हुकूम केला. मॅकेन्ना पडलेल्या फिस्कपासून एक-एक पाऊल करत मागे सरले. प्रत्येक पावलानिशी त्यांचा चांडलरवर लावलेल्या नजरेतला विखार वाढत होता.

चांडलर पुढे होऊन फिस्कजवळ वाकले. त्यांनी त्याच्या खांद्यावर हात ठेवला. "जॉन, तू ठीक आहेस ना?"

फिस्कनं मान डोलावली आणि नंतर मॅकेन्नांकडे आपली नजर वळवली.

"हे सगळं काय चाललंय हे कोणीतरी स्पष्ट करेल का?" सारा संतापानं म्हणाली.

"स्टिव्हन राइटचा खून झालेला आहे." चांडलरांनी सांगितलं.

पस्तीस

कशाही प्रकारे फळ्या ठोकून बांधलेलं ते खोपटं दक्षिण पेनसिल्व्हानियाच्या अशा दुर्गम भागातल्या जंगलात होतं की, ज्याचं एक टोक पश्चिम व्हर्जिनियात घुसलं होतं. त्या खोपटात जाण्यायेण्यासाठी एकच छोटा रस्ता होता ज्याचा माग चिखलात उमटलेल्या टायरच्या खुणांमुळे काढता येत होता. कंबरेला बांधलेल्या नऊ एम.एम. पिस्तुलावर हात ठेवून जोश त्याच्या दारासमोर आला. त्याच्या बुटाला लाल चिखल लागलेला होता. तिथून जवळच त्यानं आपला ट्रक अक्रोडाच्या झाडांच्या फांद्याआड लपवून ठेवला होता आणि अतिरिक्त काळजी म्हणून पानांच्या जाळीनी झाकून टाकला होता. वरून पाहिलं तर दिसेल की काय एवढीच त्याला भीती होती. सुदैवानं अजूनतरी रात्री थंडी पडली नव्हती. त्यामुळे त्याला उष्णतेसाठी छोटी शेकोटीही पेटवण्याची गरज पडली नव्हती. शेकोटी दिसली नसती, तरी धूर कुठून, कुठे, कसा जाईल हे काय सांगता येत होतं का?

रूफस जमिनीवर बसला होता. त्याची रुंद पाठ मागच्या भिंतीला टेकलेली होती. पुढ्यात बायबल होतं. बाजूला थोडंसं उरलेलं अन्न होतं. तो सोडा पीत होता. त्यानं आता आपले कपडे बदलले होते. ते त्याच्या भावानं त्याला दिले होते.

''सगळं ठीक?''

''फक्त आपण आणि जंगलातल्या खारी. तुला आता कसं वाटतंय?''

''नरकात आनंदी कसं वाटेल? सैतानालाही भीती कशी वाटत असेल, कल्पना कर. तसं वाटतंय!''

मान हलवत आणि हसून रूफस म्हणाला. ''इथे बसून सोडा-कोक पीत स्वातंत्र्याचं सुख अनुभवतो. ठार मारण्यासाठी कुणी अंगावर उडी मारेल, याची

क्षणाक्षणाला भीती नाही.''

''पहारेकरी की कैदी?''

''तुला काय वाटतं?''

''मला वाटतं दोघंही. तुरुंगात तुला भेटताना का होईना मी तुझ्याबरोबर थोडा वेळ काढला आहे. मला वाटतं, आपण त्यावर पुस्तक लिहू शकू!''

''आपण इथे किती वेळ राहायचं?''

''एकदोन दिवस. थोडी गडबड कमी झाली की, आपण पुढे निघू मेक्सिकोकडे. इथे काय सुख मिळतं आहे त्यात समाधान मानून सध्या राहू. लढाईनंतर मी मेक्सिकोला काही वेळा गेलो होतो. माझे सैन्यातले काही मित्र आहेत तिथे. ते आपल्याला मदत करतील स्थिरस्थावर व्हायला. एखादी छोटीशी होडी पाहायची, मासेमारी करायची आणि बीचवर राहायचं. कसं वाटतं?''

''एखाद्या गटारात राहणंही मला चालेल.'' रूफस म्हणाला आणि उठून उभा राहत म्हणाला, ''एक प्रश्न आहे!''

त्याचा भाऊ भिंतीला टेकून उभा राहून छोट्या चाकूनं सफरचंद सोलत होता. ''मी ऐकतोय.'' तो म्हणाला.

''तू आणलेल्या ट्रकमध्ये खायचं भरपूर सामान आहे, दोन रायफल्स आहेत. कपडे आहेत, तुझ्या कमरेला पिस्तूलपण आहे!''

''बरं मग?''

''तू मला जेव्हा भेटायला आला तेव्हा हे सर्व तयार होतं?''

जोशनं सफरचंदाचा एक तुकडा तोंडात टाकला. ''मला खायला हवं म्हणजे मला दुकानात जाणं आलं, नाही का?''

''बरोबर आहे, पण तू असं काही घेतलं नाही की, जे खराब होईल. दूध, अंडी किंवा तसलं काही. सर्व वस्तू साठवणीच्याच आहेत.

''मी सैन्यात असतानाही डब्यातलं गोठवलेलं अन्नच खात होतो. मला वाटतं, तेव्हापासून मी त्याच्या प्रेमात पडलो. तयार जेवण कधीही कुठेही खा.''

''आणि ती हत्यारंपण तू नेहमीच बाळगायचा? आताही आहेत का?''

''व्हिएतनामशी आपण लढतो आहोत असं मला अजूनही वाटतं.'' रूफसनं त्याचा शर्ट धरला. ''माझ्या आकाराचे कपडे सहज मिळत नाहीत. तू मला तुरुंगातून सोडवण्याच्या तयारीनंच आला. हो ना?

जोशनं सफरचंद खाऊन संपवलं. सालं खिडकीबाहेर टाकली. जीनला हात पुसले आणि मग आपल्या भावाला सामोरा झाला.

''हे बघ रूफस, तू त्या छोट्या मुलीला का मारलंस ते मला माहीत नव्हतं, पण तू ते केलंस तेव्हा तुझं डोकं ठिकाणावर नव्हतं हे मला नक्की माहीत होतं.

ते आर्मीचं पत्र जेव्हा मला मिळालं तेव्हाच काहीतरी भानगड आहे अशी मला शंका आली. तुला अडकवण्यासाठी तो एखाद्या कटाचा भाग होता, हे मला त्या वेळी माहीत नव्हतं. लोक असा वेडेपणा करतात. काही वेड्याच्या हॉस्पिटलमध्ये दिवस काढतात आणि बरे झाल्यानंतर बाहेर येतात. त्यांना सोडलं जातं. तू काही केलं असलंस, तरी तुरुंगात पंचवीस वर्षं काढून शिक्षा भोगली, तेव्हा तुला बाहेर येण्याचा अधिकार होता, असा विचार मी तेव्हा केला होता आणि तुला सोडवण्याच्या विचारानंच आलो होतो. तू ऐकलं नसतं, तरी मी तुला पटवून देणार होतो. आता मी चुकलो की बरोबर? तूच ठरव. पण मी तुला सोडवायचं हे पक्कं ठरवूनच आलो होतो. त्या वेळी तुला त्यांनी कसं जाळ्यात अडकवून तुरुंगात घातलं होतं हे मला खरंच माहीत नव्हतं.''

त्यानं बोलणं संपवलं. ते दोघे भाऊ एकमेकांकडे एक मिनिटभर नुसते पाहत राहिले.

''जोश, तू माझा ग्रेट भाऊ आहेस!''

''अर्थातच मी तुझा चांगला भाऊ आहेच.''

रूफस पुन्हा जमिनीवर बसला आणि त्यानं बायबल हातात घेतलं. त्याला हवा तो भाग येईपर्यंत तो पानं उलटत राहिला. जोश त्याच्याकडे पाहत होता.

''एवढं सगळं होऊनही तू अजून हे वाचतो?''

रूफसनं त्याच्याकडे मान वर करून पाहिलं, ''मी आयुष्यभर वाचणार आहे!'' जोश खाकरला. ''वेळ तुझा आहे. तुला हवं ते कर. पण मला विचारशील, तर मी म्हणेन की, हे फुकट वेळ घालवणं आहे.''

रूफसनं त्याच्याकडे कठोर नजरेनं पाहिलं. ''ह्या परमेश्वराच्या शब्दांनीच मी जिवंत राहिलो. त्याला वेळ घालवणं म्हणणं बरोबर नाही.''

जोशनं मान हलवली, खिडकीबाहेर पाहिलं अन् पुन्हा रूफसकडे पाहिलं. त्यानं आपल्या पिस्तुलाला स्पर्श केला. ''हे पिस्तूल माझा परमेश्वर आहे किंवा चाकू, बॉम्ब किंवा असं काहीपण. ज्यांनी उत्तर देता येतं की, माझ्या वाटेला जाऊ नका म्हणून. ज्या पुस्तकांत लोकांनी एकमेकांना मारलं आहे, पुरुषांनी दुसऱ्यांच्या बायका पळवल्या आहेत आणि अशी सर्व पापं भरली आहेत असं पुस्तक परमेश्वराचं होऊ शकत नाही.''

''पापं माणसांची. परमेश्वराची नाहीत.''

''तुला तुरुंगातून परमेश्वरानं बाहेर काढलं नाही. मी काढलं.''

''परमेश्वरानी तुला पाठवलं जोश. त्याची इच्छा सर्वत्र आहे.''

''म्हणजे परमेश्वरानी मला भाग पाडलं असं तू म्हणतो?''

''मग तू का आला ते सांग?''

"'ते मी सांगितलं. तुला सोडवायला."

"तू माझ्यावर प्रेम करतो म्हणून?"

जोश जरा सटपटला, "हो." तो म्हणाला.

"म्हणजे तीच परमेश्वराची इच्छा. तू माझ्यावर प्रेम करतो, तू मदत करतो हीच परमेश्वराची काम करण्याची पद्धत!"

जोशनं आपली मान हलवली आणि तो दुसरीकडेच बघायला लागला. रूफसनं पुन्हा आपलं वाचन सुरू केलं.

जोशनं खाली जमिनीवर ठेवलेल्या आपल्या रेडिओकडे मोर्चा वळवला. त्यातून खर्र खर्र असा आवाज आला. जोशला अखेर यश आलं आणि दक्षिण-पश्चिम व्हर्जिनिया स्टेशन सापडलं. रूफसच्या पलायनाची आणखी काही बातमी होती का हे त्याला पाहायचं होतं म्हणजे ऐकायचं होतं.

"यापूर्वी कधी रेडिओवर तुझं नाव ऐकलं आहे?" त्यानं विचारलं.

आदल्या दिवशीच्या बातम्यात त्याच्या नावाचा उल्लेख होता. सर्व मिलिटरी अधिकाऱ्याचं म्हणणं होतं की, हार्म्स हा खुनाचा आरोप शाबित झालेला खुनी असून अनेकदा तुरुंगात तो बेफाम व्हायचा असा त्याचा इतिहास होता. तो त्याच्या भावाबरोबर पळाला असून त्याचा भाऊसुद्धा धोकादायक म्हणून ओळखला जातो. पुढे नेहमीच्या भाषेत सांगितलं होतं की, दोघंही शस्त्रधारी असून धोकादायक आहेत. त्यामुळे त्यांना ठार करून आणण्यात आलं तरी कोणीही आश्चर्य वाटून घेऊ नये वा प्रश्न उपस्थित करू नये.

"ऐकलं होतं," रूफसनं उत्तर दिलं, "पण तू म्हणतो त्याप्रमाणे ते आपला दक्षिणेकडे शोध घेत आहेत."

तेवढ्यात दुपारच्या बातम्या सुरू झाल्या. सुरुवातीच्या एक-दोन वृत्तांमध्ये त्यांना काही स्वारस्य वाटलं नाही. तिसऱ्या बातमीनं मात्र त्या दोघांनाही अस्वस्थ केलं. उशिरा आलेलं वृत्त म्हणून ती बातमी जाहीर केली होती आणि ती एक मिनिटभराचीच होती. त्या बातमीदरम्यान वाढलेला रेडिओचा आवाज ती संपताच जोशनं रेडिओ बंद करून थांबवला. "रायडर आणि त्याची बायको" तो उद्गारला.

"त्यानं आधी बायकोला मारलं आणि मग स्वत:वर गोळी झाडून घेतली असं त्यांनी भासवलं आहे." रूफस म्हणाला. अविश्वासानं तो सारखं डोकं हलवत होता. "दोन माणसं मला भेटायला आली होती आणि ती दोन्ही ठार झाली."

जोशनं आपल्या भावाकडे रोखून पाहिलं. त्याच्या मनात काय विचार चालले असावेत हे त्याला कळलं होतं. "रूफस, तू आता काही करू शकत नाही. तू त्यांना परत आणू शकत नाही."

"ते मेले ते माझ्यामुळे. मला मदत करण्याचा प्रयत्न करत होते म्हणून मेले

आणि रायडरची बायको? तिला बिचारीला तर काहीही माहिती नव्हतं.''

''पण त्या फिस्कला काही तू बोलावलेलं नव्हतं!''

''पण सॅम्युअलला तर बोलावलं होतं ना? मी बोलावलं नसतं, तर तो आज जिवंत राहिला असता.''

''तो तुझं देणं लागत होता. तू बोलावल्याबरोबर तो आला कसा? त्याला मनातून अपराधी वाटत होतं. तो तुझ्यासाठी चांगल्या प्रकारे भांडला नव्हता. त्याची भरपाई करायची म्हणून तो आला!''

''तरी तो मेला हे खरं आहे ना? माझ्यामुळे.''

''समजा ते खरं असलं, तरी आता तू काही करू शकत नाही.''

रूफसनं त्याच्याकडे पाहिलं. ''त्या लोकांनी माझं आयुष्य बरबाद केलं आणि आता ते इतरांचं आयुष्य घेत आहेत. तू म्हणतो की, आपण मेक्सिकोत ठाकठीक राहू म्हणून पण आपल्याला शोधायचं ते थांबवणार नाहीत. व्हिक ट्रेमेन हा वेडा खूनशी माणूस आहे, हे त्याच्या डोळ्यांवरून समजतं. त्यानी मला मारण्याचा प्रयत्न केला, पण एवढ्या वर्षांत त्याला ते जमलं नाही. आता आपल्या दोघांनाही ठार करण्याची त्याला संधी आहे.''

''पोलिसांच्या अगोदर जर आपल्याला आर्मीच्या त्या लोकांनी गाठलं, तर आपण मेल्याची खात्री करण्यासाठी ते गोळ्यांचा पट्टा रिकामा होईपर्यंत गोळ्या झाडत राहतील.'' असं म्हणून जोशनं सहमती दर्शवली. त्यानं आपली पालमाल्स सिगारेट काढली आणि पेटवली. धुराचा लोट सोडत तो म्हणाला, ''ठीकाय. मीसुद्धा सरळ गोळ्या झाडू शकतो. मग त्यांना कळेल की लढाई काय असते.''

रूफसनं आपली मान हलवली, ''त्यांनी जे केलं ना, त्यासाठी त्याच्यातल्या कोणालापण सोडायचं नाही.''

जोशनं जमिनीवर सिगारेटची राख झाडली आणि त्याच्याकडे रोखून पाहिलं. ''नेमकं काय करायचं म्हणतो तू? सरळ पोलिसांकडे जायचं आणि त्यांनी असं असं केलं म्हणून सांगायचं? त्यांनी मदत करावी आणि त्या बड्या गोऱ्या लोकांना मारावं असं सांगणार तू?'' जोश सिगारेट जमिनीवर चुरगाळत म्हणाला. ''निव्वळ मूर्खपणा!''

''तू मला आर्मीचं ते पत्र मिळवायला मदत करायची.''

''तू ते कुठे लपवलं आहेस?''

''मी ते तुरुंगातच लपवलं आहे.''

''पण आपण काही तुरुंगात परत जाणार नाही ते आणायला. तू तसा प्रयत्न केला, तर मी स्वत:वरच गोळी झाडून घेईन.''

''मी फोर्ट जॅक्सनला परत जाणार नाही.''

"मग काय करायचं?"

"सॅम्युअल वकील होता. वकील लोकं अशा गोष्टींची कॉपी करून ठेवतात." जोशनं आपली भुवई उंचावून प्रश्न केला, "तुला रायडरच्या ऑफिसमध्ये जायचं आहे?"

"आपल्याला जावंच लागेल जोश." जोश काही क्षण बोललाच नाही. मग म्हणाला, "हे बघ रूफस, मी यातलं काही करणार नाही. युनायटेड स्टेट्सची संपूर्ण आर्मी तुझ्या ढुंगणावर गोळ्या झाडायला टपलेली आहे आणि माझ्यापण. तू काही गर्दीत विरघळून जाऊ शकत नाही."

"तरीपण आपल्याला ते करायला पाहिजे. निदान मला तरी करायलाच पाहिजे. जर मला ते पत्र मिळालं, तर कोणालातरी मदत करायला सांगता येईल किंवा कोर्टाला दुसरं पत्र पाठवता येईल."

"मागच्या पत्राचं काय झालं हे कळूनसुद्धा? ते बडे बडे जज तुझ्यामागे पळत आले मदत करायला?"

"हे बघ, तुला यायचं नसेल, तर नको येऊ जोश; पण मला मात्र हे करायलाच हवं."

"आणि मेक्सिकोचं काय? रूफस, तू आता मोकळा आहेस सध्या तरी. तू आपलं नाक खुपसायचा प्रयत्न केला, तर ते तुला पुन्हा तुरुंगात नेणार किंवा त्याच्या आधीच ठार करणार. आता आपल्याला संधी आहे. आपण आताच मेक्सिकोला पळायला हवं. समजलं?"

"स्वातंत्र्य तर मलापण हवं आहे; पण मी हे असं सोडून जाऊ शकत नाही. मी मेक्सिकोला गेलो, तर मनात अपराधाच्या भावनेनं जळत राहून मरेन. त्या आधीच परमेश्वरानं मरण दिलं तर बरं!"

"अपराधी भावना का? तू काही न करता पंचवीस वर्षं शिक्षा भोगली आहेस. तू मरशील तेव्हा तू परमेश्वराच्या हातात पडशील, स्वर्गाला जाशील. नक्की!"

"नाही जोश, तू माझं मन बदलू शकणार नाही."

जोश थुंकला आणि त्यानं चिरा पडलेल्या अर्धवट तुटक्या आणि धुळीनं माखलेल्या खिडकीकडे पाहिलं. "मूर्ख, वेड्या माणसा, तुला तुरुंगानं चांगलंच शिकवलं की रे! छ्याऽऽ"

"मी वेडा आहे हे मान्य करतो मी."

जोशनं त्याच्याकडे चमकून पाहिलं. काही क्षण थांबून तो सावकाशपणे म्हणाला, "कुठे आहे ते रायडरचं ऑफिस?"

"ब्लॅक्सबर्गपासून तीस मिनिटं अंतरावर. एवढंच मला माहीत आहे, पण सापडायला कठीण जाणार नाही."

"पण बहुधा ते पोलिसांनी भरलेलं असेल.''

"कदाचित नसेलसुद्धा. सॅम्युअलनंच ते केलं असं त्यांना वाटत असलं तर.''

"छ्याऽऽ.'' असं म्हणत जोशनं भिंतीवर जोरात लाथ झाडली आणि आपला संताप व्यक्त केला. त्यानंतर भावाकडे वळून म्हणाला, "ठीकाय, तुझी मर्जी. आपण रात्र पडेपर्यंत इथं थांबू आणि मग निघू!''

"थँक्स जोश!''

"आपल्या दोघांना मरण्यासाठी मी मदत करतो आहे. अशा गोष्टीसाठी माझे आभार मानू नको.''

छत्तीस

युनायटेड स्टेट्सच्या सुप्रीम कोर्टावरचा झेंडा अर्ध्यावर उतरवण्यात आला होता. अमेरिकेतल्या सर्व वर्तमानपत्रांमधून, टीव्हीवरून आणि रेडिओवरून सुप्रीम कोर्टाच्या दोन क्लार्कच्या मृत्यूबद्दल बातम्यांचा पाऊस पडला होता. कोर्टाच्या जनमाहिती अधिकाऱ्याच्या ऑफिसमधल्या फोन्सना उसंत नव्हती. ते सारखे वाजत होते. बाजूची प्रेसरूम वार्ताहरांनी गच्च भरली होती. टीव्हीची प्रमुख चॅनल्स आणि रेडिओ 'आँखो देखा हाल' प्रक्षेपित करत होते. सुप्रीम कोर्टात अतिरिक्त पन्नास पोलीस अधिकारी, राष्ट्रीय सुरक्षा अधिकारी आणि एफ.बी.आय. एजंट्सनी कोर्टाचं अवघं आवार व्यापलं होतं.

न्यायाधीशांच्या चेंबर्सच्या बाजूच्या व्हरांड्यात जमलेल्या गर्दीतून एकच चर्चा चालली होती. बऱ्याचशा न्यायाधीशांनी स्वतःला त्यांच्या चेंबर्समध्येच कोंडून घेतलं होतं. त्याचं मन वकिलांपासून किंवा केसेसपासून दूर झालं होतं. जेमतेम काही केसेसची सुनावणी पार पडली होती. तरुण क्लार्क्सच्या चेहऱ्यावर भीतीनं मळभ आलेलं दिसत होतं.

पहिल्या मजल्यावरची न्यायाधीशांची बैठकीची खोली भरून गेली होती. त्या खोलीच्या भिंतींना गर्द रंगाचं लाकडी पॅनेलिंग करण्यात आलेलं होतं आणि कोर्टाच्या दोनशे वर्षांच्या निकालाच्या पुस्तकांनी तिथली कपाटं भरलेली होती. एका भिंतीशी 'फायरप्लेस' होती, जी त्या दिवसाच्या उष्णतेमुळे पेटवण्यात आलेली नव्हती. छताला एक मोठं झुंबर लटकलेलं होतं. मुख्य न्यायाधीश रामसे टेबलाच्या मुख्य खुर्चीवर बसलेले होते. न्यायाधीश एलिझाबेथ नाइट आणि मर्फी यांनी त्यांच्या नेहमीच्या खुर्च्या ग्रहण केलेल्या होत्या.

न्यायाधीश नाइट यांची नजर सर्वत्र फिरत होती. त्या वेळेस मर्फी आपल्या पोटावर चेनने रुळत असलेलं जुनं घड्याळ हातात घेऊन त्याकडे पाहत होते. त्यांच्याव्यतिरिक्त तिथे चांडलर, फिस्क, पर्किन्स, रॉन क्लॉस आणि मॅकेन्ना हजर होते. फिस्क आणि मॅकेन्ना यांची अधूनमधून नजरानजर होत होती, पण फिस्कनं आपला राग ताब्यात ठेवला होता.

राइटचा मृतदेह त्याच्या कॅपिटॉल हिल्स अपार्टमेन्टपासून पाच-सहा ब्लॉक्स सोडून असलेल्या एका बागेत सापडला होता. त्याच्या डोक्यावर एकच गोळी झाडलेली दिसत होती. मायकेल फिस्कप्रमाणे त्याचंही पैशाचं पाकीट नाहीसं झालेलं होतं. चोरी हा वरवर दिसणारा हेतू भासत असला, तरी हे इतकं सोपं उत्तर होतं यावर कोणाचाही विश्वास बसत नव्हता. प्रथमदर्शनी अहवालावरून राइटचा मृत्यू रात्री बारा ते दोनच्या दरम्यान झाला असावा, असं अनुमान निघत होतं.

कोर्टाकडे येत असताना चांडलर यांनी फिस्कला नुकत्याच घडलेल्या घटनांची माहिती दिली होती. त्यांनी मायकेल फिस्कची मृत्यूनंतरची तपासणी त्वरेनं करून घेतली होती आणि ते अहवालाची वाट पाहत होते. मृत्यूची नेमकी वेळ त्यांना हवी होती. त्याचाही मृत्यू डोक्यावर झाडण्यात आलेल्या एका गोळीनंच झाला होता. मायकेल फिस्कनं ज्या ठिकाणी आपल्या गाडीचं सर्व्हिसिंग करून घेतलं होतं त्या उत्तर व्हर्जिनियातल्या वॉल मार्टचा छडाही त्यांनी लावला होता, पण तिथून काहीही उपयुक्त माहिती मिळाली नव्हती.

फिस्कच्या डोक्यात एक विचार आला होता आणि खातरजमा करून घेण्यासाठी चांडलरांना घेऊन कोर्टाकडे येता येता ते मायकेल फिस्कची होंडा जिथं ठेवली त्या पार्किंग लॉटकडे गेले होते. फिस्कनं पुढच्या सीटचा मागचा खिसा तपासला होता.

"तो इथं नकाशा ठेवायचा. त्याला नेहमीच हरवण्याची भीती वाटायची. कुठंही निघण्यापूर्वी तो आपल्या प्रवासाचा बेत पूर्णपणे करून ठेवायचा. इथं नकाशा दिसत नाही, पण हे काहीतरी आहे." असं म्हणत त्यानं हातातली दोन छोटी पिवळी कार्डं दाखवली. ती सीटच्या खिशातल्या तळाला होती. त्या कार्डांवर काही लिहिलेलं होतं. काही राज्यांची, रस्त्यांची नावं, दिशा, इत्यादी पण बराच अवधी झाला असल्यानं शाई फिकी झाली होती. अक्षरं पुसटशी दिसत होती.

चांडलर यांनी त्या कार्डांची पाहणी केली. "मग नकाशा घेण्याची गरज काय?" ते म्हणाले.

"तो जिथं जात होता तिथं जाताना वेळोवेळी तो त्याला दिशा दाखवण्यासाठी उपयोगी पडू शकत होता."

"म्हणजे त्याच्या मृत्यूचा या प्रवासी मैलांशी काही संबंध आहे म्हणायचा!" फिस्क काही काळ घुटमळला. 'त्यांना हार्म्सच्या अर्जाबद्दल काही सांगावं का?'

पण नंतर त्याच्या लक्षात आलं की, तेव्हाच ते सांगितलं असतं, तर एकच मोहोळ उठलं असतं आणि त्यात त्याला पुढे काही करता आलं नसतं. "कदाचित!" एवढंच फक्त तो उद्गारला.

त्यानंतर तो आणि चांडलर सरळ कोर्टाकडे आले होते. त्या कॉन्फरन्स रूममध्ये जमलेले सर्व एकमेकांकडे पाहत होते. चांडलर यांनी मायकेल फिस्कच्या घरी कोणीतरी आदल्या रात्री शिरल्याची बातमी सांगितली. मात्र ती बातमी कशी मिळाली हे त्यांनी सांगितलं नव्हतं. त्यांनी नुकत्याच सांगितलेल्या त्या बातमीनं सर्वच अस्वस्थ झालेले दिसत होते.

"डिटेक्टिव्ह चांडलर, आम्ही सर्वच तुमच्याकडे आशेनं पाहत आहोत." रामसे म्हणाले, "मला तर आता असं वाटतं की, कोणातरी वेड्याचा सुप्रीम कोर्टावरचा राग असावा आणि मायकेलकडे असलेल्या केससंदर्भातला हा प्रकार नसावा."

मॅकेन्ना म्हणाले, "मला तुम्हांला सांगायचं आहे की, ब्युरोनं या कामासाठी शंभर एजंटांना कामाला लावलंय. त्याचबरोबर न्यायाधीशांना चोवीस तास सुरक्षा मिळेल अशी व्यवस्था करण्यात आली आहे."

"आणि क्लार्क्सचं काय?" फिस्कनं विचारलं, "खरंतर क्लार्क्सनाच लक्ष्य केलं जातंय!"

चांडलर पुढे सरसावून म्हणाले, "मी सर्व क्लार्क्सच्या घरांचे पत्ते गोळा केले आहेत आणि त्या त्या भागात गस्तीच्या सूचना दिलेल्या आहेत. बहुतेक जण कोर्टाजवळच्या कॅपिटॉल हिल्स भागातच राहतात. एखाद्या क्लार्कला हॉटेलमध्ये राहायचं असेल, तर इथल्याच एका सुरक्षित हॉटेलात त्यांची व्यवस्था करण्यात येईल. आमच्यातला एक तज्ज्ञ सर्व क्लार्क्सशी बोलून त्यांना सुरक्षिततेच्या दृष्टीने काही सूचना देणार आहे. संशयास्पद व्यक्ती, हालचाल दिसल्यास कळवा, रात्रीचं एकट्यानं बाहेर जाणं टाळा अशा प्रकारच्या त्या सूचना असतील." त्यांनी किंचित थांबून नजर फिरवली आणि विचारलं, "सहज म्हणून विचारतो, पण डेल्लासान्ड्रो कुठे दिसत नाहीत."

"नवीन सुरक्षा-पद्धतीबाबत ते व्यवस्था बघताहेत," क्लॉस म्हणाले. "त्यांना एवढं चिंताग्रस्त असलेलं मी कधी पाहिलेलं नाही. मला वाटतं ही बाब म्हणजे आपली वैयक्तिक बाब असं त्यांनी मनावर घेतलं आहे."

"मी या कोर्टात जवळजवळ तेहेतीस वर्षं काम बघतो आहे, पण असं काही घडेल असा विचारही कधी मनात आला नाही." खिन्नपणे न्यायाधीश मर्फी म्हणाले.

"हे आपल्या सर्वांचंच मत आहे टॉमी!" नाइट जोरदारपणे म्हणाल्या. त्यांनी चांडलरकडे नजर वळवून विचारलं, "अजून तुम्हांला काही माग

सापडलेला नाही?''

''अजून मी निष्कर्षाप्रत पोहोचलेलो नाही. आम्हांला काही गोष्टी अजून तपासायच्या आहेत. हे मी मायकेल फिस्कच्या मृत्यूबद्दल बोलतोय. राइटच्या खुनाबद्दल सांगण्याबाबत अजून वेळ लागेल.''

''पण त्या दोन गोष्टींचा एकमेकांशी संबंध आहे असं तुम्हांला वाटतं?'' रामसे यांनी विचारलं.

''त्या बाबतीत मला अजूनतरी काहीच निश्चित सांगता येत नाही.''

''बरं, आम्ही काय करावं असं तुम्हांला वाटतं?''

''मला वाटतं तुम्ही सर्वांनी नेहमीप्रमाणे काम सुरू ठेवावं. कोर्टापुढे अडथळा निर्माण करण्यासाठी म्हणून एखादा वेडसर हे कृत्य करत असेल, तर तुमचा कार्यक्रम रद्द करून तुम्ही त्याच्या मनाप्रमाणे वागलात असं होईल.''

''किंवा नेहमीप्रमाणे कार्यक्रम चालू ठेवल्यामुळे भडका उडून ती व्यक्ती कदाचित पुन्हा वार करेल. पण हा धोका आपल्या सर्वांना पत्करावा लागेल.''

''अशी शक्यता नेहमीच असू शकते जस्टिस नाइट,'' चांडलर म्हणाले. ''पण कोर्टानं काय केलं किंवा केलं नाही, यामुळे परिस्थितीवर काही परिणाम होईल हे मला पटत नाही. जर काही केसेसचा संबंध असला,'' त्यांनी मध्येच थांबून रामसेंकडे पाहिलं, ''तर मला वाटतं त्या दोन्ही क्लार्क्सचा संबंध असलेल्या केसेस खास करून चालू ठेवाव्यात म्हणजे आपल्याला काही संबंध असला, तर आधार मिळू शकेल. अर्थात, ही फार दूरची शक्यता आहे, पण मी ते आताच सांगणं इष्ट असं मला वाटतं म्हणून सांगतो.''

चांडलर न्यायाधीश मर्फी यांच्याकडे वळले. ''तुम्ही आणि तुमचे क्लार्क्स, मायकेल फिस्क ज्या केसेस हाताळत होता त्याबद्दल माहिती देण्यासाठी उपलब्ध असणार का?''

''हो!'' मर्फींनी लगेच उत्तर दिलं.

''इतर सर्व न्यायाधीशांनी आपापसात चर्चा करून गेल्या काही वर्षांत अशी काही केस आली आहे का की, ज्यामुळे अशी घटना घडू शकते याचा शोध घ्यावा असं मला वाटतं.'' चांडलर म्हणाले.

नाइट यांनी त्यांच्याकडे पाहिलं अन् मान हलवीत त्या म्हणाल्या, ''डिटेक्टिव्ह चांडलर, अशा अनेक केसेस असतात की, ज्यामुळे लोकांमध्ये भावनोद्रेक होतो. त्यामुळे कुठून सुरुवात करावी हे कळणं अशक्य आहे.''

''तुमच्या म्हणण्यात तथ्य आहे. यापूर्वी असं कधी करावं लागलं नाही हे तुमचं नशीब.''

''ठीक आहे. जर आम्ही आमचे नेहमीचे कार्यक्रम चालू ठेवायचे असतील,

तर मला वाटतं न्यायाधीश विल्किन्सन यांच्या सन्मानाप्रीत्यर्थ आज रात्री आयोजलेला भोजनाचा कार्यक्रम तसाच ठेवावा.''

मर्फी आपला निषेध व्यक्त करण्यासाठी उभे राहिले. ते म्हणाले, "बेथ, मला वाटतं बाकी काही करायचं नसलं, तरी कोर्टाच्या दोन व्यक्तींच्या मृत्यूमुळे तो कार्यक्रम पुढे ढकलणं भाग आहे.''

"हे बोलायला सोपं आहे टॉमी, पण त्याचं आयोजन तुम्हांला करावं लागलेलं नाही. ते मी केलंय. केनेथ विल्किन्सन पंचाऐंशी वर्षांचे आहेत आणि त्यांना स्वादुपिंडाचा कर्करोग आहे, त्यामुळे ही वेळ योग्य नसली तरी हा कार्यक्रम पुढे ढकलण्याचा धोका पत्करू नये, असं मला वाटतं. हा सन्मान त्यांच्यासाठी खूप महत्त्वाचा आहे.''

"आणि तुमच्यासाठीसुद्धा बेथ?'' रामसे म्हणाले, "आणि हो, तुमच्या नवऱ्यासाठीसुद्धा!''

"बरोबर आहे हॅरॉल्ड, कायद्यासंदर्भातल्या नीतिमत्तेबद्दल आपण या सर्वांसमोर वाद घालायचा आहे का?''

"नाही'' ते म्हणाले, "त्या विषयाबद्दल माझ्या भावना तुम्हांला माहीत आहेत!''

"होय. मला माहीत आहे म्हणूनच भोजनाचा कार्यक्रम ठरल्याप्रमाणे होईल.'' त्यांच्यातल्या वादामुळे फिस्कला कुतूहल निर्माण झालं. आश्चर्यमिश्रित कुतूहल! "ठीक आहे बेथ. कोणत्याही महत्त्वाच्या विषयावर आपलं मन बदलण्याचा प्रयत्न करण्यासाठी माझ्यापासून दूर राहा एवढंच मी सांगतो कारण नीरस जीवनाच्या सीमेवर फारच कमी लोक असतात.'' असं त्यांनी म्हणताना त्यांच्या चेहऱ्यावर आपण हास्य पाहिलं? का असा संभ्रम फिस्कला पडला होता.

सदतीस

ट्रेमेननं आर्मीचं हेलिकॉप्टर गवताळ जमिनीवर उतरवलं. हेलिकॉप्टरच्या फिरण्याचा वेग कमी झाला तसं त्यानं आणि रेफिल्डनं समोर असलेल्या वृक्षांच्या रांगेलगतच्या रस्त्यावर उभ्या असलेल्या सेडानकडे पाहिलं. त्यांनी आपले सीट बेल्ट काढले आणि ते खाली उतरले. फिरण्याचा वेग कमी होत जाणाऱ्या पंख्याखालून वाकत जात ते गाडीकडे निघाले. तिथं पोहोचल्यावर रेफिल्ड सेडानच्या पुढल्या सीटवर बसला, तर ट्रेमेननं मागची जागा बळकावली.

"तुम्ही येऊ शकलात हे बरं झालं." ड्रायव्हरच्या सीटवर बसलेला माणूस रेफिल्डकडे वळत म्हणाला. त्याचा वळलेला चेहरा पाहून रेफिल्ड दचकला.

"हे तुला काय झालंय?" चेहऱ्याकडे अंगुलीनिर्देश करत त्यानं विचारलं. चेहऱ्यावरचे ओरखडे मध्ये जांभळटसर झाले होते आणि कडांना पिवळट दिसत होते. उजव्या डोळ्याच्या बाजूला एक-दोन मोठे ओरखडे आणि खाली मानेकडे दोन-तीन ओरखडे होते.

"फिस्क" त्यानं एका शब्दात उत्तर दिलं.

"फिस्क? पण तो तर मेला ना?"

"त्याचा भाऊ जॉन." तो माणूस म्हणाला. त्याच्या स्वरातून संयम संपलेला दिसला कारण पुढे तो दात ओठ खात रागाने म्हणाला, "त्यानं मला त्याच्या भावाच्या अपार्टमेन्टमध्येच गाठलं."

"त्यानं तुला पाहिलं का?"

"नाही. मी मुखवटा चढवलेला होता."

"तो आपल्या भावाच्या अपार्टमेन्टमध्ये काय करत होता?"

''जे मी करत होतो तेच. सत्य मांडण्यासाठी पोलीस वापरू शकतील असा काही पुरावा तिथं आहे का, ते तो पाहत होता.''

''मग त्याला काही सापडलं तसं?''

''तिथं तसं काही नव्हतंच. फिस्कचा लॅपटॉप आधीच आपल्या ताब्यात होता.'' त्यानं ट्रेमेनकडे मागे वळून पाहिलं आणि विचारलं, ''त्याला मारण्यापूर्वी तू त्याची ब्रीफकेस काढून घेतलीस. बरोबर ना?'' ट्रेमेननं मान डोलावली. ''मग ती आता आहे कुठे?'' त्या माणसानं पुढे विचारलं.

''राखेचा ढिगारा झाला तिचा.''

''छान!''

''त्याचा भाऊ आपल्याला त्रासदायक ठरणार आहे का?'' रेफिल्डला जाणून घ्यायचं होतं.

''कदाचित. तो पोलीस होता. तो आणि क्लार्क्सपैकी एक असे दोघं मध्ये मध्ये लुडबुड करताहेत. तो डिटेक्टिव्हना खुनांसंदर्भात मदत करतोय!''

''खुनांसंदर्भात? म्हणजे एकापेक्षा जास्त?'' रेफिल्डनं प्रश्न केला.

''स्टिव्हन राइट!''

''अरे हे चाललंय काय?'' रेफिल्ड रागानं म्हणाला.

''मायकेलच्या ऑफिसमधून कोणालातरी बाहेर येताना स्टिव्हननं पाहिलं. त्यानं ऐकू नये असंही काही ऐकलं. तो गप्प राहणं शक्यच नव्हतं त्यामुळे थाप मारून मला त्याला बिल्डिंगबाहेर काढून मारावं लागलं. त्या बाबतीत आपल्याला काहीही धोका नाही.''

''तू काय वेडा आहेस का? छेऽऽ. हे सगळं हाताबाहेर चाललंय.'' रेफिल्ड रागानं म्हणाला.

त्या माणसानं ट्रेमेनकडे पाहिलं, ''एऽ व्हिक. तुझ्या बॉसला जरा सबुरीनं घ्यायला सांग.'' मग रेफिल्डकडे पाहून तो म्हणाला, ''मला वाटतं व्हिएतनामच्या अनुभवामुळे तू जरा ढेपाळला आहेस फ्रॅन्क. तेव्हापासून तू पहिल्यासारखा राहिला नाहीस!''

''चार खून आणि तू म्हणतोस सबुरीनं घ्या? शिवाय हार्म्स आणि त्याचा भाऊ अजून मोकळे आहेतच.''

''हो नं. म्हणजे आपल्याला आणखी दोघांच्या देहाची व्यवस्था करायला लागेल. महत्त्वाच्या व्यक्ती. तुझ्या लक्षात आहे नं हे व्हिक?''

''अर्थात!'' ट्रेमेननं उत्तर दिलं.

त्या दोघांनीही थंड नजरेनं रेफिल्डकडे पाहिलं. रेफिल्डला घाम फुटला. ''मला वाटतं आता माघारी जाणं अशक्य आहे.'' तो कसंबसं म्हणाला.

"आता तू बरोबर बोललास."

"जॉन फिस्क आणि ती क्लार्क त्यांच्याबद्दल तुम्ही काय करणार? फिस्क जर त्याच्या भावाच्या खुन्याला शोधण्याचा प्रयत्नात असला, तर तो अडथळा ठरू शकेल."

"तो आताच अडथळा झालाय. त्यामुळे तो आणि ती असे ते दोघंही कधी मुक्त होतील, ते आपण ठरवायचं आहे."

"म्हणजे...?" रेफिल्डनं विचारलं.

"म्हणजे आपल्याला दोन ऐवजी एकूण चार देहांची विल्हेवाट लावावी लागणार असा त्याचा अर्थ. कळलं?"

सारा आपल्या नवीन ऑफिसमध्ये बसली होती. स्टिव्हन राइटबरोबर ती जे ऑफिस वापरत होती त्या जागेचा सध्या कोणी वापर करू नये असं डिटेक्टिव्ह चांडलरांनी जाहीर केलं होतं. त्यामुळे साराचा कॉम्प्युटर आणि कामाच्या फायली या अतिरिक्त जागेत आणून तिला ऑफिस करून देण्यात आलं होतं. राज्यातल्या तुरुंगांची जी यादी तिनं फिस्ककडून घेतली होती त्या यादीतल्या तुरुंगाधिकाऱ्यांना तिनं फोन करायला सुरुवात केली होती. अर्ध्या तासानंतर निराश होऊन तिनं फोन खाली आपटला होता. हार्म्स हे आडनाव असलेला कोणीही कैदी कोणत्याही तुरुंगात नव्हता. तिनं पाहिलेल्या त्या कागदातलं आणखी काही एखादं नाव-शब्द वगैरे आठवण्याचा तिनं प्रयत्न केला आणि सरतेशेवटी नाद सोडून दिला.

अचानक तिच्या डोळ्यासमोर एक अक्षर आलं. 'आर' हे अक्षर तिनं त्या हार्म्स शब्दाच्या जवळपासच पाहिल्याचं तिला स्मरलं. 'नक्की! म्हणजे बहुधा त्याचं पहिलं नाव बहुधा 'आर'पासून सुरू होणारं असावं. पण काय?' ते काही केल्या तिला आठवतच नव्हतं.

ती उठून उभी राहिली तेव्हा तिचं लक्ष गेलं. तिनं नुकत्याच काही फाइल इकडून तिकडे ठेवण्यासाठी उचलल्या होत्या. तोपर्यंत ते तिच्या लक्षात आलं नव्हतं. चान्स केसबाबत बेंच मेमोबाबतची ती फाइल होती आणि त्यावर हस्तलिखित अक्षरात 'साराने पाहावे' असं लिहिलेला कागद जोडलेला होता. तो बेंच मेमो तयार करण्यासाठी त्याला सारानंच सांगितलं होतं आणि त्यासाठी कितीही वेळ झाला तरी त्यानं ते काम रात्री बसून पूर्ण करायचं होतं, असंही त्याला बजावलं होतं.

ती खाली बसली आणि ती डेस्क टॉप पाहत राहिली. क्लार्कना ठार करणारा एखादा वेडसर खुनी खरंच असला तर काय? तीच मारली जायची, पण तिच्याऐवजी चुकून राइट मारला गेला असं तर नाही झालं? ती एक मिनिटभर सुन्न होऊन तशीच बसून राहिली. 'सारा, उठ. तू मात करू शकतेस. तुला मात करायला हवीच.' तिनं स्वतःला बजावलं आणि सर्व धैर्य एकवटून ती उभी राहिली आणि

बाहेर पडली.

आणखी मिनिटभरानंतर ती क्लार्क्स ऑफिसला पोहोचली. कोर्टाचं कॉम्प्युटर डाटाबेस टर्मिनल्स हाताळणाऱ्या त्या क्लार्कसमोर येऊन ती उभी राहिली. ती आता जो प्रश्न त्याला विचारणार होती तो तिनं यापूर्वीही विचारला होता, पण आता तिला समक्ष पूर्णपणे खात्री करून घ्यायची होती.

''आपल्याला कोर्टासमोर 'हार्म्स' नावाची एक पार्टी असलेली एखादी केस आहे का, हे तुम्ही जरा तपासून सांगाल का?'' तिनं विनंती केली.

क्लार्कने मान डोलावली आणि की बोर्डवरची बटणं भराभर दाबायला सुरुवात केली. एक मिनिटभरानं त्यानं मान हलवली.

''हे असं तर काही दिसत नाही. केव्हा केस फाइल केली होती?''

''हल्लीच. गेल्या पंधरवड्यात.''

''मी सहा महिने मागे गेलो तरीही तसं काही दिसलं नाही. हीच गोष्ट तुम्ही मला काही दिवसांपूर्वीही विचारली होती ना?'' तो म्हणाला.

सारा उत्तर देणार तेवढ्यात एक आवाज बाजूने आला. ''तुम्ही हार्म्स असं म्हणालात ना?''

सारानं त्या दुसऱ्या क्लार्ककडे रोखून पाहिलं, ''हो. हार्म्स हे आडनाव आहे.''

''हे आश्चर्यच आहे.''

साराच्या अंगावर रोमांच उठले. कातडीला झिणझिण्या आल्यासारखं वाटलं.

''काय?'' तिनं थरारत विचारलं.

''आज सकाळी सकाळी मला एक फोन आला आणि त्यानं हेच नाव उच्चारून अपिलाबद्दल विचारणा केली होती. मी त्याला सांगितलं की, या नावानं कोणतंही अपील दाखल झालं नाही म्हणून.''

''हार्म्स हेच नाव त्यानं उच्चारलं हे नक्की ना?'' त्या क्लार्कनं मान डोलावली.

''पण त्याच्या पहिल्या नावाबाबत काय?'' तिनं विचारलं.

क्षणभर तो क्लार्क विचारात पडला. तशी सारा म्हणाली, ''त्याचं सुरुवातीचं अक्षर 'आर' तर नव्हतं?''

त्या क्लार्कनं दोन्ही हातांची बोटं एकमेकांत गुंफली अन् तो म्हणाला, ''बरोबर. आता आठवलं...रूफस... रूफस हार्म्स. नावावरून 'तो' ब्लॅक असावा असं वाटतं.''

''फोन करणाऱ्यानं आपलं नाव सांगितलं का?''

''नाही, तो चांगलाच चवताळलेला वाटला.''

''आणखी काही बोलल्याचं आठवतंय?''

त्यानं बराच वेळ विचार केला अन् मग तो म्हणाला, ''तो माणूस मेढेकोटात

सडत पडला होता, असं काहीतरी त्यानं सांगितलं. त्याचा अर्थ मला काही कळला नाही.''

साराचे डोळे विस्फारले गेले आणि ती त्वरेने बाहेर पडण्यास धावलीच.

''हे सर्व कशाबद्दल विचारलंस सारा? ह्याचा त्या खुनांशी तर काही संबंध नाही?'' त्या क्लार्कनं विचारलं. त्याला उत्तर न देता सारा चालूही लागली होती. तो क्लार्क क्षणभर घुटमळला आणि मग त्यानं आजूबाजूला नजर वळवून जवळपास कोणी नाही याची खात्री केली अन् मग आपला फोन उचलला आणि एक नंबर फिरवला. उत्तर येताच तो शांतपणे रिसिव्हरमध्ये बोलू लागला.

सारा उड्या मारतच जिना चढली. मेढेकोटाचा संदर्भ कळताच फिस्कच्या तुरुंगाच्या यादीतली कमतरता तिच्या लक्षात आली. ती आपल्या ऑफिसमध्ये पोहोचली. तिनं आपल्या 'रोलोडेक्स'मधून एक कार्ड काढलं आणि ते पाहून एक नंबर फिरवला. तिनं मिलिटरी पोलीस कक्षाशी संपर्क साधला होता.

फिस्कनं संघराज्याचे तुरुंग आणि राज्यांचे तुरुंग यांची यादी मिळवली होती, पण त्यानं मिलिटरीचा विचार केला नव्हता. साराचा आवडता चुलता आर्मीकडून ब्रिगेडियर जनरल या हुद्यावरून निवृत्त झालेला होता त्यामुळे 'मेढेकोट' ही काय चीज आहे तिला चांगलं माहीत होतं. 'रूफस हार्म्स' हा युनायटेड स्टेट्सच्या आर्मीचा कैदी होता.

तिला फोनवर सार्जंट डिलार्ड 'चुका दुरुस्त करणारा तज्ज्ञ' भेटला. ''त्याचा तुरुंगातला ओळखपत्र क्रमांक मला माहीत नाही, पण तो वॉशिंग्टनपासून चारशे मैलाच्या आसपासच्या तुरुंगात आहे एवढं माहीत आहे.'' आपला उद्देश स्पष्ट करताना तिनं त्याला सांगितलं.

''मी ही माहिती देऊ शकत नाही. सैन्याच्या कृती आणि योजना कक्ष कर्मचाऱ्यांच्या उपप्रमुखाच्या नावाने लेखी अर्ज करून माहिती मागवणे ही अधिकृत पद्धत आहे. त्यानंतर ते खातं तुमची विनंती माहिती अधिकाराखाली जनतेला माहिती देणाऱ्या कक्षाकडे पोहोचवेल. त्यानंतर ही माहिती द्यायची की नाही हे ते ठरवतील व त्याप्रमाणे कृती करतील.''

''खरं सांगायचं तर ही माहिती आता मिळणं आवश्यक आहे.''

''तुम्ही प्रसारमाध्यमाकडून बोलत आहात का?''

''नाही, मी युनायटेड स्टेट्सच्या सुप्रीम कोर्टातून बोलते आहे.''

''ठीक आहे, पण हे फोनवरून मला कसं समजू शकणार?''

तिनं थोडा विचार केला अन् म्हणाली, ''सुप्रीम कोर्टाचा सर्वसाधारण नंबर मिळवण्यासाठी डिरेक्टरी साहाय्य कक्षाला फोन करा. ते देतील त्या नंबरवर फोन करून मी आहे का ते विचारा. माझं नाव सारा इव्हान्स आहे.''

"पण असं करणं जरा विचित्रच नाही का?"

"प्लीज सार्जंट डिलार्ड, हे फार महत्त्वाचं प्रकरण आहे."

त्यानंतर टेलिफोनच्या दुसऱ्या बाजूनं काही वेळ शांतता पसरली होती. नंतर आवाज आला, "मला काही मिनिटं अवधी हवा आहे."

तब्बल पाच मिनिटांनी साराच्या नावानं फोन आला. तिनं उचलून नाव ऐकताच ती म्हणाली, "सार्जन्ट डिलार्ड, माहितीच्या अधिकाराखाली माहिती देणाऱ्या FOIA (फ्रीडम ऑफ इन्फर्मेशन ॲक्ट) कार्यपद्धतीशिवाय मला आताच तुमच्या ऑफिसमधून मिलिटरी कैद्यांबद्दल माहिती मिळाली."

"ठीक आहे, काही काही माणसं सहज माहिती देण्याइतकी उदार असतात."

"मला फक्त एवढंच पाहिजे आहे की, रूफस हार्म्स कुठे आहे? बस्स!"

"खरं सांगायचं तर त्याच्याव्यतिरिक्त इतर दुसऱ्या कोणाबद्दलही माहिती विचारली तरी प्रश्न येणार नाही."

"मला कळलं नाही. रूफस हार्म्स हा काही खास आहे का?"

"तुम्ही वर्तमानपत्र वाचत नाही का?"

"आज तरी वाचलेलं नाही. का?"

"ही काही फार मोठी बातमी आहे असं नाही, पण तरी लोकांना कळायला हवंय. त्यांच्याच सुरक्षिततेसाठी."

"लोकांना काय कळायला हवंय?"

"हेच की, रूफस हार्म्स तुरुंगातून पळाला आहे." आणि त्यानंतर सार्जंट डिलार्डनं तिला थोडक्यात माहिती दिली.

"त्याला कोणत्या तुरुंगात घातलं होतं?"

"फोर्ट जॅक्सन."

"तो आहे कुठे?"

डिलार्डनं तिला त्याचा ठावठिकाणा सांगितला. तिनं तो लिहून घेतला.

"आता मला तुम्हांला एक प्रश्न विचारायचा आहे मिस इव्हान्स. रूफस हार्म्समध्ये सुप्रीम कोर्टाला एवढा रस का?"

"त्यानं कोर्टाकडे एक अपील पाठवलंय."

"कशा प्रकारचं अपील?"

"मला माफ करा सार्जन्ट डिलार्ड, पण मी ते तुम्हांला सांगू शकत नाही. मलापण काही नियम पाळावेच लागतात."

"ठीक आहे, पण मी तुम्हांला सांगतो काय ते. मी जर तुमच्या जागी असतो, तर त्या अपिलावर काम करण्याचं मी थांबवलं असतं. कोर्ट मृत माणसांसाठी उघडं नसतं. बरोबर ना?"

"असंच काही नाही. ते तसं उघडं असूही शकतं. त्यानं नेमकं केलं काय?"

"तुम्हांला त्याची मिलिटरी फाइल पाहायला लागेल."

"मी ते कसं करू शकेन?"

"तुम्ही वकील आहात ना?"

"हो, पण मिलिटरीच्या संदर्भात मी काहीच विशेष काम केलेलं नाही!" सुरुवातीला तिनं काही पुटपुटण्याचा आवाज ऐकला अन् मग स्वच्छ आवाजात तो म्हणाला, "रूफस हार्म्स मिलिटरीचा कैदी असल्यामुळे तो आता तांत्रिक दृष्ट्या युनायटेड स्टेट्सच्या मिलिटरीत नाही. त्याचा गुन्हा शाबित झाल्यानंतर त्याला वाईट वर्तणुकीवरून किंवा मिलिटरीचा अनादर केल्याच्या आरोपावरून सैन्यातून काढून टाकलं असणार. त्याचा मिलिटरी रेकॉर्ड सेंट लुईस मिलिटरीच्या रेकॉर्ड ऑफिसला पाठवला गेला असणार. तिथं त्याच्या मूळ प्रती मिळतील. त्या कॉम्प्युटरवर ठेवलेल्या असणार नाहीत. कारण हार्म्सला शिक्षा पंचवीस वर्षांपूर्वी झाली, पण बहुधा त्याच्या रेकॉर्डची मायक्रोफिल्म तयार केली असणार; पण ते ऑफिस जरा धिम्या गतीनंच काम करतं. तुम्हांला किंवा हार्म्सव्यतिरिक्त कोणाला जर त्याच्या रेकॉर्डची आवश्यकता वाटली, तर कोर्टाची ऑर्डर काढावी लागेल."

सारानं हे सगळं फोनवर ऐकता ऐकता लिहून घेतलं होतं .

"थँक्यू सार्जन्ट डिलार्ड. तुमची खूपच मदत झाली." तिनं त्यांचे आभार मानले. तिच्या कॉम्प्युटरवर नकाशे पाहण्याची सोय होती. तिनं वॉशिंग्टन डी.सी. केंद्रबिंदू कल्पून चारशे मैल अंदाजे अंतरावरचा फोर्ट जॅक्सन विभाग निश्चित केला.

"जवळजवळ चारशे मैल आहेच हे अंतर" असं स्वत:शीच पुटपुटत ती कोर्टाच्या तिसऱ्या मजल्यावरच्या ग्रंथालयाकडे जायला निघाली. तिथं पोहोचताच तिनं नेटवरून शोध घेण्यास सुरुवात केली. सुरक्षिततेच्या आणि गोपनीय कारणास्तव कोणत्याही क्लार्कचा फोन नेटशी जोडलेला नव्हता. त्यामुळेच तिला ग्रंथालयात यावं लागलं होतं. ग्रंथालयात मात्र ही सोय होती. इंटरनेट एक्स्प्लोररचा वापर करून तिनं रूफस हार्म्सची माहिती मिळवण्यासाठी ते नाव टाइप केलं. ती माहिती मॉनिटरवर येईपर्यंत ती तिथल्या कोरीव काम केलेल्या लाकडी पॅनेलिंगकडे पाहत राहिली.

काही मिनिटानंतर तिला रूफस हार्म्स आणि त्याच्या भावासंबंधी सर्व माहिती पाहायला मिळाली. तिनं त्या माहितीच्या प्रिन्ट आउट्स घेतल्या. त्यातल्या एका माहितीत हार्म्सच्या गावच्या वर्तमानपत्राच्या संपादकाची काही टिप्पणी होती. इंटरनेट डिरेक्टरीचा उपयोग करून तिनं त्याचा नंबर शोधून काढला. तो अजूनही मोबाइल गावाजवळच्या छोट्या गावात – 'अलाबामा'मध्ये राहत होता, जिथं हे दोन्ही हार्म्स बंधू लहानाचे मोठे झाले होते.

तिनं फोन लावला. तीन वेळा बेल वाजल्यानंतर तो उचलला गेला. सारानं जॉर्ज बार्कर नावाच्या त्या माणसाला स्वत:ची ओळख करून दिली. मि. बार्कर अजूनही तिथल्या त्या स्थानिक वर्तमानपत्राचे संपादक होते.

"मी या बाबत वर्तमानपत्रांना आधीच सांगितलं आहे." ते स्वच्छपणे म्हणाले. कुत्र्यानं भुंकल्यागत गुरगुरणारा त्यांचा घोगरा आवाज ऐकून ते सोबत बीअरचा 'जग' घेऊन बसले असावेत असं साराला वाटलं.

"मला तुमच्याकडून काही प्रश्नांची उत्तरं मिळाली, तर मी आभारी राहीन."

"तू कोणाबरोबर काम करतेस?"

"स्वतंत्रपणे बातमी देणारी संस्था. मी मुक्त पत्रकार आहे."

"ठीक आहे. तुला नेमकी कोणती माहिती पाहिजे?"

"मी असं वाचलंय की, रूफस हार्म्स सैन्याच्या ज्या तळावर कामाला होता तिथं त्यानं एका लहान मुलीला ठार केल्याबद्दल त्याला शिक्षा झाली." पुढे प्रिन्टआउट मधल्या एका शब्दाकडे नजर टाकून ती म्हणाली, "फोर्ट प्लेसी हे तळाचं नाव. बरोबर?"

"त्यानं एका लहान गोऱ्या मुलीला ठार केलं. तो निग्रो आहे, हे तुला माहीत आहे."

"हो, ते मला माहीत आहे." ती तुटकपणे म्हणाली. "त्याची केस ज्यानं चालवली त्या वकिलांचं नाव तुम्हांला माहीत आहे?"

"ती केस म्हणून चालण्यासारखी नव्हतीच. खऱ्या अर्थानं तो खटला नव्हताच. त्यानं कबुलीजबाबाच्या प्रस्तावाला मंजुरी देऊन खटला असा लढवलाच नाही. मी इथला स्थानिक असल्यामुळे आणि रूफसही इथलाच असल्यामुळे मी तो वृत्तान्त लिहिला होता."

"तर मग त्या वकिलांचं नाव माहीत आहे?"

"मला पाहावं लागेल. तुझा नंबर देऊन ठेव. मी उलट फोन करू शकेन."

इव्हान्सनं त्याला घरचा नंबर दिला. "मी जर घरी नसले, तर आन्सरिंग मशीनवर मेसेज ठेवा. तुम्ही रूफस आणि त्याच्या भावाबद्दल आणखी काय सांगू शकता?"

"रूफसबद्दल सर्वांत लक्षात राहण्यासारखी गोष्ट म्हणजे त्याचा प्रचंड देह. तो चौदा वर्षांचा असतानाच त्याची उंची सहा फूट तीन इंच होती, पण तो हडकुळा किंवा बेडौल नव्हता. त्याचं शरीर त्याच वेळेस पूर्ण पुरुषासारखं होतं."

"चांगला विद्यार्थी होता? की वाईट? काही त्रासामुळे पोलिसांनी नजर ठेवलेला किंवा तसं काहीतरी?"

"मला जे आठवतं त्याप्रमाणे तो चांगला विद्यार्थी नव्हता. त्याच्याकडे कौशल्य

असूनही त्यानं हायस्कूलचं शिक्षणपण पूर्ण केलं नाही. तो आणि त्याचा भाऊ दोघंही वडलांबरोबर प्रेसमध्ये काम करायचे. हे माझ्या लक्षात आहे कारण माझ्या वर्तमानपत्राचा प्रेस एकदा बंद पडला तेव्हा त्यांनी रूफसला माझ्याकडे पाठवलं होतं. त्या वेळेस तो सोळा वर्षांचाही नव्हता. मी त्याला मशिनरीचं माहिती-पुस्तक दिलं, तर त्यानं घेतलं नाही. वाचून माझा गोंधळ होतो मि. बार्कर, असं काहीतरी तो बोलला. तो आत गेला आणि एक तासानं माझा प्रेस नव्यासारखा धडाधड चालायला लागला.''

''वाऽऽ! मोठीच कौतुकाची गोष्ट म्हणायची.''

''आणि पोलिसांचा कधीच त्याला त्रास नव्हता. त्याच्या आईनं त्याला कधीच काही भलतंसलतं करू दिलं नाही. तू एक गोष्ट समजून घे. हे एक छोटं गाव आहे. इथं फार वस्ती नाही. हजार पंधराशे घरं. आज तर त्यापेक्षाही कमीच. मी आता ऐंशी वर्षांचा झालो तरी वर्तमानपत्र चालवतो आहे. माझ्याइतकं इथं कोणीच राहिलेलं नाही. हार्म्स कुटुंब निग्रोंच्या वस्तीतच राहत होतं. असं असलं, तरी मी त्यांना चांगला ओळखत होतो. माझ्याकडे कधी काळे लोक आलेले नाहीत, तरी मला ते चांगले वाटतात. रूफसची आई मांस टिकवण्याच्या फॅक्टरीत साफसफाईचं काम करायची. तिला फारसा पगारही नव्हता, पण ती आपल्या मुलांची काळजी घ्यायची.''

''त्यांच्या वडलांचं काय झालं?''

''तो चांगला माणूस होता. त्यांच्यातल्या इतरांप्रमाणे त्याला पिण्याचा शौक नव्हता किंवा दुसऱ्या काही भानगडी नव्हत्या. तो खूप कष्ट करायचा. खूपच. त्यामुळे एक दिवस तो झोपला ते उठलाच नाही. हार्ट ॲटॅक!''

''तुमची स्मरणशक्ती चांगली आहे मि. बार्कर.''

''मी त्याच्यावर मृत्युलेख लिहिला होता.''

''आणि रूफसच्या भावाबद्दल काय?''

''त्याचा भाऊ ही एक स्वतंत्र कथाच आहे. इथे त्याला आम्ही वाईट निग्रो म्हणायचो. भडक डोक्याचा, उद्धट! आहे त्यापेक्षा आपण आणखी बडे आहोत असा रुबाब दाखवणारा. माझा प्रतिकूल ग्रह आहे असं नाही. मी माझ्यासमोर तरी निग्रो हा शब्द कुणाला उच्चारू देत नाही, पण जोश हार्म्सचं वर्णन करताना मात्र मी तो शब्द वापरीन. त्यानं अनेकांना चुकीच्या मार्गावर नेलंय.''

''पण मी वाचलं आहे तो व्हिएतनाममध्ये चांगला लढला आणि युद्धातला वीर म्हणून त्याचं नाव आहे.''

''नक्कीच! हे जे म्हटलं गेलं आहे ते बरोबरच आहे.'' बार्कर यांनी ते लगेच मान्य केलं आणि पुढं म्हणाले, ''तो या गावातला सर्वांत अग्रेसर असा वीर ठरला होता. लोकांनाही त्याचं आश्चर्य वाटलं होतं. तो लढू शकत होता, यात शंका नव्हती.''

“आणि काय?”

“जोशनं मात्र हायस्कूलचं शिक्षण पूर्ण केलं होतं.” आता बार्कर यांच्या आवाजात बदल झाला होता, “पण त्यानं खऱ्या अर्थानं स्कूल गाजवलं ते खेळांत. मी इथे एकटाच वृत्तपत्राचा माणूस होतो, त्यामुळे सर्व बातम्या मीच गोळा करायचो आणि द्यायचो. मी पाहिलेल्या खेळांडूमध्ये जोश हार्म्स हा उत्कृष्ट खेळाडू, व्यायामपटू होता. काळे-गोरे, हिरवट किंवा जांभळट कोणत्याही प्रकारचे लोक असो त्या सर्वांत हा उठून दिसत असे. धावणं, उंच उडी, लांब उडी कोणताही प्रकार असो, त्याची शक्ती, त्याचं चापल्य निर्विवाद होतं. बऱ्याचशा काळ्यांमध्ये असे गुण असतात, पण जोश हार्म्स हा खास होता यात शंका नाही. त्यानं व्यायामपटू म्हणून मोडलेले विक्रम अजून किमान सहा राज्यांत तरी कुणी मोडलेले नाहीत आणि आणखी एक तुला सांगू?” गौरवानं सांगण्याच्या सुरात ते बोलले, “अलाबामाला त्याच्या वाट्यापेक्षा जास्त व्यायामपटू मिळाले आहेत.”

“ओह!” असा उद्‌गार काढून तिनं दीर्घ सुस्कारा सोडला, “तो कॉलेज पातळीवरपण खेळलाय का?”

“त्यासाठी त्याला शिष्यवृत्तीचे काही प्रस्तावही होते – फुटबॉल आणि बास्केटबॉलसाठी. बेअर ब्रायन्टला तो बामासाठी खेळायला हवा असं वाटत होतं इतका चांगला खेळाडू होता तो. नॅशनल फुटबॉल असोशिएशन किंवा नॅशनल फुटबॉल लिगमध्ये तो चमकलाही असता, पण बाजूला पडला.”

“ते कसं काय?”

“तुला माहीत आहे ते. त्याच्या सरकारनं त्याला कम्युनिझमविरुद्ध लढून त्याच्या देशाचं रक्षण करायला सांगितलं.”

“थोडक्यात, त्याची खास निवड करून त्याला सैन्यात भरती होण्याचा आदेश दिला.”

“बरोबर!”

“त्यानंतर तो घरी परत आला होता का?”

“हो तर! त्या वेळेस त्याची आई जिवंत होती, पण ती पुढे फार काळ जिवंत राहिली नाही. त्याच काळात रूफस त्रासात सापडला. जोशमुळेच तो सैन्यात स्वत:हून शिरला. कदाचित त्याला आपल्या मोठ्या भावासारखं हिरो व्हायचं असावं. खरंतर मला असं वाटतं की, त्याला आयुष्यात काही बदल हवा असं तीव्रतेने वाटू लागलं असावं. त्याचे वडील वारल्यानंतर त्याला या गावात काही काम नव्हतं. त्यामुळेच त्यानं सैन्यात नोकरी धरली असावी, पण त्याचा शेवट काही चांगला झाला नाही. ते घडल्यानंतर जोश माझ्याकडे आला होता काही करता येईल का हे विचारण्यासाठी. ‘प्रेस’ची ताकद काय असते हे तुलाही माहीत आहे,

पण त्या वेळेस करण्यासारखं काही नव्हतं.''

''रूफसनं छोट्या मुलीला ठार केलं हे कळल्यानंतर तुम्हांला आश्चर्य वाटलं का? म्हणजे मला असं म्हणायचं की, तो हिंसक प्रवृत्तीचा होता का?''

''छेऽऽ! त्यानं कधी कोणाला इजा केली आहे असं मी कधीही ऐकलं नव्हतं. प्रचंड सभ्य मनुष्य. मी जेव्हा ते ऐकलं तेव्हा माझा विश्वास बसला नाही. ते जोशबद्दल असतं, तर मला काही वाटलं नसतं, पण रूफस असं करणं शक्यच नव्हतं; पण तरीसुद्धा पुरावा स्वच्छ होता. अशा वेळी काय करायचं?''

''त्यानंतर जोश इथंच राहिला होता का?''

''हे पाहा, त्यासाठी मला गावातला त्रासदायक इतिहास सांगावा लागेल.''

''तो काय?''

''मी तो न सागणं इष्ट.''

सारानं त्वरेनं विचार केला. 'वृत्तपत्रीय भाषेत काय म्हणतात बरं? हंऽऽ' ''जे सांगाल ते छापलं जाणार नाही. ऑफ द रेकॉर्ड.''

''नक्की ना?'' बार्करनी काळजीयुक्त स्वरात विचारलं.

''अगदी नक्की!''

''हे बघ, तू आता जे सांगितलंस ना, ते मी रेकॉर्ड केलं आहे. तेव्हा उद्या एखाद्या दुसऱ्या पेपरला त्यातलं काही आलं, तर तुझ्याकडून पैन पै वसूल केली जाईल, हे लक्षात ठेव. मी जर्नलिस्ट आहे आणि हे जग कसं चालतं हे सर्व मला माहीत आहे.''

''मि. बार्कर, आता तुम्ही जे काही सांगणार आहात त्यातलं काहीही वृत्तान्त देताना लिहिलं जाणार नाही असं मी वचन देते.''

''ठीक आहे. तसं पाहिलं, तर आता इतकी वर्षं झालीत त्या गोष्टीला. त्यामुळे ते जाहीर होऊनही फारसा फरक पडणार नाही. निदान कायदेशीर दृष्टीनं तरी. पण सध्याच्या जगात जपून असलेलं बरं.'' मग खाकरून त्यांनी आपला घसा मोकळा केला अन् म्हणाले, ''रूफसच्या बाबतीतली ती घटना गावात सर्वांना समजलीच. समजणार नाही असं शक्यच नव्हतं. ते कळल्यानंतर काही तरुण बिथरले. ते रूफसला तर काही करू शकणार नव्हते कारण तो तर यू.एस. आर्मीच्या तुरुंगात होता, पण ते इथल्या इतर कुटुंबीयांबाबत नक्कीच काही करू शकत होते.''

''त्यांनी काय केलं?''

''त्यांनी रूफसच्या आईचं घर जाळून भस्मसात केलं.''

''बाप रे! ती घरात होती की काय?''

''जोशनं ओढून बाहेर आणेपर्यंत ती घरातच होती. त्यानंतर चिडून जोश त्या

मुलांच्या मागे धावला. गावातल्या रस्त्यातून पळापळ चालली होती. ते दहाएक जण तरी होते. विरुद्ध एक, पण त्यानं त्यातल्या निम्म्या पोरांना तरी हॉस्पिटलमध्ये धाडलं! पण उरलेल्यांनी जोशला पकडून असा बेदम चोपला की, बाप रेऽ ती आठवणही नको वाटते. मी माझ्या ऑफिसमधून सगळं पाहिलं. पुन्हा असं नाही पाहू शकणार.''

''ही दंगलच म्हणावी लागेल. पोलिसांनी हस्तक्षेप नाही केला?''

बार्कर ओशाळलेपणे खाकरले. ''त्याचं काय आहे की, असं काही घडलं की, अफवा पसरतात. तर अशी एक अफवा होती की, घराला आग लावणाऱ्या त्या आठ दहा मुलांमध्ये दोन....''

''पोलीसही होते.'' सारानं त्यांचं वाक्य पूर्ण केलं. त्यावर बार्कर काही बोलले नाहीत. ''मला वाटतं जोशनं गावात जेवढा पैसा असेल तेवढ्याचा दावा लावला असेल.''

''छेऽऽ. उलट त्यांनीच दावा लावला. म्हणजे जोशनं ज्या पोरांना मारहाण केल्यामुळे हॉस्पिटलमध्ये दाखल करावं लागलं त्यांनी. आग त्यांनी लावली असं जोश सिद्ध करू शकला नाही. माझं काही म्हणणं असलं, तरी त्याला अर्थ नव्हता कारण पोलिसांनी दहा विरुद्ध एक या लढ्यात दहा जणांचा शब्द खरा मानला. एक जो होता तो काळा होता नं! थोडक्यात, त्यानंतर त्याला काही काळ तुरुंगात डांबण्यात आलं. त्या दरम्यान त्याचं आणि त्याच्या आईचं होतं नव्हतं ते सर्व लुटलं गेलं. काही दिवसांतच ती वारली. आपल्या डोळ्यांदेखत दोन्ही मुलांचं जे काही झालं त्या गोष्टीमुळे तिला प्रचंड ताण आला आणि त्यातच ती गेली.''

एवढं सर्व ऐकल्यानंतर सारा फोनवर किंचाळली नाही, एवढंच बाकी राहिलं. ''मि. बार्कर, किती लाजिरवाणी गोष्ट आहे ही!'' ती म्हणाली, ''मला तुमच्या गावाबद्दल फारशी माहिती नाही, पण माझ्या परिचयातलं कुणी तिथं कधी राहू नये असं मात्र मला वाटतं.''

''आमच्या गावाच्या काही चांगल्या बाजूही आहेत.''

''असं म्हणताय? युद्धातल्या वीराचं असं स्वागत करणं वगैरे अशा नाही का?''

''तू म्हणतेस तसाही विचार माझ्या मनात येतो. तुम्ही तुमच्या देशासाठी लढता, रक्त सांडता आणि घरी परतल्यावर तुमच्या वाट्याला असं काहीतरी येतं. मग मनातल्या मनात म्हणता देशासाठी झक मारून लढलो कशाला?''

''तुमच्या बोलण्यावरून असं वाटतं की तुम्हांला सत्य माहीत होतं. तर मग त्या वेळेस तुम्ही तुमच्या वृत्तपत्राची ताकद का वापरली नाही?''

बार्कर यांनी दीर्घ सुस्कारा सोडला हे तिला स्पष्ट कळलं. ''हे गाव हेच माझं घर आहे. मिस इव्हान्स, मनात असूनही तुमच्या ताकदीचा तुम्ही अनेक वेळा उपयोग करू शकत नाहीत. मी असं म्हणू शकत नाही की, मी 'काळ्या' लोकांचा

फार मोठा मित्र आहे म्हणून कारण मी तसा नाही. मी तुझ्याशी खोटं बोलणार नाही आणि असंही सांगणार नाही की, जोश हार्म्ससाठी मी काही केलं म्हणून. कारण मी तसं काहीच केलं नाही.''

''ठीक आहे, पण त्यासाठीच कोर्ट आहेत. जोश हार्म्ससारख्या माणसाला तुमच्या गावातल्या माणसांनी छळू नये म्हणून. असो. हार्म्सच्या वकिलाचं नाव सापडलं की, मला प्लीज फोन करा, थँक्यू.''

सारानं फोन खाली ठेवला. एवढा वेळ फोनवर बोलल्यानंतर आणि ते सगळं ऐकल्यानंतर तिचं सर्व शरीर सुन्न होऊन गेलं होतं.

थोडा वेळ ती तशीच बसून राहिली. नंतर तिच्या मनात विचार आला, 'आपल्याला तरी कॅरोलिनामध्ये वाढलेल्या कितीशा 'काळ्या' लोकांची माहिती आहे? रस्त्यावर राहणाऱ्या-भटकणाऱ्यांची? किंवा लावणीच्या, कापणीच्या वेळी तिचे वडील जेव्हा त्यांच्यातल्या लोकांना कामाला बोलवायचे, त्यांची? पोर्चमध्ये बसून तिनं त्यांना काम करताना पाहिलं होतं. घामानं त्यांच्या शरीराला पातळ शर्ट चिकटलेला असे. त्यांची काळी कातडी सूर्याच्या उष्णतेनं आणखी काळी, भाजलेली दिसायची. ती आणि तिची आई त्यांना लिंबू सरबत, अन्न वगैरे नेऊन द्यायच्या तेव्हा ते बिचारे मान वर न करताच प्यायचे, खायचे आणि चाचरतच आभार मानायचे. साराच्या शाळेत सर्व गोरेच होते. सुप्रीम कोर्टानं समानतेच्या कायद्याबद्दल काही सांगितलं, तरी 'काळ्यांना' प्रवेश नव्हता. याबाबतच्या केसेस म्हणजे विसाव्या शतकातली वर्णभेद समानतेची युद्ध क्षेत्रच होती. मागल्या शतकातल्या ॲन्टीटॅक्स गेट्टीबर्ग्ज आणि चिकामॉगासची जागा त्यांनी घेतली एवढंच आणि मग कोणीतरी समानतेबद्दल निष्फळ चर्चा करणार. बस्स. इथं कोर्टात काळ्यांपैकी फक्त एक न्यायाधीश, एक व्यवस्थापक आणि छत्तीस क्लार्कमध्ये एक क्लार्क, बस्स इतकेच. अनेक न्यायाधीशांनी 'काळ्या' क्लार्कना कधी नेमलंच नव्हतं. या सर्व गोष्टीतून समाजात कोणता संदेश जातो? हे इथं घडत होतं, सुप्रीम कोर्टात, जिथं सर्वोच्च न्याय दिला जात होता!'

अखेर ती उठली आणि फिस्कला शोधण्यासाठी जिना उतरून व्हरांड्यात आली. 'या बाबतीत कधीतरी सत्य बाहेर येणार का?' तिला शंकाच वाटत होती. आर्मीच्या लोकांनी जर हार्म्स बंधूंना दुसऱ्या कोणी पकडण्याअगोदर गाठलं असतं, तर त्यांच्याबरोबर सत्यही मरून जाणार होतं यात तिला मुळीच शंका वाटत नव्हती.

अडतीस

कोर्ट कर्मचाऱ्यांच्या, वकिलांच्या उपस्थितीत चांडलर आपल्या चमूने काय काय पुरावे गोळा केले आहेत याची प्रगती पाहत होते. त्या वेळेस फिस्क मात्र आपल्या भावाच्या ऑफिसबाहेरच उभा होता, पण आता एक सोडून दोन-दोन क्लार्क्सचे मृत्यू झाल्यामुळे खुनी किंवा खुन्यांना शोधण्याच्या प्रक्रियेला महत्त्व प्राप्त होऊन गोपनीयतेला गौण स्थान मिळालं होतं. मायकेल फिस्कच्या ऑफिसचं काम संपल्यानंतर चांडलर यांचा चमू आणि इतर सर्व स्टिव्हन राइटच्या ऑफिसची तपासणी करण्यासाठी जाणार होते.

फिस्कनं आपल्या भावाच्या ऑफिसच्या दाराकडे नजर टाकली अन् मग राइटच्या. पुन्हा एकदा-दोनदा त्यानं हीच कृती केली आणि त्याच्या डोक्यात एक कल्पना आली. तो चांडलरांकडे गेला.

''राइटचा मृतदेह नेमका कुठे सापडला?''

चांडलर यांनी आपल्या नोटबुकमधून केलेल्या नोंदी पाहण्यासाठी पानं उलटायला सुरुवात केली आणि त्याच वेळेस ते फिस्कला म्हणाले, ''तुला एक सांगायचं राहिलं. तुझी गाडी अनधिकृत पार्किंग लॉटमधून काढून घेतली आहे आणि ती आता माझ्या अधिकृत पार्किंगच्या जागेवर पार्क करून ठेवली आहे.''

''माझ्यासाठी एवढे कष्ट घेतल्याबद्दल धन्यवाद!''

''माझे आभार मानू नकोस. गाडी उचलून नेण्याचे आणि दंडाचे मिळून तुला एकूण दोनशे डॉलर्स द्यावे लागणार आहेत.''

''दोनशे डॉलर्स? असल्या गोष्टीसाठी तेवढे पैसे खर्च करण्याची माझी तयारी नाही.''

"असं म्हणतोस? ठीक आहे. थोडा दबाव आणून मी तुझ्यावर मेहेरबानी करू शकतो, पण ती सोडवून घेण्याचं काम तुला करावं लागेल. मला घराच्या पेंटिंगच्या कामासाठी घरी जावं लागेल." असं म्हणून चांडलर हसले अन् पानं उलटता उलटता एका पानाजवळ थांबले, "हंऽऽ सापडलं. पूर्व मार्केट मेट्रो स्टेशनपासून एक विभाग अंतरावर स्टिव्हन राइट राहत होता. त्याचा मृतदेह गारफिल्ड पार्कमध्ये सापडला. म्हणजे पहिल्या आणि दुसऱ्या रस्त्याच्या दरम्यान. हे अंतर कोर्टापासून सहा विभाग इतकं दूर आहे."

"कामावर येताना आणि जाताना राइट नेहमी कसं करायचा?"

"इथल्या काही लोकांच्या सांगण्याप्रमाणे तो एकतर चालत जायचा-यायचा किंवा टॅक्सी करायचा. मेट्रोनं प्रवास अगदी क्वचित."

"हा गारफिल्ड पार्क त्याच्या जाण्या-येण्याच्या वाटेवर आहे का?"

आपली मान वाकडी करून नोटबुकमधली नोंद पाहून चांडलर म्हणाले, "नाही. तसं म्हणता येणार नाही. साधारणपणे तो दुसऱ्या रस्त्यावरून डावीकडे वळून ई ब्लॉकवरून घराकडे जायचा त्यामुळे पुढे असणाऱ्या पार्ककडे जाण्याचा प्रश्नच उद्भवत नाही."

"त्यानं कुत्रा वगैरे पाळला आहे का? म्हणजे तो घरी गेला आणि कुत्र्याला घेऊन बागेत फिरायला गेला असं."

"त्यानं कुत्रा पाळलेला आहे, पण तो घरी गेला नाही हे नक्की. आम्हांला तरी तसं वाटतं. कारण त्याला कुत्र्यालाच फिरायला न्यायचं, तर मरीयन पार्क त्याच्या घरापासून पुष्कळ जवळ आहे."

"हे विचित्र आहे."

चांडलरांनी डोळे आकुंचित केले. त्यांच्या मनात एक विचार आला होता. "मरीयन पार्कला जे आहे ते गारफिल्ड पार्कला नाही."

"काय ते?"

"पोलिसांची चौकी. अगदी रस्त्यासमोर!"

"ज्यानं कोणी मारलं त्याला हे माहीत असणार."

"ती चौकी तिथं आहे हे काही गुपित नाही. गुन्हे घडू नयेत म्हणून आम्हांला आमचं अस्तित्व जाणून घ्यावं लागतं ना!"

"त्याचा खून पार्कमध्येच झाला की अन्य ठिकाणी? खून करून त्याचं प्रेत पार्कमध्ये आणून टाकण्यात आलं? काय वाटतं?"

"गवतावर रक्त होतं, पण रिकामं काडतूस सापडलेलं नाही. अजूनतरी नाही. चोरीचा उद्देश नसला, तर मारणाऱ्यानं सायलेन्सर लावलेला असावा. रिव्हॉल्व्हरवर सायलेन्सर लावणं फार कौशल्याचं काम आहे. त्यानं अर्ध-स्वयंचलित रिव्हॉल्व्हर

वापरलं असेल, तर ते काडतूस सापडायला हवं; अर्थात, त्यानं ते नेलं नसल्यास.''

''गोळी अजून शरीरातच आहे?''

चांडलर यांनी मान डोलावली. ''आम्हांला त्याचं रिव्हॉल्व्हर सापडेल अशी आशा आहे म्हणजे ताडून पाहता येईल.''

''माइकच्या अपार्टमेन्टमध्ये जे घडलं ते लक्षात घेता तुम्हांला राइटच्या घरावर पहारा ठेवायला हवा.''

''अरे, खरंच की! माझ्या लक्षात कसं नाही आलं ते?''

''सॉरी. राइटनं कोर्ट कधी सोडलं याची काही कल्पना?''

''त्याची अजून तपासणी सुरू आहे. नेहमीची वेळ संपल्यानंतर जाण्यायेण्यासाठी फक्त एक दरवाजा उघडा असतो. त्यावर नेहमी पहारा असतो आणि रात्री दोननंतर तेही बंद करण्यात येतं. त्यानंतर तुम्हांला पहारेकऱ्याला घेऊनच बाहेर पडावं लागतं. तुम्ही गॅरेजमधूनही जाऊ शकता, पण तिथेही सुरक्षाव्यवस्था आहे. अर्थात, राइट कार चालवत नव्हता त्यामुळे तो प्रश्नच उपस्थित होत नाही.''

''म्हणजे तो निघताना त्याला कोणीतरी पाहिलं असणार.''

''माझी माणसं काल ड्युटीवर असलेल्या पहारेकऱ्यांशी बोलून तपासणी करताहेत.''

''या जागेत टेहळणीसाठी कॅमेरे लावलेले नाहीत का?''

''म्हणजे इथं कोर्टाच्या बिल्डिंगमध्ये?'' चांडलरांनी विचारलं आणि ते हसले. ''प्रश्नाचं उत्तर 'हो' असं आहे, पण सर्वत्र बसवलेले नाहीत. या भागातल्या कॉरिडॉरमध्ये नाहीत. तरीही आम्ही त्या टेप तपासून पाहणार आहोत काही सापडतं का हे पाहण्यासाठी.'' चांडलरांनी आपल्या नोंदी पुन्हा एकदा चाळल्या. ''रात्रीच्या त्या वेळी या मजल्यावर उशिरापर्यंत काम करणाऱ्या क्लार्कचा वावर ही एकमेव हालचाल असू शकते.''

''राइटच्या पार्श्वभूमीतून काही धागा?''

चांडलरांनी आपली मान हलवली. ''आधारभूत असं काही नाही. या केसमध्ये खुनाचा हेतू शोधणं फार कठीण आहे.''

''पण त्याचं पैशाचं पाकीट नाहीसं झालेलं दिसतंय.''

''हो, मी त्यावर विचार केलाय. फार सोयीस्कर बाब वाटते ती.''

''दोन्ही खुनांचा संबंध असावा असा विचार आपण करावा असं कुणालातरी भासवायचं असणार.''

''कोर्टावर राग असणारा तो कोणी वेडा असावा असं असू शकतं.''

''मला वाटतं या खुनांचा एकमेकांशी संबंध आहे, पण त्याच्या कारणांबाबत मात्र मला शंका आहे.''

''तू हे कसं म्हणू शकतोस?''

''माइकला का मारण्यात आलं हे आपल्याला कळू नये अशी एखाद्याची इच्छा असली, तर दुसऱ्या क्लार्कला मारून त्या दोन खुनांचा संबंध आहे असं भासवून आपलं लक्ष वळवण्याचा तो एक चांगला मार्ग ठरू शकतो.''

चांडलर बुचकळ्यात पडलेले दिसले. ''तर मग तुझ्या भावाला मारण्याचं खरं कारण काय आणि ते दडवण्याचा प्रयत्न करण्याचं कारण काय?''

फिस्क पुन्हा जरा घुटमळला. चोरलेलं अपील हे प्रकरण गुप्त ठेवलं होतं, पण आता अवघड होत होतं. ''त्याची मला कल्पना नाही, पण राइट का मारला गेला असावा याची मी कल्पना करू शकतो.''

''मूळ गोष्टीवरून लोकांचं लक्ष वळवण्याव्यतिरिक्त अशी एखादी?''

''असं म्हणू शकतो की, त्याच्या मृत्यूमुळे दोन उद्देश साध्य होऊ शकत होते.'' त्याच वेळी सारा तिथे पोहोचली. उत्तेजित झाल्याचं दडवून ठेवण्यासाठी तिला खूप प्रयत्न करावे लागत होते.

''जॉन, आपल्याला एक मिनिट बोलता येईल का?''

''मिस इव्हान्स,'' चांडलर रुंद हास्य करत म्हणाले, ''तुमचा रिचमंडचा प्रवास चांगला झाला असावा आणि त्यात काही अडथळे आले नसावेत असं मला वाटतं.''

''त्यापेक्षा तो जरा वेगळा प्रवास होता असं म्हटलेलं जास्त बरोबर आहे.'' तिनं उत्तर दिलं. पुढे ती जॉनकडे वळून म्हणाली, ''मला तुझ्याशी आता लगेच बोलणं आवश्यक आहे.''

''मी तुम्हांला नंतर भेटू का बुफोर्ड?''

''आणि त्या वेळी तुझं काय अनुमान आहे ते तू मला सांगू शकतोस.'' जॉन आणि सारा जसे बाहेर पडले तसं चांडलर यांच्या चेहऱ्यावरचं हास्य विरलं. आपल्या अनधिकृत मदतनिसाला आपण गमावलं तर नाही ना याचा ते विचार करत होते.

सारानं ऑफिस सोडल्यानंतर काही मिनिटांनी न्यायाधीश नाइट साराला भेटण्यासाठी तिथं आल्या. ती नाही असं पाहून त्यांनी चिठ्ठी लिहून ठेवायचं ठरवलं आणि त्या टेबलाशी बसल्या. त्याच वेळेस त्यांच्या नजरेस चान्स मेमो अशी राइटच्या हस्ताक्षरातली चिठ्ठी लावलेली फाइल पडली. त्यांनी साराच्या खुर्चीवर बसून तो वाचला. वाचून झाल्यानंतर अचानक आपण हे काय केलं असा विचार मनात येऊन त्या सुन्न झाल्या. राइटनं जरूर पडली तर उशिरापर्यंत थांबावं, पण मेमोचं काम पूर्ण करावं अशा सूचना त्यांनीच दिल्या होत्या. त्यानं तसंच केलं होतं. काम पूर्ण

करून उशिरा बिल्डिंग सोडली होती आणि त्याचा खून झाला होता! त्यांच्या दृष्टीने महत्त्वाचा मेमो आणि त्यामुळे तो बिचारा प्राणाला मुकला होता. हा घटनाक्रम त्यांच्या आता लक्षात आला होता आणि अपराधाच्या भावनेनं त्यांनी इतका जोरदार सुस्कारा सोडला की, श्वास त्यांच्या घशात अडकला. त्यांनी तो मेमो खाली ठेवला आणि त्या आपल्या खोलीकडे जवळजवळ धावतच निघाल्या.

एक मिनिटानंतर त्या तशाच वेगानं जेव्हा आपल्या ऑफिसमध्ये शिरल्या तेव्हा त्यांच्या ऑफिसमधल्या सर्वांनाच तो धक्का होता. त्या शांत बसल्या. त्यांनी आपल्या त्या सुंदर आणि प्रशस्त खोलीवरून नजर वळवली. त्या खोलीला फायर प्लेससुद्धा होती. पुन्हा त्यांचे विचार राइटकडे वळले. त्यांच्यामुळे घडलेली घटना. शांतपणे बसून त्यांनी आपल्या जीवनपद्धतीबद्दल विचार केला; कामाच्या बाबतीत, जीवन जगण्याच्या बाबतीत. त्यांच्या आग्रही वृत्तीमुळे एक जीव हकनाक गेला होता. त्यांचं सर्व धैर्य गळून पडलं होतं. सोफ्यातल्या कोपऱ्यावर त्या कोसळल्या. त्यांनी आपला चेहरा दोन्ही हातांनी झाकून घेतला आणि त्या गदगदून रडल्या!

एकोणचाळीस

आपल्या ऑफिसमध्ये परत आल्यानंतर पुढची तीस मिनिटं घालवून सारानं शोधून काढलेलं सर्व फिस्कला सांगितलं. "बार्कर जेव्हा फोन करून त्या वकिलाचं नाव सांगतील, तेव्हा आपण त्यांच्याशी बोलू शकू आणि तेव्हा कुठे आपल्याला काहीतरी कळण्याची शक्यता आहे."

"ते फार बरं होईल."

"मायकेल हार्म्सला भेटायला तुरुंगात गेला असावा असं तुला वाटतं?"

"हार्म्स पळाल्यामुळे गुंतागुंत आणखीनच वाढली आहे."

एकाएकी साराच्या मनात तो घाबरवून टाकणारा विचार आला, "त्या गोष्टीचा मायकेलशी तर काही संबंध नसेल ना? तुला काय वाटतं?"

"कोणत्याही बेकायदेशीर गोष्टीत माझ्या भावाचा कधीच संबंध नसेल."

"माझं म्हणणं आहे की, जाणूनबुजून नसेल पण...."

"वर्तमानपत्रातल्या बातमीप्रमाणे हार्म्स रोनोकमधल्या हॉस्पिटलमधून पळाला. त्या अगोदरच माझ्या भावाचा मृतदेह सापडला होता. मला असं म्हणायचं नाही की, ती वेळ हा निव्वळ योगायोग आहे म्हणून."

"बरं, तू काही खास निष्कर्ष काढलेत का?"

"मला वाटतं की, राइटला का मारलं गेलं हे मला पक्कं कळलंय."

"का? तो हार्म्सला ओळखत होता म्हणून? मायकेलनं जे केलं ते त्याला कळलं होतं म्हणून?"

"नाही. पाहू नये असं काहीतरी त्यानं पाहिलं म्हणून तो मारला गेला."

सारानं आपली खुर्ची त्याच्या खुर्चीजवळ सरकवली. "तुला काय म्हणायचंय?"

"राइटचं ऑफिस म्हणजे तुझं जुनं ऑफिस माइकच्या ऑफिससमोर खालच्या कॉरिडॉरमध्ये आहे. राइट रात्री बसून काम करणार होता."

"हो, कारण मीच त्याला तसं सांगितलं होतं."

"नाही. कारण नाइटनी त्याला सांगायला तुला सांगितलं होतं. त्याच्या घरच्या रस्त्यावर लागणाऱ्या पार्कमध्ये त्याचा मृतदेह सापडला नाही. तो रात्री बारा ते दोनच्या दरम्यान मारला गेला असं मला चांडलरांनी सांगितलं. तो जर इथंच रात्रभर काम करणार होता, तर मग मध्यरात्री पार्कमध्ये कशाला गेला?"

"त्याला कोणीतरी पार्कमध्ये नेलं आणि मारलं असं तुला वाटतं?"

"महत्त्वाचं म्हणजे कोणीतरी त्याला कोर्टाच्या आतून बाहेर पार्कमध्ये नेलं आणि मारलं."

साराचे डोळे विस्फारले गेले, "म्हणजे खुनी इथंच होता?"

फिस्कनं मान डोलावली. "तो इथं काम करणारा आहे की नाही हे मी सांगू शकत नाही, पण काल रात्री तो इथे हजर होता हे नक्की!"

"कोणीतरी ठार मारावं असं स्टिव्हननं काय पाहिलं असावं?"

"मला वाटतं त्यानं कोणालातरी माइकच्या ऑफिसमध्ये शिरताना पाहिलं असावं. त्या ऑफिसमध्ये कोणालाही प्रवेश करता येणार नाही असं काल चांडलरांनी सांगितलेलं राइटनं ऐकलं होतं. माइकच्या ऑफिसमध्ये शिरणाऱ्याला राइट त्याच्या ऑफिसमध्ये काम करत बसला आहे हे माहीत नसावं. आपण उशिरापर्यंत थांबणार आहोत हे तुम्ही कधीच आधी जाहीर करत नसणार."

"गेल्या रात्रीप्रमाणे अगदी शेवटच्या मिनिटापर्यंत ते आम्हांलाही माहीत नसतं."

"बरोबर. तेव्हा कोणीतरी, काहीतरी शोधण्यासाठी माइकच्या ऑफिसमध्ये शिरलं."

"काय शोधण्यासाठी?"

"कोणास ठाऊक? माइकनं घेतलेल्या अपीलच्या प्रती, टेलिफोन मेसेजेस किंवा त्याच्या कॉम्प्युटरवर साठवलेलं काहीतरी."

"पण असं करणं हे फार धोक्याचंच काम. इथे चोवीस तास सुरक्षा व्यवस्था असते."

"दुसऱ्या दिवशी सकाळी पोलीस व्यवस्थित तपासणी करणार आहेत, हे शिरणाऱ्याला माहीत असलं, तर त्याच्याकडे फार थोडा वेळ होता. तेव्हा धोका पत्करणं त्याला भाग होतं."

"हे पटण्यासारखं आहे."

"तर राइटला काही आवाज ऐकू येतो किंवा त्याचा मेमो लिहून झाल्यावर तो

आपल्या ऑफिस बाहेर पडतो आणि त्याच्या दृष्टीस माइकच्या ऑफिसमध्ये शिरणारा पडतो.''

''तू सांगितल्याप्रमाणे घडलं असलं, तर स्टिव्हनला ज्यानं मारलं त्याला तो ओळखत असावा काय?''

फिस्कनं खोल श्वास घेतला आणि तो खुर्चीला मागे रेलला. ''तो ओळखत असणारच. नाहीतर त्यानं धोक्याचा अलार्म वाजवला असता. डेल्लासान्ड्रोंनी माइकच्या ऑफिसच्या दाराला कुलूप लावलेलं मी पाहिलं होतं. तिथं जबरदस्तीनं प्रवेश केल्यासारखं काहीही दिसत नाही. शिरणाऱ्या माणसाकडे किल्ली असणार.''

''पण मग कोणीतरी काहीतरी पाहिलं असणारच की!''

''असंच काही नाही. जर खुन्याला कोर्टाच्या इमारतीची नीट माहिती असेल, तर राइटला बरोबर बाहेर घेऊन जाईपर्यंत कोणालाही कसं टाळायचं हे त्याला बरोबर माहीत असणार.''

''म्हणजे स्टिव्हनचा ज्याच्यावर विश्वास आहे असाच तो असणार.'' फिस्कनं तिच्याकडे पाहिलं. ''एखादा न्यायाधीश?''

सारानं त्याच्याकडे भीतीयुक्त नजरेनं पाहिलं. ''मी दुसरं काहीही स्वीकारेन, पण हे स्वीकारू शकणार नाही.'' ती म्हणाली अन् मग एकाएकी तिच्या मनात विचार आला. ''कदाचित ती व्यक्ती मॅकेन्ना असेल. स्टिव्हन त्यांच्यावर विश्वास ठेवू शकतो. एफ.बी.आय.चे असल्यामुळे.''

''पण मॅकेन्नांचा या प्रकरणाशी संबंध काय?''

''ते मला माहीत नाही. त्यांचं नाव मला पहिले आठवलं एवढं खरं!''

''ते कोर्टाशी संबंधित नाहीत आणि त्यांनी मला मारलं म्हणून?''

सारानं सुस्कारा सोडला. 'बहुधा तसंच' अन् मग तिला काहीतरी आठवलं. तो कागद सापडेपर्यंत आपल्या डेस्कवरचे कागद ती चाळू लागली. ''स्टिव्हन किती वाजता बाहेर पडला ते मी सांगू शकते.'' राइटनं तिच्या सांगण्यावरून बनवलेल्या मेमोचा कागद तिनं उचलला. त्या मेमोच्या वरच्या भागात तारीख आणि वेळेचा शिक्का होता. तिनं ते कागद फिस्कसमोर त्याला दिसतील असे धरले.

''वर्ड प्रोसेसिंग सिस्टममध्ये तारीख आणि वेळेचा शिक्का आपोआप बसतो. आम्हांला अनेक ड्राफ्ट बनवावे लागतात. त्यामुळे ड्राफ्ट संपताक्षणीच ही कार्यवाही होते.''

फिस्कनं ती तारीख आणि वेळ पाहिली. ''हा प्रिन्ट आउट रात्री एकला घेतलेला दिसतोय.''

''बरोबर. स्टिव्हननं मेमो पूर्ण केला. प्रिन्ट आऊट घेतला. माझ्या डेस्कवर ठेवला आणि त्यानंतर तो बाहेर पडला असावा.''

“आणि त्यानं जे पाहिलं ते कुणीही पाहू नये असं समोरच्या व्यक्तीला वाटत होतं.”

साराचा चेहरा एकाएकी बुचकळ्यात पडल्यासारखा झाला. “एक मिनिट थांब. इथे काहीतरी गडबड आहे. जर एखादा क्लार्क उशिरापर्यंत काम करत असेल आणि तुम्ही फार दूर राहत नसला तर साधारणपणे कोर्टाचे पोलीस अधिकारी त्या क्लार्कला घरी पोहोचवतात.” तिनं फिस्ककडे पाहिलं अन् म्हणाली, “इथले पोलीस आमच्याशी खूप चांगले वागतात.”

“रात्री एकला मेट्रो सुरू नसते. बरोबर?”

“बरोबर. त्याशिवाय स्टिव्हन इथून फार काही दूर राहत नव्हता. कारण पाच मिनिटांचं अंतर. त्याला यापूर्वी अनेकदा घरी पोहोचवून देण्यात आलं होतं.”

“म्हणजे रात्रीच्या त्या वेळी म्हणजे सव्वा वाजता स्टिव्हनला कोर्टातल्याच कुणीतरी सोडलं असणार किंवा सोडण्यासाठी बरोबर नेलं असणार.”

“इथून रात्री सव्वा वाजता जाण्यात तसा काही धोका नाही.”

“टॅक्सीबद्दल काय? कारण त्या वेळेस त्याला पोहोचवण्यासाठी पुरेसे रक्षक नसल्यामुळे कोणी जाऊ शकलं नसेल.”

साराच्या चेहऱ्यावर प्रश्नचिन्ह होतं “शक्य आहे कदाचित.”

“एखाद्या पोलीस अधिकाऱ्यानं त्याला नेलं असेल, तर ते तपासणं सोपं आहे. मी चांडलरांना सांगतो.”

“तर मग अखेर निष्कर्ष काय काढू शकतो आपण?”

फिस्कनं खांदे उडवले. “आपल्याला हार्म्सची मिलिटरी फाइल पाहायला हवी. आर्मीच्या जे.ए.जी.मध्ये (जज अॅडव्होकेट जनरलच्या ऑफिसमध्ये) माझा एक जुना ओळखीचा मित्र आहे. मी त्याला फोन करून त्याला काही मदत करता येते का ते पाहतो. आपण शोध घेतो आहोत हे कमीतकमी लोकांना कळायला हवंय.”

सारा शहारली आणि तिनं आपले दोन्ही हात आपल्याच भोवती गुंडाळले.

“तुला सांगू?” ती म्हणाली, “सत्य काय असेल त्या कल्पनेनं मला आताच भीती वाटायला लागली आहे.”

चाळीस

साराा पुन्हा आपल्या कामाला गेली, तसं फिस्कनं जे.ए.जी.मधल्या आपल्या फिल जानसेन नावाच्या वकील मित्राला फोन केला आणि आपलं काम सांगितलं. त्यानं जानसेनला रूफस हार्म्स फोर्ट जॅक्सनला असताना त्या वेळेस फोर्ट प्लेसीला असलेल्या लोकांची यादीही शक्य असल्यास पाठवण्यास सांगितली होती.

फिस्क चांडलरकडे परत आला आणि त्यानं राइट का मारला गेला असावा याबद्दलची आपली कल्पना सांगितली. चांडलर खूपच प्रभावित झाले. ''आपण टॅक्सीचाही शोध घेऊ. कुणीतरी काहीतरी पाहिलं किंवा ऐकलं असेल, अशी आपण आशा करू या.''

चांडलरनी आपल्या समोरच्या त्या तरुण माणसाकडे रोखून पाहिलं आणि म्हणाले, ''गेल्या रात्री मिस इव्हान्सबरोबर असताना काही विशेष माहिती मिळाली का?''

''मला वाटतं, ती फार चांगली आहे. थोडी लवकर उत्तेजित होणारी आहे, पण माणूस म्हणून चांगली आहे. आकर्षकही आहे.''

''आणखी काही? आपल्या पहिल्या भेटीत रामसे म्हणाले होते की, ती आणि तुझा भाऊ जवळचे होते म्हणून. त्यामुळे त्याला का मारण्यात आलं असावं याबद्दल ती काही कारण सांगू शकते का?''

''तुम्हांला ते तिलाच विचारावं लागेल.''

''पण मी तुला विचारतो आहे जॉन. मला वाटलं की, आपली एकच टीम आहे.'' ते फिस्कच्या जवळ सरकले, ''या केसच्या दर्शनी दिसणाऱ्या सर्व गोष्टींची मी चाचपणी करतो आहे, पण काही गोष्टी माझ्या माघारी अशा घडताहेत की

त्यामुळे मी गोंधळात पडलो आहे. तू पोलीस ऑफिसर होतास तेव्हा माझ्या माघारी काय चाललंय हे मला तुझ्याकडून कळायला हवंय.''

''मी माझ्या सहकाऱ्याला कधीच फशी पाडत नाही.'' फिस्क म्हणाला.

''हे ऐकून बरं वाटलं. तर मग आता मला काल रात्रीबद्दल सांग बरं.''

फिस्कनं मान वळवली. तो विचार करत होता की, परिस्थिती कशी हाताळावी? माहिती लपवणं योग्य नव्हतं, पण त्याच्या भावाच्या लौकिकाला तडा जाईल आणि साराच्या आयुष्यात अडथळा निर्माण होईल असं काही न होता ते कसं सांगावं?

''आपल्याला इथं जवळपास कॉफी मिळू शकेल?''

''कॅफेटेरियात. चल, मी खर्च करतो.''

काही मिनिटांनंतर ते तळमजल्यावरच्या कॅफेटेरियात होते. कोर्टाचं दुपारचं सत्र सुरू होतं त्यामुळे विशेष गर्दी नव्हती.

फिस्कनं कॉफीचा घुटका घेतला. चांडलर त्याच्याकडे पाहत होते.

''बुफोर्ड, मी जर काही सांगितलं तर तुम्ही हे लक्षात ठेवायला हवंय की, त्या माहितीचं काय करायचं आणि ती आणखी कोणाला सांगायची. हे तुम्ही कटाक्षाने ठरवाल.''

''जॉन, तू इथल्या लोकप्रिय लोकांमध्ये मिसळून जी माहिती मिळवलीस ती मला सांगेपर्यंत हे कसं ठरवता येईल? पण तू जे सांगणार आहेस त्यामुळे तुझी प्रतिमा डागाळली जाईल म्हणून ते सांगत नव्हतास का?''

''तुम्हांला काय वाटतं?''

''मला वाटतं आपण काही गोष्टी गृहीत धरून बोलू या. माझं काम सत्य घटनांबद्दल माहिती मिळवून त्याचा उपयोग करून अखेर गुन्हेगाराला पकडणं हे आहे. पण आपण सत्य घटनेऐवजी काही कल्पनेवर विचार करणार असलो, जसं की, तू राइटला का मारलं असावं याची कल्पना मांडली तर मला कोणाला काहीच बोलण्याची आवश्यकता नाही. निदान त्या सत्य घटनेशी सुसंगत होईपर्यंत.''

''तर आपण कल्पनांवर बोलू शकतो आणि त्या आपल्या दोघातच राहतील.'' चांडलरांनी आपली मान हलवली. ''तसं वचन देऊ शकत नाही. विशेषत: कल्पनेचं रूपांतर सत्य घटनेत झालं असल्याचं कळल्यानंतर.''

फिस्कनं आपल्या कॉफीच्या कपाकडे पाहिलं. फिस्क आपल्या हातून निसटतो आहे असं वाटून चांडलरांनी आपल्या कॉफीच्या चमच्याने त्याच्या कपावर टण-टण आवाज केला.

''जॉन, अखेर आपलं उद्दिष्ट काय? तुझ्या भावाचा आणि राइटचा खून कोणी केला हेच तुला कळायला हवंय ना?''

''बरोबर. तेच मला हवंय.''

"खरं की काय?" चांडलरांना शंका वाटली, "मग प्रश्न कुठे आहे?"

"मदत करत असतानाही तुम्ही लोकांना दुखवू शकता, हाच प्रश्न आहे."

"तू हे फक्त तुझ्या भावाबद्दल बोलतो आहेस की आणखी कोणाबद्दल?"

फिस्कला वाटलं की, आपण आधीच जास्त उघड बोललो आहोत त्यामुळे त्यानं बचावाचा पवित्रा सोडून आक्रमणाचा पवित्रा घेतला.

"ठीक आहे बुफोर्ड, घटकाभर आपण कल्पनांचाच विचार करू या. समजा, कोणीतरी सुप्रीम कोर्टात सादर व्हायचं अपील आपल्याकडेच ठेवून घेतलं."

"पण का आणि कसं?"

"कसं हे सांगणं सोपं आहे. पण का मात्र नाही."

"बरं पुढे?"

"आता असं समजा की, कोर्टातल्या कुणीतरी ते अपील पाहिलं आणि त्या व्यक्तीच्या लक्षात आलं की, ते कोर्टाच्या व्यवस्थेत दाखल झालेलं नाही; पण ती व्यक्ती गप्प राहिली."

"मला वाटतं इथेही का हा प्रश्न करणे फिजूल आहे."

"असंच काही नाही. तर पुढे आणखी असं गृहीत धरू या की, ज्यानं ते अपील स्वत:कडे ठेवलं ते त्यानं योग्य कारणासाठीच ठेवलं. त्यानंतर ती व्यक्ती कुठेतरी त्या अपील करणाऱ्याला भेटायला गेली."

"तुझ्या भावाच्या गाडीच्या आठशे मैलांचा हिशेब."

फिस्कने त्यांच्याकडे कठोर नजरेनं पाहिलं. "ती वस्तुस्थिती आहे बुफोर्ड. मी वस्तुस्थितीबद्दल बोलत नाही."

चांडलरांनी कॉफीचा घुटका घेतला. "बरं पुढे?"

"आता समजू या की, अपील करणारा कैदी आहे."

"प्रत्यक्षात की गृहीतात?"

"ते मी सांगणार नाही."

"ठीक आहे, पण मी विचारू शकतो ना, तो कैदी कुठे आहे?"

"मला माहीत नाही."

"तुला माहीत नाही म्हणजे काय? जर तो कैदी असेल, तर कुठल्यातरी तुरुंगात असणारच ना! असंच असायला हवं ना?"

"असंच काही नाही."

"म्हणजे याचा काय अर्थ..." चांडलर एकदम गप्प झाले आणि त्यांनी टेबलापलीकडे नजर लावली. "तो तुरुंगातून पळाला, असं तर तुला म्हणायचं नाही?" फिस्कनं काही उत्तर दिलं नाही. "कोणातरी कैद्याच्या मदतीच्या अपिलामुळे तुझा भाऊ त्याला तुरुंगात भेटला, त्याला बाहेर काढलं आणि नंतर त्याच कैद्यानं

त्याचा खून केला असलं तर काही नाही ना? छेऽऽ भलतंच काय!'' चांडलरांचा आवाज बदलला. अजीजीच्या सुरात ते म्हणाले, ''जॉन प्लीज, काय ते मला नीट सांग.''

''ते मी तुम्हांला सांगणार नाही, पण तुम्ही म्हणता तसं घडलेलं नाही.''

''बरं. हे अपील...काय म्हटलंय त्यात?''

आता ते दोघेही गृहीतांच्या पुढे गेले होते. फिस्कलाही ते कळलं. त्यानं आपली मान हलवली. ''मी ते कधी पाहिलंही नाही.''

''मग ते अस्तित्वात आहे हे तुला कसं कळलं?''

''बुफोर्ड, मी या प्रश्नाचं उत्तर देणार नाही.''

''तुला मी ते द्यायला लावू शकतो.''

''तर मग ते तुम्हांलाच मिळवायला लागेल.''

''तू ही मोठी जोखीम पत्करतो आहेस जॉन.''

''ठीक आहे.'' फिस्कनं आपली कॉफी संपवली आणि तो उठून उभा राहिला. ''माझी गाडी आणण्यासाठी मी आता टॅक्सी पकडतो.''

''मी तुला सोडतो. सध्या सर्वांचं लक्ष या केसकडे लागलेलं असलं, तरी मला इतरही केसेस पाहायलाच हव्यात ना!''

''मला वाटतं तुम्ही मला न सोडणं हे आपल्या दोघांच्याही दृष्टीनं ठीक राहील.''

''जशी तुझी मर्जी!'' आपले ओठ मुडपत चांडलर बोलले. ''तुझी गाडी पार्किंगच्या मागच्या भागात आहे आणि किल्ल्या पुढल्या सीटवर आहेत.''

''थँक्स!''

जाणाऱ्या फिस्कला पाठमोरं पाहत असताना चांडलर मनातल्या मनात म्हणाले, 'ती तितक्या लायकीची ठरू दे, जॉन.'

चांडलर यांनी या प्रकरणाबाबत आधीच काही चौकश्या सुरू केल्या होत्या. ते आपल्या ऑफिसमध्ये आले तेव्हा त्यांना त्यांच्या टेबलावर कागदाची चळत दिसली. तपासाच्या ठरलेल्या पद्धतीत ठरलेली पहिली कृती असते, ती म्हणजे फोन कॉल्स तपासण्याची. गेल्या महिन्याभरात मायकेलनं ऑफिसमधून आणि घरून किती आणि कोणकोणते फोन केले याची जंत्री त्या कागदांमध्ये होती. त्यानं भावाला केलेले कॉल्स त्यामध्ये होते. इतर काही कौटुंबिक कॉल्स होते. त्यातले डझनभर कॉल्स एकाच नंबरवर केलेले होते आणि तो सारा इव्हान्सचा नंबर होता हे ओळखण्यात आलं होतं. ही कुतूहलाची बाब होती, असा त्यांनी विचार केला. दोघेही फिस्क बंधू एकाच स्त्रीवर प्रेम करत होते का? चांडलर यादीच्या शेवट

पोहोचले आणि त्यांचे ठोके जलद पडू लागले. एवढी वर्षं नोकरी केल्यानंतरही असं यापूर्वी कधी घडलं नव्हतं. दक्षिण-पश्चिम व्हर्जिनियातल्या फोर्ट जॅक्सनला मायकेल फिस्कनं काही वेळा फोन केले होते आणि त्यातला शेवटचा त्याचं शव सापडण्यापूर्वी तीन दिवस आधी केलेला होता. फोर्ट जॅक्सनला मिलिटरीचा तुरुंग असल्याची माहिती चांडलरांना होती आणि तिथेच ते संपलं नव्हतं. चांडलरांनी त्या कागदाच्या चळतीतून आणखी शोधण्याचा प्रयत्न केला आणि अखेर त्यांना अपेक्षित गोष्ट सापडली. त्या माणसाला पकडण्यासाठी राष्ट्रातल्या सर्व राज्यांमध्ये पाठवलेला टेलेक्स. चांडलरांनी तो आधी पाहिल्याचं त्यांना आठवत होतं, पण त्या वेळी त्यांना त्याचं महत्त्व कळलं नव्हतं.

आता मात्र त्यांनी टेलेक्सबरोबरचा रूफस हार्म्सचा फोटो काळजीपूर्वक न्याहाळला. फोन उचलून त्यांनी त्वरित एक कॉल केला. त्यांना काही माहिती पाहिजे होती आणि मिनिटभरातच त्यांना ती मिळाली. फोर्ट जॅक्सन गाव वॉशिंग्टन डी.सी.पासून सुमारे चारशे मैल अंतरावर होतं. जॉन फिस्क ज्या अपिलाबद्दल बोलला होता, ते अपील फाइल करणारा रूफसच होता का? आणि जर ते त्यानंच दाखल केलं होतं, तर फिस्कच्या कल्पनेप्रमाणे ते त्याच्या भावानंच घेतलं होतं का?

चांडलराची नजर पुन्हा एकदा फोन कॉल्सच्या यादीवरून फिरली. एक नंबर दोन-तीन वेळा कुठल्यातरी कायदा-कचेरीला केलेला होता, पण कायद्याबाबतचे अनेक कॉल त्या यादीत असल्याने ही बाब त्यांच्या लक्षात आली नाही आणि समजा आली असती, तरी सॅम रायडर ह्या नावाचा त्यांना काही खास बोध होण्याचं कारण नव्हतं. त्यांनी यादी खाली ठेवली. 'फिस्क आणि सारा इव्हान्सला बोलावून काय चाललं आहे याबद्दल त्यांना बोलायला भाग पाडावं का?' ते विचार करत होते. पण मग गेली तीस वर्षं त्यांनी स्वतःच्या सहज प्रवृत्तीवर ठेवलेला विश्वास, 'कधी कोणावर विश्वास ठेवू नका.' या नेहमीच्या नियमामुळे लाथाडला जाणार होता का?

"असं काय करतोस जॉन?" सारा त्याला विनवणीच्या स्वरात म्हणत होती. दिवसाच्या कामाची वेळ संपता संपता ते दोघं साराच्या ऑफिसमध्ये होते.

"पण सारा, मला जज विल्किन्सन यांची जराही माहिती नाही."

"पण तुझ्या एक गोष्ट कशी लक्षात येत नाही? जर या प्रकरणात कोर्टातली कोणी व्यक्ती गुंतलेली असली, तर माहिती मिळवण्यासाठी ही सुसंधी आहे, कारण या निमित्तानं कोर्टातले सर्वच तिथे उपस्थित राहणार आहे."

फिस्क पुन्हा एकदा विरोध दर्शवणार होता, पण तो थांबला. आपली हनुवटी खाजवत त्यानं विचारलं, "समारंभाची सुरुवात किती वाजता होतेय?"

"साडे सात. बरं. मी काय विचारते, त्या तुझ्या जे.ए.जी.च्या मित्राकडून

काही खबर?''

"आहे. तिथे उपयोगी पडतील अशा दोन फाईल्स आहेत. हार्म्सचं सर्व्हिस रेकॉर्ड, ज्यात त्याच्या नोकरीबद्दलच नाही, तर वैयक्तिक माहिती, सैन्यात दाखल होण्याबद्दलचा करारनामा, पगार आणि वैद्यकीय बाबतीतला इतिहास आणि त्याच्या कामगिरीबद्दल एकूण मूल्यमापन या सर्वच गोष्टींची माहिती अंतर्भूत आहे. दुसरी फाइल त्याच्यावर कोर्टमार्शल-अंतर्गत चालवण्यात आलेल्या खटल्यासंबंधी आहे. ही फाइल फोर्ट जॅक्सनला आहे. तिथे त्याला ठेवला होता. त्याच्या वकिलानं तयार केलेली सर्व कागदपत्रं जे.ए.जी. ऑफिसमध्येच असतील. अजूनही चांगल्या अवस्थेत ठेवली असतील, तर माझा मित्र जानसेन त्या कागदपत्रांचा शोध घेतोय. त्याला शक्य असतील ती कागदपत्रं अर्थात, नकला तो पाठवणार आहे.''

त्यानंतर जाण्याच्या तयारीनं उठून सारा आवरण्यामागे लागली. फिस्क बसूनच होता. "तू मला नाइट दांपत्याबद्दल काय सांगू शकतेस?'' त्यानं विचारलं.

"कशाकरता?''

"हे बघ, ते देत असलेल्या पार्टीसाठी आपण जात आहोत. मिसेस नाइट या कोर्टातल्या महत्त्वाच्या व्यक्ती आहेत, तर मि. नाइट हे तर तसे आहेतच. त्यामुळे आपल्या शोधकार्यात त्यांच्याही माहितीची गरज आहे, असं नाही तुला वाटत?''

"जॉर्डन नाइट यांच्या भूतकाळाबद्दल तुलाच अधिक माहिती असेल कारण ते तुझ्या गावचेच आहेत.''

फिस्कनं खांदे उडवले, "खरं आहे. जॉर्डन नाइट यांचा रिचमंडला मोठा व्यापार आहे. निदान ते राजकारणात शिरेपर्यंत तरी नक्कीच होता. त्यांनी खूप पैसे कमावले.''

"आणि बरेच शत्रूही?''

"नाही. मला तसं वाटत नाही. त्यांनी व्हर्जिनियाला बरंचकाही दिलं आहे. शिवाय ते मागे राहणारे म्हणजे पुढे पुढे न करणारे चांगले गृहस्थ आहेत.''

"तर मग ते एलिझाबेथ नाइट यांचे चांगले जोडीदार आहेत, असं म्हणता येणार नाही.''

"त्या किती करारी आणि थोड्या अहंभावी आहेत हे मी पाहिलंय.''

"थोड्या अहंभावी का, चांगल्याच अहंभावी आहेत. त्यांच्या भागातून आलेला वारसा आहे तो. संघराज्याची करारी सरकारी वकील ते न्यायाधीश असा त्यांचा प्रवास आहे. सुप्रीम कोर्टात त्यांची निवड व्हावी म्हणून त्यांना खास तयार करण्यात आल्याचं सर्वांना माहीत आहे. बऱ्याचशा महत्त्वाच्या केसेसमध्ये त्यांच्या मतामुळे फरक पडू शकतो म्हणून रामसे वेडेपिसे होतात. त्यामुळेच ते त्यांच्याशी तसे वागतात. बहुतेक वेळा ते त्यांच्याशी प्रेमानं वागतात, पण अधूनमधून मॅडमना

इंजेक्शन देण्याचा मोह त्यांना आवरत नाही.''

फिस्कला त्या दोघांमधला वाद आठवला. त्याचं हे कारण होतं तर.

''तुला इतर न्यायाधीशांबद्दल काय माहिती आहे? त्यातले कोणी खून करू शकतील की नाही इतपत माहिती तर नक्कीच असेल.''

''एखाद्या मोठ्या संस्थेत काम करणाऱ्याला आपल्या वरिष्ठांबद्दल जेवढी माहिती असू शकते तितपतच माहिती मला आहे. मी त्यांना वरवर ओळखते.''

''रामसेंची पार्श्वभूमी काय?''

''ते देशाच्या सर्वोच्च कोर्टाचे प्रमुख न्यायाधीश आहेत आणि त्यांची तुला माहिती नाही?''

''माझी थट्टा करतेस!''

''दहा वर्षांपूर्वी प्रमुख न्यायाधीश होण्याआधी ते सहन्यायाधीश पदावर होते.''

''त्यांच्या पार्श्वभूमीत काही वेगळं असं?''

''ते मिलिटरीत होते. सैन्यात किंवा नाविक दलात.'' तिनं फिस्कच्या डोळ्यातली चमक पाहिली, ''त्यांचा विचारही करू नकोस जॉन. रामसे असे खून करत सुटणार नाहीत. त्यांच्या अधिकृत माहितीमध्ये आणखी काय असू शकतं?''

फिस्क गोंधळल्यागत दिसत होता, ''इतर क्लार्क्सबरोबर होणाऱ्या चर्चांमुळे तुला सर्वांची चांगली माहिती असेल असं मला वाटत होतं.''

''न्यायाधीशांशी जोडलेले क्लार्क्स एका मर्यादेपर्यंतच एकत्र येतात. दर गुरुवारी सर्वच क्लार्क्स एकत्र येण्याचा आनंदी प्रसंग असला तरी. पंधरवड्याने कधी एखाद्या न्यायाधीशांचे क्लार्क्स दुसऱ्या एखाद्या न्यायाधीशांबरोबर जेवायला जातात, ते थोडा अधिक परिचय व्हावा म्हणून. अन्यथा प्रत्येक न्यायाधीशाचं चेंबर हे स्वतंत्रच असतं.'' ती किंचित थांबली अन् पुढे म्हणाली, ''अपवाद फक्त एखाद्या प्रसिद्ध क्लार्कचाच, ज्याच्या मैत्रीचं जाळं दूरवर पसरलेलं असतं.''

''तो पहिल्यांदाच इथे आला होता त्यानंतर हे असंच काहीतरी माइकही सांगत होता मला.''

सारा हसली, ''त्यानं नक्कीच तसं सांगितलं असणार. हे क्लार्क म्हणजे त्या त्या न्यायाधीशांचे प्रवक्तेच असतात म्हणा नं! आम्ही असे काही काही फुगे हवेत सोडतच असतो गंमत म्हणून. उदाहरणच सांगायचं, तर मायकेल मला नेहमी विचारायचा की, मर्फींशी जुळवून घ्यावं म्हणून बहुमताचा निर्णय लिहिताना नाइटना काय अपेक्षित आहे म्हणून.''

''पण जर मर्फी आधीच बहुमताचा निर्णय लिहीत असतील, तर त्यांना इतर कोणाच्या मताची काय गरज?''

''आम्ही इथं कसं काम करतो याबद्दल तू अंधारात आहेस.''

"मी छोट्याशा गावातला वकील पडलो ना!"

"ठीक आहे मि. छोटे वकील, आता असं पाहा की, बहुमताच्या निर्णयातदेखील एखाद्याचा मतभेद असतो. निर्णय लिहिपर्यंत त्याचं मत बदलू शकतं आणि बहुमताच्या निर्णयाचं रूपांतर तीव्र मतभेदात होऊ शकतं. तुम्हांला तुमचा निर्णय असा लिहायला हवा की, त्याला पाच मतं नक्की मिळतील. तेवढे लोक पाठिंबा देतील. निर्णयाच्या विरोधात असणारे लोक गप्प नसतातच. मतभेद असणाऱ्या एक-दोघांबद्दल त्यांची चाचपणी चालूच असते. असा मतभेद असणाऱ्या मतांचा उपयोग करून घेणं किंवा धमकी देणं ही एक कला आहे."

फिस्कनं तिच्याकडे कुतूहलानं पाहिलं, "मला वाटलं सहमत नसणारे म्हणजे मतभेद असणारे हरणाऱ्या बाजूला असतात. त्यांना कोणत्या प्रकारची ताकद असू शकते?"

"असं समज की, एखाद्या न्यायाधीशाला बहुमत कसं होणार आहे याचा अंदाज आला, तर मतभेद असणाऱ्यांच्या जिव्हारी लागणारा बोचक असा मसुदा तो सर्वांना वितरित करतो. त्यामुळे तो प्रकाशित झाला किंवा बहुमताचा निर्णय लिहिताना त्याची काही प्रमाणात दखल घ्यावी लागली, तरी ते कोर्टाच्या दृष्टीनं वाईटच ठरतं. आणखी चांगली आणि सोपी गोष्ट तो न्यायाधीश करू शकतो. तीव्र मतभेद असणाऱ्या असहमताचं मत लिखित स्वरूपात मांडून तो बहुमताला धक्का देऊ शकतो असं सर्वत्र पसरवतो. त्यामुळे बहुमताचं पारडं खरंच असहमताच्या बाजूला झुकू शकतं. सगळे असं करतात. रामसे, नाइट, मर्फी... ते अगदी तुटून पडतात."

फिस्कनं आपली मान हलवली. "नेहमी चालणाऱ्या राजकीय प्रचारासारखंच झालं हे. तू मला मत दे, मी तुला हे देतो-ते देतो असं."

"आणि वादाला तोंड कधी लागणार हेही त्यांना माहीत असतं. एखाद्या किंवा काही न्यायाधीशांना पाच वर्षांपूर्वी एखाद्या केसचा दिलेला निकाल आवडलेला नसतो. साधारणपणे कोर्ट आपला दिलेला निकाल योग्य नव्हता असं सहसा मान्य करत नाही. अशा वेळी तुम्हांला धूर्तपणे धोरण आखावं लागतं. न्यायाधीश सद्य:कालीन केसपासून सुरू करतात आणि हळूहळू पूर्वीचा निकाल न आवडलेल्या केसपर्यंत पोहोचतात. त्यासाठी हव्या तशा केसची निवडही ते करतात. पूर्वीचा दिलेला निकाल आवडणारे त्या निकालाचं उदाहरण देऊन चुकीचा प्रघात पडू नये म्हणून तो बदलण्यासाठी मुद्दाम तशा केसची निवड करण्यासाठी टपलेलेच असतात. बुद्धिबळाच्या खेळासारखं आहे हे. कशी मात करायची हाच सदोदित विचार."

"या खेळात एक गोष्ट विसरली जाऊ नये अशी आशा करू या."

"काय ती?"

"न्याय, जो बहुधा रूफस हार्म्सला हवाय. त्यानं अपील का फाइल केलं? त्याला इथे न्याय मिळेल असं तुला वाटतं?"

सारानं नजर खाली झुकवली. "मला कल्पना नाही. या स्तरावर वैयक्तिकरीत्या कोण गुंतलेलं आहे हे महत्त्वाचं नसतं. अशा केसेसमधून जे प्रघात पडतात ते महत्त्वाचे असतात. त्यानं काय मागणी केली आहे त्यावर ते सर्व अवलंबून आहे. त्यामुळे इतरांवर काय परिणाम होईल ते महत्त्वाचं."

"हंऽऽ. इथेच तर सर्व गोची आहे." फिस्कनं आपलं डोकं हलवलं आणि तिच्याकडे आपली आरपार नजर लावली. "हे सुप्रीम कोर्ट म्हणजे कुतूहलाची मोठी जागा आहे."

"तर मग पार्टीला येणार ना?"

"आता तर अजिबात चुकवणार नाही."

एकेचाळीस

पोलिसांनी एव्हाना आतल्या सर्व रस्त्यांची नाकेबंदी केली असणार हे जोश हार्म्सनं गृहीत धरलं होतं आणि त्यानं वेगळीच चाल खेळली होती. तो आता आंतरराज्य रस्त्यावरून आपला ट्रक नेत होता. संध्याकाळची वेळ होती. काळोख व्हायला अजून काही अवकाश होता. ट्रकच्या कॅम्परच्या खिडक्यांवर पडदे ओढलेले होते. पोलिसांना सहजासहजी दिसणं कठीण होतं आणि ते सुरक्षित होते. सर्व प्रकारची सावधगिरी बाळगूनही त्याला हे कळत होतं की, आपण विनाशाकडे जातोय म्हणून.

मोठी गंमतच होती. त्याच्या मनात विचार आला. 'आपल्या भावानं एवढ्या नरक यातना सहन केल्यानंतरसुद्धा मरणाची पर्वा न करता योग्य तेच करण्याचा निर्णय घेतला आणि आपलं स्वातंत्र्य गमावण्याचा धोका पत्करला.' त्याचं स्वातंत्र्य वस्तुत: त्याच्यापासून हिरावून घेणं हेच मुळात चुकीचं होतं. जोशला वाटलं की, आपण एकाच श्वासात रूफसला शिव्याही घालतो आहोत आणि त्याच्या ओव्याही म्हणतो आहोत. जोशचा आयुष्याकडे पाहण्याचा दृष्टिकोन सरळ होता; गुंतागुंतीचा नव्हता. तो एकटा आणि इतर सर्व विरोधी! सोपं सूत्र. तो कधी कुणाच्या भानगडीत पडत नव्हता, पण त्याच्या बाबतीत कोणी ढवळाढवळ करण्याचा प्रयत्न केला की, तो खवळून जाई. तरीही तो अजून जिवंत होता हे आश्चर्यच होतं आणि त्यालाही ते माहीत होतं. तरीसुद्धा रूफससारख्या माणसाला मानणं त्याला भाग होतं. रूफसनं सर्व गोष्टींशी झगडा दिला होता. अशा माणसांशी की, ज्यांना जग कणभरही बदलायला नको होतं. कारण ते वरच्या स्थानावर होते. 'रूफस, कदाचित सत्यच तुला खऱ्या अर्थानं स्वतंत्र करील.' तो मनोमन म्हणाला.

एकाएकी डोळ्यांच्या कोपऱ्यातून त्यानं साईड मिररमधून काही हालचाल पाहिली. त्यानं सहजगत्या आपल्या रिव्हाल्व्हरवरचा हात घट्ट केला.

''रूफस,'' मागे जोडलेल्या कॅम्परच्या खिडकीतून तो हाक मारत म्हणाला, ''काहीतरी गडबड दिसते आहे.''

रूफसचा चेहरा खिडकीजवळ आला. ''काय आहे?''

''खाली वाक खाली!'' जोशनं सावधगिरीची सूचना दिली. त्यानं पुन्हा आरशात पोलिसांची गाडी पाहिली. ती सारखी दिसतच होती. ''ते दोनदा आपल्यापुढे गेले आणि पुन्हा मागे पडले.''

''तू वेग वाढवला आहेस?''

''पन्नासच्या आत.''

''ट्रकच्या बाबतीत काही चूक आहे का? मागचा लाइट नाही वगैरे?''

''मी एवढा मूर्ख नाही. ट्रक उत्तम स्थितीत आहे.''

''तर मग काय?''

''हे पाहा रूफस, तू इतकी वर्षं तुरुंगात होतास म्हणून जग बदललं असेल असं तुला वाटत असेल, तर ते चुकीचं आहे. मी एक 'काळा' मनुष्य आहे आणि चांगल्या दिसणाऱ्या वाहनातून रात्रीच्या वेळी हायवेवरून जातो आहे. याचा अर्थ पोलिसांच्या दृष्टिकोनातून एक तर मी ट्रक चोरला आहे किंवा अमली पदार्थ नेतो आहे असा आहे. शिट! त्यापेक्षा दुधासाठी स्टोअरमध्ये जाणं, हेपण खरं साहस ठरलं असतं.'' त्यानं पुन्हा एकदा साईड मिररमध्ये पाहिलं. ''तो आता आपल्यावर प्रकाश सोडणार असं दिसतंय.''

''आपण काय करायचं आता? मी इथे मागे लपून राहू शकत नाही.''

जोशनं आपलं रिव्हॉल्व्हर सीटखाली सरकवतानाही आरशावरची नजर काढली नव्हती. ''बरोबर. कोणत्याही क्षणी तो प्रकाश टाकणार. जमिनीवर झोपून राहा आणि ताडपत्री ओढून घे. रूफस, लवकर!'' लगेच जोशनं आपली बेसबॉल कॅप एवढी खाली ओढून घेतली की, त्याच्या कपाळाच्या बाजूचेच थोडे पांढरे केस दिसत होते. त्यानं आपल्या हनुवटीला खालून धक्का मारत पुढे घेऊन खालचा ओठ बाहेर काढला त्यामुळे त्याला दात नाहीत असा भास निर्माण झाला. तो पुढे वाकला. त्यानं ग्लोव्ह बॉक्समधून चुइंगमचा डबा काढला. त्यातला मोठा तुकडा तोंडात टाकला त्यामुळे त्याचा एक गाल वर आला. त्यानं चेहऱ्यावरचा कणखरपणा घालवून मवाळपणा धारण केला. त्यानंतर खिडकी खाली घेऊन हात बाहेर काढला आणि हात हलवत पोलिसांच्या गाडीला टेक ओव्हर करण्याची खूण केली. जोशनं ट्रक रस्त्याच्या कडेला घेतला अन् थांबवला. पोलिसांची गाडी लगेच ट्रकमागे थांबली. गाडीच्या छतावरून काळोखात दिव्यांचा झगमगता निळा प्रकाश बाहेर

पडत होता.

जोश ट्रकमध्येच थांबला. 'निळ्या पोशाखातल्या त्या माणसांना येऊ दे. उगाच घाईनं हालचाल करू नको.' त्यानं स्वत:ला बजावलं. गाडीच्या सर्च लाइटवरून प्रकाशाचा झोत थेट आरशावर पडून परावर्तित होत होता. त्याकडे पाहून त्यानं डोळे मिचकावले. हातवारे करण्याची पोलिसांची ती खेळी त्याला माहीत होती. खालच्या वाळूवर बुटांचा होणारा आवाज त्यानं ऐकला. हातात रिव्हॉल्व्हर घेऊन दारावर नजर ठेवत येणाऱ्या पोलिसाची प्रतिमा तो डोळ्यासमोर आणू शकत होता.

यापूर्वी तीनदा पोलिसांनी त्याला अडकवलं होतं. मागच्या लाइटवर लाकडी पट्टी आपटून त्याचा आवाज येत होता. मागचा लाइट त्यानं झाकला जात होता. त्या कारणावरून त्याला धरण्यात आलं होतं. हे उगाच त्याला छळण्यासाठी. त्यामुळे तो चिडून काही करतो का हे पाहण्यासाठी. त्याने तसं केलं असतं, तर त्याला काही काळ तुरुंगात पाठवता येणार होतं; पण त्यांना तसं कधीही साधता आलं नव्हतं. त्या पोलिसाला बेशुद्ध होईपर्यंत बेदम मारावा असं मनात असतानाही त्यानं येस सर, नो सर, मिस्टर पोलीसमन, सर अशा तऱ्हेनं नम्र उत्तरं दिली होती. पण निदान त्यांनी त्याच्या गाडीत अमली पदार्थ ठेवून त्याच्यावर आळ घेण्याचा प्रयत्न केला नव्हता. त्याच्या काही मित्रांना अशा कारणावरून तुरुंगवास घडला होता आणि त्यातले काही अजूनही तुरुंगातच खितपत पडले होते.

"झगडा करा." त्याची बायको लुईस नेहमी म्हणायची.

"कोणाबरोबर?" तो म्हणे, "सत्तेशी भांडण हे परमेश्वराशी भांडण्यासारखं आहे."

पावलांचा आवाज थांबला, तसं जोशनं खिडकीबाहेर पाहिलं. ह्या राज्याच्या पोलिसानं त्याच्याकडे उलट रोखून पाहिलं. जोशनं ताडलं. तो घाबरण्यासारखा नाही.

"काय झालं आहे सर?" त्या पोलिसानं विचारलं.

प्रत्येक शब्द उच्चारताना आतली च्युईंगमची गोळी हलत होती. "लुझानाला जायचं आहे." असं म्हणून त्यानं रस्त्याकडे बोट दाखवून विचारलं. "हा बरोबर?"

बुचकळ्यात पडून त्या पोलिसाने आपल्या हाताची घडी घातली.

"आता तुम्हांला कुठे जायचं आहे?"

"लुझाना. बेट रूज."

"अच्छा अच्छा बॅटन रूज लुईसियाना?" तो पोलीस हसला. "तुम्ही तर तिथून खूप दूर आलात."

जोशनं आपली मान खाजवली आणि इकडेतिकडे पाहिलं, "तिथे माझी मुलं

आहेत. त्यांनी मला बऱ्याच दिवसात पाहिलं नाही.''

पोलिसाच्या चेहऱ्यावर गंभीर भाव आले ''बरं?''

''एका माणसानं सांगितलं इथून जा, जवळ पडेल.''

''त्यानं तुम्हांला बरोबर सांगितलं नाही.''

''हऽऽ, तुम्हांला माहीत आहे कसं जायचं? माझ्या लक्षात येत नाही.''

''हो. तुम्ही माझ्या मागे या, पण मी तुम्हांला शेवटपर्यंत दाखवू शकणार नाही.'' जोशनं त्याच्याकडे पाहिलं. ''माझी मुलं ती चांगली आहेत. त्यांना वडलांना भेटायचं. तुम्ही मदत करणार?''

''ठीक आहे, ठीक आहे. मी सांगतो ते ऐका. या रस्त्यावरून तिथे जाण्यासाठी असलेल्या वळणाच्या आपण जवळ आहोत. त्या वळणापर्यंत तुम्ही माझ्या मागे या. नंतर तुमचे तुम्ही. मध्ये कोणालातरी विचारा. कसं?''

''ठीक आहे.'' जोशनं आपल्या कॅपला स्पर्श करत म्हटलं.

पोलीस आपल्या गाडीकडे परत निघाला तेव्हा त्यानं कॅम्परवर एक नजर टाकली. त्यानं आपला टॉर्च एका खिडकीच्या दिशेनं वळवून पेटवला.

त्याला आतले बॉक्स दिसले. ''सर, मी ट्रकमध्ये काय आहे हे बघितलं, तर तुमची हरकत आहे का?''

जोश अजिबात दचकला नाही, पण त्याचा हात सीटच्या दिशेनं बंदुकीजवळ पोहोचला. ''छेऽऽ माझी काही हरकत नाही.'' पोलीस ट्रकच्या मागच्या बाजूला गेला. त्यानं वरचं काचेचं दार उघडलं. खोक्यांची एक भिंतच त्याच्या समोर उभी होती. त्यामागे काळोखात ताडपत्रीखाली इतर गाठोड्यांसोबत रूफसचं गाठोडं होतं.

''यात काय आहे सर?'' पोलिसानं ओरडून विचारलं.

''अन्न, खायचे पदार्थ, किराणा माल.'' खिडकीतून वाकून जोशनं उत्तर दिलं. पोलिसानं जवळचंच एक खोकं उघडलं. सूपचे हवाबंद डबे. दुसऱ्या खोक्यात फटाके. मग त्यानं ते डबे जागेवर ठेवले आणि कॅम्परचं काचेचं दारही बंद करून घेतलं.

''खूप अन्न बरोबर घेतलं आहे. इतक्या दूरची ट्रीप नाही ही.''

''मुलांनी मागितलं ते आणलं. ते म्हणाले खायला खूप खूप आणा.''

पोलिसानं डोळे मिचकावले, ''अरे व्वा! तुम्ही चांगले बाबा आहात.''

''तुम्हांला मुलं आहेत?''

''दोन''

''छान! चलायचं?''

पोलीस आपल्या गाडीकडे गेला. त्यानं रस्त्यावर आपली गाडी घेतल्यानंतर

त्याच्या पाठोपाठ जोशनं आपला ट्रक घातला. वळणावर पोहोचल्यानंतर त्यांना रस्ता दाखवून पोलीस माघारी फिरला.

रूफस ट्रकच्या खिडकीजवळ आला. ''आतमध्ये माझ्या घामाची नदी वाहत होती.'' तो म्हणाला.

जोश हसला, ''तुम्ही थंडपणे सगळं करायला पाहिजे. तुम्ही फार शहाणपणा दाखवा, ते बेड्या घालतील. तुम्ही एकदम नम्र झालात, तर त्यांना वाटतं तुम्ही थट्टा करता. ते बेड्या घालतात तेव्हा तुम्ही वयस्कर आणि खुळे आहात असं वाटलं की, तुम्ही सुटलात.''

''पण अगदी थोडक्यात सुटका म्हणावी लागेल जोश.''

''आपल्याला मेक्सिकन भेटला हे बरं झालं. ते कुटुंब, मुलं अशा विषयांत हळवे असतात. तसलं काहीतरी बोला आणि ते तुमच्याशी चांगलं वागतात. तो गोरा असता ना, तर आपली धडगत नव्हती. एकदा बघण्याचा निर्णय घेतला की, गोऱ्यानं ट्रकमधलं सगळं बाहेर काढून पाहिलं असतं; तुझं बुड नजरेस पडेपर्यंत. त्याच जागी आपल्यातला असला असता, तर त्यानं थोडाफार त्रास दिला असता, पण तो पटला असता. कधीकधी मात्र युनिफॉर्म असला की, त्यांच्याही अंगात संचारतं आणि ते गोऱ्यांसारखेच वागायला लागतात.''

रूफसनं आपल्या भावाकडे नजर टाकली. त्यात विषादाची झाक होती.

''आता एशियन्स. ते तर सर्वांत वाईट!'' जोशनं आपलं बोलणं सुरू ठेवलं. ''तुम्ही त्यांच्याशी काहीही बोलू शकत नाही. ते तुमच्यासमोर उभे राहतात, बघतात; पण एक शब्दही ऐकून घेत नाहीत. नंतर ते बाजूला होतात आणि त्यांना काय करायचं ते करतात. आईवरून शिव्या घालत तुमच्या ढुंगणावर लाथा घालतात. तेव्हा बरं झालं, आपल्याला तो मेक्सिकन भेटला ते.'' जोशनं तोंडातली च्युईंगम खिडकीतून थुंकली.

''तुला सगळ्यांबद्दलच सगळं माहीत आहे.'' रूफस रागानं म्हणाला.

जोशनं त्याच्याकडे कटाक्ष टाकला, ''का? तुला काही चुकीचं वाटतं?''

''असेलही.''

''ठीक आहे. तुझं आयुष्य तू तुझ्या पद्धतीनं जग. माझं आयुष्य मी माझ्या पद्धतीने जगेन. कोण पुढे जातो ते पाहू या. मला माहीत आहे की, मनातून तू अतिशय दुखावला गेला आहे. इथे बाहेर माझा छोटा तुरुंग मीच उभा केला आहे, पण अजून कुठल्याही गोष्टीबद्दल कुणीही मला त्यात गुन्हेगार ठरवून डांबलेलं नाही.''

''परमेश्वरानं आपल्या सर्वांना निर्माण केलं आहे जोश. आपण सर्व त्याची लेकरं आहोत. आपल्यात दुजाभाव करणं चांगलं नाही. अनेक गोऱ्या कैद्यांनाही

बेदम मार दिलेला मी तुरुंगात पाहिलं आहे. वाईट सगळ्या रूपात येतं, सर्व रंगात येतं, असं बायबलमध्ये सांगितलं आहे. मी कोणाचाही न्यायनिवाडा करू शकत नाही. त्यांचं त्यांच्यावर सोपवणं हाच खरा मार्ग आहे.''

जोश रागानं फुरफुरला ''असं म्हणताना आपल्या स्वत:कडे पाहा, ट्रेमेन आणि इतरांनी काय केलं आहे ते आणि तू मला सांगतो तू त्यांचा द्वेष करत नाही, त्यांना मारावं असं तुला वाटत नाही म्हणून?''

''नाही. मला तसं वाटत असतं, तर त्याचा अर्थ व्हिकनं माझ्या हृदयातलं प्रेम हिरावून घेतलं असा होईल. माझा परमेश्वर माझ्यापासून दूर गेला असा होईल. या जगात माझ्यापासून परमेश्वराला दूर करणारा कोणीही नाही. व्हिक नाही, तू नाही किंवा आणखी कोणीही नाही. मी बुद्धू नाही. आयुष्यात सर्वांना समान न्याय मिळत नाही, हे मला माहीत आहे. काळ्या लोकांना वरचं स्थान मिळत नाही, हे मला कळतं; पण द्वेष करून मी प्रश्न आणखी चिघळवू शकत नाही.''

''शिट! उलट तुम्ही प्रत्येक गोऱ्याचा द्वेष करावा म्हणून परमेश्वरानं तुम्हांला गोल्ड कार्ड देऊन (म्हणजे तसा अधिकार देऊन) पाठवलं आहे.''

''तुझं म्हणणं चुकीचं आहे. मी त्यांचा द्वेष करणं म्हणजे मी माझाच द्वेष करण्यासारखं आहे. मी पहिल्यांदा तुरुंगात गेलो तेव्हा त्या मार्गाने गेलो होतो; प्रत्येकाचा द्वेष केला होता. माझ्यात सैतान संचारला होता, पण परमेश्वरानं मला परत घेतलं. आता मी तसं करणार नाही, करू शकत नाही.''

''ठीक आहे. हा तुझा प्रश्न आहे, पण या भ्रमातून लवकर बाहेर पडशील तर बरं आहे.''

''तुझ्याकडून ही मोठी चूक झाली फ्रँक. तू रायडर आणि त्याच्या बायकोला दूर केलंस, पण त्याचं ऑफिस तपासलं नाहीस.''

रेफिल्डनं रिसिव्हरवरची मूठ आवळली. ''ठीक आहे, मला सांगा, मी ते नेमकं कधी करायला हवं होतं? त्याला ठार करण्यापूर्वी ते केलं असतं, तर त्याला शंका आली असती आणि तो कदाचित निसटला असता. आम्ही ते तेव्हाच केलं असतं, तर पकडलं जाण्याची शक्यता होती आणि आम्हांला उत्तर देता आलं नसतं.''

''पण तू मला आताच सांगितलं नं की, त्यांनी खून करून आत्महत्या असं प्रकरण ठरवलं म्हणून. त्यामुळे पोलीस आता आणखी तपास करणार नाहीत.''

''बहुधा तसंच होईल.''

''तर मग तुला त्याच्या ऑफिसमध्ये शिरायला हरकत नाही. आज रात्री.''

''योग्य किंमत मिळत असेल, तर आम्ही ते करू.''

''हार्म्सला आर्मीकडून आलेलं पत्र तुला मिळालं का?''

''अजून नाही.'' त्याच वेळेस ट्रेमेन धाडकन त्याच्या ऑफिसमध्ये शिरला. त्याच्या हातात एक कागद होता. 'होल्ड ऑन' असं सांगून त्यानं रिसिव्हर बाजूला केला.

ट्रेमेननं तो कागद रेफिल्डसमोर सरकावला. त्यानं तो वाचताक्षणीच त्याच्या चेहऱ्यावरचा रंग उडाला. त्यानं ट्रेमेनच्या भयंकर चर्येकडे पाहिलं.

''हे तुला कुठे मिळालं?''

''त्या हरामखोरानं पलंगाचा एक पाय कोरला होता. त्यात अतिशय कौशल्यपूर्वक काम!'' नाखुशीने मान्य करत ट्रेमेन म्हणाला.

रेफिल्डनं रिसिव्हर उचलला. काही वाक्यात त्यानं पत्राचा मजकूर कळवला.

''हे तुझं कृत्य होतं का फ्रँक?''

''हे पाहा, आपण ठरल्याप्रमाणे त्याला मेढेकोटात मारला असता, तर शवविच्छेदन झालं असतं. बरोबर? त्यामुळे ती चूक दडवायला यापेक्षा चांगला दुसरा मार्ग नव्हता. आम्ही सर्वांनी ते मान्य केलं.''

''होऽऽ, पण हार्म्स मेला नाही का? नंतर तुम्ही ते नोंदीतून काढून का टाकलं?''

''मी काढलं. मी काढलं नसतं, तर तपासणीच्या वेळी ते बाहेर आलं असतं, हे तुमच्या लक्षात येत नाही का? रायडर काही मूर्ख नव्हता. बचाव करण्यात त्याचा उपयोग करण्यासाठी तो तुटून पडला असता.''

''पण जर तू ते रेकॉर्डमधून काढलं होतं, तर आर्मीनं इतक्या वर्षांनंतर ते आता कसं पाठवलं?''

''कोणास ठाऊक? कुठलेतरी कागदपत्रं चाळताना एखाद्या क्लार्कला संबंधित असा एखादा कागद सापडला असेल आणि त्यानं तो रेकॉर्डमध्ये ठेवून दिला असेल किंवा आजच्या पद्धतीप्रमाणे डाटाबेसमध्ये कॉम्प्युटरवर ठेवला असेल. अगदी तुम्ही कितीही दाबण्याचा प्रयत्न केला, तरी आर्मीच्या रेकॉर्डमध्ये असलेली गोष्ट कधी वर येईल हे काही सांगता येणार नाही. नोकरशाही ही जगातली महान गोष्ट आहे. तुम्ही सगळंच गृहीत धरू शकत नाही.''

''पण सर्व गोष्टी आपल्या अधिकारात ठेवून त्यावर नजर ठेवणं तुझं काम होतं.''

''माझं काय काम आहे ते मला शिकवू नका. मी सर्व आपल्या कह्यात ठेवण्याचा पूर्ण प्रयत्न केला आहे, पण याचा अर्थ असा नाही की, मी दर दिवशी अशी तपासणी सतत पंचवीस वर्षं करावी म्हणून.''

पलीकडच्या माणसानं सुस्कारा सोडला हे रेफिल्डच्या लक्षात आलं.

''हार्म्सची स्मरणशक्ती कशी जागृत झाली हे आता आपल्याला कळलं.''

"आणि धोरण ठरवताना जोखीम असतेच, हेही!" रेफिल्ड म्हणाला.

"ठीक आहे, रायडरकडे कदाचित याची प्रत असेल."

"मला एक कळत नाही की, रूफसनं कशा प्रकारे नक्कल केली असावी? त्याला कॉपीयरकडे कसं जाता आलं? आणि कोर्टात जे फाइल केलं, त्यात हे पत्र नव्हतं, ही वस्तुस्थिती आपल्याला माहिती आहे."

"पण त्यानं जे फाइल केलं त्यात ते पत्र म्हणजे त्याची प्रत नव्हती, असं आपण खात्रीनं म्हणू शकत नाही. रायडरच्या ऑफिसला भेट देण्याचं हे आणखी एक कारण."

रेफिल्डनं मान वर करून ट्रेमेनकडे पाहिलं आणि मग त्यानं रिसिव्हरमध्ये सांगितलं, "ठीक आहे. आजच रात्री आम्ही ते काम करू. एकदम तडकाफडकी!"

बेचाळीस

सिनेटर नाइट यांनी प्रवेश करणाऱ्या फिस्क आणि साराचं स्वागत केलं. सिनेटरांच्या मागच्या बाजूला हॉलमध्ये राष्ट्राच्या राजधानीतले अनेक मान्यवर दिसत होते. व्यापार क्षेत्रातले, राजकीय क्षेत्रातले, कोर्टाशी संबंधित आणि इतर अशा सर्व क्षेत्रातल्या प्रसिद्ध व्यक्तींनी हॉल भरला होता.

"तू येऊ शकलास याबद्दल आनंद वाटतो जॉन!'' जॉर्डन नाइट त्याच्याशी हस्तांदोलन करत म्हणाले. "सारा, तू नेहमीप्रमाणेच प्रसन्न दिसते आहेस.'' असं म्हणून त्यांनी तिला आलिंगन दिलं आणि तिच्या गालावर गाल टेकवले.

फिस्कनं साराकडे पाहिलं. तिनं फिक्या रंगाचा समर ड्रेस चढवला होता त्यामुळे तिची सूर्यप्रकाशामुळे रंग चढलेली कांती उठून दिसत होती. केसांचा बुचडा सुटला होता आणि मोकळे केस आकर्षकपणे चेहऱ्याभोवती विहरत होते.

तिच्याकडे तो पाहत होता, हे तिच्या लक्षात आलं आहे हे कळताच फिस्कनं ओशाळून नजर वळवली. तेवढ्यात वेटर ड्रिंक्स घेऊन आला त्यामुळे त्याला हायसं वाटलं. त्यानं एक ग्लास उचलला. सारा आणि जॉर्डन यांनी त्याचं अनुकरण केलं.

जॉर्डननी इकडेतिकडे नजर फिरवली. ते पेचात पडल्यासारखी त्यांची नजर होती. "अशा प्रसंगी वेळ पाळणं ही एक भयानकच गोष्ट आहे. नाही का?'' असं म्हणत असताना ते साराकडे निरखून पाहत होते. "माझ्याप्रमाणेच बेथलाही तसंच वाटतं, पण ती ते कबूल करणार नाही.''

पण त्या नक्की करतील असं फिस्कला वाटलं.

जॉर्डन यांनी व्हिलचेअरवर बसलेल्या एका वृद्ध व्यक्तीच्या दिशेनं आपल्या

ग्लासनं निर्देश करत हळुवार आवाजात म्हटलं, ''केनेथ विल्किन्सनचा सहवास आपल्याला फार काळ लाभणार नाही. त्यांचं व्यक्तिमत्त्व उत्तुंग आहे. त्यांचं दीर्घ आयुष्य नेहमीच प्रेरणादायी ठरलंय. मला घडवणारे आणि माझे मित्र. त्यांना ओळखणारा माझ्याहून चांगला आणखी कोणी नाही.''

''त्यांनीच तुमची आणि तुमच्या बायकोची ओळख करून दिली ना?'' सारानं विचारलं.

''त्यांच्या ऋणात मी असण्याचं ते आणखी एक कारण.''

फिस्कनं सर्वत्र आपली नजर फिरवली. एलिझाबेथनी जागा चांगलीच सजवली होती. अगदी पद्धतशीर. एखाद्या राजकारणी माणसाला शोभेल अशा रुबाबात. सर्वत्र नजरेने शोधूनही त्याला रामसे आणि मर्फी दिसले नव्हते. त्यांनी बहिष्कार तर घातला नव्हता ना? त्यानं इतर न्यायाधीशांकडे पाहिलं. तेसुद्धा बेचैन आणि अनुत्साही दिसत होते. भीती हेही कदाचित त्याचं कारण असावं.

इकडून तिकडे धावपळ करणाऱ्या पर्किन्सवर त्याची नजर गेली. बरेच शस्त्रधारी पहारेकरी सर्वत्र नजर ठेवताना दिसत होते आणि फिस्कला हे माहीत होतं की, बऱ्याच लोकांत आपापसात बोलणं चाललं होतं. त्यांचा विषय दोन क्लार्क्सचा झालेला खून हाच होता. गर्दी कापत जाणाऱ्या वॉरेन मॅकेन्नांवर त्याची दृष्टी पडताच त्याचे डोळे आकुंचित झाले होते.

''तुमची जोडी खूप छान आहे!'' सारा जॉर्डनना म्हणाली.

''मलाही तसंच वाटतं.'' तिच्या ग्लासवर आपला ग्लास आपटत ते म्हणाले.

''तुमच्या पत्नीनं कधी राजकारणात पडण्याचा विचार केलाय का?'' फिस्कनं विचारलं.

''जॉन, त्या सुप्रीम कोर्टाच्या न्यायाधीश आहेत. ती आयुष्यभरासाठी झालेली नेमणूक आहे.''

फिस्कचं लक्ष जॉर्डन यांच्याकडेच होतं. ''कोणीतरी कोर्ट सोडून दुसरं काम पत्करलं, असं पहिल्यांदाच घडण्याची शक्यता आहे का?''

जॉर्डननी त्याच्याकडे बारकाईनं पाहिलं, ''नाही, तशी शक्यता नाही. या गोष्टीवर आमची अनेक वेळा चर्चा झालीये. न्यू मेक्सिको इथे माझी सात हजार एकर एवढी प्रचंड जागा आणि कुरण आहे. मरेपर्यंत मी तिथं आरामात जगू शकतो.''

''आणि तुमची पत्नी घर सांभाळणारी व्हर्जिनिया सिनेटर होईल.''

''बेथ काय करील ते मी कधीच गृहीत धरलेलं नाही आणि मला वाटतं त्यामुळेच आमच्या वैवाहिक आयुष्यात जोम आणि उत्साह आहे आणि हे निरोगीपणाचंही लक्षण आहे.'' ते आपल्याच विधानावर हसले. फिस्कलापण हसू आलं.

सारानं आपला ग्लास उंचावला आणि त्याच वेळेस तिच्या मनात एक विचार आला, ''सिनेटर, मी इथला फोन वापरू शकते का?''

''माझ्या स्टडीरूममधला फोन वापर सारा. तो जास्त खाजगी आहे.''

तिनं फिस्ककडे एक कटाक्ष टाकला, पण काहीही बोलली नाही. ती गेल्यावर लगेच ते फिस्कला म्हणाले, ''फार उमद्या स्वभावाची तरुणी आहे.''

''या बाबतीत मी सहमत आहे.''

''ती बेथची क्लार्क आहे त्यामुळे मला तिच्याबद्दल चांगली माहिती झाली आहे. मी तिच्या पित्यासमानच आहे. तिचा भविष्यकाळ उज्ज्वल आहे यात शंका नाही.''

''तिच्यासमोर तुमच्या पत्नीचा आदर्श आहे.'' ड्रिंक घेता घेता फिस्क म्हणाला त्यामुळे त्याला ठसका लागला.

''अगदी उत्तम आदर्श आहे. बेथ कधीच कोणतीही गोष्ट अर्धवट करत नाही.'' फिस्कनं या त्यांच्या शेऱ्याबद्दल थोडा वेळ विचार केला अन् मग म्हणाला, ''तुमची पत्नी आपल्याला हवं ते मिळवणारी आहे यात शंका नाही. पण मला वाटतं, ही केस सुटेपर्यंत त्यांनी जरा सबुरीनं घ्यावं. एखाद्या वेडसर खुन्याला मोकळेपणा द्यावा असं तुम्हांला वाटतं का?''

जॉर्डन यांनी आपल्या चश्म्याच्या कडेतून फिस्ककडे पाहिलं अन् ते म्हणाले, ''न्यायाधीशांना धोका आहे असं तुला वाटतं का?''

फिस्कला खरंतर तसं वाटत नव्हतं, पण तो तसं जॉर्डनना सांगणार नव्हता. त्यानं आणि सारानं मिळून जे निष्कर्ष काढले होते ते चुकीचे ठरले असते, तर त्याची बाजू घेणाऱ्याला त्याला फशी पडू द्यायचं नव्हतं.

''त्याबद्दल मी असं म्हणतो सिनेटर की, तुमच्या पत्नीला जर काही झालं तर मी काय विचार करत होतो याची कोणी काळजी करणार नाही, नाही का?''

जॉर्डन यांचा चेहरा निस्तेज झाला. ''तुझ्या म्हणण्यात तथ्य आहे.'' ते म्हणाले.

जॉर्डन यांच्याशी बोलण्यासाठी लोक वाट पाहत रांगेत उभे होते हे पाहून तो म्हणाला, ''मी तुमचा अधिक वेळ घेत नाही सिनेटर. तुमचं उत्तम काम चालू ठेवा, एवढंच म्हणेन.''

''थँक्यू जॉन, तसंच करण्याचा माझा विचार आहे.''

सिनेटर इतर पाहुण्यांकडे वळले. त्यांना कसली काळजी करण्याचं कारण नव्हतं कारण त्यांच्या बायकोनं सर्व गोष्टींची काळजी आधीच घेतली होती.

जॉर्डन नाइट यांच्या स्टडीतून सारानं घरी फोन केला ते मेसेजेस समजण्यासाठी.

घरून निघताना ती तपासायचं विसरून गेली होती आणि रूफस हार्म्सच्या गावातला वर्तमानपत्राचे संपादक बार्कर यांच्या निरोपाची तिला अपेक्षा होती. त्यांचा खोल घोगरा आवाज ऐकला तेव्हा तिला प्रतीक्षेचं फळ मिळाल्याचं समाधान वाटलं.

तिनं एक कागद ओढला आणि त्यावर नाव लिहिलं. सॅम्युअल रायडर. जॉर्ज बार्क यांनी फक्त नाव सांगितलं होतं. अर्थात, आता पंचवीस वर्षांनंतर त्यांच्या फाइलमधून तेवढंच सापडण्याची अपेक्षा होती. 'त्या वेळेचा पत्ताही आता बदलला असणार. रायडर यांच्या ऑफिसचा पत्ता शोधून काढलाच पाहिजे. आत्ताच!' तिनं वर पाहिलं आणि तिला मार्ग सापडला. तिथल्या भिंतीशी असलेल्या कपाटांमधून मार्टिन्डेल हबेल्सच्या अधिकृत व्यावसायिक डिरेक्टरीचे अनेक खंड होते. वकिली पेशातल्या सर्वांची नावं, पत्ते, फोन क्रमांक असलेला ताजा खंड तिनं बाहेर काढला. त्यात राज्यवार आणि विभागवार अशी वर्गवारी केली होती. तिनं सुरुवातीला स्थानिक सीमेत असणारी यादी पहिल्यांदा पाहायची असं ठरवलं आणि तिला लगेच फळ मिळालं. कॉमनवेल्थ ऑफ व्हर्जिनिया या शीर्षकांतर्गत तिला नाव दिसलं. सॅम्युअल रायडर. त्या संदर्भात दिलेल्या पानांवरची माहिती तिनं वाचली. त्यांची संपूर्ण माहितीच तिथं होती. ते सुरुवातीला सत्तरच्या सुमारास जे.ए.जी.मध्ये होते. 'हा तोच गृहस्थ असला पाहिजे.'

तिनं त्यांच्या ऑफिसचा नंबर फिरवला, पण काही उत्तर मिळालं नाही. मग तिनं माहिती विभागाकडे त्यांची माहिती मागितली, पण त्यांच्या घरचा नंबर डिरेक्टरीत नव्हता. तिनं फोन ठेवला. ती पूर्ण निराश झाली होती. त्या माणसाशी बोलणं आवश्यक होतं. वेळेचा प्रश्न होता तेव्हा ते साधण्याचा एकच मार्ग होता. टेबलावर फोन डिरेक्टरी होती. तिनं त्यात हवा तो नंबर पाहिला. त्यानंतर काही मिनिटातच सर्व व्यवस्था कशी होऊ शकेल हे कळलं. तिला आणि फिस्कला निघण्यापूर्वी केवळ दोन तास हवे होते. नशीब चांगलं असतं, तर ते दुसऱ्या दिवशी सकाळीच परतू शकणार होते.

सारानं स्टडीरूमचं दार उघडलं. एलिझाबेथ नाइट तिथे उभ्या होत्या.

"जॉर्डननी मला सांगितलं होतं की तू परत येशील म्हणून."

"हंऽऽ मला एक कॉल करायचा होता."

"अस्सं!"

"बरं, आता मी पार्टीला परत जाऊ शकते?"

"सारा, मला तुझ्याशी थोडं खाजगी बोलायचं होतं."

एलिझाबेथनी तिला आत यायची खूण करून दार बंद करून घेतलं. त्यांनी साधा पांढरा ड्रेस चढवला होता. किमान मेकअप आणि दर्जेदार नेकलेस. बस्स.

पांढऱ्या पोशाखामुळे त्यांची काया उठून दिसत होती. त्यांनी आपले केस मोकळे सोडले होते आणि त्यांच्या बटा पांढऱ्या पोशाखाच्या पार्श्वभूमीवर खांद्यावरून रूळत होत्या. त्यांनी केस सावरण्याचा प्रयत्न केला तेव्हा साराला वाटलं की त्या अतिशय आकर्षक दिसू शकत होत्या, पण तिला सध्या त्या जरा अस्वस्थच वाटल्या.

"काही गडबड आहे का?" सारानं विचारलं.

"माझ्या क्लार्क्सच्या वैयक्तिक आयुष्यात ढवळाढवळ करणं मला आवडत नाही. खरंच सांगते, पण सारा जेव्हा त्याचा कोर्टाच्या प्रतिमेवर परिणाम होतो, तेव्हा सांगणं हे माझं कर्तव्य ठरतं."

"तुम्ही काय म्हणता ते नेमकं माझ्या लक्षात येत नाही."

नाइट यांनी आपले विचार एकत्रित केले. स्टिव्हन राइटच्या मृत्यूला आपण अजाणतेपणे का होईना जबाबदार आहोत ही जाणीव त्यांना झाली त्या क्षणापासून त्या थोड्या सैरभैर झाल्या होत्या. त्यांना कोणावर तरी उगाच राग काढावासा वाटे, जो वस्तुतः त्यांचा त्यांच्यावरच होता. अशी कुठलीही गोष्ट करण्याची त्यांची वास्तविक सवय नव्हती, पण त्या खरोखरच साराबद्दल अस्वस्थ झाल्या होत्या आणि त्यामुळे साराला त्यांच्या रोषाला बळी पडावं लागणार होतं.

"तू खूप आकर्षक स्त्री आहेस. आकर्षक आणि चलाख!"

"मला अजूनही कळत नाही मॅडम..."

नाइट यांचा स्वर एकाएकी बदलला. "मी तुझ्या आणि जॉनबद्दल बोलते आहे. पर्किन्सनी सांगितलं की, आज सकाळी त्यांनी तुला आणि फिस्कला तुझ्या घरातून बाहेर पडताना पाहिलं."

"न्यायाधीश नाइट, तुमच्याबद्दल पूर्ण आदर बाळगून मी सांगते की, ही माझी वैयक्तिक बाब आहे."

"तिचा कोर्टावर विपरीत परिणाम होत नसेल, तर ती नक्कीच वैयक्तिक बाब आहे असं मीही म्हणेन."

"तो कसा होत असेल हे मला कळत नाही."

"मी तुला स्पष्ट करून सांगता येतं का पाहते. कोर्टातली एखादी स्त्री क्लार्क तिच्या सहकाऱ्याच्या खुनानंतर लगेच दुसऱ्या दिवशी त्याच्या भावाबरोबर झोपली हे सर्वांना कळलं, तर त्यामुळे कोर्टाच्या लौकिकाला कलंक लागला असं नाही म्हणायचं तर काय? तुला काय वाटतं?"

"मी त्याच्याबरोबर झोपले नाही." सारा चिडून जोरात म्हणाली.

"हा मुद्दा वेगळा. वस्तुस्थिती काय आहे याचा विचार न करता लोकांचं मत बनत जातं, विशेषतः गावात. जर एखाद्या वृत्तपत्राच्या वार्ताहरानं तुम्हा दोघांना

एकत्र पाहिलं असतं, तर काय मथळा आला असता? त्यानं अगदी वस्तुस्थिती कथन केली, तरी वाचणाऱ्यांचा समज काय होणार? सारा, सध्या तरी कोणत्याही विपरीत गुंतागुंती नकोत. आपल्याकडे आधीच त्या कमी नाहीत.''

''मला वाटतं मी या गोष्टीचा कधी विचारच केला नाही.''

''आणि तोच तू करायला हवा. तुला जर कायद्यातल्या साधारण करिअरपेक्षा आणखी काही वेगळं करायचं असेल तर.''

''मला माफ करा. मी पुन्हा अशी चूक करणार नाही.''

नाइटनी तिच्याकडे कठोर नजरेनं पाहिलं आणि दार उघडून त्या म्हणाल्या, ''तू पुन्हा तसं करणार नाहीस हे बघ.''

सारा जशी जायला निघाली तशी नाइटनं आपल्या बोलण्यात भर घातली. त्या म्हणाल्या, ''सारा, खुन्याची ओळख पूर्णपणे पटेपर्यंत तरी मला वाटतं तू कोणावरही पूर्ण विश्वास ठेवू नये. तुला कल्पना आहे की नाही ते मला माहीत नाही, पण बहुतांशी खून नात्यातल्या माणसांकडून केले जातात हे लक्षात ठेव.''

धक्का बसून सारानं आपला चेहरा त्यांच्याकडे वळवला, ''तुम्हांला असं तर सूचित करायचं नाही नं की....''

''मला काहीही सूचित करायचं नाही.'' नाइट लगेच म्हणाल्या, ''मी फक्त वस्तुस्थिती सांगितली. तू तुझ्या मनाप्रमाणे ठरवू शकतेस.''

कंटाळून फिरत फिरत फिस्कनं जवळजवळ सर्व अपार्टमेन्ट पालथं घातलं होतं. त्याच वेळी कोणीतरी खांद्यावर हात ठेवल्याचं त्याला जाणवलं.

''मला तुला एक प्रश्न विचारावासा वाटतो.''

फिस्कनं वळून पाहिलं. एजंट मॅकेन्ना त्याच्याकडे नजर रोखून पाहत होते.

''मॅकेन्ना, माझ्यापासून दूर राहावं म्हणून तुमच्या विरुद्ध केस टाकण्याचा विचार मी गंभीरपणे करतो आहे.''

''मी माझं काम करतो आहे आणि आता मला तुझ्या भावाच्या मृत्यूच्या वेळी तू कुठे होतास याचं उत्तर हवंय.''

फिस्कनं आपल्या ग्लासमधली वाइन संपवली आणि नंतर खिडकीच्या रुंद काठाकडे पाहिलं. ''तुम्ही काही विसरला तर नाहीत ना?''

''काय ते?''

''त्यांनी अजून मृत्यूची वेळ निश्चित केलेली नाही.''

''तू तपासकामाच्या जरा मागे आहेस.''

''खरं की काय?'' फिस्कनं माघार घेतली.

''सकाळी तीन आणि चारच्या मध्ये शनिवारी. त्या वेळेत तू कुठे होतास?''

"मी या केसमध्ये संशयित आहे का?"

"जर आणि जेव्हा या केसमध्ये तू संशयित होशील तेव्हा मी सांगेनच."

"मी माझ्या रिचमंडच्या ऑफिसमध्ये पहाटे चारपर्यंत काम करत होतो. आता तुम्ही विचाराल की, याला कोण पुष्टी देईल? बरोबर ना?"

"कोणी देऊ शकतो का?"

"नाही. पण मी तिथल्या लांड्रोमॅटमध्ये सकाळी दहाच्या सुमारास गेलो होतो."

"रिचमंड वॉशिंग्टनपासून कारनं दोन तासांच्या अंतरावर आहे, म्हणजे तुला पुष्कळ वेळ होता."

"म्हणजे तुमचं म्हणणं असं की, मी वॉशिंग्टनला कारनं गेलो, माझ्या भावाचा निर्दयपणे खून केला आणि तोही इतक्या सफाईनं की, कोणी मला पाहिलंही नाही. नंतर रिचमंडला परत आलो आणि माझे कपडे धुतले. बरं, खुनाचा हेतू काय?" फिस्कनं हा प्रश्न विचारला आणि त्याचा श्वास घशातच अडकला. त्याच्याकडे खुनाचा हेतू होता, लाइफ इन्शुरन्सचे पाचशे हजार डॉलर्स!

"हेतू नेहमीच नंतर समजतात. गुन्ह्याच्या वेळी अन्य ठिकाणी असल्याचं (ॲलिबी) तू सिद्ध करू शकत नाही. याचा अर्थ तुला खून करण्याची संधी होती."

"तर मग मी राइटचाही खून केला असं तुम्हांला वाटतं? तुम्ही न्यायाधीशांना सांगितलं की, या दोन खुनांचा संबंध आहे म्हणून. आठवा. त्या खुनाच्या वेळी मी कुठे होतो हे मी सिद्ध करू शकतो."

"मी काही बोललो म्हणजे ते खरंच समजायचं कारण नाही."

"वाऽ सुंदर! साक्षीच्या वेळी कोर्टासमोर तुम्ही हेच तर्कशास्त्र मांडणार काय?"

"तपासकामाच्या अवधीत मला असं आढळलं आहे की, प्रत्येक गोष्टीत तू तुझी हुशारी दाखवणं चांगलं नाही. दोन्ही खुनांचा एकमेकांशी काहीही संबंध नसेल, तर त्याचा अर्थ असा की, राइटच्या खुनाच्या वेळी तू कुठे होतास हे सिद्ध करूनही त्याचा तुला काही उपयोग नाही."

एवढं बोलून मॅकेन्ना निघाले. त्यांना जाताना पाहून त्याच्या शरीरातून एक शिरशिरी गेली. त्याच्या भावाच्या खुनाचा आरोप त्याच्यावर लादण्याइतके मॅकेन्ना मूर्ख नव्हते. 'ते तसं करतील?' त्याच्या भावाच्या खुनाची वेळ त्याला कशी कळली नाही? त्याचं उत्तर त्याला लगेच मिळालं. आताशी चांडलरांकडून येणाऱ्या माहितीचा ओघ आटला होता.

"जॉन?"

फिस्कनं मान वळवली आणि पर्किन्सकडे पाहिलं.

"एक मिनिटभर वेळ आहे?" त्यांनी अस्वस्थपणे विचारलं. त्यानं मान

डोलावली. दोघं जण कोपऱ्यात गेले. पर्किन्सनी काही क्षण खिडकीबाहेर पाहिलं. काय सांगायचं याची ते जुळवाजुळव करीत असावेत.

"गेली दोन वर्षं मी एकटाच सुप्रीम कोर्टाचा व्यवस्थापक (मार्शल) म्हणून काम करतो आहे. हे अतिशय प्रतिष्ठेचं, महान आणि तरीही ताण कमी असलेलं काम आहे. पगारपण चांगला आहे. मला जवळजवळ दोनशे कर्मचाऱ्यांकडे लक्ष ठेवायला लागतं. अगदी न्हाव्यापासून ते पोलीस ऑफिसरपर्यंत. याआधी मी सिनेटवर काम करत होतो. वाटलं होतं की, तिथूनच निवृत्त होईन, पण मग ही संधी चालून आली."

"चांगलं की मग!" फिस्क म्हणाला. पण त्याला कळेना की, पर्किन्स हे सगळं त्याला का सांगत होता.

"तुझ्या भावाचा मृत्यू जरी कोर्टाच्या आवारात झाला नाही, तरी त्याची जबाबदारी माझीच आहे असं मला वाटतं. कोर्टात काम करणाऱ्या प्रत्येकाची जबाबदारी माझी आहे अशी माझी भावना आहे. आता राइटचा मृत्यू. माझं डोकच गरगरतं आहे. अशी प्रकरणं हाताळण्याची मला सवय नाही. पगारासंबंधीचे प्रश्न, नोकरशाहीची कार्यपद्धती अशा प्रश्नांची गोष्ट वेगळी आणि मी आता या खून तपासकामात अडकलो आहे."

"काळजी करू नका. चांडलर अशा कामात मुरलेले आहेत आणि तुमच्या वतीनं या कामात एफ.बी.आय.पण आहेच नं." हे म्हणत असताना फिस्कनं जवळजवळ आपली जीभ चावलीच. पर्किन्सनी तो मुद्दा उचलला.

"एजंट मॅकेन्नांचा तुझ्यावर काही खास राग दिसतोय. त्यांना यापूर्वी कधी भेटला होतास का?"

"नाही."

पर्किन्सनी खाली मान करून आपल्या हातांकडे पाहिलं. "सुडाच्या भावनेनं कोणी वेडा मोकाट सुटला आहे असं तुला खरंच वाटतं का?"

"शक्यता नाही असं म्हणता येणार नाही."

"पण हे आताच का? आणि क्लार्क्स हेच लक्ष्य का? न्यायाधीश का नाही?"

"किंवा कोर्टाचे इतर कुणी."

"तुला काय म्हणायचंय?"

"तुम्हीसुद्धा धोक्यात असू शकता रिचर्ड."

पर्किन्सला धक्का बसल्यासारखा दिसला. "मी?"

"तुम्ही सुरक्षा प्रमुख आहात. त्या माणसाला आपण आपल्या मनाप्रमाणे कोणाचीही निवड करू शकतो असं दाखवायचं असेल, तर तो कोर्टाच्या सुरक्षेला तुच्छ समजतो असा त्याचा अर्थ आहे. तो तुम्हांला तुच्छ समजतो."

पर्किन्स यांना हे पटल्यासारखं वाटलं. विचार करण्यासारखं वाटलं. ''म्हणजे ह्या हत्या संबंधित आहेत असं तुला म्हणायचं?''

''त्या संबंधित नसतील, तर तो मोठाच योगायोग म्हणावा लागेल. स्वच्छ सांगायचं, तर असल्या प्रचंड योगायोगांवर माझा विश्वास नाही.''

''आणि चांडलरांचाही नाही?''

''बहुधा ते तुम्हांला माहिती देत असतील याची मला खात्री वाटते.''

पर्किन्स गेले, तसा एलिझाबेथ नाइटनी प्रवेश केला. त्यांनी प्रवेश करताच गर्दी आपोआपच त्यांच्या दिशेनं वळली.

त्याच्या खांद्यावर एका हातानं जोरानं दाबलं. दहा मिनिटांनी मला बिल्डिंगबाहेर भेट. साराच्या कुजबुजण्याचा आवाज आला. तो मागे वळून पाहीपर्यंत ती गर्दीत विरघळलीपण.

ती नीट न दिसल्याची चुटपुट लागून त्यानं उगाच इकडेतिकडे पाहिलं अन् मग एलिझाबेथ नाइट यांच्या हालचालींकडे लक्ष दिलं. त्यांच्यासाठी दिलेल्या पार्टीत केनेथ विल्किन्सन तिथं होते हेही बहुधा त्या विसरल्या असाव्यात असं वाटत होतं. पुढच्याच क्षणी त्याचं ते अनुमान चुकल्याचं त्याला कळलं. एलिझाबेथ विल्किन्सन यांच्याकडे गेल्या. हळुवार आवाजात आणि वाकून त्यांच्याशी काही बोलल्या आणि त्यानंतर त्यांनी त्यांची व्हिलचेअर वळवून प्रकाश असलेल्या टेरेसकडे त्यांना नेलं. तिथं गेल्यानंतर त्या व्हिलचेअरच्या बाजूला गुडघ्यावर बसल्या आणि विल्किन्सनचा एक हात आपल्या हातात घेऊन त्यांच्याशी मृदू आवाजात बोलू लागल्या.

फिस्क उगाच इकडेतिकडे घुटमळला. त्यालाही टेरेसकडे जावंसं वाटलं. राहावलं नाही तसा तो तिकडे निघाला. त्याला जवळ येताना पाहून बसलेल्या स्थितीतून उठून एलिझाबेथ उभ्या राहिल्या.

''मध्येच येऊन त्रास दिल्याबद्दल मला क्षमा करा; पण मला जायचंय आणि जाण्यापूर्वी जज विल्किन्सनना हॅलो करून निरोप घेणं मला योग्य वाटलं म्हणून मी आलो.''

नाइट थोड्या मागे झाल्या. फिस्कनं पुढे होऊन आपला परिचय करून दिला. विल्किन्सन यांचा हात धरून त्यानं त्यांचं त्यांच्या कार्याबद्दल अभिनंदन केलं आणि तो परत जाण्यासाठी वळला. मिसेस नाइटनी त्याला थांबवलं.

''मला वाटतं तू साराबरोबर जाणार असशील.''

''का? काही अडचण आहे त्यात.''

''मला वाटतं ते तुझ्यावरच अवलंबून आहे.''

''त्याचा अर्थ मी काय करावा बरं?''

''सारासमोर तिचं उज्ज्वल भवितव्य आहे. करिअर करण्याची उत्कृष्ट क्षमता असतानाही काही छोट्या गोष्टींमुळे त्यात बाधा येते.''

''ते तुम्हांलाच माहीत. जस्टिस नाइट, मला वाटतं तुम्हांला माझा अडथळा वाटतो. पण का ते समजत नाही.''

''मी तुला ओळखत नाही फिस्क. तू जर तुझ्या भावासारखाच असलास, तर मला कदाचित तसा प्रश्न पडणार नाही.''

''मी इतर कुणासारखा नाही. कोणाबरोबर तरी आपली तुलना करून काही चांगलं होतं असं मला वाटत नाही. त्यात काही तथ्य नसतं.''

त्याच्या स्पष्ट बोलण्यानं त्यांनी थोडी माघार घेत सबुरीचं धोरण स्वीकारलं अन् त्या म्हणाल्या, ''मी तुझ्याशी सहमत आहे.''

''आपण कशावर तरी सहमत झालो याचा मला आनंद वाटतो.''

''तरीसुद्धा मी साराला पूर्वीपासून ओळखते आणि तिची मला काळजी वाटते, हे मला सांगावसं वाटतं. तुम्ही करत असलेल्या काही गोष्टींमुळे तिच्यावर आणि कोर्टावर विपरीत परिणाम होत असला, तर मला तुझा अडथळा वाटतो हे तू म्हणतोस ते बरोबर आहे!'' त्या स्पष्टपणे म्हणाल्या.

''हे पाहा, माझ्या भावाला कोणी मारलं हे शोधण्यात फक्त मला स्वारस्य आहे.''

त्यांनी त्याच्याकडे बारकाईनं पाहिलं. ''फक्त तेवढंच अशी तुझी खात्री आहे?''

''माझी खात्री नसती तर...जाऊ द्या. या देशात प्रत्येकाला स्वातंत्र्य आहे समजण्याचं.'' तो असं म्हणाला तेव्हा त्यांच्या चेहऱ्यावर वेगळेच भाव आले असं त्याला वाटलं.

त्यांनी आपले हात गुंफले आणि त्या म्हणाल्या, ''सुप्रीम कोर्टाच्या न्यायाधीशांची तुला जराही भीती वाटत नाही, असं वाटतं मि. फिस्क.''

''तुम्हांला माझी काही माहिती असती, तर तुम्ही ते समजू शकला असता.''

''मला वाटतं या गोष्टींची नोंद घ्यायला हवी. कदाचित मी काही माहिती मिळवलेली असू शकते.''

''मला वाटतं, ही दोन बाजूंनी मिळणारी गोष्ट आहे.''

नाइट यांचा चेहरा अंमळ काळवंडल्यागत झाला, ''आत्मविश्वास ही एक गोष्ट आहे आणि अनादर ही फार वेगळी गोष्ट आहे मि. फिस्क.''

''हासुद्धा दोन बाजूंनी होणारा प्रवास आहे असं मला आढळलं आहे.''

''असो. साराबद्दलची माझी काळजी खरी आहे, हे तू लक्षात घेशील अशी मला आशा वाटते.''

''ती तशी आहे याची मला खात्री आहे.''

त्या वळून जायला लागल्या तेव्हा त्यांनी वळून त्याच्याकडे पाहिलं.

"तुझा भाऊ हा खूप खास माणूस होता. अतिशय हुशार, कायद्याचं पूर्णपणे विवरण करणारा."

"तो तसा होता खरा!"

"तसं असलं तरी कुटुंबातला तो सर्वांत उत्कृष्ट वकील होता याबद्दल मला शंका आहे."

आश्चर्यचकित झालेल्या फिस्कला माघारी टाकून त्या विल्किन्सन यांच्या दिशेनं निघून गेल्या. त्यांच्या शब्दांचा नेमका अर्थ शोधत तो मिनिटभर तिथेच रेंगाळला. नंतर सरळ लिफ्टकडे जाऊन खालच्या लॉबीत उतरला. त्यानं आजूबाजूला पाहिलं, पण त्याला सारा दिसली नाही. गाडीचा हॉर्न वाजला आणि साराची गाडी दारासमोर उभी राहिली. आत शिरून त्यानं तिच्याकडे पाहत विचारलं, "आपण कुठे जात आहोत?"

"एअरपोर्टला."

"हे तू काय सांगते आहेस?"

"आपण श्री. सॅम्युअल रायडरसाहेब यांना भेटणार आहोत."

"आणि हे कोण सॅम्युअल रायडरसाहेब?"

"रूफस हार्म्सचे वकील. जॉर्ज बार्करनी नाव सांगितलं. मी रायडर नावाचा शोध घेतला. ते ब्लॅक्सबर्गच्या बाहेर प्रॅक्टिस करतात. तुरुंगापासून पूर्वेला दोन तासांच्या अंतरावर. मी ऑफिसला फोन करण्याचा प्रयत्न केला, पण उत्तर मिळालं नाही आणि घरचा फोन डिरेक्टरीत नाही."

"पण मग आपण विमानानं का जात आहोत?"

"आपल्याकडे त्यांचा ऑफिसचा पत्ता आहे. आपण तिथे पोहोचेपर्यंत उशीर होईल त्यामुळे ते ऑफिसमध्ये सापडण्याची शक्यता कमीच आहे. ते काही मोठं शहर नाही. तिथे आपल्याला त्यांच्या घराचा पत्ता तिथल्या कोणाकडून तरी समजेलच किंवा फोन नंबरही मिळू शकेल. ते या प्रकरणात गुंतले असल्याबद्दल आपण निश्चित असलो, तर त्यांना धोका असण्याची शक्यता आहे. त्यांना काही झालं, तर आपल्याला कधीच सत्य समजण्याची शक्यता नाही."

"तर त्यांनीच कोर्टाला फोन करून विचारलं आणि त्यांनीच रूफसचं अपील पाठवलं याची तुला खात्री आहे.?"

"ते मी पैजेनं सांगेन."

त्रेचाळीस

बरोबर पंचवीस मिनिटांनी फिस्क आणि सारा नॅशनल एअरपोर्टला पोहोचले. सारानं आपली कार तिथल्या एका पार्किंग गॅरेजमध्ये ठेवली. एअरपोर्टच्या सर्वसाधारण टर्मिनलकडे जाताना फिस्कनं विचारलं, "आपल्याला जायची फ्लाइट नक्की मिळेल ना?"

"मी खाजगी विमान बुक केलंय आपल्यासाठी."

"काय म्हणालीस? त्याची काय किंमत पडेल याची कल्पना आहे?"

"तुला माहीत आहे का काय किंमत पडेल ते?"

"नाही. म्हणजे मला म्हणायचंय की, मी काही अशा तऱ्हेनं खाजगी विमानातून प्रवास केलेला नाही; पण ते स्वस्त नसणार एवढं नक्की." तो म्हणाला.

"इथून ब्लॅक्सबर्ग आणि परत या प्रवासासाठी सुमारे बावीसशे डॉलर्स. माझ्या क्रेडिट कार्डातून जाणारी सर्वांत मोठी रक्कम!"

"पण मी तुला काहीतरी देईनच कसेही."

"त्याची गरज नाही."

"मला कोणाच्या ऋणात राहणं आवडत नाही."

"ठीक आहे. कशा प्रकारे ऋण फेडायचं याचे अनेक मार्ग मी शोधून काढू शकते." असं म्हणून ती हसली.

काही मिनिटानंतर ते दोन छोटी इंजीन असलेल्या एका छोट्या विमानाकडे पोहोचले. एक छोटं खोकेवजा ७३७ विमान खडखडत मुख्य रनवेपर्यंत जाऊन मग अलगद वर उडालेलं पाहिलं तेव्हा फिस्कनं सुस्कारा सोडला. सर्वत्र पसरलेल्या इंधनाच्या वासामुळे त्याला मळमळल्यागत वाटत होतं आणि इंजिनाच्या आवाजाची

चीड येत होती.

सारा आणि फिस्क छोट्या जेटच्या पायऱ्यांजवळ पोहोचले तेव्हा पन्नाशीचा, बारीक पांढरे केस असलेला मनुष्य त्यांना सामोरा गेला. त्यानं आपली पायलट चक हर्मान अशी ओळख करून दिली.

हर्मान आकाशाकडे पाहत म्हणाला, ''विमान उड्डाणाचा सर्व तपशील मी निश्चित करून मंजुरी घेतली आहे, पण ठरलेल्या वेळेपेक्षा आपल्याला टेक ऑफ घ्यायला थोडा उशीर होणार आहे. सर्वच विमानांना उशीर होतो आहे कारण कन्ट्रोल टॉवरच्या सॉफ्टवेअरमध्ये काही बिघाड झाला आहे.''

''आम्हांला फार थोडा वेळ आहे.'' सारा म्हणाली. ते जितक्या उशिरा रायडरच्या ऑफिसमध्ये पोहोचले असते तितकी मदत मिळण्याची शक्यता कमी होती. कुणीतरी भेटण्याची शक्यता कमी होती. शिवाय दुसऱ्या दिवशी कामावर जायला उशीर करून चालणार नव्हतं.

हर्माननं आपल्या विमानाकडे अभिमानानं पाहत उत्तर दिलं, ''काळजी करू नका. आपण सत्तर मिनिटांत पोहोचू. गरज वाटली तर साठ मिनिटांतसुद्धा.''

ते सर्व केबिनमध्ये शिरले. हर्माननं त्यांच्या सीट दाखवल्या.

''मला माफ करा, पण एवढ्या थोड्या कालावधीत मला केबिन सेवकाची सोय करता आली नाही. तुम्हांला काही हवंय का?''

''पांढऱ्या वाइनचा ग्लास.'' सारा म्हणाली.

''आणि तुला काय हवंय जॉन? तुझ्यासाठी काही आणू काय?''

फिस्कनं काहीही नको म्हणून सांगितलं.

''ठीक आहे. फ्रीज पूर्ण भरलेला आहे. काय हवं ते घ्या.''

दहा मिनिटांनी विमानानं टेक ऑफ घेतला. विमानप्रवास अगदी छान होत होता. थंड सरोवरावरून पक्ष्यानं उडत जावं असा. सारानं बेल्ट सोडला आणि फिस्ककडे पाहिलं. तो खिडकीतून मावळणाऱ्या सूर्याकडे पाहत होता.

''काही खाण्याच्या बाबतीत काय विचार? मी बघते जरा ते. मला काही गोष्टी सांगायच्या आहेत. खाता खाता सांगेन.''

''मलाही काही सांगायचं आहे.'' असं म्हणत त्यानंही बेल्ट सोडला. ते दोघेही टेबलावर बसले. तो साराला सॅण्डविच करताना निरखून पाहत होता.

''कॉफी?''

त्यानं मान डोलावली. ''का कुणास ठाऊक, पण मला असं वाटतंय की, रात्र धामधुमीत जाणार.''

सारानं सॅण्डविचेस बनवणं थांबवलं आणि दोन कप कॉफी ओतली. फिस्ककडे पाहत तिनं आपल्या घड्याळावर नजर टाकली. ''इतका छोटा प्रवास आहे की,

आपल्याला फार वेळ मिळणार नाही बोलायला. ब्लॅक्सबर्गच्या एअरपोर्टजवळ भाड्यानं कार मिळण्याची सोय नाही. आपल्याला टॅक्सीनं शहरात कार जिथं भाड्यानं मिळतात तिथं आधी जावं लागेल आणि मग तिथून आपल्याला कार घेता येईल.''

फिस्कनं सॅण्डविचचा तुकडा तोंडात टाकला. एक कॉफीचा घोट घेतला. मग म्हणाला, ''तू पार्टीत काही घडल्याबद्दल सांगणार होतीस ना?''

''जस्टिस नाइटशी माझी जरा चकमक उडाली.'' असं म्हणून तिनं सर्व फिस्कला सांगितलं. त्यानंही मग नाइटबद्दलचा आपला अनुभव सांगितला.

''समजायला अतिशय कठीण अशी बाई आहे.'' फिस्कनं आपलं मत दिलं.

''आणखी काय?''

''माझ्या भावाचा खून झाला त्या वेळेची ॲलिबी माझ्याकडे आहे का याची मॅकेन्नांनी माझ्याकडे विचारणा केली.''

''तू हे खरं सांगतोस?''

''हो. माझ्याकडे तशी ॲलिबी नाही सारा.''

''जॉन, तू तुझ्या भावाचा खून करू शकशील यावर कोणाचा विश्‍वास बसेल असं मला नाही वाटत आणि मग त्याचा स्टिव्हनच्या खुनाशी कसा संबंध जोडणार?''

''त्या दोन गुन्ह्यांचा एकमेकांशी संबंध असला तर.''

''पण त्यासाठी काय हेतू असू शकतो याबद्दल त्यांची काही कल्पना?'' फिस्कनं आपला कॉफीचा कप खाली ठेवला.

''नाही, पण वस्तुस्थिती अशी आहे की, माझ्यापाशी तसा हेतू आहे.''

आश्चर्य वाटून तिनं कॉफीचा कप खाली ठेवला. ''काय?''

''मला आजच कळलं की, माइकनं पाच दशलक्ष डॉलर्सची इन्शुरन्स पॉलिसी घेतली होती आणि त्यात वारसदार म्हणून माझं नाव दिलं होतं. हा अगदी वरच्या दर्जाचा हेतू उघड दिसतो. तुला काय वाटतं?''

''पण तुला हे आजच कळलं असं तू म्हणालास ना?''

''तुला असं वाटतं की, त्यावर मॅकेन्ना विश्‍वास ठेवतील म्हणून?''

''आश्चर्य आहे!''

फिस्कनं आपलं डोकं तिच्या पुढे करून विचारलं, ''काय?''

''जस्टिस नाइटनी काल असंच काहीतरी सांगितलं की, बहुतेक खून नात्यातल्या लोकांनीच केलेले असतात आणि मी कुणावरही विश्‍वास ठेवू नये. कुणावरही म्हणजे तुझ्यावर.''

''त्या कधी आर्मीत होत्या का?''

साराला जवळजवळ हसू फुटलं. "नाही. पण का?"

"नाही मी विचार करत होतो की, त्यांचा रूफस हार्म्सशी संबंध असू शकेल का?"

सारा हसली, "आता विषय निघालाच आहे म्हणून विचारते, सिनेटर नाइटबद्दल काय? ते आर्मीत असू शकत होते."

"ते नव्हते. त्यांच्या सिनेटर पदाच्या पहिल्या लढतीच्या वेळी मी पेपरमध्ये असं वाचल्याचं मला आठवतं की, ते सैन्यात दाखल होण्यास शारीरिक दृष्टीने अपात्र होते म्हणून. त्यांचा राजकीय विरोधक हा युद्धात वीर म्हणून गाजलेला होता आणि त्यामुळे त्यानं नाइटवर देशाची सेवा केली नाही म्हणून झोड उठवली होती. पण त्यांनी वेगळ्या पद्धतीने, हुशारीचा वापर करून, चांगली कामं करून आणि तसंच काही करून देशाची सेवा केली होती. त्यामुळे विरोधकांचे मनसुबे बारगळले." वैफल्याच्या भावनेतून फिस्कनं आपलं डोकं हलवलं. "हा मूर्खपणा आहे. आपण गोल छिद्रात चौरस आकाराच्या खुंट्या ठोकण्याचा प्रयत्न करतो आहोत असं मला वाटतं." त्यानं मोठा सुस्कारा सोडला, "रायडर आपल्याला मदत करील अशी मला आशा वाटते."

नेहमीच्या कपड्यावर सैलसर ओव्हरकोट घातलेल्या त्या माणसानं स्वच्छता करणाऱ्या गाडीचं धूड रस्त्यावरून खाली ढकललं आणि एका ऑफिसमोरच्या खडबडीत काचेवरची कोरलेली 'सॅम्युअल रायडर-ॲटर्नी ॲट लॉ' ही अक्षरं पाहून तिथं तो थांबला. त्या माणसानं आपलं डोकं पुढे काढलं आणि सभोवताली नजर टाकली. त्याचे कानही बारीकसारीक आवाज ऐकण्याच्या तयारीत होते. ऑफिसची ती इमारत तशी लहानच होती आणि रायडरचं ऑफिस दुसऱ्या मजल्यावर होतं. इतर पाच-सहा ऑफिसेसपण त्याच्या बरोबरीनं त्याच मजल्यावर होती. त्या वेळी त्या बिल्डिंगमध्ये वा शहरामध्येही फारशी वर्दळ नव्हती.

जोश हार्म्सनं दारावर टकटक केलं आणि त्याला प्रतिसाद मिळेल म्हणून थोडा वेळ तो थांबला. त्यानंतर त्यानं पुन्हा एकदा जरा जोरात टकटक आवाज केला. जोशनं रूफसला आतच बसायला सांगून जवळच्या गल्लीत ट्रक पार्क केला होता आणि तो त्या भागाची पाहणी करण्यासाठी एकटाच बाहेर पडला होता. त्याला स्वच्छता करणाऱ्या गाडीचं धूड सापडलं आणि त्यानं काय करायचं याची आखणी केली. कोणी हटकलंच, तर आता निमित्त होतं. त्यानं रायडरच्या ऑफिसच्या दारावर पुन्हा एकदा जरा जोरात ठोकलं आणि पुन्हा दोन मिनिटं थांबला. ओठ जुळवून हळूच एक शीळ दिली. थोड्याच वेळात रूफस त्याला येऊन मिळाला. त्यानं स्वच्छता कामगाराचा युनिफॉर्म घातला नव्हता कारण त्याच्या आकाराचा युनिफॉर्म मिळणं अशक्य होतं.

जोशनं आपलं कुलूप उघडण्याचं सामान काढलं अणि काही सेकंदातच ते ऑफिसच्या दुसऱ्या भागात – रिसेप्शनिस्टच्या भागात दाखल झाले होते.

"आपल्याला लवकरच काम साधायला हवं. कोणीही येण्याची शक्यता आहे." जोश म्हणाला. त्याच्या कमरेच्या पट्ट्यात पूर्ण भरलेलं पिस्तूल होतं.

"मी इथे शोधतो आणि तू सॅम्युअलच्या ऑफिसमध्ये बघ काय मिळतं ते." रूफसनं तिथल्या फाइल ठेवण्याच्या कपाटातून फाइली पाहण्यास सुरुवातही केली होती. फ्लॅशलाइटमध्ये पाहणं कठीण होतं, पण इलाज नव्हता. ट्रकमधून येताना त्यानं फ्लॅशलाइट आणला होता हे नशीब! जोश रायडरच्या ऑफिसमध्ये शिरला. रस्त्याची त्यानं पाहणी केली होती. त्यामुळे आत शिरताच त्यानं पहिलं काम केलं होतं, ते खिडकीचे पडदे बंद करण्याचं.

त्यानंतर त्यानं आपला फ्लॅशलाइट काढला आणि शोधाचं काम सुरू केलं. शोधता शोधता तो एका डेस्क ड्रॉवरकडे वळला. तो कुलूपबंद होता. आपल्या सफाईनं जोशनं कुलूप काढलं, पण ड्रॉवर बाहेर निघेना. त्यानं त्याच्या तळाशी हात घातला आणि हळूच शीळ घातली. त्याचा हात टेपनं तळाशी चिकटलेल्या एका पाकिटावर पडला होता. तो दाराशी गेला अन् त्यानं सांगितलं, "रूफस, मला ते सापडलं."

रूफसं धावतच आला आणि त्यानं ते कागद हातातून जवळजवळ हिसकलेच. फ्लॅशलाइटच्या प्रकाशात त्यानं त्याची पाहणी केली.

"तू मला अजूनही सांगितलं नाहीस की, हे कागद तुला कसे वाचवू शकणार आहेत ते."

"मी त्याचा पूर्ण विचार केला नाही, पण त्यांना मिळण्यापेक्षा ते मला मिळणं महत्त्वाचं आहे असं मला वाटलं."

"चल, आपलं काम झालं. कोणी येण्याच्या अगोदर बाहेर पडू या." ते रिसेप्शनिस्टच्या जागेत जेमतेम शिरले आणि त्यांनी दोन व्यक्तींच्या पावलांचा आवाज ऐकला. त्यांनी एकमेकांकडे पाहिलं. जोशनं पिस्तूल काढलं आणि सेफ्टी कॅच ओढला. "पोलीस! त्यांना आपण इथं आलो आहोत हे कळलं आहे."

रूफसनं त्याच्याकडे पाहून मान हलवली. "ते पोलीस असणं शक्य नाही आणि आर्मीचेही नाहीत. बिल्डिंगमध्ये कोणी नाही. ते असते, तर पहिला सायरनचा आवाज आला असता आणि त्यानंतर काचेची खिडकी फुटल्याचा. कारण तिथूनच त्यांना अश्रुधूर सोडता आला असता. चल." असं म्हणून रूफस रायडरच्या ऑफिसच्या आतल्या भागात शिरला. त्याच्या पाठोपाठ जोश. त्यानंतर त्यांच्या हातात वाट पाहण्याखेरीज दुसरं काही नव्हतं.

चव्वेचाळीस

चांडलर यांनी मायकेल फिस्कच्या अपार्टमेन्टची व्यवस्थित पाहणी केली. खाली वाकून जॉन फिस्कनं जोरानं फिरवून मारलेल्या लोखंडी बारमुळे जमिनीवर झालेली खूण त्यांनी पाहिली. जर त्या फटक्यानं नेमकं लक्ष्य साधलं असतं, तर एव्हाना रहस्याची उकलही झाली असती. चांडलर उठले आणि त्यांनी आपलं डोकं हलवलं. 'एवढं सोपं नव्हतं ते' त्यांच्या मनात विचार आला. त्यांची माणसं अपार्टमेन्टच्या शोधकामावरून अखेरचा हात फिरवत होती. सर्व अपार्टमेन्टभर धुळीचं साम्राज्य होतं. तिथे त्यांना मायकेल फिस्कच्या हाताचे ठसे मिळाले. त्याच्या भावाच्या हाताचे ठसे घेणंही आवश्यक होतं, पण ते सोपं होतं. जॉन फिस्क व्हर्जिनियात शासन मान्यताप्राप्त वकील म्हणून काम करत असल्याने त्याचे ठसे राज्य पोलिसांकडे असणारच होते. त्यांना सारा इव्हान्सचे ठसेही मिळायला हवे होते. ती इथे आलेली होती हे नक्की. त्यांनी हॉलमध्ये पाहिलं. बेडरूममध्ये? शक्य होतं, पण त्यांनी जी चौकशी केली होती त्यावरून त्या दोघांची चांगली मैत्री होती एवढंच निष्पन्न होत होतं.

मर्फी आणि त्यांच्या इतर क्लार्क्सना ते भेटले होते. मायकेलकडे असलेल्या सर्व केसेस त्यांनी पाहिल्या होत्या. त्यातून कोणताही धागा मिळाला नव्हता. तपासकामाला वेळ लागण्याची शक्यता होती. लोकांना मात्र घाई होती.

जॉन फिस्कचं असहकार्य त्यालाच भारी पडलं होतं. फिस्कनं विचार केला होता त्याप्रमाणे चांडलर यांनी त्याला माहिती देण्याचं बंद केलं होतं. चांडलरांनी एफ.बी.आय.शी मात्र सुरळीत संबंध ठेवले होते. त्यांनी एजंट मॅकेन्नांना रूफस हार्म्सच्या तुरुंगातून पळण्याबद्दल आणि मायकेल फिस्कनं आधी तुरुंगात केलेल्या

फोन कॉलबद्दलही सांगितलं होतं. फिस्कनं सांगितलेल्या नाहीशा झालेल्या अपिलाची हकिकतही त्यांनी मॅकेन्नाच्या कानावर घातली होती. मॅकेन्नांनी त्यांचे आभार मानले होते, पण त्यांच्याकडून कोणतीही नवी माहिती चांडलरांना मिळाली नव्हती.

दूरवर पुढल्या दाराचा झालेला आवाज त्यांनी ऐकला आणि आपली ओळख बाहेरच्या पहारेकऱ्यांना पटवून मॅकेन्ना आत शिरले.

''गुन्ह्याच्या जागी आणखी एकाची भर पडली.''

''गुन्ह्याच्या जागी?''

'एक प्रकारे तसंच म्हणायला हवं' ते स्वत:शीच पुटपुटले.

''आज रात्री उशिरापर्यंत काम करताय मॅकेन्ना.''

''तुम्हीसुद्धा करताय की!'' असं म्हणत एजंट मॅकेन्नांनी सर्वत्र नजर फिरवली. ''हे प्रकरण सोडवण्यासाठी एफ.बी.आय. डायरेक्टर तुमच्यामागे नेहमीप्रमाणे का हात धुऊन मागे लागलेत?''

''तुमच्या बॉसप्रमाणेच. आमच्या ब्युरोमध्ये तुम्ही जर संध्याकाळच्या पेपरला छापता येईल इतक्या त्वरेनं गुन्हा सोडवला, तर तुम्हांला दुप्पट कीर्ती मिळते.'' असं म्हणून कधीतरी हसणारे मॅकेन्ना चक्क हसताना त्यांना दिसले, पण त्यांना हसण्याची सवय नसल्यानं त्यांचा चेहरा वेडावाकडा झाला हा भाग अलाहिदा!

लोकांना दूर ठेवता यावं म्हणून मॅकेन्ना हसण्याचं टाळत होते का, असा विचार चांडलरांच्या मनात आला. त्या माणसाबद्दल त्यांचं मत चांगल झालं नव्हतं. चांडलरांनी मॅकेन्नांची गुप्तपणे चौकशी केली होती. ब्युरोमधली त्यांची कामगिरी सर्वच बाबतीत प्रथम दर्जाची होती. रिचमंड विभागातून बदली करण्यात येऊन त्यांना वॉशिंग्टन मेट्रोपॉलिटन विभागात बुझर्ट पॉइंट इथे गेली आठ वर्षं ठेवण्यात आलं होतं. एफ.बी.आय.मध्ये काम करण्यापूर्वी ते काही काळ आर्मीत होते आणि त्यानंतर त्यांनी पदवी शिक्षण पूर्ण केलं होतं. तेव्हापासून आपल्या वरिष्ठांना खूश ठेवण्याव्यतिरिक्त त्यांनी काही केलेलं नव्हतं. एक कुतूहलजनक गोष्ट चांडलरांनी शोधून काढली होती. मॅकेन्नांनी काही अशा बढत्या नाकारल्या होत्या की, ज्यामुळे त्यांना या विभागाबाहेर जावं लागलं असतं.

''तुमच्यावर अजून जॉन फिस्कनं खटला भरला नाही हे तुमचं नशीब म्हणायचं. कदाचित अजूनही तो भरेल.''

''त्यानं तसा भरावाच.'' मॅकेन्नांनी आश्चर्यकारक उत्तर दिलं. ''मी त्याच्या जागी असतो, तर भरलाच असता.''

''मी खात्री करून घेईन आणि मग त्याला सांगेन.'' सावकाशपणे चांडलर म्हणाले. मॅकेन्नाची त्या जागेवरून पुन्हा एकवार नजर फिरली. एखाद्या पोलोराइड कॅमेऱ्याच्या कागदाप्रमाणे प्रत्येक गोष्ट जणू ते नजरेनं शोषून घेत होते. त्यानंतर

त्यांनी चांडलरांकडे पाहिलं आणि त्यांना विचारलं, "तुम्ही त्याचे कोण लागता? त्याचे मार्गदर्शक? सल्लागार की गुरू?"

"दोन दिवसांपूर्वी तो मला माहीतही नव्हता."

"तुम्ही माझ्यापेक्षा फार जलद मित्र मिळवता असं दिसतंय."

त्यांनी आपलं डोकं चांडलरांच्या जवळ नेलं. "मी एक नजर टाकली तर हरकत नाही ना?"

"अजिबात नाही. फक्त ज्या गोष्टींवर ठसे असण्याची शक्यता आहे अशा गोष्टींना स्पर्श करू नका."

मॅकेन्नांनी मान डोलावली आणि ते लिव्हिंगरूममधून बाहेर पडले. त्यांनी जमिनीवरची ती खूणही पाहिली.

"फिस्कनं तथाकथित हल्लेखोरावर प्रतिहल्ला केला होता का?"

"बरोबर. फक्त तो 'तथाकथित' हल्लेखोर होता हे मला माहीत नव्हतं."

"मी 'तथाकथित' हल्लाच म्हणेन. जोपर्यंत त्याला दुजोरा देणारी दुसरी गोष्ट आढळत नाही तोपर्यंत तरी. निदान मी तरी याच पद्धतीने काम करतो."

चांडलर यांनी च्युईंगमचा कागद काढून ती तोंडात टाकली आणि ते चघळू लागले. च्युईंगम आणि मॅकेन्नांचे शब्द. दोन्हीही.

"सारा इव्हान्सनं मला असं सांगितलं की, तिनंही या बिल्डिंगमधून बाहेर पडलेल्या एका माणसाचा पाठलाग करताना फिस्कला पाहिलं. हे तुम्हांला पुरेसं नाही का?"

"हा सोयीस्कर आधार आहे. फिस्क हा नशीबवान माणूस आहे आणि तो असा असतानाच त्यानं लॉटरी खेळणं चांगलं. म्हणून त्यानं ते आताच करावं."

"मी हरणाऱ्या त्या माणसाला काही नशीबवान म्हणणार नाही."

मॅकेन्ना चालता चालता थांबले. ते स्वयंपाकघराच्या उघड्या असलेल्या दाराकडे पाहत होते. ज्यावर अनेक ठसे उमटलेले दिसत होते. "मला वाटतं, ते तुमचा दृष्टिकोन काय आहे यावर अवलंबून असतं. नाही का?"

"मला कळत नाही, तुम्ही त्याच्या एवढे विरुद्ध का? तुम्हांला त्याची माहितीही नाही."

मॅकेन्नांनी त्यांच्याकडे चमकून पाहिलं, "ते बरोबर आहे डिटेक्टिव्ह चांडलर, पण तुम्हांला तरी कुठं माहिती आहे?"

चांडलरांना त्यावर काही बोलायचं होतं, पण सुचलं नाही. एका अर्थी ते म्हणत होते ते खरंच होतं. तेवढ्यात त्यांचा एक माणूस आला त्यामुळे त्यांच्या विचारात खंड पडला.

"डिटेक्टिव्ह चांडलर, आम्हांला काही सापडलं आहे आणि मला वाटतं

तुम्हांला ते पाहावं लागेल.''

त्यानं दिलेल्या कागदपत्रांचा एक छोटासा गठ्ठा चांडलरांनी हातात घेतला आणि त्यातले कागद ते चाळू लागले. मॅकेन्नाही पाहण्यासाठी त्यांना येऊन मिळाले.

''काहीतरी इन्शुरन्स पॉलिसीसारखं दिसतंय.'' मॅकेन्ना म्हणाले.

''स्वयंपाकघरातल्या एका कपाटात ते कागद सापडले. अन्य मात्र काही सापडलं नाही. कागदपत्रं साठवण्यासाठीच त्याचा तो वापर करायचा असं दिसतं. टॅक्स रिटर्न्स, बिल्स, काही पावत्या आणि तसलंच काही.''

''पाच दशलक्षाचा जीवनविमा!'' चांडलर स्वत:शीच पुटपुटले. त्यांनी भराभर पानं उलटली. कायदेशीर कलमं टाळून ते अखेरीस पोहोचले, जिथं खास माहिती होती.

''मायकेल फिस्कनं विमा काढला होता.''

मॅकेन्नांनी अचानक आपलं बोट पृष्ठाच्या तळाशी ठेवलं. एका वाक्यावर त्यांनी उत्साहानं दाखवलेली ओळ वाचताना चांडलर काहीसे फिकुटले. 'आणि जॉन ह्यालाच सर्वप्रथम फायदा मिळायला हवा.'

त्या दोघांनी एकमेकांकडे पाहिलं. ''तुम्हांला माझ्याबरोबर फिरायला यायला आणि यावरची माझी कल्पना ऐकायला आवडेल?'' मॅकेन्नांनी विचारलं.

काय करावं हे चांडलरांना नेमकं समजत नव्हतं.

''त्याला काही फार वेळ लागणार नाही.'' मॅकेन्ना म्हणाले, ''त्यातल्या काही गोष्टींबद्दल तुम्ही आताच विचार करतही असाल असं मला वाटतं.''

चांडलरांनी अखेर खांदे उडवून संमती दिली, ''ठीक आहे. तुम्हांला पाच मिनिटं दिली.''

ते दोघं बाहेर पडले आणि रो-हाऊससमोरच्या फुटपाथवरून चालू लागले. मॅकेन्नांनी सिगारेट पेटवली आणि एक चांडलरांपुढे केली. चांडलरांनी आपल्या खिशातून च्युईंगमचं पाकीट काढलं. ''मी खूप लठ्ठ होईन किंवा सिगारेट ओढेन. मला खायला आवडतं. तेव्हा चला पुढे.''

ते रेंगाळत निघाले. मॅकेन्नांनी बोलायला सुरुवात केली.

''त्याच्या भावाचा खून झाला त्या वेळी जॉन फिस्क कुठे होता हे तो सिद्ध करू शकलेला नाही, असं मला आढळलं आहे.''

''कदाचित त्याच्या बाजूनं काही असेल. त्यानं जर भावाचा खून केला असता, तर खून झाला त्या वेळी तो कुठे होता हे सांगण्याचा त्याने आटोकाट प्रयत्न केला असता.''

''दोन कारणांसाठी मी सहमत नाही. एक, आपला संशय घेण्यात येईल असा त्यानं विचारच केला नसणार.''

''पाच दशलक्ष डॉलर्सची इन्शुरन्स पॉलिसी असताना?''

"त्याला वाटलं असेल की, आपण ते शोधून काढू शकणार नाही. आपण दुसरा काही विचार करू असं त्याला वाटलं असावं. तो काही काळ थांबेल आणि त्यानंतर आपले पॉलिसीचे पैसे घईल."

"बरं, आता दुसरं कारण?"

"त्याच्याजवळ जर योग्य ॲलिबी असती जी त्याच्याकडे नाही, अशा वेळी जर तुम्ही गुन्हेगार असला, तर कुठे ना कुठे, कधीतरी, कशातरी प्रकारे त्रुटीवर येणार हे तुम्हांला माहीत असतं. मग अशा वेळी काळजी करायची कशाला? तो पोलीस होता आणि आता वकील आहे. त्याला ॲलिबीबद्दल पूर्ण माहिती आहे. तो म्हणतो, माझ्याकडे ॲलिबी नाही आणि तो त्याची काळजी करत नाही, चेहऱ्यावर तरी दाखवत नाही आणि त्यानंतर तुम्ही ज्या निष्कर्षाप्रत आला की, तो गुन्हेगार असता, तर त्यानं ॲलिबी तयार ठेवली असती म्हणून त्याचाच तो वापर करायचं ठरवतो."

मॅकेन्नांनी एक लांबलचक झुरका ओढला आणि आकाशातल्या ताऱ्यांकडे पाहिलं. "तर त्याला हेतू आहे आणि त्यानंच मान्य केल्याप्रमाणे संधी होती. मी त्याचा शोध घेतला. त्याची रिचमंडमध्ये थोडीबहुत प्रॅक्टिस आहे आणि तो खालच्या थरातल्या गुन्हेगारांचाच बचाव करतो. अविवाहित. मुलं नाहीत. छोट्याशा जागेत राहतो. खऱ्या अर्थानं एकटा. होऽऽ आणि त्यानं रिचमंड पोलिसातली नोकरी सोडली ती संशयास्पद परिस्थितीत."

"ते कसं काय?" चांडलरांनी लगेच विचारलं.

"असं म्हणू या की, तिथे एक गोळीबाराचा प्रसंग घडला. त्यात एक नागरिक आणि एक पोलीस ऑफिसर असे दोघं ठार झाले, पण प्रकरणाचा पुरता शोध लागला नाही."

चांडलर हादरले, पण लगेच त्यांनी स्वतःला सावरलं, "तर मग त्यानं पुढे येऊन शोधात मदत करण्याची तयारी का दाखवली?"

"पुन्हा एक पांघरूण. मी भावाचा खून कसा करणार? असा त्याचा पवित्रा. त्यामुळे इथं येऊन माझ्या भावाच्या खुन्याला पकडण्यासाठी मी मदत करायला आलो असं म्हटलं की, काम संपलं."

"पण मग राइटच्या खुनाबद्दल काय?"

"तो त्यानंच केला असं कोण म्हणतो? तुम्ही म्हणालात तसं त्या दोन खुनांचा एकमेकांशी काहीही संबंध नसेल. तसा तो असला आणि मी फिस्क असलो, तर मी त्यावर तुटून पडेन आणि म्हणेन, 'पाहा, त्या दोन खुनांचा संबंध आहे आणि माझ्याकडे राइटच्या खुनाच्या वेळची ॲलिबी आहे.' "

'या वेळीही पुन्हा सारा इव्हान्स.' चांडलर विचार करत होते.

"तेव्हा त्या दोन खुनांचा परस्पर संबंध आहे यावर आपण विश्वास ठेवला

की, तो घरी जायला मोकळा!'' मॅकेन्नांनी पुढे सांगितलं.

''आणि सारा इव्हान्स? आठवतं? तिनं सांगितलं की, तिनं मायकेलच्या अपार्टमेन्टमधून कोणालातरी पळताना आणि फिस्कला त्याचा पाठलाग करताना पाहिलं म्हणून. तीसुद्धा खोटं बोलतेय असं तुम्हांला म्हणायचं का?''

मॅकेन्ना चालता चालता थांबले तसे चांडलरसुद्धा. मॅकेन्नांनी सिगारेटचा शेवटचा झुरका घेऊन ती फुटपाथवर चिरडली. ''सारा इव्हान्ससुद्धा.'' त्यांनी चांडलर यांचे शब्द पुन्हा उच्चारले. त्यांच्या नजरेला नजर देऊन.

चांडलरांनी आपलं डोकं हलवलं, ''काहीतरी काय मॅकेन्ना?''

''मी असं म्हणत नाही की, ती सामील आहे, पण तिला त्याच्याबद्दल काही वाटतं म्हणून ती त्याच्या सांगण्याप्रमाणे वागतेय एवढंच.''

''पण ते नुकतेच भेटले आहेत.''

''खरं काय? तुम्हांला ते नक्की माहीत आहे?''

''खरं सांगायचं, तर उत्तर 'नाही' असं आहे?''

''ठीक आहे, तो तिला असं पटवतो की, त्यानं काही चुकीचं केलेलं नाही; पण काही लोक त्याला अडकवायचा प्रयत्न करताहेत.''

''तुमचा फिस्कबद्दल एवढा राग का?''

यावर मॅकेन्ना उसळले, ''तो जास्त बोलतो. तो स्वत:ला भावाचा बचाव करणारा आणि फार पवित्र समजतो आणि त्याचा भावाशी गेला काही काळ संबंधही नसतो. तो आणि सारा इव्हान्स तिच्या घरात भावाच्या मृत्यूनंतर लगेच एक रात्र घालवतात. कशासाठी? कुणास ठाऊक! त्याच्याकडे कोणत्याही कारणासाठी का असेना, शॉट गन आहे. तपासकामात तो आपलं नाक खुपसतो आहे. त्यामुळे आपल्याला जेवढं माहीत आहे तेवढंच त्यालाही. त्याला खुनाच्या वेळेची ॲलिबी देता येत नाही आणि पाच मिनिटांपूर्वीच आपल्याला कळलंय की, भावाच्या मृत्यूमुळे त्याला पाच दशलक्ष डॉलर्स मिळणार आहेत. अशा परिस्थितीत मी काय करायला हवं म्हणता? तुम्हा पोलिसांच्या मते या सर्व गोष्टींमध्ये काहीच तथ्य नाही, असं तुम्हांला म्हणायचंय का?''

''ठीक आहे, तुम्ही तुमचं म्हणणं सांगितलंत. कदाचित त्याच्याबद्दल मी थोडा सैल राहिलो असेन. कारण नियम क्रमांक एक सांगतो, कुणावरही विश्वास ठेवू नका.''

''जगण्यासाठी हा नियम चांगला आहे.'' मॅकेन्ना थोडं थांबले आणि पुढे म्हणाले, ''आणि मरण्यासाठीही.'' असं म्हणून हादरलेल्या चांडलरांना मागे टाकून ते भराभरा निघाले. चांडलर त्यांच्याकडे पाहत राहिले.

पंचेचाळीस

फिस्कनं रायडरच्या ऑफिसच्या दारावर टकटक केलं. मग त्यानं काचेतून डोळे बारीक करून पाहिलं. ''आत काळोख दिसतोय.''

''ते बहुधा घरी असतील. आता आपल्याला ते शोधायला हवंय.''

''पण ते घरीच गेले असतील असं नाही. ते कदाचित बाहेर जेवायला किंवा कामानिमित्त शहराबाहेरही गेले असतील किंवा सुटीवरसुद्धा असतील.''

''किंवा त्यांना काही झालं असेल.''

''उगाच कल्पना करू नकोस.'' असं म्हणून फिस्कनं दाराची मूठ धरून फिरवली आणि ती सहज फिरली. त्यानं आणि सारानं एकमेकांकडे काही अर्थानं पाहिलं. त्यानं कॉरिडॉरमध्ये इकडेतिकडे पाहिलं तेव्हा त्याला सफाईची गाडी दिसली. तो थोडा ताणरहित झाला. ''सफाई कामगार?''

''आणि ते काळोखात स्वच्छता करताहेत...कारण?'' सारानं शंका उपस्थित केली.

''मी आता त्याचाच विचार करत होतो.'' असं म्हणून त्यानं साराला सफाई गाडीकडे ढकललं. त्यानं इकडेतिकडे पाहिलं आणि मग टूलबॉक्समधून एक मोठा पाना काढला.

कुजबुजल्या स्वरात तो म्हणाला, ''तू बाहेर पायऱ्यांजवळ जा. काही आवाज झाला, तर लगेच गाडीकडे पळत सूट आणि पोलिसांना बोलव.''

सारानं त्याचा दंड धरला आणि उलट कुजबुजली, ''त्यापेक्षा चांगली कल्पना आहे. आपण खाली जाऊ, पोलिसांना बोलावू आणि घरफोडीबद्दल सांगू.''

''ही घरफोडी आहे, हे आपल्याला माहीत नाही.''

''पण ती नाही हेही आपल्याला माहीत नाही.''

"पण आपण गेलो, तर ते पळून जातील."

"पण तू आत शिरलास आणि मारला गेलास तर त्यातून काय साधणार आहे? तुझ्याकडे पिस्तूलही नाही. तुझ्याकडे ते काय ते...जे काही आहे..."

"पाना."

"वाऽऽ, त्यांच्याकडे पिस्तुलं असण्याची शक्यता आहे आणि तुझ्याकडे तो पाना?"

"तुझं म्हणणं बरोबर दिसतं."

"त्या बाईचं म्हणणं खरंच बरोबर आहे. तू ऐकलं नाहीस हे बरं नाही." तिसराच आवाज ऐकून त्या दोघांनीही वळून पाहिलं.

जोश हार्म्स तिथं उभा होता आणि त्याच्या हातात त्यांच्यावर नेम धरून धरलेलं पिस्तूल होतं.

"या भिंती फारच पातळ आहे. दार उघडत असल्यापासून तुम्ही हळू बोलत असला तरी मी सर्व ऐकलं आहे. तुम्ही पोलिसांकडे जाणार होतात. मी तसं करू देणार नाही."

फिस्कनं त्याच्याकडे लक्षपूर्वक पाहिलं. तो अंगापिंडानं मजबूत होता, पण बोजड नव्हता. 'ही नेहमीची घरफोडी नसेल, तर हा मनुष्य जोश हार्म्सचंच असला पाहिजे. त्यानं डोळ्यांच्या कोपऱ्यातून पिस्तुलाकडे पाहिलं आणि जोशचं पूर्ण निरीक्षण केलं.' त्याच्यात पिस्तुलाचा चाप ओढण्याची तीव्रता दिसते का याचा तो विचार करत होता. त्यानं व्हिएतनाममध्ये अनेकांना मारलं होतं, हे त्यानं वर्तमानपत्रांत वाचलं होतं; पण त्यांना मारणं हा थंडपणे खून करण्याचा प्रकार होता आणि तो तसं करेल असं त्याच्या डोळ्यावरून वाटत नव्हतं; पण तरी सांगता येत नव्हतं.

"हॅलो जोश, माझं नाव जॉन फिस्क आहे. ही सारा इव्हान्स. युनायटेड स्टेट्सच्या सुप्रीम कोर्टाची क्लार्क. तुझा भाऊ कुठे आहे?"

त्याच्या पाठीमागल्या दारातून रायडरच्या ऑफिसमधून प्रचंड देहाची व्यक्ती येताना दिसली. सारा आणि फिस्कनं ओळखलं, हा रूफस हार्म्सच असला पाहिजे. त्यानं फिस्कचे शब्द नक्की ऐकले होते.

"तुम्हांला आमच्याबद्दल कसं कळलं?" रूफसनं विचारलं तेव्हाही त्याच्या भावानं त्यांच्यावरचं रोखलेलं पिस्तूल बाजूला केलं नव्हतं.

"ते तुम्हांला सांगायला मला आनंद वाटेल, पण ऑफिसमध्ये बसून का बोलू नये?"

त्यानं साराला खूण केली. "सारा, पहिले तू" असं म्हणताना रूफस आणि जोशच्या लक्षात येणार नाही अशी संधी साधून त्यानं डोळे मिचकावून तिला दिलासा दिला. आत गेल्यानंतरही आपला हाच आत्मविश्वास जागृत राहावा

याबद्दल तो प्रार्थना करत होता. त्यांची गाठ खून सिद्ध होऊन तुरुंगात पंचवीस वर्षं काढलेल्या खुन्याशी (जो आता निष्पाप असण्याची शक्यता कमी होती) आणि त्याच्या भावाशी होती, ज्याचं पिस्तुलाच्या चापावरचं बोट स्थिर होतं आणि ज्यानं व्हिएतनाम युद्धात अनेकांना मारलं होतं.

सारानं ऑफिसमध्ये प्रवेश केला. पाठोपाठ फिस्कनंही. त्यांच्यामागे असलेले जोश आणि रूफस एकमेकांकडे प्रश्नार्थक नजरेनं पाहत होते. ते त्या दोघांच्या पाठोपाठ आत शिरले आणि त्यांनी ऑफिसचं दार लावून घेतलं.

सॅम्युअल रायडरच्या ऑफिसकडे जाणाऱ्या मागच्या रस्त्यावरून जीप धावत होती. ट्रेमेन ती चालवत होता आणि रेफिल्ड बाजूच्या सीटवर बसला होता. ती दोन आसनी जीप ट्रेमेनच्या मालकीचं खाजगी वाहन होतं. ते आता ड्युटीवर नव्हते त्यामुळे त्यांनी मिलिटरीच्या वाहनांचा वापर करण्याचं टाळलं होतं. रायडरचं ऑफिस तपासताना कोणी आलं असं, तर सांगण्यासाठी त्यांनी एक बनावट हकिकत तयार करून ठेवली होती. 'रूफस हार्म्सचा वकील सॅम रायडर या भागात राहत होता आणि प्रॅक्टिस करत होता. नुकतीच त्यानं हार्म्सला तुरुंगात भेट दिली होती, पण त्याचं कारण कळलेलं नव्हतं. रायडर आणि त्याची बायको यांचा मृत्यू झाला होता किंवा त्यांना मारण्यात आलं असावं. हत्या असल्या, तर त्या पळालेल्या हार्म्स आणि त्याच्या भावानं केल्या असण्याची शक्यता होती. कदाचित रायडरनं भेटीमध्ये आपण आपली रोख रक्कम आणि इतर मौल्यवान वस्तू घरी किंवा ऑफिसमध्ये ठेवत असल्याचा उल्लेख केला असावा. त्याचा तपास करणं आवश्यक होतं.' अशी. या हकिकतीवर कोणीही विश्वास ठेवला असता.

ट्रेमेननं रेफिल्डकडे पाहिलं आणि विचारलं, "काही गडबड वाटते का?"
रेफिल्डनं सरळ पाहत म्हटलं, "ही एक मोठी चूक आहे. आपण इथे फार जोखीम घेत आहोत."

"तुला काय वाटतं, मला ते माहीत नाही?"

"आपल्याला जर हार्म्सनं फाइल केलेलं ते पत्र रायडरच्या पत्रासहित मिळालं, तर आपण हार्म्सबद्दल विसरून जाऊ शकतो."

ट्रेमेननं त्याच्याकडे तीक्ष्ण नजरेनं पाहिलं. "हे तू काय बोलतो आहेस?"

"हार्म्सनं पत्र लिहिलं कारण त्याला तुरुंगातून बाहेर पडायचं होतं. त्यानं त्या लहान मुलीला ठार केलं, पण त्यानं तिचा खून केलेला नाही. बरोबर? आता तो तुरुंगाबाहेर आहे. तो आणि त्याचा भाऊ आता बहुधा मेक्सिकोत दक्षिण अमेरिकेकडे जाणाऱ्या विमानाची वाट पाहत असतील. मीसुद्धा असंच केलं असतं."

ट्रेमेननं आपलं डोकं हलवलं, "असं आपण खात्रीने म्हणू शकत नाही."

“आणखी काय करणार तो? मला सांग व्हिक. तो दुसरं पत्र कोर्टाला लिहिणार आणि सांगणार...काय? न्यायाधीश महाराज, यापूर्वी मी तुम्हांला या विचित्र गोष्टीबद्दल लिहिलं होतं जी मी सिद्ध करू शकत नाही, पण मी केलेल्या अपिलाचं काहीतरी झालं आणि ज्यांना ते मिळालं तो माझा वकील आणि क्लार्क दोघेही मेले. म्हणून मी तुरुंगातून माझी सुटका करून घेतली आणि आता मी लपतछपत पळतो आहे तेव्हा मला कोर्टाची तारीख द्यावी. असं? ह्याऽऽ सगळाच मूर्खपणा! व्हिक, तो काही असं करणार नाही. तो जीव घेऊन पळत सुटणार. नव्हे आताच तो तसा पळत सुटलासुद्धा.”

रेफिल्डच्या म्हणण्यावर ट्रेमेननं विचार केला. असंच घडण्याची शक्यता होती. तो रेफिल्डला उघडपणे म्हणाला, “शक्य आहे.” पुढे थोडा विचार करून तो म्हणाला, “पण तू समजतोस तेवढा चलाखपणा त्यानं दाखवला नाही तर? हेही गृहीत धरायला हवं. त्या स्थितीत मी काय वाटेल ते करीन, पण त्याला आणि त्याच्या भावाला मी सोडणार नाही. मला रूफस हार्म्स आवडत नाही; कधीच आवडला नाही. ‘नाम’ आघाडीवर माझं ढुंगण सोलून निघत होतं आणि तो मात्र इथं स्टेटमध्ये परत आला; सुरक्षित आणि काहीही न होता; दिवसातून तीन वेळा हादडायला. त्याला आपण मेढेकोटातच सडवायला हवं होतं, पण आपण ते केलं नाही.” ट्रेमेनच्या बोलण्यात कडवटपणा ओतप्रोत भरला होता.

“त्याला आता खूप उशीर झाला आहे.”

“ठीक आहे, मी त्याच्यावर मेहेरबानी करणार आहे. जेव्हा तो मला सापडेल, त्या वेळी त्याचा पुढचा तुरुंग सात फूट लांब, चार फूट रुंद आणि पाइन लाकडाचा असेल; कायमचा आणि त्यावर झेंडा असणार नाही.” त्वेषाने बोलताना अभावितपणे त्यानं ॲक्सिलेटर दाबून वेग वाढवला होता.

रेफिल्डनं आपलं डोकं हलवलं आणि मग तो आपल्या सीटवर आरामात बसला. त्यानं घड्याळाकडे पाहिलं. रायडरच्या ऑफिसला जवळजवळ ते पोहोचलेच होते.

सारा आणि फिस्क चामडी कोचावर बसले होते, तर हार्म्स बंधू त्यांच्यासमोर उभेच होते.

“आपण त्यांना बांधून ठेवून निघून का जायचं नाही?” जोश आपल्या भावाला म्हणाला.

फिस्क घाईघाईनं म्हणाला, “आपण सर्व एकाच बाजूचे आहोत, हे तुम्हांला कळायला हवं.”

जोश त्याच्यावर फिसकारला, “चुकीचा अर्थ घेऊ नको, पण तू मूर्ख आहेस.”

"नाही. त्याचं म्हणणं बरोबर आहे." सारा म्हणाली. "आम्ही तुम्हांला मदत करू शकतो." जोश गुरगुरला, पण काही बोलला नाही.

"जॉन फिस्क?" रूफस म्हणाला. त्यानं फिस्कचं नीट निरीक्षण केलं. 'अशी चेहरेपट्टी आपण पाहिली होती. कुठे बरं?' "ज्या क्लार्कला त्यांनी मारलं तो तुझ्या कुटुंबातला? तुझा भाऊ?"

फिस्कनं मान डोलावली. "हो, त्याला कोणी मारलं?"

जोश मध्येच ओरडला, "त्यांना काही सांगू नको. रूफस आपल्याला माहीत नाही की ते कोण आहेत आणि त्यांना काय हवं आहे ते."

"आम्ही इथं सॅम रायडरशी बोलायला आलो." सारा म्हणाली.

जोशनं तिच्याकडे पाहिलं आणि म्हणाला, "हुऽऽ, तुम्ही परलोकातल्या लोकांची बैठक बोलावू शकणार असलात, तरच ते शक्य आहे."

फिस्क आणि सारा यांनी एकमेकांकडे पाहिलं आणि नंतर त्या दोन्ही भावांकडे.

"त्यांचा मृत्यू झाला का?" सारानं विचारलं.

रूफसनं मान डोलावली. "तो आणि त्याची बायको. आत्महत्या वाटावी असा बनाव केला."

फिस्कनं हातातली फाइल घट्ट पकडली. "कोर्टाला 'ते' तू पाठवलं का?"

"मी प्रश्न विचारले तर कसं?" रूफस म्हणाला.

"मी तुला सांगतो आहे रूफस. आम्ही तुझे मित्र आहोत."

"सॉरी, इतक्या सहजासहजी मी कोणाशी मैत्री करत नाही. तुम्हांला सॅम्युअलबरोबर काय बोलायचं होतं?"

"त्यानं तुझ्यासाठी कोर्टाला अपील फाइल केलं हो ना?"

"मी कुठल्याही प्रश्नाचं उत्तर देणार नाही."

"ठीक आहे. आम्हांला काय माहीत आहे ते आधी मी सांगतो. त्यानंतर तू ठरवू शकतोस."

"मी ऐकतो आहे."

"रायडरनं अपील फाइल केलं. माझ्या भावाला ते मिळालं, पण त्यानं ते कोर्टपद्धतीतून उचललं. तो तुला भेटायला तुरुंगात आला. नंतर तो वॉशिंग्टनच्या एका गल्लीत मृत स्थितीत आढळला. त्यांनी तो 'चोरीतून खून' असं भासवण्याचा प्रयत्न केला. आता तू सांगतोस की, रायडर मेले आहेत. आणखी एका क्लार्कलापण मारण्यात आलेलं आहे. त्याचापण माझ्या भावाच्या खुनाशी संबंध असावा असं मला वाटतं. का ते मला माहीत नाही." फिस्क बोलायचं थांबला आणि त्यानं त्या दोघांकडे पाहिलं. "हे एवढंच आम्हांला माहीत आहे आणि आता मला वाटतं की, तुम्हांला आणखी बरंच माहीत आहे. उदाहरणार्थ, हे सगळं का चाललं आहे?"

"तुला बरीच माहिती आहे. तू पोलिसांबरोबर आहेस?" जोशनं विचारलं.

"मी डिटेक्टिव्ह प्रमुखाला मदत करतोय."

"पाह्यलस रूफस, मी तुला म्हटलच होतं, आपण इथून पळून जायला हवं. पोलीस बहुतेक येतच असणार."

"नाही. ते येणार नाहीत. मायकेलकडे असलेल्या कागदांमध्ये मी तुमचं नाव पाहिलं मि. हार्म्स; पण ते तेवढंच. तुम्ही का फाइल केलं आणि त्यात काय म्हटलं होतं, हे मला माहीत नाही." सारानं सांगितलं.

"एखादा कैदी कोर्टाकडे काहीतरी फाइल करतो ते कशासाठी?" रूफसनं विचारलं.

"कारण तुला बाहेर पडायचं होतं." फिस्क म्हणाला. रूफसनं मान डोलावली. "पण तसं होण्यासाठी तुला आधार नव्हता."

"मला सर्व गोष्टींसाठी आधार आहे. फक्त सत्य. निखळ सत्य!" रूफस जोरात म्हणाला.

"तर सांग मला काय आहे ते." फिस्क म्हणाला.

जोश दाराजवळ गेला. "रूफस, या सर्व गोष्टींचा मला काही वेगळाच वास येतो आहे. आपण त्यांच्याशी बोलत उभे आहोत आणि पोलीस जवळ येत आहेत. तू थांब. आधीच खूप बोलला आहेस."

"त्यांनी त्याच्या भावाला मारलं आहे जोश."

"तो खरंच त्याचा भाऊ आहे का, हे तुला माहीत नाही."

फिस्कनं आपलं पैशाचं पाकीट काढलं, ज्यात ड्रायव्हिंग लायसन्स होतं. "आम्हा दोघांचं आडनाव एकच होतं, हे तरी यावरून सिद्ध होईल." ते पुढे करत तो म्हणाला. रूफसनं हातानंच झटकून टाकल्यासारखं केलं अन् म्हणाला, "मला ते पाहायची गरज नाही. तूसुद्धा तसाच वागतोस."

"ते त्यातले नसले, तरी ते आपल्याला काय मदत करणार?" जोशनं विचारलं.

रूफसनं सारा आणि फिस्ककडे पाहिलं. "तुम्ही दोघंही चांगलं बोलता आणि लगेच उत्तर देता. मग सांगा, त्याच्या प्रश्नाचं उत्तर आहे तुमच्याकडे?"

"मी सुप्रीम कोर्टात काम करते मि. हार्म्स." सारा म्हणाली. "मी सर्व न्यायाधीशांना ओळखते. तुझ्याकडे तू निर्दोष असल्याचा पुरावा असेल, तर मी वचन देते की, तुझी केस ऐकली जाईल. सुप्रीम कोर्टाकडून नाही ऐकली गेली, तर दुसऱ्या कोणत्या कोर्टाकडून. माझ्यावर विश्वास ठेवा."

फिस्कनं पुढे भर घातली. तो म्हणाला, "या केसवर काम करणाऱ्या डिटेक्टिव्हांना सारखं वाटतं आहे की, यात काहीतरी गोम आहे. काय चाललं आहे हे सगळं जर तू मला सांगितलंस, तर आपण त्यांच्याकडे जाऊ शकू आणि ते त्या दृष्टीने विचार करतील."

"मला सत्य माहीत आहे." रूफसनं पुन्हा तेच सांगितलं.

"ही फारच ग्रेट गोष्ट आहे, पण कायद्याच्या कोर्टात सिद्ध करता आल्याशिवाय नुसत्या सत्याला महत्त्व नाही, ही वस्तुस्थिती लक्षात घे."

"तर मग तुझ्या अपीलमध्ये काय होतं?" सारानं विचारलं.

"रूफस, उत्तर देऊ नको." जोश किंचाळला.

रूफसने त्याच्याकडे दुर्लक्ष केलं. "असं काहीतरी की, जे आर्मीनं मला पाठवलं होतं."

"तू त्या छोट्या मुलीला मारलंस का रूफस?" फिस्कनं विचारलं.

"हो, मी मारलं." खाली मान घालून तो म्हणाला. "निदान माझ्या हातांनी ते झालं असं मी म्हणेन. त्यांनी मला जे काही केलं होतं त्यामुळे मला काय चाललं होतं ते काही कळत नव्हतं."

"तुझ्या म्हणण्याचा अर्थ काय? कोणी तुला काय केलं?"

"रूफस, तो तुला बनवण्याचा प्रयत्न करतो आहे." जोशनं ताकीद दिली.

"माझ्या डोक्यात काहीतरी गोंधळ निर्माण करून ठेवला." रूफस म्हणाला.

फिस्कनं त्याच्याकडे तीक्ष्ण नजरेनं पाहिलं. "वेडाच्या भरात काहीतरी घडल्याचा दावा तू करतो आहेस का? तसं असेल, तर तुला अजिबात संधी नाही." त्यानं रूफसकडे टक लावून पाहिलं. "पण त्यापेक्षा आणखी काहीतरी आहे. हो ना?"

"तू असं का म्हणतोस?" रूफसनं विचारलं.

"कारण माझ्या भावानं ते अपील खूपच गांभीर्यानं घेतलं. इतकं गंभीरतेनं की, त्यासाठी त्यानं कायदाही मोडला आणि तुला मदत करताना त्यानं आपले प्राण गमावले. पंचवीस वर्षांपूर्वी वेडाच्या भरात गुन्हा घडल्याच्या दाव्यासाठी त्यानं असं केलं नसतं. मला सांग, त्यात असं काय होतं की, त्यामुळे माझ्या भावाला प्राण गमवावे लागले?"

जोशनं आपला एक हात फिस्कच्या छातीवर ठेवला आणि त्याला जोरात ढकललं. "हे पाहा मिस्टर स्मार्ट, आपल्यासाठी काही कर असं रूफसनं तुझ्या भावाला सांगितलं नव्हतं. उलट तुझ्या भावानंच सगळं उधळून लावलं. तो रूफसला भेटायला आला कारण तो फक्त तपासायला आला की, त्या जुन्या गुन्ह्यासाठी रूफस हा काळा माणूस अजून त्याच तुरुंगात आहे की नाही. तेव्हा उगाच आपल्या भावाचे गोडवे गाऊ नको बेट्या."

फिस्कनं त्याचा हात बाजूला केला आणि चिडून म्हणाला, "मसणात जा तू. मूर्ख माणूस!"

जोशनं पिस्तूल फिस्कच्या तोंडाजवळ आणलं आणि धमकीच्या सुरात तो म्हणाला, "मी तुलाच आधी तिथं पाठवतो. हे कसं वाटतं तुला?"

"प्लीज, त्याला मारू नका." सारा अजीजीनं म्हणाली, "तो मदत करण्याचाच प्रयत्न करतो आहे."

"मला तुमच्यासारख्यांकडून कोणतीही मदत नको आहे."

"आम्ही फक्त तुझ्या भावाला कोर्टातून न्याय मिळवून देण्याचा प्रयत्न करतो आहोत." सारा म्हणाली.

जोशनं डोकं हलवलं, "माझा न्याय मी माझ्याच कोर्टातून मिळवीन. तुमच्यासारख्या खूप गोऱ्यांची थोबाडं पाहिलीत मी. सगळे तुरुंग आम्हा काळ्यांनीच भरले आहेत आणि तुम्ही आणखी बांधू शकणार नाहीत कारण तुम्ही कंगाल आहात. मी माझ्या कोर्टात न्यायापेक्षा आणखी जास्त काही मिळवू शकतो, समजलं?"

"परिस्थिती हाताळण्याचा हा मार्ग नाही जोश." रूफस म्हणाला.

"अस्सं! आता तुला एकाएकी परिस्थिती कशी हाताळायची हे समजायला लागलं का?" जोश चिडून म्हणाला.

फिस्क उत्तरोत्तर अस्वस्थ होत चालला होता. जोश हार्म्स अशा टोकाला आला होता की, त्याचा भाऊसुद्धा त्याला नियंत्रित करू शकेल असं वाटत नव्हतं. त्याचं पिस्तूल मिळवण्यासाठी त्यानं त्याच्यावर तुटून पडावं का? जोश त्याच्यापेक्षा पंधरा वर्षांनी तरी मोठा असावा, पण एखाद्या ओक वृक्षासारखा मजबूत दिसत होता. फिस्कनं त्याला भिडून त्याच्यावर प्रहार करण्याचा प्रयत्न केला असता, तरी पिस्तूल हस्तगत करेपर्यंत त्याला नऊ एम.एम.च्या काही गोळ्या खाव्या लागण्याची शक्यता होतीच.

डांबरावर रबर घासल्याच्या आवाजानं सर्वांच्याच नजरा खिडकीकडे वळल्या. रूफस त्वरेने खिडकीजवळ पोहोचला आणि त्यानं चौकसपूर्ण नजरेनं बाहेर पाहिलं. तो खिडकीतून मागे वळला तेव्हा त्याच्या डोळ्यातली भीती सर्वांना दिसली.

"व्हिक ट्रेमेन आणि रेफिल्ड." तो म्हणाला.

"च्यायला" जोशनं भीतीयुक्त आश्चर्य व्यक्त केलं. "त्यांच्याकडे काय आहे?"

रूफस एक दीर्घ श्वास घेऊन म्हणाला, "व्हिककडे मशीनगन आहे."

"शिट!" जोश म्हणाला तसा त्यांनी जड बुटांचा आवाज ऐकला. "मी म्हटलं नव्हतं? हे आपल्याला जाळ्यात पकडत आहेत म्हणून. आपण ह्यांच्याबरोबर चावत बसलो तोपर्यंत आर्मीनं या जागेला घेरलं."

"आम्ही युनिफॉर्ममध्ये नाही हे तुमच्या लक्षात आलं का?" फिस्क म्हणाला, "कदाचित त्यांनी तुमचा पाठलाग केला असेल."

"आम्ही काही तुरुंगाच्या दिशेनं आलो नाही. ते आम्हा दोघांना इथं पाहताक्षणीच गोळ्या घालतील बस्स!"

"तुम्ही त्यांच्या स्वाधीन झालात, तर ते तसं करणार नाहीत."

"हा पर्याय नाही." जोश मोठ्यानं म्हणाला.

"हा पर्याय होऊच शकत नाही." रूफसनं ठामपणे सांगितलं. "ते मला जगू देणार नाहीत. मला काय माहीत आहे, हे त्यांना कळलं आहे."

फिस्कनं रूफस हार्म्सकडे पाहिलं. त्याचे डोळे सारखे उजव्या-डाव्या बाजूला फिरत होते. त्यानं मुलीला मारण्याचं कबूल केलं होतं. तिथंच हे सगळं संपत होतं ना? 'त्याला आर्मीनं पुन्हा तुरुंगात का धाडू नये? पण माइकला त्याला मदत करायची होती का?' फिस्कनं एकदम हालचाल केली.

जोशनं त्याच्यावर पिस्तूल रोखलं, "आणखी संकटात टाकू नको. हालू नको" फिस्कनं त्याच्याकडे पाहिलंही नाही. त्याचे डोळे फक्त रूफसकडे लागले होते.

"रूफस! रूफस!!"

अखेर रूफस आपल्या कोषातून बाहेर आला आणि त्यानं फिस्ककडे पाहिलं.

"मी तुम्हांला यातून बाहेर काढू शकेन कदाचित, पण तुम्ही मी सांगेन तसंच करायला हवं."

जोश म्हणाला, "आम्ही आमचे बाहेर पडू शकतो."

"हे पाहा, आणखी मिनिटभरात ते दोघंही त्या दारातून आत शिरतील आणि सर्व संपेल. त्यांच्या शस्त्रांशी तुमची तुलना होऊच शकत नाही."

"त्यातनंच तुझ्या डोक्यात आता मी एक गोळी झाडली तर कसं?" जोश म्हणाला.

"रूफस, माझ्यावर विश्वास ठेवशील? माझा भाऊ तुला मदत करायला आला होता. त्याचं काम मला पूर्ण करू दे. रूफस, एक संधी मला दे." फिस्कच्या कपाळावरून घामाचा थेंब ओघळला होता.

सारा इतकी दिङ्मूढ झाली होती की, काही बोलूही शकत नव्हती. तिला फक्त त्यांच्या बुटांचा आवाज मोठा मोठा होत असलेला कळत होता. त्यांच्याकडे मशीनगन होती.

अखेर रूफसनं अगदी कळणार नाही इतक्या हळुवारपणे मान डोलावली. लगेच फिस्कनं हालचाली सुरू केल्या. "तुम्ही दोघंही पहिले बाथरूममध्ये जा." तो म्हणाला.

जोशनं काही विरोध करण्याचा प्रयत्न करण्याच्या आतच रूफसनं त्याला बाथरूमकडे नेऊन आत ढकललं. ती ऑफिसची खाजगी बाथरूम होती आणि मुख्य ऑफिसला लागूनच होती.

"सारा, तूपण त्यांच्याबरोबर जा."

तिनं त्याच्याकडे पाहिलं. तिला धक्का बसला होता. "काय?"

"मी सांगतो तेवढं कर. मी जर तुला हाक मारली, तर टॉयलेट फ्लश कर आणि मग बाहेर ये. तुम्ही दोघं" त्यानं त्या दोघांकडे पाहून मान डोलावली, "दाराआड राहा. मी जर तुला हाक मारली, नाही तर सारा तूही आतच थांब."

"आणि तू याचा विचार केला नाही. त्या आर्मीच्या हरामखोरांनापण लघवी लागण्याची शक्यता आहे आणि ते टॉयलेटकडे येण्याची शक्यता आहे म्हणून आणि दार बंद बघून तर नक्की तसं होण्याची शक्यता आहे." जोश उपहासपूर्ण स्वरात म्हणाला.

"त्याची काळजी मला करू दे."

"ठीक आहे." हळूच जोश म्हणाला, "तुला काळजी करण्यासाठी आणखी एक गोष्ट सांगतो मि. स्मार्ट, तू आम्हांला त्यांच्या ताब्यात दिलं, तर पहिली गोळी मी इथं झाडेन." असं म्हणून त्यानं पिस्तूल फिस्कच्या कपाळावर टेकवलं "आणि तुला माझ्या पिस्तुलाच्या बारचा आवाजही ऐकू येणार नाही. तुझे कान तुझ्या मेंदूला सांगेपर्यंत तू मेलाही असशील."

फिस्कनं मान डोलावली. जणू त्यानं त्याचं आव्हान स्वीकारलं होतं आणि ते खरंही होतं. त्यानं साराकडे पाहिलं. तिचा चेहरा पांढराफटक पडला होता. ती त्याच्याजवळ थरथरत वाकली. आपला श्वास नियमित स्वरूपात आणण्याचा तिचा प्रयत्न होता. त्याच्याजवळ ती पोहोचली.

"जॉन, मी हे करू शकत नाही."

त्यानं तिचे दोन्ही खांदे घट्ट धरले. "सारा तू करू शकतेस. हो, तू करू शकतेस आणि करणार आहेस. ओके. जा आता." त्यानं तिचा हात हलकेच दाबून तिला दिलासा दिला. ते सर्व बाथरूममध्ये शिरले आणि त्यांनी दार बंद करून घेतलं. फिस्कनं ऑफिसमध्ये इकडेतिकडे पाहिलं. स्वतःला स्थिर करण्याचा त्याचा प्रयत्न होता. त्यानं भिंतीजवळ असलेली ब्रीफकेस पाहिली. त्यानं ती ताब्यात घेतली. झाकण उघडलं. ब्रीफकेस रिकामी होती. त्यानं रायडरच्या ऑफिसमधल्या टेबलावरच्या काही फाईल्स आत कोंबल्या. बुटांचा आवाज जसा वाढला तसा तो कोपऱ्यात ठेवलेल्या छोट्या कॉन्फरन्स टेबलाकडे धावला. तो जवळच्या खुर्चीवर बसला, तसं बाहेरचं दार उघडल्याचा आवाज आला. त्यानं ब्रीफकेसमधून फाइल काढून उघडली, तसं आतलं दार उघडल्याचा आवाज आला. तो खुर्चीला रेलला आणि फाइलमधले कागदपत्रं पाहतो आहोत असा त्यानं बहाणा केला. त्याच वेळेस ऑफिसचं दार उघडलं.

"हे काय चाललं..." असं म्हणायला सुरुवात करून तो थांबला. त्याच्या डोळ्यासमोर मशीनगन रोखलेली पाहून तो थंड पडला. समोर उभ्या असलेल्या दोन माणसांकडे त्यानं पाहिलं.

"तू कोण आहेस?" रेफिल्डनं विचारलं.

"मी तुम्हांलाच तो प्रश्न विचारणार होतो. मी इथे सॅम रायडरला भेटायला आलोय. दहा मिनिटं झाली, पण अजून त्यानं तोंड दाखवलं नाही." मशीनगनकडे आणि त्यांच्याकडे आळीपाळीनं पाहत त्यानं उत्तर दिलं.

रेफिल्ड थोडा जवळ सरकला. "तू त्याचा पक्षकार आहेस?"

फिस्कनं मान डोलावली. "वॉशिंग्टनहून संध्याकाळी चार्टर्ड विमानानं आलो आणि याचा पत्ता नाही. कितीतरी आठवडे आधी ठरवली होती मीटिंग."

"थोडा उशीर झाला नं मीटिंगला?" ट्रेमेनची नजर फिस्कच्या आरपार जात होती.

"मला कामाचा भयंकर ताण असतो. सर्व वेळा ठरलेल्या असतात. हाच दिवस आणि वेळ मला सोयीची होती." त्यानं दोघांकडे सरळ नजर लावली आणि म्हणाला, "पण आर्मीच्या माणसांनी मशीनगन घेऊन इथे शिरण्याचं कारणच काय हे सांगता का आता?"

ट्रेमेनचा चेहरा रागानं लाल झाला, पण रेफिल्डनं मात्र सभ्यतेचा बुरखा पांघरला. "तसा आमचा काही संबंध नाही. मि..."

फिस्क आपलं नाव पटकन सांगणार होता, पण त्यानं लगेच न सांगण्याचा निर्णय घेतला. रूफस त्यांना नावानं ओळखत होता म्हणजे रूफसच्या बाबतीत जे काही घडलं त्यात यांचा संबंध होता. ते खरं असलं असतं, तर त्यांनीच माइकला मारलं असण्याची शक्यता होती.

"मायकेल्स, जॉन मायकेल्स. मी रिअल इस्टेट डेव्हलपमेंट कंपनी चालवतो आणि रायडर हा माझा त्या बाबतीतला वकील आहे."

"ओऽऽह, पण आता तुम्ही दुसरा वकील पाहायला हवा."

"कशाला? सॅमच्या कामानं मी संतुष्ट आहे."

"तो मुद्दा नाही. मुद्दा असा आहे की, सॅम आता मेला आहे. त्यानं बायकोला मारून आत्महत्या केली आहे."

फिस्क ताडकन उभा राहिला. आपल्या चेहऱ्यावर आश्चर्ययुक्त भीतीचे भाव त्यानं आणले होते. ते त्याला कठीण गेलं नव्हतं. कारण समोर दोन आर्मीची शस्त्रधारी माणसं होती आणि आत आणखी दोन. त्यामुळे त्याला ताण आला होताच. त्यातून तो जर त्यात यशस्वी ठरला नसता, तर जोशची गोळी कपाळात शिरून तो पहिला बळी ठरला असता, ही भीती होतीच.

"तुम्ही काय सांगता आहात हे? मी हल्ली हल्लीच त्याच्याशी बोललो होतो आणि तो चांगला दिसत होता की! अचानक काय झालं हे?"

"तुम्ही म्हणता ते सर्व ठीक आहे, पण आता तो मेला आहे, हे सत्य आहे."

रेफिल्ड म्हणाला.

सुन्न होऊन समोरच्या फाइलींकडे पाहत फिस्क एकदम खाली बसला. "छेऽऽ विश्वास बसत नाही." असं पुटपुटत तो डोकं हलवत होता. "मी मूर्खच आहे. त्याच्या ऑफिसमध्ये बसून त्याची वाट पाहतोय मीटिंगसाठी. मला हे माहीत नव्हतं. कुणी सांगितलंही नाही. ऑफिसचं दार उघडच होतं. मला वाटलं वेळ ठरली होती म्हणून तो आधीच आला असेल. जवळच कुठे गेला असेल म्हणून वाट पाहत बसलो आणि...कसली बातमी दिली तुम्ही मला!" त्यानं डोकं हलवलं. अन् मग एकदम वर उचलून त्यानं विचारलं. "पण तुम्ही इथे काय करता आहात? आर्मीचा काय संबंध?"

ट्रेमेन आणि रेफिल्डनं एकमेकांकडे कटाक्ष टाकले. "जवळच्या मिलिटरी तुरुंगातून एक कैदी पळाला आहे."

"बाप रे! तो इथे जवळपास आला आहे?"

"माहीत नाही. वस्तुस्थिती अशी आहे की, रायडर हा पळालेल्या कैद्याचा वकील होता. आम्हांला वाटलं तो काही पैसे किंवा तसं काही मिळवण्यासाठी इथे येऊ शकतो. कुणी सांगावं, त्यानं रायडरचा खूनही केला असेल."

"पण तुम्ही ती आत्महत्या होती म्हणून सांगितलं ना आता."

"तसं पोलिसांना वाटतं. म्हणूनच आम्ही इथं आलो. शोध घ्यायला किंवा इथे असला तर पकडायला."

फिस्कनं त्याच वेळेस ट्रेमेनला बाथरूमच्या दिशेनं जाताना पाहिलं. त्याचं हृदय जोरजोरात धडधडायला लागलं. "सुसान, आटोपलं की नाही? जरा बाहेर ये इकडे लवकर." त्यानं मोठ्या आवाजात हाक मारली.

ट्रेमेननं त्याच्याकडे काही क्षण रोखून पाहिलं. तेवढ्यात सर्वांनी टॉयलेट फ्लशचा झालेला आवाज ऐकला. त्यानंतर अर्धवट दार उघडून सारा बाहेर आली आणि समोरची माणसं बघून ती दचकली. तिला धक्का बसल्याचं दिसत होतं. तिनं चांगला मुखवटा धारण केलाय असं फिस्कला वाटलं. कदाचित ती खरीखुरीसुद्धा घाबरली असावी.

"जॉन, काय चाललं आहे?"

"मी या माणसांशी सॅम रायडरशी आपल्या ठरलेल्या मीटिंगबद्दल बोललो, पण तुझा विश्वास बसणार नाही...तो मेलाय असं ते सांगताहेत."

"ओह माय गॉड!"

"सुसान. ही माझी साहाय्यक." त्यानं ओळख करून दिली. "तुमची नावं मला कळली नाहीत."

"बरोबर आहे." ट्रेमेननं उत्तर दिलं.

फिस्कनं पुढे घाईघाईनं बोलायला सुरुवात केली, ''ही माणसं आर्मीची आहेत. ते एका पळालेल्या कैद्याला शोधताहेत. त्यांना वाटतं की, सॅमच्या मृत्यूशी त्याचा काहीतरी संबंध असावा.''

''ओह माय गॉड! जॉन, आपण आपल्या विमानाकडे लगेच जाऊ या आणि इथून बाहेर पडू या.''

''कल्पना वाईट नाही.'' ट्रेमेन म्हणाला, ''तुम्ही दोघं नसलात, तर आम्हांला ही जागा जलद शोधता येईल.'' असं म्हणून त्यानं पुन्हा एकदा बाथरूमच्या दाराकडे पाहिलं. एका हातात मशीनगन धरून तो दार ढकलून पूर्ण उघडण्यासाठी निघालासुद्धा.

''बाथरूममधूनच मी आता आले नं! तिथे कोणी असणं कसं शक्य आहे?'' सारा सहजगत्या म्हणावं तशा आविर्भावात म्हणाली.

''मॅडम, मला स्वत:ला खात्री करून घेणं आवडतं.'' ट्रेमेन कठोरपणे म्हणाला. फिस्कनं साराकडे पाहिलं. त्याची खात्री झाली की, आता कोणत्याही क्षणी ती किंचाळत सुटणार. ''सारा, धीर धर. थोडा धीर धर.''

काळोखात असलेल्या बाथरूमच्या दारामागे जोश हार्म्स ट्रेमेनच्या रोखानं फटीतून पिस्तूल रोखून त्याच्या डोक्याचा वेध घेण्यास सज्ज होता. व्हिक ट्रेमेन आधी आणि रेफिल्ड नंतर. रेफिल्डनंच त्याला पहिले गाठलं असतं, तर ती गोष्ट वेगळी होती. तशीच शक्यता जास्त होती कारण जोशचं दिसण्याचं क्षेत्र मर्यादित होतं. अर्थात, तरी तो व्हिक ट्रेमेनला मात्र लक्ष्य करू शकत होता. त्याचं बोट चापावर अगदी स्थिरपणे आणि घट्टपणे बसलेलं होतं, तर त्याचा भाऊ त्याच्यामागे भिंतीशी खेटून होता. ट्रेमेननं दार उघडण्याचाच अवकाश होता. क्षणार्धात सर्व संपणार होतं.

त्याच वेळी फिस्कनं फाइल्स ब्रीफकेसमध्ये भरायला सुरुवात केली आणि भरता भरता स्वगत म्हणावं तसं तो बडबडत होता. ''छेऽऽ विश्वास बसत नाही. आधी ते दोघं काळे अंगावरून धावून काय जातात आणि नंतर रायडरची बातमी काय मिळते छेऽऽ.''

ट्रेमेन आणि रेफिल्डनं झटक्यात आपल्या माना त्याच्याकडे वळवल्या. ते त्याच्याकडे रोखून पाहू लागले. ''कोण दोन काळे?'' दोघांनी एकदमच प्रश्न विचारला.

फिस्क फाइल्स भरता भरता थांबला आणि त्यानं त्यांच्याकडे पाहिलं, ''आम्ही बिल्डिंगमध्ये शिरत होतो आणि ते आमच्या अंगावरून धावतच गेले. सुसानला तर त्यांनी जवळजवळ खाली पाडलंच होतं.''

''कसे दिसत होते ते?'' रेफिल्डनं जवळ येत विचारलं. त्याचा स्वर तणावलेला

होता. ट्रेमेनही बाथरूमच्या दारापासून परत फिरला आणि त्याच्या जवळ आला.

“मी सांगितलं तसे ते काळे होते. शरीराने मजबूत होते. त्यातला एक तर एवढा धिप्पाड होता की, विचारू नका. तुला आठवतं नं सुसान?” तिनं मान डोलावली आणि तिचा श्वास नियमित झाला. “प्रचंड! असंच वर्णन करता येईल त्याचं. त्याच्या मानाने त्याच्या बरोबरचा थोडा बारीक आणि उंचीनंही कमी. तरीसुद्धा सव्वासहा फूट असेलच. ते सैतानासारखे धावत होते. तरुण नव्हते. पंचेचाळीस पन्नासच्या आसपास होते तरीसुद्धा.”

“ते कोणत्या दिशेने गेले हे तुम्ही पाहिलंत का?” ट्रेमेननं विचारलं.

“ते कुठल्यातरी जुन्या गाडीत उड्या टाकून पळाले. मुख्य रस्त्यावरून उत्तरेकडे गाडी गेली त्यांची. मला गाड्यांचा मेक कळत नाही, पण गाडी जुनी होती हे नक्की! हिरव्या रंगाची.” आणि अचानक तो घाबरल्यासारखा झाला. “बाप रे! त्यांच्यामधला एक तुमचा पळालेला कैदी होता, असं तर नाही ना तुम्हांला वाटत?”

ट्रेमेन आणि रेफिल्डनी उत्तर दिलंच नाही कारण ते धावतच घराकडे पळाले होते. बाहेरचा दरवाजा उघडल्याचा आणि बुटांचा आवाज कमी होताच सारा आणि फिस्कनं एकमेकांकडे धावून आलिंगन दिलं.

“तुला मारावं लागलं नाही याचा मला आनंद वाटला. तू फार लवकर विचार करतोस.” त्यांनी हसणाऱ्या जोश हार्म्सकडे पाहिलं. तो आपलं पिस्तूल आपल्या पॅन्टच्या मागच्या खिशात कोंबत होता.

“आम्ही दोघंही वकील आहोत.” फिस्क घोगऱ्या आवाजात म्हणाला. त्यानं अजूनही साराला घट्ट धरून ठेवलं होतं.

“तसं कोणीच परिपूर्ण नसतं. चुका प्रत्येकाच्या होतात.” जोश म्हणाला. भावाच्या पाठोपाठ बाहेर आलेला रूफस हळूच फक्त एक शब्द म्हणाला, “थँक्स.”

“आता तुम्ही आमच्यावर विश्वास ठेवाल अशी आशा करतो.” फिस्क म्हणाला.

“हो, पण तुमची मदत मी घेणार नाही.”

“रूफस...”

“ज्या प्रत्येकाने मला मदत करण्याचा प्रयत्न केला त्या सर्वांचा मृत्यू झाला. एक जोश सोडून आणि आता आपण सर्वांनीच त्याचा अनुभव घेतला. थोडक्यात सुटलो. माझ्या मनाला ते पटत नाही. कोणाचं ओझं नको. तुम्ही तुमच्या विमानाकडे जा आणि त्यापासून दूर राहा.”

“मी ते करू शकत नाही. तो माझा भाऊ होता.”

"ठीक आहे. मर्जी तुझी, पण तुला ते माझ्याशिवाय करायला पाहिजे." तो खिडकीकडे गेला आणि त्यानं जीप उत्तर दिशेने निघाल्याचं पाहिलं. "चला आता. जाऊ या. त्यांना कधी परत यायची लहर येईल ते सांगता येणार नाही."

ते दोघं जाण्यासाठी जसे वळले तसं आपल्या खिशातून हात घालून फिस्कनं एक कार्ड काढलं. रूफससमोर ते धरत तो म्हणाला, "हे माझं व्यवसायाचं कार्ड आहे. त्यावर माझा ऑफिसचा आणि घरचा फोन नंबर आहे. रूफस तू काय करणार आहेस याचा विचार कर. स्वतंत्र, एकटा राहून तुला साध्य सापडणार नाही. हे तुला पटेल तेव्हा मला फोन कर."

सारानं ते कार्ड उचललं तेव्हा फिस्कला आश्चर्य वाटलं. तिनं त्या कार्डाच्या मागे काहीतरी लिहिलं आणि मग ते कार्ड रूफससमोर धरलं. "माझा घरचा फोन नंबर लिहिला आहे. आमच्यापैकी कोणालाही कॉल करू शकतोस. दिवस रात्र कधीही."

अगदी हळूच त्याचा प्रचंड हात वर उचलला गेला आणि त्यानं ते कार्ड घेतलं. रूफसनं ते आपल्या शर्टाच्या पाकिटात टाकलं. एका मिनिटानंतर सारा आणि फिस्क दोघंच तिथं राहिले. पूर्णपणे रिते झाल्यागत त्यांनी पुन्हा एकमेकांकडे पाहिलं. एक संपूर्ण मिनिट शांततेत गेलं. कोणी काहीही बोललं नाही. त्यानंतर फिस्कनंच शांतता मोडली.

"मला मान्य केलं पाहिजे सारा, मृत्यू फार जवळून गेला."

"जॉन, मी पुन्हा नाही हे करू शकणार. मला करायचंही नाही." असं म्हणून ती हेलपाटत बाथरूमकडे निघाली.

"कुठे चाललीस तू."

तिनं मागे वळून पाहण्याचीपण तसदी घेतली नाही, "बाथरूममध्ये. तू मला ओढून बाहेर काढेपर्यंत."

सेहेचाळीस

वॉरेन मॅकेन्नांशी झालेल्या संभाषणानंतर एका तासानं चांडलर आपल्या घरासमोर गाडीतून उतरले आणि सावकाश घराकडे जाऊ लागले. दोन पातळ्यांवर उभारलेलं विटांचं ते घर तिथल्या आजूबाजूच्या घरांसारखंच होतं. राहण्यासाठी एक सुंदर, सुरक्षित जागा. निदान वीस वर्षांपूर्वी तरी ती तशी होती. आज ती सुंदरही वाटत नव्हती आणि सुरक्षितही. पण आता तसं काय राह्यलं होतं?

खूप वर्षांपूर्वी कामानंतर शीण घालवायचा असेल, तेव्हा मुलांबरोबर सहलीला जाताना ते बास्केटबॉलच्या रिंगसह काही बोर्ड, जाळी आणि बॉल घेऊन जात. तेव्हा जायच्या-यायच्या रस्त्यावरही खेळता येत असे.

आता ती जाळी सडत पडली होती आणि रिंगसह बोर्ड कुठे होते याचा पत्ता नव्हता. ते घराच्या मागच्या छोट्या आवारात गेले. तिथं ते सेडार लाकडाच्या जुन्यापुराण्या बाकावर बसले. त्यांच्या समोर एक छोटं कारंजं होतं आणि मागे कंपाउंडजवळ वाढलेला मॅग्नोलिया. ते कारंजं तिथे करण्यासाठी त्यांची बायको त्यांच्या खूप मागे लागली होती. त्या वेळेस ते खूप वैतागले होते आणि सारखे चिडून तक्रारी करत होते; पण जेव्हा ते काम पूर्ण झालं तेव्हा त्यांना त्याचं महत्त्व कळलं होतं आणि बायको का आग्रही होती तेही कळलं होतं.

ते बांधताना त्यांच्या भावनांना मोकळी वाट मिळाली होती. त्याची आखणी, मापं, कोणता माल निवडायचा, काम करणाऱ्या माणसांची निवड, अशा अनेक गोष्टी. एखाद्या तपासनिसाच्या कामासारखंच काम होतं ते. एखाद्या कोड्यासारखं. कोणते तुकडे कसे आणि कुठे बसतील आणि चित्र पूर्ण होईल हे तुमच्या बुद्धिमत्तेवर अवलंबून असलं, तरी कोडं लवकर सुटायला नशीब लागतंच.

दहा मिनिटं शांततेत घालवल्यानंतर ते उभे राहिले. त्यांनी कोट काढून खांद्यावर घेतला आणि ते आत जायला निघाले. त्यांनी प्रकाश नसलेल्या सूनसान स्वयंपाकघराकडे पाहिलं. ते चांगल्या तऱ्हेनं सजवलं होतं. तसं कशाला? ते संपूर्ण घरच त्यांच्या बायकोच्या –जुआनिताच्या प्रयत्नामुळे छान सजलं होतं. मुलं वाढली, डॉक्टरांच्या व्हिजिट्स झाल्या, बिलं दिली गेली, वेळच्या वेळी फुलांकडे लक्ष दिलं गेलं. वाढलेलं गवत कापलं गेलं, कपडे धुतले गेले, इस्त्री केली गेली, जेवण बनवलं गेलं, बशा स्वच्छ केल्या गेल्या इ.इ. न संपणारी यादी. ती हे सगळं करत होती जेव्हा ते त्यांचं काम दिवसरात्र करत होते. त्यांची संसारातली भागीदारी अशी होती. मुलं मोठी होऊन गेल्यानंतर तिनं शिक्षण पुन्हा सुरू करून नर्सिंगचा कोर्स पूर्ण केला होता आणि ती तिथल्याच एका स्थानिक इस्पितळात बालरोग चिकित्सा विभागात काम करत होती. लग्नाला तीस वर्षं होऊनही तिचा उत्साह अजून कायम होता.

आपण किती काळ डिटेक्टिव्ह म्हणून काम करू शकू याबद्दल चांडलर काही सांगू शकत नव्हते. ते काम करणं आता त्यांच्या जिवावर आलं होतं. कामाचा ताण, धावपळ, रबरी हातमोज्यात हाताला होणाऱ्या संवेदना, छोटे छोटे पुरावे गोळा करताना जपून कराव्या लागणाऱ्या हालचाली, ज्यावर एखाद्याचं आयुष्य अवलंबून असू शकतं अशा सर्व गोष्टींमुळे आपण हे काम दीर्घ काळ करू शकू याची त्यांना खात्री वाटत नव्हती. तयार करावी लागणारी कागदपत्रं, बचावाच्या वकिलांचे तेच गुळगुळीत झालेले प्रश्न, शब्दांत अडकवण्याचे प्रयत्न आणि कंटाळलेल्या न्यायाधीशांनी वाचलेले कंटाळवाण्या शब्दातले निकाल या सर्वांमध्ये कुठलीही भावनिक गुंतवणूक नव्हती. शिक्षा सुनावली गेलेल्यांच्या भावनाही मुर्दाड! ते सरळ तुरुंगात जात. तुरुंग म्हणजे त्यांना पुढलं उच्च शिक्षण देणारी संस्था, जिथून ते गुन्ह्यातली पदवी मिळवून बाहेर पडत.

टेलिफोनच्या वाजणाऱ्या घंटीमुळे त्यांच्या मनातल्या नैराश्यपूर्ण विचारात खंड पडला.

"हॅलो" त्यांनी दोन मिनिटं ऐकलं. मग लागोपाठ काही सूचना दिल्या आणि फोन ठेवला. मायकेल फिस्कचा देह जिथे सापडला होता त्या भागात झाडलेली गोळी सापडली होती. भिंतीला चाटून उसळी मारून ती कशाततरी अडकली असणार आणि कचऱ्यात पडली असणार असं अनुमान त्यांनी बांधलं. त्यांना सांगण्यात आलं होतं की, गोळी पुढल्या भागात थोडी चेचली असली, तरी एकूण चांगल्या स्थितीत होती. त्याच गोळीनं त्या तरुण क्लार्कचा बळी घेतला होता की नव्हता ते आता लॅबोरेटरी टेस्टनंतरच कळणार होतं. ते ठरवणं सोपं होतं. गोळीला रक्त, हाडांचे बारीक तुकडे आणि मेंदूच्या पेशींचे अंश चिकटले असणारच होते.

त्यांचा मायकेल फिस्कच्या मस्तकाशी संबंध जुळल्यावर त्याबाबत खात्री देता येणार होती. गोळी सापडल्यामुळे ते आता त्या खुनी हत्याराचा शोध घेऊ शकणार होते. बॅलिस्टिक रिपोर्टवरून, ती गोळी त्याच हत्यारातून झाडली गेली की नाही यावरून आणि त्या हत्यारावर असलेल्या बोटांच्या ठशावरून अनुमान निश्चित करणं सोपं जाणार होतं.

चांडलर आपलं पिस्तूल मुद्दाम काढून ठेवून उठले आणि लिव्हिंग रूममध्ये गेले. तिथल्या आरामखुर्चीत बसले, जी त्यांच्या बोजड देहाला साजेशी अशीच होती. खोलीत काळोख होता, पण त्यांनी लाइट लावला नाही. काम करण्याच्या दरम्यान ते अनेक प्रकारच्या लाइट्सनी ते घेरले जात. ऑफिसमधले लाइट्स, मृत्यूचं कारण शोधणाऱ्या शरीराची उत्तर तपासणी करणाऱ्या ऑटोप्सी रूममधले तीव्र लाइट्स, गुन्ह्याच्या जागी पडणारे फोटोग्राफरचे फ्लॅश लाइट्स, वार्ताहरांचे फ्लॅश लाइट्स, कोर्टातले लाइट्स, जिकडे-तिकडे लाइट्स! ऑटोप्सी रूममधल्या लाइट्समुळे रक्तानं माखलेला लहानसा मांसाचा तुकडाही प्रचंड वाटायचा. नुसत्या आठवणीनंही त्यांना मळमळायला लागायचं आणि पुरुषांसाठी असलेल्या जागेकडे धावायला लागायचं. अशा लाइटपेक्षा त्यांना काळोख बरा वाटयचा; चित्तवृत्ती स्थिर करणारा, शांत. त्यांना त्यांचं निवृत्त जीवन असं हवं होतं. त्यांच्या घराच्या मागच्या आवारात असलेल्या कारंजाप्रमाणे.

त्यांनी दाखवलं नसलं, तरी वॉरेन मॅकेन्नांच्या शब्दांनी त्यांना अस्वस्थ केलं होतं. जॉन फिस्क आपल्या स्वत:च्या भावाचा खून करील हे त्यांच्या मनाला पटत नव्हतं. चांडलरांनी विश्वास ठेवावा असं सत्य फिस्कनं दर्शवलं असलं, तरी प्रत्यक्षात ते तसं असेल का? पण मग त्यांना दुसऱ्याही गोष्टींचा विचार करायला हवा होता. मायकेल फिस्कनं फोर्ट जॅक्सनला केलेले फोन कॉल्स आणि आता रूफस हार्म्सचं तुरुंगातून पलायन. 'या दोन गोष्टींचा काही संबंध असावा का?' फिस्क सारा इव्हान्सला संरक्षण देत होता हे उघड होतं पण...छेऽऽ. चांडलरांनी आपलं डोकं हलवलं. 'आता याचा झोपेतच विचार केला पाहिजे.' त्यांचा मेंदू काम करीनासा झाला होता.

त्यांनी उठण्याचा प्रयत्न केला आणि एकाएकी ते थांबले. दोन हातांनी त्यांच्या मानेला धरलं होतं. त्यांनी आपल्या हातांनी पाठमोऱ्या असलेल्या त्या व्यक्तीचे हात धरले. त्यांचे डोळे विस्फारले गेले. 'आपलं पिस्तूल...पिस्तूल कुठे आहे?'

"फार कामात आहेस की कामाचं सोंग करतोयस?"

ते एकदम शिथिल झाले आणि त्यांनी मान वर करून जुआनिताच्या चेहऱ्याकडे पाहिलं. तिच्या तोंडाभोवती हास्यरेषा उमटल्या होत्या. तिचा चेहरा नेहमी असा हसरा असे. जणू ती एखादा विनोद सांगते आहे किंवा ऐकते आहे. ते हास्य

पाहिल्यानंतर त्यांना नेहमीच प्रसन्न वाटे, भले त्यांनी कितीही खून झालेले मृतदेह पाहिले असोत.

त्यांनी आपल्या छातीवर हात ठेवला आणि म्हणाले, ''ए बयाबाई, पुन्हा असं चोरून येऊन तू मला पकडलंस नं, तर तुझ्या पंखासारख्या नाजूक हातांचा बंदोबस्त मला करावा लागेल हं!''

ती पुढे येऊन त्याच्या मांडीवर बसली. तिनं फक्त एक लांब पांढरा गाऊन घातला होता. त्यातून फक्त तिचे पाय तेवढे दिसत होते. ''चल, काहीतरी काय म्हणतोस? एवढा मजबूत गडी तू आणि तुला माझ्या नाजूक हातांचा विळखा समजू नये, अंऽऽ.''

त्यांनी त्यांचा हात तिच्या कमरेभोवती घातला. पहिल्या रात्री ती जितकी बारीक होती तशी ती आता तीन मुलं झाल्यानंतर राहिली नव्हती, पण त्यांची कंबर तरी तशी कुठं राहिली होती? ते दोघे सारखेच वाढले होते, असं त्यांना नेहमी म्हणावसं वाटे. जीवनात तोल फार महत्त्वाचा होता. एक व्यक्ती लठ्ठ आणि दुसरी हडकुळी असं झालं तर सत्यानाशच की!

जिवंत असलेल्यांपैकी फक्त जुआनिताच त्यांना चांगलं ओळखून होती. त्यांच्या सफल लग्नाचं फलित असावं ते. आपण अखेरच्या क्षणापर्यंत एकमेकांना साथ देऊ असा दोघांनाही एकमेकांबद्दल वाटणारा विश्वास हे त्याचं मूळ होतं. जुआनिताच शेवटपर्यंत त्यांना साथ देईल, अशातली होती याबद्दल त्यांना शंका नव्हती.

ते तिच्याकडे पाहून हसत म्हणाले, ''मी मजबूत गडी आहे हे मान्य आहे, पण आपण दोघंही संवेदनाक्षम आहोत, त्यामुळेच कोण कधी प्रहार करून जाईल याचा भरवसा वाटत नाही. सबंध आयुष्य गुन्ह्यांविरुद्ध लढण्यात गेल्यानंतर मला वाटतं परमेश्वर मलाही तुझ्यासारखेच पंखासारखे नाजूक हात देण्याचा विचार करत असेल. फक्त ते आकाराने मोठे असतील एवढंच. त्या परमेश्वराला सगळंच माहीत आहे. नाही का?''

त्यांनी तिच्या गालाचं चुंबन घेतलं आणि त्यांनी हातात हात गुंफून घेतले. मिनिटभरानं तिनं एक हात सोडवून घेऊन त्यांच्या विरळ होत चाललेल्या केसांवरून हात फिरवला. ते विनोदानं बोलत होते असं दिसत असलं, तरी तो विनोद ओढूनताणून आणलेला होता हे तिच्या लक्षात आल्याखेरीज राहिलं नव्हतं.

''बुफोर्ड, तुझ्या मनात काय चाललंय हे सांगून का टाकत नाहीस? म्हणजे मग आपण झोपायला जायला मोकळे. नाही का? आताच फार उशीर झालाय.''

तिच्या म्हणण्यावर चांडलर हसले, ''अरेच्या! माझ्या निर्विकार चेहऱ्याचं असं काय झालं बरं? माझ्या डोळ्यांवरून तुला मी गुन्हेगार वाटतो आणि तुझ्यापासून

काही लपवतोय असं वाटतं का?''

''तुझा चेहरा निर्विकार नाही. तेव्हा आता बोल काय ते.''

तिनं त्यांची मान खाजवली, तर त्यानं तिच्या लांब पायांना मसाज करत प्रतिसाद दिला.

''तुला मी एका तरुण माणसाबद्दल सांगितलं होतं. जॉन फिस्क, ज्याचा भाऊ सुप्रीम कोर्टात क्लार्क होता...तो. आठवतं?''

''मला चांगलं आठवतं आणि त्यानंतर दुसराही एक क्लार्क मेला म्हणे.''

''बरोबर. तर आज मी त्याच्या भावाच्या अपार्टमेन्टमध्ये गेलो होतो. काही पुरावा हाती लागतो का हे शोधण्याचा माझा प्रयत्न होता, तर ते काम चालू असतानाच एफ.बी.आय. एजंट मॅकेन्ना तिथं आले.''

''तेच ना की, ज्यांच्याबद्दल तू मला सांगितलं होतंस की, ते एखाद्या पिन काढलेल्या ग्रेनेडसारखे आहेत...त्यांचा कधीही स्फोट होऊ शकतो असं आणि...''

''हो. तेच ते''

''बरं, मग?''

''तर तिथं आम्हांला एक अशी इन्शुरन्स पॉलिसी सापडली ज्यामध्ये असं म्हटलंय की, जॉन फिस्कच्या भावाच्या मृत्यूनंतर पाच दशलक्ष डॉलर्स फिस्कला मिळावेत म्हणून.''

''पण त्यात काय झालं? ते एका कुटुंबातले होते ना? तुझा इन्शुरन्स काढला आहे का? तू मेलास तर मी श्रीमंत होईन. बरोबर?'' तिनं हळूच त्यांच्या डोक्यावर एक टप्पल मारली. ''आणि काढला नसलास, तर आता काढ. मला आयुष्यभर फक्त आश्वासन देत राहतोयस. त्यापेक्षा सोय केलीस, तर तुझ्यानंतर मी बऱ्या स्थितीत राहीन नं.''

असं म्हणून ती हसली आणि तेही. मग त्यांनी राहून गेलेली गोष्ट त्वरेने पूर्ण करावी तशागत एकमेकांना आलिंगन दिलं.

''पण फिस्कनं मला त्या पॉलिसीबद्दल कधीच सांगितलं नाही. म्हणजे त्याचं काय आहे की, खून करण्याचा तो अतिशय उत्तम हेतू आहे.''

''पण कदाचित त्याला त्या पॉलिसीबद्दल माहीतही नसेल.''

''शक्यता आहे.'' चांडलरांनी मान्य केलं. ''असो, पण मॅकेन्नांचं असं म्हणणं आहे की, जॉन फिस्कनं त्या पैशासांठी भावाचा खून केला आणि मग कोर्टाच्या त्या क्लार्क पोरीला धरून त्यानं त्याला मदत करायला लावली. तिनं ती केली कारण ती त्याच्या नादी लागली आहे. त्यानंतर साळसूदपणे मदत करायची आहे या बहाण्यानं तो मला चुकीच्या दिशेनं नेतो आहे. त्याच्या भावाच्या अपार्टमेन्टमध्ये कोणी शिरलं होतं ह्या गोष्टीबद्दलही तो खोटं बोलतोय. मॅकेन्नांनी हे सगळं असं

मांडलं की, ते पटण्यासारखं वाटतं, हे मलाही मान्य करावं लागतंय. निदान वरवर तरी.''

''म्हणजे जॉन त्याच्या भावाच्या अपार्टमेन्टमध्ये गेला होता?''

''हो. त्याच्यावर तिथे कोणीतरी हल्ला केला आणि तो पळून गेला असं जॉनचं म्हणणं आहे. त्यानं तिथून काहीतरी चोरलं असावं किंवा खुनाशी संबंधित असं काही नेलं असावं.''

''बरं! तर जॉन त्याच्या भावाच्या अपार्टमेन्टवर गेला होता आणि घरात शिरलेल्या कुणी त्याच्यावर हल्ला करून पळून गेलं, ही बनावट कहाणी त्यानं रचली, हे खरं समजू या. त्याला इन्शुरन्स पॉलिसीबद्दल माहीत होतं. अशा वेळी त्यानं भावाच्या अपार्टमेन्टचा शोध घेऊन ती पॉलीसी शोधून काढून बरोबर नेली कशी नाही? तुम्हांला त्याचा संशय यावा म्हणून तुम्हांला ती सापडावी अशा हेतूनं ती तिथेच सोडून कशी दिली?''

चांडलरांनी तिच्याकडे विस्फारल्या डोळ्यांनी पाहिलं.

''बुफोर्ड, असं काय पाहतोस? तू ठीक आहेस ना?''

''प्रिये, मला वाटलं होतं की, या घरात मी एकटाच डिटेक्टिव्ह आहे. च्यायला, हे माझ्या लक्षात कसं नाही आलं?''

''कारण तुझ्यावर कामाचा फार बोजा आहे आणि केलेल्या कामाचं कौतुक नाही म्हणून.'' ती उठली आणि तिनं आपला हात त्यांच्या पुढे केला. ''पण तू आता लगेच वर आलास, तर मी तुला कौतुकाचा स्पेशल नमुना दाखवीन. मात्र आपली 'कामाची संवेदना' वगैरे खाली सोड आणि फक्त आपले 'कामाचे अवयव' तेवढे वर घेऊन ये.'' असं म्हणून ती खळखळून हसली. नंतर तिनं त्यांच्याकडे जड झालेल्या पापण्यांनी पाहिलं, पण त्यात झोप नव्हती हे त्यांनी लगेचच ओळखलं.

ते झटकन उठले. तिचा हात त्यांनी हातात घेतला आणि ते दोघंही वर जाण्यासाठी पायऱ्या चढू लागले.

सत्तेचाळीस

रस्त्यावरून जीप पुढे जात असताना मागे टाकत असलेल्या प्रत्येक गाडीकडे आणि त्यामधल्या प्रवाशांकडे ट्रेमेन लक्ष देत होता.

''च्यायला, काय गांडू नशीब!'' रेफिल्ड स्वत:शीच जळफळत म्हणाला, ''त्यांना चुकवून आपल्याला काही फार मिनिटं झाली नसतील.''

ट्रेमेननं त्याच्या म्हणण्याकडे दुर्लक्ष केलं. त्याच्या समोरच्या कारकडे त्याचं लक्ष लागलं होतं. कार पुढे जाताना त्यानं त्या गाडीत लागलेला दिवा पाहिला. त्या प्रकाशात त्याला ड्रायव्हर आणि प्रवासी दिसले होते. प्रवासी नकाशाची घडी उलगडत होता, हे त्यानं स्पष्ट पाहिलं. त्यानं वेग कमी केला. आता त्याची जीप आणि ती कार समांतर धावत होत्या. कारच्या आतल्या भागात त्यानं जरा कुतूहलानं पाहिलं कारण छताचा लाइट जरा वैशिष्ट्यपूर्ण असा होता. तेवढ्यात नकाशा पाहून झाल्यानं प्रवाशानं लाइट घालवला. त्यासरशी ट्रेमेनची ट्यूब एकदम पेटली आणि त्यानं जोरात ब्रेक मारला. त्यांची जीप त्यामुळे डावीकडे वळून रस्त्याचा मधला दुभाजक पार करून पुढे थांबली. ट्रेमेननं ती उलट वळवून परतीच्या दिशेनं सुरू केली.

रेफिल्ड भांबावला होता. हे काय चाललं होतं हेच त्याला कळेना. त्यानं ट्रेमेनच्या खांद्यावर जोरात हात दाबला. ''अरे, तुला झालंय काय? काय करतो आहेस?''

''त्यांनी आपल्याला बनवलं. तो पोरगा आणि ती पोरगी. त्यांची सगळी कहाणी बोगस होती.''

''हे तू कसं म्हणतोस?''

"बाथरूममधला लाइट." त्यानं उत्तर दिलं.

"बाथरूममधला लाइट? त्याचं काय?"

"तो लावलेला नव्हता. ती हडळ तिथं होती. काळोखात. त्या कारमधला वरचा दिवा लागला आणि तो बंद झाला तेव्हा माझ्या लक्षात आलं ते. ती बाथरूममध्ये असताना दाराच्या खालच्या फटीतून प्रकाश बाहेर येत नव्हता. तिनं दार उघडलं तेव्हा तिनं लाइट बंद करण्याचं बटन दाबण्याचा प्रश्नच नव्हता कारण बाथरूम पहिल्यापासून काळोखातच होती. ती बाथरूममध्ये बसली नव्हती. उभी होती. विचार कर...का?"

रेफिल्डचा चेहरा उतरला, "कारण रूफस आणि त्याचा भाऊ जोश हेसुद्धा तिथंच होते." तो म्हणाला. रस्त्याकडे पाहत असताना त्याच्या मनात दुसरा विचार आला. "तो पोरगा म्हणाला की, त्याचं नाव जॉन मायकेल्स आहे. तो जॉन फिस्क तर नसेल?"

"आणि ती पोरगी म्हणजे सारा इव्हान्स असावी. मी त्यांचाच विचार करतो आहे. मला वाटतं तू फोन करून इतरांना कळवावं." रेफिल्डनं हातात मोबाइल घेतला.

"आता हार्म्स बंधूंना पकडणं कठीण दिसतंय."

"नाही. आपण पकडू."

"च्यायला, कसे पकडू शकणार आपण?"

ट्रेमेननं आपलं तीस वर्षांचं आर्मी शिक्षण डोळ्यासमोर आणलं. "दुसरी बाजू कसा विचार करत असेल? विशेषत: अशा प्रसंगी? फिस्क म्हणाला की, 'ते एका कारमध्ये बसून पळाले.' कारच्या विरुद्ध म्हणजे ट्रक असण्याची शक्यता. तो म्हणाला की, 'ती जुनी कार होती' म्हणजे तो नवा ट्रक होता. तो म्हणाला ते उत्तरेकडे गेले याचा अर्थ ते दक्षिणेकडे गेले म्हणजे आता आपण जातो आहोत तीच दिशा बरोबर. जेमतेम पाच-सात मिनिटं झाली आहेत. आपण कारनं त्यांच्या ट्रकला गाठू शकतो. गाठूच."

"तुझं म्हणणं बरोबर ठरो अशी माझी देवाकडे प्रार्थना! ते रायडरच्या ऑफिसमध्ये होते त्याचा अर्थ..." त्यानं मध्येच वाक्य तोडलं आणि खिडकीबाहेर पाहिलं.

ट्रेमेननं त्याच्याकडे पाहिलं आणि म्हणाला, "हार्म्स बंधू पलायन करत नाहीत. त्याचा अर्थ रायडरकडे ते कशाचातरी शोध घेत होते आणि ही नक्कीच चांगली बातमी नाही आपल्यासाठी." त्यानं रेफिल्डच्या मोबाइलकडे पाहिलं. "फोन कर. आपण हार्म्स बंधूंची काळजी घेऊ. त्यांना फिस्क आणि त्या पोरीकडे, सारा इव्हान्सकडे लक्ष द्यायला लागेल."

या केसचं महत्त्व लक्षात घेता एफ.बी.आय.नं गल्लीत सापडलेल्या त्या गोळीची तपासणी आपल्या लॅबोरेटरीत करण्यास परवानगी दिली. मायकेल फिस्कच्या

मेंदूच्या ठेवलेल्या पेशींशी तुलना करता ती गोळी त्याच्याच मेंदूतून पार पडली असा निष्कर्ष काढता येत होता. कायदा आणि सुव्यवस्था राखणाऱ्या सुरक्षा अधिकाऱ्यांना देण्यात येणाऱ्या विशेष नऊ एम.एम. पिस्तुलातून ती गोळी झाडली गेली होती, असंही सिद्ध होत होतं.

ही माहिती कळताच आपल्या हुवर बिल्डिंगमधल्या कॉम्प्युटर टर्मिनलवर बसून एजंट मॅकेन्नांनी व्हर्जिनिया राज्य पोलिसांशी अति महत्त्वाची बाब असं म्हणून संपर्क साधला. काही मिनिटांतच त्यांना उत्तर मिळालं. जॉन फिस्ककडे नऊ एम.एम. चं सिग सॉवर पिस्तूल होतं आणि ते त्याच्या नावानं तो पोलिसात असल्यापासून रजिस्टर केलेलं होतं. तो ते नेहमी बाळगत असे. आणखी काही मिनिटांतच ते आपल्या कारमध्ये बसले आणि दोन तासांनंतर इंटरस्टेट ९५ रस्त्यावरून वळून रिचमंडकडे जाणाऱ्या रस्त्याला लागले. खडबडीत जुन्या रस्त्यांवरून त्यांची कार उसळत चालली होती. रिचमंडच्या जुन्या स्टेशनजवळ एकान्त जागी त्यांनी आपली गाडी पार्क केली.

दहाव्या मिनिटाला ते जॉन फिस्कच्या ऑफिसमध्ये शिरले. त्या बिल्डिंगचं आणि त्याच्या ऑफिसचं कुलूप उघडणं त्यांच्या हातचा मळ होता. छोटा टॉर्च काढून त्यांनी त्या काळोख पसरलेल्या जागेची वरवर पाहणी केली. मग त्यांनी निर्णय घेऊन फिस्कच्या अपार्टमेंटऐवजी सुरुवातीला त्याच्या ऑफिसची व्यवस्थित तपासणी करण्याचं ठरवलं. त्यांनी सुरुवात केली आणि दोन मिनिटांच्या आतच त्यांना ते सापडलं. ते नऊ एम. एम.चं पिस्तूल तुलनेनं हलकं आणि आटोपशीर आकाराचं होतं. हातात मोजे घालून त्यांनी ते उचलून एका हाताच्या तळव्यावर ठेवलं आणि त्याचं थोडा वेळ निरीक्षण केलं. त्यानंतर त्यांनी ते खिशात घातलं.

मग त्यांनी टॉर्चचा प्रकाश ऑफिसच्या इतर भागावरून फिरवला. त्यांत त्यांच्या नजरेला असं काहीतरी दिसलं की, जवळ जाऊन पाहण्याशिवाय पर्याय नव्हता. ते त्या बुककेसजवळ गेले. तिथे ठेवलेली एक फोटो फ्रेम त्यांनी उचलली. फ्लॅशलाइटचा प्रकाश काचेवर पडून चमकत असल्याने फोटो नीट दिसत नव्हता. त्यांनी फ्रेम उचलून खिडकीजवळ नेली आणि चंद्रप्रकाशात पाहिली.

इतर कोणत्याही भावंडाप्रमाणे बाजूला उभ्या असलेल्या फिस्क बंधूंचा तो फोटो होता. आपल्या भावापेक्षा मायेकल फिस्क उंच आणि दिसायला चांगला होता, मात्र जॉन फिस्कच्या डोळ्यातलं तेज गहिरं वाटत होतं. जॉननं पोलिसाचा युनिफॉर्म चढवलेला होता त्यावरून हा फोटो थोड्या वर्षांपूर्वीच काढलेला होता हे मॅकेन्नांना कळलं. या युनिफॉर्ममध्ये त्यानं बरंच आयुष्य समजून घेतलं असावं असं दिसत होतं.

त्यांनी तो फोटो जागेवर ठेवला आणि ऑफिस सोडलं. आणखी पाच

मिनिटांनी त्या एफ.बी.आय. एजंटची गाडी पुन्हा उत्तरेला लागली होती. दोन तासांनंतर ते व्हर्जिनियाच्या उपनगरातल्या आपल्या चांगल्या प्रकारे सजवलेल्या घरात शिरले. थोड्याच वेळात ते बीअरचा घुटका आणि सिगारेटचा झुरका आळीपाळीनं घेत आपल्या स्टडीरूममध्ये आरामात बसले. फिस्कच्या ऑफिसमधून घेतलेलं पिस्तूल त्यांनी न्याहाळलं. ते चांगल्या दर्जाचं हत्यार उत्तम प्रकारे ठेवलेलं होतं. फिस्कची हत्यारातली निवड उत्तम होती यात शंकाच नव्हती. पोलीस असताना स्वत:ला वाचवण्यासाठी त्याला याच हत्यारावर अवलंबून राहावं लागत असणार होतं. फार वर्षांपूर्वी पोलिसांना क्वचितच हत्याराचा उपयोग करण्याची वेळ येई, पण आता दिवस बदलले होते.

फिस्कनं या पिस्तुलानं हत्या केली होती, हे मॅकेन्ना जाणून होते. त्यातल्या गोळीनं एकाचं आयुष्य हिरावून घेतलं होतं. मॅकेन्ना या प्रवासाची गुंतागुंत समजून होते. गोळी लागल्यानंतर माणूस धडपडून काही पावलं मागे सरला, असं फक्त सिनेमात असतं. प्रत्यक्षात नाही. इथं तुम्ही ज्याला जिथं मारता तिथंच तो पडतो. तिथंच त्याचा ढिगारा होतो; पॅन्टमध्ये मुतलेल्या अवस्थेत. जमिनीत जोरात घुसून पडलेल्या अवस्थेत; एक शब्दही न बोलता. नंतर जाणवतो फक्त धातूच्या नळीचा गरमपणा आणि मळमळायला लावणारा उडालेल्या दारूचा वास. मॅकेन्ना यांनीही माणसाला मारलं होतं. ती अतिशय जलद घडलेली प्रतिक्षिप्त क्रिया होती. त्याचे डोळे बाहेर आलेले आणि शरीर वाकल्याचं त्यांनी पाहिलं होतं. नंतर जिथून त्यांनी गोळी झाडली होती त्या जागेकडे मॅकेन्ना गेले होते. ते जिथं उभे होते त्या भिंतीच्या दोन्ही बाजूंना गोळ्यांनी पडलेली छिद्र त्यांनी पाहिली होती. मेलेल्या माणसानं दोन गोळ्या झाडल्या होत्या, पण त्या त्यांच्या दोन्ही अंगांनी गेल्या होत्या आणि आश्चर्यकारकरीत्या ते वाचले होते. मॅकेन्नांना नंतर कळलं होतं की, त्या माणसात दृष्टिदोष होता आणि त्यामुळे त्याचा नेम चुकला होता. त्याचं एक बुबूळ अस्थिर होतं. त्यानंतर मॅकेन्ना त्यांच्या बायकोला आणि मुलांना भेटायला गेले होते. घरी परतताना त्यांनी आपली पॅन्ट खराब केली होती.

त्यांनी पिस्तूल खाली ठेवलं आणि आपले विचार दुसरीकडे वळवले. क्लार्क्स ऑफिसमध्ये त्यांनी आपले खबरे पेरून ठेवले होते, त्याचा फायदा झाला होता. उद्या फिस्क आणि सारा इव्हान्स या दोघांनाही काही अवघड प्रश्नांना तोंड द्यावं लागणार होतं. ते पहिले चांडलरना कह्यात घेणार होते आणि त्यांच्यासमोर वस्तुस्थिती ठेवणार होते. त्यानंतर त्या उत्सुक आणि कर्तव्यतत्पर डिटेक्टिव्हला ते त्याचं कर्तव्य बजवायला पूर्ण मुभा देणार होते. मॅकेन्ना उठले आणि आपल्या खोलीतच इकडेतिकडे पाहत येरझारा घालू लागले. तिथल्या भिंतीवर अनेक मान्यवरांसमवेत असलेले त्यांचे फोटो फ्रेम करून लावलेले होते. एका भिंतीलगतच्या

टेबलावर आपल्या हुशारी आणि धाडसानं त्यांनी एफ.बी.आय. एजंट म्हणून मिळवलेली अनेक पदकं, स्मृतिचिन्ह आणि पारितोषिकं व्यवस्थित मांडली होती. कायद्याच्या अंमलबजावणीसाठी त्यांनी अनेक वर्षं उत्तम कामगिरी केली होती, पण एका लज्जास्पद प्रकरणामुळे त्याचं मोल नव्हतं. खूप वर्षांपूर्वी घडलेली ती घटना होती, पण त्यामुळेच त्यांना जॉन फिस्कला गुन्ह्यामध्ये अडकवणं भाग होतं.

त्यांनी सिगारेट विझवली आणि घरातच इकडेतिकडे फिरण्यास सुरुवात केली. त्यांची बायको झोपायला जाऊन बराच वेळ झाला होता. त्यांची दोन्ही मुलं मोठी होऊन आपापल्या मार्गाला लागली होती. आर्थिकदृष्ट्या ते ठाकठीक होते कारण एफ.बी.आय. एजंट्सना भरपूर कमावण्याची संधी तेव्हाच असे जेव्हा त्यांचा बिल्ला काढून घेतला जाण्याची तयारी असे. त्यामुळे त्यांनी पगाराव्यतिरिक्त फार पैसे कमावले नसले, तरी त्यांच्या बायकोनं पैसे कमावलेले असल्याने त्यांचं घर प्रशस्त आणि उत्तम सजवलेलं होतं. त्यांची बायको वॉशिंग्टन डी.सी.मध्ये एका वकिली फर्मची भागीदार होती. त्यांनी आयुष्यभरातली उल्लेखनीय कामगिरी फोटोंच्या रूपाने कायम करून ठेवली होतीच, फक्त आता त्यावर डाग लागू नये एवढीच काळजी घेण्याची आवश्यकता होती. प्रायश्चित्त घेणं ही आयुष्यभराची जबाबदारी होती.

विमानानं जमिनीवर चाकं टेकवली आणि हळूहळू कमी वेग होत ते थांबलं. व्यापारी विमानं किंवा काही खाजगी विमानं यांना रात्री दहानंतर नॅशनल एअरपोर्टवर उतरण्याची अनुमती नव्हती. कारण आवाज, प्रदूषण याचं बंधन होतं; पण फिस्क आणि सारा यांना घेऊन येणाऱ्या छोट्याशा विमानांसारख्या विमानांना मात्र तसं बंधन नव्हतं. त्यामुळे ते आरामात तिथं उतरलं.

पाच मिनिटांनंतर फिस्क आणि सारा नॅशनल एअरपोर्टच्या पार्किंग गॅरेजकडे निघाले.

''आपण एवढं विमान करून तिथे गेलो, जवळजवळ मृत्यूशीच सामना केला आणि रिकाम्या हातानं परत आलो.'' सारा म्हणाली. ''ही सगळी माझी हुशारी वाहऽऽ''

''इथेच तू चुकतेस.'' फिस्क म्हणाला.

ते आपल्या कारकडे गेले आणि आत बसले. ''मग आपल्याला नेमकं काय मिळालं? सांग बरं!!''

''काही गोष्टी. एक आपण रूफस हार्म्सला समक्ष पाहिलं. मला वाटतं, तो खरं बोलत असावा. ते खरं काहीही असलं तरी.''

''हे तू खात्रीनं सांगू शकणार नाहीस.''

"सारा, त्याला देशातून बाहेर पळण्याची संधी असताना तो रायडरच्या ऑफिसमध्ये का आला? तो ते अपील घ्यायला आला, जे त्यानं लिहिलं होतं. त्यानं लिहिलेलं खरं होतं या विश्वासामुळेच तो आला. नाहीतर कशाला आला असता एवढी जोखीम घेऊन?"

"मला माहीत नाही," सारानं मान्य केलं. "पण ते त्याचं अपील होतं त्याला पुन्हा लिहिण्यात काय अडचण होती?"

"त्या अपिलासोबत रायडरनं स्वत:चं पत्र दिलं होतं, जे तू माझ्या भावाच्या ब्रीफकेसमध्ये पाहिलं होतं. आता रायडर मेल्यामुळे त्या पत्राची नक्कल रूफस करू शकत नव्हता. त्याला आर्मीकडून एक पत्र मिळालं होतं असं त्यानं सांगितलं होतं, ते पत्रही त्याला हवं असणार आणि त्या दोन्हीच्या नकला मिळवण्यासाठीच तो आला असणार."

"हे जास्त बरोबर वाटतं."

"ती आर्मीची माणसं रक्ताला चटावलेली माणसं होती. ते तिथं रूफस हार्म्ससाठी आले नव्हते, तर ते रायडरच्या ऑफिसची तपासणी करण्यासाठी आले होते."

"हे तू कशावरून म्हणू शकतोस?"

"त्यांनी आपल्याला आपण रूफससारख्या एखाद्या माणसाला पाहिलं का असं विचारलंही नाही. मला ते सांगावं लागलं. दुसरं म्हणजे ते अधिकृतरीत्या त्याचं काम करत नव्हते. मध्यरात्री मशीनगन घेऊन आणि तेही युनिफॉर्ममध्ये नसताना असं मिलिटरीत करत नाहीत. ते मिलिटरी पोलीसही नव्हते. त्यांच्या एकूण वागण्याच्या पद्धतीवरून आणि वयावरून ते वरिष्ठ पदावरचे अधिकारी होते हे नक्की."

"तुझं म्हणणं बरोबर वाटतं."

"त्यामुळे मला वाटतं की, त्या अपीलमध्ये जे काही लिहिलेलं आहे त्या गोष्टीचा आणि त्यांचा वैयक्तिक संबंध असावा."

"पण ते कोण आहेत हे आपल्याला माहीत नाही."

"माहीत आहे. ते कोण आहेत ते आपल्याला माहीत आहे. रूफसनं रायडरच्या ऑफिसमध्ये त्यांची नावं घेतली होती. ट्रेमेन व्हिक ट्रेमेन आणि दुसऱ्याचं नावं... रेफिल्ड. ते आर्मीतले आहेत म्हणजे त्यांचा फोर्ट जॅक्सन तुरुंगाशी संबंध असावा. रूफस म्हणाला की, त्यांनी मागे त्याला काहीतरी केलं. म्हणजे बहुतेक तो मेढेकोटात असताना."

"जॉन, त्यांनी कशाही प्रकारे त्याला त्या लहान मुलीला मारायला प्रवृत्त केलं असलं किंवा एखाद्या कारणावरून तसा हुकूम जरी दिला असला, तरी त्यांच्यावर

फारतर गुन्ह्याचे साथीदार म्हणून खटला टाकता येईल, पण तोही इतक्या वर्षांनंतर? हेच जर हार्म्सला सांगायचं असेल, तर त्याच्याकडे विशेष सांगण्यासारखं असं काही नाही हा त्याचा अर्थ आणि तुला ते चांगलं माहीत आहे.''

''पण प्रत्यक्षात मागे काय घडलं ते आपल्याला माहीत नाही आणि हाच मोठा प्रश्न आहे. ज्या रात्री ती मुलगी मारली गेली त्या दिवशी किंवा त्या वेळी त्याला मेढेकोटात कोणी भेटायला गेलं असेल, तर त्याचं रेकॉर्ड मिलिटरीत असायला हवं.''

''आता इतक्या वर्षांनंतर? पंचवीस वर्षांनंतर?'' साराला आशा वाटत नव्हती.

''आणि आर्मीकडून आलेलं ते पत्र? हार्म्सनं ज्याचा उल्लेख केला ते. ज्याला कोर्टमार्शल करून तुरुंगात टाकलं अशा माणसाला आर्मीनं पत्र का पाठवावं?''

''त्या पत्रामुळेच सर्व भानगड झाली असं तुला वाटतं का?''

''त्या पत्रात अशी काही माहिती असावी की, जी त्यापूर्वी हार्म्सला माहीत नसावी. ती काय असावी हे कळत नाही किंवा त्याला ती आधी का कळू शकली नाही याचाही अंदाज बांधता येत नाही.''

''एक मिनिट! ट्रेमेन आणि रेफिल्ड फोर्ट जॅक्सनमधले असतील, तर त्यांनी ते पत्र रूफसपर्यंत पोहोचू कसं दिलं? कैद्यांची पत्रं पाहिली गेल्यानंतरच दिली जातात ना?''

फिस्कनं क्षणभर विचार केला, ''कदाचित निसटलं असावं.''

''किंवा कदाचित ते तुरुंगातही आलं नसेल. जोश हार्म्सला त्याबद्दल सगळं माहीत आहे. कदाचित त्याला ते मिळालं असावं. दोन अधिक दोन चारच होतात. त्याचा स्पष्ट अर्थ त्यानंच रूफसला सांगितला असेल, हीपण शक्यता आहेच.''

''मग रूफसनं हार्ट ॲटॅकचं ढोंग करून हॉस्पिटलमध्ये स्वत:ला दाखल करवून घेतलं असेल आणि मग जोशनं तिथून त्याची सुटका केली असेल.''

''हे बरोबर जुळतं.''

''त्या दिवशी फोर्ट जॅक्सनला काय घडलं ते कळावं असं मला तीव्रतेनं वाटतं. माइक त्याला तुरुंगात भेटला होता हे दोघांनीही मान्य केलं आहे.''

''मग आपण तुरुंगात फोन करून किंवा प्रत्यक्ष जाऊन का विचारू नये? म्हणजे आपल्याला नक्की कळेल की मायकेल तिथं खरंच भेटला होता की नाही ते.''

फिस्कनं आपली मान हलवली. ती दोन मिलिटरी माणसं तिथली असतील, तर त्यांनी एव्हाना सर्व काळजी घेतली असणार. मायकेलला कोणी पाहिलं असेल, तर त्याची बदलीही केली असणार. ते काही पुरावा ठेवणार नाहीत. आपण चांडलर यांच्याबरोबर जाऊ शकत नाही. कारण काय सांगणार त्यांना? पळालेल्या कैद्याला

दोन आर्मी अधिकारी शोधत होते...तर त्यात काय?

"ट्रेमेन आणि रेफिल्ड जर तुरुंगातच काम करत असतील, तर मायकेलनं सिंहाच्या गुहेत प्रवेश केला असंच म्हणावं लागेल. तुम्हा दोघा भावांचा फारसा संबंध नव्हता हे मान्य करूनही मायकेलनं मदतीसाठी तुला फोन का केला नाही याचं मला आश्चर्य वाटतं. त्यानं केला असता, तर तो आता कदाचित जिवंतही राहिला असता."

तिच्या शब्दांनी फिस्क थिजलाच. त्यानं डोळे बंद करून घेतले.

साराच्या कॉटेजमध्ये पोहोचल्याबरोबर फिस्क सरळ फ्रीजकडे गेला. त्यातली एक बीअर काढली आणि त्याचं झाकण उघडत त्यानं साराला विचारलं, "तुझ्याकडे काही सिगारेट्स आहेत?"

तिनं भुवया उंचावून त्याच्याकडे पाहिलं आणि म्हणाली, "तू सिगारेट ओढतोस असं मला वाटलं नव्हतं."

"बऱ्याच वर्षांपासून ओढत नाही, पण आज आता गरज वाटते."

"तुझं नशीब चांगलं दिसतंय." तिनं खुर्ची ओढली आणि ती किचनमधल्या ओट्याजवळ घेतली. त्यावर चढून हात वर करून ओट्यालगतच्या लाकडी कपाटावर ती शोधू लागली. "माझ्या असं लक्षात आलं आहे की, माझी तलफ भागवण्याचं साधन मी जितकं अडचणीच्या जागी ठेवेन तितकी माझी इच्छा कमी होते. कारण मी फार आळसट आहे." बोटांनी चाचपता चाचपता ती म्हणाली. तिच्या हाती काही लागेना तेव्हा तिनं आपल्या पायाच्या टाचा आणखी वर केल्या.

"सारा पडशील. थांब. तू उतर, मी काढतो."

"सापडलं जॉन." असं म्हणून तिनं आपलं शरीर आणखी ताणून सिगारेटचं पाकीट हातात पकडलं. ती तसं करत असताना फिस्कचं लक्ष तिच्या बाकदार देहाकडे आणि तिच्या उघड्या मांड्याकडे गेलं. खाली उतरता उतरता तिचा तोल जाऊ लागला तसं त्यानं तिची कंबर दोन्ही हातांनी धरून तिला स्थिर केलं. तिच्या उजव्या मांडीच्या मागच्या बाजूला एक त्रिकोणी जन्मखूण होती. गर्द लालसर रंगाची. त्याची नजर तिच्या पायांवर गेली. तिची पावलं छोटी, निमुळती आणि स्वच्छ होती. त्यांना भेगा पडलेल्या नव्हत्या. ती स्थिर झाली तसे त्यानं हात तिच्या नितंबावरून ओघळतच खाली आणले आणि सोडले. प्रत्येक कृतीच्या वेळी त्याच्या शरीरातून गरम प्रवाह वाहत असल्याची जाणीव त्याला होत होती. त्यानं तिला खाली उतरायला मदत केली.

"कॅमल्स. चालेल ना?" ती पाकीट पुढे करत म्हणाली.

"त्याची एक बाजू पेटवता येते ना. बस्स! तर मग कोणतीही चालेल."

त्यानं एक सिगारेट काढली आणि मग तिच्याकडे पाहिलं. "तुला नको? तू एवढे परिश्रम केलेस, तर त्याचं सार्थक व्हायला नको का?" तिनं मान डोलावली. त्यानं एक सिगारेट काढून तिला दिली. दोघांनीही सिगारेट पेटवायला काही क्षण घेतले. सारा बीअर घेऊन आली आणि मग ते दोघेही नदीवरच्या तिच्या छोट्या डेकवर गेले.

"तू घराची निवड उत्तम केलीस." त्यानं मत मांडलं.

"मी हे पाहिलं आणि त्याच वेळी मी या घरात नेहमी राहते आहे असं मला वाटलं." तिनं पाय जवळ घेतले. डेकच्या कठड्यावर हात ठेवून आपल्या सिगारेटची राख झाडली. वाऱ्यानं उडणाऱ्या राखेकडे ती पाहत राहिली. मग मान वर करून बीअरचा मोठा घुटका घेतला.

"तू फार भावनावश होणारी आहेस."

तिनं आपली बीअर खाली ठेवली आणि त्याच्या चेहऱ्याकडे लक्षपूर्वक पाहिलं. मग त्याच्या नजरेला नजर देऊन तिनं विचारलं, "तुला असं कशाबद्दल कधीही वाटलं नाही का?"

त्यानं क्षणकाल विचार केला अन् म्हणाला, "खरं सांगायचं तर नाही. बरं, पण तुझं आता पुढे काय? नवरा, मुलं? की आपलं स्वत:चं करिअर?" त्यानं विचारलं आणि एक झुरका घेऊन तिच्या उत्तराची वाट पाहू लागला.

तिनं बीअरचा आणखी एक घुटका घेतला आणि दूर अंतरावर असणाऱ्या वुड्रो विल्सन पुलावरून जाणाऱ्या कारच्या मागच्या लाल दिव्यांकडे ती पाहत राहिली; कार पार दिसेनाशी होईपर्यंत. मग अचानक उठून उभी राहिली. "नौका विहार करायचा का?"

त्यानं तिच्याकडे आश्चर्यानं पाहिलं. "त्यासाठी खूपच उशीर झाला असं नाही वाटत?"

"आपल्या मागच्या बोट ट्रीपपेक्षा नाही. माझ्याकडे परमिट आहे आणि बोटीचे लाइट्ससुद्धा. आपण रमतगमत एक चक्कर मारून परत फिरू." असं म्हणून तो काही बोलण्यापूर्वीच ती कॉटेजमध्ये शिरून नाहीशी झाली. दोन मिनिटांतच ती परत आली. तिनं जीनची अर्धी पॅन्ट, त्याला शोभेलसा टॉप आणि डेक शूज घातले होते. तिने केस मागे गाठ मारून बांधले होते.

फिस्कनं स्वत:च्या शर्ट-पॅन्टकडे पाहिलं आणि म्हणाला, "मी माझा सेलर्स सूट आणला नाही."

"काही बिघडत नाही. नाहीतरी 'नाविक' तू असणार नाही आहेस, तर मी असणार आहे." तिनं सोबत आणखी दोन बीअर्स आणल्या होत्या. ते डॉकवरून खाली गेले. हवा फार दमट होती आणि त्यामुळे साराला बोट काढण्यासाठी मदत

करताना तो घामाघूम झाला. बोटीच्या कठड्यावर उभं राहून शीड, डोलकाठ्या आणि दोरखंडानं सुसज्ज करताना तो एकदा जवळजवळ कोसळलाच होता. सारा खळखळून हसत म्हणाली, "तू जर नदीत पडला असतास ना, तर आपल्याला वल्हवताना चंद्र प्रकाशाची गरज भासली नसती. तुझाच प्रकाश पडला असता ना!"

पाणी संथ होतं. किनाऱ्यावरून वारेही वाहत नव्हते. सारानं वल्हवण्यास मदत करणारं साहाय्यकारी इंजीन सुरू केलं. ते नदीच्या मध्यापर्यंत पोहोचले अन् मग शिडात वारा शिरला. त्यानंतर तासभर पाण्यावर ते दीर्घ वर्तुळाकार फेऱ्या मारत राहिले. चंद्राचा चांगला प्रकाश होता. नदीत आणखी दुसरी कुठलीही बोट दिसत नव्हती. त्यामुळे निवान्त वाटत होतं. फिस्क मध्येच सुकाणूवर बसला. सुकाणूचा दांडा कशा तऱ्हेनं चालवायचा हे त्याला नीट येईपर्यंत सारा समजावत राहिली. वाऱ्याच्या दिशेप्रमाणे शिडाची उभारणी करण्याचा ते प्रयत्न करीत तेव्हा फडफडून शीड पडत असे. त्या वेळी फिस्क स्वत:ला बचावण्याचा प्रयत्न करी, तर सारा लगेच सावरून पुन्हा शीड नीट उभारलं जाऊन कापडात वारं भरलं जाईल याची व्यवस्था करी आणि मग बोट व्यवस्थित मार्गक्रमण करी.

ती त्याच्याकडे पाहून हसून म्हणाली, "न दिसणाऱ्या आणि तरीही सामर्थ्यवान अशा गोष्टींवर ताबा मिळवून त्यांना आपल्या मनाप्रमाणे आज्ञा देणं, हे मोठं जादुई वाटतं नाही?" ती ते लहान मुलीगत इतक्या आश्चर्यानं म्हणाली की फिस्कला हसावंच लागलं. त्यांनी बीअर घेतली. सिगारेट पेटवली. सध्याच्या विषयाशी संबंध नसलेल्या अनेक इतर विषयांवर ते सहज बोलले आणि त्यामुळे थोड्याच वेळात त्यांना तणावमुक्त झाल्यासारखं वाटलं.

"तू छान हसतोस!" सारा म्हणाली, "खरं म्हणजे तू त्याचा नेहमी उपयोग करायला हवास."

ते परत फिरेपर्यंत शीड ताठ राहावं म्हणून बांधलेली तळकाठी धरून ठेवण्यामुळे फिस्कच्या अंगठ्याला आतून फोड आल्यागत झालं होतं.

त्यांनी बोट धक्क्याला लावली. शीड गुंडाळलं. सारा आत कॉटेजमध्ये गेली आणि आणखी बीअर घेऊन आली. सोबत खायला म्हणून तिनं चिप्स वगैरेही आणलं होतं. "माझ्या पाहुण्याला मी काही खाऊपिऊ घातलं नाही, असं कुणी म्हणायला नको." हसत हसत ती म्हणाली.

ते बोटीवरच बसले, प्यायले आणि खाल्लं. मध्यरात्र होत आली तसे थंड वारे वाहायला लागले. एकाएकी वातावरण बदललं. काळे ढग जमा झाले. मधूनच विजा चमकायला लागल्या. सारा थरथरली तसं फिस्कनं आपल्या हाताचा विळखा तिच्याभोवती घातला. तीही त्याला बिलगली. पावसाचे थेंब पडायला सुरुवात

झाल्याबरोबर ती बाजूला झाली. फिस्कच्या मदतीनं तिनं उघड्या बोटीला कव्हर घातलं.

"आपण आता आत जाणं चांगलं." ती म्हणाली.

ते कॉटेजच्या दिशेनं निघाले. पाऊस जोरात पडायला लागला, तसं त्यांना तिथपर्यंत धावतच जावं लागलं.

"उद्याचा दिवस लांबलचक असणार आहे." किचनमधल्या घड्याळाकडे पाहत आणि पेपर टॉवेलनं आपले ओले केस टिपत ती म्हणाली.

"आणि रात्री झोप न झाल्यामुळे ते विशेष जाणवणार आहे." जांभई देत फिस्क म्हणाला. लाइट बंद करून ते जिना चढले.

फिस्कला गुडनाइट म्हणून सारा आपल्या बेडरूममध्ये शिरली. तिनं खोलीत शिरताच खिडकी उघडली आणि वारा आत येऊ दिला. दारातून फिस्क तिच्याकडे पाहत होता. आकाशात कडाडून वीज चमकली. तिचा आवाज कानठळ्या बसवणारा होता. केवढी ताकद! फिस्क विचार करत होता. कॉरिडॉरमधून तो आपल्या बेडरूमकडे गेला आणि त्यानं कपडे काढले. पलंगावर तो नुसत्या अंडरवेअर आणि शर्टनिशी नुसता पावसाचा आवाज ऐकत बसला होता. त्याच्या खोलीत त्याला किंचित घुसमटल्यासारखं वाटलं, पण त्यानं खिडकी उघडण्याचा प्रयत्न केला नाही. घर जुनं असल्यामुळे संपूर्ण घराला मध्यवर्ती एयर कंडिशनिंग करण्यासारखं ते नव्हतं हे खरं, पण त्याचबरोबर खिडक्यांवरही एयर कंडिशनर्स बसवलेले नव्हते. हीपण एक गंमत होती. साराला नदीवरून येणारे वारे प्रिय होते असं दिसत होतं. समोरच्या घड्याळावरचा काटा टिकटिक करत फिरत होता. एकाएकी त्याला आपल्या धमन्यातून रक्त उसळत असल्याची जाणीव व्हायला लागली. हृदय धडधडायला लागलं. रक्ताचा प्रवाह जोरात वाहू लागला.

त्यानं पॅन्ट चढवली. तो उठला आणि कॉरिडॉरमधून चालू लागला. तिच्या खोलीत काळोख होता, पण दार अजूनही उघडंच होतं. वाऱ्याच्या झोतानिशी पडद्यांच्या सळसळीचा आवाज होत होता. तो दारात उभा राहिला आणि त्यानं तिला अंथरुणावर पडल्या पडल्या पांघरूण ओढून घेतल्याचं पाहिलं.

तो तिला पाहत होता, हे ती पाहत होती. ती त्याची वाट पाहत असेल का? तिच्याकडे त्यानं यावं म्हणून. शिरावं की शिरू नये याचा विचार करत या वेळेस तो तिच्या बेडरूममध्ये शिरला होता. जणू तो पहिल्यांदाच एखाद्या स्त्रीच्या बेडरूममध्ये शिरत होता. तिनं काहीही हालचाल केली नाही किंवा शब्दही उच्चारला नाही. ती त्याला उद्युक्त करत नव्हती किंवा परावृत्तही.

तो तिच्या शेजारी जाऊन झोपला आणि तत्क्षणीच ती त्याच्याकडे एवढ्या आवेगानं वळली की, त्यानं आपल्या निर्णयाचा पुनर्विचार करून तिच्यापासून दूर

व्हावं, अशी संधीच त्याला मिळू नये आणि त्यानं पळून जाऊ नये. तिनं काहीही कपडे घातले नव्हते. तिचं शरीर गरम झालं होतं. स्तन उभारलेले आणि स्पंजासारखे मऊ होते. तिची कांती नितळ होती. वातावरणात एक गंध भरून राहिला होता.

सारानं केस मोकळे सोडले होते आणि तिच्या चेहऱ्यावर ते इतस्तत: विहरत होते. तिनं आपले ओठ आवळून धरले होते अन् मग ते विलग केले. तिची बोटं त्याच्या शरीरावरून हळुवारपणे फिरत होती. सर्वत्र. त्यानं आणि तिनं मिळून त्याच्या पॅन्टचा अडथळा दूर केला. ती जमिनीवर पडू दिली.

त्यांनी एकमेकांची चुंबनं घेतली. आधी हळुवारपणे आणि नंतर खोलवर. तिनं त्याचा त्याच्या छातीवरून हात फिरवण्यासाठी त्याचा टी शर्ट वर करण्याचा प्रयत्न केला, पण त्यानं तिचा हात झटकन बाजूला केला आणि तो तसाच खाली पडू दिला. पावसाचा जोरदार शिडकावा छतावर झाला तशी फिस्कनं आपली अंडरवेअर शॉर्ट उतरवली. आपलं शरीर वर उचललं आणि तिच्या शरीरावर तो झेपावला....

सारा उठली तेव्हा सूर्याची किरणं खिडकीवर पडलेली होती. वादळानंतर आता सुखद थंड वारे वाहत होते. आत्ता गुलाबी रंगाचं दिसणारं आकाश तासाभरातच आधी करड्या आणि मग गर्द निळ्या रंगाचं होणार होतं. तिनं त्याला स्पर्श करण्यासाठी आपला हात लांबवून बाजूला टाकला, पण तिथली जागा रिकामी होती. ती लगेच उठली. जांभई दिल्यानंतर तिनं सभोवताली नजर टाकली. अंगावर पांघरूण गुंडाळून ती कॉरिडॉरमधून गेस्ट रूमकडे आली. ती रिकामी होती. मग बाथरूममध्येच असणार. ती वरच्या पायरीवर उभी असतानाच थांबली. तिच्या चेहऱ्यावर हास्य उमललं.

किचन प्लॅटफॉर्मजवळ उभा राहून फिस्क कपात कॉफी ओतत होता. मग तो भांड्यातल्या उकडलेल्या अंड्याकडे वळला. त्यानं ती प्लेटमध्ये काढली. त्यांचे तुकडे केले. त्यात त्यानं चीजचे बारीक तुकडे मिसळले. उकळलेल्या कांद्यांचा वास तिच्या नाकाला झोंबत होता.

फिस्क पूर्ण पोशाखात होता मात्र त्याचे शॉवर घेतलेले केस अजूनही ओलसर दिसत होते. फ्रीज उघडण्यासाठी म्हणून तो वळला, तसं त्यानं साराला पाहिलं. सारानं पांघरूण घट्ट गुंडाळून घेतलं.

"मला वाटलं तू गेला असशील."

"विचार केला की, तुला झोपू द्यावं. रात्री खूपच उशीर झाला होता."

'किती सुंदर रात्र होती. नाही?' तिला म्हणावसं वाटलं, पण ती बोलली नाही. "सगळं ठीक ना?" ती सहज बोलल्यासारखी बोलली. त्याच्या शब्दांचा त्या मागच्या अर्थाचा आणि त्याच्या आताच्या हालचालींचा ती अर्थ शोधू पाहत होती.

विशेषत: त्यांनी नुकत्याच उपभोगलेल्या प्रणयाचा अर्थ. ते दोघेही जवळ झोपले असताना एकट्यानं उठून अंडी बनवणं, ही वाईट खूण समजायची का?

"अर्थात!" असं म्हणून तो हसला. सर्व ठीक आहे असं दाखवण्यासाठीच कदाचित तीही हसली. "तू जे काही बनवतो आहेस नं, त्याचा वास तर फार सुंदर येतोय."

"काही खास नाही. वेस्टर्न आम्लेट म्हणतात त्याला."

"मी नेहमी कोरडे टोस्ट आणि कॉफी घेते. हा बदल मला बरा वाटतो, पण मी शॉवर घेतला, तर तेवढा वेळ आहे ना?"

"लवकर आटप."

"कालच्या रात्रीसारखं नाही." असं म्हणून ती हसली. आपल्या भुवया उडवून ती वळली. मागच्या बाजूचं पांघरूण पूर्ण उघडं होतं.

फिस्कनं तिला जाताना पाहिलं. तिचं पाठमोरं नग्न शरीर पाहून पुन्हा त्याच्यातला पुरुष जागा झाला. तिची नाजूक काया, पाठीची पन्हळ, सुंदर लांब पाय आणि नितंब! तो किचन टेबलजवळ बसला. त्यानं सजवलेल्या त्या जागेवरून नजर फिरवली. मग तो थोडा वेळ डेकच्या मागच्या भागात गेला. त्यानं हळूहळू उगवणारा सूर्य पाहिला. पाण्याजवळची उगवती सकाळ नेहमीच शुद्ध, स्वच्छ वाटते. जणू आयुष्याचे दोन महत्त्वाचे घटक – उष्णता आणि पाणी. त्यांच्या समन्वयानं एक वेगळंच चैतन्य साकारतं. त्यानं जिन्याच्या पायऱ्यांकडे पाहिलं. त्याच वेळेस त्याला शॉवर सुरू केल्याचा आवाज आला.

साराला झोप लागल्यानंतर त्यानं तिच्याकडे पाहिलं होतं. रात्रीच्या काळोखात त्यांची शरीरं एकमेकांत विरघळून गेली होती. त्यांना एक वेगळाच गंध होता. तो तिच्या जागी आणि ती त्याच्या; पण त्यानंतर सकाळची स्पष्टता आली होती. विरघळलेले आकार स्पष्ट झाले होते.

फिस्कनं कॉफीचा कप उचलला अन् लगेच ठेवला. 'जर त्यानं आपल्या भावाला लगेच उलट फोन केला असता, तर माइक आजही जिवंत असता.' फिस्क हे सत्य कधीच नाकारू शकत नव्हता. ते सत्य त्याला कुरतडत राहणार होतं. त्यानिशीच त्याला जगत राहावं लागणार होतं; कायमचं!

अठ्ठेचाळीस

त्या दिवशी एलिझाबेथ नाइट सकाळी लवकरच उठल्या होत्या आणि शॉवर घेऊन कपडे करून तयार होत्या. जॉर्डन नाइट अजूनही गाढ झोपले होते आणि एलिझाबेथनी त्यांना उठवण्याचा प्रयत्नही केला नव्हता. त्यांची कॉफी त्यांनीच बनवली. कपात ओतून घेऊन आणि आपलं नोटबुक घेऊन त्या टेरेसवर गेल्या. सूर्य उगवताना त्यांनी पाहिला. त्यानंतर त्या दिवशी होणाऱ्या सुनावणीबाबतचं, नोटबुकचं प्रत्येक पान त्यांनी पाहिलं. त्यात पुन्हा कधीही लिहू न शकणाऱ्या स्टिव्हन राइटचा तो शेवटचा मेमोही होता. त्याच्या रक्ताची जागा शाईनं घेतली असं वाटत होतं. हा विचार मनात आला की, त्यांना आपल्या अश्रूंना वाहण्यापासून थोपवावं लागत होतं. त्यांनी मनोमन प्रतिज्ञा केली होती की, त्याचं मरण त्या वाया जाऊ देणार नव्हत्या.

रामसे ही केस, हा दिवस टाळू शकणार नव्हते. बार्बरा चान्स आणि त्यांच्यासारख्या स्त्रियांनी पुरुषांच्या क्रूरपणाला, विकृत आणि बेकायदेशीर वर्तनाला आळा बसावा म्हणून आर्मीवर नुकसान-भरपाईचा दावा करणं ह्या चांगल्या कार्याला प्रवृत्त करणाऱ्या गोष्टीची नाइट यांनी खूप आधीच खातरजमा करून घेतली होती. अशा गोष्टींपासून संरक्षण मिळावं या दृष्टीनं त्या संस्थेत शोध घेण्यात आला नव्हता, पण आता त्यांच्या प्रेरणेनं, त्यांच्या जिंकण्याच्या वृत्तीनं, रामसेंना हरवण्याच्या त्यांच्या जिद्दीनं प्रचंड फरक पडला होता. जागृती आली होती. त्यांनी आपली कॉफी संपवली. ब्रीफकेसमध्ये सर्व कागदपत्रं भरली, टॅक्सी बोलावली आणि त्या सुप्रीम कोर्टाकडे निघाल्या.

* * *

फिस्कनं आपले लाल झालेले डोळे चोळले. गेल्या रात्रीची आठवण! त्यामुळे होणारे परिणाम आणि गुंतागुंत आपल्या मनातून दूर सारण्याचा प्रयत्न केला. सुप्रीम कोर्ट बारच्या सदस्यासाठी असलेल्या खास राखीव भागात तो बसला होता. न्यायाधीशांच्या बेंचला काटकोन करून असलेल्या क्लार्क्सच्या जागेत सारा बसली होती. त्यानं साराकडे पाहिलं. ती त्याच्याकडे पाहून हसली.

पडद्यामागून सर्व न्यायाधीश आले. त्यांनी आपापल्या जागा ग्रहण केल्या. पर्किन्सनी आपलं छोटं भाषण सुरू केलं. आणि ते संपलं, तसे कोर्टातले सर्व सावरून ताठ बसले.

फिस्कनं नाइट यांच्याकडे पाहिलं. त्यांचा डावा हात त्यांनी टेबलावर ठेवला होता. उजव्या हाताचा अंगठा समोरच्या कागदांवर दाबून ठेवून तर्जनीनं आणि इतर बोटांनी त्या एक एक कागद उलटवून परत पूर्ववत ठेवत होत्या. मधूनच त्या इकडेतिकडे पाहत चुळबुळ करत होत्या. त्यांच्या त्या लक्षात न येण्याजोग्या हालचाली त्यांच्यातल्या उर्जेवरचा ताबा सुटत चालल्याच्या निदर्शक होत्या, असं फिस्कला वाटलं. त्यांचं बघणं, वागणं फुटण्यास उत्सुक असलेल्या रॉकेटला साधनसामग्रीच्या साहाय्याने कह्यात ठेवलेलं असावं, तसं दिसत होतं. त्यानं रामसेंकडे पाहिलं. ते स्मितहास्य करत होते. त्यांच्या संथ हालचालींवरून त्यांचा त्यांच्या मनावरचा ताबा सहज कळत होता. फिस्कला कोणी न्यायाधीशांवर जुगार खेळण्यास सांगितलं असतं, तर त्यानं सर्व पैसे नाइट यांच्यावर लावले असते.

चान्स विरुद्ध युनायटेड स्टेट्स केस पुकारली गेली.

चान्सचे वकील हार्वर्ड लॉ स्कूलमधून पदवी घेतलेले आणि सुप्रीम कोर्टात अनेक वेळा यशस्वीरीत्या केसेस चालवलेले अनुभवी वकील होते. त्यांनी आपल्या भाषणाची सुरुवात अतिशय जोशपूर्ण केली, पण रामसेंनी त्यांना थोड्याच वेळानं थांबवलं.

"तुम्हांला फेरेस तत्त्वप्रणालीची कल्पना आहे ना मि. बार?" त्यांनी विचारलं. त्यांचा रोख १९५०मध्ये पहिल्यांदा सुप्रीम कोर्टानं मिलिटरीच्या खटल्यांना दिलेल्या संरक्षणाकडे होता.

बार हसले. "दुर्दैवाने होय असं उत्तर द्यावं लागतंय."

"कोर्टाचा पन्नास वर्षांपासून पडलेला प्रघात उलटवावा असं तुम्हांला म्हणायचं आहे का?" सर्व न्यायाधीशांवरून नजर फिरवत रामसे यांनी विचारलं. "मिलिटरी आणि या कोर्टाच्या विरोधात न जाता आम्ही या केसवर निर्णय कसा देणार?"

नाइट यांनी बार यांना उत्तर देऊच दिलं नाही. त्या स्वतःच म्हणाल्या, "या देशात इतरांपेक्षा वेगळी असलेली कार्यपद्धती उलटवून टाकण्यासाठी म्हणून कोर्टानं या सुनावणीला मान्यता न देण्याचा प्रश्न नाही. जर योग्य कारण असेल,

उद्देशांचं समर्थन करता येत असेल, तर त्यांच्या मार्गात प्रघातामुळे अडथळा येणं योग्य नाही.''

''कृपया माझ्या प्रश्नाचं उत्तर द्या मि. बार.'' रामसेंचा आग्रह होता की, उत्तर बार यांनीच द्यावं.

''ही केस वेगळी करता येण्यासारखी आहे.''

''खरं की काय? बार्बरा चान्स आणि तिचा वरिष्ठ पुरुष अधिकारी हे दोघेही सरकारनं पुरविलेल्या गणवेशात होते आणि आपलं अधिकृत कर्तव्य पार पाडत होते, तेव्हा लैंगिक संबंधांचे प्रकार घडलेत याबद्दल काही प्रश्नच उद्‌भवत नाही.''

''लैंगिक संबंध ठेवायला भाग पाडणं ही गोष्ट अधिकृत कर्तव्यात आहे असं म्हणता येत नाही. वस्तुस्थिती अशी आहे की, तिच्या वरिष्ठ अधिकाऱ्यानं आपल्या पदाचा वापर करून तिला असे संबंध ठेवण्यास भाग पाडलं. त्याचा अर्थ एक प्रकारे बलात्कारच आहे आणि....''

''आणि...'' नाइट यांनी बार यांचं वाक्य मध्येच तोडलं. त्यांना गप्प राहणं अशक्य झालं असावं. ''त्या तळावरच्या इतर अधिकाऱ्यांना तसंच विभागीय वरिष्ठांना ही गोष्ट माहीत असूनही त्याकडे दुर्लक्ष करून फक्त वरवर चौकशी करण्याचं नाटक केलं गेलं आणि त्या अधिकाऱ्याविरुद्ध कोणतीही कारवाई केली गेली नाही. अखेर बार्बरा चान्सनंच स्थानिक पोलिसांकडे तक्रार दाखल केली. त्यांनी तपास केल्यानंतर सत्य उजेडात आलं. ते सत्य अशी कृती करण्याचं स्पष्ट करतं की, ज्याचा अंतिम परिणाम पीडिताला सन्मानजनक नुकसान-भरपाई देण्यात होईल आणि देशातल्या सर्व संस्थांना त्यामुळे धडा मिळेल.''

फिस्क रामसे आणि नाइट यांच्याकडे आळीपाळीने पाहत होता. एकाएकी तिथं नऊ न्यायाधीशांऐवजी फक्त दोनच न्यायाधीश आहेत असं स्वरूप निर्माण झालं होतं. ती कोर्टाची खोली नसून बॉक्सिंगचं क्षेत्र आहे, त्यात रामसे नेहमी जिंकणारा चॅम्पियन आहे, तर नाइट कुशल प्रतिस्पर्धी आहे, पण किती कुशल याची कल्पना येत नसलेला आहे अशा प्रकारचं चित्र फिस्कच्या मनात उभं राहिलं.

''आपण इथं मिलिटरीबद्दल बोलतो आहोत मि. बार.'' रामसे म्हणाले; पण त्यांनी नजर टाकली नाइट यांच्यावर. ''ह्या कोर्टानं यापूर्वी निर्णय दिलेला आहे की, मिलिटरीवर इथे खटला भरू शकत नाही म्हणून. ह्या प्रघाताला तुम्हांला तोंड द्यावं लागणार आहे. तुमच्या केसचा संबंध आज्ञा-अवज्ञेशी आहे. निम्न पदावर असलेल्या स्त्रीचा तिच्या वरिष्ठ पदावर असलेल्याशी आहे आणि त्यावर नि:संशयरीत्या ठरवलं गेलं आहे की, कोर्ट मिलिटरीला मिळालेल्या संरक्षण अधिकारात हस्तक्षेप करणार नाही. हा कायदा काल होता आणि आजही आहे. त्यामुळे मी पुन्हा माझ्या पहिल्या वक्तव्याकडे वळतो. तुमच्या पक्षकारांसाठी आम्ही या प्रकरणात लक्ष

घालायचं, तर या कोर्टाला पडलेल्या जुन्या प्रघातांबाबत ठरवावं लागेल आणि ते आम्ही करावं, असं तुम्ही आम्हांला सांगताय.''

''आणि मी पूर्वी म्हटल्याप्रमाणे प्रघात पडलेत याचा अर्थ ते अचूकच असतील असं नाही. कोर्टानं आपलेच काही निर्णय बदलले आहेत या गोष्टीला अनुलक्षून मी असं म्हणते आहे.'' नाइट म्हणाल्या.

पुढे आणि मागे अशी रस्सीखेच रामसे आणि नाइट यांच्यात सुरू राहिली. एकानं काही उत्तर दिलं, तर त्याला दुसऱ्याकडून प्रत्युत्तर दिलं जाई.

'इतर न्यायाधीश आणि मि. बार फक्त श्रोते आणि प्रेक्षक म्हणून भूमिका पार पाडताहेत आपल्यासारखी.' असं फिस्कच्या मनात आलं.

जेम्स ॲण्डरसन जेव्हा युनायटेड स्टेट्सतर्फे वकील म्हणून बोलायला उभे राहिले तेव्हा नाइटनी त्यांना त्यांचं एक वाक्यही उच्चारू दिलं नाही.

''आज्ञापालनात स्त्रियांमुळे अडथळा निर्माण होतो असं म्हणून स्त्री-पुरुषांमध्ये द्वेषाचं वातावरण निर्माण करणाऱ्या आर्मीला त्याबाबतीत सूट मिळते, तर मग आर्मीविरुद्ध नुकसानभरपाई खटला तरी दाखल का करून घ्यावा?''

''वरिष्ठ आणि कनिष्ठ यांच्या एकात्मतेवर आणि परस्पर-सबंधांवर विपरीत परिणाम होतो म्हणून.'' ॲण्डरसननी लगेच उत्तर दिलं.

''ठीक आहे. तर मला तुमच्या म्हणण्यावरून जे कळलं आहे ते मी सांगते. कोणत्याही परिस्थितीत शिक्षा करता येणार नाही, अशी मुभा देऊन आपल्या सैनिकांबाबतच्या बलात्कार करणे, पंगू करणे, विष देणे, ठार करणे अशा सर्व गुन्ह्यांसाठी मिलिटरीला माफ करण्यामुळे आणि या प्रकारे बळी पडलेल्यांना कायदेशीर मदतीपासून वंचित करण्यामुळे त्यांच्यातले परस्पर संबंध आणि एकात्मता सुधारेल, असं तुम्हांला म्हणायचंय का? आय ॲम सॉरी, पण मला तरी तसा संबंध दिसत नाही.''

मोठ्यानं हसावं असं फिस्कला वाटलं, पण महत्प्रयासानं त्यानं स्वतःवर ताबा मिळवला. नाइट यांचं हे वाक्य संपताच फिस्कचा त्यांच्याबद्दलचा आदर दसपटीनं वाढला. केवळ दोनच वाक्यांत त्यांनी मिलिटरीची संपूर्ण केस हास्यास्पद करून टाकली होती. त्यानं साराकडे पाहिलं. ती अनिमिष नेत्रांनी नाइट यांच्याकडे पाहत होती. फिस्कला वाटलं तशा प्रकारे – अभिमानाने!

ॲण्डरसन यांचा चेहरा लाल झाला. ''मुख्य न्यायाधीशांनी सांगितलं त्याप्रमाणे मिलिटरी ही एक असामान्य आणि विशेष श्रेणी आहे. मिलिटरीवर कोणाला, कधीही आपल्या इच्छेप्रमाणे खटला दाखल करण्याची परवानगी दिली, तर त्यांच्या अधिकाऱ्यांना दिलेल्या विशेषाधिकारांमध्ये बाधा येईल. त्यांच्यातल्या शिस्तीला धक्का बसेल. ती त्यांच्यात कायम राहावी हा मिलिटरीचा मूळ पाया आहे.''

"अच्छा. म्हणजे मिलिटरी ही एक खास श्रेणी आहे?"

"बरोबर."

"कारण ती आक्रमणाचा प्रतिकार करते आणि आपलं संरक्षण करते."

"अगदी बरोबर."

"तर आपल्याकडे सशस्त्र दलाच्या चार शाखा आहेत, ज्यांना हे संरक्षण दिलं गेलं आहे. दुसऱ्याही खास संस्थाना हे संरक्षण देऊन आपण त्याची व्याप्ती का वाढवत नाही? उदाहरणार्थ अग्निशामक दल? पोलीस खातं? तेही आमचं संरक्षण करतात. गुप्तचर सेना! ते आमच्या अध्यक्षांचं संरक्षण करतात. देशातल्या सर्वांत महत्त्वाच्या माणसांचं. बरं, हॉस्पिटल्सबद्दल काय? तीपण आमचे प्राण वाचवतात. पुरुष डॉक्टरांनी स्त्री-कर्मचाऱ्यावर बलात्कार केला, तरी त्याच्यावर खटला भरता येणार नाही असं संरक्षण हॉस्पिटल्सनाही द्यायला काय हरकत आहे?"

"आपण या केसच्या मर्यादेपासून फार दूर जातो आहोत." रामसे कठोरपणे म्हणाले.

"मला वाटतं त्या मर्यादा ठरवण्याचाच आपण विचार करतो आहोत." नाइट यांनी उलट वार केला.

"माझा विश्वास आहे की, यू.एस.विरुद्ध स्टॅनले या केसमध्ये..." ॲण्डरसननी सुरुवात केली, पण पुन्हा एलिझाबेथ नाइटनी त्यांना खंडित केलं.

"तुम्ही हे मांडलं हे बरंच झालं. त्या केसमधल्या घटना मी पुन्हा एकदा थोडक्यात मांडते." नाइट म्हणाल्या. आपलं म्हणणं ऐकलं जावं अशी त्यांची इच्छा दिसली. त्या केसचा निर्णय झाला त्या वेळेस आता असल्यापैकी काही न्यायाधीश हजर होते आणि जनताही. नाइट यांच्या मते, स्टॅनले केस न्यायिक इतिहासातली मोठी चूक होती आणि कोर्ट कसं चुकतं याचं मूर्तिमंत उदाहरण होतं. स्टिव्हन राइटच्या बेंच मेमोमध्ये त्यानंही तसाच निष्कर्ष मांडला होता. या केसबाबत बहुमताची वेळ येणार होती तेव्हा हे निष्कर्ष सर्वांकडून ऐकले जावेत असा त्यांचा हेतू होता.

नाइट यांनी सुरुवात केली. त्यांचा आवाज कणखर आणि घुमणारा होता. "मास्टर सार्जंट जेम्स स्टॅनले हे पन्नासच्या काळात आर्मीत होते. त्यांनी कोणत्याही कार्यक्रमात काम करण्याची स्वत:हून तयारी दर्शवली होती. युद्धातल्या गॅसपासून संरक्षण मिळावं अशा गॅसरोधक पोशाखाची चाचणी घेण्याचं काम त्यांना करायचं आहे, असं त्यांना सांगण्यात आलं. ती चाचणी ॲबर्डिन प्रुव्हिंग ग्राउंड्सवर मेरीलॅण्ड इथे घेण्यात आली. स्टेनलेंची त्यासाठी स्वीकृती घेण्यात आली, पण त्यांना कधीही खास पोशाख चढवण्यास सांगण्यात आलं नाही किंवा चाचणी करताना गॅस मास्क किंवा तत्सम काही वापरण्यास सांगण्यात आलं नाही. ते फक्त

काही मानसशास्त्रज्ञांशी अनेक वेळा विविध विषयांवर बोलले होते. त्या काळात त्यांना पिण्यासाठी फक्त पाणी देण्यात आलं. बस्स एवढंच. १९७५मध्ये जेव्हा त्याचं आयुष्य उतरणीला लागलं होतं, तेव्हा त्यांच्याकडून अनाकलनीय वर्तन व्हायला लागलं होतं. त्या वेळी त्यांना आर्मीतून मुक्त करण्यात आलं. त्यानंतर त्यांचा घटस्फोट झाला आणि नंतर त्यांना आर्मीकडून पुन्हा एकदा तपासणी करण्यासाठी बोलावण्यात आलं. १९५९मध्ये आर्मीच्या काही जणांना एल.एस.डी. ह्या अमली पदार्थाच्या गोळ्या देण्यात आल्या होत्या, कारण त्याचा दीर्घ काळात काय परिणाम होतो ह्याची चाचणी आर्मीला घ्यायची होती. अशा लोकांत स्टॅनले यांचा समावेश होता. युद्धातल्या गॅसपासून संरक्षण अशा पोशाखाच्या चाचणीच्या बहाण्याने स्टॅनले आणि इतर सैनिकांना आर्मीनं एल.एस.डी.च्या गोळ्यांचं सेवन करायला लावलं होतं आणि तेही त्यांच्या नकळत.''

हे ऐकताच कोर्टात हजर असलेल्या जवळजवळ सर्वांकडूनच एक सामूहिक श्वास सोडल्यागत धाप टाकल्यासारखा आवाज आला. कोर्टातली कुजबुज वाढली. सगळेच अस्वस्थ झाल्यागत दिसत होते. पर्किन्स यांना आपला लाकडी हातोडा आपटावा लागला होता. असा प्रकार यापूर्वी कधी झाला नव्हता.

फिस्क अतिशय लक्षपूर्वक ऐकत होता आणि ही केस किती महत्त्वाची होती, हे त्याच्या लक्षात आलं होतं. रूफस हार्म्सनं या कोर्टात अपील दाखल केलं होतं. त्यालापण आर्मीवर खटला दाखल करायचा होता. तो मिलिटरीत असताना काहीतरी भयानक केलं गेलं होतं. त्यामुळे एक निष्पाप मुलगी त्याच्याकडून मारली गेली होती आणि त्याचं आयुष्य बरबाद झालं होतं. त्याला त्याचं स्वातंत्र्य हवं होतं; न्याय हवा होता. त्याच्या बाजूला सत्य होतं आणि त्यानं तसं जाहीरही केलं होतं, पण सत्य असूनही सध्याच्या कायद्यानुसार त्याला काहीही किंमत नव्हती. सार्जन्ट स्टॅनलेप्रमाणे रूफसही हरला असता.

नाइटनी आपलं म्हणणं पुढे सुरू केलं. श्रोत्यांच्या प्रतिसादानं त्यांना आतल्याआत खूप समाधान वाटलं होतं. ''मानसशास्त्रज्ञाची नेमणूक सी. आय. ए. नं केलेली होती. सी.आय.ए. आणि आर्मी या दोघांनी मिळून या औषधाचा परिणाम पाहण्याचं ठरवलं होतं. सी.आय.ए.ला अशी माहिती मिळाली होती की, सोव्हिएत युनियननं या औषधांचे ढीगच्या ढीग गोळा केले होते आणि आर्मीला हे माहीत करून द्यायचं होतं की, युद्धकाळात त्यांचा आपल्या सैनिकांविरुद्ध कशा प्रकारे वापर केला जाईल वगैरे वगैरे. स्टॅनलेचं आयुष्य उद्ध्वस्त झालं हे सत्य होतं म्हणून त्यांनी आर्मीविरुद्ध खटला दाखल केला. अखेर ती केस इथे सुप्रीम कोर्टाकडे आली...'' त्या थोडा वेळ थांबून पुढे म्हणाल्या, ''आणि ते केस हरले.''

आवाजाची आणखी एक लाट तिथं पसरली.

फिस्कनं साराकडे पाहिलं. तिचे डोळे अजूनही नाइट यांच्याकडेच लागलेले होते. फिस्कनं रामसेंकडे लक्षपूर्वक पाहिलं. त्यांचा चेहरा काळा पडला होता.

"सांगण्याचा अर्थ असा की, तुम्ही इथं, या कोर्टाला बार्बरा चान्स किंवा त्या प्रकारच्या पक्षकारांना त्यांच्या घटनेनं त्यांना दिलेला आणि अतिशय गौरवला गेलेला न्याय मागण्याचा अधिकार नाकारावा असं सांगताहात. तुम्ही तेच सुचवता आहात ना? गुन्हेगारांना शिक्षेविना सोडून द्यावं?"

"मि. ॲण्डरसन," रामसे मध्येच म्हणाले, "लैंगिक हल्ल्यांची दुष्कृत्य ज्यांनी केली त्यांचं काय झालं?"

"त्यांच्यातल्या एकाला कोर्टमार्शलची सजा सुनावण्यात आली. गुन्हा सिद्ध होऊन तुरुंगात धाडण्यात आलं." ॲण्डरसननी लगेच उत्तर दिलं.

"मि. ॲण्डरसन, उपलब्ध रेकॉर्डवरून असं स्पष्ट दिसतं की, ज्या कृत्यासाठी त्या माणसाला तुरुंगात पाठवण्यात आलं तशी कृत्यं बऱ्याच दिवसांपासून सुरू होती आणि वरच्या अधिकाऱ्यांना त्याबद्दल माहिती होती. स्वच्छ सांगायचं, तर जेव्हा बार्बरा चान्स स्थानिक पोलिसांकडे गेली तेव्हाच त्याचा परिणाम म्हणून तपास करण्यात आला. तर आता मला सांगा, अपराधी लोकांना शिक्षा झाली का?"

"मी असं म्हणेन की, ते अपराधाच्या व्याख्येवर अवलंबून आहे."

"मिलिटरीचं धोरण कोण ठरवतो मि. ॲण्डरसन? सार्जंट स्टॅनलेंच्या बाबतीत जे घडलं तसं पुन्हा घडू नये म्हणून विचारतो."

"मिलिटरी स्वत:च आपलं धोरण ठरवते आणि ती आपली कामगिरी उत्तम प्रकारे पार पाडत आहे."

"स्टॅनले केसबद्दल निकाल १९८६ साली झाला तेव्हापासून आपल्याकडे आलेल्या अनेक घटनांमध्ये पार्शियन आखाती युद्धातल्या अजूनही छडा न लागलेल्या काही घटना आणि आता ही महिला सैनिक अधिकाऱ्यावर झालेल्या बलात्काराची घटना यांचा समावेश आहे. याला तुम्ही चांगली कामगिरी म्हणाल काय?"

"त्याचं काय आहे, अशा मोठ्या संस्थांमध्ये अशा काही छोट्या त्रासदायक घटना घडणारच."

नाइट एकदम उसळल्या. रागाने ताठ उभं राहून त्या म्हणाल्या, "अशा गुन्ह्यामध्ये बळी पडलेल्याचं वर्णन 'छोट्या त्रासदायक घटना' असं करणं ही शरमेची गोष्ट आहे."

"अर्थात, मला तसं म्हणायचं नव्हतं."

"मी जेव्हा विशेष संरक्षणाची व्याप्ती वाढवून त्या कक्षेत पोलीस, अग्निशामक दल, हॉस्पिटल्स, इत्यादींचाही समावेश करावा असा उल्लेख केला तेव्हा तुम्ही त्या गोष्टीशी सहमत नव्हता. होता का?"

“नाही. अनेक अपवाद करण्यात आले, तर नियम म्हणावं कशाला?”

“तुम्हांला चॅलेंजरच्या स्फोटाची आठवण असेलच. हो ना?”

ॲण्डरसन यांनी मान डोलावली.

“त्या अपघातातून वाचलेल्या सर्वसाधारण नागरिकांना सरकारवर खटला भरण्याचा अधिकार होता, ज्यांनी त्या विमानाची बांधणी केली त्यांच्याकडून नुकसान-भरपाई मागण्याचा अधिकार होता, पण त्या विमानातून प्रवास करणाऱ्या मिलिटरीच्या कुटुंबीयांना मात्र तो नव्हता कारण या कोर्टानं मिलिटरीला विशेष संरक्षण दिलं आहे. या गोष्टीशी तुम्ही सहमत आहात का मि. ॲण्डरसन?”

ॲण्डरसन पुन्हा एकदा आपल्या जुन्या सिद्धान्ताकडे वळले. ते म्हणाले, “आपण मिलिटरीच्या विरुद्ध खटले भरायला परवानगी दिली, तर देशाच्या राष्ट्रीय सुरक्षा व्यवस्थेत उगाचच गुंतागुंत निर्माण होईल.”

“आणि इथंच घोडं पेंड खातंय.” रामसे म्हणाले. ॲण्डरसननी मांडलेल्या मुद्द्यानं रामसे खूश झाले होते. “ही समतोल राखण्याची कृती आहे आणि ह्या कोर्टानं समतोल कसा राखावा हे आधीच निश्चित केलेलं आहे.”

“मुख्य न्यायाधीश महाराज, नेमकं सांगायचं, तर तो अतिशय कठीण असा कायदा आहे.”

नाइट जवळजवळ हसल्याच. “खरं की काय? मला वाटलं की, कठीण अशा कायद्यानं आपल्यावर झालेल्या अन्यायाबद्दल कोर्टाकडे दाद मागण्याचा देशाच्या प्रत्येक नागरिकाला घटनेनुसार अधिकार दिलेला आहे. या देशाच्या कोणत्याही कायद्यानं मिलिटरीवर खटला दाखल करता येणार नाही, असं म्हटलेलं नाही. असं करणं काँग्रेसलाही योग्य वाटलं नाही. वस्तुस्थिती अशी आहे की, १९५०मध्ये या कोर्टानंच मिलिटरीच्या प्रचंड व्याप्तीचा विचार करून संरक्षणाचं हे खास कलम लागू केलं. सहज खटला दाखल करायला परवानगी दिली, तर यू.एस.च्या कोशागारावर दिवाळं काढण्याची पाळी येईल ही भीती. हे खरं त्यामागचं कारण. त्यामुळे कायदा कठीण आहे, असं मी तरी म्हणणार नाही.”

“तरीसुद्धा आता तो नियंत्रण करणारा प्रघात पडला आहे.” रामसेंनी त्या गोष्टीकडे लक्ष वेधलं.

“प्रघात बदलू शकतात. खरोखरच काही चुकत असलं तर.” रामसेंच्या शब्दांचा कंटाळा येऊन त्या म्हणाल्या. कारण रामसेंना इतक्या वर्षांचा पडलेला प्रघात मोडायचा नव्हता. त्यांना तेच मानवणारं होतं.

“आपला पूर्ण आदर ठेवून सांगतो, ही बाब मिलिटरी आपल्या अखत्यारीत उत्तमरीत्या हाताळू शकेल, असं मला वाटतं जस्टिस नाइट.” ॲण्डरसन म्हणाले.

“मि. ॲण्डरसन, ही केस ऐकावी की नाही आणि त्यावर निर्णय काय घ्यावा

हा कोर्टाचा अधिकार आहे. याबद्दल तुमचं काही म्हणणं आहे का?''

''अर्थातच नाही.''

''मिलिटरीत नोकरी करत असल्यामुळे नागरिक म्हणून मिळणाऱ्या सर्वच घटनादत्त संरक्षणांना एखाद्यानं मुकावं का? हे या कोर्टाला ठरवायचं आहे.''

''तसं आहे, असं मी म्हणणार नाही.''

''पण मी म्हणेन मि. ॲण्डरसन. हा खरंच न्यायाचा प्रश्न आहे.'' नाइटनी आपले डोळे रामसेंच्या डोळ्याशी भिडवले, ''आपण जर इथं न्याय देणार नसलो, तर मला मोठ्या निराशेनं विचार करावा लागेल की, तो मिळणार तरी कुठे?''

फिस्कनं त्यांचे हे उत्कट शब्द ऐकले, तसं त्यानं साराकडे पाहिलं. तो आपल्याकडे पाहणार हे आधीच समजल्यागत तिनंही त्याच्याकडे पाहिलं होतं.

फिस्कला असं तीव्रतेनं वाटलं की, त्याच्या मनात जो विचार आहे तोच विचार तिच्याही मनात आहे. कशाही प्रकारे हे रहस्य उलगडलं गेलं आणि सत्य बाहेर आलं, तरीही रूफस हार्म्सला खऱ्या अर्थानं न्याय मिळेल का? हा एक मोठाच प्रश्न होता.

एकोणपन्नास

जोश हार्म्सनं आपलं सॅण्डविच खाऊन संपवलं. मग आरामात सिगारेट काढून पेटवली. झुरके घेत त्यानं आपल्या भावाकडे पाहिलं. ट्रकच्या पुढल्या सीटवरच तो पेंगत होता. गर्द जंगलाला लागून असलेल्या एका जुन्या रस्त्यावर त्यांनी ट्रक पार्क केला होता. रात्रभर ड्रायव्हिंग केल्यावर ते अखेर थांबले होते कारण जोशला आपले डोळे उघडे ठेवणं अशक्य झालं होतं आणि आपला भाऊ ड्रायव्हिंग करू शकेल यावर त्याचा विश्वास नव्हता कारण जवळजवळ गेली तीस वर्षं रूफसनं कोणतंही वाहन चालवलेलं नव्हतं. शिवाय ते रस्त्यावर असताना रूफसनं ट्रकच्या मागल्या भागात असणं सुरक्षित होतं. तो पेंगत असताना रूफसनं नजर ठेवली होती आणि आता तो जागा झाल्यानंतर रूफसनं त्याची जागा घेतली होती...पेंगण्यासाठी.

ड्रायव्हिंग करत असताना पुढे काय करायचं याबद्दल त्याचं बोलणं झालं होतं आणि या वेळेस त्यांनी मेक्सिकोला जाऊ नये असं खुद्द जोशच म्हणत होता आणि त्याबद्दल त्याचं त्यालाच आश्चर्य वाटत होतं.

''तुला झालं तरी काय? यात तुला काही भाग घ्यायचा नाही, असं मला वाटलं होतं आणि तसं तू म्हणाला होता ना?'' रूफसनं आश्चर्यानं विचारलं होतं.

''हो. मला घ्यायचा नव्हता, पण आपण एकदा ठरवलं...आपण नाही, मी आता ठरवलं आहे की, आपण ते करायचंच. मला काही न करता स्वस्थ बसता येणार नाही. तू काही करायचं ठरवत असलास तर मला सांग.''

''हे बघ जोश, जर फिस्कनं झटपट विचार केला नसता, तर आता आपण मेलेलोच होतो. माझ्या मनावर मला तुझा बोजा नको आहे.''

''हे पाहा, इथेच तू विचार करत नाही. याच्याहून आणखी काय वाईट होणार

आहे? चांगलं होण्यासाठी आपण एकमेकांना मदत करू शकतो. तुझं म्हणणं बरोबर होतं. त्यांना जे मिळणार आहे त्यासाठी ते पात्रच आहेत. रायडरच्या ऑफिसमधले आलेले ते दोघं. त्यांना पाहिल्याबरोबर त्यांना थंडपणे ठार करावं असं मला वाटलं आणि असं मला कधी आयुष्यभरात वाटलं नव्हतं. फिस्क आणि ती स्त्री दोघांनी आपल्याला पाठीशी घातलं. ते खरं बोलत असावेत.''

रूफसनं त्याच्याकडे रोखून पाहिलं, ''आणि तुला त्यांच्याबद्दल काही राग नाही? त्यांची अडचण नाही?'' त्यानं विचारलं.

''एऽऽ, तू काय विचार करतो की मी वर्णद्वेषी आहे?'' असं हसत म्हणत त्यानं एक सिगारेट काढली आणि पेटवली होती.

''तू म्हणजे एक कोडं आहे. जोश, मी तुला समजू शकत नाही.''

''मला समजून घेण्याची तुला जरुरी नाही. मीच मला समजू शकत नाही आणि त्यासाठी मला खूप वेळ आहे. तुला फक्त एवढं ठरवायचं की, तुला मेक्सिकोला जायचं की इथेच राहायचं आणि माझी काळजी करू नको. एखादा कोणी स्वत:ची काळजी घेऊ शकणार असेल, तर तो मीच आहे असं खुशाल समज.'' तो म्हणाला होता.

तर ते आता ठरलं होतं आणि त्याचा भाऊ उठल्यानंतर ते परत व्हर्जिनियाला जाणार होते, फिस्कशी संपर्क साधणार होते आणि तो काय करू शकतो हे पाहणार होते. त्यांना जर काही पुरावा हवा असला असता, तर तो त्यांना त्या दोघांना देता आला असता. जोशला विश्वास वाटत होता. सत्य त्यांच्या बाजूला होतं. पण त्यातूनही काही निष्पन्न झालं नसतं, तर ते सरळ भिडले असते आणि गोळ्या खाण्याची पर्वा त्यांनी केली नसती.

जोशनं आजूबाजूच्या झाडांकडे, जंगलाकडे नजर लावली. पानांमध्ये बदल होत असलेला दिसत होता आणि ज्या तऱ्हेने सूर्यप्रकाश झाडांतून, पानांतून आत शिरत होता त्यामुळे रंगांचा आणि पोताचा एक वेगळाच परिणाम जाणवत होता. शिकार करताना तो नेहमीच जंगलात बसत असे. एखादं जुनं पडलेलं झाड किंवा ओंडका पाहून त्यावर आपलं बूड टेकवत असे आणि या देशाचं सृष्टीसौंदर्य न्याहाळत असे, प्रकाशाचा चमत्कार पाहत असे आणि त्यासाठी त्याला एक छदामही खर्च करावा लागत नसे. दक्षिण-पूर्व आशियातून परत आल्यानंतर काही काळ त्यानं जंगलात फिरणं टाळलं होतं. व्हिएतनाममध्ये झाडं, पाणी, धूळ, तुमच्या भोवतालचं सर्वकाही मृत्यू देऊ शकत होतं. व्हिएतनामी लोक कोणत्याही अभिनव पद्धती वापरून ते घडवून आणू शकत होते. त्यानं आपलं घड्याळ पाहिलं. आणखी दहा मिनिटं आणि ते त्यांच्या मार्गावर असणारच होते!

त्यानं पुन्हा एकदा खिडकीच्या बाहेर पाहिलं आणि तो दचकला. कशावरून

तरी परावर्तित झालेल्या प्रकाशामुळे त्याचे डोळे दिपले होते. त्याला धक्का बसला होता. पुढल्याच क्षणी तो आपल्या सीटवर बसला. त्यानं सिगारेट फेकली आणि इंजीन सुरू करून ट्रकचा गिअर टाकला.

"अरेऽऽ, काय झालं?" दचकून उठून रूफसनं विचारलं.

"आपली बंदूक हातात घे आणि डोकं खाली कर." जोश त्याच्याकडे पाहून ओरडला.

रूफसनं पिस्तूल हातात घेतलं आणि तो खाली वाकला.

ट्रेमेन बाजूच्या जंगलाच्या दिशेनं झाडांमधून चालून आला आणि त्यानं गोळीबार सुरू केला. मशीनगनमधून सुटलेल्या काही गोळ्यांनी ट्रकच्या मागच्या भागातला एक लाइट फोडला आणि फ्रेमला काही भोकं पाडून मागच्या भागाचं नुकसान केलं. ट्रक सुरू झाल्याबरोबर धुळीचा लोट उसळला आणि त्यानं ट्रेमेनला काही क्षण आंधळं केलं. त्यामुळे त्यानं शूटिंग करणं थांबवलं आणि तो पुढे धावला. स्वच्छ वातावरणात पोहोचून ट्रकवर मारा करण्याचा प्रयत्न होता.

तो काय करण्याचा प्रयत्न करत होता हे लक्षात येऊन जोशनं चाकं डाव्या हाताला वळवली. ट्रक रस्त्यावरून उतरला आणि जुन्या, कोरड्या आणि उथळ खाडीवर आला. ही हालचाल दुसऱ्या एका कारणामुळेही चांगली ठरली. कारण दुसऱ्या बाजूनं रेफिल्ड जीप घेऊन आला होता. झाडातून धावणाऱ्या ट्रेमेनला त्यानं जीपमध्ये घेतलं आणि ती ट्रकमागे घातली.

"त्यांनी आपल्याला गाठलं कसं?" आश्चर्य वाटून मोठ्यानं रूफस म्हणाला.

"त्याचा विचार करण्यात वेळ घालवण्यात अर्थ नाही. ते इथं आले आहेत." जोशनं त्याला उलट उत्तर दिलं. त्यानं रिअरव्ह्यू आरशात पाहिलं आणि त्याचे डोळे आकुंचित झाले. त्यांच्या अवजड ट्रकपेक्षा जीप चांगली मजबूत आणि जलद हालचाल करणारी होती.

"ते पहिल्यांदा आपले टायर्स फोडतील आणि नंतर सहज मारतील."

"हंऽऽ! व्हिकनं ते आधीच करायला हवं होतं. ती त्याची दुसरी चूक झाली."

"आणि पहिली काय होती?"

"आपल्या दुर्बिणीवर सूर्यप्रकाश पडू देणं. त्या हरामखोराला पाहण्याअगोदर मी ते आधी पाहिलं होतं."

"त्यांनी अशाच चुका करत राहाव्या अशी आशा करू या."

"आपण आपलं पाहू आणि तेवढं पुरेसं ठरेल एवढीच आशा करू या." मागे जीपमध्ये ट्रेमेन जीपच्या बाहेर झुकला आणि त्यानं पुन्हा आपल्या शस्त्राचा मारा केला. मशीनगनचा पल्ला लांब नव्हता. जवळून झाडली गेली असती, तर काही सेकंदातच एका संपूर्ण तुकडीचा खातमा करण्याची तिची क्षमता होती आणि

त्याला तर केवळ दोघंच हवे होते, पण त्यासाठी आणखी जवळ जाणं आवश्यक होतं. त्यानं आपल्या खांद्यावरून मशीनगनचा पट्टा काढला आणि आपला हात बाहेर काढून तो ओरडला, "जितक्या जवळ जाता येईल तेवढी जवळ घे जीप." रेफिल्ड अतिशय अस्वस्थ झालेला दिसत होता.

"त्याचं एखादं टायर फोडता आलं तर ते झाडावरच ट्रक आदळतील आणि आपला प्रश्न सुटेल."

ट्रेमेन काय करण्याच्या विचारात होता ते रूफसनं कॅम्परची खिडकी बाजूला सारून पाहिलं. त्यानं त्यांची बसण्याची जागा आणि कॅम्परमधली काच सरकवून कॅम्परमधून विशेष हत्यार काढलं. त्यानं गेल्या तीस वर्षांत बंदुकीला हात लावलेला नव्हता. रायफल चालवण्याचं घेतलेलं आवश्यक तेवढं शिक्षण हाच त्याचा अनुभव होता. त्यानं जेव्हा बंदूक झाडली तेव्हा त्याच्या प्रचंड आवाजानं त्याचे कान बधीर झाले. ट्रकच्या केबिनमध्ये जळालेल्या धातूंचा आणि गनपावडरचा वास पसरला. त्या गोळीमुळे कॅम्परच्या मागच्या दाराचा टवका उडून धातूचं कवच घातलेल्या खवळलेल्या गांधीलमाशीप्रमाणे ती जीपकडे झेपावली. ट्रेमेननं डोकं खाली घातलं, तरी जीपला धक्का बसून ती थोडी वेडीवाकडी झाली.

"कशावर लागली?" जोशनं विचारलं.

"थोडा वेळ मिळाला इतकंच." रूफसचा हात कापत होता. त्यानं आपला कान खाजवला. "ही एवढा आवाज करते ते मी विसरलोच होतो."

"एम-१६ वापरण्याचा सराव किमान तीन वर्षं तरी करायला पाहिजे. त्याचा फारच आवाज येतो. विशेषत: चेहऱ्यापासून जवळून धमाका झाला तर, तेव्हा सांभाळ."

जोशनं एकदा चाकं उजवीकडे वळवली, तर नंतर डावीकडे. त्या उथळ खाडीवर असलेल्या झुडपांना आणि काही छोट्या झाडांच्या वाकलेल्या फांद्यांना टाळत ते पुढे चालले होते. पलीकडे ब्रॅम्बलची काटेरी झुडपं, खुरटे पाइन वृक्ष, अशा खुरट्या झाडांनी आच्छादलेला भूभाग होता. जीप जवळ पोहोचत असलेली पाहून ट्रेमेन मारा करण्यासाठी सज्ज झाला. जोशनं ट्रक उजवीकडे वळवला आणि तो झाडांच्या अरुंद वाटेतून पानं, छोट्या फांद्या, झुडपं तुडवत पुढे नेला. जीप उघडी असल्यामुळे फांद्याचा मारा चुकवण्यासाठी ट्रेमेननं आणि रेफिल्ड या दोघांनाही डोकं खाली वाकवावं लागलं होतं.

जीपची गती थोडी कमी झाली. अरुंद वाट पुढे थोडी रुंद झाली होती आणि जोशनं त्या गोष्टीचा फायदा घेण्याचं ठरवलं अशी आशा ठेवून की, रेफिल्डचा ताण थोडा मर्यादेबाहेर गेलेला असणारच.

"व्हील सांभाळ." तो ओरडून भावाला म्हणाला.

रूफसनं स्टीअरिंग व्हीलवर हात रोवले. तो अधूनमधून आपल्या भावाकडे आणि ट्रक कुठे चालला आहे ते पाहत होता.

जोशनं आपलं पिस्तूल काढलं आणि त्यानं पुढची झाडं तपासली. आता त्यांचा ट्रक बऱ्यापैकी रस्त्यावरून जात होता त्यामुळे धक्के बसून ट्रक फार हलत नव्हता. त्यानं पिस्तूल आपल्या हातांनी गच्च धरलं. दूरचं अंतर, गाडीचा वेग याचं नेमकं गणित करून त्यानं काय करायचं ते ठरवलं. ओक वृक्षाची जवळजवळ चाळीस फूट उंचीवर असलेली एक फांदी किमान वीस फूट लांब आणि चारेक इंच रुंद होती. त्याच्या आणखीही काही उपशाखा होत्या. ती फांदी त्या अरुंद रस्त्यावर आलेली त्यानं दुरूनच पाहिलेली होती. फांदी इतकी लांब आणि वजनदार होती की, जिथून ती फुटली होती त्या बुंध्याच्या भागाजवळ तिला तडा गेला होता आणि ते नेमकं त्याच्या लक्षात आलं होतं.

जोशनं आपलं हत्यार खिडकीबाहेर काढून, ट्रकशी समांतर ठेवून नेम धरला आणि गोळ्या झाडायला सुरुवात केली. पहिली गोळी जिथून फांदी फुटली होती तिथल्या बुंध्याजवळच्या भागावर लागली होती. पुन्हा एकदा अंदाज घेऊन त्यानं गोळी झाडली. ती बरोबर जिथून फांदी फुटली होती आणि तडा गेला होता त्या भागावरच लागली होती. त्याच्या दृष्टीने ते काही फार मोठं कौशल्य नव्हतं. ०.२२ची रायफल बाळगत असल्यापासूनच तो एक खेळ म्हणून झाडांच्या फांद्यांवर गोळ्या झाडत असे. घाबरलेल्या खारी इकडून तिकडून पळत असत. तरीसुद्धा चालत्या वाहनातून आणि तेही दोन माणसं त्यांना ठार मारण्यासाठी गोळ्या झाडत असताना त्यानं असं कधी केलं नव्हतं. ते तो आताच करत होता.

गाडीचं स्टीअरिंग व्हील सांभाळताना रूफसला कसरत करावी लागत होती. डोळे उघडे ठेवावे लागत होते. पिस्तुलाच्या प्रत्येक आवाजानिशी दचकून तो कान खाजवत होता. त्याचे कान इतके बहिऱ्यासारखे झाले होते की, तुम्ही जवळून ओरडलात तरी त्याला ते नीट ऐकू आलं नसतं. त्या जड फांदीचा आधार कमजोर झाल्याबरोबर ती काही इंच खाली आली. जोशनं त्या फांद्यांवर गोळ्या झाडणं चालू ठेवलं होतं. त्यामुळे ओक वृक्षाचे लाकडी तुकडे एखाद्या जुन्या इंजिनातून निघणाऱ्या वाफेप्रमाणे फेकले जात होते.

तो काय करत होता, हे ट्रेमेनच्या लक्षात आलं. "वाढव, वेग वाढव. बंदुकीच्या गतीनं जाऊ दे." रेफिल्डनं ॲक्सिलेटर वाढवला.

जोशनं आपली नजर त्या फांदीवरून दूर केली नव्हती आणि तो गोळ्या झाडत राहिला होता. थोडा वेळ लागला, पण अखेर गुरुत्वाकर्षणाच्या नियमानं वजन असह्य होऊन त्या फांदीच्या मुळाजवळ पूर्ण तडा गेला आणि ती मोकळी होऊन खाली यायला लागली. तसा जोश रूफसला खूण करून पटकन स्वतः व्हीलवर

बसला आणि त्यानं ट्रकपुढे फांदी पडण्याअगोदर ॲक्सिलेटर दाबला.

"काढ, लवकर पुढे काढ." ट्रेमेन रेफिल्डला किंचाळून म्हणाला.

पण रेफिल्डला कचकन ब्रेक्स मारावेच लागले. कारण समोरच अरुंद रस्त्यावर त्यांच्या जीपसमोर काही पावलांच्या अंतरावर एक हजार पौंड वजनाची फांदी धाडकन कोसळली होती.

"हॅऽऽ गाडी का थांबवली तू?" पुन्हा एकदा तो किंचाळला आणि रागाच्या भरात त्यानं रेफिल्डच्या दिशेनं पिस्तूल वळवलं.

रेफिल्डचा श्वास कोंडला गेला होता. महत्प्रयासानं श्वास घेत तो म्हणाला, "मी थांबवली नसती, तर त्या जाड फांदीनं आपल्याला चिरडून टाकलं असतं. या जीपचं छत काही मजबूत नाही व्हिक."

जोशनं पुढे पाहिलं आणि मग उजवीकडे जिकडे रस्ता थोडा अधिक मोकळा होत होता तिथं त्यानं जोरात ब्रेक्स दाबले. त्यामुळे ट्रक थोडा डावीकडे झुकला. त्यानं उजवीकडे चाक वळवलं आणि वेग वाढवला. झाडीतून ट्रक मोकळा झाला. उथळ गल्लीत थोडा उसळला. रूफसचं डोकं केबिनच्या वरच्या भागाला लागलं आणि मग तो मार्गी लागला.

"च्यायला, तू काय करतो आहेस?"

"जरा सांभाळून बस."

जोशनं पुन्हा एकदा ॲक्सिलेटर दाबला आणि रूफसनं अगदी वेळेवर वर पाहिलं तेव्हा त्याच्या नजरेला ती लाकडी झोपडी दिसली. जी त्याच्या भावानं आधीच पाहिली होती.

जोशनं मागे वळून अपेक्षित असं काही दिसतं का ते पाहिलं. काही नव्हतं, पण ट्रेमेन आणि रेफिल्डना फांदीचा अडथळा दूर करायला वेळ लागणार नव्हता, हे त्याला माहीत होतं.

जोशनं मान वाकडी करून त्या झोपडीकडे पाहिलं आणि त्याला त्याचा रस्ता दिसला. जंगलात जेव्हा एखादी झोपडी असते तेव्हा जवळपास रस्ता असतोच. त्यानं त्या जुन्या लाकडी पट्ट्यांनी बांधलेल्या झोपडीजवळ आपला ट्रक उभा केला आणि त्या दोघांचंही हृदय धडधडायला लागलं. त्या झोपडीमागे रस्ता होता खरा, पण तो संपूर्ण रस्ता लोखंडी कुंपणानं बंद केला होता आणि त्याच्या दोन्ही बाजूंना लागून रांगेनं वृक्ष उभे होते. तिथून कोणतीही गाडी जाणं शक्य नव्हतं. ट्रक तर सोडाच! जोशनं मागे वळून पाहिलं. ते आता सापळ्यात अडकले होते. तो कदाचित सटकू शकला असता, पण रूफस वेगवान हालचाली करू शकत नव्हता आणि त्याला सोडून जायची जोशची तयारी नव्हती.

जोशनं पुन्हा एकदा झोपडीकडे पाहिलं. आणखी काही मिनिटांतच जीप

त्यांच्या अंगावर धावून आली असती. आतासुद्धा मशीनगनच्या गोळ्यांनी झाडाच्या फांदीचे तुकडे होतानाचे आवाज ऐकू येत होते. ते तुकडे बाजूला सारून कोणत्याही क्षणी जीप पुढे होणार होती.

एक मिनिटानंतर जीप त्या अरुंद गल्लीतून बाहेर पडून मोकळ्या रस्त्यावर आली. रेफिल्डनं आजूबाजूला पाहत जीपचा वेग थोडा कमी केला.

"ते गेले कुठं?" त्यानं विचारलं.

ट्रेमेननं आसमंतावरून दुर्बीण फिरवली आणि त्याला जंगलात शिरणारा सापाप्रमाणे असलेला वळणदार रस्ता दिसला. "तिकडे" तो ओरडला आणि त्यानं खुणेचं बोट दाखवलं.

रेफिल्डनं ॲक्सिलेटर दाबला आणि काही मिनिटांतच जीप त्या झोपडीच्या कोपऱ्याजवळ पोहोचली. त्या दोघांना बंद केलेला रस्ता लगेच दिसला तशी रेफिल्डनं जोरात ब्रेक्स दाबून जीप थांबवली. झोपडीपासून दूर अंतरावर दडलेला ट्रक एकदम रोरावत, आवाज करून त्यांच्या जीपला बाजूनं धडकला आणि ट्रेमेन व रेफिल्ड दोघेही उलटलेल्या जीप बाहेर फेकले गेले.

रेफिल्ड झाडांच्या ओंडक्यांच्या ढिगावर फेकला गेला होता. त्याचं डोकं मोठ्या ओंडक्यावर आपटून विचित्र अवस्थेत झुकलं होतं. त्याची काहीही हालचाल होत नव्हती.

ट्रेमेन त्या कलंडलेल्या जीप आडच दडला आणि त्यानं गोळीबार सुरू केला. ट्रक मागे घेण्यास तो जोशला भाग पाडत होता. त्याच्या गोळीबाराने अखेरीस ट्रकचे दोन्ही टायर्स निकामी केले आणि इंजीन बंद पाडलं.

जोशनं ड्रायव्हरची बाजू सोडली तेव्हा रूफस संरक्षणार्थ त्याच्या मागे झाला. अचानक झेप घेऊन जोश आपल्या गुडघ्यावर पडला आणि गडबडा लोळत ट्रकच्या पाठमोऱ्या भागापर्यंत गेला. मग त्यानं डोकावून पाहिलं. ट्रेमेन आपल्या जागेवरून हलला नव्हता. मशीनगनचं वरचं टोक जोशला दिसत होतं. काही मिनिटं शांततेत गेली. ट्रेमेन बहुधा मशीनगनवर दुसरा पट्टा चढवत असावा, असा विचार जोशच्या मनात आला कारण तोही त्या वेळेस तेच करत होता आणि त्याचबरोबर पुढच्या परिस्थितीचा विचार करत होता.

जोशचं हृदय धडधडत होतं. त्यानं आपल्या हातानं डोळे पुसून त्यातली घाण थोडी दूर केली आणि घाम पुसला. त्यानं अमेरिकन धरतीवर किंवा विदेशात अनेक लढाया लढल्या होत्या, पण शेवटची लढाई लढून जवळपास तीस वर्षं होत आली होती. शिवाय प्रत्येक वेळी आपल्याला वाटतं तसं होत नाही, हेही लक्षात ठेवणं आवश्यक होतं. जेव्हा कोणी तुमच्यावर गोळ्या झाडत असतं त्या वेळी तुम्हांला स्पष्ट विचार करता येत नाही आणि तुमच्या क्रिया प्रतिक्षिप्तच असतात.

तरीसुद्धा जोशला सरशी होण्याची थोडी अधिक संधी होती. कारण ते दोघे होते. दुसऱ्या बाजूला त्यांच्यातला फक्त एक ट्रेमेन होता. जोशनं पुन्हा एकदा डोकावून पाहिलं.

"रूफस, मी तीन अंक मोजेन आणि मग सुरू."

"सुरुवात कर मोजायला" रूफसनं सांगितलं, पण त्याच्या आवाजात भीतीची कंपनं होती.

जोश ट्रकच्या मागच्या बाजूपासून झोपडीपर्यंत शर्यतीत धावल्याप्रमाणे प्रचंड वेगानं धावला आणि तीन सेकंदानंतर त्यानं ट्रेमेनवर गोळीबार सुरू केला. गोळ्या जीपच्या फ्रेमवर आदळून उसळत होत्या. रूफस ट्रकच्या मागे सरकला. तो तिथंच थांबला. त्याला थांबावं लागलं कारण ट्रेमेननं झोपडी आणि ट्रक या दरम्यानच्या अंतरात स्वैर गोळीबार सुरू केला होता. हवेत गनपावडरचा जाणवणारा आणि घाबरलेल्या माणसांच्या घामाचा न जाणवणारा असे दोन्ही वास मिसळले गेले.

जोश आणि रूफस यांनी एकमेकांकडे पाहिलं. रूफसची वाढती भीती आणि धास्ती जाणवून जोशनं चेहऱ्यावर हास्य उमटवलं.

"एऽऽ व्हिक," तो मोठ्यानं ओरडून म्हणाला, "आपल्या गाडीचा आधार सोडून हात वर करून बाहेर का येत नाही?"

जोशच्या डोक्यावर असलेल्या झोपडीच्या लाकडाचे तुकडे त्याच्या डोक्यावर गोळीबारानं पाडून ट्रेमेननं त्याला प्रत्युत्तर दिलं.

"ठीक आहे. व्हिक मी तुझं म्हणणं ऐकलं. आता थोडा शांत होतोस का बाबा? काळजी करू नको. तुला आणि रेफिल्डला आम्ही पुरून टाकू बरं! मांस खायला आणि 'घाण' चावून चावून स्वंथ करायला अस्वलांसाठी सोडणार नाही. तुमची घाण किती घाण आहे! जनावरं मृत शरीर खातात हे तू नाममध्ये पाहिलंस ना? की त्या वेळेस तू उलट पळत होतास?" हे बोलता बोलता जोश भावाला खुणा करून तिथंच राहायला सांगत होता आणि मग झोपडीच्या आजूबाजूचा भाग खुणेनं दाखवत होता.

रूफसनं 'कळलं' असं दर्शवण्यासाठी मान डोलावली. जोश ट्रेमेनला उघड्यावर आणणार होता आणि रूफसनं त्याला उडवायचं होतं अशी त्याची योजना दिसली. रूफसनं आपलं पिस्तूल घट्ट धरलं आणि नवीन क्लिप बसवली. त्याला ते भावानं शिकवलं होतं याबद्दल तो त्याचा उपकृत होता. त्याला पिस्तूल फार जड वाटत होतं. श्वास घेताना त्रास होत होता. आपल्याला तेवढी हिंमत येऊन जमेल की नाही याची त्याला भीती होती. मारण्यासाठी लागणारा त्वेष त्याच्याकडे नव्हता. मशीनगनने गोळीबार करणारा ट्रेमेन त्याच्या अगदी जवळ आला आणि अशा माणसाला मारायला काही कौशल्य लागत नसलं तरी तो ते करू शकणार होता का?

रूफस तुरुंगात अनेक जणांबरोबर लढला होता, पण ते स्वत:चा बचाव करण्यासाठी म्हणून आणि नुसत्या हातांनी. मग त्याच्या प्रतिस्पर्ध्यांकडे लाकडाचं दांडकं असो किंवा पाईपचा तुकडा असो, बंदुकीची गोष्टच वेगळी असते. त्यानं दुरूनच माणसाला मारता येतं, पण जर त्यानं पिस्तुलाचा वापर केला नसता, तर त्याचा भाऊ मरणार होता. त्याला ते काम करायलाच हवं होतं.

दबकत दबकत पावलं टाकत जोशनं झोपडीसमोरचा अर्धा रस्ता पार केला. तो अधूनमधून थांबत होता; कानोसा घेत होता. एकदा त्यानं मान उंचावून पलीकडचं काही दिसेल या आशेनं जीपच्या खिडकीतून पाहण्याचा प्रयत्न केला, पण त्याच्या दृष्टीचा कोन चुकीचा होता. त्याला काही दिसलं नाही. जोश आता पूर्ण लक्ष केंद्रित करून होता. भीती होती. नक्कीच होती; पण त्याचं रूपांतर रक्त सळसळण्यात करण्याचा त्याचा प्रयत्न होता. त्यानं आपलं पिस्तूल समोरच धरून ठेवलं होतं. ट्रेमेनला त्याचा काय बेत आहे याचा अंदाज आला असता, तर सरळ जीपमागून बाहेर पडून झोपडीकडे वळसा घालून येण्याचा त्याने प्रयत्न केला असता. परिणामत: दोघं आमनेसामने आले असते. जोशच्या डोळ्यावर किंवा शरीराच्या मध्यभागात गोळ्या बसल्या असत्या किंवा त्याच्या गोळीनं ट्रेमेन मेला असता. मशीनगन विरुद्ध पिस्तूल! शंभर गोळ्या विरुद्ध एक. म्हणजे आधी जोश मेला असता आणि नंतर अर्थात, रूफस!

तो आणखी एक पाऊल पुढे सरकला तेव्हा पुन्हा मशीनगन धडधडली आणि ट्रकच्या पत्र्यावर गोळ्या आदळण्याचा आवाज त्यानं ऐकला. ट्रेमेन रूफसच्या दिशेनं गोळीबार करत होता तेव्हा तो त्वरेने पुढे झाला आणि जीपच्या दुसऱ्या कोपऱ्यावर आला.

आणि त्याचा सर्व प्लॅनच फसला. त्याच्यासमोर ट्रेमेन पिस्तूल रोखून उभा होता. डोक्याचा नेम धरून. धक्का बसलेला जोश इतक्या अचानक थांबला की, त्याच्या पायाखालची वाळू सरकली आणि पाय लुळे पडल्यागत झाले. नशीब बलवत्तर म्हणून ट्रेमेननं झाडलेली गोळी खांद्याला चाटून गेली होती आणि तिनं मेंदूचा वेध घेतला नव्हता. त्या क्षणाचा फायदा घेऊन भानावर आलेला जोश झटकन पुढे झाला आणि त्यानं ट्रेमेनच्या पायात पाय अडकवले. त्यासरशी ते दोघेही जोरात जमिनीवर आदळले. दोघांचीही पिस्तुलं दूर उडाली.

ट्रेमेन आधी उठला. जोश जखमी खांद्यावर हात धरून जरा उशिरा. ट्रेमेननं आपल्या पट्ट्यातून चाकू काढला. पार्श्वभूमीवर होणारा मशीनगनचा आवाज आता बंद पडला होता. ट्रेमेननं जोशवर झेप घेतली तसा तो किंचाळला आणि दोघंही धडपडत जुन्या झोपडीच्या भिंतीवर आदळले. लाकडाच्या भिंतीच्या अनेक फळ्यांना जोडाजवळ तडे गेले, तर काही तुटून पडल्या. जोशनं हाताच्या पुढल्या

भागानं ट्रेमेनचा संपूर्ण हात दाबून ठेवला होता. त्याच्याकडे संरक्षणाची जी काही साधनं होती ती खांद्याच्या पलीकडे होती कीम ज्यांचा वापर करण्यासाठी आवश्यकता होती. त्यानं ट्रेमेनवर लाथ झाडण्याचा प्रयत्न केला आणि त्याच्या बेंबीत ती बसली होती; पण तो लगेच उसळला होता आणि क्षणार्धात परत जोशला भिडला होता. जोशला आपल्या शर्टातून चाकूनं चिरलेलं जाणवलं. आपली शुद्ध हरवते आहे असं त्याला जाणवायला लागलं होतं, पण नवीन जखमेपेक्षा खांद्याच्या पहिल्या जखमेनंच त्याचा इतका शक्तिपात झाला होता की, दुसऱ्या जखमेच्या वेदनाच जाणवल्या नव्हत्या. ट्रेमेन त्याच्या शरीरापासून चाकू अलग करत होता हे त्याला धूसरपणे दिसत होतं. त्यानं आपले हात मागे घेतले होते, ते अखेरचा हल्ला करण्यासाठी. बहुधा त्याचा गळा. लवकर काम तमाम होण्यासाठी नेहमीच घातक ठरणारा. ट्रेमेन तेच करणार होता. तो विचार करत असतानाच त्याच्या आजूबाजूला काळोख पसरत चालला होता.

पण चाकू खोलवर शिरलेलाच नव्हता. तो वरच्यावरच होता. जखमी जोश हार्म्स जसा ट्रेमेनला भिडला, तशी त्यानं जोरदार धडपड केली, लाथा झाडल्या. रूफस त्याच्या मागे होता. एका हातानं त्यानं चाकू धरलेला हात घट्ट पकडून ठेवला होता. तसाच धरून त्यानं तो झोपडीच्या फळकुटांवर जोरात आदळला. ट्रेमेनची बोटं लुळी पडली आणि चाकू खाली पडला. ट्रेमेन हा उत्कृष्ट शरीरयष्टीचा आणि अशा हातांच्या लढाईतला तरबेज योद्धा होता, पण तो रूफसच्या निम्म्या आकाराचा होता. एकास एक असं असेल, तर रूफसच्या तोडीस सापडणारा कठीणच होता. रूफस एखाद्या चिडलेल्या अशा प्रचंड अस्वलासारखा होता की, त्याच्या हातात एकदा का कोणी सापडलं की...आणि ट्रेमेन त्याच्या हातात चांगला सापडला होता. तो ट्रेमेन ज्यानं त्याचं संपूर्ण आयुष्य एक दुःस्वप्न केलं होतं की, जे कधीच संपणार नाही असं त्याला वाटलं होतं.

ट्रेमेननं आपल्या हाताचं कोपर त्याच्या छातीवर मारण्यासाठी मागे घेतलं तसे रूफसने आपले डावपेच बदलले आणि त्याच्या दोन्ही हाताना विळखा घालून त्याला सरळ वर उचललं आणि त्याचं डोकं त्याला घेरी येईपर्यंत वारंवार भिंतीवर आपटलं. त्याचा चेहरा रक्तबंबाळ झाला होता. त्यानंतर रूफसनं त्याचं डोकं काचेच्या खिडकीवर आपटून बाहेर काढलं तशी काच फुटून त्याच्या तुकड्यांनी ट्रेमेनच्या चेहऱ्यावरून रक्ताच्या धारा वाहायला लागल्या. त्याच वेळी जोश जखमांच्या वेदनांनी मोठ्यानं कळवळला, तसं रूफसचं लक्ष त्याच्याकडे जाऊन त्याची ट्रेमेनवरची पकड सैल पडली. ते जाणवल्याबरोबर ट्रेमेननं त्याच्या गुडघ्यावर लाथ झाडली आणि हाताचं कोपर त्याच्या मूत्रपिंडात घुसवलं. वेदनेनं रूफस खाली कोसळला. ट्रेमेन मोकळा झाला तसा त्यानं चाकू हातात घेऊन त्या प्रतिकारविहीन

माणसावर झेप घेतली आणि चाकू वर उचलून तो वार करणार तोच त्याच्या डोक्याच्या मागच्या भागातून गोळी आत शिरली आणि रूफसच्या अंगावरच तो पडला.

त्याचं धूड बाजूला करून रूफस उठून बसला आणि त्यानं आपल्या भावाकडे पाहिलं. त्याच्या हातात धरलेल्या नऊ एम. एम. पिस्तुलाच्या नळीतून अजूनही धूर बाहेर येत होता. त्यानं पिस्तूल खाली ठेवलं. तो धुळीत बसला अन् लगेच तिथेच उताणा पडला. रूफस त्याच्याजवळ जोरात धावत गेला. गुडघ्यावर बसून त्यानं हाक मारायला सुरुवात केली, "जोशऽऽ, जोश!"

जोशनं डोळे उघडले आाणि ट्रेमेनच्या वाकल्या अवस्थेत पडलेल्या देहाकडे पाहिलं. त्यानं जे केलं होतं त्याबद्दल त्याला सुटल्यागत वाटत होतं आणि वाईटही. वाइटातला वाईट शत्रूही असा तऱ्हेनं मेलेला असू नये. त्यानं रूफसकडे पाहिलं, "तू त्याला भिडलास हे चांगलं केलं. माझ्यापेक्षा चांगलं."

"पण तू त्याला मारलं नसतं, तर मीच मेलो असतो."

"त्याला मी मारू दिलं नसतं तुला. नसतं मारू दिलं."

रूफसनं भावाचा शर्ट फाडून काढला होता. शरीराच्या महत्त्वाच्या भागाला इजा पोहोचलेली नसावी असं दिसत होतं. रूफसनं निष्कर्ष काढला. रक्त मात्र भळभळून वाहत होतं. गोळी ती गोळी. त्याची जखम वेगळीच. त्यानं भावाच्या तोंडातून रक्त येत असलेलं पाहिलं. रूफस बाहेरचं रक्त थांबवू शकत होता, पण आतून होणाऱ्या रक्तस्त्रावाबद्दल तो काही करू शकत नव्हता आणि त्यामुळेच त्याचा मृत्यू ओढवण्याची शक्यता नाकारता येत नव्हती. रूफसनं आपला शर्ट काढून त्याच्या खांद्यावर कसून बांधला. उष्णता असूनही जोश थरथरत होता.

"थोडा धीर धर जोश." असं सांगून रूफस जीपकडे गेला आणि त्यानं जीपची पाहणी केली. त्याला फर्स्ट एड बॉक्स सापडला. तसाच घेऊन तो धावतच जोशकडे आला. जोशचे डोळे मिटलेले होते आणि त्याचा श्वास चालू नाही असं वाटत होतं.

रूफसनं त्याला हळूच हलवलं, "जोश, जोश, असं करू नको रे. तुझे डोळे उघडे ठेवण्याचा प्रयत्न कर. जोश, जोश डोळे उघड."

अखेरीस जोशनं डोळे उघडले. ते आता स्वच्छ दिसत होते.

"तुला इथून बाहेर पडायला पाहिजे रूफस. एवढा गोळीबार झाला. लोकं येतच असणार. तुला जायला हवं. लगेच."

"आपण जायला हवं हे बरोबर आहे."

रूफसनं जोशला थोडं वर उचललं आणि त्याची पाठ पाहिली. गोळी त्यातून गेलेली दिसत नव्हती. ती अजूनही शरीरातच कुठेतरी होती. गोळीची आणि चाकूची

या दोन्ही जखमा तो स्वच्छ करू लागला.

मध्येच एकदा जोशनं त्याचा हात घट्ट धरला आणि म्हणाला, "रूफस, तू इथून जातोस की नाही?"

"तू येणार नाही, तर मी जाणार नाही. तेवढंच आपल्या हातात आहे."

"तू अजूनही वेडपटच आहे."

"हो. मी अजूनही वेडपट आहे. खूप. तेव्हा ते सोडून दे आता." त्यानं जखमा स्वच्छ करण्याचं काम संपवून मलमपट्टी लावली आणि घट्ट बॅन्डेज बांधलं. त्यानं हळुवारपणे आपल्या भावाला उचललं, पण तेवढ्याही हालचालीनं त्याला खोकल्याची उबळ येऊन त्याच्या तोंडातून रक्त गळून त्याच्या शर्टवर पडलं. रूफसनं त्याला ट्रकजवळ नेलं आणि तिथंच जवळ खाली झोपवलं.

"शिट रूफस! हा कुठेही चालण्याच्या स्थितीत नाही." उद्ध्वस्त स्थितीत असलेल्या ट्रककडे पाहून तो म्हणाला.

"मला माहीत आहे ते." रूफसनं कॅम्परमधून पाण्याची बाटली आणली. फिरवून झाकण उघडलं आणि बाटली जोशच्या तोंडाला लावली. तू ही धरू शकशील का? तुझ्या पोटात पाणी जाण्याची गरज आहे.

आपल्या चांगल्या स्थितीत असलेल्या हातानं जोशनं बाटली धरली आणि थोडं पाणी पिऊन त्यानं रूफसच्या प्रश्नाचं प्रत्यक्षच उत्तर दिलं.

रूफस उठला आणि उलटलेल्या जीपकडे गेला. सीट आणि मेटल फ्रेम यांच्यामध्ये ट्रेमेननं मशीनगन बसवली होती. एक वायर, एक धातूचा तुकडा आणि चाप ओढण्यासाठी एक दोरी लावलेली काठी यांच्या साहाय्यानं स्वयंचलित मारा पूर्ण होईल अशी व्यवस्था करून तो जोशवर हल्ला करण्यास टपून बसला होता. रूफसनं पाहिलं. ती मशीनगन मोकळी केली. मग त्यानं जीपच्या स्थितीचा विचार केला. जीपच्या हूडला धरून लोटण्याचा प्रयत्न करून ती सरळ होते आहे का याचा त्यानं प्रयत्न केला, पण त्याला त्या पद्धतीनं जोर मिळेना. उलट त्याची पावलं खालच्या वाळूमुळे मागे घसरायला लागली. त्यानं पुन्हा एकदा स्थिती नीट तपासली आणि एकच मार्ग आहे असं त्याला आढळलं.

ड्रायव्हरच्या सीटजवळच्या बाजूला त्यानं पाठ लावली अन् मग तो खाली वाकला. त्यानं आपली बोटं खाली माती आणि वाळूत घुसवून जीपच्या बाजूखाली आणली. मग सर्व जोर काढून सरळ होऊन जीप वर उचलण्याचा प्रयत्न केला; पण जीप जड होती. फारच जड. तीस वर्षांपूर्वी त्याला त्रास वाटला नसता. तरुण असताना त्यानं मोठ्या आकाराची ब्युक पुढल्या बाजूनं जमिनीपासून तीन फूट वर उंच उचलली होती; पण आता तो काही वर्षांचा पोरगा नव्हता. त्यानं पुन्हा एकदा जोर करून प्रयत्न केला तेव्हा जीप थोडी वर उचलली गेल्याची जाणीव त्याला

झाली, पण ती पुन्हा खाली गेली होती.

जोशनं पाण्याची बाटली खाली ठेवली. त्याचा भाऊ काय करत होता हे तो पाहत होता आणि त्या नादात त्यानं ट्रक टायरला धरून बाटली थोडी वरही उचलली होती.

रूफस पुन्हा एकदा तयार झाला. त्यानं डोळे बंद केले आणि पुन्हा उघडले. त्यानं आकाशाकडे पाहिलं. एक मोठा कावळा घिरट्या घेत होता.

त्यानं डोळे बंद करून घेतले आणि त्रासाच्या वेळी तो जे करायचा ते त्यानं केलं. त्यानं प्रार्थना केली. जोशसाठी. 'माझ्या भावाचे प्राण वाचवण्यासाठी आवश्यक तेवढी शक्ती दे परमेश्वरा.'

पुन्हा एकदा त्यानं वाकून जीपची कडा पकडली. छातीत श्वास भरून घेतला. हातपाय खांदे एकवटले. त्याच्या लांब हातांनी जीपचं धूड उचलायला सुरुवात केली. त्याचे वाकलेले पाय हळूहळू सरळ व्हायला लागले. एका क्षणी जीप आणि तो हे दोघेही अधांतरीच होते. जीपही सरळ होत नव्हती आणि रूफसही झुकत नव्हता. सर्व स्नायू ताणले गेले होते. पाठीला रग लागली होती. ऊर धपापत होता. त्यानंतर रूफसनं मागे पडण्याचा प्रयत्न केला, पण पाठीवर भार खूप होता. घट्ट रोवलेले त्याचे पाय खचतील की काय याची त्याला भीती वाटत होती. पुन्हा एक वेळ अशी आली की, रूफसची पाठ पुढे झुकू लागली आणि जीपचा विजय होणार असं दिसू लागलं. त्यासरशी रूफसनं आपलं तोंड उघडलं आणि जोरात आरोळी मारली. इतक्या जोरात की त्याच्या डोळ्यातून पाणी वाहायला लागलं. जोश अशक्य अशी गोष्ट करू पाहणाऱ्या आपल्या भावाकडे पाहत होता. त्याला त्याच्या वेदनांचीही जाणीव होत नव्हती. पाहता पाहता त्याच्याही डोळ्यातून अश्रू वाहू लागले.

रूफसनं डोळे उघडले. जीप पुन्हा इंचाइंचानं वर येत होती ह्याची त्याला जाणीव झाली. त्यानं कमावलेल्या त्याच्या हाता-पायांच्या सांध्यात जणू आग पेटली होती. तो मोठ्यानं गुरकावला. तसं करून जणू त्यानं शरीरातल्या सर्व वेदनांना धुडकावून लावलं होतं. जीप त्याच्याशी इंचाइंचानं लढत होती, त्याला सजा देत होती. तो सगळं सहन करत होता. बस्स! आता असह्य झालं आणि त्यानं श्वास रोखून शेवटचा जोरदार धक्का दिला. पाठ मागे झुकलेली, पाय पुढे गुढघ्यात वाकलेले; जमिनीवर रोवलेले. दोन्ही हातांनी पायांच्या मधून जीपची कडा जोरात उचलून त्यानं ढकलली तशी जीप परत उलट येण्याची स्थिती पार करून दणका देऊन सरळ झाली. रूफस मागे झोकांडी खाऊन जीपवरच पाठीवर पडला. जीप अजूनही धडधडत होती, पण ती चार चाकांवर.

रूफस जीपमध्ये बसला. त्याचं संपूर्ण शरीर थरथरत होतं. अतिश्रमानं त्याला

क्षणकाल डोळ्यासमोर अंधारी आल्यासारखं वाटलं. घामाच्या धारा तर वाहतच होत्या. एक मिनिटभर शांत बसल्यानंतर त्यानं परमेश्वराकडे हात जोडले आणि तो वळला.

जोश आश्चर्यानं थक्क होऊन पाहत होता. ''दादाऽऽरे'' त्याच्या तोंडून शब्द बाहेर पडला आणि तो तिथंच ग्लानी येऊन कोसळला.

रूफसचं हृदय आता जोरजोरात उडत होतं. आपले श्रम कामी आले पाहिजेत, यासाठी तो प्रार्थना करत होता. त्यानं जोशच्या छातीवर जोरजोरात हात चोळला. ''प्लीज जोश, थोडा दम धर रे!'' तो हळूच म्हणाला. एका मिनिटानंतर त्यानं जोशला उचलून जीपमध्ये ठेवलं. वरच्या कॅनव्हास कापडाचं छत त्यानं पूर्ववत केलं. जीप कडेवर उलटताच त्यातून ट्रेमेन आणि रेफिल्ड बाहेर गेले होते त्यामुळे ते पार निघालेलं होतं. त्यानंतर त्यानं जे जे सामान घेता येईल ते ट्रकमधून आणून जीपमध्ये टाकलं. त्यात त्याचं बायबल होतंच आणि त्यासोबत शस्त्रास्त्रसुद्धा.

तो ड्रायव्हरच्या सीटवर चढला आणि त्यानं ट्रेमेन तसंच रेफिल्डवर नजर टाकली. त्यानंतर वर घिरट्या घालणाऱ्या कावळ्यांकडे. आता तिथे त्यांचे अनेक भाईबंद जमलेले होते. ट्रेमेन आणि रेफिल्ड उघड्यावर पडले असते, तर एका दिवसात दोन मृत माणसांची हाडंही शिल्लक राहिली नसती.

तो जीपमधून उतरला, रेफिल्डकडे गेला. त्याची नाडी तपासण्याची गरज नव्हती. डोळ्यावरूनच समजतं आणि पॅन्टमध्ये झालेल्या घाणीमुळे. त्यानं रेफिल्डचा आणि नंतर ट्रेमेनचा असे दोन्ही देह उचलून झोपडीत नेले. उभं राहून त्यानं काही शब्द उच्चारले आणि दार बंद करून तो बाहेर पडला. एके दिवशी तो त्या सर्वांना माफ करणार होता; पण आज नाही. रूफस पुन्हा जीपमध्ये चढला, जोशकडे त्यानं विश्वासपूर्ण नजर टाकली आणि जीप सुरू केली.

पहिल्याच झटक्यात इंजीन सुरू झालं नाही, पण दोन-तीन प्रयत्नांनंतर इंजीनचा आवाज आला. त्यानं गिअर टाकला. एक धक्का बसून गाडी पुढे सरकली. मग त्याला गिअर्सचा सराव झाला आणि त्याची जीप त्या दोघा भावांसह माहीत नसलेल्या त्या युद्धक्षेत्रातून बाहेर पडली.

पन्नास

सकाळच्या सत्रातली सुनावणी संपल्यानंतर बहुतेक सर्व न्यायाधीश कोर्टाच्या दुसऱ्या मजल्यावरच्या डायनिंग रूममध्ये जेवण घेत असत. घरच्या काही कामामुळे फिस्कनं साराला ऑफिसमध्येच सोडलं होतं. मिळालेल्या संधीचा फायदा घेऊन त्यानं स्वतःच माहिती मिळवावी असं ठरवलं. डी.सी.च्या गुन्हाशाखेतून माहितीचा झरा आटला होता. त्याची कसर भरून काढण्याची आवश्यकता होती. ज्यांच्याकडून काही माहिती मिळण्याची शक्यता होती अशांपैकी एक म्हणजे पोलीस प्रमुख लिओ डेल्लासान्ड्रो.

मार्गिकेतून जात असताना तो आता ऐकलेल्या सुनावणीबद्दल विचार करत होता. वकील असूनही बिल्डिंगमधून शक्तीचा कसा वापर करून घेण्यात येत होता ह्याची त्याला कधीही कल्पना आली नव्हती. सुप्रीम कोर्टानं आपल्या इतिहासात, काही विशिष्ट महत्त्व असलेल्या हजारो प्रश्नांबाबत लोकांना न आवडणारी अशी भूमिका घेतली होती. बऱ्याच वेळा ती धाडसाची आणि बरोबर होती. निदान फिस्कच्या दृष्टीनं. पण एक किंवा दोन मतांमुळे पारडं इकडचं तिकडे असं झुकवता येऊ शकतं हे कळल्यानंतर त्यामुळे देशात धोकादायक स्वरूपाचे नसले, तरी अनिश्चित स्वरूपाचे परिणाम घडू शकतात असं फिस्कला वाटलं.

फिस्कच्या मनात भावाचा आणि क्लार्क म्हणून का असेना त्यानं या ठिकाणी बजावलेल्या चांगल्या कामगिरीचा विचार आला. मायकेल फिस्क आपल्या मतांच्या आणि कामाच्या बाबतीत नेहमीच न्यायी आणि संतुलित असे. तो या जागेसाठी चांगलाच उपयुक्त होता. त्याचं आयुष्य कुणीतरी हिरावून घेतल्यामुळे कोर्टाचं खरंच खूप मोठं नुकसान झालं होतं.

फिस्क डेल्लासान्ड्रोच्या तळमजल्यावरच्या ऑफिसकडे पोहोचला. त्यानं बंद दार ठोठावलं. थोडा वेळ थांबून मग पुन्हा दार ठोठावलं. मग दार उघडून त्यानं आत डोकावलं. त्याच्या समोर दिसणारी जागा – छोटं ऑफिस डेल्लासान्ड्रोंच्या सेक्रेटरीचं होतं, पण तिथं कुणीही नव्हतं. बहुधा जेवणासाठी गेली असावी असा त्यानं कयास केला. त्यानं ऑफिसात पाऊल टाकलं. "चीफ डेल्लासान्ड्रो?" त्यानं आवाज दिला. टेहेळणी करणाऱ्या व्हिडिओमुळे काही धागा सापडला का हे त्याला विचारायचं होतं. राइटला अधिकाऱ्यांपैकी कोणी घरी पाठवलं होतं का? हेही त्याला जाणून घ्यायचं होतं.

तो ऑफिसच्या आतल्या दाराशी आला. "चीफ डेल्लासान्ड्रो, मी जॉन फिस्क. थोडं बोलायचं होतं." त्यानं बाहेरूनच सांगितलं, पण काही उत्तर नाही. त्यानं त्यांच्यासाठी चिठ्ठी लिहिण्याचं ठरवलं, पण ती त्याला सेक्रेटरीच्या टेबलावर ठेवायची नव्हती.

तो डेल्लासान्ड्रोंच्या ऑफिसात शिरला आणि टेबलाजवळ गेला. तिथूनच त्यानं कागदाचा एक तुकडा आणि तिथलंच होल्डरमधलं पेन घेऊन त्यानं छोटीशी चिठ्ठी लिहिली. ती लिहून संपल्यावर टेबलावरच ठसठशीतपणे दिसेल अशा रितीने ठेवताना त्याची नजर सहज ऑफिसवरून फिरली. तिथल्या कपाटांवर आणि भिंतीवर त्यांच्या कामगिरीबद्दलची गौरवचिन्हं दिसत होती. एका भिंतीवर ते तरुण असतानाचा त्यांचा फोटो होता.

फिस्क जाण्यासाठी वळला. दाराच्या मागे जॅकेट अडकवलेलं होतं. ते जॅकेट म्हणजे डेल्लासान्ड्रोंच्या कोर्टाच्या गणवेशाचा भाग होता. जात असताना त्या जॅकेटच्या कॉलरवर काही डाग पडलेले त्याला दिसले. त्यानं ते सहज हलकेच चोळून पाहिले. ते मेकअपचे होते. तो बाहेरच्या दर्शनी खोलीत, सेक्रेटरीच्या खोलीत शिरला. त्यानं तिथल्या टेबलावरचे फोटो न्याहाळले. त्यानं डेल्लासान्ड्रोंच्या सेक्रेटरीला एकदा पाहिलं होतं. तरुण, उंच, गौरवर्णीय व तपकिरी रंगांचे केस असणारी ती चांगली लक्षात राहण्यासारखी होती. तिच्या टेबलावर तिचा आणि डेल्लासान्ड्रोंचा एकत्र काढलेला एक फोटो होता. त्यांनी तिच्या खांद्यावरून हात ठेवलेला आहे, अशा पोझमधला. दोघंही हसताना दिसत होते. आपल्या बॉसबरोबर फोटो तर बहुधा सर्वच सेक्रेटरी काढून घेतात, पण इथे तिच्या डोळ्यातली चमक काही वेगळंच सांगत होती आणि ते किती जवळजवळ उभे होते! त्यामुळे पाहिल्यानंतर फक्त ऑफिसकामाच्या संदर्भात ते एकत्र येत होते असं म्हणण्यापेक्षा 'कामाच्या' संदर्भात ते एकत्र येत होते असं म्हणणं जास्त सयुक्तिक वाटणारं होतं. स्त्री-पुरुषात किती सख्य असावं याबाबत कोर्टाचे काही खास नियम असावेत का याचाच तो विचार करत होता, पण त्यांनी आपल्या सेक्रेटरीपासून दूर राहावं असा

सल्ला त्यांना मिळत असावा... कारण... फिस्क पुन्हा डेलसान्ड्रोंच्या ऑफिसमध्ये गेला आणि त्यानं टेबलावरचा त्यांचा फॅमिली फोटो पाहिला. त्यांची बायको आणि मुलं. अगदी आनंदी कुटुंब दिसत होतं ते; वरकरणी तरी. त्यानं त्यांचं ऑफिस सोडलं तेव्हा त्याच्या मनानं एक निष्कर्ष काढला होता – हे जग, ही जागा आणि इथली माणसं! वरवर दिसतं तसं असतंच असं नाही. वरचं रूप फसवं असू शकतं. सत्य शोधायचं, तर खूप खूप आत शिरायला हवं.

रूफसनं जीप थांबवली. ''दिसेल त्या पोलिसाला मी पहिले हात दाखवून थांबवणार आहे. तुझ्यासाठी मदत मागणार.'' रूफस म्हणाला. प्रयत्नपूर्वक जोश उठून बसला. ''वेडा आहे की काय? पोलीस तुला पकडतील आणि त्यांना ट्रेमेन आणि रेफिल्ड सापडले की, ते तुलाच गाडतील.''

''पण तुला डॉक्टरांची गरज आहे जोश.''

''मला फालतू गोष्टींची गरज नाही.'' असं म्हणत त्यानं झटकन पिस्तुलावरचा हात घट्ट केला. त्यानं पिस्तुलाची नळी आपल्या ओटीपोटात खुपसली आणि म्हणाला, ''तू कोणासाठीही थांब आणि मग इथे कसं भोक पडतं ते पाहा.''

''तू वेडपट आहे. मी काय करावं असं तुझं म्हणणं आहे?''

जोशला खोकला येऊन रक्त पडलं. ''तू फिस्क आणि त्या पोरीला शोध. मी काही तुला मदत करू शकत नाही. ते कदाचित करू शकतील.''

रूफसनं गिअर बदलला आणि गाडी मध्येच रस्त्यावर थांबवली. जोश त्याच्याकडे पाहत होता. त्याच्या डोळ्यासमोर मधूनच अंधारी येत होती.

''तो मूर्खपणा थांबव.''

''कसला?''

''मी तुला प्रार्थना करताना पाहतो आहे. माझ्यासाठी ती करू नको.''

''मी परमेश्वराशी कधी बोलायचं, कधी नाही हे मला कोणी सांगायचं नाही.''

''पण त्यातून मला बाजूला ठेव.''

''तुझ्यावर लक्ष ठेवण्यासाठी मी त्याची प्रार्थना करतो आहे. तुला जिवंत ठेवण्यासाठी.''

''मला काही त्रास होताना तुला दिसतं का? उगीच कशाला आपला श्वास वाया घालवतो?''

''परमेश्वरानं मला जीप उचलण्याची ताकद दिली.''

''ती तू उचलली. तुला मदत करायला कोणी देवदूत खाली आला नाही.''

''जोश....''

''फक्त गाडी चालव'' त्याच्या वेदना एवढ्या तीव्र झाल्या की, तो कळवळत

एकाएकी पुढे झुकला. ''मला बोलायचा कंटाळा आला.'' त्याच्या तोंडून कसेबसे शब्द बाहेर पडले.

सारा ऑफिसमध्ये बसलेली असतानाच तिला एलिझाबेथ नाइट यांच्याकडून तातडीनं बोलावण्यात आलं. तिला आश्‍चर्य वाटलं. बुधवारी दुपारी नेहमी न्यायाधीशांची बैठक असे आणि त्या बैठकीत सोमवारी सुनावणी झालेल्या केसेसबद्दल चर्चा होई. प्रत्येक न्यायाधीशांच्या हाताखाली दोन सेक्रेटरी आणि एक वैयक्तिक साहाय्यक दिलेला असे. सारानं नाइटच्या ऑफिसमध्ये प्रवेश केला आणि नाइट यांची दीर्घ काळची सेक्रेटरी हॅरियेट हिला अभिवादन केलं. नेहमी मैत्रीपूर्ण व आनंदी असणारी हॅरियेट थंड आवाजात म्हणाली, ''सरळ आतच जा मिस इव्हान्स.''

हॅरियेटच्या टेबलावरून सारा नाइट यांच्या ऑफिसमध्ये दाराजवळ गेली. तिनं सहज मागे वळून पाहिलं तसं हॅरियेट तिच्याकडे रोखून पाहत असल्याचं तिला आढळलं. तिनं लगेच पाठ फिरवली आणि ती आपल्या कामाला लागली होती. सारानं खोल श्‍वास घेतला आणि ऑफिसचं दार उघडलं.

आत ऑफिसमध्ये रामसे, डिटेक्टिव्ह चांडलर, पर्किन्स, एजंट मॅकेन्ना आणि एलिझाबेथ नाइट एवढी मंडळी होती. एलिझाबेथ आपल्या जुन्या ॲन्टिक टेबलामागे बसल्या होत्या. टेबलाच्या बाजूला रामसे बसले होते. एजंट मॅकेन्ना आणि चांडलर खुर्चीच्या दांड्यावर अर्धवट बसले होते, तर पर्किन्स उभे होते. नाइट हातातल्या पत्र उघडण्याच्या सुरीशी अस्वस्थपणे चाळा करत होत्या.

''ये, आत ये आणि बस'' त्यांच्या स्वरात सहजपणा नव्हता. उत्कृष्ट कव्हर्स चढवलेल्या खुर्चीवर ती बसली. ती खुर्ची मुद्दामहून अशा तऱ्हेनं ठेवली होती की, त्या सर्वांना तिच्या चेहऱ्याकडे सरळ पाहता यावं किंवा तिच्याशी वाद घालता यावा.

तिनं नाइट यांच्याकडे पाहिलं, ''तुमचं माझ्याकडे काही काम होतं?''

रामसे उठून उभे राहत म्हणाले, ''आम्हा सर्वांनाच तुला भेटायचं होतं किंवा स्वच्छ सांगायचं, तर तुझं म्हणणं ऐकायचं होतं. मिस इव्हान्स, मी चांडलरांना प्रश्‍न विचारण्याचा मान देतो.'' त्यांना इतकं कडक असलेलं कधी सारानं पाहिलं नव्हतं. ते तिच्याकडे रोखून पाहत हात जुळवून बसले. मधूनच ते हात बाजूला घेत आणि पुन्हा जुळवत. त्यांची अस्वस्थता सहज कळत होती.

चांडलर खुर्ची घेऊन तिच्या जवळ बसले. ''मला तुला काही प्रश्‍न विचारायचे आहेत आणि त्यांची खरी उत्तरं मला मिळायला हवीत.''

तिनं सर्वांवरून नजर फिरवली आणि अर्धवट विनोद करत असल्यागत म्हणाली, ''मला वकिलांना बोलवायला हवंय का?''

''तू काही चुकीचं केलं नसलंस तर नाही.'' नाइट म्हणाल्या आणि लगेच

त्यांनी पुढे भर घातली, "अर्थात, तरीसुद्धा तूच ठरव की, वकील हजर असावे की नसावे ते."

त्यांचं म्हणणं सारानं मुश्किलीनं पचवलं आणि मग चांडलरकडे पाहिलं. "तुम्हांला काय माहिती पाहिजे आहे?"

"तू कधी रूफस हार्म्स हे नाव ऐकलं आहेस?"

तिनं क्षणभरासाठी डोळे बंद केले. 'देवा रेऽऽ' "ठीक आहे, मी सांगण्याचा प्रयत्न करते."

"हो की नाही? सरळ सांगा मिस इव्हान्स." चांडलर म्हणाले. "खुलासा नंतर करा."

तिनं मान डोलावली अन् मग म्हणाली "हो."

"तुम्हांला ते नेमकं कसं माहीत झालं?"

ती खुर्चीतच चुळबुळली. "तो एक मिलिटरी कैदेतून पळालेला कैदी आहे, हे मला माहीत आहे. ते मी पेपरमधून वाचलं."

"त्याच वेळेस तू त्याच्याबद्दल पहिल्यांदा ऐकलंस का?" तिनं काही उत्तर दिलं नाही, तेव्हा चांडलर यांनी पुढे बोलायला सुरुवात केली. "क्लार्क्स ऑफिसमध्ये रूफस हार्म्सनं एक अपील दाखल केलं म्हणून तू प्रश्न विचारत होतीस आणि तो तुरुंगातून पळण्यापूर्वीच तू ते केलं होतंस. बरोबर? तू कशाचा शोध घेत होतीस?"

"मला वाटलं... म्हणजे काय की...."

"जॉन फिस्कनं तुझ्यावर ते सोपवलं होतं का?" नाइट यांनी तीव्र स्वरात विचारलं आणि शोधक नजरेनं तिच्याकडे पाहिलं. त्यांच्या चेहऱ्यावर निराशा पसरलेली पाहून साराला आणखीनच अपराधी वाटू लागलं.

"नाही. ते मी माझ्या मनाने केलं."

"का?" चांडलर यांनी विचारलं. कोर्टाच्या कॅफेटेरियात त्यांचं फिस्कशी जे अर्धवट अस्पष्ट बोलणं झालं होतं त्यावरून सत्य काय असावं याचा अंदाज त्यांना होतांच, पण त्यांना ते तिच्या तोंडून ऐकायचं होतं.

सारानं एक दीर्घ श्वास सोडला आणि तिच्यावर ओळीनं हल्ला करणाऱ्या उभ्या किंवा बसलेल्या स्थितीत असणाऱ्या सैन्याकडे पाहिलं. तिला वाटलं की, या वेळेस आपल्या मदतीला फिस्क असायला हवा होता, पण ते शक्य होणार नव्हतं. "एके दिवशी रूफस हार्म्स नाव असलेलं एक अपील माझ्या पाहण्यात आलं. मी क्लार्क्स ऑफिसमध्ये विचारणा केली कारण ते कार्यक्रम पत्रिकेवर पाहिलं असल्याचं मला आठवत नव्हतं; पण त्यांच्या ऑफिसमध्ये त्याची नोंद नव्हती."

"तू ते अपील कुठे पाहिलंस?" चांडलर यांनी विचारण्याअगोदरच रामसेंनी मध्येच विचारलं.

"असंच कुठेतरी." सारा म्हणाली. ती केविलवाणी दिसत होती.

"सारा!" नाइट कठोरपणे म्हणाल्या, "उगाच कोणाला लपवण्याचा प्रयत्न करण्यात अर्थ नाही. आम्हांला फक्त सत्य सांग. आपलं करिअर असं वाऱ्यावर फेकू नकोस."

"ते मी कुठे पाहिलं हे मला आठवत नाही. पाहिलं एवढं मात्र खरं आणि तेही बहुधा दोनेक सेकंदांसाठीच आणि मी फक्त रूफस हार्म्सचं नाव वाचलं, जे फाइलिंगमध्ये आढळलं नाही." सारा हट्टीपणानं म्हणाली.

"पण ते अपील आपल्या चाकोरीत कुठे दिसत नाही, अशी तुला शंका आल्यानंतर लगेच तू क्लार्क्स ऑफिसमध्ये त्यांची नोंद का करवून घेतली नाहीस?" पर्किन्सनी विचारलं.

काय उत्तर देणार होती ती या प्रश्नाचं? विचार करून, जुळवाजुळव करून ती म्हणाली, "त्या वेळेस मला ते करणं सोयीचं नव्हतं आणि नंतर मला पुन्हा संधी मिळालीच नाही."

"सोयीचं नव्हतं?" रामसेंनी भडकून म्हटलं, "माझ्या माहितीप्रमाणे तू नुकतीच क्लार्क्स ऑफिसमध्ये ह्या हरवलेल्या अपिलाची चौकशी केली होतीस. तरीही तुला ते सोयीचं नव्हतं?"

"त्या वेळेस ते कुठं होतं हेच मला माहीत नव्हतं?"

मॅकेन्ना मध्येच जोरात म्हणाले, "मिस इव्हान्स, एकतर तू आम्हांला सांग नाहीतर आम्हांला दुसरा मार्ग शोधावा लागेल."

सारा उठून उभी राहिली. "मला तुमच्या बोलण्याचा स्वर मुळीच आवडलेला नाही आणि या तऱ्हेने देण्यात येणारी वागणूकही."

"मला वाटतं, सहकार्य करणं हे तुझ्या भल्याचंच ठरेल." मॅकेन्ना म्हणाले, "आणि फिस्क बंधूंना संरक्षण देण्याचं थांबव, असं मी म्हणतो."

"हे तुम्ही काय बोलता आहात?"

"मायकेल फिस्कनं स्वत:च्या हेतूसाठी ते अपील घेतलं आणि त्यात तू कोणत्यातरी प्रकारे गुंतलेली आहेस, अशी शंका घेण्याचा आधार आहे आमच्याकडे." चांडलर यांनी तिला सांगितलं.

"त्यानं ते तसं घेतलं असेल आणि तुला त्याबद्दल माहिती असूनही तू गप्प राहिली असशील, तर नैतिकदृष्ट्या तो गंभीर अपराध आहे मिस इव्हान्स." रामसे म्हणाले.

"तू हे सगळं इकडेतिकडे धावपळ करून, प्रश्न विचारून करते आहेस कारण जॉन फिस्कनं तुझ्यावर ते काम सोपवलं आहे. खरं की नाही?"

"तुम्हांला हे ऐकून कदाचित धक्का बसेल एजंट मॅकेन्ना, पण मी स्वतंत्ररीत्या

विचार करू शकते आणि कृतीही.'' ती तापून म्हणाली.

''तुला हे माहीत आहे का की, मायकेल फिस्कनं पाच दशलक्ष डॉलर्सची पॉलिसी घेतली होती आणि त्याच्या पश्चात ती रक्कम त्याच्या भावाला जॉनला मिळणार होती?''

''हो, जॉननं ते मला सांगितलं होतं.''

''आणि तुला हेही माहीत आहे का की, भावाच्या मृत्यूच्या वेळेबाबत फिस्ककडे ॲलिबी नाही म्हणून?''

तिनं मान हलवली आणि ती अस्फुट हसली. ''मायकेलचा खून त्याच्या भावावर लादण्याचा प्रयत्न करण्यात तुम्ही आपला बहुमूल्य वेळ उगाच वाया घालवता आहात. त्याचा त्या गोष्टीशी काहीही संबंध नाही. उलट भावाच्या खुन्याला शोधण्यासाठी तो कसून प्रयत्न करतो आहे.''

मॅकेन्नांनी आपले हात खिशात घातले आणि मग मान कलती करून ते तिच्याकडे पाहत राहिले. क्षणभरानंतर त्यांनी धोरण बदलायचं ठरवून विचारलं.

''फिस्क बंधू एकमेकांच्या निकट होते असं तुला वाटतं का?''

''निकट म्हणजे नेमका काय अर्थ समजायचा?''

मॅकेन्नांनी डोळे फिरवले, ''निकटचा जो अर्थ आहे तोच.''

''नाही. मला नाही वाटत की, ते तसे निकट होते म्हणून. पण असं असलं, तर काय झालं?''

''मायकेल फिस्कच्या अपार्टमेन्टमध्ये आम्हांला त्याची पॉलिसी सापडली. आता मला सांग, त्यानं एवढ्या मोठ्या रकमेची पॉलिसी का विकत घेतली आणि त्याच्या पश्चात त्याचे पैसे आपल्या भावाला मिळतील अशी व्यवस्था का करून ठेवली? आईवडलांना का नाही? माझ्या माहितीप्रमाणे त्याचा उपयोग ते अजूनही करू शकतात.''

''मायकेलनं ती पॉलिसी घेतली तेव्हा त्यानं काय विचार केला हे काही मला माहीत नाही आणि आता ते आपल्याला कधीच कळणार नाही.''

''कदाचित ती पॉलिसी मायकेल फिस्कनं घेतलीच नसेल.''

साराला क्षणभर धक्काच बसला. ''म्हणजे तुम्हांला काय म्हणायचंय?''

''दुसऱ्या कोणाच्या नावानं पॉलिसी घेणं किती सोपं आहे, हे तुला माहीत आहे का? त्या वेळेस फोटो घेऊन ओळखही पटवावी लागत नाही. एखादी नर्स तुमच्याकडे येते, काही मापं घेते, काही सॅम्पल्स घेते. तुम्ही काही बनावट सह्या करता आणि अशाच एखाद्या अकाउंटमधून पहिला आणि नंतरचे काही हप्ते भरता. काम संपलं. बस्स!''

साराने डोळे विस्फारले, ''जॉन फिस्कनेच आपल्या भावाचं सोंग घेऊन त्याच्या

नावानं पॉलिसी काढली, असं तुम्हांला सुचवायचं आहे का?''

"काय अशक्य आहे त्यात? त्यामुळे आपापसातले संबंध दुरावलेले असतानाही भाऊ भावासाठी एवढ्या रकमेची पॉलिसी कशी घेऊ शकतो याचा खुलासा होतो.''

"जॉन फिस्क कसा आहे हे तुम्हांला माहीत नाही असा त्याचा अर्थ.''

"पण तसा तर तुम्हांलाही माहीत नाही.'' मॅकेन्ना तिच्याकडे अस्वस्थता निर्माण करणाऱ्या नजरेनं पाहत म्हणाले आणि त्यांच्या पुढच्या शब्दांनी तर ती लगेच भानावर आली.

"तुला हे माहीत आहे का की, मायकेल फिस्कचा खून नऊ एम. एम. रिव्हॉल्व्हरच्या गोळीमुळे झाला ते? आणि जॉन फिस्कच्या नावानं तशा पिस्तुलाची नोंदणी करण्यात आली आहे?'' आपल्या बोलण्याचा परिणाम वाढण्यासाठी ते अल्प काळ थांबले आणि पुढे म्हणाले, "आणि हे अपील! माझी खात्री आहे की, आपल्या भावाच्या खुनाशी त्या अपीलाचा संबंध आहे असंच त्यानं तुला सांगितलं आहे म्हणून.''

सारा चांडलरांकडे पाहत म्हणाली, "माझा विश्वास नाही या गोष्टीवर.''

"अर्थात, अजून यातलं काहीही सिद्ध झालेलं नाही हे मात्र खरं!'' चांडलर म्हणाले. पर्किन्सनी विचारपूर्वक मान डोलावली. त्यांनी आपल्या हातांची घडी घातलेली होती. ते म्हणाले, "मिस इव्हान्स, आम्हांला स्पेशल मिलिटरी ऑपरेशन्सकडून एक फोन आला होता मास्टर सार्जंट डिलार्ड यांचा. रूफस हार्म्सनं कोर्टात एक अपील दाखल केलं आहे आणि त्यामुळे त्याची पार्श्वभूमी तू तपासते आहेस, असं तू त्यांना सांगितलंस म्हणे.''

"गोष्टींची खात्री करून घेण्यासाठी मी फोन करू शकत नाही असा काही कायदा नाही. आहे का तसा?''

"म्हणजे तू तसा फोन केला होतास हे तुला कबूल आहे.'' पर्किन्स विजयाने म्हणाले, त्या वेळेस ते रामसे आणि नाइट यांच्याकडे पाहत होते. "म्हणजे तू कोर्टाची वेळ आणि कोर्टाच्या सवलतींचा एका पळालेल्या कैद्याची माहिती काढण्यासाठी वैयक्तिक कारणास्तव वापर केलास आणि ते करताना तू मिलिटरीशी खोटं बोललीस, कारण कोर्टाकडे तसं कुठलंही अपील तुझ्याच म्हणण्याप्रमाणे फाइल केलेलं नव्हतं.''

"तुझ्या अपराधांमध्ये वेगाने भर पडते आहे.'' मॅकेन्ना म्हणाले.

"मी असं काहीही मान्य करत नाही. माझ्या समजुतीप्रमाणे हे कोर्टाशी संबंधित होतं आणि त्याबद्दल चौकशी करण्याचा मला अधिकार होता.''

"मिस इव्हान्स, ते अपील नेमकं कोणाकडे होतं ते तू आम्हांला सांगशील का?'' त्या दिवशी सकाळी सुनावणीच्या वेळी ते वकिलांकडे ज्या नजरेनं पाहत

होते तशाच नजरेनं पाहत रामसे यांनी विचारलं, "या कोर्टातलं एखादं अपील रीतसर दाखल केलं जाण्यापूर्वीच जर कोणी चोरलं असेल आणि ते कोणी चोरलं हे तुला माहीत असेल, तर तो कोण हे या कोर्टाला सांगण्याचं तुझं कर्तव्य आहे."

त्या सर्वांनाच त्या प्रश्नाचं उत्तर माहीत होतं, हे साराच्या लक्षात आलं होतं; पण ती कोणताही खुलासा करणार नव्हती. आपल्या क्षमतेचा अंदाज नसतानाही निर्धार करून ती उठून उभी राहिली आणि म्हणाली, "मुख्य न्यायाधीश महाराज, मला वाटतं मी पुरेशा प्रश्नांची उत्तरं दिलेली आहेत."

रामसेंनी पर्किन्सकडे आणि नंतर नाइटकडे पाहिलं. त्यांच्यात काही संकेत झाले असावेत असं तिला वाटलं.

"तर मग सारा, तू स्वत:हून आत्ता ताबडतोब कोर्टाच्या क्लार्कपदाचा राजीनामा द्यावास." नाइट म्हणाल्या. त्या वेळी त्यांचा आवाज कठोर होता.

सारानं त्यांच्याकडे किंचित आश्चर्यानं पाहिलं, "जस्टिस नाइट, मी हे समजू शकते. या थराला गोष्ट गेल्याबद्दल मी तुमची माफी मागते. मला वाईट वाटतं."

"मला जेवढं वाटतं आहे, तेवढं नसेल कदाचित. मि. पर्किन्स तुझ्याबरोबर येतील. तुझ्या ज्या काही वैयक्तिक गोष्टी ऑफिसमध्ये असतील त्या तू गोळा कर आणि निघ." अस बोलून नाइट यांनी एकदम दुसरीकडे नजर वळवली.

सारा जायला वळली तसा रामसेंचा आवाज तिच्या कानावर आदळला. "मिस इव्हान्स, एक गोष्ट लक्षात ठेव. तुझ्या कृत्यामुळे या संस्थेला भविष्यातही काही नुकसान होणार असेल, तर त्याची संपूर्ण जबाबदारी तुझी किंवा तुझ्याशी संबंधित व्यक्तींची असेल आणि त्याविरुद्ध हे कोर्ट कारवाई करेल. माझ्या कल्पनेप्रमाणे नुकसान आधीच झालेलं आहे आणि ते आता भरून काढणंही शक्य नाही." त्यानंतर त्यांचा आवाज नाट्यमयरीत्या मोठा झाला, "अशा परिस्थितीत, तुझ्या उर्वरित आयुष्यात तुला तुझ्या या कृत्याची सतत आठवण येऊन पश्चात्ताप होत राहो, असंच मी म्हणेन."

घडलेल्या घटनेनं रामसे यांचा चेहरा लालेलाल झाला होता. त्यांच्या शरीरात जणू स्फोट होत होता. त्यांच्या भरून आलेल्या डोळ्यांतून तिला ते वाचता येत होतं. 'आपल्या कारकिर्दीत घडलेली लांच्छनास्पद घटना!' अशी एक संस्था की, जिच्याबद्दल या शहरात कधीही, काहीही लांच्छनास्पद घडल्याचं ऐकिवात नव्हतं आणि त्यांच्या कारकिर्दीत तर नाहीच नाही, पण त्यांच्या न्यायालयीन कारकिर्दीच्या इतिहासात त्यांचं स्थान पहिल्यांदाच डागाळलं जात होतं आणि तेही एका य:कश्चित क्लार्कच्या चुकीमुळे! त्यांच्या संपूर्ण कुटुंबावर तिनं हल्ला चढवला असता, तर तोही यापेक्षा सौम्यच म्हणावा लागला असता, एवढा मोठा धक्का तिनं त्यांना दिला होता. डोळ्यातून अश्रू बाहेर पडण्यापूर्वीच तोंड झाकून ती बाहेर पडली.

एकावन्न

फिस्क साराच्या ऑफिसमध्ये तिची वाट पाहत बसला होता. ती आत शिरल्याबरोबर तो उठून तिच्याशी काही बोलणार तोच त्यानं पर्किन्सना तिच्या पाठोपाठ येताना पाहिलं. सारा तिच्या टेबलापाशी गेली आणि तिनं आवराआवरीला सुरुवात केली. पर्किन्स दाराशीच उभे होते.

''सारा, काय झालं?''

''त्याचा तुमच्याशी काही संबंध नाही मि. फिस्क.'' पर्किन्स म्हणाले, ''पण तुम्ही इथंच आहात हे मी डिटेक्टिव्ह चांडलर आणि एजंट मॅकेन्नांना कळवतो. त्यांना तुमच्याशी काही बोलायचं आहे.''

''ठीक आहे, पण तुम्ही माझा पिच्छा का सोडत नाही म्हणजे मला साराशी काही खाजगी बोलता येईल.''

''मिस इव्हान्सना या बिल्डिंगमधून बाहेर सोडून येण्यासाठी मी आलो आहे मि. फिस्क.''

सारा आपलं सर्व सामान एका मोठ्या शॉपिंग बॅगमध्ये भरत होती. बॅग भरून झाल्यावर तिनं आपली पर्स त्या बॅगेवर ठेवली. सर्वत्र अखेरची नजर टाकून बॅग आणि पर्स उचलून ती निघाली. जाता जाता हळूच कुजबुजत म्हणाली, ''मी गॅरेजमध्ये तुला भेटेन.''

ती पर्किन्सजवळ पोहोचली तसे पर्किन्स म्हणाले, ''या इमारतीच्या तुझ्याकडे असलेल्या सर्व किल्ल्याही मला लागतील.''

सारानं बॅग खाली ठेवली. पर्स उघडून शोध घेतला आणि एक किल्ल्यांचा जुडगा त्यांच्याकडे फेकला. त्यांनी तो झेलला आणि म्हणाले, ''मला यात मोठा

आनंद वाटतोय असं समजू नकोस. कोर्ट प्रचंड भानगडीत सापडलं आहे, प्रसारमाध्यमांनी आपल्याला घेरलं आहे. लोकांचे खून पडताहेत, जिकडेतिकडे पोलीस दिसताहेत. काय करणार? तुझी नोकरी जावी अशी माझी इच्छा होती असं नाही.''

सारा न बोलता त्यांना ओलांडून पुढे गेली. त्यांच्या पाठोपाठ जॉनही बाहेर पडला. वाटेत समोरून चांडलर आणि मॅकेन्ना येताना पाहून ते तिघेही जरा थांबले.

''मला तुझ्याशी बोलायचं आहे जॉन.'' चांडलर म्हणाले.

फिस्कनं साराकडे पाहत म्हटलं, ''मी नंतर भेटेन सारा.''

तशी ती आणि पर्किन्स हे दोघंही पुढे निघाले.

''तुम्हांला मला काही विचारायचंय?'' फिस्कनं विचारलं.

''अगदी बरोबर.''

''ते माझ्या भावाच्या इन्शुरन्स पॉलिसीबद्दल आहे का?''

''हो, असू शकतं.'' चांडलर कठोरपणे म्हणाले, ''मॅकेन्नांना असं वाटतं की, तुझ्या भावाच्या नावानं तूच पॉलिसी काढलीस त्याला कळल्याशिवाय आणि नंतर त्याचा खून केलास.''

''तुम्हांला पॉलिसी भावाच्या अपार्टमेन्टमध्ये सापडली, हो ना?'' चांडलरांनी मान डोलावली. ''याचा अर्थ त्याला त्याबद्दल माहिती होती, नाही का?''

चांडलर यांनी मॅकेन्नांकडे प्रश्नार्थक नजर टाकली. मॅकेन्ना गप्पच राहिले.

''हे पाहा, माझ्या भावानं पॉलिसी काढल्याचं मला माहीत नव्हतं. इन्शुरन्स एजन्ट माझ्याशी बोलली. तिच्याकडूनच मला कळलं. मी तुम्हांला तिचं नाव देईन. ती प्रत्यक्षात माझ्या भावाला भेटली आहे. मी बनाव रचला असं तुमचं म्हणणं आहे म्हणून सांगतो.'' त्यानं मॅकेन्नांकडे नजर टाकली. त्यांचा चेहरा काळा पडला होता.

''तुमच्या फुग्यातली हवा मी काढली याबद्दल सॉरी मॅकेन्ना. ते पैसे आमच्या आईवडलांनाच मिळणार आहेत. माइकला ते माहीत होतं. त्या इन्शुरन्स एजंटला भेटा. ती सगळं सांगेल. आता तीपण मला सामील आहे असं तुम्ही म्हणाल. पण मग तिथेच का थांबायचं? सर्व नऊच्या नऊ न्यायाधीशांनापण मी खिशात घातलं असेल असंही म्हणता येईल, नाही का?''

''तर आईवडलांना मदत करण्यासाठी म्हणून इन्शुरन्स पॉलिसी घेण्याबद्दल तू भावाशी बोललास, पण त्यात हक्कदार म्हणून तुझ्या एकट्याचंच नाव आहे. म्हणजे तरीही त्याचा खून करण्यासाठी हेतू आहेच.'' मॅकेन्ना म्हणाले. मग ते चांडलरांकडे वळले, ''तुम्ही त्याला विचारता की मी विचारू?''

चांडलर यांनी फिस्कडे पाहिलं, ''तुझ्या भावाचा खून नऊ एम.एम. रिव्हॉल्व्हरच्या गोळीनं झाला.''

''बरं मग?''

"तुझ्याकडे नऊ एम.एम.चं रिव्हॉल्व्हर आहे. हो ना?"

फिस्कनं त्या दोघांकडे आळीपाळीनं पाहिलं, "व्हर्जिनिया स्टेट पोलिसांशी बोलणं झालेलं दिसतंय."

"फक्त उत्तर दे प्रश्नाचं." मॅकेन्ना ताडकन म्हणाले.

"कशाला उत्तर द्यायचं? तुम्हांला आधीच उत्तर माहीत असताना."

"जॉनऽऽ" चांडलरनी हस्तक्षेप केला.

"ठीक आहे. ठीक आहे. हो, माझ्या मालकीचं नऊ एम.एम.चं पिस्तूल आहे. नेमकं सांगायचं, तर एसआयजी सॉवर पी.२२६ आणि सोबत मॅगझिनचे पंधरा राउंड्स. ओके?"

"ते कुठे आहे?"

"माझ्या ऑफिसमध्ये. रिचमंडला."

"आम्हांला ते हवं आहे."

"बॅलिस्टिक तपासणीसाठी?"

"इतरांपैकी तोही एक हेतू आहे."

"बुफोर्ड, हे निव्वळ वेळ वाया घालवणं आहे."

"आम्हांला तुझ्या ऑफिसमध्ये जाऊन ते पिस्तूल घ्यायची परवानगी आहे ना?"

"नाही."

"ठीक आहे. एका तासाच्या आत आम्ही सर्च वॉरन्ट घेऊन येतो." मॅकेन्ना म्हणाले.

"तुम्हांला वॉरन्ट आणण्याची गरज नाही. मी तुम्हांला पिस्तूल देईन."

मॅकेन्नांना धक्काच बसला, "पण तू आताच नाही म्हणाला होतास...."

"त्यांनी जाऊन माझं ऑफिस फोडणं मला नको होतं. पोलीस काही वेळा कसे वागतात ते मला चांगलं माहिती आहे. ते काही हळुवारपणे काम करत नाहीत आणि मग माझ्या दाराच्या दुरुस्तीचे पैसेही मला मिळणार नाहीत." त्यानं चांडलरांकडे पाहिलं. "मी असं गृहीत धरतो की, आता मी आपल्या अनधिकृत टीमचा हिस्सा नाही. तरीपण एक-दोन गोष्टी विचाराव्याशा वाटतात. राइटचा खून झाला त्या रात्री पहाऱ्यावर असलेल्या पहारेकऱ्यांशी तुमचं बोलणं झालं का ही एक आणि व्हिडिओ कॅमेऱ्यांची तपासणी झाली का ही दुसरी गोष्ट?"

"त्याला तुम्ही काही सांगू नये असा मी सल्ला देईन चांडलर." मॅकेन्ना म्हणाले.

"सल्ल्याची नोंद घेतली असं समजा." असं म्हणून चांडलर फिस्ककडे वळले, "आपण एकत्र होतो म्हणून सांगतो. आम्ही पहारेकऱ्यांशी बोललो.

त्यातल्या कोणीही राइटला घरी सोडलं नाही. हे अर्थात, एकही जण खोटं बोलत नाही हे गृहीत धरून. एकानं तयारी दर्शवली होती, पण राइटनं नकार दिला.''

''कोणत्या वेळेस?''

''साधारणपणे दीडच्या सुमारास. व्हिडिओ कॅमेऱ्याच्या फिल्मचीही तपासणी झाली. त्यात नेहमीपेक्षा वेगळं काही नाही.''

''घरी सोडण्याचं नाकारताना राइटनं काही कारण दिलं?''

''पहारेकरी म्हणाला, त्यानं काही न बोलता दार उघडलं आणि तो बाहेर पडला. त्यानंतर त्यानं त्याला पाहिलं नाही.''

''बरं, हे बोलून झालं ना? तर आता पिस्तुलाकडे वळू या.'' मॅकेन्ना हस्तक्षेप करत म्हणाले, ''मी तुझ्याबरोबर ऑफिसमध्ये येतो.''

''मी तुम्हांला माझ्याबरोबर कुठेही नेणार नाही.''

''म्हणजे मला म्हणायचंय की मी तुझ्या पाठोपाठ येतो.''

''तुम्हांला जे करायचं ते करा, पण तिथे रिचमंडचा गणवेशातला पोलीस अधिकारी उपस्थित असायला हवा आणि त्यानं ते पिस्तूल ताब्यात घ्यायला हवं आणि नंतर डी.सी.च्या गुन्हा शाखेकडे पाठवायला हवं. ते जेव्हा पोलिसांच्या ताब्यात असेल तेव्हा त्याच्या जवळपासही तुम्ही असता कामा नये एजंट मॅकेन्ना.''

''तू जे सूचित करतोयस ते मला आवडलेलं नाही.''

''नसेल, पण ते तसंच व्हायला हवं. नाहीतर तुम्ही जा आणि मिळवा वॉरन्ट. पाहा काय करता ते.''

चांडलरांनी हस्तक्षेप केला. त्यांनी विचारलं, ''ठीक आहे. कोणी विशेष माणूस? की ज्याला हजर राहायला सांगायचं?''

''ऑफिसर विल्यम हॉकिन्स. माझा त्याच्यावर विश्वास आहे आणि तुम्हीही ठेवू शकता.''

''ठीक आहे. हे मान्य, पण तुला लगेच निघायला हवं जॉन. मी रिचमंडला फोन करून बोलून घेतो.''

फिस्कनं बाहेर जाणाऱ्या मार्गाच्या दिशेने पाहिलं.

''मला अर्धा तास द्या. मला एकाशी बोलणं आवश्यक आहे.''

चांडलरच्या लक्षात आलं. त्यांनी फिस्कच्या खांद्यावर थोपटलं आणि म्हणाले, ''ठीक आहे, पण एक लक्षात ठेव. रिचमंड पोलिसांच्या ताब्यात तुझं पिस्तूल तीन तासांच्या आत पडलं नाही, तर तुझी खैर नाही जॉन.''

फिस्क साराला शोधण्यासाठी गॅरजेच्या दिशेनें गेला.

दोनेक मिनिटांनंतर डेल्लासान्ड्रो चांडलर आणि मॅकेन्ना यांना येऊन मिळाले. आल्याआल्याच ते रागानं म्हणाले, ''इथे काय, चाललं आहे काय? दोन क्लार्क्सचा

खून झालाय आणि आता एका क्लार्कला एका हरवलेल्या अपिलाच्या संदर्भात काढून टाकलं.''

मॅकेन्ना खांदे उडवत म्हणाले, ''बरीच गुंतागुंत आहे खरी.''

''अरे वाऽ, मग तुम्हांला बराच उत्साह वाटत असेल, नाही?'' डेल्लासान्ड्रो म्हणाले.

''उत्साह वाटावा म्हणून मला पगार दिला जात नाही.'' चिडून मॅकेन्ना म्हणाले.

''नाही, हे सर्व कोण करतो आहे, हे शोधण्यासाठी तुम्हांला पगार दिला जातो आणि डिटेक्टिव्ह चांडलर, तुम्हांलाही!'' डेल्लासान्ड्रोंनी प्रत्युत्तर दिलं.

''आणि तेच काम आम्ही करतो आहोत.'' चांडलर ताडकन म्हणाले.

''ठीक आहे, ठीक आहे.'' डेल्लासान्ड्रो घाईघाईनं म्हणाले, ''मला पर्किन्सनी सांगितलं. जॉन फिस्कनं आपल्या भावाला मारलं असं तुम्हांला खरंच वाटतं का? त्याला हेतू होता हे बरोबर आहे. पाच दशलक्ष डॉलर्स! खूप मोठी रक्कम वाटते खरी, पण आजकालच्या दिवसांत काही विशेष नाही, असंच म्हणावं लागेल!''

''जेव्हा तुमच्या बँक खात्यात खडखडाट होतो तेव्हा कोणतीही रक्कम मोठीच असते. कळलं? त्याच्याकडे हेतू आहे, ॲलिबी नाही आणि आणखी काही तासांत त्याच्याकडे खुनाचं हत्यारही सापडेल.'' मॅकेन्ना म्हणाले.

डेल्लासान्ड्रोंना ते पटल्यासारखं वाटलं नाही. ''पण मग राइटच्या खुनाचं काय? तो त्याच्याशी कसा जोडला जातो?''

मॅकेन्ना आपले हात पसरवत म्हणाले, ''त्याकडे या दृष्टीनं पाहा. कोणत्यातरी मार्गाने त्यानं आपल्याला मदत करण्यासाठी सारा इव्हान्सला भाग पाडलं. इव्हान्स आणि राइटचं ऑफिस एकच होतं. राइटनं काहीतरी ऐकलं असणार किंवा पाहिलं असणार आणि त्याला या दोघांबद्दल संशय आला असणार.''

''पण राइटच्या मृत्यूच्या वेळी फिस्ककडे ॲलिबी आहे असं मी ऐकलं.'' डेल्लासान्ड्रो म्हणाले.

''आहे ना, सारा इव्हान्स!'' मॅकेन्ना म्हणाले.

''आणि हे सगळं पळालेल्या हार्म्स या कैद्याबद्दल आणि त्या बाबतीत सारा करत असलेल्या चौकशीबाबत आहे?''

चांडलरांनी खांदे उडवले, ''आम्ही निर्णयाप्रत पोहोचलो आहोत असं अजून सांगू शकत नाही, पण ती एक शक्यता आहेच.''

''मला नाही तसं वाटत.'' मॅकेन्ना म्हणाले, ''त्याच्याशी काही संबंध असता, तर त्यांनी कुणालातरी सांगितलंच असतं. अपील घेतलं, तर त्यामुळे काय होणार? जॉन फिस्कनं पैशांसाठी भावाचा खून केला आणि आता त्या अपिलाचा

बागुलबुवा करून सारा आणि सगळ्यांचीच दिशाभूल करण्याचा त्याचा प्रयत्न आहे, हेच खरं!''

''असो. मी मात्र नक्की कळेपर्यंत बिल्डिंगवरचा पहारा चालू ठेवणार आहे. इथल्या लोकांचं संरक्षण ही माझी जबाबदारी आहे.'' असं म्हणून त्यांनी मॅकेन्नांकडे रोखून पाहत पुढे म्हटलं, ''जॉन फिस्कचं काय करायचं ते तुम्हीच ठरवा.''

''त्याचं काय करायचं ते मला बरोबर माहिती आहे.''

फिस्कनं पार्किंग गॅरेजमध्ये साराला गाठलं. काय घडलं हे सांगायला तिला फार वेळ लागला नाही.

''सारा, मी तुला सांगायची पाळी माझ्यावर यायला नको होती, पण चांडलरनी मला उत्तेजन दिलं. त्यामुळे तुझी नोकरी जायला मी कारणीभूत आहे, असं मला वाटतं.''

सारानं शॉपिंग बॅग कारच्या डिकीत ठेवली आणि म्हणाली, ''जे घडलं त्याला मीच जबाबदार आहे. मी काही लहान मुलगी नाही. मला कळतंय.''

तिच्या गाडीशी वाकून तो म्हणाला, ''मी रामसे आणि नाइट यांना भेटून पाहू का? मी कदाचित काही खुलासा करू शकेन.''

''तू कसला खुलासा करणार? मी जे केलं म्हणून त्यांनी आरोप केला, ते मी खरंच केलेलं होतं. त्यात खोटं काही नव्हतं. मग तू काय सांगणार?'' तिनं डिकी बंद केली आणि त्याच्याजवळ आली, ''तुझ्या पिस्तुलाबद्दल तुला त्यांनी विचारलं?'' त्यानं मान डोलावली.

''मॅकेन्ना माझ्याबरोबर ऑफिसला येणार आहेत ते घ्यायला.'' मग त्यानं तिच्या चेहऱ्याकडे लक्षपूर्वक पाहत विचारलं, ''आता तू काय करणार आहेस?''

''काही कल्पना नाही. मला अचानक मोकळा वेळ मिळाला आहे, तर मी ट्रेमेन आणि रेफिल्डची माहिती काढेन म्हणते.''

''तू अजूनही मदत करायला तयार आहेस?''

''माझं करिअर मी उगाचच बरबाद केलं असतं का? तुझं काय?''

''मला तर या बाबतीत पर्यायच नाही.''

त्यानं घड्याळाकडे पाहिलं, ''मी संध्याकाळी सातपर्यंत तुझ्या घरी आलो, तर कसं? चालेल?''

''ठीक आहे. मी डिनरची तयारी करते. चांगली वाइनची बाटली. काही उत्तम पदार्थ. माझा कोर्टातला शेवटचा दिवस आपण साजरा करू या. वाटलं तर आणखी एकदा मस्त नौकाविहार करू'' असं म्हणून तिनं त्याच्या हाताला स्पर्श केला अन् पुढे म्हणाली, ''आणि दिवसाचा शेवटही तसाच करू.''

"मी रिचमंड सोडून बॅग घेऊन तुझ्याकडेच येतो. तुला काय वाटत असेल याची मी कल्पना करू शकतो."

"पण मग चांडलर आणि मॅकेन्नांचं काय?"

"ते सांगतील तसं वागण्याची मला आवश्यकता नाही."

"पण तू गेला नाहीस, तर मॅकेन्ना तुला विद्युत्खुर्चीकडे पाठवण्याचा कसोशीनं प्रयत्न करतील. तू माझी काळजी करू नकोस आणि खरं सांगायचं, तर मला बरं वाटतं आहे. मोकळं मोकळं!"

"नक्की?"

"अर्थात! तू करत असलेल्या काळजीबद्दल थँक्स! पण मी राहू शकेन. आज मात्र तू माझ्यासोबत राहू शकतोस." असं म्हणून तिनं जॉनच्या चेहऱ्यावरून हात फिरवला.

फिस्क गेल्यानंतर सारा आपल्या कारमध्ये शिरणार तेव्हा तिला आठवण झाली की, गाडीच्या डिकीमध्ये तिने आपली पर्स ठेवली होती आणि त्यात गाडीच्या किल्ल्या होत्या. तिनं डिकीचं झाकण वर उचललं आणि आपली पर्स घेण्यासाठी बॅगेत हात घातला. तिनं पर्स काढली, त्यासरशी त्याबरोबर एक फोटो बाहेर आला जो तिनं मायकेलच्या ऑफिसमधून पोलिसांनी शोध घेण्यापूर्वीच उचलला होता. अचानक तिच्या लक्षात आलं की, तिला एका महत्त्वाच्या गोष्टीची काळजी घ्यायची होती. ती गाडीत बसली आणि तिनं ती गॅरेजमधून बाहेर काढली.

तिला नुकताच सुप्रीम कोर्टातून डच्चू दिला गेला होता, पण आश्चर्याची गोष्ट म्हणजे तिला त्याबद्दल रडूही आलं नव्हतं किंवा नैराश्य येऊन गॅसमध्ये डोकं खुपसून जीव द्यावा असंही वाटलं नव्हतं. उलट आपण मस्त ड्राइव्ह करत लांबवर जावं असं तिला वाटत होतं. रिचमंडला तिला कोणालातरी भेटायचं होतं आणि आजचा दिवस इतर दिवसांप्रमाणेच चांगला होता असं म्हणायला तिची हरकत नव्हती.

तिची कार जेव्हा उंच कॉलम असलेल्या त्या जुन्या इमारतीवरून, तिच्या कामाच्या जागेवरून, म्हणजे कोर्टावरून गेली तेव्हा मुक्ततेची एक लहर तिच्या अंगावरून दौडत गेली. हे इतकं अचानक घडलं की, काही क्षण तिचा श्वास जणू थांबला. हळूहळू ती भानावर आली. इन्डिपेन्डन्स ॲव्हेन्यूजवळ तिनं ॲक्सिलेटर दाबून कारचा वेग वाढवला अन् मग मागे वळूनही पाहिलं नाही.

बावन्न

फिस्क घाईघाईनं नाइट यांच्या चेंबरकडे निघाला. आश्चर्य म्हणजे त्याला आत घेतलं गेलं. नाइट त्यांच्या डेस्कमागे बसल्या होत्या. रामसे अजूनही तिथल्या एका खुर्चीला चिकटलेले होते. फिस्क आत येताच अभावितपणे ते सहज उभे राहिले.

फिस्क जोरात आत शिरला होता. त्यांना पाहून तो उभ्याउभ्याच म्हणाला, ''मला तुम्हांला हे सांगायचं होतं की, सारानं जे काही केलं किंवा केलं नाही ते माझ्या भावाला वाचवण्यासाठी आणि आता ती जे करते आहे ते भावाचा खुनी शोधण्यासाठी मला मदत म्हणून.''

''आणि तुला खात्री वाटते का की, त्या प्रश्नाचं उत्तर तुला स्वत:ला आरशात पाहून मिळणार नाही म्हणून?'' रामसे जोरात म्हणाले.

फिस्कचा चेहरा उतरला. ''तुम्ही मर्यादा ओलांडता आहात सर.''

''अस्सं! पण अधिकाऱ्यांना तसं वाटत नाही. तू जर खुनी असलास, तर तुझं उरलेलं आयुष्य तू तुरुंगात काढशील अशी मला आशा वाटते. तुझ्या भावाच्या कृतीबाबत बोलायचं, तर माझ्या दृष्टीनं कोणाचा प्राण घेण्यापेक्षा ती कृती थोडीशीच सौम्य आहे असं मी म्हणेन.''

''माझ्या भावाला जे योग्य वाटलं ते त्यानं केलं.''

''मला वाटतं, हे विधान अगदी हास्यास्पद आहे.''

''हॅरॉल्ड...'' नाइट काही बोलणार तोच रामसेंनी बोटाच्या खुणेनं त्यांना गप्प केलं आणि फिस्ककडे बोट दाखवून ते म्हणाले, ''मला वाटतं तू इथून – या ऑफिसमधून आणि या बिल्डिंगमधून निघून जावंस – जबरदस्तीने शिरल्याच्या आरोपाखाली मी तुला अटक करण्यापूर्वीच.''

फिस्कनं त्या दोघांकडे पाहिलं. त्याचं शरीर रागानं फुललं होतं. गेल्या तीन दिवसांत घडलेल्या वाईट घटनांचा परिपाक होता तो. रामसेंना पाहून जणूकाही सर्व वाईट त्यांच्यामुळेच घडलं अशी त्याची भावना झाली.

''या बिल्डिंगच्या मुख्य दारावर कोरलेली अक्षरं मी वाचलीत – 'कायद्याने सर्वांना समान न्याय' – मलासुद्धा ती अक्षरं आता हास्यास्पद वाटताहेत.''

रामसे भडकलेलेच होते – ''तुझी ही हिम्मत!''

''माझ्या एका पक्षकाराला फाशीची शिक्षा सुनावण्यात आलेली आहे. जर सुदैवाने मला तुमच्यासमोर त्याची केस मांडण्याचा सन्मान मिळाला, तर तुम्ही सांगू शकाल का की, माझा मनुष्य जगेल, याची तुम्ही प्रत्यक्षात काळजी घ्याल म्हणून? की प्रघाताविरुद्ध जायचं नाही असं म्हणून त्याला बळी द्याल?''

''तू ऽऽ तू उद्धट माणसा...''

''बोला, तुम्ही हे सांगू शकता का?'' फिस्क ओरडून म्हणाला, ''आणि जर तुम्ही हे सांगू शकत नसलात, तर मला माहीत नाही तुम्ही काय आहात ते... पण न्यायाधीश नाही एवढं मात्र नक्की.''

रामसे रागानं निळे काळे पडले होते. ''तुला कशाबद्दल काहीतरी समजतं का? की 'सिस्टीम' किंवा कार्यप्रणाली असं आपण ज्याला म्हणू —''

''मी... मी 'सिस्टीम' आहे... कार्यप्रणाली आहे. मी आणि ज्याचं मी प्रतिनिधित्व करतो ते लोक. तुम्ही नाहीत किंवा ही जागाही नाही.''

''या इथे आम्ही ज्या विषयांवर निर्णय घेतो त्याचं 'महत्त्व' तरी तुला कळतं का?''

''सर्वांत शेवट तुम्ही कधी बसलात आणि 'मारहाण' केलेल्या बाईला 'न्याय' दिलात? किंवा लैंगिक अत्याचाराला बळी पडलेल्या पोराला? तुम्ही कधी कुणाला विद्युत्खुर्चीवर मरताना पाहिलं आहे? तुम्ही इथं बसता आणि जिवंत माणसाला पाहत नाहीत. तुम्ही कधी प्रत्यक्ष साक्षीदारांकडून ऐकत नाहीत, तुम्ही अशा कोणाकडूनही ऐकत नाही की, ज्यांचं तुमच्या कृतीमुळे नुकसान होतं किंवा ज्यांना तुमच्या कृतीमुळे फायदा होतो. तुम्ही काय करता, तर वरच्या स्तरावरच्या वकिलांचा एक गट जे कागद तुमच्याकडे देतो ते पाहता. तुम्हांला चेहरे दिसत नाहीत, माणसं दिसत नाहीत, विदीर्ण झालेलं दु:ख किंवा हृदय दिसत नाही. तुमच्यासाठी हा खेळ आहे! हुशार माणसांचा खेळ! फक्त खेळ! आणखी काही नाही.'' भावनातिरेकानं बोलण्यामुळे फिस्क दमला. क्षणभर थांबून आणि रामसेंच्या नजरेला नजर देऊन मग तो म्हणाला, ''तुम्हांला मोठे विषय फार कठीण वाटतात ना? तर आता छोट्या विषयांकडे वळा.''

“मला वाटतं जॉन तू इथून जावंस.” नाइट तीव्र स्वरात म्हणाल्या, “आत्ता, ताबडतोब!”

फिस्कनं काही सेकंद रामसेंकडे तीव्र नजरेनं पाहिलं आणि मग शांतपणे नाइट यांच्याकडे नजर वळवली. “तुम्ही मला योग्य सल्ला दिलात. मी तुमचं ऐकायला हवं.” असं म्हणून तो जाण्यासाठी दाराकडे वळला.

“मि. फिस्क,” रामसे आरोळी ठोकल्यागत आवाजाने ओरडून म्हणाले, तसा फिस्क हळूच उलट वळला.

“माझे काही मित्र व्हर्जिनिया स्टेट बारमध्ये आहेत. मला वाटतं त्यांना परिस्थितीची कल्पना देणं योग्य ठरेल. तुझ्याविरुद्ध योग्य कारवाई होईल हे मी पाहीन. कदाचित ‘निलंबन’ आणि नंतर वकिली करण्यास ‘मनाई’ असा त्याचा शेवट असू शकेल.

“अपराधी – निरपराधी म्हणून सिद्ध होईपर्यंत? गुन्हेगारीची न्यायव्यवस्था अशी असावी, अशीच तुमची कल्पना आहे ना?”

“माझं हे स्पष्ट मत आहे की, हा फक्त वेळेचा प्रश्न आहे. तेव्हा तुला आपण अपराधी असल्याचं कळेलच.”

फिस्क त्यावर काही बोलणार होता पण नाइट म्हणाल्या, “जॉन, सुरक्षा अधिकाऱ्यांना बोलावण्याअगोदर तू स्वतःहून निघून जाणं योग्य ठरेल, असं मला वाटतं.”

जॉन बाहेर पडताच रामसे डोकं हलवत म्हणाले, “त्याचं डोकं नक्की फिरलंय. संतुलन पार बिघडलंय.”

ते वळले आणि नाइटकडे पाहून म्हणाले, “बेथ, मला फक्त एवढंच सांगायचंय की, नवीन क्लार्क मिळेपर्यंत तुम्ही माझ्या कोणत्याही क्लार्कचा उपयोग करून घेऊ शकता.”

त्यांनी रामसेंकडे पाहिलं. त्यांनी दिलेला प्रस्ताव वरकरणी तरी उत्तमच होता. त्या बहाण्यानं नाइट यांच्या ऑफिसमध्ये रामसेंचा हेर?

“तशी माझी अडचण नाही. थोडं जास्त काम करून घ्यायला लागेल इतकंच.”

“आज सुनावणीच्या वेळी तुम्ही चांगली लढत दिलीत, पण तुम्ही काहीही वैयक्तिकरीत्या मनाला लावून घेणार नाही, अशी मला आशा आहे. सर्वांसमोर जेव्हा आपली अशी रस्सीखेच चालते तेव्हा ते बरं नाही वाटत.”

“मी वैयक्तिकरीत्या केसचा विचार का करू नये हॅरॉल्ड? सांगा मला.” त्यांचे डोळे सुजल्यागत झाले होते.

''करावा, पण झोप घालवू नये. माझं कधीही तसं होत नाही. फाशीची शिक्षा सुनावली तरीही. तुम्ही अपराधी आहात की निष्पाप हे आपण ठरवत नाही. आपण शब्दांचा नेमका अर्थ करतो. आपल्याला त्या अर्थानं विचार करायला हवा. तसा केला नाही, तर तुम्ही लवकर संपून जाल.''

''माझ्या फक्त 'हुशारी'ला आव्हान देणाऱ्या वैशिष्ट्यपूर्ण दीर्घ करिअरला लवकर संपून जाणं हा कदाचित उत्कृष्ट पर्याय ठरेल.'' रामसेंनी बेथकडे चमकून पाहिलं. ''मला दुखवायला, दुखवून घ्यायला हवं असतं. मला वेदनेची जाणीव हवी असते. सगळ्यांना असते तशी. आपण अपवाद का असावं? आपल्याला अशा केसेसबद्दल दु:ख वाटायला हवं.''

रामसेंनी खेदानं आपलं डोकं हलवलं. ''मग तर मला शंका आहे की, तुम्ही कधीही सोसू शकणार नाही आणि तुम्हांला इथं काही वेगळं दाखवायचं असेल, तर ते करायलाच हवं.''

''पाहू या. कुणी सांगावं, मी कदाचित चकितही करेन तुम्हांला... आजपासूनच.''

''स्टॅनलेला उलटवण्याची तुम्हांला संधी नाही. असं असलं, तरी तुमच्या चिकाटीला मी दाद देतो. आज ती वाया गेली असली तरीही.''

''अजून मतं घेतली गेली नाहीत. नाही का?''

रामसे हसले. ''अर्थात, पण ती एक औपचारिकता फक्त!'' त्यांनी आपले हात खिशात घातले आणि ते नाइटसमोर येऊन उभे राहिले. ''आणि मला हेही माहीत आहे की, तुमच्या मनात ती गरिबांचे अधिकार पुनर्तपासणीची बाब घोळते आहे म्हणून. त्या बाबतीतसुद्धा....''

''हॅरॉल्ड, आत्ताच आपण आपला तिसरा क्लार्क गमावला आहे. एक जिवंत व्यक्ती! तिची मला खूप काळजी होती, पण आता ही जागा फारच गुंतागुंतीची झाली आहे. मला आत्ता कोर्टाच्या कोणत्याही गोष्टीबद्दल बोलावसं वाटत नाही. कदाचित कधीच नाही.''

''बेथ, आपल्याला आपलं काम चालू ठेवायला हवंय. हे खरं आहे की, एका पाठोपाठ एक संकटं येताहेत पण आपण सामना करायला हवा.''

''हॅरॉल्ड, प्लीज!''

पण रामसे थांबायलाच तयार नव्हते. ''कोर्ट चालूच असतं. आपण....''

''तुम्ही आता जा इथून.'' नाइट उभं राहून कडाडल्या.

''काय म्हणालात?''

''माझ्या ऑफिसमधून चालते व्हा. असं म्हणतेय मी.''

''बेथ....''

''चालते व्हा म्हटलं नं! तर चालते व्हा!''

एक शब्दही न बोलता रामसे नाइट यांच्या ऑफिसमधून बाहेर पडले. नाइट मिनिटभर तशाच उभ्या राहिल्या. त्यानंतर त्याही बाहेर पडल्या.

रामसेंशी झालेल्या चकमकीनंतर फिस्क कोर्टाच्या अंडरग्राउंड गॅरेजमध्ये थेट आपल्या गाडीकडं गेला. त्याचं अवसानच गळालं होतं. त्याच्यामुळेच साराची नोकरी गेली होती. तोच जबाबदार होता. त्याच्यावर भावाच्या खुनाचा आरोप करण्यात आला होता. आणि आत्ता त्याची युनायटेड स्टेट्सच्या मुख्य न्यायाधीशांशी वादावादी झाली होती आणि हे सगळं घडलं होतं फक्त गेल्या तासाभरात. कोणत्याही दृष्टीनं तो वाईटच दिवस होता. तो आपल्या कारमध्येच बसून राहिला. रिचमंडपर्यंत ड्राईव्ह करून जायची आणि त्याच्या आयुष्याच्या विध्वंसाची अखेर मॅकेन्ना कशी करतात हे पाहण्याची त्याची मुळीच इच्छा नव्हती.

त्यानं दोन्ही हातांनी आपले डोळे झाकून घेतले आणि तो सीटला रेलून राहिला. त्याच्या तोंडून कण्हल्यासारखा आवाज बाहेर पडला. तो झटक्यात पुढे वाकला त्याच वेळी त्यानं तो आवाज ऐकला. खिडकीच्या काचेवर एलिझाबेथ टकटक करताना पाहून त्याचे डोळे विस्फारले गेले. त्यानं काच खाली घेतली.

"मला तुझ्याशी बोलायचंय."

त्यानं आपलं सारं अवसान गोळा केलं आणि म्हणाला, "कशाबद्दल?"

"आपण छोटासा प्रवास केला कारनं तर कसं? तुला पुन्हा बिल्डिंगमध्ये बोलावण्याची जोखीम मी घेत नाही. रामसेंना इतकं भडकलेलं मी कधीच पाहिलं नव्हतं."

त्या स्त्रीच्या चेहऱ्यावर स्मिताची रेषा उमटली होती असं त्याला वाटलं की तो भास होता? "तुम्ही माझ्या कारमधून येणार?"

"माझी गाडी इथं नाहीये. का? तुला काही अडचण वाटते का?"

फिस्कनं त्यांच्या मौल्यवान ड्रेसकडे पाहिलं. "काय आहे की, माझ्या गाडीची स्थिती तुम्ही पाहताच आहात. गंज चढलेला आहे, धूळ पसरली आहे म्हणून म्हटलं."

नाइट हसल्या. "पूर्व टेक्सासमधल्या कुरणावर मी वाढले आहे. मी आमच्या कुटुंबीयांबरोबर जेव्हा जवळच्याच आमच्या गावातल्या झोपड्यांकडे जात असे तेव्हा माझ्यासहित आम्ही सहा बहीण-भावंड धुळीतच रमायचो. तेव्हा मला तुझ्याशी बोलायचंय हे महत्त्वाचं आहे."

फिस्कनं मान डोलावली आणि त्याच्या सीटच्या बाजूचं दार उघडलं. नाइट

त्याच्या बाजूच्या सीटवर बसल्या.

"कुठं जायचं?" फिस्कनं गॅरेजमधून गाडी बाहेर काढताच विचारलं.

"पुढच्या लाइटजवळ डाव्या हाताला घे. तुला आणखी काही महत्त्वाचं काम नसेल अशी मी आशा करते. खरं म्हणजे मी ते आधीच विचारायला हवं होतं."

मॅकेन्ना वाट पाहणार होते – फिस्कच्या मनात आलं.

"नाही. तसं काही विशेष महत्त्वाचं नाही."

त्यानं वळण घेतल्यानंतर नाइट यांनी बोलायला सुरुवात केली.

"तू परत यायला नको होतंस आणि बोललास ते बोलायलाही नको होतं."

"मला वाटतं, फक्त हे सांगण्यासाठीच तुम्ही आलेला नाहीत." तटकन फिस्क म्हणाला.

"मी हे सांगण्यासाठी आले की, मला साराबद्दल फार वाईट वाटतंय."

"तिनं माझ्या भावाला मदत करण्याचा प्रयत्न केला आणि नंतर मला. माझी खात्री आहे, ज्या दिवसापासून ती फिस्क बंधूंच्या सान्निध्यात आली तो दिवस तिच्या कायम स्मरणात राहील."

"निदान एका फिस्कच्या बाबतीत तरी."

"त्याचा अर्थ काय?"

"साराला तुझ्या भावाबद्दल आदर होता आणि तिला तो आवडत होता. पण स्पष्ट सांगायचं, तर ती त्याच्यावर प्रेम करत नव्हती. तो मात्र तिच्या प्रेमात पडला होता असं मला वाटतं. तिचं मन मात्र दुसऱ्याच कोणावर जडलं आहे."

"खरं की काय? आणि हे तिनं तुम्हांला सांगितलं?"

"जॉन, स्त्री-पुरुष असा भेद मला करायचा नाही, पण मूलभूत गोष्टींकडे दुर्लक्ष करण्याचं मी नाकारते. माझ्या आठ पुरुष सहकाऱ्यांच्या ही गोष्ट लक्षात आली की नाही ते मला माहीत नाही. मला हे स्पष्ट कळलंय की, सारा इव्हान्स ही तुझ्यावर खूप प्रेम करते."

"स्त्रियांनाच कळणारी अंत:प्रेरणा?"

"तसंच काहीतरी. मलाही दोन मुली आहेत."

त्यानं चौकस नजरेनं पाहिलेलं त्यांच्या लक्षात आलं. "माझा पहिला नवरा वारला. माझ्या मुली मोठ्या होऊन आपापल्या मार्गाला लागल्या आहेत." नाइट यांनी आपले हात मांडीवर ठेवून खिडकीबाहेर पाहिलं.

"अर्थात, त्यासाठी मला तुझ्याशी बोलायचं होतं असा भाग नाही." त्या म्हणाल्या. "उजवीकडे वळव. बस्स तिथेच."

फिस्कनं त्यांच्या सांगण्याप्रमाणे गाडी घेतली आणि मग विचारलं, "तर मग

तुमच्या कार्यक्रम पत्रिकेवर कोणता विषय आहे? तुम्हा लोकांची नेहमी तशी एक कार्यक्रम पत्रिका असते.''

''आणि तुला ते चुकीचं वाटतं?''

''ते तुम्हीच सांगा. तुम्हा लोकांचे खेळ पाहून मला काही उकळ्या फुटत नाहीत.''

''तुझा दृष्टिकोन मी समजू शकते.''

''तुम्ही काय करता याचा निवाडा करण्याची माझी पात्रता नाही, पण माझ्या मते, तुम्ही न्यायाधीश नाही. तुम्ही धोरण ठरवणारे आहात आणि ते धोरण ठरतं, ज्याला पाच मतं मिळवण्याची क्षमता आहे त्याच्याप्रमाणे. त्यात वादी आणि प्रतिवादी यांच्या हक्कांचा संबंध कुठे येतो?'' फिस्कनं हे म्हटलं मात्र त्याच्या डोक्यात एक निराशावादी विचार आला. त्याला कोर्ट आणि त्याच्या कामकाजाबद्दल तक्रार करण्याची जागाच नव्हती. त्याच्या पक्षकारातर्फे केस लढवताना त्यानं 'सत्य' बाजूला सारण्याचा प्रयत्न अनेक वेळा केला होता. कोर्टानं न्याय केला की नाही यापेक्षा ते वाईट नव्हतं का?

तेथे मिनिटभरासाठी शांतता पसरली आणि तसेच न बोलता ते पुढे गेले. नाइटनी त्या शांततेचा भंग केला. त्या म्हणाल्या, ''मी सरकारी वकील म्हणून कामाला सुरुवात केली, नंतर खटला चालवणारी न्यायाधीश म्हणून काम केलं.'' त्या थांबल्या. ''त्यामुळे तुझ्या भावना चुकीच्या आहेत असं मी म्हणणार नाही.''

फिस्कला थोडं आश्चर्य वाटलं.

''जॉन, आपण दोघंही या गोष्टीवर कंटाळेपर्यंत वाद घालू शकतो, पण वस्तुस्थिती लक्षात घेतली, तर इथं एक कार्यप्रणाली आहे आणि त्या कार्यप्रणालीशी इमान राखूनच काम करावं लागतं, हे मान्य करायला हवं. मग त्याचा अर्थ नेहमी नियमाप्रमाणे चाला किंवा काही वेळा नियम वाकवून चाला, असा गृहीत धरला पाहिजे. एखाद्या गुंतागुंतीच्या परिस्थितीसाठी निर्माण केलेलं साधं, सरळ, सोपं असं हे तत्त्वज्ञान! तेव्हा ते स्वीकारा, पण कधीतरी तुम्हांला तुमच्या मनाप्रमाणे करावं लागतं; जावंसं वाटतं. तेही स्वीकारा.'' त्यांनी त्याच्याकडे पाहिलं, ''मी काय म्हणते आहे हे तुझ्या लक्षात आलं ना?''

त्यानं मान डोलावली, ''माझ्या सहज प्रवृत्ती जागृत आहेत.''

''मायकेल आणि स्टिव्हनच्या मृत्यूबद्दल तुझ्या सहज प्रवृत्तींचं काय म्हणणं आहे? त्यांचा त्या नाहीसा झालेल्या अपीलशी काही संबंध आहे का? असला, तर मला त्याबद्दल समजून घेणं आवश्यक वाटतं.''

''मला का विचारता हे?''

“कारण इतर कोणापेक्षाही तुला अधिक माहिती असावी, असं मला वाटतं. म्हणून तर तुझ्याशी खाजगी बोलायचं होतं.”

“तुम्हांला असं वाटतं का की, मी माझ्या भावाचा खून केला आणि अपिलाची भानगड उगाच दिशाभूल करण्यासाठी वापरतो आहे म्हणून? त्यामुळे कोर्टाला खरं ते कळणार नाही.”

“मी तसं म्हटलं नाही.”

“पण पार्टीच्या वेळी तुम्ही साराला बरंचकाही म्हटलं आहे.”

नाइट यांनी दीर्घ सुस्कारा सोडला आणि त्या मागे रेलून बसल्या. “मी तसं का केलं, ते मला आता सांगता येणार नाही. कदाचित तिला घाबरवून तुझ्यापासून दूर करण्यासाठी असेल.”

“मी माझ्या भावाचा खून केलेला नाही.”

“माझा तुझ्यावर विश्वास आहे. म्हणजे हे नाहीसं झालेलं अपील महत्त्वाचं आहे तर!”

फिस्कनं मान डोलावली. “माझा भाऊ मारला गेला कारण त्याला अपिलामध्ये काय होतं ते माहीत होतं. राइट मारला गेला कारण तो उशिरा काम करत असताना त्यानं कोणालातरी माझ्या भावाच्या ऑफिसमध्ये शिरताना पाहिलं असावं, अशी माझी कल्पना आहे.”

नाइट यांचा चेहरा फिकुटला. “म्हणजे कोर्टातल्या कोणीतरी राइटचा खून केला असं तुला वाटतं?”

फिस्कनं मान डोलावली.

“तू तसं सिद्ध करू शकशील का?”

“तशी मला आशा आहे.”

“पण असं असणं कसं शक्य आहे? आणि का?”

“आपलं अर्धं आयुष्य ज्यानं तुरुंगात काढलं आहे अशा एकालासुद्धा या प्रश्नाचं उत्तर मिळवायला आवडेल.”

“डिटेक्टिव्ह चांडलरना हे सर्व माहीत आहे?”

“नाही, पण एजंट मॅकेन्नांनी त्यांना नीट पटवून दिलं आहे की, मीच तो वाईट मनुष्य आहे म्हणून.”

“मला नाही वाटत चांडलरांचा त्यावर विश्वास आहे असं.”

“ते कळेलच.”

फिस्कनं नाइटना पुन्हा कोर्टाजवळ नेऊन सोडलं. तशी त्या म्हणाल्या, “तुला संशय आहे त्याप्रमाणे सर्व खरं असलं आणि कोर्टातलं कोणी जर त्यात गुंतलं असलं....” त्या थांबल्या. पुढे क्षणभरासाठी त्या बोलू शकल्या नाहीत. “त्यामुळे

कोर्टाच्या प्रतिष्ठेवर त्याचा काय परिणाम होईल हे तुझ्या लक्षात येतंय का?''

''आयुष्यातल्या बऱ्याच गोष्टींबद्दल मी काही सांगू शकत नसलो, तरी एका गोष्टीबद्दल मी नक्की सांगू शकतो. निरपराध माणसाच्या तुरुंगातल्या मरणापेक्षा कोर्टाची प्रतिष्ठा मोठी आणि मौल्यवान नाही.''

त्रेपन्न

रूफसनं उत्सुकतेनं आपल्या भावाकडे पाहिलं. जोरानं खोकून नुकताच कफ बाहेर काढला होता आणि दमून तो बसण्याचा प्रयत्न करत होता. त्यामुळे श्वास घ्यायला सोपं जाईल असं त्याला वाटत होतं. आपल्या शरीराचं आतून बरंच नुकसान झालं होतं हे त्याला माहीत होतं आणि ज्या कुठल्या महत्त्वाच्या गोष्टीमुळे तो जिवंत होता तिचासुद्धा कधी उद्रेक होईल हे सांगता येत नव्हतं. त्यानं आपलं पिस्तूल अजूनही बाजूला ठेवलं होतं, पण त्याचं आयुष्य संपायला गोळीची गरज पडेल असं वाटत नव्हतं — म्हणजे आणखी एका नव्या गोळीची.

ट्रेमेन आणि रेफिल्ड मिलिटरी वाहनातून आले नव्हते ही रूफस आणि जोशसाठी सुदैवाचीच गोष्ट होती, पण त्या जीपची एक बाजू ट्रकनं धडक दिल्यानं चेपलेली होती आणि लोकांचं लक्ष वेधून घेण्यास समर्थ होती. सुदैवानं वरचं कॅनव्हास कापडाचं छत ठाकठीक होतं. त्यामुळे कुणालाही जीपच्या आतल्या भागातलं स्पष्ट दिसू शकत नव्हतं.

ते कुठे चालले होते, हे रूफसला कळत नव्हतं. जोशला अधूनमधून सारखी ग्लानी येत असल्यामुळे त्याचीही मदत होऊ शकत नव्हती. रूफसनं ग्लोव्ह बॉक्स उघडून आतून नकाशा बाहेर काढला. त्यानं जीप हळूहळू चालवत त्याचा अभ्यास केला आणि रिचमंडचा मार्ग शोधला. त्याला हायवेवर जावं लागणार होतं. गरज लागली असती, तर थांबून दिशा विचारावी लागणार होती. त्यानं शर्टच्या खिशातून फिस्कनं दिलेलं ते छोटं कार्ड काढलं. नाव आणि नंबर्स पाहिले आणि पुन्हा खिशात घातलं. आता त्याला फक्त टेलिफोन बूथ शोधायचा होता.

त्यानं जीपला वेग दिला.

फिस्क आणि एफ. बी. आय. एजंट मॅकेन्ना फिस्कच्या ऑफिसशी पोहोचले, तसे मॅकेन्ना म्हणाले, "फिस्क चल, लगेच ताब्यात घेऊ या."

"नाही. पोलीस येईपर्यंत आपण थांबणार आहोत." फिस्क स्पष्टपणे म्हणाला.

त्याचं बोलणं संपत नाही तोच पोलिसांचं वाहन जवळ येऊन थांबलं आणि त्यातून पोलीस अधिकारी हॉकिन्स बाहेर पडला.

"ही काय गडबड आहे जॉन?" हॉकिन्सनं गोंधळून विचारलं.

फिस्कनं एजंट मॅकेन्नांकडे बोट दाखवलं आणि म्हणाला, "एजंट मॅकेन्नांना वाटतं की, मी माइकचा खून केला. ते इथे माझं पिस्तूल ताब्यात घ्यायला आलेले आहेत. म्हणजे त्यांना बॅलिस्टिक चाचणी घेऊन ठरवता येईल."

हॉकिन्सनं मॅकेन्नांकडे क्रोधित नजरेनं पाहिलं. "याहून मूर्खपणाची दुसरी गोष्ट मी कधी ऐकली नाही."

"बरोबर. अधिकृत टिप्पणीबद्दल धन्यवाद. ऑफिसर हॉकिन्स, बरोबर?" मॅकेन्ना पुढे होत म्हणाले.

"अगदी बरोबर!" हॉकिन्स कठोरपणे म्हणाला.

"ऑफिसर हॉकिन्स, मि. फिस्क यांच्या नावानं नोंदणी केलेलं एक नऊ एम.एम. पिस्तूल त्यांच्या ऑफिसमधून शोधण्यासाठी त्यांनी तुम्हांला संमती दिलेली आहे." मग ते फिस्ककडे पाहून म्हणाले, "आणि तुझी अजूनही संमती आहे असं मी गृहीत धरू?" फिस्कनं काही उत्तर दिलं नाही, तसं मॅकेन्ना यांनी हॉकिन्सकडे पाहिलं, "आता तुम्हांला काही अडचण वाटत असेल, तर आपण तुमच्या बॉसकडे जाऊ या आणि मग तुम्ही दुसरी नोकरी शोधायला सुरुवात करा."

हॉकिन्सनं तापून काही मूर्खपणाची कृती करण्याअगोदरच फिस्कनं त्याची बाही धरून त्याला खेचलं आणि म्हणाला, "हे पटकन संपवून टाकू या बिली."

ते त्याच्या ऑफिसच्या बिल्डिंगकडे निघाले. वाटेत फिस्क हॉकिन्सच्या चेहऱ्याकडे पाहत म्हणाला, "आता तुझा चेहरा जरा बरा दिसतो आहे बिली."

हॉकिन्स किंचित संकोचानं हसला, "थँक्स."

"काय झालं?" मॅकेन्नांनी विचारलं.

हॉकिन्सनं त्यांच्याकडे धुमसून पाहिलं, "अमली पदार्थांचा व्यवहार करताना एकानं दंगाधोपा केला. त्याला अटक करताना जरा मार बसला."

फिस्कच्या ऑफिसच्या दाराशीच अनेक पत्रं आणि पॅकेट्स पडली होती. फिस्कनं ते सर्व उचलून दाराचं कुलूप काढलं. ते आत शिरले. फिस्क टेबलाजवळ गेला. त्यानं पत्रांचा उचललेला गठ्ठा त्यावर ठेवला. मग त्यानं वरचा ड्रॉवर उघडून आत पाहिलं. त्याच्या नजरेला हवं ते पडलं नाही तसा त्यानं आत हात घालून चाचपून पाहिलं. मग त्या दोघांकडे वर पाहून तो म्हणाला, "ह्याच ड्रॉवरमध्ये ठेवलं

होतं. तू मला माइकबद्दल सांगायला आला होतास नं बिली, त्या दिवशी मी ते पाहिलं होतं.''

मॅकेन्नांनी हाताची बोटं गुंफली आणि फिस्ककडे कठोर नजरेनं पाहिलं. ''ठीक आहे. तुझ्या ऑफिसमध्ये आणखी कुणाला प्रवेश आहे का? स्वच्छता करणारा, सॅनिटरी, खिडक्या स्वच्छ करणारे किंवा सामान पोहोचवणारे वगैरे?''

''नाही. कोणालाही नाही. घरमालकांशिवाय कोणाकडेही दुसरी किल्ली नाही.''

''तू दोन की तीन दिवस गेला होतास ना?''

''बरोबर. तीन दिवस.''

मॅकेन्ना दाराकडे पाहत होते. ''पण कोणी जबरदस्तीनं प्रवेश केल्यासारखं दिसत नाही.''

''त्यात काही अर्थ नाही.'' हॉकिन्स म्हणाला, ''ज्याला आपण काय करतो आहोत हे बरोबर समजतं तो असं काम बेमालूम करू शकतो.''

''तू इथे पिस्तूल ठेवत होतास हे कुणाला माहीत होतं?''

''कुणालाही नाही.''

''एखाद्या तुझ्या पक्षकारानंच घेतलं असेल. हत्यार असलं की, पुढल्या वेळेस बँकेवर दरोडा घालायला त्याला सोयीचं.''

''माझ्या पक्षकारांशी मी ऑफिसमध्ये बोलत नसतो मि. मॅकेन्ना. मला त्यांचा फोन मिळतो तेव्हा ते तुरुंगातूनच बोलत असतात.''

''हंऽऽ, तर आता प्रश्न निर्माण झाला आहे खरा. तुझ्या भावाचा खून नऊ एम.एम. पिस्तुलाच्या गोळीनं झाला आहे. तुझ्याकडे तसलं पिस्तूल आहे. तू कबूल करतोस की, ते प्रत्यक्षात तुझ्या ताब्यात परवा परवापर्यंत होतं. तुझ्या भावाच्या मृत्यूच्या वेळेची ॲलिबी तुझ्याकडे नाही आणि तुझ्या भावाच्या मृत्यूमुळे तू पाच दशलक्ष डॉलर्सनी श्रीमंत झाला आहेस.''

हॉकिन्सनं फिस्ककडे प्रश्नार्थक मुद्रेनं पाहिलं.

''माइकनं इन्शुरन्स पॉलिसी घेतली होती.'' फिस्कनं खुलासा केला, ''मॉम आणि डॅडसाठी.''

''ती तुझी कहाणी आहे हो ना?'' मॅकेन्ना म्हणाले.

फिस्क मॅकेन्नाजवळ सरकला. ''मला अटक करण्यासाठी इतकं पुरेसं आहे असं तुम्हांला वाटत असलं तर मला अटक करा, नाहीतर माझ्या ऑफिसमधून चालते व्हा.''

त्याच्या बोलण्यानं मॅकेन्ना जराही विचलित झाले नाहीत. ''मला असा विश्वास वाटतो की, ते पिस्तूल शोधण्यासाठी केवळ तेवढा ड्रॉवर नाही तर तुझं संपूर्ण ऑफिस तपासण्याची परवानगी तू हॉकिन्सना देशील. आता मित्र आहे किंवा नाही

याचा विचार न करता त्यांनी आपलं कर्तव्य बजवावं हे बरं. नाही का?''

फिस्कनं माघार घेतली. त्यानं हॉकिन्सकडे पाहिलं, ''ठीक आहे बिली. तुम्ही सुरू करा. मी कोपऱ्यावरच्या कॅफेत जातो. मला काहीतरी पेय हवं आहे. तुला हवंय का काही?'' हॉकिन्सनं नकारार्थी मान हलवली.

''मला एखादा कप कॉफी चालेल.'' मॅकेन्ना म्हणाले आणि फिस्कच्या पाठोपाठ तेही बाहेर पडले. ''आपल्याला थोडं बोलण्याचीही संधी मिळेल.''

सारानं घरासमोरच्या रस्त्यावर गाडी थांबवली आणि दीर्घ श्वास घेतला. तिथे ब्युक उभी होती. ती कारमधून बाहेर पडली त्या क्षणी तिच्या नाकात कापलेल्या गवताचा वास शिरला. तिला बरं वाटलं. त्या वासानं तिला हायस्कूलमध्ये खेळत असलेल्या फुटबॉल खेळाची, शांत कॅरोलिनात घालवलेल्या आळसट उन्हाळ्याची आठवण करून दिली. तिनं दरवाजा खटखटवला. तो इतक्या जोरात उघडला गेला की, ती तोल जाऊन पुढे पडणारच होती. तिला पाहिल्याबरोबर ते तिच्या तोंडावरच दार बंद करणार त्या आधीच तिनं त्यांच्या समोर तो फोटो धरला. एड, ग्लॅडिस फिस्क आणि त्यांचे दोन मुलगे.

एडनी तिच्याकडे प्रश्नार्थक मुद्रेनं पाहिलं.

''मायकेलच्या ऑफिसमध्ये होता. मला तो तुम्हांला द्यायचा होता.''

''आणि तो का म्हणून?'' त्यांचा स्वर अजूनही थंडच होता, पण निदान आता ते शिव्या घालत नव्हते.

''कारण तसं करणं योग्य होतं म्हणून.''

एडनी तिच्याकडून तो फोटो घेतला. ''मला तुझ्याशी काही बोलायचं नाही.''

''पण मला तुमच्याशी खूप बोलायचं आहे. कोणालातरी काही वचन दिलं आहे, ते मला पाळायलाच हवं.''

''कोणाला? जॉनीला? ठीक आहे. जा. त्याला जाऊन सांग की, माझं मन वळवण्यासाठी कोणाला पाठवण्याची गरज नाही.''

''मी इथे आले आहे, हे त्याला माहीत नाही. त्यानं मला जाऊ नको म्हणून सांगितलं होतं.''

एडना आश्चर्य वाटल्याचं दिसलं. ''तरी तू का आलीस?''

''मला तुमच्याशी बोलायचं होतं म्हणून. त्या रात्री तुम्ही जे पाहिलं त्यात जॉनचा दोष नव्हता. माझा होता.''

''अशा गोष्टींसाठी दोघं लागतातच आणि तू काही वेगळं सांगत नाहीस.''

''मी आत येऊ का?''

''कशासाठी?''

"मला तुमच्या मुलांबद्दल खरंच काही सांगायचं आहे. तुम्हांला काही गोष्टी कळायला हव्यात. काही माहितीमुळे काही गोष्टी स्पष्ट होतील. त्याला फार वेळ लागणार नाही. त्यानंतर मी वचन देते की, मी तुम्हांला परत कधीही त्रास देणार नाही. प्लीज?"

बऱ्याच वेळाने एड बाजूला झाले आणि त्यांनी तिला आत येऊ दिलं. नंतर त्यांनी जोरात दार बंद केलं.

लिव्हिंग रूमचं स्वरूप ती पहिल्यांदा आली तेव्हा जसं होतं तसंच होतं. त्यात काही विशेष बदल नव्हता. एडना नीटनेटकेपणाची आवड होती. त्यांच्या गॅरेजमध्ये अनेक हत्यारं असतील, तर तीसुद्धा कशी शिस्तशीर लावून ठेवली असतील याची कल्पना ती करत होती. त्यांनी सोफ्याकडे खुणेनं दाखवून तिला बसण्याची सूचना दिली. ते फोटो घेऊन डायनिंग रूममध्ये गेले आणि त्यांनी तो फोटो इतर फोटोसमवेत काळजीपूर्वक ठेवला. ते बाहेर आले.

"तुला काही पेय देऊ?" त्यांनी अनिच्छापूर्वक विचारलं.

"तुम्ही घेणार असाल तर."

"मी घेणार नाही." असं म्हणून ते तिच्या समोरच्या खुर्चीवर बसले.

तिनं त्यांच्याकडे जवळून पाहिलं. आता त्यांच्या चेहऱ्यावरच्या रेषांमधून दोन्ही मुलांचे तोंडावळे तिला दिसले. विशेषकरून जॉन अधिक वडलांसारखा होता असं तिला वाटलं. मायकेलचं आईशी अधिक साम्य होतं. एडनी सिगारेट पेटवायला घेतली अन् एकदम थांबले.

"तुला हवं असलं, तर तू ओढू शकतेस."

त्यांनी आपल्या शर्टच्या खिशातलं सिगारेटचं पाकीट घातलं. लायटर पॅन्टच्या खिशात सारला. एक झुरका घेत ते म्हणाले, "ग्लॅडिस मला कधी घरात सिगारेट ओढू देत नसे; फक्त बाहेर. जुन्या सवयी जात नाहीत." पाय एकावर एक ठेवून ते तिच्या बोलण्याची वाट पाहू लागले.

"मायकेल आणि मी खूप जवळचे मित्र होतो."

"त्या दिवशी जे पाहिलं त्यामुळे तुम्ही किती जवळचे मित्र असाल याची काही कल्पना करता येत नाही." एड यांचा चेहरा पुन्हा लाल व्हायला लागला होता.

"वस्तुस्थिती अशी आहे, मि. फिस्क...."

"हे बघ, मला एड नावानं हाक मार – फक्त एड."

"ठीक आहे तर. एड, आम्ही खूप जवळचे मित्र होतो. हा माझा दृष्टिकोन होता, पण मायकेलला त्यापेक्षा अधिक काही हवं होतं."

"तू म्हणतेस त्याचा अर्थ काय?"

तिनं आवंढा गिळला. तिचा चेहराही लाल झाला, "मायकेलनं मला लग्न

करण्याबद्दल विचारलं होतं.''

एडना धक्का बसला असावा असं दिसत होतं. ''त्यानं मला कधी तसं सांगितलं नव्हतं.''

''त्यानं नक्कीच सांगितलं नसणार. त्याचं काय आहे की...'' ती घुटमळली. आपण पुढे जे सांगणार त्याची प्रतिक्रिया काय होणार या कल्पनेनेच ती फार अस्वस्थ झाली होती. ''त्यानं विचारलं होतं, पण मी नकार दिला.'' असं सांगून ती किंचित आक्रसली. फिस्क तसेच बसून राहिले. ते पचवण्याचा प्रयत्न करत होते.

''खरं आहे हे? मला वाटतं तू त्याच्यावर प्रेम करत नव्हतीस.''

''नाही. तसं प्रेम करत नव्हते. का? ते मला सांगता येणार नाही. तो अगदी योग्य असा पूर्ण पुरुष होता. कदाचित त्यामुळेच मला भीती वाटली असेल. त्याच्यासारख्या माणसाबरोबर आयुष्य काढणं, त्याच्यासारखाच उत्तम दर्जा राखण्याचा आयुष्यभर प्रयत्न करणं मला अवघड वाटत होतं. तो त्याच्या कामात इतका मग्न असायचा की, मी त्याच्यावर प्रेम केलं असतं, तरी मला सांगता आलं नसतं की, त्याच्या विश्वात मला जागा आहे की नाही ते.''

एडनी खाली नजर लावली. ''त्या दोन्ही मुलांना वाढवणं फार अवघड काम होतं. जॉनी सर्व गोष्टीत चांगला होता तर माइक... प्रत्येक बाबतीत 'ग्रेट' म्हणावा असा होता. त्याला जे करायचं ते तो करायचाच. मी माझ्या कामात असल्याने मला त्यांच्याकडे फार लक्ष देता आलं नाही, पण ते एकंदरीत चांगलंच झालं असं आता वाटतंय. मी माइकबद्दल खूप बढाया मारायचो. खूपच! माइकनं मला सांगतलं होतं की जॉनीचा त्याच्याशी काही संबंध नव्हता, पण का ते तो सांगत नव्हता. जॉनी आपल्या गोष्टी आपल्याशीच ठेवणारा आहे. त्याला बोलायला लावणं फार कठीण आहे.''

सारानं एडच्या पलीकडे असलेल्या खिडकीकडे पाहिलं. मनोहरपणे झुकलेल्या वृक्षाच्या एका फांदीवरून टुणकन उडी मारून खार दुसऱ्या फांदीवर चढल्याचं तिला दिसलं. ती म्हणाली, ''मला माहीत आहे, गेले काही दिवस मी त्याच्याबरोबर बराच वेळ घालवला आहे. तुम्हांला माहीत नसेल, पण हा एक असा पुरुष आहे की, ज्याच्याबरोबर मला आयुष्य काढणं आवडेल, हा विचार मी त्याला पटकन सांगू शकेन असं मला वाटलं होतं अनेकदा; पण मी सांगू शकले नाही. असं वाटणं मूर्खपणाचंच आहे; नाही का? आणि अयोग्यही. हो ना?''

त्या माणसाच्या चेहऱ्यावर हास्यरेखा उमटलेली तिनं पाहिली. ''पहिल्यांदा मी जेव्हा ग्लॅडिसला पाहिलं त्या वेळी ती वेट्रेस म्हणून काम करत होती. मी जिथे काम करत होतो त्याच्या समोरच. मी माझ्या मित्रांबरोबर एक दिवस तिथे गेलो. तिला पाहिल्याबरोबर काय झालं कुणास ठाऊक? माझ्या मित्रांचा एक शब्दही मला नीट

कळला नाही. या जगात जणूकाही आम्ही दोघंच होतो. नंतर कामाला परत गेलो आणि क्युमिन्स डिझेल इंजीनचा गोंधळ करून ठेवला. माझ्या डोक्यातून ती जाईचना.''

सारा हसली, ''मला जॉन आणि मायकेलचा हट्टीपणा चांगला माहीत आहे. त्यामुळे तुम्ही ते प्रकरण तेवढ्यावर सोडलं नसणारच.''

एडसुद्धा आता हसले. ''त्यानंतर मी समोर सतत सहा महिने जात होतो. ब्रेकफास्ट, लंच आणि डिनर सगळं. मग आम्ही बाहेर जायला लागलो. त्यानंतर माझी तिला लग्नाबद्दल विचारण्याची हिंमत झाली. देवाची शप्पथ घेऊन सांगतो की, हे तर मी पहिल्या दिवशीच केलं असतं, पण फक्त ती मला वेडा समजेल म्हणून तसं केलं नाही.'' ते थोडं थांबले आणि अखेरीस म्हणाले, ''आमचं एकत्रित आयुष्य खूप छान गेलं.'' त्यांनी तिच्या चेहऱ्याकडे लक्षपूर्वक पाहिलं. ''पहिल्यांदा जॉनीला पाहिल्यानंतर तुलापण तसंच वाटलं होतं?'' त्यांनी हळूच विचारलं.

सारानं लाजून मान डोलावली.

''माइकला हे माहीत होतं?''

''मला वाटतं, त्याला अंदाज आला असावा. मी अखेर जेव्हा जॉनला भेटले तेव्हा त्याला विचारलं की, त्या दोघांमध्ये संबंध का नाहीत? मला वाटलं होतं की, माझ्यामुळे त्यांच्यात काही 'तसं काही' निर्माण झालं आहे; पण तसं नव्हतं. कारण ते आधीपासूनच दुरावले होते हे मला कळलं.'' सारा म्हणाली. पुढचं बोलण्यापूर्वी साराला ताण जाणवला, पण बोलायला हवं होतंच. ''त्या दिवशी रात्री बोटीमध्ये तुम्ही जे पाहिलंत, ते मी जॉनच्या अंगाशी झटले होते आणि त्यानं मला दूर ढकललं होतं. तो संपूर्ण दिवस त्यानं फार तणावाखाली काढला होता.''

तिच्या मनात गेल्या रात्रीचा विचार आला. किती हळुवारपणे ते एकमेकांशी वागले होते – बिछान्यात आणि इतर वेळीसुद्धा आणि त्यानंतर आलेल्या सकाळी तिला वाटलं की, ते सर्व तिने अपेक्षिलंच होतं आणि आता तिला वाटत होतं की, तिला या माणसाबद्दल किंवा त्याच्या भावनांबद्दल खरंतर काहीच माहीत नव्हतं. ती कसंनुसं हसली आणि म्हणाली, ''तो खूप वाईट अनुभव होता.'' तिनं पर्समधून टिश्यू पेपर काढला आणि आपले डोळे टिपले. ''हे सर्व सांगण्यासाठीच मी तुमच्याकडे आले. तुम्हांला जर द्वेष करायचा असेल, रागवायचं असेल तर तो अधिकार माझा आहे. तुमच्या मुलावर रागावू नका.''

एड खाली गालिच्याकडेच काही वेळ नजर रोखून बसले. नंतर उठून म्हणाले, ''आताच गवत कापण्याचं काम केलं आहे. मला 'आइस्ड टी' हवाय. तुला चालेल?'' त्यांच्या बोलण्याचं तिला आश्चर्य वाटलं, पण तिनं संमती दर्शवली.

काही मिनिटांनी ते थंडगार चहाचे दोन ग्लासेस घेऊन आले. तिला एक ग्लास

देऊन म्हणाले, ''त्या रात्रीबद्दल मी बराच विचार केला. मला सगळं आठवत नाही. दुसऱ्या दिवशी जबरदस्त हँगओव्हर होता. मी रागानं इतका वेडा झालो असलो, तरी मी जॉनीला मारायला नको होतं. निदान ओटीपोटाजवळ तरी त्याला मारायला नको होतं.''

''तो तसा मजबूत आहे.''

''मला ते म्हणायचं नाही.'' एडनी थंडगार चहाचा घुटका घेतला आणि ते मागे रेलले. ''जॉननं पोलिसातली नोकरी का सोडली हे तुला कधी सांगितलंय?''

''त्यानं कोणातरी मुलाला अटक केली होती – अमली पदार्थाच्या बाबतीत. त्या मुलाची त्याला सर्वच बाबतीत खूप कणव आली आणि मग त्यानं अशांना मदत करण्याचं ठरवून नोकरी सोडली आणि वकिली करण्याचं ठरवलं, असं काहीतरी तो मला बोलला.''

एडनी मान डोलावली. ''त्यानं त्या मुलाला अटक केली नव्हती, तर प्रत्यक्षात तो तिथंच ठार झाला होता. त्याच्याबरोबर आणखी एक पोलीस अधिकारीही ठार झाला, जो जॉनीला संरक्षण देत होता.''

''काय?'' धक्का बसून तिनं विचारलं. त्यामुळे ग्लासमधला थोडा चहा हिंदळून खाली सांडला.

आपण उगाच विषय काढला या भावनेनं एड थोडे अस्वस्थ झाल्यासारखे दिसले, पण त्यांनी पुढे बोलायला सुरुवात केली. ''जॉनीनं मला कधीच तसं काही सांगितलं नाही, पण नंतर जे अधिकारी मला भेटले त्यांच्याकडून मला सर्व हकिकत कळली. जॉनीनं काही कारणामुळे एक कार थांबवली. ती चोरीची होती असं मला वाटतं. असो. मग त्यानं मदत मागवली. दोन मुलांना कारमधून बाहेर काढलं. त्याला अमली पदार्थही सापडले. दरम्यान मदतीसाठी मागवलेली माणसं पोहोचली. आता ते त्यांची संपूर्ण झडती घेणार तेवढ्यात त्यांच्यातला एक मुलगा अचानक झटका आल्यागत पडला. जॉनीनं त्याला मदत करण्याचा प्रयत्न केला त्या वेळी जॉनीच्या पाठीशी राहून संरक्षण देणाऱ्यानं दुसऱ्याकडे पिस्तूल रोखून ठेवायला हवं होतं, पण त्यानं तसं केलं नाही आणि त्या पोरानं त्याला मारलं. जॉनीनं पिस्तूल झाडण्यात यश मिळवलं, पण त्या पोराच्या दोन गोळ्या त्याच्या शरीरात शिरल्या होत्या आणि त्यामुळे दोघेही एकदम कोसळले.

दुसऱ्या मुलानं झटका आल्याचं नाटक केलं होतं. तो उडी मारून कारमधून पसार झाला. अर्थात तो नंतर सापडला हा भाग वेगळा, पण इथे जॉनी आणि तो दुसरा मुलगा असे दोघंही रक्ताच्या थारोळ्यात पडले होते.''

''ओह, माय गॉड!''

''जॉनीनं गोळीच्या एका छिद्रावर बोट दाबून ठेवल्यामुळे रक्त वाहणं थोडं

थांबलं. अर्थात, ह्यातलं काही मी त्याच्याकडूनच – तो हॉस्पिटलमध्ये पडला असताना ऐकलं. त्या वेळी त्या दुसऱ्या मुलानं जॉनीला काही सांगितलं. काय ते मला माहीत नाही आणि जॉनी ते कधीही सांगणार नव्हताच, पण त्यांनी जॉनीला हॉस्पिटलमध्ये नेण्यासाठी उचललं त्या वेळी त्यांना तो त्या मृत मुलाला धरून असलेल्या अवस्थेत दिसला होता. त्याच्याजवळ सरकत सरकत गेला असावा – त्याचं काय ते म्हणणं ऐकण्यासाठी. इतर अधिकाऱ्यांना ते मुळीच आवडलं नव्हतं. ज्या पोरानं त्यांच्या अधिकाऱ्याला ठार केलं होतं त्याचं ऐकण्यासाठी जिवावर उदार होऊन जॉनीनं सरकत सरकत त्याच्याजवळ जाण्याची गरज नव्हती आणि त्याला सांभाळण्याचीही गरज नव्हती, असं त्यांचं म्हणणं होतं. त्यांनी सर्व चौकशीअंती जॉनला दोषरहित घोषित केलं. चूक जॉनीला संरक्षण देणाऱ्याची होती. असो.

जॉनीला हॉस्पिटलमध्ये आणलं तेव्हा तो मरणाच्या दारात होता. त्याला तिथे एका महिन्याहून अधिक काळ राहावं लागलं. त्या पोराच्या पिस्तुलाच्या गोळ्यांनी जॉनीच्या आतल्या आतड्यांचे तुकडे केले होते.''

प्रणयाच्या वेळी जॉनीनं घाईघाईनं आपला शर्ट खाली ओढल्याचं तिला आठवलं. ''त्या जखमेचा व्रण राहिला आहे का?''

एडनी तिच्याकडे हास्यास्पद नजरेने पाहिलं, ''हे तू का विचारतेस?''

''तो तसं काहीतरी बोलला होता.''

त्यांनी मान डोलावली, ''ओटीपोटापासून वरपर्यंत.''

'दिसण्यात कसं येत नाही पटकन?' सारा स्वत:शीच म्हणाली.

''प्लास्टिक सर्जरी करून व्रण काढता आला असता, पण हॉस्पिटलमध्ये राहण्याचा त्याला कंटाळा आला होता. दुसरं असं की, शरीराचं आत झालेलं नुकसान ते पूर्णपणे भरून काढू शकले नव्हते मग बाह्यत: काहीही करण्याचा उपयोग काय? दिसायला वाईट दिसेल एवढंच ना?''

साराचा चेहरा धक्का बसल्यागत झाला, ''म्हणजे तुम्हांला काय म्हणायचंय? तो पुरता बरा झाला नाही?''

एडनी खेदानं आपलं डोकं हलवलं. ''त्या गोळ्यांनी आतला भाग वाईट प्रकारे फाडला गेला. त्यांनी त्यातल्या त्यात जुळवाजुळव करून शक्य तितक्या सुस्थितीत सर्व आणण्याचा प्रयत्न केला, पण तिथला जवळचा प्रत्येक अवयव दुखापतग्रस्त झाला होता. जॉनीनं आणखी दीड दोन वर्षं हॉस्पिटलमध्ये काढली असती, तर कदाचित तो संपूर्णपणे बराही झाला असता; पण माझा मुलगा तसा नाही नं! डॉक्टर म्हणतात की, आत झालेल्या जखमांमुळे हळूहळू त्या त्या अवयवांचं काम थांबत जाणार. एखाद्या माणसाच्या शरीराच्या वेगवेगळ्या अवयवांची झीज होत जाते, डायबेटीसमुळे किंवा कशामुळेही तशी झीज होत जाऊन कार्य थांबणार.''

सारानं मान डोलावली. तिच्याही पोटात आता कावळे कोकलायला लागले होते.

"डॉक्टर म्हणतात, त्या दोन गोळ्यांनी त्याचं आयुष्य निदान वीस वर्षांनी तरी कमी केलंच. कदाचित त्याहूनही जास्त, पण त्यासाठी ते काहीही करू शकत नव्हते. मग आम्हीही काळजी करणं सोडून दिलं. तो जिवंत राहिला ना? माझ्यासाठी तेच पुष्कळ होतं; पण तो त्याचा विचार करतो हे मला माहीत आहे.

त्यानं जोमानं व्यायाम केला, धावण्याची सवय ठेवली आणि लवकरच स्वत:च्या शरीराला आकार आणला. निदान वरकरणीतरी. पोलिसांतली नोकरी सोडून दिली. अपंगत्वाचाही फायदा घेतला नाही. ड्युटीवर असताना शरीरात कायमस्वरूपी वैगुण्य निर्माण झालं म्हणून त्याला तो मिळालाही असता. त्यानं विचारच केला नाही भरपाईचा. तो वकील झाला. मांसाच्या छोट्या तुकड्यासाठी कुत्रा जितका इमानदारीनं घर सांभाळतो त्याच तऱ्हेनं तो काम करतो. जे मिळतं त्यातलं बहुतेक सर्व मला आणि आईला देतो. मला पेन्शन नाही आणि ग्लॅडिसचा वैद्यकीय खर्च माझ्या आयुष्यातल्या कमाईपेक्षाही जास्त आहे. या जागेचं कर्ज आम्ही तीस वर्षांत फेडलं आणि त्यानंतर पुन्हा एकदा जागा गहाण टाकावी लागली. काय करणार?"

एड थांबले. त्यांनी एक सिगारेट शिलगावली. सारानं टेबलावरच्या जॉननं मिळवलेल्या पदकांकडे पाहिलं. हे छोटे धातूंचे तुकडे त्या प्रचंड सोसलेल्या दु:खापोटी!

"हे मी तुला सांगतो याचं कारण लक्षात ठेवणं आवश्यक आहे. जॉनीबाबत तुझं आणि माझं जे लक्ष्य आहे असं म्हणू, त्यापेक्षा त्याचं स्वत:चं लक्ष्य खूप वेगळं असू शकतं. कधीही लग्न करायचं नाही आणि आपल्या स्वत:ला मुलं नसण्याची खंत करायची नाही. तसंच आयुष्य घालवायचं. पन्नास वर्षं जगलो तरी खूप झालं. त्याहून जास्त जगलो, तर अतिशय नशीबवान समजायचं असं तो म्हणतो. त्यानंच सांगितलं मला ते." एडनी नजर खाली झुकवली. त्यांच्या आवाजात एक कंप आला होता. "माइकपेक्षा मी जास्त जगेन असं कधीही मनात आलं नव्हतं. आता मी परमेश्वराकडे प्रार्थना करतोय की देवा रे, माझ्या दुसऱ्या मुलाच्या अगोदर तरी मला मरण दे."

सगळं ऐकून सारा खूप सुन्न, हळवी झाली होती. तिला आता आवाज फुटला. "तुम्ही मला हे सर्व सांगितलं, याचं मला फार बरं वाटलं. कारण तुम्ही तर मला नीट ओळखतही नाही; पण मला समजलं, हे सोसायला तुम्हांला किती कठीण गेलं ते."

"सर्व परिस्थितीवर अवलंबून असतं. एखाद्या माणसाला तुम्ही आयुष्यभर जवळून पाहत असूनही समजू शकत नाही, पण दुसऱ्याची पारख केवळ दहा

मिनिटांत करता.''

सारा जाण्यासाठी म्हणून उठून उभी राहिली. ''तुम्ही मला एवढा वेळ दिलात याबद्दल थँक्स आणि एक सांगते, जॉनला खरंच तुमच्याकडून खुशाली कळण्याची अपेक्षा आहे.''

त्यांनी शांतपणे मान डोलावली. ''मी त्याच्याशी बोलेन.''

ती निघाली. तिनं जसा दाराच्या मुठीवर हात ठेवला, एड शेवटचं एक वाक्य बोलले, ''तू अजूनही माझ्या मुलावर प्रेम करतेस?''

उत्तर न देता सारा बाहेर पडली.

त्याच्या ऑफिसच्या बिल्डिंगखालीच असणाऱ्या छोट्याशा कॅफेच्या बाहेरच्या बाजूच्या टेबलावर कॉफी घेऊन फिस्क बसला. मॅकेन्नांनीही तेच केलं. सुरुवातीला तिथेच बसलेल्या त्या एफ. बी. आय. एजंटकडे दुर्लक्ष करून जाणाऱ्या-येणाऱ्या लोकांकडे तो उगाच पाहत राहिला. कॉफीचे घोट घेत त्यानं वेळ काढला. समोरच्या बिल्डिंगआडून सूर्य बाहेर आल्याबरोबर त्यांच्या अंगावर ऊन आलं आणि भिंतीवर त्यांच्या पडछाया पडल्या. त्यासरशी फिस्कनं आपले सनग्लासेस डोळ्यावर चढवले. मॅकेन्ना कॉफीसोबत त्यांनी विकत घेतलेलं काहीतरी कुरकुरीत चावत बसले होते.

''तुझं ओटीपोट कसं आहे? तुला तसं मारावं लागलं, याबद्दल सॉरी म्हणतो मी.''

''याहून जोरात मला मारता आलं नाही याबद्दल खरं म्हणजे तुम्हांला वाईट वाटतंय.''

''नाही. खरंच सांगतो. ती शॉटगन पाहिली अन् डोकंच फिरलं माझं.''

फिस्कनं त्यांच्याकडे पाहिलं, ''मी असा अंदाज करू का की, तुम्हांला वाटलं की, मी कसंही करून मोटारीचं दार उघडेन, शॉटगन घेईन आणि तुम्ही मला ठोसा मारण्याअगोदर वळून तुमच्या दिशेने गोळी झाडेन? किती अंतरावरून? तर सहा इंच अंतरावरून?''

मॅकेन्नांनी खांदे उडवले. ''तुमच्या अंत:प्रेरणेप्रमाणे वागा. – मी तुझ्या पोलीस रेकॉर्डवर वाचलं. चांगला पोलीस होतास तू अगदी अखेरपर्यंत.''

''हे तुम्ही सांगण्याचं कारण काय?''

''काही नाही. शेवटच्या प्रसंगी जे काय घडलं याबद्दलचे जे प्रश्न रेकॉर्डवर उपस्थित करण्यात आले आहेत, ते सोडून. त्याबद्दल मला काही सांगशील?''

फिस्कनं आपले सनग्लासेस काढले आणि त्या माणसाकडे रोखून पाहिलं, ''त्यापेक्षा तुम्ही माझ्या डोक्यात गोळी का घालत नाहीत? मला वाटतं, ते जास्त मौजेचं ठरेल.''

मॅकेन्नांनी आपली मान भिंतीपर्यंत उलट दिशेने वाकवली. पुन्हा सरळ करून सिगारेट शिलगावली. "हे बघ, तुला जर आपलं निरपराधित्व सिद्ध करायची उत्सुकता असेल, तर तू आणखी थोडं सहकार्य करायला हवं."

"मॅकेन्ना, मी माझ्या भावाला मारलं याबद्दल तुमची खात्री झालीये. मग आता मी कशाला तुमची फिकीर करायची?"

"मी इतक्या वर्षांमध्ये अनेक केसेसवर काम केलेलं आहे. अर्ध्या केसेसमध्ये तरी माझी मूळ धारणा खरी ठरलेली नाही. माझं तत्त्वज्ञान आहे – 'कधीही नाही असं कधीच म्हणू नका.' "

"बापरेऽ, तुम्ही तर फार प्रामाणिकपणे सांगताहात."

मॅकेन्ना आता मैत्रीच्या सुरात म्हणाले, "हे बघ जॉन, मी हे सर्व अनेक वर्षांपासून करतोय. ठीक आहे? चांगल्या, सरळ केसेसबद्दल बोलण्याची काही आवश्यकता नाही, पण या केसमध्ये उलटसुलट गोष्टी दिसताहेत आणि मी त्यांच्याकडे दुर्लक्ष करत नाही." ते थांबले आणि मग जितकं सहजरीत्या विचारता येईल तितक्या सहजरीत्या त्यांनी विचारलं, "तर तुझ्या भावाचा रूफस हार्म्समध्ये काय इंटरेस्ट होता? आणि त्या अपीलमध्ये नेमकं काय होतं? ते मला हवंय."

फिस्कनं आपले सनग्लासेस परत डोळ्यावर चढवले. "मी माझ्या भावाचा खून केला या विचारधारणेत ही गोष्ट बसत नाही. नाही का?"

"इतर अनेकांपैकी ती एक धारणा आहे. मी इथे आलो, ते पिस्तूल घ्यायला, पण ते नऊ एम.एम.चं पिस्तूल अचानक नाहीसं झालंय. आता शोध पूर्ण होईपर्यंत वेगळ्या दृष्टिकोनातून विचार करायला, चर्चा करायला काय हरकत आहे? रूफस हार्म्स. तुझ्या भावानं ते अपील घेतलं. त्यानं कुणालातरी भेट दिली असं दिसतंय."

"हे तुम्हांला चांडलरांनी सांगितलं?"

"मला अनेक ठिकाणाहून माहिती मिळत असते. तू आणि इव्हान्स हार्म्सची पार्श्वभूमी शोधून काढण्याचा प्रयत्न करताहात, तो दक्षिण-पश्चिम व्हर्जिनियाच्या एका तुरुंगातून पळाला, त्या भागाला तुम्ही काल रात्री चार्टर्ड विमानानं जाऊन आलात वगैरे वगैरे. तू मला त्याबद्दल का सांगत नाहीस? तुम्ही कुठे गेला होतात आणि का?"

फिस्कला धक्का बसून तो खुर्चीला मागे टेकला. मॅकेन्नांनी त्यांच्यावर पाळत ठेवली होती यात शंका नव्हती, परंतु त्यात काही वेगळं नव्हतं; पण फिस्कनं कधी त्या शक्यतेचा विचारच केला नव्हता. "तुम्हांला तर बरंचकाही माहीत आहे असं दिसतं. मग मला का विचारता?"

"तुझ्याकडे असलेल्या काही माहितीचा उपयोग मी केस सोडवण्यासाठी करू शकतो."

“चांडलरांच्या अगोदर?”

“जेव्हा लोकांचे खून पडत असतात तेव्हा ते कुणी आधी थांबवलं याला काय महत्त्व आहे?”

निदान वरकरणी तरी त्यांच्या म्हणण्याला अर्थ होता. फिस्क ते जाणून होता. अर्थात, शेवटी कुणामुळे खूनसत्र थांबलं हे महत्त्वाचं होतंच. कायदा आणि सुव्यवस्था खात्याची आणि एफ.बी.आय.सारख्या इतर खात्यांची स्पर्धा होतीच. कोणी किती केसेस सोडवल्या हा हिशेब ठेवला जायचाच. फिस्क उठला, “चला, बिली कुठपर्यंत आला ते पाहू या. एव्हाना कदाचित त्याला माझ्या फाइल ठेवण्याच्या कपाटात मी लपवून ठेवलेले ते दोन मुडदे सापडलेही असतील.”

ते पोहोचले तेव्हा हॉकिन्सचं काम संपत आलं होतं.

“काही नाही.” मॅकेन्नांच्या प्रश्नार्थक नजरेला त्यानं शब्दांनी उत्तर दिलं. “तुम्हांला खात्री करून घ्यायची असेल, तर तुम्ही करून घेऊ शकता.” त्यानं बेपर्वाईनं सुचवलं.

“नाही, नाही. माझा तुमच्यावर विश्वास आहे.” मॅकेन्ना मैत्रीच्या स्वरात म्हणाले.

फिस्क हॉकिन्सकडे पाहत होता. “हे काय आहे बिली?” त्यानं आपलं बोट त्याच्या कॉलर आणि मानेकडे दाखवत विचारलं.

“कुठे काय आहे?”

फिस्कनं हॉकिन्सच्या कॉलरला बोटानं स्पर्श केला आणि ते बोट त्याच्या समोर धरलं.

हॉकिन्स थोडा लाजला, “च्यायला! ती बोनीची आयडिया होती. ओरखडा दिसू नये म्हणून. त्यामुळे माझ्या चेहऱ्यावर मार बसल्याचं दिसत नाही. इतक्या जोरात कधी कोणी मला माझ्या आयुष्यात मारलं नव्हतं. तो अंगानं ताडमाड होता, पण मीही काही कमी नाही.”

“मी त्या हरामखोरावर सर्व पिस्तूल रिकामं केलं असतं.” मॅकेन्ना म्हणाले. ते ऐकून फिस्क आ वासून त्यांच्याकडे पाहतच राहिला.

हॉकिन्सनं मान डोलावली. “मलाही मोह झाला होता. जाऊ दे. ते सोडा आता. हे मात्र कोणाला कळलं नं तर... बाहेर इतकं गरम होतं की, तुम्हांला घाम यायला लागतो आणि मग तो तुमच्या कपड्यांवर उतरतो. कसं बायका हौसेने तो करतात देव जाणे.”

“अच्छा, म्हणजे तुला म्हणायचं आहे की....”

“तो मेकअप आहे.” आळसावलेल्या आवाजात हॉकिन्सनं वाक्य पूर्ण केलं.

फिस्क शांत राहण्याचा प्रयत्न करत होता. अभावितपणे त्याचा हात खाजवण्यासाठी

खांद्याकडे जात होता. मॅकेन्ना त्याच्याकडे रोखून पाहत होते. तेवढ्यात फोनची रिंग वाजली. फिस्कनं फोन घेतला. त्याच्या आईला जिथे ठेवलं होतं तिथल्या नर्सिंग होमचा फोन होता.

"मी मायकेलबद्दल पेपरमध्ये वाचलं. मला वाईट वाटतं जॉन." तिथल्या बाईचा आवाज जॉननं बरोबर ओळखला. ती अनेक वर्षं तिथं काम करत होती. जॉन तिला चांगला ओळखत होता.

"थँक्स, ॲन. आता मी जरा कामात आहे. ही जरा वाईट वेळ...."

"मला विचारायचं होतं जॉन, असं कसं घडलं? आत्ता आत्ता तो येऊन गेला होता आणि आत्ता नाही. माझा विश्वासच बसत नाही."

फिस्कला ताण आला. "नर्सिंग होममध्ये येऊन गेला? आणि आत्ता आत्ता म्हणजे नेमकं कधी?"

"गेल्याच आठवड्यात. गुरुवार... नाही... शुक्रवारी."

त्या दिवशीच तो नाहीसा झाला होता.

"मला आठवतं, कारण तो नेहमी शनिवारी यायचा."

फिस्कनं आपलं डोकं जोरजोरात हलवलं. "तुम्ही हे काय सांगताय? माइक कधी मॉमला भेटत नव्हता."

"भेटत होता तर! अर्थात, तुझ्यासारखा नेहमी मात्र नाही."

"तुम्ही मला हे कधीच सांगितलं नाही यापूर्वी."

"मी सांगितलं नाही काय? मी तुला सांगू नये, असं मायकेलचंच म्हणणं होतं."

"मला कळू नये असं त्याला का वाटत होतं? माझ्या भावाबद्दल मला लोकांनी काही सांगू नये याचं मला आश्चर्य वाटतं."

"मला माफ कर जॉन," ती स्त्री म्हणाली. "पण त्यानं मला तशी विनंती केली आणि मी त्या विनंतीला मान दिला. आता तो गेलाय. त्यामुळे तो काही आता दुखावला जाणार नाही म्हणून तुला आत्ता सांगितलं."

"त्यानं शुक्रवारी मॉमची भेट घेतली त्या वेळी तो तुमच्याशी काही बोलला का?"

"नाही. विशेष काही नाही, पण तो अस्वस्थ किंवा बेचैन वाटला. मला तर तो थोडा उत्सुक असल्यासारखाही वाटला. तो सकाळी लवकर आला आणि फक्त अर्धा तास थांबला."

"त्यांचं बोलणं झालं?"

"ते भेटले. प्रत्यक्षात किती आणि काय बोलणं झालं ते मला माहीत नाही. ग्लॅडिस कधी कधी विचित्र वागते, पण तू कधी येतो आहेस? अर्थात, तिला

मायकेलबद्दल कळलं असल्याची शक्यताच नाही, पण तरीही का कोण जाणे, ती उदास-उदास आहे.''

ती आई आणि मुलांमधल्या धाग्याचा विचार करते आहे आणि त्यामुळे अल्झायमरची पकडही कमी झाली आहे, असा तिचा विश्वास असावा असं दिसत होतं.

''हे पाहा, मी आत्ता....'' फिस्क बोलता बोलता थांबला. माइकचं त्याच्या आईशी झालेलं काही बोलणं तिला आठवत असलं असतं, तर तो चमत्कार ठरला असता. तशी शक्यता नव्हती असं म्हणता येत नव्हतं. ''मी आत्ताच येतो आहे.'' त्यानं सांगितलं आणि फोन खाली ठेवला. आपली ब्रीफकेस काढून त्यात आलेली पत्रं त्यानं कोंबली आणि तो निघण्यासाठी सज्ज झाला.

''तुझा भाऊ नाहीसा झाला त्या दिवशी आईला भेटला होता?'' मॅकेन्नांनी विचारलं. फिस्कनं मान डोलावली. ''मग ती आपल्याला काही सांगू शकेल.''

''मॅकेन्ना, माझ्या आईला अल्झायमरचा विकार आहे. जॉन केनेडी अजूनही राष्ट्राध्यक्ष आहेत असं तिला वाटतं.''

''ठीक आहे, पण तिथे काम करत असणाऱ्यांपैकी कोणी?''

आपल्या कार्डाच्या मागे फिस्कनं पत्ता आणि फोन नंबर लिहिला आणि ते कार्ड त्यांच्या स्वाधीन करून तो म्हणाला, ''मात्र माझ्या आईला दूर ठेवा यातून.''

''तू तिला भेटायला जातोयस ना? ते कसं मग?''

''ती माझी आई आहे.'' फिस्क दाराबाहेर पडून दिसेनासा झाला.

हॉकिन्सनं मॅकेन्नांकडे पाहिलं. ''तुम्हीपण निघताय ना? कारण मला परत कुलपं वगैरे नीट लावायची आहेत. पुन्हा कोणी येऊन काही चोरी करून जायला नको.''

हॉकिन्सनं वाक्य उच्चारलं तसं मॅकेन्नांनी हळूच डोळे मिचकावले. त्यांनी पिस्तूल काढून घेतलं होतं हे त्याला कळलं असण्याची शक्यता होती? त्यांना या सर्व प्रकरणाबद्दल अपराधी वाटत होतं हे खरं, पण अपराधी वाटण्यासाठी त्यापेक्षाही मोठ्या गोष्टी होत्या की! फार मोठ्या!

चौपन्न

फिस्कच्या ऑफिसकडे येताना साराची कार सिग्नलजवळ थांबली आणि तिनं त्याला चौरस्त्यावर पश्चिमेकडे जाताना पाहिलं. तिला गाडीचा हॉर्न वाजवायलाही वेळ मिळाला नाही. तिनं त्याला हात दाखवण्याचाही प्रयत्न केला; पण सोडून दिला. तिनं आपली गाडी उजवीकडे वळवली आणि ती त्याचा पाठलाग करू लागली.

तीस मिनिटांनंतर फिस्कची कार पार्किंग लॉटमध्ये शिरली तशी तिनं आपल्या गाडीची गती कमी केली. रिचमंडच्या पश्चिमेच्या टोकाला दीर्घ काळ सेवा केन्द्राची इमारत होती. मायकेल जेव्हा एकदा आपल्या आईला भेटायला आला होता तेव्हा त्याच्याबरोबर साराही तिथं आली होती. तिनं आपली कार प्रवेशद्वाराजवळ असलेल्या एका झुडपाच्या आड न दिसेल अशा पद्धतीनं ठेवली. फिस्क आपल्या गाडीतून उतरलेला आणि घाईघाईनं आत शिरलेला तिनं पाहिलं.

फिस्क 'ॲन'ला भेटला. तिनं नुकताच त्याला फोन केला होता. तिनं पुन्हा एकदा त्याची क्षमा मागितली आणि त्याला व्हिजिटर्स लाऊंजमध्ये घेऊन गेली. ग्लॅडिस पायजमा, टॉप आणि स्लीपर्स अशा घरगुती पेहरावातच तिथं आरामात बसली होती. तिनं फिस्कला पाहताच आपले हात जुळवले.

फिस्क तिच्या समोर बसला. ग्लॅडिसनं आपल्या दोन्ही हातांनी त्याचा चेहरा कुरवाळला. तिचं हास्य रुंद झालं, डोळे मोठे झाले; पण त्यात वास्तवाची जाण कुठे दिसत नव्हती.

"माझा माइक कसा आहे? मम्माचा बाळ कसा आहे?"

त्यानं हळूच तिच्या हाताला स्पर्श केला. "मी उत्तम आहे. छान चाललं आहे

आणि पॉपही चांगले आहेत.'' तो खोटं बोलला. ''आम्ही एकदा भेट दिली होती. आठवतं?''

''भेटी किती छान असतात नाही?'' तिनं त्याच्या मागे पाहिलं आणि ती हसली. ती नेहमीच तसं करे. तिचं लक्ष वेधणं कठीण काम होतं. ती आता मूल झाली होती. चक्र पूर्ण झालं होतं.

तिनं त्याच्या गालाला पुन्हा स्पर्श केला, ''तुझे डॅडी इथं आले होते.''

''केव्हाची गोष्ट आहे?''

तिनं आपलं डोकं हलवलं. ''गेल्या वर्षी कधीतरी. त्यांना रजा मिळाली. त्यांचं जहाज डुबलं. जपान्यांनी डुबवलं ते.''

''खरं की काय? ते ठीक आहेत. हो ना?''

ती मोठ्यानं आणि दीर्घ हसली, ''अर्थात, ते उत्तम आहेत.'' अन् मग पुढे झुकून त्याच्या कानात एखाद्या कटाची बातमी सांगावी तशा प्रकारे कुजबुजली, ''माइक, प्रिय बाळा, हे गुपित ठेवशील ना?''

''नक्कीच मॉम!'' तो अडखळत म्हणाला.

तिनं इकडेतिकडे पाहिलं आणि मग लाजून म्हणाली, ''मी पुन्हा गरोदर आहे.''

फिस्कनं दीर्घ श्वास घेतला. हे एक नवीनच होतं आता. ''खरं की काय? हे तुला कधी कळलं?''

''तू काही काळजी करू नकोस. तुम्हांला सर्वांना देण्याइतकं प्रेम मम्माजवळ आहे बरं!'' असं म्हणून तिनं त्याचा गालगुच्चा घेतला आणि कपाळाचं चुंबन घेतलं.

त्यानं तिचा हात दाबला आणि चेहऱ्यावर हास्य आणलं, ''आपलं इथे त्या दिवशी खूप छान बोलणं झालं होतं, नाही का?'' तिनं अर्धवटपणे मान डोलावली. 'छेऽऽ, सगळाच विचित्रपणा आहे.' त्यानं विचार केला, पण तो इथं आला होता आणि तो चांगला प्रयत्न करणार होता. ''माझी त्या वेळेसची ट्रीप छान झाली होती. तुला आठवतं ना मी कुठे गेलो होतो ते? मी बोललो होतो.''

''तू शाळेत गेला होतास माइक नेहमीप्रमाणे. तुझ्या डॅडींनी तुला त्यांच्या जहाजावर नेलं होतं.'' तिनं डोळे आकुंचित केले आणि म्हणाली, ''तिथे काळजी घे. खूप मारामाऱ्या सुरू आहेत. तुझे डॅडी आत्ता लढायला बाहेर गेले आहेत.'' तिनं हवेत ठोसा मारला. ''एडी, मार त्यांना.''

फिस्क मागे रेलून बसला आणि त्यानं तिच्याकडे रोखून पाहिलं. ''मी काळजी घेईन.'' तो म्हणाला. तिच्याकडे पाहणं म्हणजे सूर्यप्रकाशानं धूसर झालेल्या एखाद्या पोर्ट्रेटकडे पाहण्यासारखं होतं.

"मला आता जायला हवं. मला शाळेला उशीर झाला आहे."

"कित्ती छान!" तिनं त्याच्या मागे पाहिलं अन् हात हलवला. "हॅलो."

फिस्कनं मागे वळून पाहिलं आणि तो थिजलाच. सारा तिथं उभी होती.

"मी गरोदर आहे हनी." ग्लॅडिसनं तिला सांगितलं.

"अभिनंदन!" सारा आणखी काय बोलणार होती.

फिस्क हॉलमधून वादळागत बाहेर पडला. सारापण त्याच्या पाठोपाठ बाहेर पडली. त्यानं इतक्या जोरानं ढकलून दार उघडलं की, ते धाडकन भिंतीवर आपटलं.

"जॉन, थोडं थांबून माझ्याशी बोलशील का?" ती अजिजीनं म्हणाली.

तो गर्रकन वळला, "माझ्यावर हेरगिरी करून तुझी इथे येण्याची हिंमत कशी झाली?"

"मी हेरगिरी करत नव्हते."

"तुझा याच्याशी काही संबंध नाही." त्यानं खिशातून किल्ल्या काढल्या आणि तो त्याच्या गाडीत जाऊन बसला. साराही उडी मारून त्याच्या शेजारी बसली.

"माझ्या गाडीतून उतर." तो रागाने फणफणत म्हणाला.

"आपण बोलल्याशिवाय मी इथून हलणार नाही."

"त्याला काही अर्थ नाही."

"तुला मी बाहेर पडायला हवी असेन, तर फेकून दे मला गाडीतून."

"मूर्ख!" ओरडून तो म्हणाला आणि गाडीतून उतरला.

ती त्याच्या पाठोपाठ उतरली. "तूच मूर्ख आहेस जॉन फिस्क. आता तू माझ्यापासून पळण्याचं थांबवून थोडं बोलशील का?"

"आपल्याकडे बोलण्यासारखं काही नाही."

"आपल्याजवळ बोलण्यासारखं सर्वकाही आहे."

त्यानं आपला हात वर करून अस्थिरपणे तिच्या दिशेने बोट दाखवलं आणि म्हणाला, "तू माझ्याशी का असं वागतेयस सारा?"

"कारण मला तुझी काळजी वाटते."

"मला तुझी मदत नकोय."

"मला वाटतं हवीये. मला माहीत आहे तुला मदतीची गरज आहे."

ते दोघेही काही क्षण एकमेकांकडे पाहत स्तब्ध उभे राहिले.

"कुठेतरी जाऊन आपण याबद्दल शांतपणे बोलू शकत नाही का जॉन? प्लीज." कारला वळसा घालून ती त्याच्याजवळ उभी राहिली. त्याच्या हाताला स्पर्श करून ती म्हणाली, "आपण एकत्र घालवलेल्या रात्रीचं महत्त्व मला वाटतं,

त्याच्या निम्म्यानं जरी तुला वाटत असेल, तर आपण बोलू शकू, असं मला वाटतं.'' ती तिथेच उभी राहिली. तिला वाटलं की, तो सरळ आपल्या गाडीत चढेल आणि तिच्या आयुष्यातून निघून जाईल.

फिस्कनं तिच्याकडे काही क्षण पाहिलं. आपलं डोकं खाली करून त्यानं ते कारला टेकवलं आणि तसाच वळून तो उभा राहिला. सारानं त्याच्या कमरेत हात घातला आणि घट्ट आवळला. त्यानं हळूच डोकं वर उचललं. तिच्या कमरेतला हात सोडवून तो तिच्या सन्मुख झाला आणि त्याच वेळेस त्याने तिच्या मागे लांब अंतरावर रस्त्यावर उभ्या असलेल्या एका गाडीकडे पाहिलं. आत दोन माणसं बसलेली दिसत होती.

''आपल्या पाठोपाठ येणाऱ्या एफ.बी.आय. एजंट्सनाही आपल्याला न्यावं लागणार.'' तो ज्या तऱ्हेने आणि स्वरात म्हणाला त्यावरून त्यानं शरणागती पत्करल्याचं स्पष्ट झालं होतं.

''चांगलंच आहे की मग! मला सुरक्षित वाटेल.'' ती किंचित चेष्टेने म्हणाली. तिची नजर त्याच्यावर खिळली होती. तो आता तिला सोडून जाणार नाही, निदान आत्तातरी, असा विश्वास तिला वाटला तेव्हाच तिनं ती हटवली.

ते आपापल्या कारमध्ये चढले. सारा फिस्कच्या पाठोपाठ एक मैलभर अंतरावर असलेल्या एका शॉपिंग मॉलकडे आली. त्यांनी आपल्या गाड्या पार्क केल्या आणि ते तिथल्या कॅफेच्या बाहेरच्या टेबलाजवळ बसले. फिस्कनं दोघांसाठी लेमोनेड मागवलं. दुपारच्या उन्हाच्या वेळी थंड लेमोनेडचे एक दोन घुटके पोटात जाताच त्यांना बरं वाटलं.

''तुझ्या भावाचा दोष नसता, तरी तुझा त्याच्यावरचा राग मी समजू शकते जॉन.'' सारानं सुरुवात केली.

''त्याचा दोष कधीच नव्हता.'' फिस्क कडवटपणे म्हणाला.

''तुझी आई त्याबद्दल काही करू शकत नाही, त्याला काय करणार? मायकेललाही ती तुझ्या नावानं हाक मारू शकली असती.''

''बरोबर आहे. नाव विसरण्यात तिनं माझी निवड केली.''

''कदाचित तू माइकच्या मानानं तिला बऱ्याच वेळा भेटतोस त्यामुळे प्रतिक्रिया व्यक्त करण्याचाही हा तिचा मार्ग असू शकेल.''

''ते मला पटत नाही.''

साराला आता राग आला. ''ठीक आहे. तुला तुझ्या भावाचा तो नसतानाही हेवाच करायचा असेल, तर तो तुझा अधिकार आहे.''

फिस्कनं थंड नजरेनं तिच्याकडे पाहिलं. तो उसळेल अशी तिची अपेक्षा होती. त्याऐवजी तो म्हणाला, ''मी माझ्या भावाचा हेवा करत होतो – करतो. काही म्हण.

तसं कोण करणार नाही?''

''पण ते बरोबर नाही.''

''नसेल,'' फिस्क थकलेल्या स्वरात म्हणाला. त्यानं आपली नजर वळवली. ''मी पहिल्यांदा आईला भेटलो आणि ती मला माइक म्हणाली. मला वाटलं तात्पुरतं असेल. तिचा तो वाईट दिवस होता. असेल, पण दोन महिन्यांनंतरसुद्धा पुन्हा तेच?'' तो थांबला. ''बस्स. त्यानंतर मी माइकशी संबंध तोडला. कायमचा! प्रत्येक गोष्टीबाबत; हे कितीही मूर्खपणाचं वाटत असलं तरी. त्या वाईट, हृदयशून्य माणसाच्या मोठेपणाच्या चित्रात मी विरघळून गेलो. त्यानं माझी आई माझ्यापासून दूर नेली होती.''

''जॉन, एके दिवशी तू चालवत असलेला खटला बघायला आम्ही आलो होतो ना, त्या दिवशी मी माइकबरोबर तुझ्या आईला भेटले होते.''

फिस्क तणावला – ''काय सांगतेस?''

''तुझी आई त्याच्याशी बोलायलाच तयार नव्हती. त्यानं जी भेट आणली होती ती भेटही ती घेत नव्हती. तो मला म्हणाला, ती नेहमीच असं करते. त्याला वाटलं की, ती तुझ्यावर खूप प्रेम करते आणि त्याची मात्र तिला काळजी वाटत नव्हती.''

''तू हे खोटं सांगते आहेस.'' फिस्क घुसमटत्या स्वरात म्हणाला.

''नाही. मी हे खोटं सांगत नाही. हे सत्य आहे.''

''नाही. तू खोटंच बोलते आहेस.'' पुन्हा तो तेच वाक्य जोरात म्हणाला.

''तिथे काम करणाऱ्या काही माणसांना विचार. त्यांनाही माहीत आहे ते.''

काही मिनिटं शांतता पसरली. फिस्कचं डोकं खाली झुकलेलं होतं. त्यानं ते वर उचलून तिच्याकडे पाहिलं आणि हळुवार आवाजात तो म्हणाला, ''मला असं कधी वाटलं नव्हतं की, त्यानंही आपली आई हरवली म्हणून.''

''असं तुला वाटतंय हे नक्की का?'' सारानं शांतपणे विचारलं.

फिस्कनं तिच्याकडे टक लावून पाहिलं. त्याच्या हाताच्या मुठी वळल्या होत्या. ''तुला काय म्हणायचंय सारा?'' त्याचा आवाज कापत होता.

''तुझ्या भावाशी बोलणं तू कशामुळे थांबवलं होतंस? मला सांगितलं होतं की, तू सर्व दरवाजे बंद केलेस म्हणून आणि तू ते आता कबूलही केलंस. तरीसुद्धा तुझी आई त्याच्याशी तसं वागत होती हे तुला माहीत नव्हतं, या गोष्टीवर माझा विश्वास नाही.''

एक संपूर्ण मिनिट फिस्क काहीही बोलला नाही. त्यानं साराकडे रोखून पाहिलं; कदाचित आरपार. तो काय विचार करत होता हे त्याचे डोळे अजिबात सांगत नव्हते. अखेरीस त्यानं डोळे बंद केले आणि अगदी अस्पष्ट स्वरात, थकलेल्या स्वरात तो म्हणाला, ''मला माहीत होतं.''

मग त्यानं वर मान करून तिच्याकडे पाहिलं. त्याच्या डोळ्यांमधली वेदना आणि त्याचा एकूण आविर्भाव पाहून सारा चरकली.

“मला कोणाची कसलीही काळजी करायची नव्हती. बस्स!” फिस्क म्हणाला. सारानं त्याच्या खांद्यावर हात ठेवला आणि खांदा घट्ट दाबला.

“मला वाटतं, भावाशी काही संबंध न ठेवण्यासाठी त्या गोष्टीचा मी सबब म्हणून वापर केला.” त्यानं दीर्घ श्वास घेतला. “आणखी एक गोष्ट मला सांगायला हवी होती. तुरुंगात जाण्यापूर्वी माइकनं मला फोन केला होता. पण मी त्याला उलट कॉल केला नाही... मी माझ्या भावाला मारलं... हो मीच...” त्याच्या डोळ्यात अश्रू तरळले होते.

“तू याबद्दल स्वत:ला दोष देऊ नकोस.” साराच्या या शब्दांचा त्याच्यावर काही परिणाम झाला नाही हे तिच्या लक्षात आलं तेव्हा तिनं पवित्रा बदलला. “तुला जर स्वत:ला दोष द्यायचाच असेल, तर तो योग्य कारणासाठी दे. तू तुझ्या आयुष्यातून आपल्या भावाला हकनाक दूर केलंस त्याबद्दल दे. तुझी ती चूक होती. मोठी चूक. आता तर तो गेलाच आहे, त्यामुळे तुला आयुष्यभर ते दु:खं बाळगावं लागेल जॉन.”

आता त्यानं तिच्याकडे पाहिलं तेव्हा त्याचा चेहरा शांत झाला होता. “सध्या मी बाळगतोच आहे.”

त्यानं तिला विश्वासात घेतलं होतं, याची तिला खात्री पटली होती आणि मग तिनं त्याला प्रतिसाद म्हणून आपलंही गुपित उघड करायचं ठरवलं. “मी आत्ता तुझ्या वडलांना भेटून आले.” त्यानं काही बोलण्यापूर्वीच ती घाईघाईनं पुढे म्हणाली, “मी तुला वचन दिलं होतं. मी त्यांना खरं काय घडलं ते सांगितलं.”

“आणि त्यांनी विश्वास ठेवला?” फिस्क उपरोधानं बोलला.

“मी सत्य सांगत होते. ते तुला फोन करणार आहेत.”

“थँक्स, पण तू यात पडायला नको होतंस असं मला वाटतं.”

“काही माहीत नसलेल्या गोष्टी त्यांनी मला सांगितल्या.”

“त्या काय?” चमकून फिस्कनं धारदार स्वरात विचारलं.

“तू पोलिसाची नोकरी सोडण्यासारखं काय घडलं?”

“छ्याऽऽ! सारा, तुला ते माहीत करून घ्यायचं काहीही कारण नव्हतं.”

“पण त्यांनी सांगितलं आणि म्हटलं तर कारण होतं – मोठं.”

“कोणतं?”

“तुला माहीत आहे ते.”

त्यानंतर काही मिनिटं दोघेही काही बोलले नाहीत. फिस्क खाली टेबलाकडे बघत स्ट्रॉशी चाळा करत राहिला. अखेर पायावर पाय चढवून तो खुर्चीला मागे

रेलला आणि हाताची बोटं गुंफवून गुडघा धरत म्हणाला, ''तर माझ्या वडलांनी तुला सगळं सांगितलं म्हणायचं.''

तिनं त्याच्याकडे मान वर करून पाहिलं, ''हो. झालेल्या गोळीबारासंबंधी सर्व.'' तिनं जपून उत्तर दिलं.

''तेव्हा तुला आता कळलंय की, मी पन्नासच्या, जास्तीत जास्त साठच्या वर जगू शकणार नाही ते.''

''मला वाटतं तू सर्व गोष्टींवर मात करू शकतोस.''

''समजा, यावर मी मात नाही करू शकलो तर?''

''त्यामुळे मला काही फरक पडत नाही.''

तो पुढे वाकला, ''पण मला फरक पडू शकतो सारा.''

''म्हणून काय आपलं आयुष्य असं झुगारून द्यायचं?''

''मला वाटतं मी माझं आयुष्य नेमकं तसंच जगतो आहे, जसं माझ्या मनात आहे.''

''तसं जगत असशीलही.'' तिनं शांतपणे मान्य केलं.

''आपल्या मनात आहे ते कधीही शक्य होणार नाही, हे तुझ्या लक्षात येतंय का सारा?''

''म्हणजे तू त्यावर विचार केला आहेस.''

''मी विचार केला आहे. आणि तू? क्षणिक भावनेपोटी घेतलेला तो आणखी एक निर्णय ठरणार नाही कशावरून? तुझ्या घर घेण्यासारखा?''

''पण मला तसं वाटतं.''

''भावना बदलू शकतात.''

''म्हणजे विचार प्रत्यक्षात आणण्यापेक्षा पराभव स्वीकारणं अधिक सोपं आहे, हाच त्याचा अर्थ.''

''मला जेव्हा एखादा विचार प्रत्यक्षात आणायचा असतो तेव्हा मी प्रचंड मेहनत घेतो.'' फिस्क पटकन बोलला, पण आपण काय बोललो हे त्याच्या लक्षातच आलं नाही. साराच्या चेहऱ्यावरचे हताश भाव मात्र त्यानं पाहिले.

''अस्सं! म्हणजे मला वाटतं, मला या विषयात काहीच पर्याय नाही.''

''पण खरं म्हणजे तुला असा पर्याय निवडण्याचीही गरज नाही.''

त्यावर ती काही बोलली नाही आणि क्षणभरासाठी फिस्कही गप्प राहिला. ''हे बघ, माझ्या डॅडनी तुला सगळंच सांगितलं नाही, कारण त्यांनाही 'ते सर्व' माहीत नाही.''

''तू मरणाच्या दारात होतास. दुसरा ऑफिसर आणि ज्यानं तुझ्यावर गोळ्या झाडल्या असे दोघेही मेलेत हे त्यांनी मला सांगितलं. तुझं आयुष्य त्या प्रसंगामुळे

कसं बदलू शकतं हे मी समजू शकते. त्यामुळे तुझी 'मला वाटेल तसं मी करेन' ही धारणा का झाली हे मी समजू शकते आणि त्यात काही फार वावगं आहे असं मला वाटत नाही.''

"मला जे वाटतं त्याच्या जवळपासही तू नाहीस. मला जे करावंसं वाटतं ते मी करणार, अशी माझी धारणा होण्याचं खरं कारण तुला जाणून घ्यायचं आहे?''

"सांग.'' त्याचा मूड एकाएकी बदलल्याचं तिच्या लक्षात आलं.

"कारण मला फार भीती वाटते.'' तिच्याकडे पाहून त्यानं डोकं हलवलं. "भीतीनं मी ग्रासलो आहे. मला सुरक्षितता जाणवत नाही. कुठेही. जितका अधिक काळ मी पोलीस म्हणून काम करत होतो तितका अधिक काळ संघर्षाचं स्वरूप 'आम्ही विरुद्ध ते' असं होत होतं. तरुण, संतापलेले, बेफिकीर आणि हातात पिस्तूल.'' फिस्क मध्येच थांबला. काचेच्या पार्टिशनमागे असलेले लोक खाण्याच्या डिशेस भरून आणताना आनंदी दिसत होते. त्यांच्या आयुष्यात काहीतरी 'लक्ष्य' आहे असं वाटत होतं. ते जसे होते तसा तो नव्हता.

त्यानं पुन्हा एकदा साराकडे पाहिलं. "मी त्याच त्या पोरांना वारंवार अटक करत होतो. असं वाटत होतं की, त्यांच्याबद्दलची कागदपत्रं मी तयार करेपर्यंत ते पुन्हा रस्त्यावर आलेसुद्धा. पायाखाली झुरळाला चिरडावं इतक्या सहजतेने ते तुम्हांलाही चिरडायचा प्रयत्न करायचे. तेसुद्धा आमच्यासारखेच 'आम्ही विरुद्ध ते' असा खेळ खेळत होते. असे काळे तरुण एकत्र आलेत. तुम्ही त्यांना पकडण्याचा प्रयत्न करून पाहा बरं. तुमच्या हाती काही लागणार नाही. त्यापेक्षा त्यांना ठार करा. ती झटपट होणारी गोष्ट आहे आणि त्यात तुम्हांला वैयक्तिकरीत्या कोणाची निवड करण्याची गरज नाही. हे व्यसनासारखं आहे.''

"पण असं प्रत्येक जण करत नाही. सगळं जग काही तशाच माणसांनी भरलेलं नाही.''

"मला माहीत आहे ते. मला माहीत आहे की लोक काळे, गोरे किंवा कोणत्याही वर्णाचे असोत, आपलं आयुष्य सर्वसाधारणपणे जगतात. मला त्यावर विश्वासही ठेवायला हवा. मला फक्त एवढंच सांगायचं आहे की, पोलीस म्हणून काम करत असताना मी मात्र तसं कधीच पाहिलं नाही. सर्वसाधारण जहाजं माझ्या किनाऱ्याला आलीच नाहीत.''

"म्हणजे त्या गोळीबारामुळे सर्व गोष्टींचाच तू नव्यानं विचार करायला लागलास?''

फिस्कनं लगेच उत्तर दिलं नाही. जेव्हा दिलं तेव्हा त्याचा स्वर हळुवार झाला होता. "ज्या पोरानं झटका आल्याचं नाटक केलं होतं त्याची तपासणी करण्यासाठी मी गुडघ्यांवर वाकलो होतो त्याच वेळेस मी पिस्तुलाचा आवाज आणि माझ्या पाठीशी असणाऱ्या माझ्या सहकाऱ्याची किंकाळी ऐकली. मी वळत असतानाच

पिस्तूल झाडलं गेलं होतं. गोळीनं नेमका त्याच्या छातीचा वेध घेतला होता आणि त्याच्या गोळ्यांनी माझा. आम्ही दोघंही एकाच वेळी खाली कोसळलो. त्याचं पिस्तूल उडालं होतं. मी मात्र माझं राखलं होतं. तो माझ्यापासून फूटभर अंतरावर असेल जेमतेम. प्रत्येक श्वासाअंती त्याच्या गोळीच्या जखमेतून रक्ताची धार उसळायची. लाल रक्ताचा गीझर. मला एवढंच कळलं होतं की, त्यानं माझ्या पाठीराख्याला ठार मारलं होतं आणि माझ्यावर गोळ्या झाडल्या होत्या. कातडी फाटून भयंकर जळजळ होत होती.'' फिस्कनं दीर्घ श्वास घेतला.

''मी फक्त त्याच्याच मरणाची वाट पाहत धीर धरला होता.'' फिस्क पुन्हा थांबला. आपण मरणाच्या किती समीप जाऊन वाचलो याची त्याला पुन्हा आठवण आली.

''तुझे वडील म्हणाले की, तू त्याच्याभोवती हात गुंडाळलेल्या अवस्थेत सापडला म्हणून.''

''मला वाटलं की, तो माझं पिस्तूल घेण्याचा प्रयत्न करतो आहे. माझं एक बोट चापावर होतं आणि दुसऱ्या हाताच्या बोटानं मी ओटीपोटात बसलेल्या गोळीची जखम दाबून धरली होती, पण त्यानं हातही पुढे केला नाही. मग मी त्याचा आवाज ऐकला. तो काय बोलत होता ते आधी कळतही नव्हतं, इतका त्याचा आवाज हळू झाला होता, पण तो तेच बोलत राहिला होता – पुन्हा पुन्हा.''

''काय म्हणत होता तो?'' सारानं हळुवारपणे विचारलं.

फिस्कनं आपला श्वास जोरात सोडला. आपल्या जुन्या जखमेतून रक्त बाहेर पडेल, असं अजूनही त्याला वाटत होतं. 'मला ठार कर.' असं तो मला सांगत होता आणि पुढे जणू तिच्या न विचारलेल्या प्रश्नाला उत्तर द्यावं अशा तऱ्हेनं तो म्हणाला, मी ते करू शकलो नाही. मी तसं केलं नाही, पण त्यामुळे काही फरक पडला नाही. काही सेकंदातच तो बोलायचा थांबला.

सारा मागे टेकली. काहीही न बोलता.

''आपण मरणार नाही या विचारानंच तो प्रचंड घाबरला होता असं मला वाटतं.'' फिस्कनं आपलं डोकं दोन-तीन वेळा हळुवारपणे हलवलं. पुढचे शब्द त्यानं महत्प्रयासाने उच्चारले, ''तो फक्त एकोणीस वर्षांचा पोरगा होता गं! त्याच्या बाजूला मी पूर्ण पुरुष. त्याचं नाव डार्नेल... डार्नेल जॅक्सन. त्याच्या आईला अमली पदार्थाचं व्यसन होतं. त्यासाठी पैसे लागले की, ती त्याला बाहेर पाठवे आणि गिऱ्हाईक घेई. त्या वेळी तो फक्त आठ-नऊ वर्षांचा होता.'' त्यानं तिच्याकडे पाहिलं. ''तुला हे भयंकर वाटत नाही का?''

''अर्थात, भयंकरच आहे हे.''

''माझ्याकरता ती तीच जुनी कहाणी – घाण होती. मी सतत तेच पाहत होतो.

मी त्यापासून मुक्त होतो, निर्धास्त होतो. निदान तसं मला वाटत होतं.'' त्यानं आपल्या कोरड्या झालेल्या ओठांवरून जीभ फिरवली. ''मला वाटत नव्हतं की, माझ्या मनात काही अनुकंपा शिल्लक असेल म्हणून, पण डार्नेलच्या प्रसंगानंतर माझ्यात ती शिल्लक असल्याचं मला कळलं. मी तिला माझी संरक्षक मानतो, चिलखतासारखी. दोन गोळ्या माझ्या शरीरात, एक कोवळा पोरगा माझ्यासमोर मरणाच्या उंबरठ्यावर मरणाची भिक्षा मागतोय. अशा प्रसंगाची कल्पनाही करणं कठीण आहे. ज्या मूल्यांवर आपण विश्वास ठेवतो त्याच्या एका गोष्टीबद्दल तरी आपण प्रश्न उपस्थित करतो का? असा एक तरी प्रसंग घडतो का की, हा प्रश्न त्या ताकदीनं समोर येतो?'' त्यानं विचारपूर्वक मान हलवली. ''आता मी सर्व जगाच्याच भवितव्याचा विचार डार्नेल जॅक्सनच्या संदर्भात करतो आहे. 'अणूमुळे होणारा विनाश' आणि तो 'डार्नेल जॅक्सन' या दोन्हीत मला तोच अर्थ दिसतो. पहिल्यामुळे सेकंदात सर्व संपेल. तसं दुसऱ्याचं नाही. तिथे तो सुरूच राहील.'' त्यानं तिच्याकडे पाहिलं आणि जड स्वरात तो म्हणाला, ''मला त्याची दहशत बसली आहे. त्यामुळे मी अस्वस्थ आहे.''

''मला वाटतं जॉन, तू खूप खूप भावुक आहेस, खूप काळजी करतोस. खरं म्हणजे तुझ्या परीनं तू चांगलं करतोच आहेस.''

फिस्कनं आपलं डोकं हलवलं. त्याच्या डोळ्यात आशेचा मंद प्रकाश दिसत होता. ''मी काही भरपूर प्रॅक्टिस असलेला हुशार आणि श्रीमंत असा वकील नाही की, जो जगातल्या अशा छोट्या इनिसांना वाचवू शकेल. त्यातून अशाच एका हरवलेल्या मुलानं माझ्या आतली आतडी उद्ध्वस्त करून मला कायमचं पांगळं करून ठेवलं आहे. मी एकटा काय पुरणार? आणि असे किती लोक आहेत जे खरंच काळजी करतात?''

''तुला एवढा उपहास करण्याचं कारण नाही.''

फिस्कनं तिच्याकडे क्षणभर रोखून पाहिलं आणि मग म्हणाला, ''खरं सांगायचं, तर तुला आत्तापर्यंत भेटलेल्या माणसांमध्ये सर्वांत आशादायी आणि तरीही सगळीकडेच दोष पाहणारा विचित्र माणूस मीच असेन – तुसडा, तिरसट.''

पंचावन्न

"झालेल्या गोष्टीचं फार दु:ख वाटत असलं, तरी तू ते योग्यच केलंस बेथ. माझा अजूनही विश्वास बसत नाही की, हे सर्व साराच्या बाबतीत घडलं." जॉर्डन नाइटनी आपलं डोकं हलवलं. नाइट दांपत्य शासकीय लिमोझीनमध्ये मागच्या सीटवर बसलं होतं. त्यांची लिमोझीन एकाला एक खेटून गाड्या जात असलेल्या प्रचंड रहदारीच्या रस्त्यावरून मार्ग कापत, त्यांना त्यांच्या वॉटरगेट अपार्टमेंटकडे घेऊन जात होती. जॉर्डन पुढे म्हणाले, "कदाचित ती थोडीशी बिथरली असेल. कामाचा ताण खूप आहे नं."

"मला कल्पना आहे." एलिझाबेथ नाइट शांतपणे म्हणाल्या.

"हे सगळंच विलक्षण वाटतं. एक क्लार्क एक अपील चोरतो. सारा माहीत असूनही गप्प बसते. त्यानंतर त्या क्लार्कचा खून होतो आणि त्याचा भाऊ संशयित ठरतो. सगळंच विलक्षण! पण जॉन फिस्क मला खुनी माणसासारखा वाटत नाही."

"मलाही तो तसा वाटत नाही." जॉन फिस्कबरोबर झालेल्या बोलण्यानंतर एलिझाबेथ नाइट यांची भीती वाढली होती.

जॉर्डन नाइटनी आपल्या बायकोचा हात हातात धरून थोपटला. "मी चांडलर आणि मॅकेन्ना यांच्याबद्दल चौकशी केली. दोघंही अतिशय कर्तव्यदक्ष आणि कठोर आहेत. मॅकेन्नांची ब्युरोमध्ये उत्कृष्ट ख्याती आहे. हे प्रकरण जर कोणी सोडवू शकतील, तर हे दोघंच असं माझं मत आहे."

"वॉरेन मॅकेन्ना हा माणूस मला जरा विचित्र आणि उद्धट वाटतो."

"असेल, पण अशा प्रकारच्या कामात मला वाटतं काही वेळा तुम्हांला तसं

वागावं लागतं.'' त्यांनी आपलं मत दिलं.

''तेवढंच नाही. त्यांच्याबद्दल आणखी काहीतरी जाणीव होते. काय ती कळत नाही. ते इतके कडक आणि भावनातिरेकी वाटतात की ते —'' त्या थांबल्या. नेमका शब्द शोधण्यासाठी. ''अभिनय, नाटक करताहेत असं वाटतं.''

''खुनाचा तपास करताना?''

''तुम्हांला हे विचित्र वाटेल, पण तसं वाटतं खरं.''

सिनेटर जॉर्डननी खांदे उडवले आणि विचार करत असल्यागत बोटांनी आपली हनुवटी कुरवाळली. ''मी असं नेहमीच म्हणतो की, पुरुषानं विचारपूर्वक घेतलेल्या निर्णयापेक्षा बाईनं मन:शक्तीनं घेतलेला निर्णय जास्त बरोबर असतो, पण तसं पाहिलं तर हे आपलं शहर म्हणजे एक मोठा रंगमंचच आहे आणि आपण सर्व त्यावरची पात्रं. असंच म्हणायला हवं, नाही का? मग कधीतरी कंटाळा येतो.''

एलिझाबेथनी त्यांच्याकडे अगदी लक्षपूर्वक पाहिलं. मग त्यांना हळूच प्रश्न विचारला, ''का? न्यू मेक्सिकोचं कुरण खुणावतंय वाटतं?''

''मी तुझ्याबरोबर बारा वर्षं काढलीत बेथ. प्रत्येक दिवस मोलाचा होत चालला आहे.''

''पण आपण एकत्र नाही आहोत, असं कुठे आहे?''

''इथं वॉशिंग्टन डी.सी.मध्ये एकत्र काढलेला काळ हा काही खऱ्या अर्थानं एकत्र काढलेला वाटत नाही. आपण दोघंही इथं खूप कामात असतो.''

''पण माझी कोर्टातली नेमणूक आयुष्यभरासाठी आहे जॉर्डन.''

''हे पाहा, तुला कोणत्याही प्रकारे पश्चात्ताप वाटायला नको, एवढंच माझं म्हणणं आहे आणि मीपण तसाच विचार करतोय.''

त्यानंतर काही मिनिटं ते दोघंही न बोलता खिडकीतून बाहेर पाहत राहिले. व्हर्जिनिया अॅव्हेन्यूवर त्यांची लिमोझीन पुढे सरकली तेव्हा जॉर्डननी शांततेचा भंग केला.

''मी असं ऐकलं की, आज तू आणि रामसे यांची चांगलीच जुंपली. तुला वाटतं, तुला काही संधी आहे म्हणून?''

''जॉर्डन, तुम्हांला माहीत आहे की, याबाबत बोलणं मला प्रशस्त वाटत नाही म्हणून.''

जॉर्डन यांचा चेहरा रागानं लाल झाला. ''या एका गोष्टीमुळेच मला या शहराचा आणि आपापल्या नोकऱ्यांचा तिरस्कार वाटतो. सरकारनं खरं म्हणजे लग्न झालेल्या जोडप्यांच्या बाबतीत लुडबुड करायला नको.''

''कमाल आहे, एक राजकारणी असून असं विनोदी कसं बोलताय तुम्ही?'' त्या हसून म्हणाल्या.

एलिझाबेथ यांचा शेरा ऐकून जॉर्डननाही हसू आलं. ''राजकारणी म्हणून आम्हांला अशा निसरड्या भूमिका वेळोवेळी घ्याव्याच लागतात.'' असं म्हणून त्यांनी एलिझाबेथ यांचा हात हातात घेतला. ''केनेथ यांच्या सन्मानार्थ जेवण आयोजित करण्यात तू पुढाकार घेतलास, याचं मला कौतुक वाटलं. मात्र त्यामुळे तुला थोडं ऐकूनही घ्यावं लागलं; नाही का?''

एलिझाबेथ यांनी खांदे उडवले. ''रामसे मला पकडून पिरगळण्याची संधी पाहतच असतात. मग ती कितीही क्षुल्लक का असेना, पण मीसुद्धा त्यामुळे जबरदस्त प्रतिकारशक्ती निर्माण केली आहे.'' असं म्हणून त्यांनी जॉर्डन यांच्या गालाचं चुंबन घेतलं. त्यांनी प्रेमानं एलिझाबेथ यांच्या केसांवरून हात फिरवला आणि ते म्हणाले, ''आपण नेहमीच वरचढ ठरलो, नाही का? आपलं आयुष्य छान घालवतोय आपण.''

''खरंच, सुंदर आयुष्य आहे आपलं जॉर्डन.'' त्यांनी जॉर्डन यांचं चुंबन घेतलं आणि जॉर्डन यांनीही त्यांना आपल्या कवेत घेतलं.

''हे पाहा, आज आपण आपल्या सर्व अपॉइन्टमेन्ट्स रद्द करून मस्त घरी बसू या. रात्रीचं छान जेवण, एखादा सिनेमा आणि गप्पा, बस्स. आपल्याला आजकाल असं कधीच करायला मिळत नाही.''

''त्यासाठी माझी साथ चांगली आहे असं वाटत नाही.''

जॉर्डननी त्यांना घट्ट आवळून धरलं. ''तुझी साथ नेहमीच चांगली असते बेथ.''

नाइट दांपत्य घरी पोहोचलं तसं त्यांच्याकडे काम करणाऱ्या हाउस कीपरनं – मेरीनं एलिझाबेथ यांना फोन मेसेजचा एक कागद दिला. कागदावरचं नाव वाचून त्यांच्या चेहऱ्यावर एक आश्चर्यमिश्रित कुतूहल उमटलं.

एलिझाबेथ यांच्या पाठोपाठ हात चोळत जॉर्डन यांनी प्रवेश केला. त्यांनी मेरीकडे पाहिलं, ''मेरी, आज तू डिनरसाठी काही खास बनवलं असशील, अशी मला आशा वाटते.''

''आपलं आवडतं – बीफ टेंडरलाइन.''

''अरे वाऽऽ!'' ते हसले आणि एलिझाबेथकडे वळून म्हणाले, ''मला वाटतं, आज आपण सावकाश डिनर घ्यावं.'' त्यानंतर ते मेरीकडे वळले. ''आज रात्री मिसेस एलिझाबेथ आणि मी पूर्णपणे विश्रांती घेणार आहोत. मध्ये कसलाही अडथळा नकोय.'' त्यांनी पुन्हा एलिझाबेथकडे पाहिलं, ''काय झालं?'' त्यांच्या चेहऱ्यावरचे भाव आणि हातातला कागद पाहून त्यांनी विचारलं.

''काही नाही. कोर्टाचंच काम; न संपणारं.''

''हे तू मला सांगायलाच नको.'' ते कोरडेपणाने म्हणाले. ''हे पाहा, मी मस्तपैकी गरम पाण्याचा शॉवर घेणार आहे.'' ते हॉलमधून बाथरूमच्या दिशेने

जात म्हणाले, "तू येणार असलीस, तर स्वागत आहे."

ते ऐकून मेरीला हसू फुटलं, पण ते दडवण्यासाठी ती झटकन किचनच्या दिशेनं वळली.

एलिझाबेथ यांनी आपल्या स्टडीरूममध्ये जायची संधी साधली. हातातला कागद धरून त्यांनी त्यावरचा नंबर फिरवला.

"तुमचा फोन आला होता म्हणून फोन करते आहे." त्या फोनवर म्हणाल्या.

"आपण बोलणं आवश्यक आहे जस्टिस नाइट. आत्ता शक्य आहे का?"

"ते कशाबद्दल?"

"मी जे काही सांगणार आहे त्यामुळे तुम्हांला धक्का बसण्याची शक्यता आहे जस्टिस नाइट. त्यासाठी तुमची तयारी आहे का?"

का कोण जाणे, पण फोनवर बोलणाऱ्या माणसाला हे बोलताना एक प्रकारचा आनंद वाटतो आहे, अशी जाणीव एलिझाबेथना झाली. "हे पाहा, तुम्हांला गंमत वाटत असली, तरी हा लपंडावाचा खेळ खेळण्याइतका मला वेळ नाही."

"ठीक आहे, मी तुमचं थोडक्यात प्रबोधन करणार आहे."

"तुम्ही हे सगळं कशाबद्दल बोलताहात?"

"आता तुम्ही फक्त ऐकायचं काम करा. बस्स!"

आणि त्यांनी तसंच केलं. वीस मिनिटं ऐकल्यानंतर त्यांनी फोन जवळजवळ फेकलाच. त्या धावत खोलीबाहेर पडून हॉलकडे निघाल्या तेव्हा हॉलमध्ये येणाऱ्या मेरीशी जवळजवळ टक्करच झाली. त्या तशाच पुढे त्यांच्या प्रसाधनाच्या खोलीत गेल्या. त्यांनी सिंकच्या कडेला धरून डोळ्यांवर – चेहऱ्यावर पाण्याचे हबके मारले. तोंड स्वच्छ पुसलं. थोडी पावडर लावली आणि आरशात पाहून अस्वस्थतेचं चिन्ह दिसत नाही याची खात्री करून घेतली. त्यानंतर त्या हळुवार गतीनं हॉलकडे निघाल्या.

जॉर्डन शॉवर घेत असल्याचा आवाज त्यांना ऐकू येत होता. त्यांनी आपल्या घड्याळाकडे पाहिलं. मग त्या लॉबीत गेल्या आणि लिफ्टनं खाली, बिल्डिंगच्या रिसेप्शन भागाकडे गेल्या. दर्शनी प्रवेशद्वाराशी येऊन त्या थांबल्या. वेळ हळूहळू जात होता. त्या अस्वस्थ होत होत्या. खरंतर फोन कॉल येऊन दहाच मिनिटं झाली होती. अखेरीस एक माणूस तिथं आला, ज्याला त्या ओळखत नव्हत्या; पण तो नक्कीच त्यांना ओळखत होता. त्यानं काहीतरी वस्तू एलिझाबेथ यांच्याकडे सुपूर्द केली आणि त्यांनी मान वर करून बघेपर्यंत तो नाहीसाही झाला. त्यानं जी वस्तू दिली ती आपल्या कोटाच्या खिशात घालून त्या घाईनंच वर आपल्या अपार्टमेन्टमध्ये आल्या.

"जॉर्डन कुठे आहेत?" त्यांनी मेरीला प्रश्न केला.

“मला वाटतं, ते त्यांच्या बेडरूममध्ये कपडे चढवताहेत. तुम्ही ठीक आहात नं मिसेस नाइट?” त्यांच्या चेहऱ्याकडे पाहत मेरीनं विचारलं.

“अंऽऽ हो, ठीक आहे. माझं पोट जरा ठीक नव्हतं, पण आता ठीक आहे. स्वच्छ हवेत पाय मोकळे करून यावं म्हणून मी जरा खाली गेले होते. तू काही कॉकटेल्स बनवून वर गच्चीत आणून ठेवशील का?”

“पण वर तर बारीकबारीक पाऊस पडतो आहे.”

“खिडक्यांसमोर कनाती आहेत ना? तिथेच आम्ही बसू. मला अचानक घुसमटल्यासारखं होतंय. स्वच्छ हवा पाहिजे मला. किती गरम आणि दमट वाटत होतं. पावसामुळे थोडं थंड तरी झालं आहे.” आपली इच्छापूर्ती होण्याच्या स्वरात त्या म्हणाल्या. “आणि जॉर्डनना आवडतं ते कॉकटेल बनव. करशील नं?”

“होय मॅम, बीफिटर मार्टिनी! थोडी घुसळलेली त्यांना आवडते.”

“आणि मेरी, जेवणपण उत्कृष्ट व्हायला हवं बरं.”

“होय मॅम.” असं म्हणून चेहऱ्यावर प्रश्नचिन्ह घेऊन मेरी बारच्या दिशेनं गेली.

एलिझाबेथनी येणाऱ्या भीतीच्या लाटा थांबवण्यासाठी दोन्ही हातांची बोटं एकमेकांत घट्ट गुंतवून घेतली. आता विचार करून उपयोग नव्हता. त्यांना त्यातून पार पडायचं असेल, तर त्यांनी विचार नाही, तर कृती करण्याची गरज होती. “देवा रेऽ! मला शक्ती दे.” त्यांनी प्रार्थना केली.

छप्पन्न

फिस्क आणि सारा आपापल्या गाडीनं पाठोपाठ वॉशिंग्टनच्या दिशेनं निघाले होते. आकाशात काळ्या ढगांनी गर्दी केली होती. पाऊस पडण्याची शक्यता होती. वाटेत थोडा वेळ साराच्या घरी थांबून पुढे जावं असा त्यांचा विचार होता, पण साराचं कॉटेज जेमतेम मैलभर अंतरावर असतानाच तिच्या गाडीला काय झालं कोण जाणे, पण ती आवाज करत बंद पडली आणि तेवढ्यात पाऊसही सुरू झाला. तशी गाडी तिथेच सोडून फिस्कच्या गाडीतूनच पुढे जाण्याचा निर्णय त्यांनी घेतला. ती फिस्कच्या गाडीत चढली. तिनं गाडीचे वायपर्स चालू केले आणि बसता बसता ती म्हणाली, "जॉन, आता आपल्याकडे बरीच माहिती जमा झाली आहे." जॉननं गाडी सुरू केली अन् मग तिच्याकडे पाहिलं. "आपल्याला तासभर बसून त्यातनं नेमका काय व कसा अर्थ काढायचा याचा विचार केला पाहिजे."

"तू म्हणतेस ते बरोबर आहे. तुला पेपर आणि पेन देतो. तू बसल्या बसल्या मुद्दे लिहून काढ." असं म्हणून त्यानं पेपर आणि पेन ब्रीफकेसमधून काढण्यासाठी गाडी थोडी थांबवली. सीट बेल्ट काढून मागच्या सीटवरची ब्रीफकेस उचलली आणि मांडीवर ठेवून उघडली. त्यानं वरच टाकलेला पत्रांचा गठ्ठा जरा चाळला, तोच त्याच्या हाताला ते जाड पाकीट लागलं. ते पाहताच त्यानं पेन उचललं, पण कागदाचं विसरलाच. "अरेच्या! हे तर भलतंच लवकर आलं." असं म्हणून त्याने ते उचललं.

"काय?"

"मला वाटतं ते सर्व्हिस रेकॉर्ड आहे." फिस्कनं पॅकेट उघडून आतले पेपर्स बाहेर काढले आणि वाचायला सुरुवात केली. दहा मिनिटांनंतर त्यानं तिच्याकडे

पाहिलं. "दोन वेगवेगळे भाग आहेत. त्याचं सर्व्हिस रेकॉर्ड, त्याच्या कोर्ट मार्शल प्रकरणातला काही भाग आणि हार्म्स जिथे होता त्या फोर्ट प्लेसी पोस्टवर त्या वेळी असलेल्या माणसांची यादी असा दुसरा भाग." त्यानं सर्व्हिस रेकॉर्ड जरा नीट पाहिलं होतं, पण दुसरा भाग मात्र वरवर चाळला होता. सर्व्हिस रेकॉर्डमधला त्याचा मेडिकल रिपोर्टसचा भाग त्यानं सावकाश वाचला अन् तो थांबला. "रूफस हार्म्स नेहमी वरिष्ठांचं ऐकत नसे आणि त्यामुळे तो नेहमी त्रासात पडे याचं कारण काय असावं असं तुला वाटतं?"

"तो 'डिस्लेक्सिक' असावा." सारानं लगेच उत्तर दिलं.

"कमाल आहे! हे तुला कळलं कसं?"

"एक-दोन गोष्टी, मी अगदी थोडा वेळ पाहिलं होतं, तरी त्या अपिलातलं लिखाण वाईट होतं आणि स्पेलिंगच्या प्रचंड चुका होत्या, हे मला दोन-चार वाक्यातच कळलं. ती 'डिस्लेक्सिया'ची एक खूण होती. मी जेव्हा जॉर्ज बार्करना फोन केला होता तेव्हा त्यांनी सांगितलेली प्रिंटिंग प्रेसची गोष्ट आठवते?" फिस्कनं मान डोलावली. "रूफस हार्म्सनं प्रिंटिंग प्रेसचं माहितीपत्रक वाचणं टाळलं आणि शब्दांनी आपला गोंधळ होतो असं त्यांना सांगितलं होतं. मी शाळेत असताना माझ्या बरोबरची एक मुलगीही डिस्लेक्सियाची शिकार होती. तिनंही मला शब्दांबद्दल असंच सांगितलं होतं. त्यामुळे तुम्ही लोकांशी संपर्क साधण्यात कमी पडता. तरी गेल्या रात्रीच्या त्या प्रसंगानंतर रूफस हार्म्सनं आपल्या व्यंगावर बऱ्याच प्रमाणात विजय मिळवला आहे, असं वाटतं."

"त्याला मारण्याचा प्रयत्न होत असतानाही तो इतकी वर्षं तुरुंगात वाचला. त्याचा अर्थ मनात आलं, तर तो काहीही करू शकतो, असा काढायला हरकत नाही." त्यानं पुन्हा रेकॉर्डकडे पाहिलं, "मला वाटतं त्याच्यातल्या या कमतरतेचं निदान खुनानंतर कोर्ट मार्शलच्या सुनावणी काळात करण्यात आलं असावं. कदाचित रायडरनं ते शोधून काढलं असावं आणि बचावासाठी त्याला त्याच्या पक्षकाराचं साहाय्य हवं असणार."

"पण डिस्लेक्सिया हा खुनाचा बचाव होऊ शकत नाही."

"बरोबर आहे." असं म्हणून त्यानं पुन्हा गाडी सुरू केली. त्यानंतर एक मिनिटभरानं तो म्हणाला, "मला कळलं काय ते."

"काय?" सारानं उद्दिपीत होऊन विचारलं, "काय कळलं?"

"आधी एक प्रश्न – लिओ डेल्लासान्ड्रोबद्दल. त्यांचं त्यांच्या सेक्रेटरीशी लफडं आहे का?"

"हे तू का विचारतोस?"

"त्यांच्या कॉलरला मेकअप लागलेला होता."

"त्यांच्या बायकोचाही असू शकतो तो.''

"शक्य आहे, पण मला तसं वाटत नाही.''

"मला वाटत नाही की, त्यांचं काही लफडं असावं म्हणून. कारण हल्ली हल्लीच त्यांच्या सेक्रेटरीचं लग्न झालेलं आहे.''

"मलाही तसंच वाटलं.''

"मग मला विचारण्याचं काय कारण?''

"सर्व शक्यता पडताळून पाहण्यासाठी. त्यांच्या बायकोमुळेही तो मेकअप त्यांच्या कॉलरवर आला नाही. मला वाटतं तो त्यांनीच लावला असावा.''

"एखाद्या पुरुषानं तसं करण्याचं काय कारण? त्यातून ते एक पोलीस ऑफिसर आहेत. त्यांनी मेकअप लावायचा म्हणजे....''

"मानेवरचे ओरखडे झाकण्यासाठी. माझ्या भावाच्या अपार्टमेन्टमध्ये आले असताना माझ्याबरोबर झालेल्या झटापटीत झालेले.'' ते ऐकून साराचा श्वास जलद चालायला लागला. फिस्कनं गाडीचा वेग कमी केला आणि म्हणाला, "त्या रात्रीपासून मी डेल्लासान्ड्रोंना पाहिलेलं नाही. राइटचा खून झाल्यानंतरच्या मीटिंगलाही ते नव्हते. मी चांडलरांबरोबर बऱ्याच वेळा होतो, पण ते कधीही तपासकामात मदत करायला आलेले मी पाहिलं नाही. मी ओळखेन या भीतीनं ते बहुधा मला टाळत असावेत.''

"पण तुझ्या भावाच्या अपार्टमेन्टमध्ये त्यांना अशा प्रकारे शिरण्याची गरजच काय?''

त्याला उत्तर म्हणून फिस्कनं एक कागद समोर धरला. "फोर्टप्लेसी पोस्टवर त्या वेळी असलेल्यांची ही यादी. आकारविल्ह्यानुसार केलेली. फ्रँक रेफिल्ड, प्रायव्हेट रूफस हार्म्स, व्हिक्टर ट्रेमेन'' आणि मग यादीच्या सुरुवातीला असलेल्या नावाभोवती त्यानं पेननं वर्तुळ केलं. कार्पोरल लिओ डेल्लासान्ड्रो!'' विजयी मुद्रेनं तो म्हणाला.

"बाप रेऽ! म्हणजे त्या रात्री मेढेकोटावर रेफिल्ड, ट्रेमेन आणि डेल्लासान्ड्रो ही माणसं होती की काय?''

"मला तरी तसं वाटतं.''

"डेल्लासान्ड्रो मिलिटरीत होते हे तुला कसं कळलं?''

"मी त्यांच्या ऑफिसमध्ये एक फोटो पाहिला होता. ते तरुण असतानाचा. मिलिटरी युनिफॉर्ममध्ये. मला वाटतं, ते तिघंही रूफस हार्म्सला धडा शिकवण्यासाठी मेढेकोटावर गेले असतील. कारण ते युद्धावर होते आणि तो मात्र नव्हता. तो कधी आज्ञा ऐकायचा नाही. त्याचा त्यांना राग असणार.''

"पण त्यांनी रूफस हार्म्सला केलं काय?''

"मला वाटतं —"

तेवढ्यात कारची फोनरिंग वाजली. सारानं फिस्ककडे पाहिलं आणि फोन उचलला. ऐकताना तिचा चेहरा उतरला होता. "काय? ठीक आहे. ठीक आहे. शांत व्हा. प्लीज. हो, तो इथंच आहे. देते मी." तिनं फोन फिस्ककडे दिला. "रूफस हार्म्स. त्याच्या आवाजावरून काही ठीक नाही असं वाटतंय."

फिस्कनं रिसिव्हर हातात घट्ट धरला आणि गाडी थांबवली. "रूफस, कुठे आहेस तू?"

रूफसनं पे फोनच्या अगदी जवळ जीप पार्क केली होती. त्याच्या एका हातात रिसिव्हर होता आणि दुसरा हात त्यानं जोशवर ठेवलेला होता. जोश सारखा अंतरा अंतरानं बेशुद्ध पडत होता, पण त्याचं पिस्तूल अजूनही त्याच्या बाजूलाच पडलेलं होतं.

"रिचमंड." त्यानं उत्तर दिलं. "तू दिलेल्या कार्डावरच्या पत्त्यापासून दोन मिनिटं अंतरावर. जोश भयंकर जखमी आहे. त्याच्यासाठी डॉक्टरची आवश्यकता आहे आणि तीही लगेच."

"ठीक आहे. ठीक आहे. जरा शांत हो. सांग मला काय झालं ते."

"रेफिल्ड आणि ट्रेमेननी आम्हांला गाठलं."

"आता कुठे आहेत ते?"

"ते मेलेत. ते मरू दे, पण माझा भाऊपण आता त्याच मार्गाला आहे, त्याचं काय? तू मदत करण्याचं कबूल केलं होतं. आता मला मदत हवी."

फिस्कनं 'रिअर व्ह्यू' आरशात पाहिलं. त्यांच्या मागे काळी सेडान गाडी उभी होतीच. त्यानं झटकन विचार केला. "ठीक आहे, मी तुला माझ्या ऑफिसमध्ये चार तासांत भेटतो."

"जोशकडे चार तास थांबण्याएवढा वेळ नाही. तो खूप जखमी आहे."

"आपण जोशची लगेच काळजी घेणार आहोत. रूफस मी तुला भेटणार आहे. जोशला नाही."

"हे तू काय बोलतो. काही समजत नाही."

"मी माझ्या एका पोलीस मित्राला फोन करतो आहे. तो ॲम्बुलन्स घेऊन येईल. ते जोशची काळजी घेतील. एम.सी.व्ही. हॉस्पिटल माझ्या ऑफिसपासून काही मिनिटं अंतरावर आहे."

"पोलीस नको."

फिस्क रिसिव्हरमध्ये ओरडलाच. "तुला जोश मरायला हवाय का रूफस?"

रूफस काही बोलला नाही. रिसिव्हरच्या दुसऱ्या टोकाला शांतता होती यावरून रूफसनं त्याचं म्हणणं मान्य केलं, असं दिसत होतं. "हे बघ, तुझ्या गाडीचं वर्णन

सांग आणि तुम्ही नेमक्या कोणत्या चौरस्त्याजवळ आहात ते सांग.'' रूफसनं तसं केलं. ''माझा मित्र काही मिनिटातच मदत घेऊन पोहोचेल. जोशला गाडीतच ठेव. फोन ठेवल्याबरोबर माझ्या ऑफिस बिल्डिंगकडे चालायला लाग. पुढल्या दारानं आत शिर आणि डावीकडच्या जिन्याच्या पायऱ्यांनी खाली उतर. तिथे उजव्या हाताला 'सप्लॉइज' असा बोर्ड दिसेल. तिथलं दार उघडं असेल. ते उघडून आत बस. मी लवकरात लवकर येतो. तुझ्या भावाच्या खिशातलं पाकीट वगैरे काढून घे. ओळखीची कोणतीही खूण अंगावर ठेवू नकोस त्याच्या. त्यांना तो जोश आहे हे कळलं, तर ते जवळपासच्या जागांमध्ये तुझा शोध घेतील. माझं ऑफिसही त्यात आलं. त्या भागाला पोलिसांनी गराडा घातला, तर सर्वच प्लॅन फिस्कटेल.''

''पण मला कोणी पाहिलं तर? किंवा ओळखलं तर?''

''त्याचा आपल्याला विचार करण्याची गरज नाही. दुसरा पर्याय नाही.''

''मी तुझ्यावर विश्वास ठेवतो. प्लीज माझ्या भावाला मदत कर. मला फशी पाडू नकोस.''

''रूफस, मीपण तुझ्यावर विश्वास ठेवतोय. तूही मला फशी पाडू नकोस.''

रूफसनं फोन ठेवला आणि भावाकडे पाहिलं. त्यानं पिस्तूल उचलून शर्टच्या आत दडवलं. भावाला स्पर्श करण्यासाठी तो वाकला. त्याला वाटलं तो पूर्ण बेशुद्धावस्थेत आहे, पण त्यानं भावाच्या खांद्याला जेव्हा हळूच स्पर्श केला तेव्हा त्यानं जोशला डोळे उघडलेलं पाहिलं.

''जोश —''

''मी ऐकलं.'' त्याचा आवाज अतिशय क्षीण झाला होता. खरंतर सगळं शरीरच क्षीण झालं होतं.

''तुझं पाकीट वगैरे मी काढून घ्यावं असं त्याचं म्हणणं आहे म्हणजे लगेच तुझी ओळख कोणाला पटायला नको.''

''माझ्या मागच्या खिशात आहे.'' रूफसनं खिशात हात घालून ते काढलं. ''आता तू जा.'' तो म्हणाला.

रूफसनं काही क्षण विचार केला. ''मी इथे थांबू शकतो. आपण दोघं बरोबरच राहू.''

''नाही. ते चांगलं नाही.'' बोलता बोलता जोशनं आणखी एक रक्ताची उलटी केली. त्यानं थोडा दम खाल्ला. ''डॉक्टर जखमा शिवतील. मला वाटतं जखमा खूप गंभीर आहेत.'' त्याला बोलताना धाप लागली. त्यानं आपला थरथरता हात रूफसच्या डोळ्यांजवळ नेऊन त्याच्या डोळ्यातले अश्रू पुसले.

''मी तुझ्याबरोबरच राहायला पाहिजे जोश.''

''तू थांबलास, तर सगळं केलेलं वाया जाईल.''

"तुला मी असा सोडून जाऊ शकत नाही. इतक्या वर्षांनंतर आपण एकत्र आलोत!"

वेदनांनी ताण पडत असूनही जोश उठून बसला. "तू मला सोडत नाहीस ना? तर मग दे मला ते."

"काय?"

"तुझं बायबल." जोशनं हळुवार आवाजात सांगितलं.

आपल्या भावावरची नजर न हटवता रूफसनं वाकून सीटमागचं बायबल काढून ते जोशला दिलं. त्या बदल्यात जोशनं उत्तरोत्तर जड होत चाललेलं त्याचं पिस्तूल काढून रूफसला दिलं. "योग्य अदलाबदल झाली ना?" त्यानं घोगऱ्या आवाजात म्हटलं.

जोशनं डोळे मिटून घेतले, पण त्यापूर्वी आपण त्याच्या ओठांवर रूफसनं हास्य पाहिलं, असं रूफसला वाटलं. जोशला खोलवर श्वास घेता येत नव्हता, पण त्याचा श्वास संथ आणि नियमित होता. हातात त्यानं बायबल घट्ट धरून ठेवलं होतं.

रूफस जीपमधून बाहेर पडला. त्यानं एकदा मागे वळून पाहिलं. मग भावाला सोडून तो भराभर चालायला लागला.

फिस्कला हॉकिन्स एकदाचा भेटला, तो घरच्या फोनवर. "हे बघ, आधी ऐकून घे. का आणि कसं वगैरे प्रश्न विचारू नकोस बिली. प्लीज. मी तुला तो कोण ते सांगू शकत नाही. आत्तातरी तो 'जॉन डो' आहे असं समज. जी काय करायची ती कागदपत्रं तयार कर आणि त्याला ताबडतोब हॉस्पिटलमध्ये ने." असं म्हणून त्यानं जीप कुठे उभी आहे त्याचा पत्ता त्याने हॉकिन्सला सांगितला आणि फोन ठेवला.

त्यानंतर त्यानं काही न बोलता लगेच गाडी सुरू केली. सारानं मागे वळून पाहिलं. दूरवर काळी सेडान त्यांच्या मागे असलेली तिला दिसली.

"जॉन, आपल्या पाठीशी एफ.बी.आय. असताना आपण रूफसला भेटणार कसे?" तिने विचारलं.

"रूफसला मी भेटणार आहे, तू नाही."

"एक मिनिटभर माझं ऐकतोस का? मी म्हणते —"

"सारा —"

"मला हे पूर्ण झालेलं पाहायचंय."

"माझ्यावर विश्वास ठेव सारा. तुला संधी मिळेल. आता मी काय सांगतो ते ऐक. तुझ्या घरी जाण्याचा बेत रद्द! सरळ पुढे जाऊ." असं म्हणून त्यानं तिला

पुढचा बेत सांगितला. "तुला माझ्या वतीनं जे.ए.जी.च्या मित्राला फोन करायचाय हे लक्षात ठेव."

"कशाबद्दल? आणि तू मला अजून हे सांगितलं नाहीस की, पंचवीस वर्षांपूर्वी मेढेकोटात काय घडलं?"

त्यानं तिच्या हातावर हात ठेवला, "यू.एस. विरुद्ध स्टॅनले. निष्पाप सैनिक आणि एल.एस.डी." फिस्क म्हणाला. तिचे विस्फारलेले डोळे पाहून तो म्हणाला, "त्याहून वाईट!"

ठरलेल्या बेताप्रमाणे ते तिच्या घरावरून सरळ पुढे गेले. नॅशनल एअरपोर्टला पोहोचताच त्यांनी गाडी पार्क केली. पाऊस जोरात पडत होता. फिस्कनं आपला ट्रेन्च कोट आपल्या अंगाभोवती घट्ट गुंडाळून घेतला. डोक्यावरची हॅट खाली ओढून घट्ट केली आणि मग आपली मोठी छत्री घेऊन तो गाडीतून खाली उतरला. कारच्या दुसऱ्या दाराशी येऊन त्यानं सारालाही छत्रीत घेतलं आणि मग ते दोघंही जनरल टर्मिनलकडे गेले. तिथल्या विमानं सुटणाऱ्या प्रस्थान विभागाच्या बाहेरच्या बाजूला एका सेडानमध्ये ते चढले. काळ्या काचा असलेली सेडान दोन मिनिटांतच तिथून निघाली.

त्यांच्या मागच्या सेडानमध्ये असलेल्या दोन एजंटांपैकी एकानं फोन करून आपल्या वरिष्ठांना या त्यांच्या हालचालींची माहिती कळवली. त्यानंतर तो सर्व्हिस काउंटरवर चौकशी करण्यासाठी गेला. फिस्क आणि सारा कोणत्या फ्लाइटनं आणि कुठे जाणार आहेत याचा त्याला तपास करायचा होता. दुसरा एजंट बाहेरच थांबून सारा आणि फिस्कची सेडान कुठे जाते आहे यावर नजर ठेवत होता. ती फार लांब गेलीच नाही. वळसा घालून खाजगी जेट सुटणाऱ्या छोट्या टर्मिनलजवळ थांबली.

सेडानमध्ये आता फिस्क आणि चक हेरमानचा सहवैमानिक यांनी आपापल्या जागा बदलल्या होत्या. सहवैमानिकानं फिस्कचा ट्रेन्च कोट आणि हॅट चढवली होती. हॅट खाली ओढून घेतली होती. दुरून पाहिलं असतं, तर तो फिस्कसारखाच दिसला असता. सारानं एक तास विमानातच काढून फिस्कच्या जे.ए.जी.मधल्या मित्राला – फिल जानसेनला फोन करण्याचा प्रयत्न करायचा, असं ठरलं होतं . संपर्क साधून बोलणं झाल्यानंतर तिनं निघायचं, असा त्यांचा प्लॅन होता.

त्यांना घेऊन येणारी सेडान परत जाणार होती, पण ड्रायव्हरच्या सीटवर सहवैमानिकाऐवजी फिस्क असणार होता. तो सहज बाहेर पडू शकला असता. फिस्क आणि सारा विमानातच आहेत अशी बाहेरच्या एजंटनी कल्पना झाली असती. फिस्क एकदा सटकल्यानंतर आणि फोनचं काम झाल्यानंतर सारा बाहेर

पडू शकणार होती. फिस्क कुठे आहे म्हणून त्यांनी तिला प्रश्न विचारले असते पण ते तिला थांबवू शकत नव्हते.

पांढऱ्या केसांचा सडपातळ माणूस विमानाच्या पायऱ्या उतरून खाली आला आणि त्यानं सेडानमधून जाणाऱ्या फिस्कचं स्वागत केलं, असं दुरून पाहणाऱ्या एफ.बी.आय. एजंटला दिसलं. प्रत्यक्षात तो फिस्क नसून चक हरमानचा सहवैमानिक होता हे दुरून त्याच्या लक्षात येणं शक्य नव्हतं. त्यानंतर त्या पांढऱ्या केस असलेल्या माणसाबरोबरच ट्रेन्च कोट आणि हॅट चढवलेला फिस्क (?) आणि सारा विमानाच्या पायऱ्या चढले हेही त्यानं पाहिलं. त्यांना सोडून सेडान परत फिरली. ती त्या नजर ठेवणाऱ्या एफ.बी.आय. एजंट जवळूनच गेली, पण त्याला लक्ष देण्याचं कारण नव्हतं. नंतर ती सेडान टर्मिनलमध्ये चौकशी करायला गेलेल्या दुसऱ्या एजंटसमोरून गेली, तरी त्यालाही संशय आला नाही.

सेडान चालवणाऱ्या फिस्कनं सुटकेचा निःश्वास सोडला आणि गाडी जॉर्ज वॉशिंग्टन पार्कवे रस्त्याला घेतली. दहा मिनिटांत तो इंटरस्टेट ९५च्या दक्षिणेला रिचमंडकडच्या रस्त्याला लागला. रहदारी प्रचंड होती त्यामुळे तो आपल्या ऑफिस बिल्डिंगजवळ पोहोचला तेव्हा जवळजवळ तीन तास उलटून गेले होते. त्यानं बिली हॉकिन्सला फोन लावला अन् चौकशी केली. जोश हार्म्सला एम.सी.व्ही. हॉस्पिटलमध्ये दाखल केलेलं होतं आणि त्याचं ऑपरेशन चालू होतं, पण त्याची तब्येत ठीक नव्हती, असं हॉकिन्सनं त्याला सांगितलं. फिस्कनं गाडी पार्क केली आणि सावधगिरी म्हणून आपल्या ऑफिस बिल्डिंगच्या मागच्या दारानं आत शिरला.

तिथून तो खालच्या मजल्यावर आला आणि सप्लाय रूमच्या दाराशी उभा राहिला. 'रूफस असू दे आत' अशी प्रार्थना करत त्यानं दार ठोठावलं. ''रूफस? मी जॉन फिस्क.'' त्यानं हळू आवाजात सांगितलं.

रूफसनं सावधगिरी बाळगून दरवाजा उघडला. त्याला हायसं वाटलं.

''चल, इथून बाहेर पडू या.''

रूफसनं त्याचा हात घट्ट धरला. ''जोश कसा आहे?''

''त्याचं ऑपरेशन सुरू आहे. आपण आता फक्त प्रार्थना करू शकतो.''

''मी तेच करतो आहे.''

ते मागच्याच दारातून बाहेर पडले. फिस्कच्या कारकडे त्वरेने जाऊन आत शिरले.

''आपण कुठे चाललो?'' रूफसनं विचारलं.

''आर्मीच्या पत्राबद्दल तू मला सांगणार आहेस ना?''

''त्याच्याबद्दल काय?''

"त्यांनी तुला फेनसायक्लीडाइन चाचणीच्या पुनर्तपासणीसाठी बोलावलं होतं ना?"

हार्म्स दचकला. "फेनसाय— काय?"

"तुला माहीत आहे ते... पी.सी.पी."

"तुला कसं कळलं त्याबद्दल?"

"आर्मीमधल्या दुसऱ्या एका माणसाच्या बाबतीत, स्टॅनलेच्या बाबतीत असंच घडलं होतं. तो अशाच एका बनावट कार्यक्रमात दाखवला गेला होता. त्याच्यावर एल.एस.डी.चा प्रयोग करण्यात आला होता."

" त्यांनी तसं म्हटलं असलं, तरी मी अशा कोणत्या पीसीपी कार्यक्रमात नव्हतो." त्यानं खिशातून पत्र काढलं आणि ते फिस्कला दिलं.

फिस्कनं काही क्षणातच ते पत्र वाचलं आणि मग रूफसकडे पाहिलं. "मला याबद्दल सांग रूफस."

हार्म्स जितकं मागे रेलून बसता येईल तितका बसला. तरीसुद्धा त्याचे गुडघे डॅशबोर्डला आणि डोकं कारच्या छताला लागत होतं.

"मला धडा शिकवण्यासाठी ते आले होते. ट्रेमेन आणि रेफिल्ड."

"आणि डेल्लासान्ड्रो? कार्पोरल लिओ डेल्लासान्ड्रो?"

"हो. तोसुद्धा. मी इथे स्टेटमध्ये आरामात होतो. मेढेकोटात असलो म्हणून काय झालं! त्यांना व्हिएतनाम युद्धावर जावं लागलं त्याचा त्यांना राग होता."

"त्यांना तुझ्या 'डिसलेक्सिया'बद्दल माहीत नव्हतं?"

"तुला बरीच माहिती आहे?"

"बरं. पुढे —"

"त्या आधीपण त्यांच्या ग्रुपशी माझं अनेक वेळा भांडण झालं होतं. एकदा दारू प्यायल्यामुळे ट्रेमेनला माझ्याबरोबर मेढेकोटात ढकलण्यात आलं. त्या वेळेस त्यांनी माझ्याबद्दल काय ठरवलं होतं, ते त्यांनी मला सांगितलं. त्यांनी ते बाहेरच्या बाहेरच ठरवलं होतं. एक रात्री ते मेढेकोटात आले. लिओकडे पिस्तूल होतं. त्यांनी मला डोळे बंद करायला सांगितले. जमिनीवर झोपायला सांगितलं. पिस्तुलाच्या धाकानं मी तसं केलं. त्यानंतर माझ्या शरीरात त्यांनी काहीतरी खुपसलं, तसे मी डोळे उघडले तेव्हा मला माझ्या दंडातून सुई बाहेर काढताना एक हात दिसला. माझी शुद्ध जात चालली होती. ते मला हसताना दिसत होते. माझ्या मरणाची वाट पाहत होते. त्यांच्या बोलण्यावरून मला ते कळलं. मी मेलो नसतो, तर ऑन ड्युटी मी अमली द्रव्याचं इंजेक्शन घेतलं असं त्यांना दाखवायचं होतं."

"पण पी.सी.पी.चा डोस देऊनसुद्धा तू मेढेकोटातून पळालास कसा?"

"माझ्या संपूर्ण शरीरात हवा भरल्यासारखा मी फुगत चाललो होतो. मला

उठल्याचं आठवतं. मग ती खोली मला लहान वाटायला लागली. मी त्या सगळ्यांना पालापाचोळ्यासारखं भिरकावून दिलं. माझ्यात आधीच खूप शक्ती होती. ती आणखी वाढली होती. त्यांनी खोलीचं दार उघडंच ठेवलं होतं. मी बाहेर पडणार, तोच ड्युटीवरचा रक्षक धावत आला. ट्रकनी धडक मारावी तशी मी त्यालाही धडक दिली. तो पडला. मी मोकळा झालो.'' हे सर्व सांगताना रूफसचा श्वास जोरजोरात होत होता. तो अधून मधून हातावर हात आपटत होता. जणू मागचं सर्व चित्र जिवंत झालं होतं.

''आणि तुझ्या मार्गात रूथ ॲन मोस्ले आली?''

''तिच्या भावाला भेटण्यासाठी ती तिथे आली होती.'' रूफसनं हाताची मूठ दाणकन डॅशबोर्डवर मारली. ''त्या लहानशा मुलीला मारण्याअगोदर परमेश्वरानं मला मारून का टाकलं नाही? लहान मूलच का? का .... का?'' भावनातिरेकानं रूफसच्या गालावर डोळ्यातले अश्रू ओघळायला लागले.

''त्यात तुझा काहीच दोष नाही रूफस. पीसीपीमुळे काहीही होऊ शकतं. काहीही. खरंच.''

रूफसनं आपले हात वर केले. त्याच्या तोंडून मोठ्यांदा हंबरल्यागत आवाज बाहेर पडला. तो सारखं आपलं डोकं इकडेतिकडे हलवायला लागला.

''शांत हो रूफस, शांत हो.''

''त्यांनी हे केलं. त्यांनी मला काय दिलं कुणास ठाऊक? पण मी त्या लहानशा मुलीला मारलं ही गोष्ट तर त्यामुळे बदलत नाही ना? या धरतीवरून तो कलंक पुसला जाणार आहे का? सांग, पुसला जाणार आहे का कलंक?'' धगधगत्या डोळ्यांनी फिस्ककडे पाहून रूफस प्रश्न विचारत होता. अखेर तो शांत झाला. त्यानं डोळे बंद करून घेतले आणि अंगातलं त्राण संपल्यागत धाडकन शरीर मागे टाकलं.

फिस्कनं काही वेळ जाऊ दिला. त्याला शांत होऊ दिलं.

''त्यानंतर पत्र मिळेपर्यंत तुला काही आठवत नव्हतं?'' रूफस भानावर आला. ''त्यानंतर मला मी मेढेकोटात बसून माझ्या आईनं दिलेलं बायबल वाचतो आहे ही एक गोष्ट आणि मी मेलेल्या छोट्या मुलीच्या बाजूला पडलेलो आहे ही दुसरी गोष्ट. अशा दोनच गोष्टी आठवत होत्या.'' त्यानं आपल्या शर्टच्या बाहीनं डोळ्यातले अश्रू पुसले. हळूच.

''पी.सी.पी.मुळे असं होऊ शकतं. तुमच्या स्मरणशक्तीचं प्रचंड नुकसान होऊ शकतं. त्यातून त्या सर्व गोष्टींचा धक्का.''

रूफसनं खोल श्वास घेतला. ''कधी कधी मला वाटतं की, ती घाण अजूनही माझ्यात आहे.''

“असंच काही नाही, पण तू अपराधी असल्याचा कबुलीजबाब दिला खरा.”

“तिथे काही साक्षीदार होते. रायडर म्हणाला की, मी ते स्वीकारलं नसतं, तर त्यांनी मला अपराधी ठरवलं असतं आणि फासावर चढवलं असतं. मग मी काय करणार?”

फिस्कनं त्याच्या म्हणण्यावर क्षणभर विचार केला आणि मग तो शांतपणे म्हणाला, “तेही खरंच. मीपण तसंच केलं असतं.”

“पण मला जेव्हा ते पत्र मिळालं तेव्हा अचानक माझ्या डोक्यात खूप उलथापालथ झाली. मेंदूचा काही भाग खूप वर्षं काळोखात होता त्यावर एकदम प्रकाश पडला असं मला वाटलं. डोकं सुन्न झालं आणि नंतर एकदम मला सगळं आठवायला लागलं. सगळं. अगदी प्रत्येक गोष्ट.”

“म्हणून तू कोर्टाला पत्र लिहिलंस आणि रायडरला तुझ्यासाठी अपील फाइल करायला सांगितलंस?”

रूफसनं मान डोलावली. “त्यानंतर तुझा भाऊ माझ्याकडे आला. तो म्हणाला की, त्याचा न्यायावर विश्वास आहे. मी खरं बोलत असेन, तर त्याला मला मदत करायची होती. फार चांगला होता तो.”

“हो. तो खूपच चांगला होता.” फिस्कचा आवाज घोगरा झाला होता.

“गोष्ट अशी होती की, त्यानं माझं पत्र बरोबर आणलं होतं. रेफिल्ड आणि आमचे जुने मित्र व्हिक ट्रेमेन त्याला सोडणारच नव्हते. शक्यच नव्हतं. मला कळलं तसा मी रागानं वेडापिसा झालो. त्यांनी मला हॉस्पिटलमध्ये पाठवलं, पण तिथेही ट्रेमेननी मला मारण्याचा प्रयत्न केला. तो फसला. हॉस्पिटलमधून जोशनी मला सोडवलं.”

“ट्रेमेन आणि रेफिल्ड मेलेत असं तू सांगितलंस.”

रूफसनं मान डोलावली. त्यानं आणखी एकदा दीर्घ श्वास घेतला. बाहेरच्या कोसळणाऱ्या पावसाकडे पाहिलं. रिचमंडच्या काळ्या क्षितिज रेषेकडे नजर टाकली अन् म्हणाला, “मला माहीत असलेलं आता सगळं तुला माहीत झालं आहे. आता तू काय करणार आहेस?”

“मलाच काही कळत नाही.” एवढंच फिस्क म्हणू शकला.

सत्तावन्न

फिस्क गेल्यावर एक तासानंतर विमानात बसलेल्या साराला चक हेरमान हसून म्हणाला, ''उड्डाण न करण्यासाठी पैसे मिळण्याची ही माझी पहिलीच वेळ आहे.''

''हे वॉशिंग्टन आहे चक. शेतकऱ्यांनी धान्य उगवू नये म्हणूनही इथं पैसे दिले जातात.'' सारा कोरडेपणानं म्हणाली.

तिनं दहाव्यांदा सेल फोन उचलला आणि फिल जानसेनचा घरचा नंबर लावला. त्याच्या ऑफिसमधून तो आधीच बाहेर पडल्याचं तिला कळलं होतं. तिला फिस्कनं त्याचा घरचा नंबरही दिला होता. फोनवरून जानसेनचा आवाज आला, तसं तिला हायसं वाटलं. 'नशीब, आता तरी लागला.' तिनं लगेच स्वत:ची ओळख सांगितली आणि फिस्कशी असलेल्या मैत्रीच्या गहिऱ्या नात्याबद्दलही सांगितलं.

''मला फार वेळ नाही मि. जानसेन. त्यामुळे मी सरळ मुद्यावर येते. पूर्वी कधी आर्मीनं पी.सी.पी. कार्यक्रम राबवले होते का?''

''मिस इव्हान्स, हा प्रश्न तू नेमका कशासाठी विचारते आहेस?'' जानसेनच्या आवाजातला ताण तिला स्पष्ट जाणवला.

''जॉनला वाटतं की, रूफस हार्म्सला इच्छा नसताना जबरदस्तीनं पी.सी.पी. दिलं होतं. फोर्ट प्लेसीच्या मेढेकोटावर पंचवीस वर्षांपूर्वी. जेव्हा रूफस आर्मीत होता तेव्हा ही घटना घडली असावी. पी.सी.पी.च्या प्रभावामुळे संतुलन गमावून त्या भरात त्यानं एका लहान मुलीला ठार केलं, असं त्याला वाटतंय. त्या अपराधासाठी तो आतापर्यंत तुरुंगात होता.''

सारानं आणि फिस्कनं जी अनुमानं काढली होती आणि रायडरच्या ऑफिसमध्ये

रूफसकडून जे कळलं होतं त्या सर्व गोष्टींबद्दल सारानं सांगितलं अन् पुढे ती म्हणाली, ''रूफस हार्म्सला नुकतंच आर्मीकडून एक पत्र मिळालं आणि त्याद्वारे त्याला पी.सी.पी चाचणीच्या दीर्घकालीन परिणामांची निश्चिती करण्यासाठी पुनर्तपासणीसाठी बोलावण्यात आलं होतं. त्यामुळेच त्याला कळलं की, आर्मीनं त्याला पीसीपी दिलं म्हणून. आम्हांला असं वाटतं की, आर्मीतल्या अधिकाऱ्यांच्या एका गटानं रूफसला मेढेकोटात जबरदस्तीनं पी.सी.पी. दिलं; पण तो कार्यक्रमाचा भाग नव्हता, तर ते त्याला ठार करण्यासाठी देण्यात आलं असावं; पण त्याच्या ताकदीनं तो सुटला आणि त्याच्या हातून खून घडला.''

''एक मिनिट,'' जानसेन म्हणाला, ''तो जर अशा कार्यक्रमात नव्हता, तर त्याला मिलिटरीनं पत्र का पाठवावं?''

''आम्हांला असं वाटतं की, ज्यांनी त्याला पीसीपी दिलं त्यांनीच नंतर त्याचं नाव कार्यक्रमात टाकलं.''

''पण त्यांनी तसं का करावं?''

''पी.सी.पी. देऊन त्याला ठार मारण्याचा प्रयत्न होता. मेल्यानंतर उत्तरीय तपासणी झालीच असती आणि त्यात रक्तामध्ये त्याचा अंश सापडला असता.''

''हो, सापडला असता.'' जानसेन हळूच बोलला. ''म्हणून ते लपवण्यासाठी त्यांनी त्या कार्यक्रमात त्याचं नाव टाकलं असतं. कॉरोनर चौकशीत त्या औषधाचा दुर्दैवी परिणाम म्हणून निष्कर्ष काढला गेला असता. बाप रे! विश्वास बसत नाही या गोष्टीवर.''

''हो नं! तर असा कार्यक्रम अस्तित्वात होता का, हा प्रश्न आहे?''

''होय, होता.'' जानसेननं अखेर मान्य केलं, ''आणि आता ती माहिती जनतेसाठी खुली करण्यात आली आहे. सत्तरीच्या काळात आर्मी आणि सी.आय.ए. या दोघांतर्फे एकत्रितरीत्या असा कार्यक्रम राबवण्यात आला होता. पी.सी.पी.मुळे ताकदवान सैनिक तयार होऊ शकतील का हे त्यांना ठरवायचं होतं. त्या कार्यक्रमाच्या रेकॉर्डमध्ये हार्म्सचं नाव असेल, तर त्याला तसं पत्र – पुनर्तपासणीचं – मिळू शकलं असेल.'' जानसेन थोडा वेळ थांबला आणि मग त्यानं विचारलं, ''मग आता तू आणि जॉन काय करणार त्याबद्दल?''

''कोणास ठाऊक? आम्हांलाही ते माहीत नाही.'' सारानं जानसेनचे आभार मानले आणि फोन बंद केला. ती नंतर थोडा वेळ थांबली. मग तिनं विमान सोडलं. धावपट्टी ओलांडून ती टर्मिनलवर आली. त्याबरोबर तिला त्या दोन एफ.बी.आय. एजंट्सनी थांबवलं.

''फिस्क कुठं आहे?'' त्यातल्या एकानं विचारलं.

''जॉन फिस्क?'' तिनं साळसूदपणे प्रश्न केला.

"मिस इव्हान्स, उगाच वेळ काढू नका."

"तो तर काही वेळापूर्वीच गेला."

ते दोघेही दचकले. "गेला? कसा?"

"मला वाटतं तो कारनं गेला. मला माफ करा, पण मला जायला हवं."

धक्का बसून ते दोघं न उडालेल्या विमानाकडे पाहत असतानाच सारा हसत बाहेर पडली. त्यांना तिला कोणत्याही आधारावर थांबवता येत नव्हतं. समोरून येणाऱ्या शटल बसला हात दाखवून ती बसमध्ये चढली. एअरपोर्ट गॅरेजवळ ती उतरली.

एअरपोर्ट गॅरेजला पोहोचल्यावर तिनं त्यांनी आणलेली फिस्कची कार काढली आणि ती सरळ दक्षिणेकडे निघाली. एकाएकी तिच्या मनात एक विचार आला. त्यासरशी तिनं कार रस्त्यावरून काढून गॅस स्टेशनला घेतली. मोटारीचं इंजीन चालू ठेवून तिनं फिस्कची ब्रीफकेस उघडली आणि सेंट लुईसहून आलेलं ते पाकीट काढलं. फिस्कनं ती कागदपत्रं किती काळजीपूर्वक पाहिली होती, याची तिला कल्पना नव्हती, पण तिला एक शक्यता वाटली की, रूफसला पाठवलेल्या पत्राची प्रत कदाचित त्याच्या फाइलमध्ये अधिकृत कागदपत्रात असेल. तांत्रिक दृष्टिकोनातून कोर्ट मार्शलनंतर कदाचित ते काढण्यातही आलं असण्याची शक्यता होती, पण एकदा बघायला हवंच होतं.

अर्धा तास शोधूनही तिला काही सापडलं नव्हतं आणि हताश होऊन ती मागे टेकली. थोड्या वेळानं तिनं पुन्हा सर्व कागदपत्रं ब्रीफकेसमध्ये भरण्यास सुरुवात केली. अचानक तिच्या हाती फोर्ट प्लेसीला त्या वेळी हजर असलेल्यांच्या यादीचा कागद लागला. ती पानं उलटवत ती यादी पाहत गेली. व्हिक्टर ट्रेमेन, रेफिल्ड यांची नावं तिला दिसली आणि दुर्दैवी रूफस हार्म्सचंपण. 'बिचाऱ्याचं संपूर्ण आयुष्य गेलं!' असा विचार करत असताना ती पानं उलटवतच होती आणि यादीतली नावं वरवर पाहत होती. तिची नजर त्या नावावर पडली तशी ती गोठलीच. त्या धक्क्यातून बाहेर यायला तिला वेळ लागला. आली तेव्हा तिचं डोकं खिडकीला आपटलं.

तिनं त्या कागदपत्रांची फाइल खाली फेकली आणि गाडीचा गिअर टाकला. गॅस स्टेशनमधून ती वेगानं बाहेर पडली. खाली पडलेल्या त्या यादीवर तिची नजर गेली आणि त्यातून वॉरेन मॅकेन्नांचं नाव सारखं तिच्या डोळ्यासमोर यायला लागलं. ते तिच्याकडे उपहासानं पाहत होते असं तिला वाटलं. त्या मन:स्थितीत आपला पाठलाग होतोय हे तिच्या लक्षातही आलं नाही.

अठ्ठावन्न

हॅरॉल्ड रामसे आपल्या खुर्चीला मागे रेलले. त्यांचा चेहरा गंभीर होता. ''इथे असं काही घडेल याची कधी मी कल्पनाही केली नव्हती.''

मॅकेन्ना आणि चांडलर रामसेंच्या चेम्बरमध्ये बसलेले होते. मॅकेन्ना रामसेंकडे लक्षपूर्वक पाहत होते. क्षणभर त्यांची नजरानजर झाली, तसं मॅकेन्नांनी नजर वळवून चांडलर यांच्याकडे पाहिलं.

''तसं पाहिलं, तर मायकेल फिस्कनं अपील चोरलं याचा कोणताही सबळ पुरावा आमच्याकडे नाही. एवढंच काय, पण असं अपील होतं याबद्दलसुद्धा नाही.'' चांडलर म्हणाले.

आपण सहमत नाही अशा अर्थाने नकारार्थी मान हलवून रामसे म्हणाले, ''सारा इव्हान्सशी झालेल्या चर्चेनंतरही त्याबद्दल काही शंका आहे का?''

'चर्चा? त्यापेक्षा पूर्ण चौकशी असं म्हणणं जास्त योग्य आहे.' चांडलर मनातल्या मनात म्हणाले. ''अजूनही तो तर्कावर आधारलेला सिद्धान्त आहे असंच म्हणावं लागेल. त्यामुळे त्याबद्दल लोकांना माहिती देणं उचित नाही असं मला वाटतं.''

''मी सहमत आहे.'' मॅकेन्ना म्हणाले. ''त्यामुळे तपासकामात अडचणी निर्माण होण्याची शक्यता आहे.''

''मला वाटलं, जॉन फिस्क या सर्व गोष्टींमागे आहे असं तुम्हांला पटलं होतं.'' रामसे म्हणाले. ''आता तुम्ही तुमचा रोख बदलत असाल, तर आपण दोन दिवसांपूर्वी जिथे होतो त्यापुढे प्रगती केली असं कसं म्हणता येईल?''

''खून काही असे सहज उलगडत नाहीत आणि त्यातून हे खून तर नेहमीपेक्षा

फार गुंतागुंतीचे आहेत आणि मी असं कुठे म्हटलं आहे की, मी माझा रोख बदलला आहे म्हणून?'' मॅकेन्ना म्हणाले. ''फिस्कचं पिस्तूल ऑफिसमधून नाहीसं झालेलं आहे, पण यात काही मोठं आश्चर्य नाही. काळजी करू नका. गोष्टी हव्या तशाच घडताहेत.''

रामसेंना त्यांचं म्हणणं पटलेलं दिसलं नाही.

''पण मला कळत नाही की, आपण थोडं थांबलो तर त्यामुळे काय बिघडणार आहे?'' चांडलर म्हणाले ''आणि आम्ही अपेक्षा करतोय तशाच गोष्टी घडून आल्या, तर लोकांना ते कधीही कळण्याची गरज नाही.''

''मला नाही वाटत तसं शक्य आहे म्हणून.'' रामसे जरा रागानेच म्हणाले. ''तुमच्या सल्ल्याप्रमाणे वागलो, तर आणखी वाईट मात्र घडू नये एवढंच. फिस्क आणि इव्हान्सबद्दल काय? आता कुठे आहेत ते?''

''ते आमच्या पाळतीखाली आहेत.'' मॅकेन्नांनी उत्तर दिलं.

''म्हणजे ते आत्ता कुठे आहेत हे तुम्हांला माहीत आहे?''

मॅकेन्नांनी आपला दगडी चेहरा तसाच ठेवला. पाळत ठेवणाऱ्या एफ.बी.आय.च्या माणसांना सारा आणि फिस्कनं गुंगारा दिला होता, हे काही ते कबूल करणार नव्हते. या मीटिंगपूर्वी एक मिनिट अगोदरच त्यांना संदेश मिळाला होता. ''हो.''

''कुठे आहेत ते?'' रामसेंनी विचारलं.

''माफ करा चीफ जस्टिस, पण ही माहिती मी सांगू शकत नाही.'' त्यांनी घाईघाईत सांगितलं, ''तुमच्याशी आमचं अधिकाधिक सहकार्य राहील, पण काही गोष्टी काही वेळा गुप्त ठेवाव्या लागतात.''

रामसेंनी त्यांच्याकडे कठोर नजरेनं पाहिलं, ''एजंट मॅकेन्ना, या केसबद्दल वेळोवेळी माहिती देण्याचं तुम्ही वचन दिलंय.''

''दिलंय. म्हणून तर मी आत्ता इथे आलोय नं.''

हे पाहा, कोर्टाचा स्वत:चा असा पोलीस ताफा आहे. मुख्य पोलीस प्रमुख डेल्लासान्ड्रो आणि रॉन क्लॉस हे याचा आत्ताही तपास करण्यात गुंतलेले आहेत. आमचं तपासकार्य सुरू आहे आणि सर्वांच्याच हिताच्या दृष्टीनं आम्ही लवकरच संपूर्ण खुलासा करू. तेव्हा आता माझ्या प्रश्नाचं उत्तर द्या. ते दोघं कुठे आहेत?''

''तुमच्या म्हणण्याचा अर्थ मला कळला, पण मी ती माहिती आत्ता देऊ शकणार नाही याबद्दल माफ करा. एफ.बी.आय.चं धोरण.'' मॅकेन्ना म्हणाले, ''कृपया लक्षात घ्या.''

रामसेंनी आपल्या भुवया उंचावल्या, ''मला वाटतं मग मी ब्युरोच्या कोणाशीतरी बोलायला हवं'' ते म्हणाले. ''मला कोणाच्याही वरिष्ठांकडे जायला आवडत नाही एजंट मॅकेन्ना, पण ही एक खास परिस्थिती आहे.''

“तुम्हांला अशा काहींची नावं सांगायला मला आनंद वाटेल...” मॅकेन्ना म्हणाले, “अगदी डायरेक्टरपासून.”

“आणखी काही महत्त्वाचं असं तुम्हांला सांगायचं आहे का?” रामसेंनी विचारलं, “की एवढंच?”

मॅकेन्ना उठून उभे राहिले, “आम्ही सर्व गोष्टींच्या तळाशी पोहोचण्याचा कठोर प्रयत्न करतो आहोत आणि माझा विश्वास आहे की, थोडी नशिबाची साथ मिळाली, तर आम्ही यशस्वी होऊ.”

चांडलर उठून उभे राहिले. ते आणि मॅकेन्ना जाण्यासाठी वळणार तोच रामसेही उठून उभे राहिले आणि त्यांच्याकडे पाहून कठोर शब्दात म्हणाले, “मॅकेन्ना, एक सल्ला देतो. नशीब किंवा संधी यांवर कधीही अवलंबून राहू नका. जो त्यावर विसंबून राहतो त्याच्या नशिबी पश्चात्तापाशिवाय काही वाट्याला येत नाही.”

सारानं आपल्या कॉटेजचं दार उघडलं आणि ती घाईनं आत शिरली. कारमधूनच तिनं फिस्कला ऑफिस आणि घरी फोन केला; पण संपर्क साधला गेला नाही. तिनं एड फिस्कनाही फोन करून विचारलं, पण त्यांना फिस्ककडून काहीही निरोप नव्हता. तिनं आपली पर्स किचनच्या टेबलावर फेकली आणि वर जाऊन आपले ओले कपडे बदलले. जीन आणि टी शर्ट चढवून ती खाली उतरली. ती भयंकर घाबरली होती आणि काय करावं हे तिला कळत नव्हतं. ‘डेल्लासान्ड्रो या प्रकरणात असतील, तर वाईट होतं. तपासकामातल्या अनेक गुप्त गोष्टी त्यांना माहीत आहेत. एफ.बी.आय. एजंट मॅकेन्नाही जर यात गुंतलेले असतील, तर ती फारच घातक गोष्ट आहे. कारण जवळजवळ संपूर्ण तपासकार्य त्यांच्याच देखरेखीखाली चालू आहे.’ प्रत्येक वेळी त्यांनी केलेल्या छोट्या छोट्या गोष्टींचा आता तिला उलगडा होत होता. फिस्कला गुंतवणं, तिला कोर्टाचा राजीनामा द्यायला भाग पाडणं, भावाला मारण्याच्या जॉनच्या हेतूकडे लक्ष वेधवणं वगैरे सर्व गोष्टी. त्या खऱ्या नव्हत्या, पण सहज घटना म्हणून पाहिल्या तरी त्यांचा तसा अर्थ काढता येत होता.

तिनं चांडलरांच्या ऑफिसमध्ये फोन केला. तिला त्यांच्याकडून हे निश्चित करून घ्यायचं होतं की, एजंट मॅकेन्ना फोर्ट प्लेसीमध्ये त्या वेळेस होते का? की त्याच नावाची दुसरी कुठली व्यक्ती होती? तशी शक्यता तिला वाटत नव्हती, पण खात्री करून घेणं आवश्यक होतं. तिनं प्रयत्न करूनही चांडलरसुद्धा तिला फोनवर भेटले नाहीत. आता कोणाला फोन करून तिला माहिती मिळाली असती? जानसेनला कदाचित ही माहिती असण्याची शक्यता होती, पण तिला त्याला गाठायला वेळ लागला असता. तरी तिनं प्रयत्न केला, पण तोही फोल ठरला.

'आणखी कोण बरं?' अचानक तिला नाव आठवलं.

तिनं नंबर फिरवला. तीन वेळा बेल वाजल्यानंतर एका स्त्रीनं तो उचलला. हाऊसकीपर मेरी. "मी सारा इव्हान्स बोलते आहे. सिनेटर घरी आहेत का?"

एक मिनिटानंतर सिनेटर जॉर्डन नाइट यांचा आवाज तिला फोनवरून ऐकायला मिळाला. "सारा?"

"मला कल्पना आहे सिनेटर की, मी अवेळी फोन करते आहे."

"आज काय घडलं ते मला कळलं सारा." त्यांचा स्वर थंड होता.

"तुम्ही काय विचार करत असाल हे मला माहीत आहे आणि मी काही सांगितलं तरी तुमचं मन बदलणार नाही हेही मला समजतं."

"तुझं म्हणणं बरोबर आहे. तरीसुद्धा जे घडलं त्याबद्दल बेथला धक्का बसला आहे. तिचा तुला खूप पाठिंबा होता."

"ते मी मान्य करते." सारानं रिसिव्हर कानापासून थोडा दूर धरला. आपलं अवसान गोळा करण्याचा तिचा प्रयत्न होता. प्रत्येक सेकंद आता महत्त्वाचा होता. "माझ्यावर थोडी मेहेरबानी कराल?"

"मेहेरबानी?" ते गोंधळलेले वाटत होते.

"कुणाबद्दल तरी काही माहिती हवीये मला."

"सारा, हे योग्य आहे असं मला अजिबात वाटत नाही."

"सिनेटर, मी पुन्हा कधीच कॉल करणार नाही, पण आत्ता ही माहिती मला मिळणं खरंच आवश्यक आहे; माहिती मिळवण्याच्या तुमच्या साधनांतर्फे. तुम्ही असे एकटेच आहात की, ज्यांना मी हे सांगू शकते. प्लीज. आपले जुने संबंध लक्षात घेऊन मदत कराल का?"

जॉर्डन यांनी क्षणभर विचार केला आणि मग म्हणाले, "पण आता मी माझ्या ऑफिसमध्ये नाही. बेथबरोबर डिनरला जाण्याची तयारी करतोय."

"पण तुम्ही तुमच्या ऑफिसला फोन करू शकता किंवा एफ. बी. आय.ला."

"एफ.बी.आय.?" ते मोठ्याने उद्‌गारले.

सारा घाईघाईनं म्हणाली, "फक्त एक फोन केलात, तर काम होऊ शकेल. मी घरीच आहे. तुम्ही त्यांना मला सरळ फोन करायला सांगितलं तरी चालेल. आपल्याला पुन्हा बोलण्याची गरजही भासणार नाही."

अखेर जॉर्डन थोडे सौम्यपणे म्हणाले, "ठीक आहे. काय प्रश्न आहे तुझा?"

"एजंट मॅकेन्नांबद्दल आहे."

"त्यांच्याबद्दल काय?"

"मला ही माहिती पाहिजे आहे की, त्यांनी कधी आर्मीत नोकरी केली आहे का? विशेषतः सत्तरीच्या काळात ते फोर्ट प्लेसीला होते का?"

"हे ताबडतोब समजून घेण्याची तुला एवढी काय आवश्यकता?''

"सिनेटर, हे सांगत बसले तर खूप वेळ लागेल.''

त्यांनी सुस्कारा सोडला. "ठीक आहे. मी पाहतो काय करता येईल ते. मी माझ्या ऑफिसमधल्या कुणालातरी फोन करून सांगायला सांगतो. तू घरीच असणार ना?''

"हो.''

"सारा, तू काय करते आहेस याची तुला पूर्ण जाणीव आहे ना?''

"होय सिनेटर, माझ्यावर विश्वास ठेवा.''

"ठीक आहे. तू म्हणतेस तसं.'' त्यांनी उत्तर दिलं, पण त्यांना ते पटलं नसावं असं त्यांचा आवाजच सांगत होता.

त्यानंतर ते जेव्हा पंधरा मिनिटांनंतर डायनिंग रूममध्ये गेले तेव्हा एलिझाबेथनी त्यांच्याकडे प्रश्नार्थक नजरेनं पाहिलं आणि विचारलं, "कुणाचा फोन होता?''

"साराचा.''

"साराला तुमच्याकडून काय पाहिजे होतं?''

"विचित्रच गोष्ट. तो एफ.बी.आय.चा कोण तो माणूस, ज्याच्याबद्दल तू तक्रार करत होतीस?''

"वॉरेन मॅकेन्ना?'' त्यांना ताण आला होता. "त्यांचं काय?''

"तिला ही माहिती पाहिजे होती की, त्यांनी कधी आर्मीत नोकरी केली होती का म्हणून?''

एलिझाबेथ नाइट यांच्या हातातला काटा गळून पडला, "पण तिला ती माहिती का हवी होती?''

"मला माहीत नाही. तिनं सांगितलं नाही.'' जॉर्डननी त्यांच्याकडे चौकस नजरेनं पाहिलं. त्यांना आलेला ताण जॉर्डनना कळला. "तुझी तब्येत तर ठीक आहे ना बेथ?''

"ठीक आहे. सकाळपासूनचा शीण!''

"मला माहीत आहे हनी. मला कळतं, तुला किती ताण आहे ते.'' ते टेबलावरच्या थंड दुधाकडे पाहत म्हणाले, "मला वाटतं आपली आरामात संध्याकाळ काढण्याची कल्पना आता बारगळलीच. गेली खिडकीतून हवेत!''

"तुम्ही तिला काय सांगितलंत?''

"तिला? मी तिला सांगितलं की, मी चौकशी करतो आणि ऑफिसमधल्या कोणालातरी कळवायला सांगतो. तेच मी आत्ता करत होतो; ऑफिसला कॉल करण्याचं काम. ते कॉम्प्युटरवर तपासतील किंवा त्यांच्या पद्धतीनं – कसंही.''

"सारा कुठे आहे?''

''घरी. तिच्या प्रश्नाच्या उत्तराची वाट पाहत बसली असणार.''

एलिझाबेथ झटक्यात उठल्या. त्यांचा चेहरा फिकुटला होता.

''बेथ, तुला बरं वाटत नाही असं दिसतंय.''

''डोकं दुखायला लागलं आहे माझं. ॲस्पिरीन घ्यायला हवं.''

''मी आणून देऊ का?''

''नको. तुम्ही तुमचं जेवण संपवा. मग आपण खरंच आराम करू.'' असं म्हणून त्या उठल्या आणि हॉलमधून आपल्या बेडरूमकडे जायला निघाल्या. जॉर्डन चिंताग्रस्त नजरेनं त्यांच्या पाठमोऱ्या आकृतीकडे पाहत होते.

एलिझाबेथ नाइट यांचं खरंच डोकं दुखायला लागलं होतं. त्यांनी बेडरूममध्ये पोहचताच ॲस्पिरीनची गोळी घेतली आणि पलंगावर बसल्या. त्यांनी बेडजवळचा फोन उचलला आणि एक नंबर फिरवला.

''हॅलो,'' पलीकडून आवाज आला.

''सारा इव्हान्सनं आता फोन केला होता. तिनं जॉर्डनना एक प्रश्न विचारला.''

''कोणता प्रश्न?''

''तुम्ही कधी आर्मीत होता का ही माहिती तिला हवी होती.''

वॉरेन मॅकेन्नांनी एका हाताने आपला टाय सैल केला आणि नंतर टेबलावरचा पाण्याचा ग्लास उचलून एक घोट घेतला. कोर्टातल्या मीटिंगनंतर ते नुकतेच परतले होते. ''मग त्यांनी काय सांगितलं?''

''ते तपासून सांगतील म्हणून.'' आपल्या डोळ्यांमधून अश्रू बाहेर पडू नये याचा त्या आटोकाट प्रयत्न करत होत्या.

मॅकेन्नांनी मान डोलावली, ''ती कुठे आहे आता?''

''ती घरी थांबेल असं तिनं जॉर्डनना सांगितलं.''

''आणि जॉन फिस्क?''

''ते मला माहीत नाही. तिनं ते बहुधा सांगितलं नसावं.''

मॅकेन्नांनी आपला कोट उचलला. ''माहिती दिल्याबद्दल थँक्स जस्टिस नाइट!''

एलिझाबेथनी हळूच रिसिव्हर ठेवला आणि मग पुन्हा उचलला. त्या हे असं अर्धवट सोडणार नव्हत्या. त्यांनी इन्फर्मेशनला फोन केला आणि नंबर मिळवला. त्यानंतर फोन कट करून मिळवलेला नंबर फिरवला. पलीकडून तो उचलला गेला. ''डिटेक्टिव्ह चांडलर प्लीज. त्यांना सांगा की, एलिझाबेथ नाइट यांचा फोन आहे अर्जंट.''

चांडलर फोनवर आले. ''मी तुमच्यासाठी काय करू शकतो जस्टिस नाइट.''

''डिटेक्टिव्ह चांडलर प्लीज, मला कसं कळलं हे विचारू नका आणि ताबडतोब सारा इव्हान्सच्या घरी जा. मला वाटतं ती फार संकटात आहे.

घाई करा.''

चांडलर यांनी प्रश्न विचारण्यात वेळ घालवला नाही. कसातरी रिसिव्हर अडकवून ते ताबडतोब ऑफिसबाहेर पडले.

एलिझाबेथ नाइटनी सावकाश, शक्ती नसल्यागत रिसिव्हर खाली ठेवला. त्यांना वाटलं होतं की, कोर्टातलं काम हेच ताणतणावानं भरलेलं असतं, पण हे... हे... हा ताण असह्य होता. त्यांना कळलं होतं – याचा शेवट काहीही झाला असता, तरी त्यांचं आयुष्य उजाड होणार होतं; पण त्यांना दुसरा मार्ग सुचत नव्हता. किती विरोधाभासाची गोष्ट होती! त्यांच्या मनात आलं. त्या न्याय करणार होत्या; स्वत:लाच उद्ध्वस्त करून.

* * *

त्या व्यक्तीनं गर्द रंगाचे कपडे परिधान केलेले होते आणि चेहऱ्यावर एक रबरी मुखवटा ओढून घेतला होता. त्यानं साराचा रिचमंडला जाताना आणि त्यानंतर सारा, फिस्क आणि एफ.बी.आय. एजंट्स या सर्वांचा वॉशिंग्टनला येताना पाठलाग केला होता. एफ.बी.आय.नं एअरपोर्टपासून पुढे तिचा पाठलाग केला नव्हता, हे त्याच्या पथ्यावर पडलं होतं. त्यामुळे त्याचं काम आता आणखी सुकर होणार होतं. खाली वाकत वाकत तो तिच्या कारपर्यंत पोहोचला आणि त्यानं ड्रायव्हरसीट बाजूचं दार उघडलं. त्यासरशी कारमधला वरचा दिवा लागला. त्यानं ताबडतोब नियंत्रक फिरवून त्याचा प्रकाश कमी केला. त्यानं तिच्या घराच्या खिडक्यांकडे पाहिलं. त्यातून सारा एकदा गेलेली त्यानं पाहिलं, पण तिनं खिडकीतून बाहेर डोकावून पाहिलं नाही. त्यानं आपल्या खिशातून छोटा फ्लॅश लाइट काढला आणि त्याच्या प्रकाशाचा झोत कारच्या आतल्या भागातून फिरवला. त्यानं खाली पडलेली फाइल व पेपर्स पाहिले. पेपरमधल्या काही ठिकाणी त्याला वर्तुळं केलेली दिसली. ती नावं त्यानं पाहिली. त्यानं ती फाइल आणि पेपर्स सर्वच गोळा करून बरोबर आणलेल्या छोट्या पातळ बॅगेत टाकले. कमरेचं पिस्तूल काढून त्यानं नळीवर सायलेन्सर बसवला. त्यानं पुन्हा साराच्या बिल्डिंगकडे पाहिलं. तिची काही हालचाल दिसत नव्हती, पण ती तिथे होती. एकटी. त्यानं फ्लॅश लाइट बंद केला आणि तो तिच्या घराकडे निघाला.

सारा बेचैन होऊन किचनमध्ये येरझारा घालत होती. सारखी घड्याळाकडे पाहत होती. जॉर्डन नाइट यांच्या ऑफिसमधून फोन येईल याची ती वाट पाहत होती. ती उतरून मागल्या धक्क्याकडे गेली. त्याच वेळेस एक जेट ढगांच्या

कनातीतून बाहेर पडलं. तिनं आपल्या 'सेलबोट'कडे पाहिलं. धक्क्याच्या खांबांना बांधलेल्या टायर्सवर तिचा फायबरचा बाहेर आलेला भाग आपटत होता. मागच्या रात्रीचे प्रसंग आठवून तिच्या चेहऱ्यावर हास्य पसरलं, पण नर्सिंग होम भेटीनंतरचं तिचं आणि फिस्कचं बोलणं आठवून लगेच ते लोपलंही. ओल्या झालेल्या फळ्यांवर बूट काढून आपले पायाचे तळवे दाबताना तिला बरं वाटलं.

ती पुन्हा आत गेली आणि जिना चढली. ती बेडरूममध्ये डोकावलं. अंथरूण तसंच होतं. ती पलंगाच्या कडेला टेकून खालीच बसली. तिला त्यांचा प्रणय आठवला. फिस्कनं किती त्वरेनं आपला टी शर्ट खाली ओढून घेतला होता ते तिला आठवलं. जखमेचा व्रण बेंबीपासून ते थेट मानेपर्यंत असल्याचं तिला एडनी सांगितलं होतं. जणूकाही त्यामुळे तिच्यात काही फरक पडणार होता आणि फिस्कलाही तसंच वाटत होतं.

आणखी एक जेट आवाज करून वरून गेलं आणि त्यानंतर पुन्हा शांतता पसरली. इतकी की, जणू एखाद्या व्हॅक्यूम पाईपनं सर्व आवाज ओढून घेतले आहेत असं वाटावं. इतकी शांतता पसरल्यामुळे तिला घराचा दरवाजा उघडल्याचा आवाज स्पष्ट ऐकू आला. ती ताडकन उठली आणि जिन्याकडे धावली. "जॉन?" तिला उत्तर मिळालं नाही आणि नंतर खालचे दिवे जेव्हा मालवले गेले तेव्हा भीतीची एक थंड लहर तिच्या पाठीतून गेली. ती बेडरूममध्ये धावली. दार बंद केलं आणि आतून कुलूप घातलं. तिची छाती भरून आली होती. नाडीचे ठोके तिच्या कानावर आदळत होते. आसपास काही हत्यार दिसतं आहे का याचा ती शोध घेऊ लागली. तिथून सुटण्याचा दुसरा मार्ग नव्हता. खिडकी छोटी होती आणि जरी तिनं त्यातून बाहेर उडी मारून पळण्याचा विचार केला असता, तरी ते शक्य नव्हतं. कारण तिची खोली दुसऱ्या मजल्यावर होती आणि खाली तळमजल्याला सिमेंटचा अरुंद रस्ता होता. सुटण्याची पूर्ण शक्यता नसताना पाय मोडून घेण्यात काही शहाणपणा नव्हता.

पायऱ्या चढण्याचा पावलांचा आवाज यायला लागला तशी ती भयंकर घाबरली. तिला दरदरून घाम सुटला. बेडरूममध्ये फोन न ठेवल्याचा तिला आता पश्चात्ताप झाला. दाराची मूठ सावकाश फिरताना तिनं पाहिली, तसा तिचा श्वास घशात अडकला. आतून कुलूप लावलं असल्यामुळे मूठ फिरूनही दार उघडलं नसलं, तरी ते दार आणि कुलूप दोन्ही गोष्टी जुन्या होत्या त्यामुळे जरा जोर देऊन धक्का मारला तर ते उघडण्याची शक्यता होती. तेवढ्यात दारावर काहीतरी जोरात आदळल्याचा आवाज आला. त्याची प्रतिक्षिप्त क्रिया म्हणून तिनं किंकाळी फोडून मागे उडी घेतली. प्रतिकाराचं साधन शोधण्यासाठी तिनं पुन्हा एकदा संपूर्ण खोलीभर नजर फिरवली आणि तिची नजर पलंगाच्या चार कोपऱ्यावर मच्छरदाणी

लावण्यासाठी असलेल्या घुटक्यांकडे गेली. छोट्या अननसाच्या आकाराचे नक्षीदार आणि सळईसारख्या जाड फिरकीनं बसवलेले ते घुटके तसे कमी वजनाचे नव्हते. एकेकाचं वजन एकेक पौंड तरी असावं. तिनं कधीच मच्छरदाणीच्या त्या घुटक्यांवर उभारण्याचे चार खांब लावले नव्हते. त्यामुळे मच्छरदाणी लावण्याचा प्रश्नच नव्हता. नशीब तसं केलं नव्हतं. तिनं भराभर फिरवून त्यातला एक घुटका काढला आणि हातात वर धरून ती तयारीत राहिली.

दारावर आणखी एक धक्का बसला. कुलूप खिळखिळं झालं. दाराच्या चौकटीला तडे गेले. तिनं धक्का पचवला – सर्व धैर्य गोळा केलं आणि दाराचं कुलूप काढून ती तयार झाली. पुढचा धक्का बसला त्यासरशी दार उघडलं गेलं आणि धक्का मारणारा धाडदिशी तोंडावरच आपटला. साराचा हात वेगानं खाली आला आणि घुटक्याचा फटका त्याच्या खांद्यावरच बसला. तो पालथा पडला असतानाच ती पटकन दाराबाहेर पडली आणि धडाधड पायऱ्या उतरून खाली हॉलमध्ये आली. वर तिच्या बेडरूममध्ये पडलेला माणूस आपला खांदा धरून विव्हळत होता.

रेफिल्ड आणि ट्रेमेन मेले आहेत हे साराला माहीत होतं. म्हणजे आता तिनं ज्याला मारलं होतं तो एकतर डेल्लासान्ड्रो असणार किंवा... ती विचारानंच थरथरली... वॉरेन मॅकेन्ना! धावत धावतच किचनमध्ये जाऊन तिनं टेबलावरच्या गाडीच्या किल्ल्या घेतल्या आणि ती दाराकडे पळाली. तिनं दार उघडलं आणि तिच्या तोंडून भीतीनं किंकाळी बाहेर पडली.

त्या दुसऱ्या माणसानं तिच्याकडे थंडपणे पाहिलं आणि तो पुढे आला. लिओ डेल्लासान्ड्रोंच्या हातातलं पिस्तूल त्यांनी तिच्या दिशेनंच रोखलेलं होतं. त्याच वेळेस बेडरूममध्ये पडलेला माणूस आपला उजवा खांदा डाव्या हाताने धरून खाली आला. त्याच्याही उजव्या हातात पिस्तूल होतं. डेल्लासान्ड्रोंनी पुढचं दार बंद केलं. सारानं मागच्या माणसाकडे पाहिलं. मॅकेन्ना असणार या समजुतीनं; पण तो मॅकेन्नांसारखा उंचापुरा नव्हता.

त्यानं आपला रबरी मुखवटा काढला आणि तिला आपल्याकडे रिचर्ड पर्किन्स रोखून पाहताना दिसले. तिला प्रचंड धक्का बसलेला पाहून ते हसले. त्यांनी आपल्या छोट्या पातळ पिशवीतून काही कागद काढले आणि ते म्हणाले, ''फोर्ट प्लेसीवर काम करणाऱ्यांच्या यादीतलं माझं नाव तुझ्या नजरेतून कसं सुटलं? सारा, तू एवढी झोपाळू कशी झालीस?''

तिनं त्यांच्याकडे त्वेषानं पाहिलं. ''वाऽ! सुप्रीम कोर्टाचे मार्शल आणि पोलीस प्रमुख भयानक गुन्ह्यात सामील होते, ही केवढी तिरस्करणीय आणि शरमेची गोष्ट आहे.''

“हार्म्सनं त्या मुलीला मारलं; मी नाही.” डेल्लासान्ड्रो म्हणाले.

“तुमचा स्वत:वर तरी विश्वास बसतो का लिओ? तुम्ही... हो, तुम्हीच मारलंत. रूफसनं नाही. तुमचेच हात तिच्या गळ्याभोवती पडलेत.”

डेल्लासान्ड्रोचा चेहरा विकृत झाला. “तो हरामखोर! माझ्या पद्धतीनं त्याला मारायचं असतं, तर मी त्याला बंदुकीच्या गोळ्या चारल्या असत्या. फालतू अमली पदार्थांच्या नाही. रूफस म्हणजे मिलिटरी गणवेशाला कलंक होता!”

“तो डिसलेक्सिक होता.” सारा ओरडून म्हणाली, “तो आज्ञा ऐकत नव्हता कारण त्याला त्या कळत नव्हत्या. समजलं का? मूर्ख! तुम्ही त्याचं आयुष्य बरबाद तर केलंच आणि उगाचच त्या बिचाऱ्या मुलीचा जीव घेतलात.”

डेल्लासान्ड्रोंच्या चेहऱ्यावर स्वत:वरच खूश असल्यासारखं हास्य पसरलं. “मला नाही तसं वाटत. अजिबात नाही. तो ज्या गोष्टीला पात्र होता तेच त्याला मिळालं.”

“तुमचा गळा कसा आहे लिओ? जॉननं फारच जोरदार हल्ला चढवला, नाही का? त्याला सगळं माहीत आहे.”

“त्यालाही आम्हांला भेट द्यायचीच आहे.”

“तुम्ही, व्हिक ट्रेमेन आणि फ्रॅन्क रेफिल्ड?”

“अगदी बरोबर!” डेल्लासान्ड्रो तुच्छतेने म्हणाले.

“पण तुमचे मित्र तर मेलेत.” सारा हसत म्हणाली तसं डेल्लासान्ड्रोचं हास्य मावळलं. “त्यांनी रूफस आणि त्याच्या भावावर हल्ला केला, पण मागच्या वेळेप्रमाणे याही वेळेस ते त्यांचं काम पूर्ण करू शकले नाहीत.” तिच्या आवाजात उपहास ठासून भरला होता. तिच्या टोमणेवजा बोलण्यानं डेल्लासान्ड्रो चिडले.

“मग आता मला संधी आहे तर!”

सारानं त्यांच्याकडे वरपासून खालपर्यंत संपूर्ण नजर फिरवली आणि घृणेनं तिनं आपलं डोकं हलवलं, “मला एक सांगा लिओ, तुमच्यासारखा समाजकंटक पोलीसप्रमुख कसा होऊ शकतो?”

त्यांनी चिडून तिच्या थोबाडीत मारली आणि दुसरीही थप्पड ते मारणार तसं पर्किन्सनी त्यांना थांबवलं, “असल्या फालतू गोष्टीत आपली ताकद खर्च करू नको लिओ.” असं म्हणून त्यांनी साराचा खांदा धरला. त्याच वेळी टेलिफोनची रिंग वाजली.

पर्किन्सनी डेल्लासान्ड्रोंकडे पाहिलं. “फिस्क?” मग त्यांनी पुन्हा साराकडे पाहिलं. “फिस्क हार्म्सबरोबर आहे, हो ना? त्यामुळेच तुम्हांला वेगळं व्हावं लागलं, नाही का?” सारानं मान वळवली. पुन्हा एकदा रिंग वाजली. पर्किन्सनी पिस्तुलाची नळी तिच्या हनुवटीखाली खुपसली. त्यांचं बोट पिस्तुलाच्या चापावर

होतं. "मी आणखी एकदाच विचारेन. फिस्क रूफस हार्म्सबरोबर आहे का?" त्यांनी पिस्तुलाची नळी आणखी ढोसली. "आणखी दोन सेकंदांत तुझ्या मस्तकाच्या चिंधड्या उडतील. उत्तर दे पटकन."

"हो! हो, तो रूफसबरोबर आहे." श्वासनलिकेवर दाब पडल्याने तिनं घुसमटत्या स्वरात उत्तर दिलं.

त्यांनी तिला फोनजवळ ढकललं. "उत्तर दे. फिस्कच असला, तर भेटण्याची जागा सांग. इथेच जवळपास, पण खाजगी. तुला काही माहिती मिळालीये असं सांग. तू त्याला सावधगिरीचा इशारा देण्याचा प्रयत्न केलास, तर तू मेलीस, असंच समज." ती का कू करायला लागली तसं ते जहरी आवाजात म्हणाले, "करतेस ना? की मरतेस?" तिला पकडणाऱ्या दोघांपैकी वरकरणी सभ्य आविर्भाव असणारे पर्किन्स हेच जास्त घातक होते. तिनं सावकाश रिसिव्हर उचलला. पर्किन्स तिच्या अगदी जवळ, कानाशी उभे राहिले – ऐकण्यासाठी. त्यांनी आता पिस्तूल तिच्या कपाळावर टेकवलं होतं. तिनं एक संथ श्वास घेऊन स्वत:ला स्थिर केलं.

"हॅलो."

"सारा?" फिस्कच होता फोनवर.

"मी तुला सगळीकडे गाठण्याचा प्रयत्न करत होते."

"मी रूफसबरोबर आहे."

पर्किन्सनी ऐकून पिस्तूल आणखी ढोसलं.

"कुठे आहेस तू?" तिनं विचारलं.

"आम्ही वॉशिंग्टनच्या अर्ध्या वाटेवर आहोत. रेस्ट स्टॉपजवळ."

"तुझा काय बेत आहे आता?"

"मला वाटतं की आता चांडलरांना भेटणं इष्ट राहील. माझं आणि रूफसचं बोलणं झालं आहे त्याबाबतीत."

पर्किन्सनी आपलं डोकं हलवलं आणि फोनकडे खूण केली.

"मला काही ती कल्पना फारशी पटत नाही जॉन."

"का?"

"मीऽऽ मला काही असं कळलंय की, चांडलरांना भेटण्याअगोदर ते तुला लगेच सांगणं आवश्यक आहे."

"काय ते?"

"हे बघ," ती पुढे हळू आवाजात बोलली. "फोनवर सांगणं शक्य नाही. माझ्या फोनवरून ऐकण्याची व्यवस्था केली असावी अशी भीती वाटते."

"छेऽऽ मला नाही तसं वाटत सारा."

"एक काम कर. तू कुठे आहेस तिथला नंबर मला दे. मी कार फोनवरून फोन

करते.'' असं बोलून तिनं पर्किन्सकडे पाहिलं. ''म्हणजे आपण कुठेतरी भेटायचं ठरवू शकू. त्यानंतर आपण चांडलरांना भेटायला जाऊ. तू ज्या गाडीतून प्रवास करतोयस त्याचा नंबर एफ.बी.आय.कडे आहे. तुला ती सोडावीच लागेल.''

त्यानं तिला नंबर दिला. तिनं तो फोनजवळच्या पॅडवर लिहून घेतला आणि ते पान फाडून घेतलं.

''तू फोनवर नाहीच सांगू शकत का?''

''मी तुझ्या जे.ए.जी.तल्या मित्राशी बोलले.'' सारा म्हणाली आणि पुढे जे बोलणार होती त्याचा अर्थ फिस्कला कळू दे म्हणून तिनं मनोमन प्रार्थना केली. त्यानं जर चुकीची प्रतिक्रिया दिली असती, तर तिचा खेळ खलास होणार होता. तिला त्याच्यावर विश्वास ठेवणं भाग होतं. ''डार्नेल जॅक्सननं मला पी.सी.पी. चाचणीबद्दल सर्व सांगितलं आहे.''

फिस्क दचकला आणि त्यानं रूफसकडे पाहिलं, जो त्याच्या बाजूलाच बसला होता. फिस्क लगेच म्हणाला, ''डार्नेलनं मला कधीच दगा दिलेला नाही.''

सारानं हळूच सुटकेचा निश्वास सोडला. ''मी पाच मिनिटांनी पुन्हा फोन करते.'' असं म्हणून तिनं फोन खाली ठेवला आणि त्या दोघांकडे पाहिलं. पर्किन्स दुष्टपणे हसले.

''छान सारा! आता आपण तुझ्या मित्रांना भेटायला जाऊ या.''

एकोणसाठ

सारानं त्यानंतर पाच मिनिटांनी फिस्कला पुन्हा कॉल केल्यानंतर त्यांनी भेटीचं ठिकाण ठरवलं. तिचा फोन ठेवताच फिस्कनं एक कॉल केला. बातमी चांगली नव्हती. नक्कीच चांगली नव्हती. त्यानंतर तो पुन्हा आपल्या कारकडे आला आणि बसलेल्या रूफसला म्हणाला, ''त्यानं साराला धरलंय.''

''कोणी?'' रूफसनं विचारलं.

''तुझा जुना सहकारी डेल्लासान्ड्रो – राहिलेला एकमेव गडी.''

''राहिलेला एकमेव गडी? हे तू काय सांगतो?''

''रेफिल्ड आणि ट्रेमेन मेलेत. मग आता राहिलं कोण – डेल्लासान्ड्रो. तरी मला सारा म्हणालीच होती की...'' फिस्क मध्येच थांबला कारण रूफसच्या चेहऱ्यावर प्रश्नचिन्ह होतं आणि डोळे काही सांगण्यास उत्सुक होते. ''रूफस, त्या रात्री मेढेकोटात किती माणसं होती?''

''पाच.''

फिस्क सीटवर मागे कोसळलाच. ''मला फक्त तीन माहीत आहेत, ज्यांची नावं मी आताच सांगितली. मग आणखी दुसरे दोघे कोण?''

''पर्किन्स. रिचर्ड पर्किन्स हा एक.''

फिस्कला एवढा धक्का बसला की, त्याला वाटलं आपण आता आजारीच पडणार. ''रिचर्ड पर्किन्स सुप्रीम कोर्टाचा मार्शल आहे.''

''ते मला माहीत नाही. मी त्या रात्रीपासून त्याला पाहिलं नाही आणि त्याचा मला आनंदही वाटतो. ट्रेमेनशिवाय त्या ग्रुपमधला सर्वांत वाईट माणूस! तिथे आल्यानंतर त्याने मला पट्ट्यानं मारलं होतं. त्यानीच मला पी.सी.पी.चा

डोस दिला.''

''आणि पाचवा कोण?''

''त्याचं नाव मला कळलं नाही. त्यापूर्वी त्याला कधीच पाहिलं नव्हतं.''

''अच्छा? ठीक आहे. मला माहीत आहे तो कोण असावा ते.'' त्याच्या डोळ्यासमोर वॉरेन मॅकेन्नांची प्रतिमा उभी राहिली. वास्तविक त्याचं नाव यादीत पाहिल्याचं त्याला सारानं सांगितलं नव्हतं, पण त्यानंच तो अंदाज केला होता. त्यामुळेच तर तो एफ.बी.आय. एजंट फिस्कला त्या प्रकरणात अडकवण्याचा प्रयत्न करत होता. आता हे सगळं बरोबर जमत होतं. त्यानं कार सुरू केली.

''आता आपण कुठे जातो आहोत?''

''सारानं आताच फोन केला होता. तिच्या सांगण्याप्रमाणे आपल्याला व्हर्जिनियातल्या जी.डब्ल्यू. पार्कवेजवळ जायचंय. मी चांडलरांना फोन केला, पण ते भेटले नाहीत. मग त्यांना आम्ही कुठे असणार आहोत याबद्दल निरोप ठेवला आहे. ते वेळेवर पोहोचतील अशी आशा करू या.''

''पण आपण तिथे कशाला जायचं?''

''आपण गेलो नाही, तर ते साराला ठार करतील. तुला मागे राहायचं असलं, तर तू राहू शकतोस.''

त्याला उत्तर म्हणून रूफसनं आपल्या खिशातलं पिस्तूल काढून ते फिस्कला दिलं. ''हे तर तुला वापरता येतंच.''

फिस्कनं ते हातात घेऊन गोळ्यांचं चेंबर उघडलं आणि गोळ्या आहेत याची खात्री केली. ''मला वाटतं, मला हे वापरता येईल चांगलं.''

आता जवळजवळ मध्यरात्र झाली होती आणि पार्कवे सूनसान होता. या रस्त्यावर अंतरा-अंतरावर सहलीसाठी छोट्या छोट्या बागा होत्या. दिवसाच्या वेळात अनेक कुटुंबं तिथे पिकनिकसाठी किंवा बार्बेक्यूसाठी किंवा नुसता मजेत वेळ घालवण्यासाठी येत असत, पण आता फिस्कनं जिथे गाडी उभी केली होती तो भाग संपूर्णपणे अलग पडलेला, काळोखात बुडालेला आणि भयावह असा होता. त्यानं त्या रस्त्यावरून बाहेर पडण्याच्या खुणांचा बोर्ड पाहायला सुरुवात केली. त्याला तो बोर्ड दिसला आणि तिथल्याच जवळच्या रिकाम्या पार्किंग लॉटमध्ये सारानं आणलेली त्याची गाडी पार्क केलेली दिसली. हिरवळ असलेल्या तिथल्या 'पिकनिक स्पॉट' भागाच्या पार्श्वभूमीवर उंच उंच वृक्ष होते. त्यामागचा गर्द काळोख पोटोमॅक नदीनं पांघरला होता.

रूफस मागच्या सीटवर आडवा पडून दडला होता. त्यानं काळोखातल्या कारवर नजर टाकली होती आणि आत कोणीतरी होतं, पण बाई की पुरुष हे कळत

नव्हतं, असा इशारा फिस्कला दिला होता.

फिस्कनं डोळे बारीक करून पाहिलं अन् मग मान डोलावली. त्यांनी येता येता एक 'प्लॅन' आखला होता. आता ते त्या जागी पोहोचले होते तेव्हा त्यांना तो आचरणात आणायला हरकत नव्हती. फिस्कनं आपली गाडी पार्किंग लॉटच्या पुढे नेली आणि वळणावर थांबवली. वळणावरून साराची गाडी दिसत नव्हती. साराला किंवा त्या गाडीत जे कोण असेल त्यालाही फिस्कची गाडी दिसण्याची शक्यता नव्हती. गाडीचं मागचं दार उघडून रूफस पटकन बाहेर पडून अंधारात दिसेनासा झाला. तो झाडांच्या आडोशानं पार्किंग लॉटकडे येणार होता.

फिस्कनं पार्किंग लॉटपर्यंत आपली गाडी नेली आणि सारानं जिथं गाडी उभी केली होती त्यापासून पार्किंगच्या दोन मोकळ्या जागा सोडून आपली गाडी पार्क केली. साराला ड्रायव्हर सीटवर पाहून त्याचा जीव भांड्यात पडला. "सारा?"

तिनं त्याच्याकडे पाहिलं, मान डोलावली आणि जबरदस्तीने हसल्यासारखी हसली. तिच्या बाजूच्या सीटवर दडलेल्या माणसानं आपलं पिस्तूल तिच्या डोक्यावर टेकवलं तेव्हा तिचं तेही हसू मावळलं. ड्रायव्हर सीटच्या बाजूनेच ते दोघं बाहेर पडले. उतरल्याबरोबर डेल्लासान्ड्रोंनी आपला डावा हात साराच्या गळ्याभोवती गुंडाळला आणि दुसऱ्या हातानं पिस्तूल तिच्या कुशीत खुपसत खुपसत ते तिला पुढे करू लागले.

"फिस्क, इकडे बघ." डेल्लासान्ड्रोच्या आवाजासरशी फिस्कनं तिकडे पाहिलं आणि धक्का बसल्याचा अभिनय केला. "हार्म्स कुठे आहे?" डेल्लासान्ड्रोंनी विचारलं.

फिस्कनं हनुवटी कुरवाळल्याचा आविर्भाव करत उत्तर दिलं, "त्यानं विचार बदलला पोलिसांकडे जाण्याचा. मला तडाखा मारून तो पळाला."

"आणि तुला गाडी सोडून दिली? मला नाही वाटत तसं. मुकाटपणे खरं सांग, नाहीतर तुझ्या मैत्रिणीच्या डोक्यात शिशाच्या गोळ्या शिरतील."

"मी खरंच सांगतो आहे. तो इतकी वर्षं तुरुंगात होता, हे तुम्हांला माहीत आहे. त्यानं गाडी घेतली नाही कारण तो नीट चालवू शकत नाही."

डेल्लासान्ड्रोंनी त्याच्या म्हणण्याचा काही क्षण विचार केला. "इकडे ये. दोन्ही हात वर." दोन्ही हात वर करून तो त्यांच्या जवळ आला तेव्हा त्यानं तिच्या गालावरचा रक्ताचा ओरखडा पाहिला. "सारा, तू ठीक आहेस ना?"

तिनं मान डोलावली. "होय जॉन, मी ठीक आहे."

"ठीक आहे, ठीक आहे. आता इकडे लक्ष दे." डेल्लासान्ड्रो म्हणाले, "हार्म्स तुला मारून पळाला तो नेमका कुठे?"

"आम्ही इन्टरस्टेट ९५ सोडून 'रूट १'जवळ आलो तिथे."

"पण त्याचा तो मूर्खपणाच होता. तिथून काही तो फार दूर जाऊ शकणार नाही."

"म्हणतात ना की, तुम्ही घोड्याला पाण्याजवळ नेऊ शकता, पण त्याला प्यायला भाग पाडू शकत नाही."

"तू म्हणतोस त्यातल्या एका शब्दावरही माझा विश्वास का बसत नाही?"

"कारण तुम्ही सर्वांशीच आयुष्यभर खोटं बोलत आलात. मग तुमचा इतरांवर विश्वास बसणार कसा?"

डेल्लासान्ड्रोंनी फिस्कच्या डोक्याच्या दिशेनं पिस्तूल रोखलं. "तुझ्या डोक्याची शकलं उडवण्यात मौज वाटेल मला."

"पण दोन-दोन प्रेतांची विल्हेवाट लावणं जरा कठीणच! नाही का?"

डेल्लासान्ड्रोंनी नदीच्या दिशेनं पाहिलं. "मुळीच नाही. निसर्गाची मदत मिळते तेव्हा अजिबात कठीण नसतं."

"चांडलरांना काहीही संशय येणार नाही असं वाटतं तुम्हांला?"

"कसला संशय? तू तुझ्या भावाचा खून इन्शुरन्सच्या पैशासाठी केलास असं पोलिसांना वाटतंच आहे. या पोरीची नोकरी तू आणि तुझ्या मूर्ख भावामुळे गेली. तिचं संपूर्ण करिअरच संपलं तुझ्यामुळे. तुम्ही दोघं भेटत होता. तुमच्यात वादावादी होते. तू रागाच्या भरात तिला ठार करतोस आणि आत्महत्या करतोस किंवा याच्या उलट ती तुला मारते आणि आत्महत्या करते. काहीही घडलं असलं, तरी त्याची काळजी कोण करणार? त्यांना तिची गाडी सापडेल आणि काही दिवसांनंतर किंवा आठवड्यांनंतर कुठेतरी पाण्यावर तरंगत असलेली तुमची प्रेतं सापडतील; ओळखू न येण्याच्या स्थितीत असलेली. खेळ खलास! केस बंद!"

"तुमचा प्लॅन तर चांगला आहे, पण हा तुमचा एकट्याचा नाही. मला माहीत आहे म्हणून विचारतो, तुमचे पार्टनर्स कुठे आहेत?"

"काय बोलतोस तू हे?"

"त्या रात्री मेढेकोटात असलेले दुसरे दोघे?"

"त्यातले एक पर्किन्स आहेत." सारा पटकन बोलली, "तेही इथंच आहेत."

"चूप!" डेल्लासान्ड्रो ओरडले.

"ते यात आहेत हे मला माहीत आहे. दुसरा कोण याचा मी अंदाज करू शकतो."

"तुझे तर्क मेल्यानंतर माशांना कळतात का बघ. चला."

फिस्क आणि सारा पुढे आणि त्यांना अधूनमधून पिस्तुलाने ढोसत डेल्लासान्ड्रो मागे अशा रितीने ते सर्व डेल्लासान्ड्रो वेळोवेळी सूचित करत होते त्याप्रमाणे नदीच्या दिशेने निघाले. मध्येच फिस्कनं मागे वळून पाहिलं, तसे डेल्लासान्ड्रो

कठोर स्वरात म्हणाले, "त्याचा विचारही करू नको फिस्क. मी पन्नास यार्डावरूनही अचूक मारू शकतो, मग दोन फुटाची काय कथा!" ते पुढे चालत राहिले.

त्यानंतर अचानक एक गोळी सणसणत आली आणि डेल्लासान्ड्रोंच्या पायाजवळची धूळ उडाली. ते ओरडले आणि त्यांचं पिस्तूल साराच्या डोळ्यापासून बाजूला झालं. त्यासरशी झटकन वळून फिस्कनं एक जोरदार गुद्दा त्यांच्या पोटात मारला आणि लगेच दुसरा बरोबर बेंबीवर. डेल्लासान्ड्रो सावरायच्या आतच रूफस झाडाआडून पुढे झाला आणि एखाद्या रणगाड्यानं धडक द्यावी तशी धडक त्यानं डेल्लासान्ड्रोंना दिली. या धडकेनं ते उन्मळून नदीच्या पाण्यात पडले. रूफस पुन्हा डेल्लासान्ड्रोंकडे वळणार तेवढ्यात दोन पिस्तुलाचे बार झाले. तशी त्या सर्वांनी जमिनीवर लोळण घेतली. फिस्कनं आपलं पिस्तूल काढलं. त्यानं आपला डावा हात संरक्षणार्थ साराच्या पाठीवर टाकला. उजव्या हातात पिस्तूल घेऊन पडल्या पडल्याच त्यानं रूफसला विचारलं, "तू काही पाहिलंस का रूफस?"

"हो, पण तुला ते आवडणार नाही. मला वाटतं ते दोन बार दोन वेगवेगळ्या दिशांनी झाले."

"ग्रेट! म्हणजे त्यांचे दोन्ही सहकारी इथं आहेत. शिट!" त्यानं आपलं पिस्तूल घट्ट धरलं. "रूफस, माझा प्लॅन ऐक आता. आपण दोघांनीही दोन-दोन गोळ्या दोन्ही दिशांना झाडायच्या. त्याचं प्रत्युत्तर म्हणून तेपण गोळ्या झाडतील. कुठून गोळ्या झाडल्या जाताहेत हे समजेल. मग मी संरक्षणार्थ तुझ्या पाठीशी राहतो. तू साराला घेऊन पळ आणि कारपर्यंत जा." सारा काही बोलण्याअगोदरच तो म्हणाला, "चांडलरांना कोणीतरी कळवायला हवंय."

रूफस म्हणाला, "मी मागे राहू शकतो. हे पिळणारे हरामखोर तुझ्यापेक्षा माझं जास्त देणं लागतात."

"नको. तू पुष्कळ सहन केलं आहेस आत्तापर्यंत. तेव्हा मीच मागे थांबतो. ठीक आहे. चल, आता तू डावीकडे गोळ्या झाड आणि ती दिशा तपास. मी उजवीकडे फायर करतो. ओ.के.? एक-दोन-तीन. त्यांच्या गोळ्या सुटल्या तसं सारानं आपले कान झाकून घेतले. काही सेकंदातच उलट गोळीबार झाला.

फिस्क आणि रूफसनं चकाकलेल्या प्रकाशावरून दिशा आणि अदमासे ठिकाणं ओळखली. "त्यातला एक जिवावर उदार झाला आहे असं वाटतं. त्याला पहिले खलास करू या. मी आता दोन्ही दिशांना गोळ्या झाडतो. तुझं पिस्तूल तू तयार ठेव, पण लगेच झाडू नकोस. मी माझ्या उजवीकडे साधारणपणे दहा यार्डावर सरकतो. मी गोळीबार माझ्या दिशेने ओढवून घेतो. मला फक्त वीस मोजण्याइतपत वेळ दे आणि मग जेव्हा तू पहिला गोळीचा आवाज ऐकशील तेव्हा बरोबर लक्ष्य साध."

फिस्क बाजूला सरकायला लागला तसा सारानं त्यांचा हात धरला. फिस्कला तिला आत्मविश्वास वाटेल असं काहीतरी बोलायचं होतं. खोटं खोटं का होईना तो घाबरलेला नाही असा दिलासा द्यायचा होता. प्रत्यक्षात तो थोडा घाबरलाही होता. "मी काय करतोय हे मला माहीत आहे सारा आणि मरण्यापेक्षा पन्नास वर्षं का होईना जगणं चांगलंच, नाही का?"

तो दबकत दबकत चालू लागला तशी ती त्याच्याकडे टक लावून पाहू लागली. 'त्याला जिवंत बघण्याची कदाचित ही शेवटचीच वेळ ठरेल.' – तिच्या मनात विचार आला.

एका मिनिटानंतर गोळीबार सुरू झाला. रूफसनं साराला घेऊन अर्धा रस्ता पार केला. ते जेमतेम गाडीपर्यंत पोहोचले, तसं त्यानं दार उघडलं आणि तिला आत ढकललंच. मग तो चढला.

फिस्क झुडपाआडून हळूहळू पुढे सरकत होता. पिस्तुलाची गरम नळी आणि गनपावडरचा वास त्याला बिलगून होता. त्याचं धैर्य हळूहळू कमी होत होतं. त्यानं आपण किती गोळ्या झाडल्या हे मोजण्याचा प्रयत्न केला होता, पण तरीही नेमका आकडा त्याच्या लक्षात येत नव्हता. पुन्हा गोळ्या झाडण्यासारखी स्थिती बहुधा नव्हतीच. कारण त्याच्याकडे जादा गोळ्यांचा साठाच नव्हता. त्यानं गाडी सुरू झाल्याचा आवाज ऐकला, तसा तो समाधानानं हसला. क्षणार्धासाठी त्याचं लक्ष विचलित झालं होतं आणि झाडलेल्या गोळ्यांचे आवाज कानात गुंजत होते त्यामुळे त्याच्याजवळ झालेला आवाज त्यानं ऐकला तेव्हा उशीर झाला होता.

डेल्लासान्ड्रो नदीच्या घाणेरड्या पाण्यानं निथळत असलेल्या अवस्थेत त्याच्याकडे पिस्तुलाची नळी रोखून होते. फिस्कचा घसा कोरडा पडला. त्याच्या फुफ्फुसांना जणू स्थिती कळली होती आणि त्याचा श्वास बंद पडल्यासारखाच झाला होता. दोन गोळ्यांनी त्याच्या शरीराला छिद्रं केलीच होती. आता तिसरी तिचं काम पूर्ण करणार होती, यात शंका नव्हती. डार्नेल जॅक्सननं त्याच्या पार्टनरला गोळी झाडली होती त्या वेळी त्याचा तोल गेला होता, म्हणून फिस्क बचावला होता. डेल्लासान्ड्रोंच्या बाबतीत तो प्रश्न उद्‌भवत नव्हता. फिस्कनं नदीच्या दिशेनं पाहिलं. एक आठवडाभर पाण्यात काढल्यानंतर त्याच्या वडलांनीही त्याला ओळखलं नसतं. त्यानं डेल्लासान्ड्रोंकडे पाहिलं. मृत्यूपूर्वीची त्यांची प्रतिमा. तो मटकन खाली बसला.

बार झाला. लिओ डेल्लासान्ड्रो पुढे वाकून पाण्यात पडले आणि शांत झाले. फिस्कला धक्काच बसला.

त्यानं वर पाहिलं. 'डेल्लासान्ड्रो स्वत:च्याच गोळीनं ठार झाले की काय?' मॅकेन्ना... होय. मॅकेन्नाच त्याच्याकडे पाहत होते. हातात पिस्तूल. त्यांच्याऐवजी चांडलरांनी तिथं असायला काय झालं होतं? निदान एकदातरी त्याला समाधान

मिळालं असतं. त्याची नजर डेल्लासान्ड्रोंच्या देहाजवळ पडलेल्या त्यांच्या पिस्तुलाकडे गेली.

"प्रयत्न करण्याची गरज नाही फिस्क." मॅकेन्ना लगेच म्हणाले.

"तूऽऽ पाजी माणसा."

"अरेऽऽ, मला वाटलं, तू माझे आभार मानशील."

"का? मला मारण्यापूर्वी आपल्या सहकाऱ्याला मारल्याबद्दल?"

त्याला उत्तर म्हणून मॅकेन्नांनी आपल्या खिशातून दुसरं पिस्तूल काढलं. "हे तुझं पिस्तूल बघ. मला नुकतंच सापडलं ते."

"अस्सं काय? एक ना एक दिवस तुमच्या वाट्याला जे यायचं ते येणारच आहे, मॅकेन्ना."

मॅकेन्नांनी फिस्कचं पिस्तूल गोल फिरवलं आणि ते त्याला देत ते म्हणाले, "नीट धर आधी, पण लगेच मला मारण्याचा प्रयत्न करू नको." असं म्हणून त्यांनी फिस्कला हात धरून उभं राहायला मदत केली. "चांडलर येतातच आहेत. मी त्यांना इव्हान्सच्या घरी गाठू शकलो हे नशीब! पर्किन्स आणि डेल्लासान्ड्रो साराला घेऊन निघाले आणि पाठोपाठ आम्ही पोहोचलो. साराचा उपयोग करून घेऊन ते तुला जाळ्यात ओढण्याचा प्रयत्न करतील, हे माझ्या लक्षात आलं. तुझा अनधिकृत संरक्षक म्हणून मी पाठलाग केला. ज्यांना मी संरक्षण देतो, त्यांना मी कधीच दगा देत नाही. माझं तत्त्व."

फिस्क त्यांच्याकडे अवाक् होऊन पाहतच राहिला.

"पर्किन्स बाजूला झाला. गोळीबार करणारा दुसरा माणूस तोच होता. मी त्याला मारण्याचा प्रयत्न केला, पण तो खूप लांब, कक्षेबाहेर होता. लिओ विचलित व्हावा म्हणूनही मी गोळ्या झाडल्या. रूफस कुठेतरी जवळपास असणारच, असा माझा कयास होता."

"मला वाटलं, त्या रात्री मेढेकोटात जी माणसं होती त्यातलेच तुम्ही एक आहात."

"मी होतोच."

"मग आता हे तुम्ही काय करताहात? पापाचं परिमार्जन? असं करणारे त्या पाचांपैकी तुम्ही एकटेच दिसता."

"मी त्या पाचांपैकी नव्हतो."

"पण तुम्ही तर आताच म्हणालात की, त्या रात्री तुम्ही मेढेकोटात होतात म्हणून?"

"त्या वेळी तिथं रूफसशिवाय सहा माणसं होती."

फिस्क गोंधळलेला दिसला. "मला काही कळलं नाही."

"त्या रात्री मी तिथे 'गार्ड' म्हणून कामावर होतो. सगळं समजायला मला पंचवीस वर्षं लागली. तू आणि सारा यांच्यामुळे ते मला समजू शकलं. मला वाटतं, पी.सी.पी.च्या दृष्टिकोनातून विचार केल्यानंतर ते माझ्या लक्षात आलं. फोर्ट प्लेसीला त्याची चाचणी घेण्याबद्दल मला कधीही माहीत नव्हतं. अर्थात, अशा गोष्टींची ते जाहिरात करत नाहीतच.''

"कोणाला माहीत असो वा नसो, रूफसची कोणालाही काळजी नव्हती. त्याला काय झालं किंवा त्यानं काय केलं याची कोणी फिकीर करणार नव्हतं.''

"मी होतो काळजी करणारा, पण मला त्या वेळी काही करण्याचं धैर्य होईपर्यंत खूप उशीर झाला होता. खरंतर ते सगळं मी थांबवू शकलो असतो.'' त्या आठवणीनं क्षणभराकरता त्यांचं शरीर दबल्यासारखं झालं. "पण मी तसं केलं नाही.''

फिस्कनं क्षणभर त्यांचं निरीक्षण केलं. "पण आता तुम्ही काहीतरी करता आहात.''

"पंचवीस वर्षं हा खूप मोठा काळ आहे! फार उशीर झाला आहे.''

"रूफस आता मुक्त होणार ना? त्याला तेवढंच हवंय.''

मॅकेन्नांनी वर पाहिलं, "रूफस आता पूर्णपणे मुक्त आहे जॉन. आता त्याला पुन्हा कोणीही तुरुंगात परत पाठवू शकणार नाही आणि त्यांनी तसा प्रयत्न केला, तर त्यांची आधी माझ्याशी गाठ आहे, पण ते तसा प्रयत्न करू शकणार नाहीत.''

फिस्क रस्त्याच्या दिशेनं पाहत म्हणाला, "आणि पर्किन्सबद्दल काय?''

मॅकेन्ना हसले. "पर्किन्स कुठे गेले असणार ते मला माहीत आहे. आपण साराला कारमध्ये फोन करून ते सांगू. चांडलर इथं आले की, आपण जाऊ.''

"जाऊ? कुठे जायचं?''

त्या दिवशी रात्री मेढेकोटावर असणाऱ्या त्या पाचव्या माणसाला भेटायला पर्किन्स जाणार आहेत.''

"कोण तो? कोणाला भेटणार आहेत पर्किन्स.''

"ते तुला कळेलंच. थोड्या वेळानं आपल्याला सर्वच समजेल.''

साठ

त्या स्त्रीनं दार उघडताक्षणीच रिचर्ड पर्किन्स धाडकन आत शिरले. त्या स्त्रीला त्यांनी विचारलं, "ते कुठे आहेत?"

"त्यांच्या स्टडीरूममध्ये."

हॉल ओलांडून ते स्टडीरूमकडे गेले आणि त्यांनी जोरातच दरवाजा उघडला. आतल्या उंच माणसानं त्यांच्याकडे अगदी शांतपणे पाहिलं.

पर्किन्सनी दार बंद केलं. "सर्व गोष्टींचा चुथडा झालाय. मी इथून निसटतो आहे."

जॉर्डन नाइट मागे रेलून बसले आणि त्यांनी आपलं डोकं हालवलं. "तुम्ही पळालात, तर तुम्ही अपराधी आहात हे सर्वांना कळेल."

"मी अपराधी आहे हे तर आता त्यांना कळणारच आहे. मी आणि लिओनं सारा इव्हान्सला पळवलं. लिओ तर एव्हाना मेलाही असेल."

"तिनं आज कोर्ट सोडल्यापासून तुम्ही तिचा पाठलाग केलात. मी फोन केला तेव्हा तुम्ही सर्व काळजी घ्याल अशी माझी अपेक्षा होती. ठीक आहे, तरीसुद्धा फारसं बिघडलेलं नाही. तुमच्याविरुद्ध फक्त तीच तेवढी बोलणारी आहे. त्याला महत्त्व नाही."

"तिच्या बोलण्याला महत्त्व नाही असं कसं म्हणता?"

जॉर्डन यांनी आपली हनुवटी खाजवली. "विचार करा. आज तिला नोकरीवरून डच्चू दिला गेला. तुम्ही तिला दारापर्यंत सोडायला गेलात. तिनं रागानं चिडून तुमच्याविरुद्ध काही आरोप केले. कदाचित त्यासाठी तुमच्या सुरक्षिततेच्या दृष्टीने तुम्हांला एक-दोन साक्षीदारही तयार करता येतील."

“रूफस हार्म्स मोकळा आहे. मी त्याला पाहिलं.”

जॉर्डन यांचा चेहरा काळवंडला. “अच्छा! तो महान रूफस हार्म्स?”

“त्यानं फ्रॅन्क आणि व्हिकला मारलं.”

“म्हणजे काळजी वाटणाऱ्यांची संख्या दोनाने कमीच झाली की!”

“तुमच्या थंड खुनशीपणाची कमाल आहे! मायकेल फिस्कला मारण्याचा आदेश तुम्ही दिलात आणि या सर्व गोष्टींना सुरुवात झाली.”

जॉर्डन विचारात पडलेले दिसले. “मला अजूनही एक कळत नाही की, रूफस हार्म्सनं मला ओळखलं कसं आणि माझं नाव अपीलमध्ये कसं टाकलं?”

“त्यानं तुम्हांला ओळखलेलं नव्हतंच.”

नाइटना आधी जरा धक्काच बसला ते ऐकून. त्यानंतर त्यांच्या डोळ्यात आशेची चमक आली.

“मी ट्रेमेनशी बोललो. रेफिल्ड तुमच्याशी खोटं बोलला होता. तुमचं नाव अपीलमध्ये नव्हतंच. फक्त आम्हा चार लोकांची नावं होती.”

“म्हणजे अपरिचित असा मी एकटाच आहे म्हणायचा.” जॉर्डन उठून उभे राहिले आणि त्यांनी पर्किन्सकडे पाहिलं. देवाऽ रे! म्हणजे अजूनही त्यांना संधी होती सटकायची! ‘फक्त एका माणसाची काळजी घ्यायची. बस्स! मग ते दुःस्वप्न संपलंच समजायचं!’ नुसत्या विचारानं ते उद्दिपीत झाले.

“कोणास ठाऊक, किती काळ हे गुपित राहणार ते आणि हे सगळं कशासाठी? आपण त्याला पी.सी.पी.चा डोस दिला आणि हे सगळं घडलं.”

“तो डोस प्रत्यक्षात तुम्हीच दिलात मि. रिचर्ड.”

“आता जास्त फुकाचा आव आणू नका. पी.सी.पी. वापरण्याची कल्पना तुमचीच होती मि. सी.आय.ए.”

“साहजिकच होतं ना ते! मी तिथे त्या चाचण्या घेत होतोच. तुम्ही सगळ्यांनी रूफसबद्दल तक्रारी केल्यात म्हणून तुमच्यावर मी एक प्रकारे मेहेरबानीच केली. नाही का?” त्यांनी पर्किन्सकडे थंड डोळ्यांनी पाहिलं. “पण आता मी अमली पदार्थांच्या विरोधात आहे.”

“एवढं करून शेवटी हे का? आता म्हणा की, मी खुनाच्याही विरोधात आहे म्हणून. हे तुम्हांला कसं वाटतं सिनेटर?”

“मी कधीही कोणाला मारलं नाही.”

“त्या लहान मुलीबद्दल काय जॉर्डन? सांगा, तिच्याबद्दल काय?”

“रूफस हार्म्सनं गुन्हा कबूल केला आहे. माझ्या समजुतीप्रमाणे त्यात काहीही बदल झालेला नाही.”

“पण होण्याची शक्यता आहे. आपण लवकरच काही बंदोबस्त केला नाही तर.”

"तुम्हांला यातून अंग काढून घेऊन खरंच पळायचंय का?"

"डोक्यात कुऱ्हाड पडेपर्यंत इथे थांबण्याची माझी तयारी नाही."

"तुम्हांला थोडेबहुत पैसे हवेच असणार?"

पर्किन्सनी मान डोलावली. "व्हिक आणि फ्रॅन्कना तुम्ही जसं खास निवृत्ती वेतन देऊ केलं होतं तसं मला नाही आणि मी थोडा उधळ्या स्वभावाचाही आहे."

जॉर्डन यांनी आपल्या खिशातून किल्ली काढली आणि वळून टेबलाचा एक ड्रॉवर उघडला, "इथे थोडी रोख रक्कम आहे. बाकी चेकनं मिळेल. सुरुवातीला मी तुम्हांला पन्नास हजार देऊ शकतो."

"हे ठीक आहे. सुरुवात म्हणून."

जॉर्डन वळले आणि त्यांच्या हातात पर्किन्स यांच्या दिशेनं रोखलेलं ड्रॉवरमधून काढलेलं पिस्तूल होतं.

"हे तुम्ही काय करताहात जॉर्डन?" धक्का बसून पर्किन्स म्हणाले.

"तुम्ही इथे जबरदस्तीनं शिरलात. तुमचं डोकं ठिकाणावर नव्हतं. तुम्ही केलेल्या गुन्ह्यांची कबुली दिलीत. अगदी साराला पळवण्याबद्दलसुद्धा सांगितलंत. तुमचा काय उद्देश होता देव जाणे! तुम्ही मला धमकी दिलीत. मी कसंतरी पिस्तूल बाहेर काढण्यात यशस्वी झालो आणि तुम्हांला मारून आपला बचाव केला."

"तुम्ही वेडे आहात. तुमच्या कहाणीवर कोणी विश्वास ठेवणार नाही." पर्किन्स किंचाळून म्हणाले.

"ठेवतील बरं रिचर्ड, ठेवतील." असं म्हणून जॉर्डन यांनी कुत्सितपणे हसत चाप ओढला. हॉलमधून त्यांनी एक किंकाळी ऐकली. जॉर्डन पटकन पुढे झाले. त्यांनी झटपट पर्किन्स यांची झडती घेऊन त्यांचं पिस्तूल काढून रुमालानं पुसलं आणि मृत पर्किन्सच्या हातात देऊन भिंतीवर एक गोळी झाडली. "मी ठीक आहे." त्यांनी मोठ्यानं सांगितलं. पर्किन्सच्या हाताशी जवळच जमिनीवर त्यांचंच पिस्तूल ठेवून ते उठले. दाराकडे जात ते पुन्हा एकदा ओरडून म्हणाले, "ठीक आहे. काळजी करू नका. उघडतो दार." दाराकडे येऊन त्यांनी दार उघडलं आणि ते थिजलेच. समोर रूफस हार्म्स उभा होता. त्याच्या पाठोपाठ चांडलर, मॅकेन्ना, फिस्क आणि सारा.

जॉर्डननी अखेर आपली रूफसवरची नजर काढली आणि चांडलरांकडे पाहून ते म्हणाले, "रिचर्ड पर्किन्स धाडकन आत शिरले आणि काहीतरीच सांगायला लागले. मी मदत करावी म्हणून धमक्या द्यायला लागले. त्यांच्याकडे पिस्तूल होतं, पण मला संधी मिळाली आणि मी सुदैवी ठरलो."

मॅकेन्ना एक पाऊल पुढे आले. "सिनेटर, एफ.बी.आय.चा एजंट या व्यतिरिक्त दुसऱ्या कोणत्या गोष्टींसाठी तुम्हांला मी आठवतो का?"

जॉर्डननी त्यांच्याकडे लक्षपूर्वक पाहिलं, पण ओळखीची कोणतीही खूण त्यांच्या नजरेत नव्हती.

"पर्किन्स आणि डेल्लासान्ड्रो यांनीही मला ओळखलं नव्हतंच. खूप वर्षांपूर्वीची गोष्ट होती. ती आणि आपण सगळेच फार बदललो ना! त्यातून त्या रात्री तुमच्याशिवाय सगळेच भरपूर प्यालेले होते."

"तुम्ही हे काय बोलताहात? मला काही समजतच नाही."

"तुम्ही आणि तुमचे मित्र रूफसच्या नावानं हाक मारत त्या रात्री फोर्ट प्लेसीवर आलात, त्या वेळी 'गार्ड' म्हणून मी तिथे ड्युटीवर होतो. मेढेकोटात गार्ड म्हणून त्या दिवशी ड्युटी करण्याची ती माझी पहिली आणि शेवटची वेळ होती. म्हणूनच बहुधा तुमच्यापैकी कोणीही मला ओळखू शकलं नाही."

"तुम्ही काय बोलताहात हे मला समजायला हवं का?" जॉर्डन उसन्या अवसानाने म्हणाले.

"रूफसला भेटायला मी तुम्हांला आत सोडलं कारण मी त्या वेळेस नुकताच खाजगीरीत्या लागलेला अननुभवी मनुष्य होतो आणि कॅप्टननी दिलेली आज्ञा पाळणं माझं कर्तव्य होतं. रूफस त्याच्या कोठडीतून धाडकन बाहेर आला, त्यानं मला दूर फेकलं आणि सर्वांचंच आयुष्य त्यानंतर बदललं. तिथे आत काय घडलं होतं, याचा मी पंचवीस वर्षं विचार करत होतो. मी गप्प राहिलो कारण मी फार घाबरलो होतो. रेफिल्ड सर्वांत अनुभवी होता. त्यानं कदाचित मला ओळखलं असतं, पण माझं नावच कुणीही उच्चारलेलं नव्हतं. नशीब माझं! मी त्रासात पडू नये म्हणून त्यानं मला वाचवलं, पण स्पष्ट बजावून सांगितलं की, मी माझं तोंड बंद ठेवायचं आहे. तुम्ही सर्व तिथे आला होतात, हे कोणाला सांगायचं नाही म्हणून आणि तसंही आत काय घडलं हे मला कळलं नव्हतंच. मला सांगण्याइतपत धैर्य येईपर्यंत सर्व संपलं होतं आणि रूफस तुरुंगात पोहोचला होता. या अपराधाची बोच मी गेली पंचवीस वर्षं सहन करतोय; पण त्या वेळी मी सहजपणे सुटलो होतो." एवढं बोलून मॅकेन्ना रूफसकडे वळले. "रूफस, मला माफ कर. मी भित्रा होतो, दुर्बल होतो. त्यामुळे आता तुला काही फरक पडत नसला, तरी मी सांगतो त्यावर विश्वास ठेव. आजपर्यंत एक दिवस असा गेला नाही की, याबद्दल मी स्वतःचाच द्वेष केला नाही."

जॉर्डन खाकरून म्हणाले, "वा... वा! मॅकेन्ना, हृदयाला फार भिडणारं बोललात. त्या रात्री तुम्ही मला तिथे पाहिलंत म्हणता, पण मला ओळखण्यात तुमची चूक होते आहे असं मला वाटतं."

"सी.आय.ए.च्या रेकॉर्डवरून तुम्ही त्या वेळी कोर्ट प्लेसीवरच्या सैनिकांवर पी.सी.पी.ची चाचणी करत होतात हे सिद्ध होईलच."

''तुम्हांला ते रेकॉर्ड मिळत असलं तर मिळवा आणि समजा मी तिथे होतो. तरी काय? मी इंटेलिजन्स सर्व्हिसमध्ये होतो, हे काही गुपित नाही. लोकांनाही ते माहीत आहे.''

''पण सैनिकांना तुम्ही पी.सी.पी.चे डोस देत होता, हे तुमच्या मतदारांना कळलं तर त्यांना ते आवडेल असं नाही मला वाटत.'' चांडलर तापून म्हणाले.

''समजा, मी तसं केलं असं तुमचं म्हणणं असलं, तर ते मी कधीच मान्य करणार नाही. तो कार्यक्रम वरच्या पातळीवरून राबवला गेला होता; अगदी कायदेशीररीत्या. माझी बायकोसुद्धा तेच सांगेल.'''

''यू.एस. विरुद्ध स्टॅनले'' सारा कडवटपणे म्हणाली.

जॉर्डन मात्र अजूनही मॅकेन्नाकडेच पाहत होते. ''तुम्ही तिथे त्या वेळी मेढेकोटात होता असं म्हणता आणि आता या प्रकरणातही गुंतलेले आहात, हा मोठाच योगायोगाचा भाग दिसतो.''

''हा योगायोग नाही. जाणूनबुजून केलेली कृती आहे ही.'' मॅकेन्नांचं उत्तर सर्वांनाच चकित करणारं होतं. ''आर्मी सोडल्यानंतर मी कॉलेज पूर्ण केलं आणि नंतर एफ.बी.आय. अॅकॅडमीचं प्रशिक्षण घेतलं. पण तुम्हा सर्वांची माहिती मी काढत होतो. अपराधाची बोच ही मोठी शक्ती होती. रेफिल्ड आणि ट्रेमेन हे रूफससोबत तुरुंगातच कामावर राहिले, ही शंका येण्यासारखी बाब होती, पण निश्चित अनुमान काढता येत नव्हतं. डेल्लासान्ड्रो आणि पर्किन्स तुमच्यासोबत तुमच्या वेगवेगळ्या व्यवसायात होते. मी माझी बदली रिचमंड भागात करून घेतली. त्यामुळे मला तुमच्या जवळ राहता येत होतं. तुम्ही राजकारणात शिरला तशी त्यांनीही तुम्हांला साथ दिली. तुम्ही वॉशिंग्टनला गेलात तेव्हा तुम्ही डेल्लासान्ड्रो आणि पर्किन्सना सिनेटवर नोकऱ्या दिल्यात. मग मीपण माझी बदली डी.सी.ला करून घेतली. काही वर्षांपूर्वी तुम्हांला जेव्हा सिनेटच्या न्यायालयीन समितीवर घेण्यात आलं तेव्हा पर्किन्स आणि डेल्लासान्ड्रोंना तुम्ही सुप्रीम कोर्टावर नेमणुका दिल्यात. तुमचं हे सगळं छान चाललं होतं. कदाचित आपापसातला करार असावा तो. रेफिल्ड आणि ट्रेमेननं रूफसवर लक्ष ठेवायचं आणि तुम्ही पर्किन्स व लिओसान्ड्रोंची काळजी घ्यायची. त्यांचे बँक अकाउंट्स तपासलेत, तर मी खात्रीने सांगतो की, त्यांच्या खात्यात बऱ्यापैकी निवृत्ती वेतन आढळेल.'' मॅकेन्ना थोडं थांबले.

''मायकेल फिस्कच्या खुनाची बातमी कळताच मी त्या केसवर उडीच मारली. कारण तो कोर्टाशी संबंधित होता. जेव्हा मला कळलं की, त्या गोष्टीचा रूफसशी संबंध आहे तेव्हा इतकी वर्षं तुमच्या मागे लागण्याचं सार्थक झालं असं मला वाटलं आणि आता अखेर सत्य बाहेर आलंच.''

"म्हणजे विचित्र, तर्कहीन कहाणी!" जॉर्डन नाइट यांनी उलटवार केला. "तुमच्या मनात माझ्याबद्दल सूडबुद्धीची भावना होती, हे तुम्हीच कबूल केलंत, हे बरं झालं आणि आता माझ्याच घरात येऊन तुम्ही माझ्यावर वाटेल तसे आरोप करता आहात. मला कोणी मारायला आलेलं असताना, मी नुकताच सुदैवानं वाचलो असताना! तेव्हा ज्यांना चौकशी करण्याचा अधिकार आहे ते डिटेक्टिव्ह चांडलर सोडून बाकी सर्वांनी माझ्या घरातून चालतं व्हावं. लगेच."

मॅकेन्ना यांनी खिशातून सेल फोन काढला. ते काही बोलले आणि नंतर त्यांनी त्यावरचं उत्तरही ऐकलं. फोन बंद करून ते जॉर्डन यांच्याकडे वळले, "सिनेटर जॉर्डन नाइट, मी तुम्हांला अटक करीत आहे आणि माझी खात्री आहे की, डिटेक्टिव्ह चांडलरपण तसं करतील."

"मी तुम्हांला इथून चालते व्हा म्हटलं ना!" जॉर्डन भडकून म्हणाले.

"मी आता तुम्हांला तुमचे अधिकार वाचून दाखवणार आहे."

"संध्याकाळपर्यंत तुमची सायबेरीयात बदली करण्याची व्यवस्था करतो की नाही ते पाहा. तुमच्याजवळ माझ्याविरुद्ध काहीही पुरावा नाही."

"खरं सांगायचं, तर तुमची अटक तुमच्या शब्दांवरच आधारलेली आहे मि. जॉर्डन." असं म्हणून मॅकेन्ना टेबलाखाली वाकले. सर्व जण त्यांच्याकडे पाहत होते. क्षणार्धात त्यांनी टेबलाखाली दडवलेला मायक्रोफोन बाहेर काढला. "नजर ठेवणाऱ्या बाहेरच्या गाडीत तुमचा आवाज अगदी स्पष्ट ऐकू आला आहे." त्यांनी फिस्ककडे पाहिलं आणि ते पुढे म्हणाले, "रेफिल्डला तुझ्या भावाला ठार करण्याच्या सूचना मि. जॉर्डन नाइट यांनीच दिल्या होत्या."

जॉर्डन रागानं थरथरत होते. "हे पूर्णपणे बेकायदेशीर आहे. या शहरातला कोणताही न्यायाधीश तुम्हांला यासाठी वॉरन्ट देऊ शकणार नाही. तुरुंगात मी नाही, तर तुम्ही जाणार आहात मि. मॅकेन्ना."

"आम्हांला वॉरंटची गरज नाही. आम्ही संमती घेतली होती."

"आणखी एक थाप!" जॉर्डन ओरडले. ते इतके भडकलेले दिसत होते की, ते मॅकेन्नांवर हल्ला करणार असं वाटत होतं. "त्या टेप्स मला ताबडतोब परत कराव्यात अशी मी मागणी करतो. मी या गोष्टीसाठी संमती दिली यावर कोणी विश्वास ठेवेल असं तुम्हांला वाटत असेल, तर तो तुमचा मूर्खपणा आहे."

"संमती तुम्ही नाही, मी दिली जॉर्डन." खोलीत शिरणाऱ्या बायकोला पाहून जॉर्डन यांचा चेहरा पार उतरला. रागानं लालसर झालेला चेहरा क्षणार्धात पांढराफटक पडला. एलिझाबेथनी पर्किन्सच्या पडलेल्या देहाकडे पाहिलंही नाही. त्या आपल्या नवऱ्याकडे पाहत होत्या.

"तू?" त्यांच्या तोंडून फक्त एक शब्द बाहेर पडला.

"मीसुद्धा इथेच राहते जॉर्डन. मी संमती दिली."

"देवाऽरे! पण का?"

एलिझाबेथ काही क्षण तशाच पाहत राहिल्या. त्यानंतर त्यांनी रूफस हार्म्सच्या शर्टच्या बाहीला स्पर्श केला. "या माणसासाठी जॉर्डन! या माणसासाठी! हे एक खूप मोठं कारण होतं तसं करायला."

"त्याच्यासाठी? लहान मुलीला मारणाऱ्या खुन्यासाठी?"

"जॉर्डन, हे योग्य नाही. मला आता सत्य समजलं आहे आणि तुम्ही जे काही केलं त्याबद्दल मी तुमचा धिक्कार करते."

"मी काय केलं? मी माझ्या देशाची सेवा केली." आणि मग रूफसकडे बोट दाखवून ते म्हणाले, "या माणसानं कशासाठी, कोणासाठी, काहीही केलं नाही. हा हरामखोर मरण्याच्याच लायकीचा होता."

त्याच्या देहाच्या मानाने अतिशय चपळतेनं हालचाल करून रूफस जॉर्डनजवळ पोहोचला आणि आपल्या हातांचा विळखा त्यानं जॉर्डन यांच्या गळ्याभोवती घातला. भिंतीशी होऊन त्यानं विळखा आणखी घट्ट केला. तो पुटपुटला, "पाजी माणसा, आता पाहाच!" जॉर्डनचा श्वास कोंडून चेहरा लाल पडत चालला.

मॅकेन्ना आणि चांडलर यांनी आपली पिस्तुलं काढली अन् रूफसवर रोखली पण त्यांना गोळी झाडण्याचं धैर्य होईना. त्यांनी त्याला जॉर्डनपासून दूर करण्याचा प्रयत्न केला, पण तसं करणं म्हणजे एखाद्या पर्वताला दूर ढकलण्यासारखं अशक्य काम होतं.

"जॉर्डन!" एलिझाबेथ किंचाळल्या.

"रूफस, थांब रूफस, थांब." सारा ओरडून म्हणाली.

जॉर्डन बेशुद्ध पडण्याच्या बेतात होते.

फिस्क पुढे आला. "रूफस," त्यानं एक दीर्घ श्वास घेतला आणि पुढे म्हणाला, "रूफस, जोश वाचू शकला नाही." हे ऐकताच रूफसची जॉर्डनच्या गळ्याभोवतीची पकड सैल पडली. त्यानं फिस्ककडे पाहिलं. "होय रूफस, जोश गेला. आपण दोघांनीही आपापल्या भावाला गमावलं आहे." बोलताना त्याचा स्वर गदगदला होता. "तू जर त्यांना मारलं, तर तू तुरुंगात जाशील आणि जोशचं बलिदान व्यर्थ ठरेल रूफस."

रूफसनं आपली पकड आणखी सैल केली. त्याच्या डोळ्यातून अश्रू वाहत होते. फिस्क आणखी एक पाऊल पुढे सरकला, "रूफस, तू तसं करू शकत नाहीस. सोड त्यांना."

फिस्क आणि रूफस यांनी एकमेकांकडे पाहिलं. काही क्षण आणि मग एकदम रूफसनं जॉर्डनना ढकलून दिलं. ते खाली कार्पेटवर कोसळले.

मॅकेन्नांनी त्यांना उठवून त्यांच्या हातात बेड्या चढवल्या तेव्हा ते खाली मान घालूनच उभे होते. मॅकेन्ना त्यांना घेऊन जात असताना त्यांनी मान वर करून आपल्या बायकोकडे पाहिलंही नाही आणि त्यासुद्धा व्यथित होऊन तडक आपल्या बेडरूममध्ये गेल्या. एक तासानंतर पोलिसांची सर्व माणसं आली. त्यांनी आपलं काम पूर्ण केल्यानंतर पर्किन्स यांचा देह हलवला गेला. त्या वेळी चांडलर, रूफस, फिस्क आणि सारा तिथे होते.

"बुफोर्ड, या सत्यातला किती अंश तुम्हांला माहीत होता?" फिस्कनं विचारलं.

"काही. माझी आणि मॅकेन्नांची नेहमी चर्चा व्हायची. पहिल्यांदा माझीही अशी समजूत झाली की, तुझा यात हात आहे असं त्यांना वाटत आहे किंवा त्यांचं तुझ्याबद्दल खरंच मत वाईट आहे म्हणून." चांडलर हसले, "पण रूफसचा या प्रकरणाशी संबंध आहे हे लक्षात आल्यानंतर त्यांचं मत बदललं; पण तरीसुद्धा तुझ्यावर दोष लादण्याचं भासवणं मला आवडलं नव्हतं. सारालाही नोकरीवरून काढलं जावं म्हणून त्यांनीच पुढाकार घेतला."

"का?" सारानं विचारलं.

"कारण तुम्ही दोघं सत्याच्या जवळ पोहोचला होतात. त्याचाच दुसरा अर्थ तुम्हांला धोका आहे असा होता. यात गुंतलेले लोक काहीही करायला मागेपुढे पाहणार नव्हते, हे मॅकेन्नांना माहीत होतं; पण त्यांच्याकडे पुरावा नव्हता. त्यामुळे तुम्हा दोघांवर संशय दाखवला की, ते निर्धास्त राहणार होते. म्हणून जेव्हा जेव्हा पर्किन्स आणि डेल्लासान्ड्रो हजर असायचे तेव्हा मॅकेन्ना रूफसचं अपील ही बोगस गोष्ट आहे आणि जॉननच खून केला, असंच ठासून सांगायचे. त्यांनी तुझं पिस्तूल पळवलं आणि ते नाहीसं झालं आहे हे त्या दोघांना कळेल अशी व्यवस्था केली. त्यातून काही पुरावा मिळतो का हे त्यांना पाहायचं होतं आणि तुम्हा दोघांची सुरक्षितताही त्यांना हवी होती."

"पण शेवटी ते त्यांना साधलं नाहीच." हे बोलतानाही शेवटची डेल्लासान्ड्रोबरोबरची भेट आठवून सारा शहारली.

"त्यांच्या माणसांना तुम्ही चुकवाल हे त्यांना कुठे माहीत होतं. मॅकेन्नांनी जस्टिस नाइट यांना ते त्यांच्या नवऱ्याला फोर्ट प्लेसीपासून ओळखतात हे सांगितलं. सिनेटरांनी जेव्हा आपल्या बायकोला मी त्यांची माहिती काढण्यासाठी म्हणून फोन केला असं सांगितलं तेव्हाच ते खोटं बोलत आहेत हे त्यांच्या लक्षात आलं. त्यानंतर जस्टिस नाइट यांच्याशी चर्चा करून जॉर्डनच्या खोलीतलं सर्व संभाषण ऐकण्यासाठी मायक्रोफोन दडवण्याचं मॅकेन्ना यांनी ठरवलं आणि त्याप्रमाणे सापळा रचला."

"म्हणजे जस्टिस नाइट यांच्या झटकन निर्णय घेण्यामुळे माझे प्राण वाचले

म्हणायचे!'' सारा म्हणाली.

चांडलर यांनी संमतीदर्शक मान डोलावली. ''सर्व फिस्कटलं असतं तर पर्किन्स जॉर्डन यांच्याकडे मदतीसाठी धाव घेणार, हे मॅकेन्नांनी ओळखलं होतं आणि तसंच घडलं. पर्किन्सशी झालेलं सर्व बोलणं रेकॉर्ड झालं. पर्किन्सना जॉर्डन ठार करतील, हे मात्र गृहीत धरलेलं नव्हतं. ते थोडं अनपेक्षितच होतं. अर्थात, त्यामुळे माझी झोप उडेल असं काही नाही.'' चांडलर रूफसकडे वळले, ''मला तुला ताब्यात तर घ्यावं लागेलच, पण सुटका व्हायला वेळ लागणार नाही.''

''मला माझ्या भावाला पाहायचंय.''

''त्याची व्यवस्था करता येईल.''

''मीपण तुझ्याबरोबर येतो रूफस.'' फिस्क म्हणाला.

ते सर्व दरवाजाकडे निघाले. हॉलमध्ये त्यांना जस्टिस एलिझाबेथ नाइट भेटल्या.

''जस्टिस नाइट, आज रात्री तुम्ही फार मोठं धैर्याचं काम केलंत. त्यामुळे तुम्हांला किती दुःख झालं असेल, ते मी समजू शकतो.'' चांडलर म्हणाले.

एलिझाबेथ शांतपणे पुढे झाल्या आणि रूफसचा हात त्यांनी हातात घेतला. ''एवढ्या यातना सहन केल्यानंतर आता तुला कशामुळे काहीही फरक पडत नाही, हे मला माहीत आहे रूफस, पण जे घडलं त्याबद्दल मी अतिशय दिलगिरी व्यक्त करते. कृपया क्षमा करा मि. हार्म्स.''

रूफसनं त्यांच्याशी हळुवारपणे हस्तांदोलन केलं आणि त्यांच्या हातावर थोपटलं. ''हेच मी आणि माझ्या भावासाठी खूप झालं मॅम.''

सर्व दाराशी पोहोचले तसं त्यांनी सर्वांकडे पाहिलं आणि हळूच म्हणाल्या, ''गुड बाय!''

सर्व लिफ्टजवळ पोहोचले. तिघेही पुरुष आत शिरले, पण सारा जरा घुटमळली अन् मग म्हणाली, ''मी तुम्हांला नंतर गाठते.'' लिफ्टचं दार बंद होऊन ते जाताच ती तीराप्रमाणे जस्टिस नाइट यांच्या अपार्टमेन्टच्या दाराच्या दिशेनं धावली. मेरीनं दार उघडलं.

''जस्टिस नाइट कुठे आहेत मेरी?''

''त्या त्यांच्या बेडरूमकडे गेल्यात पण....''

सारा तिला मागे सारून बेडरूमकडे गेली. दार ढकलून तिनं पाहिलं. पलंगावर विमनस्क अवस्थेत बसलेल्या एलिझाबेथ नाइटनी आपल्या माजी क्लार्ककडे पाहिलं. त्यांच्या हाताच्या मुठी आवळलेल्या होत्या. बाजूला डॉक्टरांनी लिहून दिलेल्या गोळ्यांची बाटली पडली होती.

सारा हळूच पुढे झाली. जमिनीवर गुडघे टेकून त्यांच्याजवळ बसली आणि

तिनं त्यांचा हात आपल्या हातात घेतला. त्यासरशी आवळलेल्या मुठीतून गोळ्या घरंगळल्या. ''प्रसंगातून सावरण्याचा हा मार्ग नाही एलिझाबेथ मॅडम.''

''सावरण्याचा मार्ग नाही?'' एलिझाबेथ भावनातिरेकाने ओरडल्या. ''माझं आयुष्य आत्ताच त्या दारातून बेड्या घालून बाहेर पडलं आहे.''

''त्या दारातून जॉर्डन बाहेर पडले आहेत. जस्टिस एलिझाबेथ नाइट इथंच आहेत, माझ्याजवळ. पुढील काळात सुप्रीम कोर्टाला ज्या पुढे नेणार आहेत, न्यायाच्या वाटेवर.''

''सारा —'' त्यांच्या डोळ्यातून घळाघळा अश्रू वाहत होते. ''आयुष्यभरासाठी नेमणूक आहे तुमची आणि तुम्हांला अजून भरपूर आयुष्य जगायचं आहे.'' सारानं त्यांचा हात हळूच दाबून त्यांना दिलासा दिला. ''तुम्ही मला परत बोलावलं, तर तुमच्या कामात मी तुम्हांला मदत करीन.'' सारानं त्यांच्या थरथरत्या खांद्यांवर आपले आश्वासक हात ठेवून त्यांना सावरण्याचा प्रयत्न केला. धीर दिला.

''कुणास ठाऊक मी हे करू शकेन की नाही?''

''तुम्ही नक्की करू शकाल. मला खात्री आहे. मी तुमच्यासोबत आहे.''

एलिझाबेथनं साराच्या खांद्याला स्पर्श करत प्रश्न केला, ''सारा, तू आज रात्री माझ्याबरोबर थांबशील?''

''होय मॅडम, तुम्ही म्हणाल तितका काळ मी तुमच्यासोबत थांबेन.''

एकसष्ठ

सिल्व्हर स्टार, पर्पल हार्ट आणि नोकरीतली अशी अनेक मानाची पदकं मिळवलेली असल्यामुळे जोश हार्म्सला अशी पदकं मिळवणाऱ्या इतरांप्रमाणे अर्लिंग्टन नॅशनल दफनभूमीतच स्थान मिळणं आवश्यक होतं. तरीसुद्धा आर्मीचा प्रतिनिधी त्या व्यवस्थेबाबत रूफसशी चर्चा करण्याबाबत आग्रही होता.

"त्यानं आपल्या कंपनीतील अनेक माणसांना वाचवलं, पेटी भरून शौर्यपदकं मिळवली, गोळ्या झेलल्या एवढ्या गोष्टी तुम्हांला पुरेशा वाटत नाही का?" गणवेशातल्या त्या माणसाकडे पाहून रूफसनं विचारलं.

त्या माणसानं आपले ओठ आवळले अन् मग म्हणाला, "पण त्याची कारकिर्द एकदम स्वच्छही नव्हती. वरिष्ठांशी त्याचे खटके उडायचे आणि मी असं ऐकलंय की, तो ज्या संस्थेचं प्रतिनिधित्व करत होता त्या संस्थेबद्दल त्याला आदर नव्हता किंवा प्रेम नव्हतं म्हणून."

"म्हणजे तुम्हांला असं वाटतंय की, इतर जनरल्स किंवा तशा व्यक्तींसोबत त्याचं दफन करण्यामुळे त्यांचा अनादर होईल. असंच ना?"

"दफनभूमीत मोकळ्या जागेची कमतरता आहे. त्यामुळे ज्यांना खरोखर गणवेश घातल्याचा अभिमान होता, अशा शूर सैनिकांसाठीच ती राखून ठेवण्यासाठी सहकार्य करणं ही उत्तम कृती ठरेल असं म्हणायचंय."

"पण त्यानं तसा अधिकार मिळवला असतानाही?"

"त्याबद्दल माझं म्हणणं नाही, पण कदाचित तुमच्या भावालाही तिथं पुरलं जाणं आवडणारं नसावं असं मला वाटतं."

"तिथं पुरलेल्या वीरांबद्दल त्याला काय काय वाटत होतं, हे तो मेल्यानंतरही

अनंतकाळपर्यंत सांगत राहील असं वाटतं तुम्हांला?''

''तसंच काहीतरी.'' तो कोरडेपणानं म्हणाला. ''तर मग आपलं ठरलं? तुम्ही त्याचं दफन दुसरीकडे कुठेतरी कराल?''

''काय करायचं ते मी ठरवलं आहे.'' त्या माणसाकडे रोखून पाहत रूफस म्हणाला.

अखेरीस ऑक्टोबरमधल्या एका स्वच्छ दिवशी माजी सार्जन्ट जोशुआ हार्म्सला अर्लिंग्टन नॅशनल दफनभूमीतच सन्मानाने चिरविश्रांती देण्यात आली. सन्मानाच्या बंदुकीच्या बारांनी वंदना देण्यात आल्यानंतर बिगुलाच्या स्वरांच्या पार्श्वभूमीवर साधीशी शवपेटिका खोदलेल्या चरात ठेवण्यात आली. आर्मीच्या एका प्रतिष्ठित आणि गंभीर अधिकाऱ्याकडून दुभंगलेला त्रिकोणी ध्वज रूफस आणि जोशच्या एका मुलाच्या स्वाधीन करण्यात आला. फिस्क, सारा, मॅकेन्ना आणि चांडलर या दफनविधीसाठी उपस्थित होते.

दफनविधीची पूर्तता झाल्यानंतर रूफसनं आपल्या भावाच्या थडग्याजवळ बसून प्रार्थना केली. त्या वेळी त्याच्या मनात युद्धात मरण पावलेल्या आणि इथं पुरलेल्या सर्वांचाच विचार होता. एका विशिष्ट कोनातून पाहताना त्याला पांढऱ्या क्रुसांनी भरलेलं ते मैदान बर्फ पडलेल्या पांढऱ्या मैदानासारखं वाटलं. या दफनभूमीत स्त्री आणि पुरुष या दोन्ही प्रकारच्या मानवांनी चिरविश्रांती घेतली असली, तरी युद्धाला चिथावणी मिळण्यास आणि त्यात सहभाग असण्यात इथे पुरुषांचा पुढाकार होता. रूफसप्रमाणे जर इतरही कोणी इतिहास तपासला असता, तर इथे पुरलेल्या देहांनी ज्यांच्यामुळे युद्ध अस्तित्वात आलं त्या 'केन'ला आणि त्यात आपला भाऊ 'एबल'वर केलेल्या आघाताला त्याचा दोष दिला असता.

रूफसनं आपली प्रार्थना संपवली. आपल्या भावाशी आणि परमेश्वराशी करत असलेला संवाद संपवला आणि आपल्या यापूर्वी कधी न पाहिलेल्या पुतण्याला कवटाळलं. तो खूप दुःखी झाला होता, पण त्याच्यातल्या चैतन्यानं उभारी धरली होती. त्याचा भाऊ इथल्या जगापेक्षा चांगल्या ठिकाणी पोहोचला होता, हे त्याला माहीत होतं. जोपर्यंत रूफस जिवंत राहणार होता तोपर्यंत तो जोशला कधीही विसरणार नव्हता आणि तो जेव्हा परमेश्वराला भेटायला जाणार होता, तेव्हा तो आपल्या भावाला घट्ट आलिंगन देणार होता.

बासष्ट

दोन दिवसांनंतर रिचमंडच्या बाह्य भागातल्या एका खाजगी दफनभूमीत मायकेल फिस्कचं दफन करण्यात आलं. अंत्यसंस्काराला युनायटेड स्टेट्सच्या सुप्रीम कोर्टाचे सर्व न्यायाधीश हजर होते. एड फिस्क आपल्या जुन्या सुटातच होते मात्र केस विंचरलेले होते. आपल्या मुलाच्या, जॉनच्या बाजूला ते संकोचून उभे होते. सर्व ज्युरी सदस्यांकडून, व्हर्जिनियाच्या राजकीय आणि सामाजिक क्षेत्रातल्या अनेकांकडून व्यक्त केल्या जाणाऱ्या त्यांच्या दु:खद भावनांचा ते स्वीकार करत होते.

हॅरॉल्ड रामसेंनी एक मिनिटभर एड फिस्कशी बोलून त्यांचं सांत्वन केलं आणि मग ते त्यांच्या मुलाकडे वळले.

"जॉन, तू जे काही केलंस याबद्दल आणि तुझ्या भावानं जो त्याग केला त्याबद्दल मला कौतुक वाटतं, हे मी मुद्दाम सांगतोय."

"सरते शेवटी!" फिस्कचा स्वर मैत्रीपूर्ण नव्हता.

रामसेंनी मान डोलावली, "मी तुझ्या मताची कदर करतो, तसा तूही माझ्या मतांचा सन्मान करशील अशी आशा करतो."

फिस्कनं त्यांच्याशी हस्तांदोलन केलं आणि म्हणाला, "मला वाटतं, म्हणूनच जग पुढे जात असतं."

रामसेंकडे पाहताना फिस्कच्या मनात रूफसच्या भवितव्याचा विचार आला. आर्मी, जॉर्डन नाइट यांच्यासह ज्या-ज्या लोकांवर केस दाखल करता येईल त्या सर्वांविरुद्ध त्यानं केस दाखल करावी म्हणून फिस्कनं रूफसला खूप प्रोत्साहित केलं होतं. त्या खुनाच्या संदर्भात कोणतीही मर्यादा घालण्याचं कारण नव्हतं.

जॉर्डन आणि इतरांनी अनेक कायदेही मोडले होते.

पण रूफसनं फिस्कचा सल्ला मानण्यास नकार दिला. ''एक जॉर्डन वगळता ते सर्वच अशा ठिकाणी पोहोचले आहेत की, त्याहून वाईट ठिकाणी कोणताही न्यायाधीश त्यांना पाठवू शकला नसता.'' असं रूफसचं म्हणणं होतं. ''तीच त्यांची खरी शिक्षा आहे आणि जॉर्डन नाइटनी जे केलं त्याबद्दल दु:ख भोगत जगणं, ही त्यांची शिक्षा आहे. मला सर्व भरून पावलं. मला यापुढे कोणत्याही कोर्टाच्या न्यायाधीशांच्या भानगडीत पडायचं नाही. मला मुक्त आयुष्य जगायचं आहे. जोशच्या मुलांबरोबर वेळ घालवायचा आहे. माझ्या आईच्या थडग्याकडे जायचं आहे. प्रार्थना करायची आहे. बस्स! मला आणखी काहीही नको.'' तो म्हणाला होता.

फिस्कनं त्याला खूप समजावण्याचा प्रयत्न केला होता, पण नंतर त्याच्याच लक्षात आलं होतं की, रूफस म्हणत होता, ते खरं आहे. आणि तसंही सुप्रीम कोर्टाचे प्रघात पाहता रूफस आर्मीवर केस टाकू शकला नसताच. 'बार्बरा चान्स' केसच्या आधारे एलिझाबेथ नाइटनी मिलिटरीतल्या माणसालाही सर्वसामान्य नागरिकाप्रमाणे अधिकार हवेत असं मांडल्याशिवाय ते शक्य नव्हतं, पण त्यातसुद्धा रामसेंचा अडथळा होताच. तरीसुद्धा फक्त त्याच तसं करू शकतील, असं फिस्कला वाटत होतं.

रूफससाठी दुसऱ्या गोष्टी फिस्क करू शकत होता. जे.ए.जी. ॲटर्नी फिल जानसेनच्या मदतीनं तो रूफसला सन्माननीयरीत्या डिस्चार्ज मिळवून देऊ शकणार होता. मिलिटरी निवृत्ती वेतन तसंच निवृत्तीचे इतर फायदेही मिळवून देऊ शकणार होता. त्यामुळे रूफसला जगण्यासाठी धडपड करावी लागणार नव्हती. विशेषत: एवढं सगळं पंचवीस वर्षं भोगल्यानंतर!

फिस्कच्या मनातले हे विचार संपता संपता सारा आणि एलिझाबेथ नाइट त्याच्याजवळ आल्या. साराला पुन्हा नाइट यांची क्लार्क म्हणून कामावर घेण्यात आलं होतं. रामसे आणि नाइट यांच्यातल्या न्यायिक संबंधासह एकंदरीतच कोर्ट मूळ पदावर येत होतं.

''या सर्व गोष्टी घडायला मी जबाबदार आहे असं मला सारखं वाटतं.'' एलिझाबेथ म्हणाल्या. त्या आणि सिनेटर घटस्फोट घेणार होत्या हे त्याला कळलं होतं. आर्मीला हे सगळं प्रकरण गुप्तच ठेवायचं होतं. त्यासाठी वॉशिंग्टनमधल्या वरिष्ठांकडून दबाव आला होता. त्याचा अर्थ जॉर्डननी जे काही केलं होतं त्याबद्दल ते तुरुंगात जाणार नव्हते. एलिझाबेथ नाइटनी संमती देऊनसुद्धा त्यांच्याविरुद्धच्या टेप्ससंबंधीचा पुरावा टिकणारा नव्हता कारण सिनेटरच्या हुशार वकिलांनी त्यांच्या विश्वासार्हतेसंबंधी आधीच प्रश्न उपस्थित केले होते. एका खाजगी बैठकीत एफ.बी.आय.

एजंट मॅकेन्नांनी चोरून तयार केलेल्या टेप्सचा पुरावा टिकणारा नव्हता हे त्यांनी फिस्ककडे मान्य केलं होतं, पण त्याशिवाय जॉर्डन नाइटना गुंतवण्याचा दुसरा उपाय त्यांना सुचला नव्हता. कोर्टात सिद्ध करता येईल असा जॉर्डन यांच्याविरुद्धचा कोणताही पुरावा मॅकेन्ना किंवा चांडलर यांच्याकडे नव्हता, हे त्यांनी मान्य केलं होतं. जॉर्डन यांना कोर्टात शिक्षा होऊ शकली नसती, हे जरी खरं असलं, तरी या टेपप्रकरणाचा थोडा फायदा झालाच होता. त्यांना 'सिनेटर'पद सोडावं लागलं होतं. त्याहीपेक्षा महत्त्वाचं म्हणजे त्यांचं ज्या स्त्रीवर प्रेम होतं तिलाही त्यांनी गमावलं होतं. जॉर्डन शिक्षेविना सुटणार म्हणून एकदा आपलं नऊ एम.एम.चं पिस्तूल घेऊन जाऊन त्यांना भेटावं आणि निकाल करावा असाही हिंसक विचार फिस्कच्या मनात एकदा आला होता, पण अखेर त्यांनी जे गमावलं होतं तीच मोठी शिक्षा होती, असं म्हणून त्यानं स्वत:चं समाधान करून घेतलं होतं. अजूनही त्यांच्याजवळ त्यांचं मेक्सिकोचं सात हजार एकराचं कुरण होतं. 'पण आता ते कुरण कसलं, मोठा तुरुंगच म्हणायचा की!' त्याच्या मनात विचार आला.

"तुझ्यासाठी मी काही करू शकत असेन तर सांग." एलिझाबेथ त्याला म्हणाल्या.

"मीसुद्धा तुम्हांला तेच म्हणतो." फिस्कनं उत्तर दिलं.

अर्ध्या तासानंतर फिस्क कुटुंबाचं सांत्वन करायला आलेले सर्व गेले. हिरवं कार्पेट आणि सर्व खुर्च्या उचलल्या गेल्या. शवपेटिका खाली खड्ड्यात उतरवली गेली आणि त्यावर लादी टाकून खड्डा बंद करण्यात आला. वरून माती टाकण्यात आली. एड फिस्क, जॉन आणि सारा खिन्नतेने मूकपणे सर्व पाहत होते. सर्व आटोपताच थोड्या वेळानं येतो असं सांगून त्यानं वडलांना आणि साराला घरी जायला सांगितलं.

त्या दोघांची गाडी गेली तसा फिस्क पुन्हा परतला आणि तो चमकलाच. दफनभूमीत काम करणाऱ्यासह सर्व गेले होते, पण नवीन थडग्याजवळ हातात बायबल धरून गुडघ्यावर बसलेला रूफस त्याला दिसला होता.

फिस्कनं त्याच्याजवळ जाऊन त्याच्या खांद्यावर हात ठेवला, "रूफस, ठीक आहेस ना? तू अजूनही इथंच आहेस हे मला कळलंच नव्हतं."

रूफस काही बोलला नाही किंवा त्यानं डोळेही उघडले नाहीत. त्याचे ओठ हलताना फिस्कने पाहिले. अखेर डोळे उघडून त्यानं फिस्ककडे पाहिलं.

"काय करत होतास तू?"

"प्रार्थना."

"ओह!"

"तुझं काय?"

"माझं कुठे काय?"

"तुझ्या भावासाठी तू प्रार्थना केली नाहीस?"

"रूफस, मी शाळेपासून कधी प्रार्थनेला गेलो नाही."

रूफसनं फिस्कच्या शर्टची बाही धरून त्याला आपल्या शेजारी बसवलं. "तर मग आता तू पुन्हा सुरू कर."

फिस्कचा चेहरा कोमेजला. त्यानं थडग्याकडे पाहिलं.

"रूफस, ही गंमत नाही."

"अखेरचा निरोप देण्यात गमतीचा काही भागच नसतो. आपल्या भावाशी बोल अन् मग परमेश्वराशी बोल."

"मला कोणत्याही प्रार्थना लक्षात नाहीत."

"प्रार्थना म्हणूच नको. नुसतं बोल. साधे साधे शब्द."

"पण नेमके काय बोलू मी?"

कोणी पाहतंय का म्हणून फिस्कनं इकडेतिकडे पाहिलं. मग वळून त्यानं पाठमोऱ्या रूफसकडे पाहिलं आणि हात जोडले. पहिल्यांदा त्यानं डोळे बंद केले नव्हते, पण नंतर ते नकळत बंद झाले. पॅन्टमधूनही जमिनीचा गारवा त्याला जाणवत होता, पण तो हलला नाही. आपल्या बाजूला रूफस तशाच स्थितीत बसला आहे, ही भावना त्याला सुखावत होती.

त्यानं जे काही घडलं त्यावर आपलं लक्ष केंद्रित केलं. त्यानं आपल्या आईचा, वडलांचा विचार केला. इन्शुरन्सच्या पैशांमुळे अनेक वर्षांनंतर ग्लॅडिस ब्युटी पार्लरमध्ये गेली होती. तिला नवीन कपडे मिळाले होते. तिच्यासाठी तो अजूनही 'माइक'च होता, पण तिला एक जण तरी आठवत होता, हे काय कमी होतं. घराचं कर्ज फेडलं जाऊन एड फिस्क आता नवीन फोर्ड घेणार होते. तो आणि त्याचे वडील पुढल्या वर्षी मासेमारीसाठी एक ट्रीप करण्याचं ठरवत होते.

साराचा विचार मनात येताच तो हसला. तिच्या बाबतीत अनेक गुंतागुंतीचे प्रसंग येऊनही त्याला तिचे आभारच मानायला हवे होते. त्याला तिचं आकर्षण वाटायला लागलं होतं. 'पन्नास, साठ....कदाचित सत्तरही वर्षं जगू शकू की आपण! काय हरकत आहे असा विचार करायला?' त्याला आयुष्य जगायचं होतं; सुखानं, समाधानानं. मग सारासह का नाही? त्यानं आपली मान वर उचलून डोकं कलतं केलं. ओली हवा नाकाच्या रन्ध्रांमध्ये भरून घेतली. त्यानंतर त्याला शांतता जाणवली. आजूबाजूला चिरविश्रांती घेत असणाऱ्या मृतांची शांती! त्याला आता आणखी शांत वाटत होतं. तो वज्रासनाप्रमाणे पाय दुमडून बसला. मातीचा आणखी गहिरा स्पर्श त्याला जाणवला. त्याच्यात होणारा बदल स्वागतार्ह होता.

अखेर त्याच्या मनात त्याच्या भावाचा विचार आला. त्याच्याविरुद्ध राग ठेवून

त्यानं त्याच्यावर अन्याय केला होता. आता त्यानं वस्तुस्थितीवर लक्ष केंद्रित केलं. सत्य लक्षात घेतलं. त्याचा भाऊ लहान असूनही त्याच्यासाठी माइकनं काहीही केलं असतं. अशा गोड आणि अत्यंत हुशार असलेल्या मुलाला वाढवताना त्याच्या आईवडलांना होणाऱ्या आनंदात तो नेहमीच सहभागी असे. त्याचा भाऊ जसजसा मोठा व्हायला लागला तसतसं त्यांच्यातलं अंतर थोडं वाढायला लागलं. गुणदोषांसह माइकचं रूपांतर पुरुषात झालं, तरी त्याला आपल्या मोठ्या भावाबद्दल, जॉनबद्दल आदरयुक्त प्रेम वाटे. तो नेहमीच त्याला मान देई. अनेक बाबतीत तो स्वत: श्रेष्ठ असला, तरी जॉनने मात्र त्याच्याकडे दुर्लक्ष करायला सुरुवात केली होती. का बरं? असूया, मत्सर की कुठला गंड? कुणास ठाऊक! त्याचा भाऊ त्याच्यावर प्रेम करत होता, हे मात्र खरं! सहा फूट खाली मातीत, कास्याच्या शवपेटिकेत गर्द सूट चढवलेला, पाय विलग झालेला, छातीवर हात दुमडून ठेवलेला आणि डोळे बंद केलेला माइक! त्याचा चेहरा आता त्याला स्पष्ट दिसत होता. शवपेटिकेवर चढवलेल्या फुलांच्या सान्निध्यात त्याचा भाऊ शांतपणे विश्रांती घेत पडला होता. 'त्याची अलौकिक बुद्धिमत्ता आता कुठे गेली असेल?'

फिस्कचं शरीर कापायला लागलं. दोन वर्षं दाबून ठेवलेला, कोंडलेला लाव्हा जणू आता बाहेर पडत होता. स्वत:वर दोन वर्षं लादलेली कृत्रिम बंधनं गळून पडली होती. दोन वर्षांची पोकळी भरून येत होती. त्यानं तो थरारून गेला होता. असं वाटत होतं की, जणू बिली हॉकिन्सनं येऊन त्याला त्याच्या भावाच्या मृत्यूची बातमी नुकतीच सांगितली होती. पण आता त्याला त्याच्या देहाची ओळख पटवण्यासाठी जावं लागणार नव्हतं. वडलांना शोधून दु:खाचं खोटं नाटक करावं लागणार नव्हतं. त्याची आई त्याला वेगळ्या नावानं हाक मारत असलेली पाहावी लागणार नव्हती. त्याच्या भावाचे खुनी शोधण्यासाठी आपला जीव धोक्यात टाकण्याची गरज असणार नव्हती. त्याला काहीतरी दुसरं करायला लागणार होतं. एक अत्यंत कठीण अशी गोष्ट!

त्याच्या छातीत जळजळ सुरू झाली, पण ती त्याच्या बेंबीखाली झालेल्या जखमेमुळे नव्हती. या वेदनेमुळे त्याला मरण येणार नव्हतं, पण दोन गोळ्यांच्या परिणामामुळे होणाऱ्या वेदनांपेक्षा ही वेदना कितीतरी पटीनं गंभीर पण सुखावह होती. आपण आपल्या भावावर किती अन्याय केला याचा त्याला जणू साक्षात्कार झाला होता. आपलं आपल्या भावावर किती प्रेम होतं आणि आपण ते कसं दाबून टाकलं होतं याचाही पत्ता लागला होता. त्यानं आधी प्रयत्न केला असता, तर त्याला हे सर्व तो जिवंत असतानाच कळलं असतं, पण आता तो या जगात नव्हता. आता काय उपयोग होता?

जॉन फिस्क आपल्या भावाच्या थडग्यासमोर पाय दुमडून बसला होता तेव्हा

त्याला हे जाणवलं होतं, पण माइक आता परत येणार नव्हता. त्याला प्रकर्षानं वाटत होतं – काही चमत्कार घडावा – तो परत यावा म्हणून. त्याच्या सोबतीनं कितीतरी गोष्टी करायच्या राहून गेल्या होत्या. त्याच्या हृदयात भावाबद्दल इतकं प्रेम दाटून आलं होतं की, त्यामुळे त्या प्रेमाचं रूपांतर वेदनेत झालं. त्यानं ते व्यक्त केलं नसतं, तर छाती फुटून आली असती, असं त्याला वाटलं आणि....

"ओह गॉड!" त्याच्या तोंडून मोठ्यानं उद्गार आला. डोळ्यातून घळघळा अश्रू वाहायला लागले. दुःखातिरेकानं अंग थरथरायला लागलं. तो उन्मळून पडणार असं त्याला वाटलं. तेवढ्यात त्याला दोन मजबूत हातांनी उचललं आणि उभं केलं. साश्रू नयनांनी रूफसची धूसर प्रतिमा त्याला दिसली. त्याचा एक हात अजूनही दंडाला घट्ट धरून रूफसच्या काखेत होता, पण त्याचे डोळे अजूनही बंद होते. डोकं आकाशाच्या दिशेनं वर केलेलं होतं आणि ओठांची हालचाल सुरू होती. प्रार्थना बंद पडली नव्हती.

त्या वेळेस फिस्कला रूफसचा हेवा वाटला. ज्या माणसानं आपला भाऊ गमावला, आपल्या आयुष्याची पंचवीस वर्षं गमावली आणि ज्यानं सर्वस्वच गमावलं, तो या क्षणी जगातला सर्वांत श्रीमंत मनुष्य होता. फक्त त्याच्या हृदयाच्या बळावर प्रेमाच्या बळावर! कोणताही कार्यक्रम नाही, कोणतंही लक्ष्य नाही. कोणतीही शंका नाही. यावर कोणीतरी विश्वास ठेवला असता का?

फिस्कनं आपल्या शेजारी असलेल्या मित्राच्या शांत चेहऱ्याकडे पाहिलं तेव्हा त्याला वाटलं की, आपलं ज्याच्यावर प्रेम आहे अशी व्यक्ती कोणीही पोहोचू शकणार नाही अशा उत्कृष्ट स्थानावर पोहोचली आहे. 'असं कळणं किती छान असतं नाही? आणि ज्या वेळी अशी जाणीव होण्याची गरज असते त्या वेळी ती होणं हे किती सुखकारक आहे बरं! अशा वेळा आयुष्यात येतात तरी कधी? आनंददायी मृत्यू! प्रारंभ करून देणारा मृत्यू! त्यामुळे जीवनातला बरा किंवा वाईट अर्थ कळतो.'

रूफसवरची नजर काढून फिस्कनं आपल्या भावाच्या थडग्याकडे नजर लावली. पांढऱ्या कापडाखाली असलेल्या फिकटलेल्या हाताची प्रतिमा त्याच्या डोळ्यासमोर आली आणि एखाद्या उडणाऱ्या पक्ष्यागत झटकन गेली. त्यानं आपले गुडघे जमिनीत रोवले. डोळे बंद केले. डोकं खाली केलं. दोन्ही हात घट्ट एकत्र धरले आणि भावाला शांती मिळावी म्हणून प्रार्थना केली.